ஔவையார்: மெய்ப்பொருளுடன்

— முழுப் பதிப்பு —

ஆத்திசூடி • கொன்றை வேந்தன்
மூதுரை • நல்வழி • விநாயகர் அகவல்

மூல ஆசிரியர்
ஔவையார்

பதிப்பாசிரியரும் விளக்கத் தொகுப்பாசிரியரும்
கிருஷ்ண பிரசாத்

தமிழ் மரபு நூல்கள் மெய்ப்பொருளுடன் தொடரிலிருந்து

ஔவையாரின் ஐந்து நெறி நூல்கள் — ஆத்திசூடி, கொன்றை வேந்தன், மூதுரை, நல்வழி, விநாயகர் அகவல் — பொதுமக்கள் உரிமைப் பரப்பில் உள்ள தமிழ்ச் செம்மொழி நூல்களாகும்.

இந்த அச்சுப் பதிப்பில் இடம்பெறும் சொற்பொருள், எளிய பொருள், விளக்கம், இன்றைய பயன்பாடு, முன்பகுதி, பின்பகுதி, மற்றும் வடிவமைப்பு கூறுகள் இந்த வெளியீட்டிற்காகத் தொகுக்கப்பட்டவை.

வெளியீட்டுத் தேதி: 2026

ஔவைப் பாட்டியும் முருகப் பெருமானும்

பொருளடக்கம்

அர்ப்பணம்

தமிழின் மீது ஆழ்ந்த அன்பையும், நெறி நூல்கள் மீது மாறாத மதிப்பையும், என் இளமையிலேயே விதைத்த என் தந்தை சுந்தரம் அவர்களுக்கு.

தொண்ணூறுகளின் தொடக்க ஆண்டுகளில், கோயம்புத்தூர் இரத்தினசபாபதி புரத்தில் அமைந்த சன்மார்க்க சங்க அறக்கட்டளையில் என் தந்தையார் ஆற்றிய சமயச் சொற்பொழிவுகள் இன்றும் என் நினைவின் ஆழத்தில் ஒலித்துக்கொண்டே இருக்கின்றன. திருக்குறளும், திருவாசகமும், ஔவையாரும், நாலடியாரும், பல சமய நூற்சான்றுகளும் — அவர் இவற்றை இயல்பான உரையாடலாகவே என் முன் வைப்பார். ஒவ்வொரு சொற்பொழிவிலும் ஔவைப் பாட்டியின் ஒரு பாடலையாவது அவர் மேற்கோளாக எடுத்து நிறுத்துவார். “ஆத்திசூடி” என்ற சொல்லின் முதல் எழுத்தே, அவருடைய பேச்சில் ஒரு சிறப்பு ஒலியோடு வெளிப்படும். அந்தச் சிறு குழந்தையாகிய எனக்கு, அப்பொழுது அதன் ஆழம் முழுமையாகப் புரியவில்லை; ஆனால், அந்த ஒலியின் ஆர்வம் என் உள்ளத்தில் ஆழமாகப் பதிந்துவிட்டது.

ஆயிரத்துத் தொள்ளாயிரத்து தொண்ணூற்று எட்டாம் ஆண்டில் அவர் மறைந்த பின், என் வாழ்வில் எவராலும் நிரப்ப முடியாத ஓர் ஆழ்ந்த வெற்றிடம் தோன்றியது. அந்த வெற்றிடத்தின் மௌனத்தினுள் அவருடைய குரலும், தமிழின் மீது அவர் ஏற்றிய அறிவொளியும், பல ஆண்டுகளாக என் உள்ளத்தில் மறைந்திருந்து எரிந்துகொண்டே இருந்தன.

காலம் கடந்த பின், திருவாசகப் பணி நிறைவடைந்த தருணத்தில், அடுத்த முழுப் பதிப்பாகத் தமிழ் நெறி இலக்கியக் களஞ்சியத்தில் எவை அமைய வேண்டும் என்ற தேடல் என் உள்ளத்தில் எழுந்தது. அந்தத் தேடலின் ஆழமான மௌனத்தில், முருகப் பெருமானின் திருவடியில் என் மனத்தைப் பணியவைத்து வேண்டினேன். வேண்டிய அதே நொடியில், ஓர் ஆழ்ந்த உள்ளுணர்வாக — ஔவைப் பாட்டியின் உருவம் என் கண்முன் தெளிவாகத் தோன்றியது. அந்த அரிய தெய்வீகக் காட்சியால், என் தந்தையார் என் இளமையில் விதைத்த அந்த அடங்கிக் கிடந்த ஆர்வம், புதிதாக மீண்டும் கனலெழுந்து உயிர்பெற்றது. ஔவைப் பாட்டியின் ஐந்து நூல்களையும் ஒரே தொகுதியில் கொண்டு வருதல் — மூலப் பாடல், சொற்பொருள், எளிய பொருள், விளக்கம், இன்றைய பயன்பாடு என்ற முழுமையான வாசிப்பு வழியில் — என்ற கருத்து என்னுள் தெளிவாக நிலைபெற்றது. இந்நூலின் தொடக்கம் என்னுடைய எண்ணத்தின் பயன் அல்ல; தெய்வீகச் சக்திகளின் தெளிவான வழிகாட்டுதலின் வடிவமே. முருகப் பெருமானுக்கும், அவர் வழியாக வந்த ஔவைப் பாட்டியின் அருளுக்கும் — என் மனமார்ந்த தாழ்ந்த வணக்கம்.

ஔவைப் பாட்டி தமிழன்னையின் முதல் ஆசிரியை. அவளுடைய ஆத்திசூடியும், கொன்றைவேந்தனும், மூதுரையும், நல்வழியும் — இவை எத்தனையோ தலைமுறைத் தமிழ்க் குழந்தைகளின் முதல் ஒழுக்கப் பாடல்களாக இருந்துள்ளன. பெற்றோர் தம் குழந்தைகளுக்கு இவற்றைக் கற்றுத் தருவதன் வழியாக, மரபு என்பது நூலகத்தினின்று வீட்டுக்குள் நுழைந்து, இரத்தத்தில் கலந்து, அடுத்த தலைமுறைக்குச் செல்கிறது. இந்த நூலின் வேர் அப்படிப்பட்ட ஓர் உள்ளார்ந்த தந்தை-சேய் தொடர்ச்சியில் இருக்கிறது. என் தந்தை எனக்கு இவற்றை வாய்மொழியாக ஊட்டினார்; நான் இந்நூலின் வழியாக, இவற்றை மீண்டும் என் சந்ததியினருக்கும், தமிழ் வாசிப்போரின் சந்ததியினருக்கும், எழுத்து வடிவில் ஊட்ட முயற்சிக்கிறேன்.

இத்தகைய பணியின் பின்னால், எவ்வளவோ அமைதியான கைகள் உள்ளன. நம்பிக்கையும் ஊக்கமும் தளராமல் வழங்கி, என் வாழ்வின் ஒவ்வொரு கட்டத்திலும் என்னைத் தாங்கி நின்ற என் தாய் மோகனா அவர்களுக்கு.

இந்த நீண்ட பணியின் இடையே பொறுமையுடனும் அமைதியான துணையுடனும் என்னோடு நின்ற என் மனைவி திவ்யாஷ்ரீ அவர்களுக்கு. பல நாள் நள்ளிரவுகளில் என் முன் இருந்த ஔவையாரின் பாடல்களையும், அதன் ஆராய்ச்சிக் குறிப்புகளையும், அவர் ஒரு குறையும் இல்லாமல் ஏற்றுக்கொண்டு, நான் எழுதுவதற்கு மிகுந்த இடம் வழங்கினார்.

ஔவைப் பாட்டி குழந்தைகளுக்காகவே தம் ஆத்திசூடியை அமைத்தார். அந்தப் மரபு என் வீட்டிலும் தொடரவேண்டும் என்ற ஆழ்ந்த வேண்டுதலுடன் — “அறம் செய விரும்பு,” “ஆறுவது சினம்,” “இயல்வது கரவேல்” என்னும் ஔவையின் முதல் வரிகள் ஒருநாள் உங்கள் அன்றாட வாழ்க்கையின் வழிகாட்டியாக அமைய வேண்டும் என்ற அன்புடன் — என் அன்பு மகன்கள் கனவ் சிம்ஹா, கௌஸ்தவ் சிம்ஹா ஆகியோருக்கு.

— கிருஷ்ண பிரசாத்

முன்னுரை

ஔவைப் பாட்டியின் பாடல்களை முழுமையாக ஒரே தொகுதியில் கொண்டு வரவேண்டும் என்ற இந்த முழுப் பதிப்பின் விதை, என் தந்தை சுந்தரம் அவர்களின் அருகில்தான் முதன்முதலில் விதைக்கப்பட்டது. அவர் தொழிலால் பொறியாளர். ஆனால் வீட்டில் அவர் அறிவிப்பில்லாத தமிழ் ஆசிரியர். "அறம் செய விரும்பு" என்ற முதல் வரியிலிருந்து, ஆத்திசூடியின் ஒவ்வொரு எழுத்தையும் என் சிறு வயதில் எனக்குச் சொல்லிக் கொடுத்தவர் அவர்தான். "இயல்வது கரவேல்," "ஈவது விலக்கேல்," "உடையது விளம்பேல்" — இவையெல்லாம் என் சிறு மனதிற்குக் கட்டளைப்படி அல்ல, தந்தை-சேய் நெருக்கத்தில் வழங்கப்பட்ட வாழ்வியல் நெறிகளாக ஒலித்தன. அந்த ஒலி, பல ஆண்டுகளாக என் உள்ளத்தின் ஆழத்தில் அமைதியாகக் காத்திருந்தது.

ஆனால் அந்த விதை ஓர் முழுப் பதிப்பாக மலர்வதற்கு — தெய்வீக ஒளியின் அழைப்பு தேவைப்பட்டது. திருவாசகப் பணி நிறைவடைந்த தருணத்தில், அடுத்த முழுப் பதிப்பாக எவை அமைய வேண்டும் என்ற தேடல் என் உள்ளத்தில் எழுந்தது. அந்தத் தேடலின் ஆழமான மௌனத்தில், முருகப் பெருமானின் திருவடியில் என் மனத்தைப் பணியவைத்து வேண்டினேன். வேண்டிய அதே நொடியில், ஓர் ஆழ்ந்த உள்ளுணர்வாக — ஔவைப் பாட்டியின் உருவம் என் கண்முன் தெளிவாகத் தோன்றியது. அந்தத் தெய்வீகக் காட்சியால், என் தந்தையார் என் இளமையில் விதைத்த அந்த அடங்கியிருந்த ஆர்வம், புதிதாக மீண்டும் கனலெழுந்து உயிர்பெற்றது. ஔவைப் பாட்டியின் ஐந்து நூல்களையும் ஒரே தொகுதியில் — மூலப் பாடல், சொற்பொருள், எளிய பொருள், விளக்கம், இன்றைய பயன்பாடு என்ற முழுமையான வாசிப்பு வழியில் — கொண்டுவருதல் என்ற தீர்வு, அக்காட்சியின் பின் என்னுள் தெளிவாக நிலைபெற்றது. எனவே இந்நூலின் தொடக்கம், என்னுடைய திட்டத்தின் விளைவு அல்ல; தெய்வீகச் சக்திகளின் தெளிவான வழிகாட்டுதலின் வடிவமே.

இந்த முழுப் பதிப்பு ஔவையாரின் ஐந்து நூல்களை — ஆத்திசூடி, கொன்றை வேந்தன், மூதுரை, நல்வழி, விநாயகர் அகவல் — ஒரே நூலாகக் கொண்டு வருகிறது. இவை அனைத்தும் தொன்றுதொட்டு "ஔவையார்" என்னும் பெயரில் தமிழ்ச் சமூகத்தில் வழங்கி வந்துள்ளன. ஆராய்ச்சியின் ஒளியில் பார்க்கும்போது, "ஔவையார்" என்னும் பெயரை ஏற்றுப் பாடல்கள் இயற்றிய பெண்பாற் புலவர்கள் பல காலகட்டங்களில் தமிழ் இலக்கியத்தில் தோன்றினர் என்பது தெளிவாகத் தெரிகிறது. அதைப் பற்றிய விரிவான விளக்கம் முன்னதாக "ஔவையாரின் வாழ்க்கையும் காலமும்" என்ற பகுதியில் இடம் பெறும். ஆயினும், மரபு என்னும் ஓர் ஒற்றை இழையில்

இவ்வைந்து நூல்களும் தமிழ் மக்களின் வாழ்வில் ஒரே ஔவையின் வரம் போல் நெசவாகியுள்ளன என்பதையும் இந்தப் பதிப்பு மதிக்கிறது.

ஒவ்வொரு பாடலுக்கும் நான்கு விளக்கப் படிகள் இந்த நூலில் இடம் பெறுகின்றன:

சொற்பொருள் — பாடலில் வரும் ஒவ்வொரு பொருள்-சொல்லுக்கும் தனித்தனியான எளிய பொருள். ஒரு சொல்லும் விட்டுப் போகாது; ஒரு பொருளும் தவிர்க்கப்படாது. இதன் மூலம் வாசகர் பாடலின் சொல்லளவு நுட்பத்தை நேரடியாக அணுகலாம்.

எளிய பொருள் — பாடல் சொல்வதை மிகத் தெளிவான, இக்காலத் தமிழில், ஓர் அல்லது இரு வாக்கியங்களில் தொகுத்துச் சொல்லும் சுருக்கம். வாய்மொழியாகச் சொல்லத் தகுந்தது; குழந்தைகளுக்குத் தாய்-தந்தையர் வாசித்துக் காட்ட ஏற்றது.

விளக்கம் — பாடலின் மெய்ப்பொருள் நுட்பம், இலக்கிய அழகு, வாழ்வியல் ஆழம் ஆகியவற்றை விரிவாக ஆராயும் பகுதி. ஔவையாரின் உவமைகள், அவர் காட்டும் முரண்கள், அவர் ஒலிக்கச் செய்யும் தமிழ் ஓசையின் சிறப்பு — இவை அனைத்தையும் இங்கே பேசுகிறோம். தேவைப்படும் இடங்களில், திருக்குறள், நாலடியார், புறநானூறு போன்ற செவ்வியல் நூல்களின் இணை சான்றுகளும் இங்கு வழங்கப்படுகின்றன.

இன்றைய பயன்பாடு — ஔவையின் பாடல் சொல்லும் ஒழுக்கம், இன்றைய நாளில், நம் பணி இடத்தில், குடும்ப உறவில், குழந்தை வளர்ப்பில், நாட்டார் பழக்கத்தில் எவ்வாறு பயன்படக்கூடும் என்பதை எடுத்துரைக்கும் சிறு பகுதி. இதன் மூலம், இரண்டாயிரம் ஆண்டுகளுக்கு முற்பட்ட பாடல்கள், இன்றும் உயிர்ப்புள்ள வாழ்வுச்சாலை விளக்குகளாக இருப்பதை வாசகர் உணரலாம்.

சில பாடல்களுக்கு — குறிப்பாக ஆத்திசூடி போன்ற குழந்தைப் பாடல்களுக்கு — "குழந்தைகளுக்கு" என்னும் கூடுதல் பகுதியும் இடம் பெறும். அந்தப் பாடலின் பொருளை ஒரு பெற்றோர் தம் சிறு குழந்தைக்குச் சொல்லத்தகுந்த சிறு கதையாகவோ உவமையாகவோ வடிவமைக்கப்படும். ஔவைப் பாட்டியின் ஆத்திசூடி வரலாற்றில் முற்றிலும் குழந்தைகளுக்காகவே இயற்றப்பட்டது என்பதைப் பெருமையோடு அடிக்கோடிட்டுக் காட்டும் முயற்சி இது.

இப்பதிப்பு தமிழில் வாசிக்கப்படவேண்டிய பதிப்பு. மொழிபெயர்ப்பு சார்ந்த நிலை இங்கு இல்லை; தமிழ் வாசகர் நேரடியாக மூலப் பாடலையும், அதன் ஒவ்வொரு சொல்லின் பொருளையும், அதன் வாழ்வியல் ஆழத்தையும் — மூன்றையும் — ஒரே வாசிப்பு அனுபவத்தில் பெறும் வகையில் இது அமைக்கப்பட்டுள்ளது. சமயம், மொழி, ஒழுக்கம், குழந்தை வளர்ப்பு, பண்பாடு என்னும் பல பாதைகளில் தமிழுடன் தொடர்பு கொள்ள விரும்பும் ஒவ்வொருவருக்கும் — தாய் நாட்டிலும், புலம் பெயர்ந்த இடங்களிலும் — இது ஒரு துணையாக அமைய வேண்டும் என்பது என் உள்ளார்ந்த விருப்பம்.

இம்முழுப் பதிப்பு "தமிழ் செவ்வியல் நூல்கள்: மெய்ப்பொருளுடன்" என்னும் ஒரு தொடரின் ஒரு பகுதி. இத்தொடரின் முந்தைய நூல்களாகிய திருக்குறள்: மெய்ப்பொருளுடன் — முழுப் பதிப்பு (தொடரின் முதல் நூல்) மற்றும் திருவாசகம்: மெய்ப்பொருளுடன்

— முழுப் பதிப்பு (தொடரின் இரண்டாம் நூல்) — ஏற்கெனவே தமிழ் வாசகர்களின் கைகளில் சேர்ந்துள்ளன. வரும் ஆண்டுகளில் இத்தொடர் வளரும் என்ற நம்பிக்கையோடு, இம்மூன்றாம் நூலாக ஔவைப் பாட்டியின் ஐந்து நூல்களையும் வாசகர்களின் கைகளில் சேர்க்கிறேன்.

இப்பணிக்கு முழு நேர்மை செய்துவிட்டேன் என்று உரிமையோடு சொல்ல இயலாது; மிகுந்த தாழ்மையுடன், என்னால் இயன்ற அளவு நேர்மை செய்ய முயன்றுள்ளேன். குறைகள் இருந்தால் அவை என்னுடையவை; சிறப்புகள் இருந்தால் அவை ஔவைப் பாட்டியினுடையவை.

— கிருஷ்ண பிரசாத் பதிப்பாசிரியர்

நூலின் அமைப்பு

ஒவ்வொரு வாசகரும் இந்நூலை எவ்வாறு அணுகலாம் என்பதைச் சொல்லும் சிறு வழிகாட்டியாக இப்பகுதி அமைக்கப்படுகிறது.

மொத்த அமைப்பு

இந்நூல் ஐந்து முதன்மைப் பகுதிகளாக வகுக்கப்பட்டுள்ளது:

- முதல் பகுதி: **ஆத்திசூடி** — 109 ஒற்றை வரிப் பாடல்கள். - **இரண்டாம் பகுதி: கொன்றை வேந்தன்** — சுமார் 91 இரட்டை வரிப் பாடல்கள். - **மூன்றாம் பகுதி: மூதுரை** — 30 நான்கு வரிப் பாடல்கள். - **நான்காம் பகுதி: நல்வழி** — 40 நான்கு வரிப் பாடல்கள். - **ஐந்தாம் பகுதி: விநாயகர் அகவல்** — அகவல் வடிவில் அமைந்த விநாயகப் பெருமான் மீதான பக்திப் பாடல்.

இவ்வைந்து பகுதிகளுக்கு முன்னர் முகப்புப் பகுதிகளும், பின்னர் கருத்து அட்டவணை, அகர அட்டவணை, சொற்களஞ்சியம், நூற்பட்டியல், ஆசிரியர் குறிப்பு ஆகியவை இடம் பெறும்.

ஒவ்வொரு பாடலும் எவ்வாறு வழங்கப்படுகிறது

ஒவ்வொரு பாடலுக்கும் முதலில் மூலப் பாடல் தனித்துத் தலைப்பாகக் காண்பிக்கப்படுகிறது. அதன் கீழ் பின்வரும் பகுதிகள் வரிசையாக வழங்கப்படுகின்றன.

சொற்பொருள்

பாடலில் வரும் ஒவ்வொரு பொருள் சுமந்த சொல்லுக்கும் தனித்தனியான சுருக்கமான பொருள். வடிவம் இவ்வாறு அமையும்:

சொல் 1 = பொருள் 1; சொல் 2 = பொருள் 2; சொல் 3 = பொருள் 3; ...

ஒரு உதாரணம் (மூதுரை 1-ம் பாடலின் முதல் வரியிலிருந்து):

நன்றி = உதவி, நற்செயல்;

ஒருவர்க்கு = ஒரு பிறருக்கு;

செய்தக்கால் = செய்தபோது;

அந்நன்றி = அந்த நன்றி, அதன் பலன்.

வரியில் ஒரு பொருள் சுமந்த சொல்லும் சொற்பொருள் பகுதியில் இடம் பெறாமல் விட்டுப் போகாது. இது இந்தப் பதிப்பின் அடிப்படை விதி. (இலக்கணச் சொற்களாகிய "இங்கே," "இவ்வாறு" போன்ற இடைச்சொற்கள் சில இடங்களில் தனித்து வராமல், அவை சேர்ந்து வரும் பெரிய சொற்றொடரில் ஒன்றாக விளக்கப்படும்.)

நீண்ட பாடல்களில் — விநாயகர் அகவல் போன்றவற்றில் — ஒவ்வொரு வரிக்கும் தனித்தனியாகச் சொற்பொருள் தரப்படும். ஒற்றை வரி அல்லது இரட்டை வரிப் பாடல்களில் — ஆத்திசூடி, கொன்றை வேந்தன் போன்றவற்றில் — பாடலின் முழுவதுக்கும் ஒரே சொற்பொருள் வரிசை அமையும்.

எளிய பொருள்

சொற்பொருள் வரிசையை வாசித்த பின், பாடல் சொல்வதைச் சுருக்கமான இக்கால தமிழில் தெளிவாக ஓர் அல்லது இரு வாக்கியங்களில் கூறும் பகுதி. ஒரு பெற்றோர் தம் குழந்தைக்கு வாசித்துக் காட்ட ஏற்ற பகுதி இது.

விளக்கம்

இங்குதான் பாடலின் ஆழம் விரிகிறது. ஒவ்வொரு பாடலின் மெய்ப்பொருள் நுட்பமும், இலக்கிய அழகும், காட்டும் உவமையும், சுட்டும் வாழ்வியல் சூழ்நிலையும், ஔவைப் பாட்டியின் சொல்-வேலையும் இங்கு ஆராயப்படும். தேவையான இடங்களில், திருக்குறள், நாலடியார், புறநானூறு, அகநானூறு, பதுப்பாட்டு போன்ற செவ்வியல் நூல்களின் இணை சான்றுகள் — பெயரும் பாடல் எண்ணும் மேற்கோளாகச் சேர்த்து — இங்கு வழங்கப்படும்.

ஒற்றை வரி ஆத்திசூடி பாடல்களுக்கு விளக்கம் இரண்டு முதல் நான்கு பத்திகள் அளவில் இருக்கும். மூதுரை, நல்வழி போன்ற நான்கு வரிப் பாடல்களுக்கு மூன்று முதல் ஐந்து பத்திகள் அளவில் இருக்கும். விநாயகர் அகவலில், ஒவ்வொரு பகுதிக்கும் ஆழமான பத்திகள் இடம் பெறும்.

இன்றைய பயன்பாடு

பாடல் சொல்லும் ஒழுக்க நெறி இன்றைய நாளில் — பணி வாழ்வில், குடும்ப உறவில், குழந்தை வளர்ப்பில், நாட்டார் பழக்கத்தில் — எவ்வாறு பயன்படக்கூடும் என்பதைக் காட்டும் சிறு பகுதி. ஒன்று அல்லது இரு பத்திகள் அளவில் இருக்கும்.

குழந்தைகளுக்கு (சில பாடல்களில் மட்டும்)

ஆத்திசூடி, மூதுரையின் சில பாடல்கள் போன்ற — குழந்தைகளுக்கு ஏற்ற — இடங்களில், பாடலின் பொருளை விளக்கும் சிறு கதையோ, உவமையோ, பெற்றோர் கூறத்தகுந்த சிறு உரையாடலோ இங்கு இடம் பெறும்.

இந்நூலை வாசிக்கும் வரிசை

இந்நூலை இரு வழிகளில் வாசிக்கலாம்.

முதல் வழி — தொடர்ச்சியாக. முதல் பகுதியான ஆத்திசூடியிலிருந்து தொடங்கி, ஒவ்வொரு பாடலையும் முழுமையாக வாசித்துச் செல்லலாம். இவ்வழியில், ஔவைப் பாட்டியின் ஒரே குரல் — “அ”-விலிருந்து “ஃ” வரை — தொடர்ந்து உங்களுள் ஒலித்துக்கொண்டே செல்லும்.

இரண்டாம் வழி — தேர்ந்த வாசிப்பு. உங்கள் வாழ்வில் இக்கணம் தேவைப்படும் ஒரு தலைப்பை — உதாரணமாக, பணம் பற்றி, பெற்றோர் கடமை பற்றி, நட்பு பற்றி, தாழ்மை பற்றி — பின்னிணைப்பின் கருத்து அட்டவணையிலிருந்து தேடிக் கண்டுபிடித்து, அந்தத் தலைப்பு சார்ந்த பாடல்களை மட்டும் வாசிக்கலாம்.

இரு வழிகளும் ஔவையாரின் ஞானத்தைச் சேர்க்கின்றன. முதல் வழி அவருடைய மெய்ப்பொருள் முழு அமைப்பை உள்ளுணரத் தருகிறது; இரண்டாம் வழி அன்றாட வாழ்வுக்கு உடனடியான வழிகாட்டுதலைத் தருகிறது.

ஒரு வேண்டுகோள்

இந்நூலை, விரைந்து வாசிக்க வேண்டாம். ஒரு நாளுக்கு ஒரு பாடல், அல்லது வாரத்திற்கு ஒரு பாடல் என்னும் அளவில், மெல்ல மெல்ல வாசிக்கவே ஔவைப் பாட்டி வடிவமைத்தார் என்று நான் நம்புகிறேன். அவருடைய ஒவ்வொரு வரியும் எத்தனையோ ஆண்டுகளின் வாழ்வியல் பட்டறிவின் சாரம். அதைச் சுவைக்கும்போது, “இது தான் தமிழின் மெய்யறிவு” என்னும் உள்ளுணர்வு மெதுவாக உங்களில் வளர்வதை நீங்களே உணரலாம்.

ஔவையாரின் வாழ்க்கையும் காலமும்

முன்னோட்டம்

"ஔவையார்" என்னும் பெயர், தமிழ் வாசக மரபில் ஓர் சாதாரண மனிதரின் பெயரல்ல; அது தமிழ் இலக்கிய மரபின் ஓர் ஆழ்ந்த உயிர்-நூல். தாய்மை, கற்பித்தல், மெய்யறிவு, அருளுரை, துறவு — இவை அனைத்தும் சேர்ந்த ஓர் ஒற்றை உருவமாக, ஔவைப் பாட்டி தலைமுறை தலைமுறையாகத் தமிழ் மக்களின் உள்ளத்தில் வாழ்ந்துகொண்டே வந்திருக்கிறார்.

இவ்வுயிர்-நூலின் ஆழ்ந்த தனிச் சிறப்பு என்னவென்றால் — ஔவைப் பாட்டி ஓர் சாதாரண மனித வாழ்நாளின் எல்லைகளுக்கு உட்படாதவர். தமிழ் மரபு அவளை ஓர் ஒற்றை, தொடர்ச்சியான தாய்-ஆசிரியையாகவே கொண்டாடிக்கொண்டே வந்துள்ளது. சங்க காலத்தில் சிற்றரசர் அதியமானின் அவையில் அறம் பேசிய அதே குரல், சில நூற்றாண்டுகளுக்குப் பின் மதுரை சங்கத்தில் திருக்குறளுக்காக வழக்காடியது; அதே குரல், பின்னும் சில நூற்றாண்டுகளுக்குப் பின் தமிழ்க் குழந்தைகளுக்கு ஆத்திசூடியையும் கொன்றை வேந்தனையும் கற்பித்தது; இறுதியில் அதே குரல், விநாயகப் பெருமான் மீது அகவலைப் பாடி, ஆழ்ந்த சைவ பக்தியின் உச்சத்தை எட்டியது.

இது வரலாற்றை மீறிய ஓர் கதையாகத் தோன்றலாம். ஆனால் தமிழ் மரபு இதை ஓர் வெறும் அற்புதமாக மட்டும் ஏற்றுக்கொள்ளவில்லை; இதன் பின்னால் ஓர் தெளிவான தெய்வீகக் காரணமும் வைத்திருக்கிறது. அக்காரணமே — அதியமான் நெடுமான் அஞ்சி என்னும் சங்க கால சிற்றரசன் அவளுக்கு அளித்த நெல்லிக்கனியின் வரம். அந்தக் கனியின் கையில், ஓர் தாய்-ஆசிரியையின் வாழ்நாள் தமிழின் தேவைகளுக்கு ஏற்ப நீடித்தது. தமிழ் மரபிற்கு ஓர் ஆசிரியை எப்போது தேவைப்படுகிறாளோ — அந்த ஒவ்வொரு தருணத்திலும் ஔவைப் பாட்டி வந்தாள், பேசினாள், எழுதினாள், கற்பித்தாள்.

இப்பகுதி, இந்த ஒற்றை, தொடர்ச்சியான ஔவைப் பாட்டியின் வாழ்வை — அதியமான் கொடைத் தருணத்திலிருந்து தொடங்கி, அவளுடைய பல்வேறு கால-வெளிப்பாடுகள் வரை — ஓர் தமிழ் வாசகர் அறியவேண்டிய அளவில் சுருக்கமாக எடுத்துரைக்கிறது.

அதியமான் நெடுமான் அஞ்சியின் கொடை — நெல்லிக்கனியின் வரம்

சங்க காலம் — கி.பி. முதலாம் நூற்றாண்டிலிருந்து மூன்றாம் நூற்றாண்டு வரை — தமிழின் வாலிபக் காலம். தமிழகம் முழுவதும் சேர, சோழ, பாண்டியர் ஆகிய மூன்று பெரு வேந்தர் மற்றும் பல

சிற்றரசர்கள் ஆட்சி செய்தனர். அக்காலத்தின் ஓர் ஆழ்ந்த இலக்கிய-அடையாளம் — “கடையெழு வள்ளல்கள்” என்று அழைக்கப்பட்ட ஏழு பெருங்கொடையாளிகள். தமிழ்க் கவிஞர்களையும் புலவர்களையும் தம் அவையில் ஆதரித்து, அவர்களின் கவிதையை வாழ வைத்த இவ்வேழு சிற்றரசர்களின் வழியாகவே சங்கப் பாடல்கள் பெரும்பாலும் நமக்கு வந்து சேர்ந்துள்ளன. இவ்வேழு வள்ளல்களுள் தனிச் சிறப்பான குரலாக நின்றவர் — அதியமான் நெடுமான் அஞ்சி.

அதியமான், தற்போதைய தர்மபுரி பகுதியில் அமைந்த தகடூரை — “தகடூர்” என்னும் தலைநகரத்தை — மையமாகக் கொண்டு ஆட்சி செய்த ஓர் வீரச் சிற்றரசன். தமிழின் சிறந்த புலவர்களையும் கவிஞர்களையும் அவருடைய அவை ஈர்த்தது. அதியமானின் ஆதரவில் வளர்ந்த, அவருடைய நெருங்கிய தோழியாகவும் அவையிலக்கியத்தின் முதன்மைக் குரலாகவும் நின்றவர் — ஔவைப் பாட்டி. அவர்களின் தோழமை, அரசன்-புலவர் என்னும் வழக்கமான தொடர்பை மீறி, ஓர் ஆழ்ந்த ஆன்மீக-தோழமையாக மலர்ந்தது. அதியமான் தனக்கு வரும் இக்கட்டுகளில் முதலில் கேட்பது ஔவையாரின் ஆலோசனையே; ஔவையார் தம் ஆழ்ந்த கவிதைகளை முதலில் சொல்வது அதியமானின் காதிலேயே.

ஓர் நாள், அதியமானின் கைகளுக்கு ஓர் அரிய கனி வந்து சேர்ந்தது. அது சாதாரண நெல்லிக்கனி அல்ல; “தேவ-நெல்லி” என்று அழைக்கப்படும், ஓர் தலைமுறையில் ஒரே ஒரு முறை மட்டுமே கைகூடும், மூத்த ஆயுள் தரும் என்று மரபு ஆழ்ந்து நம்பிய ஓர் அரிய தெய்வீகக் கனி. சில மரபுகள் “ஆயிரம் ஆண்டு ஆயுள்” என்றும், சில “காலத்தை மீறிய தொடர்ந்த ஆயுள்” என்றும் இக்கனியின் வரத்தைச் சொல்வன. ஓர் தலைமுறையே போதும் என்று இருந்த அதியமான் — ஓர் சிற்றரசன், போரில் தொடரும் சவால்கள், குடும்பம், ஆட்சி, மக்கள் — அவன் கையில் இவ்வளவு அரிய கனி வந்து சேர்ந்தபோது, ஓர் சில நொடிகள் அவன் ஆழ்ந்து எண்ணினான்.

ஆனால் அவன் முடிவெடுத்தான். அந்தக் கனியை அவன் தனக்காகச் சேமிக்கவில்லை. அதைத் தன் கைகளால் ஔவைப் பாட்டியின் கைகளில் வைத்தான்.

அவன் கூறிய காரணம் தமிழ் மரபில் என்றென்றும் ஒலித்துக்கொண்டே இருக்கிறது. “என் ஆயுளை இக்கனி நீட்டினால், அது என் குலத்திற்கு மட்டுமே பயன் தரும். உனது ஆயுளை இது நீட்டினால், அது தமிழுக்கு பயன் தரும். தமிழ் என் குலத்தைவிட மிக நீண்டது; அதன் தேவை என் உயிரின் தேவையை விட பெரியது. எனவே, இக்கனியை நீ ஏற்றுக்கொள்.” இது ஓர் சாதாரண கொடை அல்ல; அரசாட்சியின் இடத்திலிருந்து இலக்கியத்தின் இடத்திற்கு ஓர் பெருங்கொடை மாற்றம். ஓர் சிற்றரசன், தனது சுய ஆயுளைவிட ஓர் கவிதையின் தொடர்ச்சியை மேலானது என்று கண்டுகொண்ட அரிய தருணம்.

ஔவைப் பாட்டி இக்கனியை ஏற்றுக்கொண்டார். அந்த நொடியில், அவருடைய வாழ்நாள், ஓர் ஒற்றை மனிதர் வாழ்நாளின் எல்லைகளைக் கடந்து, தமிழ் மரபின் தேவைகளுக்கு ஏற்ற ஓர் தெய்வீக ஆயுளாக மாறியது. அதியமான் தமக்குச் செய்த இந்த அரிய

தியாகத்தை, அவர் தம் புறநானூற்றுப் பாடல்களில் ஆழ்ந்த நன்றியோடு பதிவு செய்துள்ளார். தமிழ் இலக்கிய மரபில், ஓர் புலவர் ஓர் சிற்றரசனை இவ்வளவு ஆழமாக நினைவு கூர்ந்து கொண்டாடியதற்கான மிகச் சிறந்த எடுத்துக்காட்டாக இம்மரபு நிற்கிறது.

சங்க காலத்தில் அவளுடைய குரல்

நெல்லிக்கனியை ஏற்றுக்கொண்ட பின் ஔவைப் பாட்டி, அதியமானின் அவையில் தொடர்ந்து வாழ்ந்து, தமிழின் முதல் காலகட்டத்திற்கான தம் பங்களிப்பை வழங்கினார். சங்க இலக்கிய நூல்களாகிய புறநானூறு, அகநானூறு, குறுந்தொகை, நற்றிணை ஆகியவற்றில் அவருடைய பாடல்கள் சுமார் 59 இடம் பெற்றுள்ளன. சங்க கால 473 புலவர்களில், இவ்வளவு பாடல்கள் பதிவாகியுள்ள ஓர் பெண்பாற் புலவர் இவரே.

அவருடைய சங்கப் பாடல்களின் தனிச் சிறப்பு, அவற்றின் வலிமை. ஓர் ஆணின் அவையில், ஆண்-பருவம் கொண்ட சிற்றரசர்களின் முன்னால், ஓர் பெண் இவ்வளவு உறுதியான, இவ்வளவு ஆழ்ந்த குரலில் பேசுவது சங்க காலத்தில் வழக்கம் அல்ல. ஆனால் ஔவைப் பாட்டி, தம் கவிதையின் ஆற்றலால், அவ்வழக்கை மீறி நின்றார். அதியமானை அவர் ஓர் வீரனாகப் புகழ்ந்தார்; அவருடைய எதிரிகளை ஆழ்ந்த நயத்துடன் நெருங்கி, போரின் தேவையை மாற்றும் முயற்சியில் ஈடுபட்டார்; அதியமான் போரில் தோன்றுவதற்கு முன்னர் அவருக்கான பாதை அமைதியாக மாற முடியாதா என்று வலிமையாக வாதிட்டார்.

இறுதியில், எதிரி படையான தொண்டைமானின் கைகளில் அதியமான் வீரமரணம் அடைந்தபோது, ஔவைப் பாட்டியின் கவிதை ஓர் வேறுபட்ட நிறத்தை அடைந்தது. அவருடைய புறநானூற்றுப் பாடல்கள் 232 மற்றும் 235 — அதியமானின் இறப்பின் பின் அவர் பாடிய நினைவஞ்சலி-பாடல்கள் — தமிழ் மரபின் மிகச் சிறந்த இரங்கல்-கவிதைகளில் ஒன்றாக இன்றளவும் கொண்டாடப்படுகின்றன. ஓர் தோழியின், ஓர் தாயின், ஓர் சகோதரியின் — மூன்று குரல்களும் சேர்ந்த ஓர் ஆழ்ந்த உருக்கம் இப்பாடல்களில் ஒலிக்கிறது.

சங்க காலத்தின் முடிவில், தமிழ் இலக்கியத்தின் முதல் காலகட்டம் ஓய்வை நோக்கி நகர்ந்தபோது, ஔவைப் பாட்டியும் அவ்வவையில் இருந்து மறைந்தார். ஆனால் நெல்லிக்கனியின் கையால், அவர் வாழ்வு முடிவடையவில்லை. அவர் மட்டும் காத்திருந்தார் — தமிழ் மீண்டும் எப்போது அவளை அழைக்குமோ என்று.

மதுரை சங்கத்தில் — திருக்குறளுக்கான வழக்காடல்

சங்க காலத்திற்குப் பின்னர் வந்த ஓர் காலகட்டத்தில், திருவள்ளுவர் தம் திருக்குறளை மதுரை சங்கத்தின் முன்னால் வைத்தார். ஆயிரத்து முந்நூற்று முப்பது குறட்பாக்கள் — "அறம், பொருள், காமம்" என்னும் முப்பால்களை அவை அமைப்பாகக் கொண்ட ஓர் முழுமையான வாழ்வியல்-நூல்.

ஆனால் சங்கப் புலவர்கள் இக்குறட்பாக்களின் வடிவத்தைக் கண்டு திகைத்தனர். "குறள் வெண்பா" என்னும் இவ்வடிவம் — இரண்டு வரிகளில், ஏழு சொற்களில், ஓர் முழுமையான கருத்தை அடக்கும்

இவ்வடிவம் — அதுவரை சங்க அவைகளில் ஓர் தனி இலக்கண-வடிவமாக ஏற்றுக்கொள்ளப்படவில்லை. சங்க மரபில் அகவல், பரிபாடல் போன்ற நீளமான வடிவங்களே ஆழ்ந்த கருத்துக்கான ஏற்ற இடம் என்று கருதப்பட்டது. சங்க ஆசிரியர்களில் சிலர் வெளிப்படையாக மறுத்தனர். "ஓர் இரண்டு வரிப் பாடல், மக்கள் வாழ்வின் முழு உண்மையை எவ்வாறு சுமக்க இயலும்?" என்றனர்.

அந்தத் தருணத்தில், சங்க அவையில் ஓர் மூத்த, அனுபவ-ஆழ்ந்த குரல் எழுந்தது — ஔவைப் பாட்டியின் குரல். சங்க காலத்தின் ஒளியில் தனது வாழ்வைத் தொடங்கி, பல நூற்றாண்டுகளாக தமிழின் வளர்ச்சியை நெருக்கமாகப் பார்த்துக் கொண்டிருந்த அவர், திருக்குறளில் ஓர் அரிய தமிழ்-வடிவத்தைக் கண்டார். "அளவில் சிறிது, பொருளில் பெரிது" என்னும் தமிழின் ஆழ்ந்த இலக்கணம் — சுருங்கச் சொல்லி விளங்க வைத்தலின் தமிழ்-மரபு — இந்தக் குறட்பாக்களில் தனது உச்சத்தை எட்டியிருந்தது என்று அவர் கண்டார். எனவே அவர் திருவள்ளுவருக்காக சங்க அவையில் வழக்காடினார்.

ஆனால் சங்க அவை அதனை மட்டும் கொண்டு அமையவில்லை. ஓர் இறுதிச் சோதனை தேவைப்பட்டது. அக்காலத்தில் சங்க அவைக்கு ஓர் அற்புதப் பலகை இருந்தது — ஓர் தெய்வீகப் பலகை, அதன்மேல் வைக்கப்படும் ஓர் கவிதை உண்மையான கவிதையாக இருந்தால் மட்டுமே அப்பலகை அதனை சுமக்கும், இல்லையேல் அதை வெளியே தள்ளிவிடும் என்னும் மரபு வழங்குகிறது. திருக்குறளின் சுவடியை அப்பலகையில் வைத்தபோது, அப்பலகை சுருங்கி, சுவடியின் அளவுக்கே சுருங்கி, அதன்மேல் அமர்ந்திருந்த நாற்பத்தொன்பது சங்கப் புலவர்களையும் வெளியே தள்ளிவிட்டு, திருக்குறளை மட்டுமே சுமந்தது.

இறுதிச் சோதனையாக, அந்தச் சுவடியை ஔவைப் பாட்டியே, மதுரை மீனாட்சி அம்மன் கோயிலின் பொற்றாமரைக் குளத்தில் தம் கைகளால் இட்டார். "இந்த சுவடி உண்மையான தமிழ் மெய்யறிவைச் சுமந்தால், நீர் அதை அடித்துச் செல்லாது; அதைத் தாங்கி நிற்கும்" என்று அவர் சொன்னார். குளத்தில் இடப்பட்ட அக்கணமே, ஓர் தாமரை மலர் நீரிலிருந்து உயர்ந்து வந்து, திருக்குறளின் சுவடியை அதன் இதழ்களின்மேல் சுமந்து, மீண்டும் மிதந்தது. மக்கள் கூட்டத்தின் முன்னால் இந்த அரிய காட்சி நிகழ்ந்தபோது, சங்க அவையின் கடைசி எதிர்ப்பும் கரைந்தது. திருக்குறள் ஏற்றுக்கொள்ளப்பட்டது.

அந்தத் தருணத்தில், சங்கத்தில் ஔவைப் பாட்டி திருக்குறளுக்காகப் பாடிய பாடல் — பின்னர் "திருவள்ளுவ மாலை" என்னும் தொகுப்பில் இடம் பெற்ற ஓர் இரண்டு வரி வெண்பா — இன்றளவும் தமிழ் மரபில் மிக ஆழமாக ஒலிக்கிறது:

இதன் பொருள்: "ஓர் அணுவைத் துளைத்து, அந்தத் துளைக்குள் ஏழு கடல்களை அடக்கி, அதை ஓர் குறளின் அளவாக சுருக்கிய — அத்தகைய அரிய சாதனை திருக்குறள்." அணு என்பது மிகச் சிறிய அலகு; ஏழு கடல் என்பது மிகப் பெரிய ஆழம். இவ்விரு எல்லைகளையும் ஓரிடத்தில் சேர்த்து, அதை ஓர் இரண்டு வரி வெண்பாவில் அடக்கிய அதிசயமே திருக்குறள் என்று இவ்விரண்டு வரிகளில் அவர் கூறுகிறார். இந்த ஓர் உவமை — அணு-கடல்-குறள்

— ஆயிரத்து ஐந்நூறு ஆண்டுகளாக தமிழ் மக்கள் திருக்குறளின் சுருக்கத்தை எவ்வாறு புரிந்துகொண்டிருக்கின்றனர் என்பதை ஓர் ஒற்றை வரிசையில் வரையறுத்துவிட்டது.

ஔவைப் பாட்டியின் இந்த ஓர் தலையீட்டின் வழியாக, திருக்குறள் தமிழ் மரபின் முதன்மை-நூலாக நிலைபெற்றது. அவருடைய ஆதரவு இல்லாமல், திருக்குறள் இவ்வளவு ஆழமாக, இவ்வளவு விரைவாக, தமிழ் வாசக மக்களின் உள்ளத்தில் இடம் பெற்றிருக்க முடியாது.

மத்திய காலம் — தமிழ்க் குழந்தைகளுக்கான தாய்-ஆசிரியை

திருக்குறள் நிலைபெற்றுவிட்டது; சங்க கால-வடிவங்கள் தமிழின் ஆழ்ந்த உரிமைப் பரப்பில் இடம் பிடித்துவிட்டன; ஔவைப் பாட்டி மீண்டும் சில நூற்றாண்டுகளை அமைதியாக நகர்த்திக் கொண்டே இருந்தாள்.

ஆனால் மத்திய காலம் வந்தது — கி.பி. பத்தாம் நூற்றாண்டிற்கும் பதின்மூன்றாம் நூற்றாண்டிற்கும் இடைப்பட்ட சோழப் பேரரசின் உச்ச காலம், பின்னர் பாண்டியர் காலம். தமிழ்க் கல்வி கோயில் வளாகங்களிலும் மடங்களிலும் முறையாக நடைபெற்ற காலம். இவ்வளவு பெரிய கல்வி-மரபில், ஓர் ஆழ்ந்த இடைவெளி இருந்தது — தமிழ்க் குழந்தைகளுக்கு என்று ஓர் தனி நெறி-நூல் இல்லை. ஓர் சிறு குழந்தை, தனது தமிழ் எழுத்துக்களைக் கற்கும் அதே சமயத்தில், தனது வாழ்வியல் ஒழுக்கத்தையும் கற்றுக்கொள்ள வேண்டிய ஓர் எளிய, ஒலி-இனிய நூல் தேவைப்பட்டது.

இந்தத் தேவை எழுந்த தருணத்தில், ஔவைப் பாட்டி மீண்டும் தோன்றினார். இம்முறை சிற்றரசன் அவையில் இல்லை; மக்களின் வீட்டில். கோயில் வளாகத்தின் கல்விக் கூடங்களில். தாய்மார் தம் குழந்தைகளுக்குச் சொல்லிக் கொடுக்கும் முதல் பாடங்களில். அவர் இந்தத் தடவை எழுதியது ஆழ்ந்த சங்கப் பாடல்கள் அல்ல; சிற்றரசர் அவைக்காக அல்ல; குழந்தைகளுக்காக நான்கு ஆழ்ந்த நெறி-நூல்கள்:

- **ஆத்திசூடி** — “அ” முதல் “ஃ” வரையிலான தமிழ் எழுத்துக்களின் முறையில், 109 ஒற்றை வரிக் கட்டளைகள். “அறம் செய விரும்பு” என்னும் முதல் வரியிலிருந்து தொடங்கி, ஓர் குழந்தை தனது தமிழ் எழுத்துக்களைக் கற்றுக்கொள்ளும் அதே சமயத்தில், வாழ்வியல் ஒழுக்க நெறிகளையும் கற்றுக்கொள்ளும் வண்ணம் வடிவமைக்கப்பட்டது.

- **கொன்றை வேந்தன்** — அதே எழுத்து-முறையில், ஆனால் ஒற்றை வரிக்குப் பதிலாக இரட்டை வரிப் பாடல்களாக அமைக்கப்பட்ட சுமார் 91 பாடல்கள். ஆத்திசூடியின் கட்டளைகளை விரித்து, அவற்றுக்குச் சிறு காரணம் சேர்த்து, இரு வரியில் ஒரு பாடமாக வழங்குபவை.

- **மூதுரை** — “மூதுரை” என்றால் “மூத்த உரை, பழமையான நேர்மை உரை” என்று பொருள். 30 நான்கு வரிப் பாடல்களில், வாழ்வியல் சூழ்நிலைகளை அழகிய இயற்கை உவமைகளுடன் — மரம், ஆறு, கடல், நெருப்பு, பறவை, பழம், விதை — விளக்கி நெறி கூறும் பாடல்கள்.

- **நல்வழி** — 40 நான்கு வரிப் பாடல்களில், வாழ்வின் சரியான பாதையை — விதியின் இயல்பு, செல்வத்தின் நிலையாமை, உறவின் உண்மை,

கடமையின் ஆழம், கற்றலின் முதன்மை — விளக்கும் பாடல்கள். மூதுரையை விட சற்றே ஆழமான மெய்ப்பொருள் வேர்களைக் கொண்டவை.

இந்த நான்கு நூல்களும், ஓர் தாயின் ஓர் ஆழ்ந்த அக்கறையின் வடிவம். தமிழ்க் குழந்தைகள் தம் தமிழ் எழுத்துக்களோடு வாழ்வியல் ஒழுக்கத்தையும் ஒன்றாகக் கற்றுக்கொள்ள வேண்டும் என்னும் ஓர் தீர்க்கதரிசன-தாயின் முயற்சி இது. சங்க காலத்தின் வீரக் கவிதைகளை எழுதிய அதே கையே, இப்போது குழந்தைகளின் கல்விக்காக எளிய மொழியில் எழுதியது — காலம் மாறியதற்கேற்ப, தமிழின் தேவை மாறியதற்கேற்ப, அதே ஔவைப் பாட்டியின் குரல் தம் ஓசையை மாற்றியது.

பக்தியின் உச்சத்தில் — விநாயகர் அகவல்

மத்திய காலத்தின் ஓர் கட்டத்தில், சைவ பக்தி இலக்கியம் — நாயன்மார்களின் தேவாரப் பாடல்கள், மாணிக்கவாசகரின் திருவாசகம், திருமூலரின் திருமந்திரம் — தமிழ் மெய்நெறியின் ஓர் அரிய பெருங்கால-உச்சத்தை எட்டியது. இந்தப் பக்திக் கடலின் ஓர் தனி அலையாக, ஔவைப் பாட்டியின் இறுதி வெளிப்பாடான **விநாயகர் அகவல்** தோன்றியது.

ஓர் தாய்-ஆசிரியையாக குழந்தைகளுக்கு ஒழுக்கம் கற்பித்த அதே குரல், இம்முறை ஓர் சாதகியாக — ஆழ்ந்த சைவ பக்தியின் ஓர் வேண்டுதலின் வடிவில் — விநாயகப் பெருமான் முன்னால் நின்றது. ஆத்திசூடியில் "அறம் செய விரும்பு" என்று குழந்தைக்குக் கட்டளை இட்ட அதே கை, விநாயகர் அகவலில் தும்பிக்கையானின் திருவடியில் தாழ்ந்து வேண்டியது.

சுமார் 72 வரிகளில், விநாயகப் பெருமானின் திரு உருவத்தை — அவருடைய தந்தம், மகுடம், ஒற்றைக் கொம்பு, யானை முகம், அங்குசம், பாசம், மோதகம் — ஓவியம் போலக் கட்டியெழுப்புகிறார். பின்னர், ஆழ்ந்த மெய்நெறி உள்ளுணர்வின் வழியாக — ஆதார சக்கரங்களின் சுட்டுதல், சைவ சித்தாந்தத்தின் ஆழமான கொள்கைகள், சிவம்-உயிர்-பாசம் என்னும் முப்பொருள் தத்துவம் — இவை அனைத்தையும் ஓர் ஒற்றை அகவலின் ஒலியில் வழங்குகிறார்.

இந்த அகவலின் தனிச் சிறப்பு, அதன் ஒலி. "அகவல்" என்னும் வேருக்கு "இனிய இசையில் அழைப்பது" என்று பொருள். ஔவைப் பாட்டி இவ்வடிவத்தைத் தேர்ந்தெடுத்தது தற்செயல் அல்ல. ஓர் ஆழ்ந்த சாதகியின் வேண்டுதல் ஓர் கட்டளை வடிவில் இருக்க முடியாது; அது ஓர் இனிய அழைப்பின் வடிவில்தான் இருக்க வேண்டும். எனவே அகவல் வடிவம் — அவருடைய இறுதி-வெளிப்பாட்டிற்கான மிக ஏற்ற வடிவம்.

இந்த அகவலின் வாயிலாக, ஔவைப் பாட்டி தம் வாழ்நாள் முழுவதிலும் கற்றுக் கொடுத்த ஒழுக்கத்தின் வேராக நிற்கும் அருளை — ஓர் சாதகியின் இறுதிச் சரண்-கூப்பலின் வடிவில் — வாசகர்க்கு வழங்குகிறார். இது ஓர் இலக்கிய நூல் மட்டுமல்ல; ஓர் தனிமனிதன் தனது வாழ்நாளின் இறுதியில் தான் கற்ற அனைத்தையும் ஓர் இனிய அழைப்பாக இறைவனிடம் முன்வைக்கும் ஓர் சாதகியின்

கடைசி-வேண்டுதல்.

ஐந்து நூல்களும் ஒரே குரல் — காலத்தை மீறிய தொடர்ச்சி

இப்போது ஓர் வாசகர் கேட்கலாம்: “சங்க காலத்திற்கும் மத்திய காலத்திற்கும் இடையே ஆயிரம் ஆண்டுகள் இருக்கின்றனவே. ஓர் ஆசிரியை இவ்வளவு காலம் வாழ்வது சாத்தியமா?”

இக்கேள்விக்கு தமிழ் மரபின் பதில் தெளிவானது: “ஆம், சாத்தியம்தான். ஏனெனில் அவளுக்கு நெல்லிக்கனியின் வரம் கிடைத்திருக்கிறது.” தேவ-நெல்லியின் கையால், அவருடைய ஆயுள் ஓர் தனி மனிதரின் ஆயுள் அல்ல; தமிழ் மரபின் தேவைக்குப் பொருந்திய ஓர் ஆழ்ந்த தெய்வீக ஆயுள். அதியமான் தம் தனிப்பட்ட நீட்டப்பட்ட ஆயுளை ஔவைப் பாட்டிக்கு பரிசளித்தபோது, அவளுடைய ஒற்றை வாழ்வு பல காலகட்டங்களாக விரியக்கூடிய ஓர் தெய்வீக-ஓசையாக மாறியது.

இந்த ஓசை, தனது வடிவத்தை ஒவ்வொரு காலகட்டத்திற்கேற்பவும் மாற்றிக்கொள்ளும் ஆற்றலைக் கொண்டது. சங்க காலத்தில் சிற்றரசர் அவையின் இலக்கணப்படி, அறம்-புகழ்-ஆற்றலை விரித்துப் பாடினாள். மதுரை சங்கத்தில், ஓர் வழக்காடியின் வடிவில், திருக்குறளுக்கான வரவேற்பின் கதவைத் திறந்துகொடுத்தாள். மத்திய காலத்தில், குழந்தைகளுக்கான எளிய ஒலி-இனிய மொழியில், ஆத்திசூடி-கொன்றை வேந்தன்-மூதுரை-நல்வழியை வழங்கினாள். பக்திக் காலத்தில், ஓர் சாதகியின் ஆழ்ந்த உள்ளுணர்வில், விநாயகர் அகவலை இயற்றினாள். அதே குரல்; அதே தாய்-ஆசிரியை; அதே ஔவைப் பாட்டி — காலத்தின் தேவைக்கேற்ப, தனது வடிவத்தை மாற்றிக்கொண்டாள்.

இந்த ஐந்து நூல்களையும் ஓர் வாசகர் ஒரே தொகுதியில் வாசிக்கும்போது, இந்த ஒற்றைக் குரலின் ஆழ்ந்த தொடர்ச்சி அவருக்கு வெளிப்படும். வீரத்தைப் பாடிய அதே குரல், திருக்குறளை வாதிட்ட அதே குரல், ஆத்திசூடியில் “அறம் செய விரும்பு” என்று குழந்தைக்கு உரைத்த அதே குரல், விநாயகர் அகவலில் “சீதக் களபச் செந்தாமரைப் பூம் பாதச் சிலம்பு பல இசை பாட...” என்று இறைவனை அழைத்த அதே குரல். ஒற்றைக் குரல், பல வடிவங்கள் — ஓர் தாய்-ஆசிரியையின் இரண்டாயிரம் ஆண்டு உரையாடல்.

முருகனின் சுட்ட பழ நிகழ்வு — தாழ்மையின் பாடம்

ஔவைப் பாட்டியின் வாழ்வைப் பற்றிய மரபுக் கதைகளில், ஓர் ஆழ்ந்த அழகான கதை — அவளுக்கும் முருகப் பெருமானுக்கும் இடையில் நிகழ்ந்த ஓர் சந்திப்பு. ஔவைப் பாட்டி ஓர் நாள், களைப்போடு ஓர் நாவல் மரத்தின் கீழ் இளைப்பாற அமர்ந்தார். அப்போது, ஓர் சிறு இடையன்-பையன் அந்த மரத்தின்மேல் ஏறி அமர்ந்திருந்தான். “பாட்டி, பழம் வேண்டுமா? சுட்ட பழமா, சுடாத பழமா?” என்று அவன் கேட்டான்.

ஔவைப் பாட்டிக்கு வியப்பு. பழங்களில் சுட்ட பழமும் சுடாத பழமும் என ஓர் வேறுபாடு இருக்கிறதா? அவர், “சுடாத பழமே போதும்” என்றார். அந்தச் சிறு பையன் சில பழங்களை மரத்திலிருந்து தரையில் உதிர்த்தான். அவர் அவற்றை எடுத்து, தம் ஊதி-உதிக்கும் வாயில் இட்டார்.

அப்போது அப்பையன் சிரித்தான். “பாட்டி, பழத்தை ஊதியா எடுக்கிறீர்கள்? அது தான் சுட்ட பழம். உங்கள் ஊதலின் வழியாக பழம் சுடுவதைக் குறைக்க முயற்சிக்கிறீர்கள். எனவே சுடாத பழம் என்று கேட்டிருந்தாலும், நீங்கள் சுட்ட பழத்தையே எடுத்துக்கொண்டீர்கள்.”

இந்த எளிய சொல்-சித்திரத்தின் ஆழம் அவளை திகைக்க வைத்தது. தான் பல நூற்றாண்டுகளாக தமிழின் தாய்-ஆசிரியையாக நின்று, மக்களுக்கு கற்பித்துக் கொண்டிருந்தாலும், இவ்வளவு எளிய ஓர் சொல்-நுட்பத்தை அவருக்கு ஓர் சிறு பையன் கற்றுக்கொடுக்கிறான். அப்போது அவர் உணர்ந்தார் — இவன் சாதாரண பையன் அல்ல; இவன் முருகப் பெருமானே.

முருகப் பெருமான் தம் உண்மை வடிவில் வெளிப்பட்டார். ஔவைப் பாட்டி தம் முழு உள்ளத்துடன் அவர் திருவடியில் வீழ்ந்தார். அந்தத் தருணத்தில், ஓர் ஆழ்ந்த பாடத்தை அவர் கற்றுக்கொண்டார் — எவ்வளவு கற்றாலும், கற்க இன்னும் இருக்கிறது; எவ்வளவு கற்பித்தாலும், கற்பிக்க இன்னும் இருக்கிறது. இந்தத் தாழ்மையே, அவருடைய எல்லா கற்பித்தலின் வேராக இருந்தது. இக்கதையின் வாயிலாக, தமிழ் மக்களின் உள்ளம் ஔவைப் பாட்டியை ஓர் தெய்வீக-தாழ்மையின் வடிவமாக ஏற்றுக்கொண்டது.

இந்தக் கதை, அவருடைய பல-காலகட்ட வாழ்வின் ஓர் தனி-நினைவு. இக்கதை வரலாற்று உண்மையா, தெய்வீக-உருவகமா என்பது இரண்டாம் கேள்வி; முதல் உண்மை இது தான் — ஔவைப் பாட்டியின் கற்பித்தலின் வேராக நின்றது அவருடைய தாழ்மை. அந்தத் தாழ்மையே, அவருடைய இரண்டாயிரம் ஆண்டு உரையாடலின் இரகசியம்.

ஔவையாரின் இடம் தமிழ் இலக்கிய மரபில்

தமிழ் இலக்கியத்தில் பெண்பாற் புலவர்களின் பெயர்கள் சிலவே நமக்குப் பாதுகாக்கப்பட்டுள்ளன — சங்க காலத்தில் ஔவையார், காக்கைப்பாடினியார், காமாக்கணியார், வெள்ளி வீதியார்; பின்னர் ஆழ்வார் பாரம்பரியத்தில் ஆண்டாள், சைவ பாரம்பரியத்தில் காரைக்கால் அம்மையார். இவர்களின் இடையில், வாசக மக்களின் வாயில் இரண்டாயிரம் ஆண்டுகளாக நீடித்து வாழ்ந்து கொண்டிருக்கும் ஒரே பெயர் — ஔவையார்.

ஏன் ஔவையார் மட்டும்? ஏனெனில் அவருடைய ஆசிரியை-வாழ்நாள் ஓர் சாதாரண மனிதரின் வாழ்நாள் அல்ல. நெல்லிக்கனியின் கையால், அவர் தலைமுறை தலைமுறையாக தமிழ் வாசக மக்களின் வீட்டில் வாழ்ந்து கொண்டே வந்திருக்கிறார். தமிழ் வீடுகளில் தாய்மார் தம் குழந்தைகளுக்கு ஒழுக்கம் சொல்லும்போது “ஔவையார் சொன்னது போல...” என்று தொடங்கும் வாழ்வியல் ஒலி, இன்றும் தமிழ் சமூகத்தில் கேட்கின்றது. அது ஓர் இலக்கிய பாரம்பரியத்தின் தொடர்ச்சி அல்ல; ஓர் வாழும் ஆசிரியையின் தொடர்ச்சி.

இவ்வாறு, ஔவைப் பாட்டி — அதியமான் கொடைத்த நெல்லிக்கனியின் வரத்தால், தமிழின் தேவைக்கு ஏற்ப — சங்க அவையிலும், மதுரை சங்கத்திலும், மத்திய காலக் கல்விக்கூடத்திலும், சைவ பக்தியின் கோயிலிலும், நாட்டுப்புற இடையன் மரத்தினடியிலும், தாயின் மடியிலும்

— பல வடிவங்களில் தோன்றினார்; கற்பித்தார்; கற்றுக்கொண்டார்; விட்டுச் சென்றார். ஆனால் அவளுடைய குரல் இதுவரை அமைதி அடைந்ததே இல்லை.

மரபும் ஆராய்ச்சியும் — ஓர் கனிவான குறிப்பு

இக்காலத்தின் ஓர் ஆராய்ச்சி-மரபு, "ஔவையார்" என்னும் பெயரில் பல காலகட்டங்களில் பல வேறுபட்ட பெண்பாற் புலவர்கள் தோன்றியிருக்க வேண்டும் என்று கூறுகிறது. சங்க ஔவையார் ஒருவர்; மத்திய கால ஔவையார் இன்னொருவர்; விநாயகர் அகவல் ஔவையார் மூன்றாமவர். மொழியின் வடிவம், சொல்லாட்சியின் தன்மை, கையாளப்படும் கருத்துகளின் காலகட்டம் — இவற்றின் ஒளியில் இக்கருத்து வரும். இம்மரபும் ஓர் கனிவான ஆராய்ச்சி-வடிவம்; அதை இக்காலத்தின் இலக்கிய ஆராய்ச்சியாளர்களின் ஒரு கூட்டம் முன்வைக்கின்றனர்.

ஆனால் இவ்வாராய்ச்சி-கருத்து, தமிழ் வாசக மக்களின் இரண்டாயிரம் ஆண்டு மரபை — ஓர் ஒற்றை ஔவைப் பாட்டியின் தொடர்ச்சியான வாழ்வை — இடம்பெயர்க்க முடியவில்லை. மக்கள் வாயிலும், மக்கள் உள்ளத்திலும், கோயிலிலும், வீட்டிலும், கல்விக் கூடத்திலும் — ஔவைப் பாட்டி ஒருவரே; தொடர்ச்சியானவரே; நெல்லிக்கனியின் வரத்தால் இன்றளவும் வாழ்பவரே.

இம்முழுப் பதிப்பு இந்த மரபின் சார்பாக நின்று, ஐந்து நூல்களையும் ஒரே ஔவைப் பாட்டியின் வெவ்வேறு கால-வெளிப்பாடுகளாக வழங்குகிறது. ஆராய்ச்சியின் கருத்துகளுக்கு மரியாதை அளிக்கிறோம்; ஆனால் இம்மரபின் வேராக நிற்கும் வாழும் ஔவைப் பாட்டியின் ஒற்றை ஆழ்ந்த குரலையே — ஒரு வாசகர் இந்நூலின் வழியாக கேட்க வேண்டும் என்பது இப்பதிப்பின் ஆழ்ந்த விருப்பம்.

ஔவைப் பாட்டியின் வாழ்வையும் காலத்தையும் ஓர் வாசகர் இவ்வளவு சுருக்கமாக அறிந்த பின், அவளுடைய ஐந்து நூல்களையும் இனி வாசிக்க தயாராகிறார். அடுத்த பகுதியில், ஐந்து நூல்களின் தனிச்சிறப்புகளும், ஒட்டுமொத்த அமைப்பும் ஓர் முன்னோட்டமாக வழங்கப்படுகின்றன.

ஐந்து நூல்களின் ஒட்டுமொத்த அறிமுகம்

இந்நூலில் இடம் பெறும் ஐந்து நூல்கள் — ஆத்திசூடி, கொன்றை வேந்தன், மூதுரை, நல்வழி, விநாயகர் அகவல் — ஒவ்வொன்றும் தனித்துவமாகவே இருந்தாலும், ஒன்றோடொன்று உள்ளார்ந்த தொடர்ச்சியைக் கொண்டுள்ளன. ஓர் ஒற்றை ஓசையில் தொடங்கி, அந்த ஓசை வளர்ந்து, விரிந்து, ஆழ்ந்து, இறுதியில் மெய்நெறியின் உச்சத்தை எட்டும் ஒரு பயணம் போல இவை அமைகின்றன. அந்தப் பயணத்தின் ஒவ்வொரு கட்டத்திற்கும் ஒரு சுருக்கமான முன்னோட்டம் இங்கே வழங்கப்படுகிறது.

ஆத்திசூடி — எழுத்தும் ஒழுக்கமும் ஒன்றாகிய முதல் பாடம்

ஆத்திசூடி தமிழ்க் கல்வியின் வாயில். தமிழ் எழுத்துக்களின் முறையில் — "அ" வரிசை, "ஆ" வரிசை, "இ" வரிசை எனத் தொடங்கி, "ஃ" வரிசை வரை — 109 ஒற்றை வரி கட்டளைகளாக இது அமைக்கப்பட்டுள்ளது. ஒவ்வொரு வரியும் ஓர் கட்டளை வடிவில் வரும். "அறம் செய விரும்பு," "ஆறுவது சினம்," "இயல்வது கரவேல்," "ஈவது விலக்கேல்," "உடையது விளம்பேல்" — இவ்வாறு குறுகிய, கூரிய, மனப்பாடம் செய்ய ஏற்ற வடிவில் ஒவ்வொரு கட்டளையும் ஓர் வாழ்வியல் நெறியை உள்ளடக்கியிருக்கும்.

இந்த வடிவத்தின் மேதைமை, ஒரு குழந்தை தனது தமிழ் எழுத்துக்களையும், அதே சமயத்தில் தனது வாழ்வியல் ஒழுக்கத்தையும் ஒன்றாகக் கற்றுக்கொள்ள வழிசெய்வது. "அ" என்னும் எழுத்தை எழுத கற்கும் கணத்திலேயே, அறம் செய்வதின் பெருமையும் உள்ளத்தில் பதிய ஆரம்பிக்கிறது. அறிவியலின் வழியும், ஒழுக்கத்தின் வழியும், தாய்மொழியின் வழியும் — மூன்றும் ஒரே நேரத்தில் கற்பிக்கப்படுகின்றன.

ஆத்திசூடியின் ஒவ்வொரு வரியும் வெளிப்பார்வையில் எளிதாகத் தோன்றினாலும், ஆழ்ந்து சிந்தித்தால் அதன் பின்னால் பல நூற்றாண்டு வாழ்வியல் மெய்யறிவு தங்கியிருப்பதைக் காணலாம். "இயல்வது கரவேல்" என்னும் ஒற்றை வரி — "உனக்கு இயல்பானதை, உன்னால் முடிந்ததை, பிறருக்குத் தர மறுக்காதே" — இது தனிமனித வாழ்வுக்கு மட்டுமின்றி, ஒரு சமூகத்தின் பொருளாதார நியாயத்திற்கும், அரசியல் ஒழுக்கத்திற்கும், நாட்டார் கடமைக்கும் ஓர் அடித்தளம். ஓர் கட்டளையின் ஓர் சொல்லும், எத்தனைச் செயலுக்கு வேர் என்பதை வாசகர் ஆராய ஆராய தனது வியப்பு பெருகும்.

கொன்றை வேந்தன் — கட்டளையின் விரிவாக்கம்

ின் ஒற்றை வரிக் கட்டளைகளை ஓர் சிறு குழந்தை எளிதில் ஏற்றுக்கொள்ளும்! ஆனால் ஓர் சற்றே மூத்த "ஏன் இந்தக் கட்டளை?" என்று கேட்கத் தொடங்கும் வயதில் ஓர் சிறு காரணமும் தேவை. கொன்றை வேந்தன் இதையே சய்கிறது. அதே எழுத்து-முறை, ஆனால் ஒற்றை வரிக்குப் இரட்டை வரிப் பாடல்களாக. முதல் வரியில் கட்டளை; ம் வரியில் அதன் விளைவு அல்லது காரணம்.

னையும் பிதாவும் முன்னறி தெய்வம்" — "தாயும் தந்தையுமே முதலில் அறியும் தெய்வங்கள்" என்று கூறிய பின், அதன் காரணம் தொடர்ந்து விளக்கப்படுகிறது. இவ்வாறு, கட்டளைக்கும் காரணத்திற்கும் இடையிலான இணைப்பை குழந்தை கற்றுக்கொள்கிறது — ஒழுக்கம் என்பது ஓர் தன்னிச்சையான கட்டுப்பாடு அல்ல; அது ஓர் காரண-காரிய தொடர்பு என்னும் தர்க்க உணர்வு குழந்தையின் உள்ளத்தில் வளர ஆரம்பிக்கிறது.

சுமார் 91 இரட்டை வரிப் பாடல்கள் இங்கே. ஒவ்வொன்றும், ஆத்திசூடியில் சொல்லப்பட்ட நெறியின் ஓர் ஆழமான அடுத்த படி.

மூதுரை — மரம் கூறும் நேர்மை

ஆத்திசூடியும் கொன்றை வேந்தனும் ஒரு குழந்தைக்கான வடிவத்தில் இருந்தாலும், மூதுரை சற்று மூத்த வயதினருக்கானது — பதினைந்து-பதினாறு வயதின் ஓர் இளைஞருக்கோ, ஓர் நடுத்தர வயதினருக்கோ, ஏன் ஓர் முதியோருக்கோ கூட — பொருந்தும் ஓர் ஆழ்ந்த நேர்மை நூல். "மூதுரை" என்னும் பெயரே — "மூத்த உரை, மூதாதையரின் உரை, பழமையான மெய்யறிவு" — இதன் தன்மையைச் சுட்டுகிறது.

இந்த நூலின் தனிச் சிறப்பு, அதன் உவமைகள். ஒவ்வொரு பாடலும் இயற்கையின் ஒரு காட்சியை — மரம், ஆறு, கடல், நெருப்பு, பறவை, பழம், விதை, தென்னை, முத்து — எடுத்து, அதன் வழியாக மக்கள் வாழ்வின் ஓர் உண்மையை விளக்குகிறது. "நன்றி ஒருவர்க்குச் செய்தக்கால்..." என்னும் முதல் பாடல், தென்னை மரம் தான் குடித்த நீரைத் தலையால் கனியாகத் தருவது போல, செய்த நன்றியும் கணக்கின்றி தானே திரும்பும் என்னும் ஆழ்ந்த உண்மையைச் சொல்கிறது. "நெல்லுக்கு இறைத்த நீர் வாய்க்கால் வழியோடி..." என்னும் பாடல், நல்லோர்க்குச் செய்த உதவி, மற்றோர்க்கும் தானாகச் சேரும் என்னும் இயற்கை-நியாயத்தை அறிவிக்கிறது.

இந்த 30 பாடல்களில், மூதுரை ஓர் தந்தையின் — அல்லது ஓர் தாத்தாவின் — மடியில் அமர்ந்து பெறும் வாழ்வியல் வகுப்புகள் போல உணர்வை விரிக்கின்றது. அழகான, ஆழ்ந்த, தீர்க்கமான பாடல்கள் இவை.

நல்வழி — வாழ்வின் சரியான பாதை

நல்வழி, மூதுரையின் தாய் இடத்தைக் கொண்ட நூல். 40 நான்கு வரிப் பாடல்களில், வாழ்வின் மெய்ப்பொருள் அடிப்படைகளை — விதியின் இயல்பு, செல்வத்தின் நிலையாமை, உறவின் உண்மை, கடமையின் ஆழம், பெருமை-தாழ்மையின் பயன், கற்றலின் முதன்மை — இது ஆராய்கிறது.

"வசனம்" என்னும் ஓர் சொல் கூட இங்கு வீணாகாது. வரியும் ஒரு மெய்ப்பொருள்; ஒவ்வொரு பாடலும் ஒரு ப "நல்லார் ஒருவர்க்குச் செய்த உபகாரம்" என்னும் தொடர் மனிதரொருவருக்கு நீ செய்யும் உதவி, கல்லில் வரையப்பட் போல் என்றும் நீடிக்கும்" என்னும் ஓர் வாழ்வியல் ஆழ்ந்த உ சில வரிகளில் சேர்த்துத் தருகிறது.

மூதுரையை ஓர் பெற்றோர் ஓர் பதின்வயதுக் குழந்தைக்கு வ காட்டலாம் என்றால், நல்வழி ஓர் பெற்றோர் தனக்காகத் வாசிக்கிறார். தனது சொந்த வாழ்வின் பயணத்தில், தான் தடும இடங்களில், ஓர் வழிகாட்டியாக இது அமைகிறது.

விநாயகர் அகவல் — பக்தியின் உச்சம்

நான்கு நேர்மை நூல்களின் வழியாக, ஓர் வாசகர் வாழ்வியல் மெய்யறிவில் தேர்ச்சி பெற்ற நிலையில், ஐந்தாம் நூலான விநாயகர் அகவல் அடுத்த தளமான மெய்நெறி நிலைக்கு நம்மை அழைக்கிறது. இது நேர்மை நூல் அல்ல; பக்தி நூல். ஒழுக்கத்தின் இடத்தில், அருளின் வேண்டுதல் இங்கே ஒலிக்கிறது.

சுமார் 72 வரிகளில், விநாயகப் பெருமானின் திரு உருவத்தை — அவருடைய தந்தம், ஒற்றைக் கொம்பு, யானை முகம், அங்குசம், பாசம், மோதகம், அடியார்க்கருளும் கையிசை — ஓவியம் போலக் கட்டியெழுப்புகிறார் ஔவையார். பின்னர், விநாயகப் பெருமான் தமக்கு வழங்கிய மெய்நெறி மெய்யறிவின் ஒவ்வொரு படியையும் — ஆதார சக்கரங்களின் சுட்டுதல் முதல் சைவ சித்தாந்தத்தின் இறுதிப் புள்ளியான சிவம்-உயிர்-வஞ்சகம்-பாசம்-மலம்-அருள் ஆகியவற்றின் இயல்பு வரை — விரித்துப் பாடுகிறார்.

இந்த அகவலின் சிறப்பு, அதன் ஒலி. அகவல் என்னும் வடிவம் — "அகவு" என்னும் வேருக்கு "இனிய இசையில் அழைப்பது" என்று பொருள் — இந்தப் பாடலின் வாயிலாக ஒலித்துக்கொண்டே நகர்கின்றது. ஒலியும் பொருளும், தத்துவமும் பக்தியும், ஓர் ஒற்றை அலையாக ஒன்றுசேர்ந்து ஓடுகின்றன.

இவ்வைந்தும் சேர்ந்து சொல்வது

இந்த ஐந்து நூல்களையும் ஒரே தொகுதியில் வாசிக்கும்போது, ஓர் ஆழ்ந்த படிநிலை வெளிப்படுகிறது. அதைச் சுருக்கமாகச் சொன்னால் இது:

- **ஆத்திசூடி** — "செய். செய்யாதே." — ஒழுக்கத்தின் ஒற்றை சொல் கட்டளை. - **கொன்றை வேந்தன்** — "செய். ஏனெனில் இது நிகழும்." — ஒழுக்கத்திற்குக் காரணம். - **மூதுரை** — "செய். ஏனெனில் இயற்கையே இதைச் சொல்கிறது." — ஒழுக்கத்தின் இயற்கை அடிப்படை. - **நல்வழி** — "செய். ஏனெனில் வாழ்வே இவ்வாறு அமைந்துள்ளது." — ஒழுக்கத்தின் மெய்ப்பொருள் அடிப்படை. - **விநாயகர் அகவல்** — "செய்தாய், அறிந்தாய், மெய்ப்பொருள் கண்டாய்; இனி அருளில் கரைந்தோடு." — ஒழுக்கத்திற்கு அப்பால் மெய்நெறி.

இது ஓர் இலக்கிய படிநிலை மட்டுமன்று; இது மக்கள் வாழ்வின் இயல்பான வளர்ச்சிப் படிநிலை. குழந்தைப் பருவத்தில் முதல் கட்டளைகளைக் கற்கிறோம். இளமையில் காரணங்களைத் தேடுகிறோம். நடுத்தர வயதில் வாழ்வியல் உவமைகளில் மெய்யறிவு

காண்கிறோம். மூத்த வயதில் தத்துவத்தைத் தேடுகிறோம். இறுதியில், அவை அனைத்தையும் கடந்து, அருளில் கரைய வேண்டும் என்னும் ஏக்கம் தோன்றுகிறது. ஐந்து நூல்களும் இந்த இயல்பான வளர்ச்சியை, இரண்டாயிரம் ஆண்டுகளுக்கு முன்னரே, தமிழின் முதல் தாய்-ஆசிரியை வடிவில், மிக நுட்பமாக வழங்கியுள்ளன.

வாசகரே, இந்தப் பயணத்தைத் தொடங்க உங்களுக்கு வரவேற்பு. உங்கள் வாழ்நாள் முழுவதும் மீண்டும் மீண்டும் வாசிக்கத்தகுந்த ஓர் நூலில் இப்போது நீங்கள் நுழைகிறீர்கள். ஓர் முறை வாசித்தால் ஒரு பொருள்; பத்து வருடம் கழித்து வாசித்தால் வேறு பொருள்; வயதான கையில் இருக்கும்போது வாசித்தால் இன்னொரு பொருள். ஔவைப் பாட்டியின் சொல், உங்களுடைய வாழ்வோடு வளர்ந்து கொண்டே போகும்.

முதல் பகுதி — ஆத்திசூடி

காப்பு — கடவுள் வாழ்த்து

ஆத்தி சூடி அமர்ந்த தேவனை
ஏத்தி ஏத்தித் தொழுவோம் யாமே.

சொற்பொருள்

ஆத்தி = ஆத்தி-மலரை; சூடி = சூடி-அணிந்து; அமர்ந்த = வீற்றிருந்த; தேவனை = சிவ-பெருமானை; ஏத்தி = புகழ்ந்து; ஏத்தித் = புகழ்ந்து; தொழுவோம் = வணங்குவோம்; யாமே = நாமே.

எளிய பொருள்

ஆத்தி-மலரை சூடிய நிலையில் வீற்றிருக்கும் சிவ-பெருமானை — புகழ்ந்து புகழ்ந்து நாமே வணங்குவோம்.

விளக்கம்

ஆத்திசூடி நூலின் காப்பு, மிக-சுருக்கமான-வடிவில், சிவ-பெருமானின் வணக்கத்தை சுட்டுகிறது. "ஆத்தி" என்னும் சொல், ஓர் முக்கிய-மலரை சுட்டுகிறது. பழ-மரபில், ஆத்தி-மலர், சிவ-பெருமானின் முடியில் சூடப்படும் முதன்மை-மலர். அதைச்-சூடி-அமர்ந்த-தேவன் — சிவ-பெருமான். அவரே, இந்த-நூலின் காப்பு-தலைவன்.

"ஏத்தி ஏத்தித் தொழுவோம்" — மிக-நுட்பமான-கூற்று. ஓர்-முறை-புகழ்வது போதாது. மீண்டும்-மீண்டும், தொடர்ந்து-புகழ்வது — அதுவே, ஆழ்ந்த-பக்தியின் வடிவம். மேலும், காப்பின்-நூலான-நூலின் பெயரே, காப்பின்-முதல்-சொல்லில் ஒளிந்துள்ளது — "ஆத்திசூடி." தமிழ்-பழ-மரபின் ஓர் அழகான-கூறு.

இக்-காப்பு, நூலின் வாசகருக்கு — "இக்-நூல்-முழுவதும், சிவ-பெருமானின் அருளில் உருவாக்கப்-பட்டுள்ளது; அதை-வாசிப்பவர்களின் வாழ்வும் அதே-அருளில் நிற்கட்டும்" என்னும் வாழ்த்தை-தருகிறது.

இன்றைய பயன்பாடு

இக்காலத்தில் இக்-காப்பு, ஓர் சிறு-நினைவூட்டலாக நிற்கிறது — "எந்த-செயலின் முன்னும், ஓர் சிறு-வாழ்த்து-வணக்கம் வேண்டும்." தினம்-தினம், படிப்பின் தொடக்கத்திலும், பணி-தொடக்கத்திலும், புதிய-முயற்சியின் தொடக்கத்திலும் — ஓர் சிறு-வாழ்த்தை-உள்ளத்தில் சொல்லிக்-கொள்ளும் வழக்கம், ஆழ்ந்த-உள்-தளத்தை வளர்க்கும்.

அறம் செய விரும்பு.

சொற்பொருள்
அறம் = நல்-நெறி; விரும்பத்-தக்கது; செய = செய்ய; விரும்பு = ஆர்வம்-கொள்.

எளிய பொருள்
நல்-நெறியை-செய்ய — ஆர்வம் கொள்.

விளக்கம்
ஆத்திசூடியின் முதல்-மொழி, மிக-ஆழ்ந்த-கூற்றில் — அறத்தை சுட்டுகிறது. மக்களின்-வாழ்வில், செய்ய-வேண்டிய-கூற்றுகள் பல உள்ளன. அவற்றில், அறம்-தான் முதன்மை. அறம், மக்களின் வாழ்வின் வேராக நிற்கிறது.

“விரும்பு” என்னும் சொல், மிக-கூர்மையான-கூற்று. “செய்” என்று மட்டுமே ஔவையார் சொல்லாமல், “விரும்பு” என்று சொல்கிறார். கட்டாயத்தின் வழியில் செய்யப்-படும் அறம், ஆழ்ந்த-உள்-தளத்தை-தராது. ஆர்வத்தோடு செய்யப்-படும் அறமே, மக்களின் உள்-தளத்தை வளர்க்கும். அறத்தை, உள்-விருப்பத்தின் கூறாக-கொள்.

இக்-கூற்று, திருக்குறளின் முதல்-கட்டத்தின் அறம் என்னும் முதன்மை-கட்டத்தோடு ஒத்து-நிற்கிறது. வள்ளுவரும், ஔவையாரும் — அறத்தை, வாழ்வின் முதல்-முதன்மை-கூறாக சுட்டுகின்றனர்.

இன்றைய பயன்பாடு
இக்காலத்தில் இக்-கூற்று, மிக-ஆழ்ந்த-வழிகாட்டி. தற்காலத்தில், செல்வம், புகழ், அதிகாரம் — இவை வாழ்வின் முதன்மை-கூறுகளாக கருதப்-படுகின்றன. ஆனால் ஔவையாரின் வழி — “அறமே முதன்மை. மற்ற-கூறுகள் அதன்-கீழ்.”

தினம்-தினம், ஓர் சிறு-உள்-கேள்வி — “இக்-கணத்தில் நான் செய்வது அறமா? அறத்தின்-வழியில் நிற்கிறேனா?” அந்த-உள்-கேள்வி, வாழ்-நெறியின் ஆழ்ந்த-வளர்ப்புக்கு வேராக நிற்கும்.

குழந்தைகளுக்கு
பாட்டி-கதை: ஓர் சிறிய-பிள்ளை, பள்ளியில் கல்வி-கற்றுக்-கொண்டிருந்தாள். ஒரு-நாள், அவளுக்கு ஓர்-பாடம் கேள்வி-வந்தது — “நீ வாழ்வில் என்ன-செய்ய-விரும்புகிறாய்?” அவள் பல-கூற்றுகளை எண்ணிப்-பார்த்தாள் — “பெரிய-மருத்துவராக-வேண்டும்,” “புகழ்-பெற-வேண்டும்,” “செல்வம்-வளர்க்க-வேண்டும்.” ஆனால் அவளது-பாட்டி, மெதுவாக-சொன்னார் — “இவை-எல்லாம் வாய்ப்புகள். ஆனால் இவற்றின்-வேராக-நிற்கின்றது அறம். அறத்தை-செய்ய-விரும்பு. அந்த-விருப்பம், மற்ற-எல்லாவற்றையும் வழிநடத்தும்.” அந்த-நாளிலிருந்து, அப்-பிள்ளை — தினம்-தினம் ஓர்-சிறு-நல்-செயலை-செய்வது வழக்கம்-ஆனாள். காலப்போக்கில், அவள் மிக-புகழ்-பெற்ற-மக்களின்-உதவியாளராக-வளர்ந்தாள்.

பாடல் 2 — ஆ: ஆறுவது சினம்

ஆறுவது சினம்.

சொற்பொருள்

ஆறுவது = தணியக்-கூடியது; குறையக்-கூடியது; சினம் = கோபம்.

எளிய பொருள்

கோபம் — தணியக்-கூடிய கூறு.

விளக்கம்

இக்-கூற்று, ஔவையாரின் கோப-நெறியின் ஆழ்ந்த-வடிவம். கோபம், மக்களின்-உள்ளத்தில் வருகின்ற இயற்கையான-கூறு. அதை-முற்றிலும்-நீக்க முடியாது. ஆனால் அது தணியக்-கூடியது. அதன்-தணியும்-தன்மையை அறிந்துகொள்.

“ஆறுவது” என்னும் சொல், மிக-முதன்மை. கோபம்-வந்த-கணத்தில், அது நிலையான-கூறாக-தோன்றும். ஆனால் காலப்போக்கில், அது குறையும். அந்த-கால-தன்மையை அறிந்துகொண்டால், கோபத்தில் சிக்காமல் நிற்க-முடியும். கோபம்-வந்த-கணத்தில், அதற்கு-எதிர்-வினை-செய்யாமல், சில-நிமிடம் காத்திரு. கோபம், தாமே குறையும்.

இக்-கூற்று, பாடல் 28 கொன்றை வேந்தனின் “சினத்தைப் பேணின் தவத்திற்கு அழகு” என்னும் கூற்றோடு இணைந்து-நிற்கிறது. கோபக்-கட்டுப்பாடு, ஆழ்ந்த-உள்-நெறியின் வேர்.

இன்றைய பயன்பாடு

இக்காலத்தில் இக்-கூற்று, மிக-நெருக்கமான-வழிகாட்டி. சாலையில், பணி-சூழலில், வீட்டில் — கோபம் மிக-வேக-கூற்றில் வருகிறது. ஔவையாரின் வழி — “கோபம்-வந்த-கணத்தில், சில-நிமிடம் காத்திரு. அது தாமே-தணியும்.”

ஒரு-நாள், கோபம்-வந்த-கட்டத்தில், மூச்சை-கவனித்தல், எதிர்-வினை-செய்யாமல்-இருத்தல், ஓர் சில-நிமிட-அமைதி — இவை-அனைத்தும், கோபத்தை-தணிக்கும் வழிகள். அந்த-வழக்கம், காலப்போக்கில் வாழ்வின் ஆழ்ந்த-நெறியின் வேராக நிற்கும்.

பாடல் 3 — இ: இயல்வது கரவேல்

இயல்வது கரவேல்.

சொற்பொருள்

இயல்வது = செய்ய-முடிவது; உனது-ஆற்றலில்-உள்ளது; கரவேல் = மறைக்காதே; ஒளிக்காதே.

எளிய பொருள்

உனது-ஆற்றலில் செய்ய-முடிவதை — மறைக்காதே.

விளக்கம்

இக்-கூற்று, ஔவையாரின் பகிர்வு-நெறியின் ஆழ்ந்த-வடிவம். ஒருவருக்கு உதவ-வேண்டிய-கட்டத்தில், நமது-ஆற்றலில் செய்ய-முடிவதை — மறைக்க-கூடாது. கேட்காமல் தாமாகவே-உதவ-வேண்டும். கேட்டாலும், “எனக்கு இக்-கூற்றை செய்ய முடியாது” என்று மறைக்க-கூடாது.

"கரவேல்" என்னும் சொல், மிக-நுட்பமான-வடிவம். "கரவு" என்பது — மறைப்பு, ஒளிப்பு. தம்-ஆற்றலை-மறைப்பவர், மற்றோர்-மக்களின் தேவை-கட்டத்தில், உதவ-மறுப்பவர். அத்தகைய-வழக்கம், மக்களின்-உள்-தளத்தை குறைக்கும்.

இக்-கூற்று, பாடல் 23 கொன்றை வேந்தனின் "கொற்றவன் அறிதல் உற்ற இடத்து உதவி" என்னும் கூற்றோடு இணைந்து-நிற்கிறது. தேவை-கட்டத்தில் உதவுதலே, தலைமை-நெறி. ஆனால் ஆத்திசூடியின் இக்-கூற்று, அரசர்-மட்டும்-அல்ல; எல்லா-மக்களும் — தம்-ஆற்றலில் இயன்றதை, தேவை-கட்டத்தில் உதவ-வேண்டும்.

இன்றைய பயன்பாடு

இக்காலத்தில் இக்-கூற்று, மிக-முதன்மையான-வழிகாட்டி. நாள்-முழுவதும், சார்ந்தோர், கூட்டாளிகள், அண்டை-வீட்டார் — இவர்களின் தேவை-கட்டத்தில், நமக்கு உதவ-முடியும். ஆனால் சோம்பல், பிற-வேலைகளின் பளு, தனி-நலனின் கூறு — இவற்றால், உதவ-தயங்கும் வழக்கம் வளர்கிறது.

ஔவையாரின் வழி — "இயன்றதை, மறைக்காதே." தினம்-தினம், ஓர் சிறு-கூற்று — மற்றோர்-மக்களின் தேவை-கட்டத்தில், உதவ-முடியுமா என்று கேள். முடியாவிட்டால், அதை-வெளிப்படையாக சொல். முடியுமானால், தாமாகவே-உதவு.

குழந்தைகளுக்கு

கதை: ஓர் பள்ளியில், சிறிய-பிள்ளை-கணித-தேர்வுக்கு படித்துக்-கொண்டிருந்தாள். அவளது-தோழி, ஓர் கணக்கை-புரிய-முடியாமல் சிக்கிக்-கொண்டாள். முதல்-பிள்ளை, அந்த-கணக்கை-புரிய-கூடியவள். ஆனால் தோழியிடம் சொல்-வழி-காட்ட-தயங்கினாள் — "எனக்கு-போட்டியில் இவளை-விட சிறப்பாக-வர-வேண்டும்" என்னும் கருத்து. அவள்-வீட்டுக்கு-வந்து, பாட்டியிடம் சொன்னாள். பாட்டி — "இயல்வது-கரவேல், மகளே. உனக்கு-தெரிந்ததை, மறைக்காதே. உனது-தோழிக்கு உதவு." மறுநாள், அப்-பிள்ளை — தோழிக்கு கணக்கை-புரிய-வைத்தாள். தோழியின் முகத்தில் நிறை-மகிழ்வு. அதே-கணம், முதல்-பிள்ளையின் உள்ளத்திலும், ஓர் ஆழ்ந்த-நிறை-உணர்வு.

பாடல் 4 — ஈ: ஈவது விலக்கேல்

ஈவது விலக்கேல்.

சொற்பொருள்

ஈவது = கொடுப்பது; பிறருக்கு-கொடுக்கும்-கூற்று; விலக்கேல் = தடுக்காதே.

எளிய பொருள்

பிறருக்கு கொடுக்கும்-கூற்றை — தடுக்காதே.

விளக்கம்

இக்-கூற்று, ஔவையாரின் பகிர்வு-நெறியின் இரண்டாவது-வடிவம். இரண்டு-நிலையில் இதை-புரிந்துகொள்ள-முடியும். ஓர்-நிலையில் — "நீ பிறருக்கு கொடுக்கும்-வாய்ப்பு வந்தால், அதை-தடுக்காதே." மற்றொரு-நிலையில் — "பிறர் பிறருக்கு-கொடுப்பதை, தடுக்காதே."

இரண்டு-விளக்கங்களும், ஆழ்ந்த-கருத்தை-தருகின்றன. முதலாவதாக, கொடுக்கும்-வாய்ப்பு வரும்போது — "இது-தேவையா?" என்று-கேட்காமல், மனத்தின் தடைகளை-நீக்கி, கொடு. இரண்டாவதாக, பிறர் — பிறருக்கு-

கொடுப்பதை, “இவர் ஏன்-கொடுக்கிறார்? இவருக்கு-தேவையா? இவர்-கொடுப்பது சரியா?” என்னும் கேள்விகளால் தடுக்க-கூடாது.

ஔவையாரின் வழி — பகிர்வின் வழக்கம், சமூகத்தின் ஆழ்ந்த-நெறி. அதை, தனிநபர்-நிலையில் வளர்க்க-வேண்டும். மற்றோர்-வளர்ப்பதையும் தடுக்க-கூடாது.

இன்றைய பயன்பாடு

இக்காலத்தில் இக்-கூற்று, பகிர்வு-நெறியின் ஆழ்ந்த-வழிகாட்டி. தனிநபர்-நிலையில், கொடுக்கும்-வாய்ப்பு வரும்போது — மனத்தின் தடைகளை-நீக்கி, கொடு. ஓர் சிறு-தொகை, ஓர் சிறு-உதவி, ஓர் சிறு-நேரம் — இவை எல்லாம், பகிர்வின் வடிவங்கள். அவற்றை, தயக்கம்-இல்லாமல்-கொடு.

தினம்-தினம், ஓர் சிறு-உள்-உறுதி — “இக்-கணத்தில், கொடுக்கும்-வாய்ப்பை, தயக்கம்-இல்லாமல் ஏற்பேன்.” அந்த-உள்-உறுதி, பகிர்வின் ஆழ்ந்த-நெறியின் வேராக நிற்கும்.

பாடல் 5 — உ: உடையது விளம்பேல்

உடையது விளம்பேல்.

சொற்பொருள்

உடையது = உனக்கு-உள்ளது; உனது-கூறுகள்; விளம்பேல் = பெருமை-பேசாதே; வெளிப்படுத்தாதே.

எளிய பொருள்

உனக்கு-உள்ளதை — பெருமை-பேசாதே.

விளக்கம்

இக்-கூற்று, ஔவையாரின் பணிவு-நெறியின் ஆழ்ந்த-வடிவம். மக்கள், தம்-உள்ள-கூறுகளை — செல்வம், கல்வி, ஆற்றல், புகழ் — மற்றோர்-முன், பெருமை-பேசும் வழக்கத்தில் வாழ்கிறார்கள். ஔவையாரின் வழி — “அந்த-வழக்கத்தை விலகு.”

“விளம்பு” என்னும் சொல், “வெளிப்படுத்துதல்,” “பெருமை-பேசுதல்” என்னும் கருத்தை-தருகிறது. பெருமை-பேச்சு, மக்களின்-உள்ளத்தில் ஓர் சிறு-மகிழ்வை-தந்தாலும், அதன்-விளைவு பெரும்பாலும் தீங்கானது. பெருமை-பேசுபவர், மற்றோர்-மக்களின் மரியாதையை இழக்கிறார்.

இக்-கூற்று, கொன்றை வேந்தனின் பாடல் 19 “கூர் அம்பு ஆயினும் வீரியம் பேசேல்” என்னும் கூற்றோடு ஒத்து-நிற்கிறது. ஆற்றல்-உள்ளவர், அதைப்-பற்றி பேசாதே. ஆற்றல், செயலின்-வழியில் வெளிப்பட-வேண்டியது.

இன்றைய பயன்பாடு

இக்காலத்தில் இக்-கூற்று, மிக-முதன்மையான-வழிகாட்டி. சமூக-வலையின் வழியில், மக்கள் — தம்-கூறுகளை இடைவிடாமல் வெளிப்படுத்துகிறார்கள். சாதனை-பகிர்வு, செலவின்-காட்சி, பயணத்தின்-படங்கள் — இவை எல்லாம், பெருமை-பேச்சின் இக்கால-வடிவங்கள்.

ஔவையாரின் வழி — “இவற்றை மறு-பார்வை-செய்.” தினம்-தினம், ஓர் சிறு-உள்-கேள்வி — “இக்-கூற்றை, பகிர-தேவையா? பெருமை-பேசும் வடிவத்தில்-உள்ளதா?” அந்த-உள்-கேள்வி, பணிவு-நெறியின் ஆழ்ந்த-தளத்தை வளர்க்கும்.

பாடல் 6 — ஊ: ஊக்கமது கைவிடேல்

ஊக்கமது கைவிடேல்.

சொற்பொருள்

ஊக்கமது = முயற்சி-உள்-உறுதி; கைவிடேல் = கைவிடாதே; விட்டுவிடாதே.

எளிய பொருள்

முயற்சி-உள்-உறுதியை — கைவிடாதே.

விளக்கம்

இக்-கூற்று, ஔவையாரின் முயற்சி-நெறியின் ஆழ்ந்த-வடிவம். வாழ்வில், கடின-கட்டங்கள் வரும். தோல்வி, இடர், பாதிப்பு — இவை வாழ்வின் இயல்பு-கூறுகள். அந்த-கட்டங்களில், மக்களின் உள்-உறுதி வீழக்-கூடும். ஔவையாரின் வழி — “எந்த-கட்டத்திலும், ஊக்கத்தை-கைவிடாதே.”

ஊக்கம், மக்களின்-உள்ளத்தின் தீ-ஆற்றல். அதை-கைவிட்டால், வாழ்வே வீழும். எவ்வளவு-கடின-கட்டம் வந்தாலும், அந்த-தீ-ஆற்றலை, உள்ளத்தில்-காப்பாற்று. மறு-முயற்சி-செய். தோல்விகளில் இருந்து-கற்றுக்-கொள். மீண்டும்-மீண்டும் முயற்சி-செய்.

இக்-கூற்று, கொன்றை வேந்தனின் பாடல் 86 “ஊக்கம் உடைமை ஆக்கத்திற்கு அழகு” என்னும் கூற்றோடு ஒத்து-நிற்கிறது. இரண்டிலும், ஊக்கத்தின் ஆழ்ந்த-முதன்மை வலியுறுத்தப்-படுகிறது.

இன்றைய பயன்பாடு

இக்காலத்தில் இக்-கூற்று, மிக-நெருக்கமான-வழிகாட்டி. வாழ்வின் ஒவ்வொரு-கட்டத்திலும், தோல்விகள் வரும். வேலை-வாய்ப்பு-கிடைக்கவில்லை, தேர்வில்-வெற்றி-வரவில்லை, முயற்சி-பயன்-தரவில்லை — இக்-கட்டங்களில், ஊக்கம் வீழக்-கூடும். ஔவையாரின் வழி — “அந்த-கட்டத்திலும், ஊக்கத்தை-கைவிடாதே.”

தினம்-தினம், ஓர் சிறு-உள்-உறுதி — “தோல்வி-வந்தாலும், மறு-முயற்சி-செய்வேன். ஊக்கத்தை-கைவிட-மாட்டேன்.” அந்த-உள்-உறுதி, காலப்போக்கில், மக்களின் ஆழ்ந்த-வளர்ச்சிக்கு வேராக நிற்கும்.

பாடல் 7 — எ: எண் எழுத்து இகழேல்

எண் எழுத்து இகழேல்.

சொற்பொருள்

எண் = கணித-அறிவு; எண்ணுவதின்-ஆற்றல்; எழுத்து = கல்வி; எழுத்து-அறிவு; இகழேல் = அவமதிக்காதே; இழிவாக-கருதாதே.

எளிய பொருள்

எண்-ஆற்றலையும், எழுத்து-அறிவையும் — அவமதிக்காதே.

விளக்கம்

இக்-கூற்று, ஔவையாரின் கல்வி-நெறியின் ஆழ்ந்த-வடிவம். “எண்” — கணித-அறிவு. “எழுத்து” — மொழி-அறிவு. இவை இரண்டும், மக்களின் வாழ்வின் இரு-கண்கள். கொன்றை வேந்தனின் பாடல் 7-ல் ஔவையார் இதை — “எண்ணும் எழுத்தும் கண் எனத் தகும்” என்னும் வடிவில் சுட்டினார்.

ஆத்திசூடியில், அதே-கருத்தை — மிக-சுருக்கமாக — "இகழாதே" என்னும் வடிவில் சுட்டுகிறார்.

"இகழ்" என்னும் சொல், அவமதிப்பு, இழிவு என்னும் கருத்தை-தருகிறது. சில-மக்கள், கல்வியை-மதிக்காமல் — "இதை-படித்து என்ன-பயன்? வாழ்வில் இவை எதற்கு?" என்னும் கூற்றுகளில் வாழ்கிறார்கள். ஔவையாரின் வழி — "அந்த-வழக்கத்தை மறு. கல்வி, வாழ்வின் வேர்."

இன்றைய பயன்பாடு

இக்காலத்தில் இக்-கூற்று, கல்வி-நெறியின் ஆழ்ந்த-வழிகாட்டி. தற்காலத்தில், கணித-அறிவு மற்றும் மொழி-அறிவு — பணி-வாழ்வுக்கு மட்டும்-அல்ல; வாழ்வின் அனைத்து-களங்களுக்கும் தேவை. அவற்றை-இகழ்வது, ஆழ்ந்த-தவறு.

தினம்-தினம், கல்வியின் ஆழ்ந்த-மதிப்பை — குழந்தைகளுக்கு கற்பிக்க-வேண்டும். "கணித-தேர்வு கடினம், எழுத்து-பயிற்சி அலுப்பு" என்னும் கூற்றுகளை, மென்மையாக மறு-நெறி-வழியில்-கொண்டுவர-வேண்டும். கல்வியை-மதிப்பவரே, வாழ்வில் ஆழ்ந்த-தளத்தை-அடைகின்றனர்.

குழந்தைகளுக்கு

கதை: ஓர் சிறு-பிள்ளை, கணித-படிப்பை-மிக-வெறுத்தாள். "எழுத்தும்-வேண்டாம், எண்ணும்-வேண்டாம்" என்று அழுதாள். அவளது-பாட்டி, அவளை அழைத்து-வந்து, ஓர் கடைக்கு-சென்றாள். அங்கு, பல-பழங்களை வாங்கி, பிள்ளையிடம் கொடுத்தாள் — "பிள்ளையே, இக்-கடைக்காரர் — எத்தனை-பழங்களை கொடுத்தார், என்ன-விலை-வாங்கினார், எவ்வளவு-மிச்சம்-தர-வேண்டும் — இவற்றை எப்படி-கணக்கிட்டார்? கணித-அறிவின் வழியாக." "இக்-கடையின் கூறுகள், எவ்வாறு பெயர்-போடப்-பட்டுள்ளன? எழுத்து-அறிவின் வழியாக." அப்-பிள்ளை, கணித-எழுத்து-கூறுகளின் ஆழ்ந்த-மதிப்பை அன்று அறிந்துகொண்டாள்.

பாடல் 8 — ஏ: ஏற்பது இகழ்ச்சி

ஏற்பது இகழ்ச்சி.

சொற்பொருள்

ஏற்பது = யாசித்து-பெறுதல்; பிறரிடம்-கேட்டுப்-பெறுதல்; இகழ்ச்சி = இழிவு; தாழ்வு.

எளிய பொருள்

யாசித்து-பெறுதல் — இழிவை-தரும்.

விளக்கம்

இக்-கூற்று, ஔவையாரின் தன்னிறைவு-நெறியின் ஆழ்ந்த-வடிவம். மக்கள், தம்-தேவைகளை — இரண்டு-வழியில் நிறை-செய்து-கொள்கின்றனர். ஓர்-வழி — தம்-உழைப்பின் வழியில். மற்றொரு-வழி — பிறரிடம் யாசித்து-பெறுதல். ஔவையாரின் வழி — "யாசிப்பின் வழி இழிவை-தரும்."

"ஏற்பது" என்னும் சொல், பெறுதலை சுட்டுகிறது. ஆனால் இங்கு, அது "யாசித்து-பெறுதல்" என்னும் கருத்தில் வருகிறது. மற்றொருவரிடம் கைநீட்டி, அழ-வேண்டிய-நிலையில், ஏதோ-பெறுதல். அந்த-நிலை, மக்களின் உள்-தளத்தை-வீழ்த்தும்.

இக்-கூற்று, கொன்றை வேந்தனின் பாடல் 85 "உரவோர் என்கை இரவாது இருத்தல்" என்னும் கூற்றோடு ஒத்து-நிற்கிறது. தன்னிறைவே, மக்களின் ஆழ்ந்த-மதிப்பின் வேர்.

இன்றைய பயன்பாடு

இக்காலத்தில் இக்-கூற்று, தன்னிறைவு-நெறியின் ஆழ்ந்த-வழிகாட்டி. தற்காலத்தில், கடன்-வாங்கி-வாழும் வழக்கம், பிறரின்-ஆதரவில் நிற்கும் வழக்கம் — மிக-வழக்கமாக-உள்ளன. ஔவையாரின் வழி — "தம்-உழைப்பின் வழியில் நில். யாசிக்கும் வழியில் சிக்காதே."

தினம்-தினம், ஓர் சிறு-உள்-உறுதி — "எனது-தேவைகளை, என்-உழைப்பின் வழியில் நிறை-செய்வேன். யாசிக்கும்-வழக்கத்தில் சிக்க-மாட்டேன்." அந்த-உள்-உறுதி, மக்களின் ஆழ்ந்த-மதிப்பை வளர்க்கும்.

பாடல் 9 — ஐ: ஐயம் இட்டு உண்

ஐயம் இட்டு உண்.

சொற்பொருள்

ஐயம் = கைக்-கொடை; பிச்சை; இட்டு = கொடுத்து; உண் = உண்.

எளிய பொருள்

கைக்-கொடையை-கொடுத்த-பின் — நீ உண்.

விளக்கம்

இக்-கூற்று, ஔவையாரின் பகிர்வு-நெறியின் ஆழ்ந்த-வடிவம். வீட்டில் உணவு-உண்ணும்-முன், ஓர் சிறு-கூற்றை — தேவை-உள்ளவருக்கு-கொடு. அந்த-வழக்கம், மக்களின் உள்-நெறியை வளர்க்கும்.

"ஐயம்" என்னும் சொல், பிச்சை-வடிவத்தை சுட்டுகிறது. ஆனால் இங்கு, அது தீய-வடிவத்தில்-அல்ல. நெறி-வடிவில்-உள்ள கைக்-கொடை. பழ-காலத்தில், வீட்டிற்கு-வரும் துறவியர்க்கு, யாசிப்பவர்க்கு — ஓர் சிறு-உணவை-கொடுத்த-பின், வீட்டார் உண்ணும் வழக்கம் இருந்தது. அந்த-வழக்கம், சமூக-நெறியின் ஆழ்ந்த-வடிவம்.

இக்-கூற்று, கொன்றை வேந்தனின் பாடல் 34 "சை ஒத்து இருந்தால் ஐயம் இட்டு உண்" என்னும் கூற்றோடு ஒத்து-நிற்கிறது. சிறிய-வசதி-உள்ள-கட்டத்திலும், பகிர்ந்து-உண்.

இன்றைய பயன்பாடு

இக்காலத்தில் இக்-கூற்று, பகிர்வு-நெறியின் ஆழ்ந்த-வழிகாட்டி. தற்காலத்தில், "எனக்கு-மட்டும்" என்னும் வழக்கம் வளர்ந்துள்ளது. பகிர்வின் வழக்கம், மெல்ல-மெல்ல குறைகிறது.

ஔவையாரின் வழி — "உணவின்-முன், ஓர் சிறு-பகிர்வு-வழக்கம் வளர்." மாதம்-மாதம், ஓர் சிறு-தொகையை-தேவை-உள்ளவருக்கு-கொடு. தினம்-தினம், அண்டை-வீட்டாருக்கு, சார்ந்தோருக்கு — பகிர்வின் வழக்கத்தை வளர். அந்த-வழக்கம், உள்-தளத்தை வளர்க்கும்.

பாடல் 10 — ஓ: ஒப்புரவு ஒழுகு

ஒப்புரவு ஒழுகு.

சொற்பொருள்
ஒப்புரவு = பிறருக்கு-உதவும்-நெறி; ஒற்றுமை-நெறி; ஒழுகு = நடந்து-கொள்; வாழ்.

எளிய பொருள்
பிறருக்கு-உதவும்-நெறியில் — வாழ்.

விளக்கம்
இக்-கூற்று, ஔவையாரின் சமூக-நெறியின் ஆழ்ந்த-வடிவம். "ஒப்புரவு" என்னும் சொல், மிக-ஆழ்ந்த-கருத்தை-தருகிறது. பிறருக்கு-உதவுதல், ஒற்றுமையாக-வாழ்தல், சார்ந்தோரின் வாழ்வை-வளர்க்கும் வழியில்-நிற்றல் — இவை எல்லாம் ஒப்புரவின் கூறுகள்.

ஒப்புரவு, மக்கள்-வாழ்வின் வேராக நிற்கிறது. தனி-நலனை-மட்டும்-நாடுபவர், சமூகத்தில் ஆழ்ந்த-தளத்தை-அடைய-முடியாது. சார்ந்தோர்-நலனையும், சமூக-நலனையும் — தம்-நலனோடு-இணைத்து-வாழ்பவரே, ஆழ்ந்த-மதிப்பை-பெறுகின்றனர்.

இக்-கூற்று, திருக்குறளின் "ஒப்புரவறிதல்" என்னும் அதிகாரத்தோடு ஒத்து-நிற்கிறது. வள்ளுவர், ஒப்புரவை — அறத்தின் முதன்மை-கூறாக சுட்டினார். ஔவையாரும், ஆத்திசூடியின் தொடக்க-பாடல்களில் — அந்த-நெறியை வைத்துள்ளார்.

இன்றைய பயன்பாடு
இக்காலத்தில் இக்-கூற்று, மிக-ஆழ்ந்த-வழிகாட்டி. தற்காலத்தில், தனி-வாழ்வின் வழக்கம் வளர்ந்துள்ளது. சார்ந்தோர்-நலன், சமூக-நலன் — இவை இரண்டாம்-கூறுகளாக கருதப்-படுகின்றன. ஆனால் ஔவையாரின் வழி — "ஒப்புரவே வாழ்வின் வேர்."

தினம்-தினம், ஓர் சிறு-வழக்கம் — சார்ந்தோர்-மக்களின் தேவையை-கவனி, அவர்களுக்கு உதவ-முயற்சி-செய். ஓர் சிறு-கூற்றில் சமூகத்திற்கு-உதவு. அந்த-வழக்கம், காலப்போக்கில், ஆழ்ந்த-உள்-தளத்தை வளர்க்கும்.

பாடல் 11 — ஓ: ஓதுவது ஒழியேல்

ஓதுவது ஒழியேல்.

சொற்பொருள்
ஓதுவது = கற்றுக்-கொள்ளுதல்; படிப்பது; ஒழியேல் = நிறுத்தாதே; விடாதே.

எளிய பொருள்
கற்றுக்-கொள்ளுதலை — ஒருபோதும் நிறுத்தாதே.

விளக்கம்
இக்-கூற்று, ஔவையாரின் கல்வி-நெறியின் தொடர்ச்சி-வடிவம். கல்வி, ஓர் கால-கட்டத்தில்-மட்டும் செய்ய-வேண்டிய கூற்று-அல்ல. அது, வாழ்-முழுவதின் தொடர்ச்சியாக-நிற்க-வேண்டியது. "ஒழியேல்" — நிறுத்தாதே. படிப்பு-முடிந்த-பின்னும், கல்வியின் வழக்கம் தொடர-வேண்டும்.

தினச்-கற்றலின் வழக்கம், மக்களின் உள்-தளத்தை — காலப்போக்கில் ஆழமாக-வளர்க்கும். ஓர் சில-நிமிட-வாசிப்பு, ஓர் புதிய-கருத்தை-அறிதல், ஓர்

ஆழ்ந்த-நூலின் சில-பக்கம் — இவை எல்லாம், கல்வியின் தொடர்ச்சியின் வடிவங்கள்.

இன்றைய பயன்பாடு

இக்காலத்தில் இக்-கூற்று, மிக-முதன்மையான-வழிகாட்டி. தற்காலத்தில், மக்கள் — பெரும்பாலும், படிப்பு-முடிந்த-பின், கற்றுக்-கொள்ளும் வழக்கத்தை-நிறுத்துகிறார்கள். ஔவையாரின் வழி — “எவ்வளவு-வயதான-போதும், கற்றுக்-கொள்ளுதலை நிறுத்தாதே.”

தினம்-தினம், ஓர் சிறு-வழக்கம் — ஓர் புதிய-கூற்றை-அறி, ஓர் ஆழ்ந்த-நூலின் சில-பக்கங்களை படி. அந்த-வழக்கம், மூளையின் ஆற்றலை-காப்பாற்றும், உள்-தளத்தை வளர்க்கும்.

பாடல் 12 — ஔ: ஔவியம் பேசேல்

ஔவியம் பேசேல்.

சொற்பொருள்

ஔவியம் = பொறாமை; குறை-கூறுதல்; பேசேல் = பேசாதே.

எளிய பொருள்

பொறாமையான-கூற்றை — பேசாதே.

விளக்கம்

இக்-கூற்று, ஔவையாரின் சொல்-நெறியின் ஆழ்ந்த-வடிவம். பொறாமை, மக்களின்-உள்ளத்தில் இயற்கையாக-தோன்றும் கூறு. மற்றோர்-மக்களின் வளர்ச்சி, செல்வம், புகழ் — இவற்றை-பார்த்து, ஓர் கசப்பு-உள்ளம்-உள்ளே-தோன்றுகிறது. அந்த-உள்-கசப்பை, மக்கள் — வெளி-பேச்சில் வெளிப்படுத்தும்-போது, அது மிக-தீய-விளைவை தருகிறது.

“பேசேல்” — பேசாதே. மிக-நேரடி-கூற்று. பொறாமை, உள்ளத்தில் தோன்றினால், அதை-வெளி-பேச்சில் வளர்க்காதே. உள்ளத்தில்-வைத்து, அமைதியாக கையாள். வெளி-வடிவம் கொடுத்தால், அது பல-தீய-விளைவுகளை தரும்.

இக்-கூற்று, கொன்றை வேந்தனின் பாடல் 12 “ஔவியம் பேசுதல் ஆக்கத்திற்கு அழிவு” என்னும் கூற்றோடு ஒத்து-நிற்கிறது. பொறாமை-பேச்சு, பேசுபவரின் சொந்த-ஆக்கத்தையே அழிக்கும்.

இன்றைய பயன்பாடு

இக்காலத்தில் இக்-கூற்று, மிக-நெருக்கமான-வழிகாட்டி. சமூக-வலையின் வழியில், பொறாமை-கூற்றுகள் இடைவிடாமல் தோன்றுகின்றன. மற்றோர்-மக்களின் வாழ்வை-பற்றி பல-கசப்பான-கருத்துகள் வெளியிடப்-படுகின்றன. ஔவையாரின் வழி — “அந்த-வழக்கத்தை மறு.”

தினம்-தினம், ஓர் சிறு-உள்-கேள்வி — “இக்-கூற்று, பொறாமையின் வடிவத்தில்-உள்ளதா? இதை-பேச-தேவையா?” அந்த-உள்-கேள்வி, பொறாமை-வழக்கத்தில் இருந்து விடுபடும் ஆற்றலை வளர்க்கும்.

பாடல் 13 — அஃ: அஃகம் சுருக்கேல்

அஃகம் சுருக்கேல்.

சொற்பொருள்

அஃகம் = தானியம்; சேமிக்கப்-படும்-பொருள்; சுருக்கேல் = வீணாக்காதே; சுருங்க-விடாதே.

எளிய பொருள்

தானியம் போன்ற சேமிக்கப்-படும் பொருளை — வீணாக-சுருங்க-விடாதே.

விளக்கம்

இக்-கூற்று, ஔவையாரின் சேமிப்பு-நெறியின் ஆழ்ந்த-வடிவம். தானியம், மக்களின் உணவின் வேராக நிற்கிறது. அதை, கவனமாக சேமிக்க-வேண்டும். வீணாக்க-கூடாது. சேமிப்பின் வழக்கம், எதிர்கால-தேவைகளுக்கு-காப்பாற்றும்.

"சுருக்கேல்" — "சுருக்காதே, குறைக்காதே, வீணாக்காதே." மிக-நேரடி-கூற்று. தானியத்தை-மட்டும் அல்ல; எந்த-சேமிக்கப்-படும்-கூற்றையும் — செல்வம், ஆற்றல், காலம் — வீணாக-சுருங்க-விடாதே.

இக்-கூற்று, கொன்றை வேந்தனின் பாடல் 13 "அஃகமும் காசும் சிக்கெனத் தேடு" என்னும் கூற்றோடு ஒத்து-நிற்கிறது. சிக்கனம், சேமிப்பு — இவை மக்களின் வாழ்வின் முதன்மை-கூறுகள்.

இன்றைய பயன்பாடு

இக்காலத்தில் இக்-கூற்று, மிக-நெருக்கமான-வழிகாட்டி. தற்காலத்தில், உணவு-வீணாக்கம் — மிக-பெரிய-கேள்வியாக-வந்துள்ளது. வீட்டில், விடுதியில், திருமண-விருந்தில் — அதிக-உணவு வீணாக்கப்-படுகிறது. ஔவையாரின் வழி — "தானியத்தை, உணவை, மதி. வீணாக்காதே."

தினம்-தினம், ஓர் சிறு-வழக்கம் — உண்ணும்-அளவை-மட்டும் எடுத்துக்-கொள். மிஞ்சியதை, தேவை-உள்ளவருக்கு-கொடு. அந்த-வழக்கம், சேமிப்பு-நெறியின் ஆழ்ந்த-தளத்தை வளர்க்கும்.

பாடல் 14 — க: கண்டொன்று சொல்லேல்

கண்டொன்று சொல்லேல்.

சொற்பொருள்

கண்டொன்று = கண்-பார்த்த-ஒன்றை; ஒரு-கூற்றை; சொல்லேல் = வேறு-கூற்றாக சொல்லாதே.

எளிய பொருள்

கண்-பார்த்த-ஒன்றை, கற்பனை-சேர்த்து வேறு-கூற்றாக சொல்லாதே.

விளக்கம்

இக்-கூற்று, ஔவையாரின் நேர்மை-நெறியின் ஆழ்ந்த-வடிவம். கண்-பார்த்த-கூற்றை, மறைத்து வேறு-கூற்றாக சொல்வது — ஓர் ஆழ்ந்த-வஞ்சகம். ஔவையாரின் வழி — "அந்த-வழக்கத்தை விலகு. கண்-பார்த்ததை, கண்-பார்த்தபடி சொல்."

இக்-கூற்றில் ஓர் ஆழ்ந்த-கருத்து உள்ளது. நேர்மை, மக்களின் ஆழ்ந்த-உள்-நெறி. கண்-பார்த்த-கூற்றை-மறைப்பவர், அதோடு-கற்பனை-சேர்த்து

வேறு-வடிவாக்குபவர் — மற்றோர்-மக்களின் நம்பிக்கையை இழக்கிறார். அந்த-இழப்பு, காலப்போக்கில், அவரின் வாழ்வை-கடினமாக்கும்.

இன்றைய பயன்பாடு

இக்காலத்தில் இக்-கூற்று, மிக-முதன்மையான-வழிகாட்டி. சாட்சி-கூற்றில், விசாரணைகளில், கூட்டாளி-விசாரிப்புகளில், சமூக-வலையின் கருத்து-பகிர்வில் — மக்கள், கண்-பார்த்த-கூற்றை மறைத்து வேறு-கூற்றாக சொல்வதன் வழக்கம் வளர்ந்துள்ளது. அந்த-வழக்கம், நீதியின் வேரை அறுக்கும்; உறவின் நம்பிக்கையை வீழ்த்தும்.

ஔவையாரின் வழி — "நேர்மையை, மிக-முதன்மை-நெறியாக-கொள்." கண்-பார்த்த-கூற்றை, கூட்டாளியின் தாக்கங்களுக்கு-மீறி, நேர்மையாக சொல். அந்த-வழக்கம், ஆழ்ந்த-உள்-நெறியின் வேராக நிற்கும்.

பாடல் 15 — ஙு: ஙப் போல் வளை

ஙப் போல் வளை.

சொற்பொருள்

ஙப் = "ங" என்னும் தமிழ்-எழுத்து; போல் = போல்; வளை = வளைந்துகொள்; பணிவாக-இரு.

எளிய பொருள்

"ங" என்னும் வளைந்த-எழுத்தை-போல, நீயும் வளைந்து-பணிவாக-இரு.

விளக்கம்

இக்-கூற்று, ஔவையாரின் பணிவு-நெறியின் மிக-அழகான-வடிவம். தமிழ் எழுத்துகளில், "ங" என்னும் எழுத்து — ஓர் வளைந்த-வடிவை-உடையது. அந்த-வளைவு, பணிவின் வடிவத்தை சுட்டுகிறது. மக்களும், அதே-போல், வாழ்வில் வளைந்து-பணிவாக-நிற்க-வேண்டும்.

"வளை" என்னும் சொல், மிக-நுட்பமான-வடிவம். வளைவு, பலவீனம்-அல்ல; ஆழ்ந்த-நெகிழ்வு. கடின-கட்டத்தில், வளைந்து-கொள்ளும் தன்மை — மக்களை-வீழ்வில் இருந்து காப்பாற்றுகிறது. வளையாமல், கடினமாக-நிற்போர் — ஓர் கட்டத்தில் முறிந்து-வீழ்வர். வளைந்து-நிற்போர், கடினங்களை-தாங்கிக்-கொண்டு வளர்வர்.

இக்-கூற்று, ஓர் இயற்கை-நெறியை சுட்டுகிறது. நெகிழ்வு-உள்ள-மரங்கள், புயல்-வந்த-கட்டத்தில் வளைந்து-நிற்கின்றன. கடினமான-மரங்கள், முறிந்து-வீழ்கின்றன. மக்களும், அதே-வழியில் — நெகிழ்வு-உள்ளவராக நிற்க-வேண்டும்.

இன்றைய பயன்பாடு

இக்காலத்தில் இக்-கூற்று, மிக-முதன்மையான-வழிகாட்டி. தற்காலத்தில், கடினமான-கருத்து-கூற்றுகள், கடினமான-நிலைகள் — மிக-வழக்கமாக-உள்ளன. அந்த-கடினத்தை-தாங்கிக்-கொள்ள, நெகிழ்வு-தேவை.

ஔவையாரின் வழி — "ஙப்-போல், வளைந்துகொள். கடினமாக-நிற்காமல், நெகிழ்வோடு நில்." குடும்ப-உறவில், பணி-சூழலில், சமூக-கூட்டத்தில் — நெகிழ்வோடு-நிற்கும் வழக்கம், ஆழ்ந்த-உள்-வலிமையின் வடிவம்.

குழந்தைகளுக்கு

கதை: ஓர் காட்டில், இரண்டு-மரங்கள் வளர்ந்தன. ஒன்று — பெரிய-கருவாலி-மரம், மிக-கடினம். மற்றொன்று — வளைந்த-மூங்கில், மிக-நெகிழ்வு. ஓர் நாள், பெரிய-புயல்-வந்தது. கடின-மரம், "நான் வலிமை-உள்ளவன்,

புயலை எதிர்-நிற்பேன்” என்று நிலையாக-நின்றது. வளைந்த-மூங்கில், காற்றோடு வளைந்து-கொண்டே-நின்றது. புயல்-முடிந்த-பின், பெரிய-கருவாலி-மரம் — முறிந்து-வீழ்ந்திருந்தது. ஆனால் மூங்கில் — நெகிழ்வோடு வளைந்து, மீண்டும் நிமிர்ந்து-நின்றது. வளைந்து-கொள்ளும் தன்மை, ஆழ்ந்த-வலிமையின் வடிவம் என்று, அந்த-காட்டு-பாடம்-கற்பித்தது.

பாடல் 16 — ச: சனி நீராடு

சனி நீராடு.

சொற்பொருள்

சனி = சனிக்-கிழமை; நீராடு = நீராடு; குளி.

எளிய பொருள்

சனிக்-கிழமை-தோறும் நீராடி, சுத்தம்-காப்பாற்றிக்-கொள்.

விளக்கம்

இக்-கூற்று, ஔவையாரின் உடல்-சுத்த-நெறியின் வடிவம். வாரம்-தோறும், ஓர் குறிப்பிட்ட-நாளில், எண்ணெய்-தலை-முழுகி, சிறப்பான-வடிவில் நீராடுதல் — பழ-மரபின் வழக்கம். அந்த-வழக்கம், உடல்-சுத்தத்தை-வளர்க்கும். உள்-ளத்தையும் வளர்க்கும்.

“நீராடு” என்னும் சொல், வெறும்-குளிப்பு-அல்ல; ஓர் ஆழ்ந்த-சுத்த-வழக்கம். பழ-காலத்தில், எண்ணெய்-தலை-முழுகி, சாம்பிராணி-புகை-கொள்ளுதல், மலர்-சூட்டுதல் — இவை எல்லாம் அந்த-வழக்கத்தின் கூறுகள். இக்-காலத்தில், அளவான-வடிவில், அந்த-வழக்கத்தை வளர்க்க-முடியும்.

இன்றைய பயன்பாடு

இக்காலத்தில் இக்-கூற்று, உடல்-நல-நெறியின் வழிகாட்டி. தினச்-குளிப்பு-மட்டும்-அல்லாமல், வாரத்துக்கு-ஓர் சிறப்பான-சுத்த-வழக்கம் — உடல்-நலனை-வளர்க்கும். அந்த-வழக்கம், உள்ளத்தையும் — புத்துணர்வுடன் வைத்திருக்கும். ஓர் கால-கூறை-தனியாக-வைத்து, தம்-உடலை-மதிக்கும் வழக்கம் — மிக-முதன்மை.

பாடல் 17 — ஞ: ஞயம்பட உரை

ஞயம்பட உரை.

சொற்பொருள்

ஞயம்பட = நயம்-பொருந்திய-வகையில்; இனிய-வடிவில்; உரை = சொல்; பேசு.

எளிய பொருள்

நயம்-பொருந்திய இனிய-சொற்களால் பேசு.

விளக்கம்

இக்-கூற்று, ஔவையாரின் சொல்-நெறியின் ஆழ்ந்த-வடிவம். “நயம்” என்னும் சொல், இனிமை, மென்மை, அழகு என்னும் கருத்துகளை-தருகிறது. பேசும்-கட்டத்தில், சொற்களை — கடினமாக-அல்ல; இனிமையாக-வைக்க-வேண்டும். அந்த-வழக்கம், மற்றோர்-மக்களின் உள்ளத்தை-வளர்க்கும்.

இக்-கூற்று, கொன்றை வேந்தனின் பாடல் 17 “கீழோர் ஆயினும் தாழ உரை” என்னும் கூற்றோடு ஒத்து-நிற்கிறது. பணிவான-தொனியும்,

இனிய-சொற்களும் — பேச்சின் இரு-கூறுகள். இரண்டும் சேர்ந்தால்-தான், பேச்சின் ஆழ்ந்த-வடிவம்.

திருக்குறளில் வள்ளுவர், “இனிய உளவாக இன்னாத கூறல் கனியிருப்பக் காய்கவர்ந் தற்று” (குறள் 100) — இனிய-சொற்கள்-இருக்க, கடின-சொற்களை-பேசுவது, பழம்-இருக்க காயை-பறிப்பது போல். ஔவையாரும், அதே-நெறியின் வழியில் நிற்கிறார்.

இன்றைய பயன்பாடு

இக்காலத்தில் இக்-கூற்று, மிக-முதன்மையான-வழிகாட்டி. பணி-சூழலில், குடும்பத்தில், சமூக-வலையில் — இனிய-சொற்களின் வழக்கம் வளர-வேண்டும். கடின-சொற்கள், கோபமான-தொனி — இவை உறவை-வீழ்த்தும்.

தினம்-தினம், ஓர் சிறு-உள்-கேள்வி — “எனது-பேச்சு, இக்-கணத்தில் நயம்-பொருந்தியதாக-உள்ளதா?” அந்த-உள்-கேள்வி, பேச்சின் ஆழ்ந்த-நெறியை வளர்க்கும்.

பாடல் 18 — இ: இடம்பட வீடு எடேல்

இடம்பட வீடு எடேல்.

சொற்பொருள்

இடம்பட = அளவுக்கு-மீறிய பெரிய-இடத்தில்; வீடு = வீட்டை; எடேல் = கட்டாதே; வாங்காதே.

எளிய பொருள்

அளவுக்கு-மீறிய பெரிய-வீட்டை — கட்டாதே, வாங்காதே.

விளக்கம்

இக்-கூற்று, ஔவையாரின் அளவான-வாழ்வு-நெறியின் வடிவம். வீடு, மக்களின்-வாழ்வுக்கு தேவையான-கூறு. ஆனால் அளவுக்கு-மீறிய பெரிய-வீடு, மிகுந்த-செலவை-தரும். அதன்-நிர்வாகம், மிக-கடினம். ஔவையாரின் வழி — “தேவைக்கு-ஏற்ற-வீடு போதும். அளவை-மீறாதே.”

“வீடு” என்னும் சொல், கடின-வாழ்வின் ஓர் முதன்மை-கூறு. அதை — “பெரிய-வீடு வாழ்வின் வெற்றியின் அடையாளம்” என்று கருதும் வழக்கம், மிக-தவறான-கருத்து. வீட்டின்-உள்-ஆழம், அதன்-அளவில் இல்லை; அதில்-வாழும்-மக்களின் உள்ளத்தில் உள்ளது.

இன்றைய பயன்பாடு

இக்காலத்தில் இக்-கூற்று, மிக-நெருக்கமான-வழிகாட்டி. தற்காலத்தில், பெரிய-வீடு, விசேட-வீட்டுக்-கூறுகள் — இவை வாழ்வின் வெற்றியின் அடையாளமாக கருதப்-படுகின்றன. ஆனால் அவற்றுக்கான கடன், செலவின்-பளு, நிர்வாக-கடினம் — இவை வாழ்வை வீழ்த்தும்.

ஔவையாரின் வழி — “தேவைக்கு-ஏற்ற-வீடு போதும்.” அதன்-வழியில், கடினங்கள்-குறையும்; வாழ்வின் ஆழ்ந்த-கூறுகளுக்கு கால-வசதி கிடைக்கும்.

பாடல் 19 — இ: இணக்கம் அறிந்து இணங்கு

இணக்கம் அறிந்து இணங்கு.

சொற்பொருள்

இணக்கம் = ஒத்த-தன்மை; பொருத்தம்; அறிந்து = அறிந்து-கொண்டு; இணங்கு = சேர்ந்து-கொள்.

எளிய பொருள்

மற்றோரின் இணக்கத்தை-அறிந்த-பின் — அவரோடு சேர்ந்து-கொள்.

விளக்கம்

இக்-கூற்று, ஔவையாரின் கூட்டுறவு-நெறியின் ஆழ்ந்த-வடிவம். கூட்டாளியை-தேர்ந்தெடுக்கும்-கட்டத்தில், அவரது-இயல்பை-அறிந்துகொள்ள-வேண்டும். அவர், நெறி-வழியில்-நிற்பவரா? உள்-தளம் ஆழ்ந்தவரா? உனது-இயல்போடு பொருந்துபவரா? — இக்-கேள்விகளுக்கு பதில்-அறிந்த-பின், சேர்ந்து-கொள்.

“அறிந்து இணங்கு” — அறிந்தபின் இணங்கு. மிக-முதன்மை-கூற்று. சில-மக்கள், அறிவதற்கு-முன் இணங்கிக்-கொள்வர். பின்னர், அக்-கூட்டாளியின் தீய-கூறுகள் வெளிப்படும்-போது, கடின-கட்டம் வரும். ஔவையாரின் வழி — “அந்த-நிலையை தவிர். முதலில் அறி, பின் இணங்கு.”

இக்-கூற்று, கொன்றை வேந்தனின் பாடல் 48 “நல்லிணக்கம் அல்லல் படுத்தும்” என்னும் கூற்றோடு ஒத்து-நிற்கிறது. தோற்றத்தின் வழியில் கூட்டுறவை-தீர்மானிக்காதே; ஆழ்ந்த-அறிதலின் வழியில் தீர்மானி.

இன்றைய பயன்பாடு

இக்காலத்தில் இக்-கூற்று, கூட்டுறவு-தேர்வின் ஆழ்ந்த-வழிகாட்டி. பணி-கூட்டாளி-தேர்வு, திருமண-துணை-தேர்வு, கூட்-தொழில்-தொடக்கம் — இக்-கட்டங்களில், அறிந்து-இணங்கும்-வழக்கம் மிக-முதன்மை.

தினம்-தினம், புதிய-மக்களோடு உறவை-வளர்க்கும்-கட்டத்தில், ஓர் சிறு-உள்-கேள்வி — “இவரின் ஆழ்ந்த-இயல்பு என்ன? அதை-அறியும்-முன், நெருக்கமான-உறவை-தொடங்கலாமா?” அந்த-உள்-கேள்வி, கூட்டுறவின் ஆழ்ந்த-தளத்தை வளர்க்கும்.

பாடல் 20 — த: தந்தை தாய்ப் பேண்

தந்தை தாய்ப் பேண்.

சொற்பொருள்

தந்தை = தகப்பன்; தாய்ப் = தாயை; பேண் = பாதுகாத்து-போற்று; மதி.

எளிய பொருள்

தந்தையையும், தாயையும் — பாதுகாத்து போற்று.

விளக்கம்

இக்-கூற்று, ஔவையாரின் பெற்றோர்-மதிப்பு-நெறியின் ஆழ்ந்த-வடிவம். மக்களின்-வாழ்வை-உருவாக்கியவர்கள் — பெற்றோர். அவர்களை, காப்பாற்றும், போற்றும் வழக்கம் — மக்களின் ஆழ்ந்த-கடமை.

“பேண்” என்னும் சொல், பாதுகாப்பு, போற்றுதல், மதிப்பு என்னும் கருத்துகளை-தருகிறது. பெற்றோரை, வெறும்-மரியாதையோடு-மட்டும்

கருதக்-கூடாது. அவர்களின் தேவைகளை-பார்த்து, காப்பாற்றும் வழக்கம் — மிக-முதன்மை.

இக்-கூற்று, கொன்றை வேந்தனின் முதல்-பாடல் "அன்னையும் பிதாவும் முன்னறி தெய்வம்" என்னும் கூற்றோடு ஒத்து-நிற்கிறது. ஔவையாரின் இரண்டு-நூல்களிலும், பெற்றோர்-மதிப்பு — மிக-முதன்மை-நெறியாக நிற்கிறது.

இன்றைய பயன்பாடு

இக்காலத்தில் இக்-கூற்று, மிக-நெருக்கமான-வழிகாட்டி. தற்காலத்தில், பெற்றோர்-தொலைதூரத்தில் வாழும்-வழக்கம் வளர்ந்துள்ளது. அவர்களின் தேவைகளை, அன்போடு-பார்க்க-வேண்டிய கடமை — பெரும்பாலும் மறக்கப்-படுகிறது.

தினம்-தினம், ஓர் சிறு-வழக்கம் — பெற்றோரோடு தொலைபேசி-தொடர்பு. மாதம்-மாதம், ஓர் வருகை. அவர்களின் உடல்-நல-நிலை, மன-நிலை — இவற்றை அன்போடு பார். அந்த-வழக்கம், மக்களின் ஆழ்ந்த-கடமை-நெறியின் வேராக நிற்கும்.

பாடல் 21 — ந: நன்றி மறவேல்

நன்றி மறவேல்.

சொற்பொருள்

நன்றி = உதவி; செய்த-நற்-கூறு; மறவேல் = மறக்காதே.

எளிய பொருள்

உனக்கு-செய்யப்-பட்ட நன்றியை — மறக்காதே.

விளக்கம்

இக்-கூற்று, ஔவையாரின் நன்றி-நெறியின் ஆழ்ந்த-வடிவம். மக்களின்-வாழ்வில், பல-கட்டங்களில், மற்றோர்-மக்கள் உதவி-செய்வார்கள். அந்த-உதவியின் நன்றியை, மறக்காமல்-நினைவில்-வைத்துக்-கொள்ள-வேண்டும். அதுவே, ஆழ்ந்த-உள்-நெறியின் வடிவம்.

"நன்றி" என்னும் சொல், உதவியின் கூற்றை மட்டுமே-அல்ல; அதன்-நினைவை-வைத்துக்-கொள்ளும் உள்-கூற்றையும் சுட்டுகிறது. நன்றி-உணரும் வழக்கம், மக்களின் உள்-தளத்தை-வளர்க்கும். நன்றி-மறக்கும் வழக்கம், மக்களின் உள்-தளத்தை-தாழ்த்தும்.

இக்-கருத்து, தமிழ்-மரபின் ஆழ்ந்த-நெறி. திருக்குறளில் வள்ளுவர், "செய்யாமற் செய்த உதவிக்கு வையகமும் வானகமும் ஆற்றல் அரிது" (குறள் 101) — செய்யாமலே செய்த-உதவிக்கு, ஞாலமும், விண்ணும் ஈடாகாது. அதை-மறப்பது, பெரும்-தவறு.

இன்றைய பயன்பாடு

இக்காலத்தில் இக்-கூற்று, மிக-முதன்மையான-வழிகாட்டி. தற்காலத்தில், மக்கள் — பெரும்பாலும், தம்-வளர்ச்சியின் வழியில், தங்களுக்கு-உதவியவர்களை மறக்கின்றனர். "நான் என்-முயற்சியால் வளர்ந்தேன்" என்னும் கருத்து தோன்றுகிறது. ஆனால் அந்த-கருத்து, பெரும்-தவறு.

தினம்-தினம், ஓர் சிறு-வழக்கம் — உதவியவர்களை-நினைவில்-கொள். ஓர் சிறு-நன்றி-கூற்றை-தெரிவி. அந்த-வழக்கம், உள்-தளத்தை-வளர்க்கும்.

பாடல் 22 — ப: பருவத்தே பயிர் செய்

பருவத்தே பயிர் செய்.

சொற்பொருள்

பருவத்தே = சரியான-காலத்தில்; பயிர் = விளைச்சல்-தரும்-செடி; செய் = வளர்.

எளிய பொருள்

சரியான-காலத்தில் பயிரை செய்-வளர்.

விளக்கம்

இக்-கூற்று, ஔவையாரின் கால-நெறியின் ஆழ்ந்த வடிவம். வேளாண்மையில், ஒவ்வொரு-பயிருக்கும், ஓர் சரியான-கால-கட்டம் உள்ளது. அந்த-கால-கட்டத்தில்-விதைத்தால்-மட்டுமே, பயிர் சிறப்பாக-விளையும். கால-கட்டத்தை-மீறி-விதைத்தால், பயிர் வீழும். அதே-வழி, வாழ்வின் எல்லா-கூறுகளுக்கும் பொருந்தும்.

“பருவத்தே” என்னும் சொல், மிக-முதன்மை. ஒவ்வொரு-செயலுக்கும், ஓர் சரியான-கால-கட்டம் உள்ளது. அந்த-கால-கட்டத்தில் செய்தால்-மட்டுமே, செயல் சிறப்பாக-முடியும். கால-கட்டத்தை-மீறினால், செயல் வீழும்.

இக்-கூற்று, மூதுரையின் பாடல் 5 “அடுத்து முயன்றாலும் ஆகும் நாள் அன்றி” என்னும் கூற்றோடு ஒத்து-நிற்கிறது. காலத்தை-மீறிய-முயற்சி, பயன்-தராது.

இன்றைய பயன்பாடு

இக்காலத்தில் இக்-கூற்று, மிக-முதன்மையான-வழிகாட்டி. குழந்தைகளின் வளர்ப்பு, கல்வியின் தொடக்கம், பணி-வாழ்வின் வளர்ச்சி — இவை எல்லாம், சரியான-கால-கட்டத்தில்-நடக்க-வேண்டும். கால-கட்டத்தை-மீறினால், அவை வீழும்.

தினம்-தினம், ஓர் சிறு-உள்-கேள்வி — “இக்-கணம், எந்த-செயலின் கால-கட்டம்? அதை, இக்-கணத்தில் செய்கிறேனா?” அந்த-உள்-கேள்வி, கால-நெறியின் ஆழ்ந்த-தளத்தை வளர்க்கும்.

பாடல் 23 — ம: மண் பறித்து உண்ணேல்

மண் பறித்து உண்ணேல்.

சொற்பொருள்

மண் = நிலம்; பிறரது-உரிமை; பறித்து = கைப்பற்றி; உண்ணேல் = வாழாதே.

எளிய பொருள்

பிறரது-நிலத்தை, உரிமையை — கைப்பற்றி வாழாதே.

விளக்கம்

இக்-கூற்று, ஔவையாரின் நேர்மை-நெறியின் ஆழ்ந்த-வடிவம். பிறருக்கு உரியதை, தம்-கையில்-எடுத்துக்-கொண்டு வாழ்தல் — ஓர் ஆழ்ந்த-தீய-செயல். அத்தகைய-வழக்கத்தில் சிக்கினால், மக்களின் வாழ்-தளம் வீழும். மற்றோர்-மக்களின் சாபம், அவர்களின் வாழ்வை-பாதிக்கும்.

“மண் பறித்து” — மிக-நேரடி-கூற்று. மண், பிறரது-உரிமை. அதை-கைப்பற்றி-வாழ்தல், ஓர் ஆழ்ந்த-களவு. அத்தகைய-களவு, காலப்போக்கில், மக்களை-வீழ்த்தும்.

இக்-கூற்று, கொன்றை வேந்தனின் பாடல் 63 "புலையும் கொலையும் களவும் தவிர்" என்னும் கூற்றோடு ஒத்து-நிற்கிறது. களவின் வழக்கம், ஆழ்ந்த-தீய-நெறி.

இன்றைய பயன்பாடு

இக்காலத்தில் இக்-கூற்று, மிக-நெருக்கமான-வழிகாட்டி. பிறரது-உரிமையை-கைப்பற்றும் வழக்கம், பல-வடிவில்-உள்ளது. நில-களவு, கருத்து-களவு, பணி-களவு, பெயரின்-களவு — இவை எல்லாம், இக்-கூற்றின் இக்கால-வடிவங்கள்.

ஔவையாரின் வழி — "எவ்வளவு-சிறிய-வடிவில்-தோன்றினாலும், களவின் வழக்கத்தில் சிக்காதே." தினம்-தினம், ஓர் சிறு-உள்-உறுதி — "பிறரது-உரிமையை, மதிப்பேன். கைப்பற்ற-மாட்டேன்." அந்த-உள்-உறுதி, ஆழ்ந்த-நேர்மை-நெறியின் வேராக நிற்கும்.

பாடல் 24 — இ: இயல்பு அலாதன செய்யேல்

இயல்பு அலாதன செய்யேல்.

சொற்பொருள்

இயல்பு = இயற்கையான-நெறி; உள்-நிலை; அலாதன = அல்லாதவை; எதிர்-கூறுகள்; செய்யேல் = செய்யாதே.

எளிய பொருள்

உனது-இயல்புக்கும் அறத்துக்கும் மாறான செயல்களை — செய்யாதே.

விளக்கம்

இக்-கூற்று, ஔவையாரின் இயல்பு-நெறியின் ஆழ்ந்த-வடிவம். "இயல்பு" என்னும் சொல், மக்களின் ஆழ்ந்த-உள்-நிலையை சுட்டுகிறது. அந்த-உள்-நிலைக்கு-மாறான கூற்றுகளை-செய்தால், மக்களின் வாழ்வு வீழும். உள்-தளமும் வீழும்.

"இயல்பு அலாதன" — இயல்புக்கு-எதிரான கூற்றுகள். மற்றோரின் தாக்கத்தால், சமூகத்தின் அழுத்தத்தால், தனி-விருப்பத்தின் வேக-கூற்றால் — இயல்புக்கு-எதிரான கூற்றுகளை-செய்யத்-தூண்டப்-படுவர். ஔவையாரின் வழி — "அவற்றை-தவிர்."

இக்-கூற்றில் ஓர் ஆழ்ந்த-உள்-நெறி உள்ளது. தம்-இயல்பை அறிந்துகொண்டு, அதன்-வழியில் வாழ்தல் — மக்களின் ஆழ்ந்த-நெறி. மற்றோரை-போல-வாழ-முயற்சி-செய்வது, தம்-இயல்பை மறந்து-வாழ்வது — இவை வாழ்வை-வீழ்த்தும்.

இன்றைய பயன்பாடு

இக்காலத்தில் இக்-கூற்று, தனிநபர்-நெறியின் ஆழ்ந்த-வழிகாட்டி. தற்காலத்தில், சமூக-வலையின் வழியில் — பல-மக்கள், மற்றோரை-போல-வாழ-முயற்சி-செய்கிறார்கள். தம்-இயல்பை-மறந்து, மற்றோரின் வாழ்-வடிவத்தை பின்-பற்றுகிறார்கள். அந்த-வழக்கம், அவர்களின் வாழ்வை வீழ்த்தும்.

ஔவையாரின் வழி — "தம்-இயல்பை அறிந்துகொள். அதன்-வழியில் வாழ்." தினம்-தினம், ஓர் சிறு-உள்-கேள்வி — "எனது-இயல்பு என்ன? அதன்-வழியில் வாழ்கிறேனா, அல்லது மற்றோரை-போல வாழ-முயற்சி-செய்கிறேனா?" அந்த-உள்-கேள்வி, இயல்பு-நெறியின் ஆழ்ந்த-தளத்தை வளர்க்கும்.

பாடல் 25 — அ: அரவம் ஆட்டேல்

அரவம் ஆட்டேல்.

சொற்பொருள்
அரவம் = பாம்பு; இடர்-தரும்-கூறு; ஆட்டேல் = விளையாடாதே.

எளிய பொருள்
பாம்பு-போன்ற இடர்-தரும்-கூறுகளோடு — விளையாடாதே.

விளக்கம்
இக்-கூற்று, ஔவையாரின் இடர்-தவிர்ப்பு-நெறியின் வடிவம். "அரவம்" என்னும் சொல், பாம்பை சுட்டுகிறது. பாம்பு, மிக-இடர்-தரும்-உயிர். அதனோடு விளையாடினால், கடினமான-விளைவு வரும். அதே-வழி, வாழ்வின் இடர்-தரும்-கூற்றுகளோடு விளையாடினால், கடினமான-விளைவு வரும்.

"ஆட்டேல்" — விளையாடாதே. மிக-நேரடி-கூற்று. சில-மக்கள், இடர்-தரும்-கூற்றுகளை — "எனக்கு-ஒன்றும் ஆகாது" என்னும் ஆணவத்தில் — அணுகுகிறார்கள். ஔவையாரின் வழி — "அந்த-ஆணவத்தை-விட. இடர்-தரும்-கூற்றுகளை, தூரத்தில்-வைத்துக்-கொள்."

இன்றைய பயன்பாடு
இக்காலத்தில் இக்-கூற்று, மிக-நெருக்கமான-வழிகாட்டி. தற்காலத்தில், இடர்-தரும்-கூற்றுகள் — பல-வடிவில்-உள்ளன. குடி-மயக்கம், சூதாட்டம், கட்டுப்பாடற்ற-தொடர்புகள், ஆபத்தான-முதலீடு — இவை எல்லாம், அரவம்-போன்ற-இடர்-கூற்றுகள்.

ஔவையாரின் வழி — "இவற்றோடு விளையாடாதே." சிறு-வடிவில் தொடங்கினாலும், அவை வளர்ந்து, மிக-கடினமான-விளைவை-தரும். தூரத்தில்-வைத்துக்-கொள்.

பாடல் 26 — இ: இலவம் பஞ்சில் துயில்

இலவம் பஞ்சில் துயில்.

சொற்பொருள்
இலவம் = இலவ-மரம்; பஞ்சில் = இலவ-மரத்தின் மென்மையான-பஞ்சில்; துயில் = உறங்கு.

எளிய பொருள்
இலவ-மரத்தின் மென்மையான பஞ்சில் உறங்கு (எளிய-வசதியில்-கூட திருப்தியாக-வாழ).

விளக்கம்
இக்-கூற்று, ஔவையாரின் திருப்தி-நெறியின் ஆழ்ந்த-வடிவம். "இலவம் பஞ்சு" — இலவ-மரத்தின் மென்மையான-பஞ்சு. பழ-காலத்தில், பெரும்-வசதி-உள்ளவர், பட்டு-படுக்கையில் உறங்கினர். ஆனால் ஔவையார் — "இலவம் பஞ்சில்-கூட திருப்தியாக-உறங்கு" என்று சொல்கிறார். அதாவது, எளிய-வசதியில் திருப்தியாக-வாழ.

"துயில்" என்னும் சொல், உறக்கத்தை சுட்டுகிறது. ஆனால் அது, ஓர் பரந்த-வாழ்வு-நிலையை சுட்டுகிறது. வாழ்வின் அளவான-கூறுகளில் திருப்தியாக-நிற்றல். அதிக-வசதியை-நாடாமல், எளியதில்-திருப்தி-கொள்ளுதல்.

இன்றைய பயன்பாடு

இக்காலத்தில் இக்-கூற்று, மிக-முதன்மையான-வழிகாட்டி. தற்காலத்தில், அதிக-வசதியை-நாடும் வழக்கம் வளர்ந்துள்ளது. பெரிய-வீடு, சொகுசு-படுக்கை, அதிக-கூட்டுமேன்மை-பொருள்கள் — இவை வாழ்வின் வெற்றியின் அடையாளமாக கருதப்-படுகின்றன.

ஔவையாரின் வழி — "எளிய-வசதியில் திருப்தி-கொள்." அந்த-திருப்தி, மக்களின் உள்-தளத்தை-வளர்க்கும். கடின-கட்டத்திலும், எளிய-வசதியில்-வாழ-முடிந்தால், ஆழ்ந்த-உள்-வலிமை வளரும்.

பாடல் 27 — வ: வஞ்சகம் பேசேல்

வஞ்சகம் பேசேல்.

சொற்பொருள்

வஞ்சகம் = ஏமாற்றும்-கூற்று; பேசேல் = பேசாதே.

எளிய பொருள்

ஏமாற்றும்-கூற்றை — பேசாதே.

விளக்கம்

இக்-கூற்று, ஔவையாரின் சொல்-நெறியின் ஆழ்ந்த-வடிவம். வஞ்சகம், மக்களின்-உள்ளத்தில் தோன்றும் ஓர் தீய-கூறு. அந்த-வஞ்சகத்தை, வெளி-பேச்சில்-வெளிப்படுத்தினால், அது மற்றோர்-மக்களை-ஏமாற்றும். அந்த-ஏமாற்றம், காலப்போக்கில் வெளிப்படும். அப்போது, பேசியவரின் மரியாதை வீழும்.

"பேசேல்" — பேசாதே. மிக-நேரடி-கூற்று. வஞ்சக-உள்-நிலையை, வெளி-பேச்சில்-வளர்க்காதே. உள்ளத்திலேயே, அதை-தணிக்க-முயற்சி-செய்.

இக்-கூற்று, கொன்றை வேந்தனின் பாடல் 54 "நெஞ்சை ஒளித்து ஒரு வஞ்சகம் இல்லை" என்னும் கூற்றோடு ஒத்து-நிற்கிறது.

இன்றைய பயன்பாடு

இக்காலத்தில் இக்-கூற்று, மிக-நெருக்கமான-வழிகாட்டி. சமூக-வலையின் வழியில், பேச்சு-தளங்களில் — வஞ்சகமான-கூற்றுகள் இடைவிடாமல் தோன்றுகின்றன. ஔவையாரின் வழி — "இவற்றை மறு. உண்மையான-கூற்றை மட்டுமே பேசு."

தினம்-தினம், ஓர் சிறு-உள்-கேள்வி — "எனது-பேச்சு, இக்-கணத்தில், வஞ்சகத்தின் வடிவத்தில்-உள்ளதா?" அந்த-உள்-கேள்வி, சொல்-நெறியின் ஆழ்ந்த-தளத்தை வளர்க்கும்.

பாடல் 28 — அ: அழகு அலாதன செய்யேல்

அழகு அலாதன செய்யேல்.

சொற்பொருள்
அழகு = நல்-நெறி; சிறப்பு; அலாதன = அல்லாதவை; எதிர்-கூறுகள்; செய்யேல் = செய்யாதே.

எளிய பொருள்
நல்-நெறிக்கு மாறான கூற்றுகளை — செய்யாதே.

விளக்கம்
இக்-கூற்று, ஔவையாரின் நெறி-வாழ்வின் ஆழ்ந்த-வடிவம். "அழகு" என்னும் சொல், வெறும்-வெளி-தோற்றம்-அல்ல; ஆழ்ந்த-நல்-நெறி. அந்த-நெறிக்கு-மாறான கூற்றுகளை-செய்தால், மக்களின் வாழ்வு வீழும்.

இக்-கூற்று, பாடல் 24 "இயல்பு அலாதன செய்யேல்" என்னும் கூற்றோடு ஒத்து-நிற்கிறது. இரண்டிலும், "அலாதன செய்யேல்" என்னும் வடிவம். ஒன்றில், இயல்புக்கு-எதிரானவை. மற்றொன்றில், நல்-நெறிக்கு-எதிரானவை. இரண்டையும் தவிர்.

இன்றைய பயன்பாடு
இக்காலத்தில் இக்-கூற்று, மிக-முதன்மையான-வழிகாட்டி. தற்காலத்தில், நெறிக்கு-எதிரான கூற்றுகள் — "சாதனைக்கான வழி," "வெற்றியின் வழி" என்று காட்டப்-படுகின்றன. ஔவையாரின் வழி — "இவற்றை மறு." நெறி-வழியில் நின்று வாழ். மிக-கடினமான-கூற்றாக-தோன்றினாலும், நெறி-வழியில் நில்.

பாடல் 29 — இ: இளமையில் கல்

இளமையில் கல்.

சொற்பொருள்
இளமையில் = இளம்-வயதில்; கல் = கற்றுக்-கொள்.

எளிய பொருள்
இளம்-வயதிலேயே — கற்றுக்-கொள்.

விளக்கம்
இக்-கூற்று, ஔவையாரின் கல்வி-கால-நெறியின் வடிவம். கல்வி, எந்த-வயதிலும் கற்றுக்-கொள்ள-முடியும். ஆனால் இளம்-வயதில் கற்றுக்-கொள்வது, மிக-ஆழ்ந்த-தளத்தை வளர்க்கும். அந்த-வயதில், மூளை மிக-வேக-வளர்ச்சி-நிலையில் உள்ளது. நினைவாற்றல், புரிதல்-ஆற்றல் — இவை மிக-வலிமை.

"இளமையில்" என்னும் சொல், மிக-முதன்மை. இளமை-கடந்த-பின், கல்வி கடினமாக-தோன்றும். ஆகவே, இளமையின் கால-கட்டத்தை வீணாக்காதே. அதில், ஆழ்ந்த-கல்வியை கற்றுக்-கொள்.

இன்றைய பயன்பாடு
இக்காலத்தில் இக்-கூற்று, மிக-நெருக்கமான-வழிகாட்டி. தற்காலத்தில், பல-இளையோர் — இளமை-கால-கட்டத்தை வீணாக்குகிறார்கள். திரை-வழக்கம்,

சமூக-வலையின் இழுப்பு, கூட்-விளையாட்டு — இவை எல்லாம், கல்வியின் கால-கட்டத்தை எடுத்துக்-கொள்கின்றன.

ஔவையாரின் வழி — "இளமையின் கால-கட்டத்தை, கல்விக்கு பயன்படுத்து." அதன்-வழியாக, வாழ்-முழுவதின் வளர்ச்சிக்கு வேராக நிற்கும்-தளம் கட்டப்-படும்.

பாடல் 30 — அ: அரனை மறவேல்

அரனை மறவேல்.

சொற்பொருள்

அரனை = சிவ-பெருமானை; மறவேல் = மறக்காதே.

எளிய பொருள்

சிவ-பெருமானை (இறை-நினைவை) — மறக்காதே.

விளக்கம்

இக்-கூற்று, ஔவையாரின் பக்தி-நெறியின் ஆழ்ந்த-வடிவம். "அரன்" என்னும் சொல், சிவ-பெருமானை சுட்டுகிறது. ஆத்திசூடி, சைவ-மரபின் வழியில் எழுதப்-பட்டது. ஆகவே, அரன்-நினைவு — மக்களின் தினச்-வாழ்வின் வேராக-நிற்க-வேண்டும்.

"மறவேல்" — மறக்காதே. வேகமான-வாழ்வின் இடையே, இறை-நினைவை-மறக்கும் வழக்கம் வருகிறது. ஔவையாரின் வழி — "அந்த-மறப்பை விலகு. தினம்-தினம், ஓர் சிறு-வேளை, இறை-நினைவில் நில்."

இக்-கூற்றை, பரந்த-வடிவில் — "எந்த-நெறியின் வழியில் இருந்தாலும், உள்-தெய்வீக-கூற்றை மறக்காதே" என்று புரிந்துகொள்ள-முடியும். பக்தியின் வடிவம் வேறு-வேறாக-இருக்கலாம். ஆனால் உள்-தளத்தின் ஆழ்ந்த-நினைவு — ஓர் முதன்மை-கூறு.

இன்றைய பயன்பாடு

இக்காலத்தில் இக்-கூற்று, தினச்-பக்தி-நெறியின் வழிகாட்டி. தற்காலத்தில், வேக-வாழ்வின் இடையே — இறை-நினைவு பெரும்பாலும் மறக்கப்-படுகிறது. ஔவையாரின் வழி — "தினம்-தினம், ஓர் சிறு-வேளை, இறை-நினைவில் நில்."

காலையில், சில-நிமிட-மந்திர-உச்சாரணம், தியான-நிலை, உள்-நன்றி-கூற்று — இவை எல்லாம், அந்த-தினச்-வழக்கத்தின் வடிவங்கள். அந்த-வழக்கம், மக்களின் உள்-தளத்தை வளர்க்கும்.

பாடல் 31 — அ: அனந்தல் ஆடேல்

அனந்தல் ஆடேல்.

சொற்பொருள்
அனந்தல் = அளவு-மீறிய-உறக்கம்; சோம்பல்; ஆடேல் = செய்யாதே.

எளிய பொருள்
அளவு-மீறிய உறக்கத்திலும், சோம்பலிலும் — மூழ்காதே.

விளக்கம்
இக்-கூற்று, ஔவையாரின் உடல்-நெறியின் ஆழ்ந்த-வடிவம். உறக்கம், மக்களின் உடல்-நலனுக்கு-தேவை. ஆனால் அளவு-மீறிய-உறக்கம், சோம்பல் — மக்களின் வாழ்வை வீழ்த்தும். ஔவையாரின் வழி — "உறக்கத்தை, அளவான-வடிவில்-கொள்."

"அனந்தல்" என்னும் சொல், அதிக-உறக்கத்தையும், சோம்பலையும் சுட்டுகிறது. இரண்டும் சேர்ந்து, மக்களின் ஆற்றலை-குறைக்கும். அவற்றில்-மூழ்காதே. வேலை-செய்-வேண்டிய-கால-கட்டத்தில், அவற்றில் சிக்காதே.

இக்-கூற்று, கொன்றை வேந்தனின் பாடல் 36 "சோம்பர் என்பவர் தேம்பித் திரிவர்" என்னும் கூற்றோடு ஒத்து-நிற்கிறது. சோம்பல், மக்களின் வாழ்வை வீழ்த்தும். அதை-கட்டுப்படுத்த-வேண்டும்.

இன்றைய பயன்பாடு
இக்காலத்தில் இக்-கூற்று, மிக-முதன்மையான-வழிகாட்டி. தற்காலத்தில், திரை-வழக்கம், சமூக-வலையின் இழுப்பு — இவை மூலம், மக்கள் — அளவு-மீறிய-சோம்பலில் மூழ்குகிறார்கள். தினம்-தினம், மணி-கணக்காக திரை-முன் சோம்பலாக-நிற்கிறார்கள்.

ஔவையாரின் வழி — "அந்த-வழக்கத்தை விலகு. கடின-உழைப்பின் வழியில் நில்." தினம்-தினம், ஓர் சிறு-உள்-உறுதி — "சோம்பலில் சிக்க-மாட்டேன். உழைப்பின் வழியில் நிற்பேன்."

பாடல் 32 — க: கடிவது மற

கடிவது மற.

சொற்பொருள்
கடிவது = கடினமாக-சினந்து-சொல்வது; கண்டிக்கும்-வழக்கம்; மற = மறந்துவிடு; விட்டுவிடு.

எளிய பொருள்
கடினமாக-சினந்து கண்டிக்கும் வழக்கத்தை — மறந்துவிடு.

விளக்கம்
இக்-கூற்று, ஔவையாரின் கோப-நெறியின் ஆழ்ந்த-வடிவம். மக்கள், கோபமான-கட்டத்தில், கடின-சொற்களை-பயன்படுத்தும் வழக்கத்தில் வாழ்கிறார்கள். அந்த-கடின-சொற்கள், மற்றோர்-மக்களின் உள்ளத்தை-பாதிக்கும். உறவை-வீழ்த்தும்.

"கடிவது" என்னும் சொல், கடின-பேச்சை சுட்டுகிறது. கண்டிப்பு, கடின-தொனி, தாழ்த்தி-பேச்சு — இவை எல்லாம் கடிவின் வடிவங்கள். "மற" — அவற்றை-மறந்துவிடு. அந்த-வழக்கங்களில் சிக்காதே.

இக்-கூற்று, கொன்றை வேந்தனின் பாடல் 56 “நைபவர் எனினும் நொய்ய உரையேல்” என்னும் கூற்றோடு ஒத்து-நிற்கிறது.

இன்றைய பயன்பாடு

இக்காலத்தில் இக்-கூற்று, மிக-நெருக்கமான-வழிகாட்டி. குடும்பத்தில், பணி-சூழலில், சமூக-வலையில் — கடின-சொற்கள் இடைவிடாமல் பயன்படுத்தப்-படுகின்றன. ஔவையாரின் வழி — “கடிந்து-பேசும் வழக்கத்தை மறந்துவிடு. அமைதியான-தொனியில் பேசு.”

தினம்-தினம், ஓர் சிறு-உள்-உறுதி — “எவ்வளவு-கோபம்-வந்தாலும், கடின-சொற்களை பயன்படுத்த-மாட்டேன்.” அந்த-உள்-உறுதி, ஆழ்ந்த-உள்-நெறியின் வேராக நிற்கும்.

பாடல் 33 — க: காப்பது விரதம்

காப்பது விரதம்.

சொற்பொருள்

காப்பது = ஒழுக்கத்தை-காப்பாற்றுதல்; விரதம் = தவம்; ஆழ்ந்த-நெறி.

எளிய பொருள்

ஒழுக்கத்தை-காப்பாற்றுதலே — விரதம் (ஆழ்ந்த-நெறி).

விளக்கம்

இக்-கூற்று, ஔவையாரின் ஒழுக்க-நெறியின் ஆழ்ந்த-வடிவம். “விரதம்” என்னும் சொல், பெரும்பாலும் — உணவில்-கட்டுப்பாடு, செயலில்-கட்டுப்பாடு என்னும் வெளி-கூறுகளை சுட்டுகிறது. ஆனால் ஔவையார், அதன் ஆழ்ந்த-வடிவை சுட்டுகிறார் — ஒழுக்கத்தை-காப்பாற்றுதல்.

ஒழுக்கம், மக்களின் உள்-நெறியின் வடிவம். அதை-காப்பாற்றும்-வழக்கம், மிக-ஆழ்ந்த-விரதம். உடல்-கட்டுப்பாட்டோடு, உள்-கட்டுப்பாடு-வேண்டும். அந்த-உள்-கட்டுப்பாடு-தான், ஒழுக்கத்தின் ஆழ்ந்த-வடிவம்.

இக்-கூற்று, கொன்றை வேந்தனின் பாடல் 55 “நேரா நோன்பு சீராகாது” என்னும் கூற்றோடு ஒத்து-நிற்கிறது. நெறி-வழியில்-நின்று-செய்த-விரதமே, ஆழ்ந்த-பயனை-தரும்.

இன்றைய பயன்பாடு

இக்காலத்தில் இக்-கூற்று, மிக-ஆழ்ந்த-வழிகாட்டி. தற்காலத்தில், மக்கள் — பல-வடிவில் விரதங்களை-செய்கிறார்கள். ஆனால் அவற்றோடு, ஒழுக்க-வழக்கத்தை வளர்க்காமல், விரதம் வீண்.

ஔவையாரின் வழி — “விரதத்தோடு, ஒழுக்கத்தை வளர்.” தினம்-தினம், கோபக்-கட்டுப்பாடு, அமைதியான-பேச்சு, நேர்மை-வழியில் வாழ்தல் — இவை அனைத்தும், ஆழ்ந்த-விரதத்தின் வடிவங்கள்.

பாடல் 34 — க: கிழமைப்பட வாழ்

கிழமைப்பட வாழ்.

சொற்பொருள்

கிழமைப்பட = உறவினர்க்கும் சமூகத்திற்கும் ஏற்ற-வடிவில்; வாழ் = வாழ்-நெறியில் நில்.

எளிய பொருள்

உறவினர்க்கும், சமூகத்திற்கும் ஏற்ற-வடிவில் — வாழ்.

விளக்கம்

இக்-கூற்று, ஔவையாரின் சமூக-நெறியின் ஆழ்ந்த-வடிவம். "கிழமைப்பட" என்னும் சொல், உறவின் வழியில், சமூக-வழியில், சார்ந்தோர்-நெறியின் வழியில் வாழ்தலை சுட்டுகிறது. தனிநபராக-மட்டும் வாழாமல், சார்ந்தோர்-கூட்டத்தோடு-ஒன்றி வாழ்தல் — மிக-முதன்மை.

இக்-கூற்று, கொன்றை வேந்தனின் பாடல் 30 "சுற்றத்திற்கு அழகு சூழ இருத்தல்" என்னும் கூற்றோடு ஒத்து-நிற்கிறது. சுற்றத்தோடு-சேர்ந்து-வாழ்தலே, மக்களின் ஆழ்ந்த-நெறி.

இன்றைய பயன்பாடு

இக்காலத்தில் இக்-கூற்று, சமூக-நெறியின் ஆழ்ந்த-வழிகாட்டி. தற்காலத்தில், தனி-வாழ்வின் வழக்கம் வளர்ந்துள்ளது. சார்ந்தோர், சமூகம் — இவற்றோடு உள்ள தொடர்பு குறைகிறது. ஔவையாரின் வழி — "சார்ந்தோரோடு, சமூகத்தோடு — இணைந்து வாழ்."

தினம்-தினம், ஓர் சிறு-வழக்கம் — சார்ந்தோரோடு தொடர்பை-வளர். சமூகத்திற்கு உதவும் சிறு-கூறுகளில் பங்கேற்பு. அந்த-வழக்கம், ஆழ்ந்த-உள்-தளத்தை வளர்க்கும்.

பாடல் 35 — க: கீழ்மை அகற்று

கீழ்மை அகற்று.

சொற்பொருள்

கீழ்மை = தாழ்-குணம்; கீழ்-நிலை-பண்பு; அகற்று = நீக்கு; விலக்கு.

எளிய பொருள்

கீழ்-குணங்களை — நீக்கிவிடு.

விளக்கம்

இக்-கூற்று, ஔவையாரின் உள்-தூய்மை-நெறியின் வடிவம். "கீழ்மை" என்னும் சொல், மக்களின்-உள்ளத்தில் தோன்றும் தாழ்-கூறுகளை சுட்டுகிறது. பொறாமை, கசப்பு, ஏமாற்று, பழி-சொல்-வழக்கம், கடின-பேச்சு — இவை எல்லாம் கீழ்மையின் வடிவங்கள். அவற்றை, உள்ளிலிருந்து நீக்க-வேண்டும்.

"அகற்று" என்னும் சொல், மிக-தீர்க்கமான-கூற்று. வெறும்-தணிக்கும்-வழியில்-அல்ல; அகற்றும்-வழியில். கீழ்மை-கூறுகளை, உள்ளிலிருந்து-நீக்கி, அவை மீண்டும்-வராத-வடிவில் வாழ்.

இன்றைய பயன்பாடு

இக்காலத்தில் இக்-கூற்று, மிக-முதன்மையான-வழிகாட்டி. தினம்-தினம், மக்களின்-உள்ளத்தில் — பொறாமை, கசப்பு, கோபம் — இவை தோன்றுகின்றன. அவற்றை, தொடக்க-கட்டத்திலேயே அகற்றினால், உள்-தூய்மை வளரும்.

தினம்-தினம், ஓர் சிறு-உள்-பார்வை — "எனது-உள்ளத்தில், எந்த-கீழ்மை-கூறுகள் தோன்றுகின்றன? அவற்றை-அகற்ற-முடியுமா?" அந்த-உள்-பார்வை, உள்-தூய்மை-நெறியின் ஆழ்ந்த-வேராக நிற்கும்.

பாடல் 36 — க: குணமது கைவிடேல்

குணமது கைவிடேல்.

சொற்பொருள்

குணமது = நற்-குணத்தை; கைவிடேல் = கைவிடாதே.

எளிய பொருள்

நற்-குணத்தை — ஒருபோதும் கைவிடாதே.

விளக்கம்

இக்-கூற்று, ஔவையாரின் குண-நெறியின் ஆழ்ந்த-வடிவம். "குணம்" என்னும் சொல், இங்கு நற்-குணத்தை சுட்டுகிறது — அன்பு, பொறுமை, நேர்மை, பகிர்வு, அமைதி. இக்-கூறுகள், மக்களின் உள்-தளத்தின் வேராக நிற்கின்றன. அவற்றை, எந்த-கட்டத்திலும் கைவிட-கூடாது.

"கைவிடேல்" — மிக-நேரடி-கூற்று. கடின-கட்டத்தில், கசப்பான-சூழலில், சோர்வான-நிலையில் — நற்-குணத்தை விட-தூண்டுதல் வரும். ஆனால் அதை-விட்டால், மக்களின் உள்-தளம் வீழும். ஆகவே, எவ்வளவு-கடினமான-கட்டத்திலும், நற்-குணத்தை-காப்பாற்று.

இன்றைய பயன்பாடு

இக்காலத்தில் இக்-கூற்று, மிக-முதன்மையான-வழிகாட்டி. தற்காலத்தில், போட்டியின் வழக்கம், கடினமான-சூழல்கள் — இவை நற்-குணத்தை-விட தூண்டுகின்றன. ஔவையாரின் வழி — "எவ்வளவு-கடினமான-கட்டத்திலும், நற்-குணத்தை விட-மாட்டேன்."

தினம்-தினம், ஓர் சிறு-உள்-உறுதி — "இக்-கணத்தில், கடினம் வந்தாலும், நற்-குணத்தை காப்பாற்றுவேன்." அந்த-உள்-உறுதி, ஆழ்ந்த-உள்-வளர்ப்பின் வேராக நிற்கும்.

கூடிப் பிரியேல்.

சொற்பொருள்
கூடிப் = சேர்ந்த-பின்; பிரியேல் = பிரிய-கூடாது; துரோகம்-செய்து விலகாதே.

எளிய பொருள்
சேர்ந்து-வாழ்ந்தவரோடு — துரோகம்-செய்து பிரியாதே.

விளக்கம்
இக்-கூற்று, ஔவையாரின் நம்பிக்கை-நெறியின் ஆழ்ந்த-வடிவம். உறவில், கூட்டுறவில், கூட்-பணியில் — சேர்ந்த-பின், அதை-துரோகம்-செய்து விலகுதல், ஓர் ஆழ்ந்த-தவறு. அத்தகைய-வழக்கம், மற்றோர்-மக்களின் நம்பிக்கையை இழக்க-வைக்கும்.

"பிரியேல்" — பிரியாதே. இக்-கூற்று, "எல்லா-உறவையும் காப்பாற்று" என்னும் கூற்று-அல்ல. சில-உறவுகள், நெறி-மீறும்-கட்டத்தில் — விலக-வேண்டியதாக-இருக்கும். ஆனால் அத்தகைய-விலகலும், பழிக்கு-உள்-நிற்காத-வழியில், அமைதியாக நடக்க-வேண்டும். துரோகம்-வழியில் விலகுதல், மிக-கடினம்.

இன்றைய பயன்பாடு
இக்காலத்தில் இக்-கூற்று, உறவின் நெறியின் ஆழ்ந்த-வழிகாட்டி. பணி-கூட்டாளியோடு, திருமண-துணையோடு, கூட்-தொழில்-கூட்டாளியோடு — சேர்ந்த-பின், நெறி-வழியில் நில். துரோகம்-செய்து விலகாதே.

தினம்-தினம், ஓர் சிறு-உள்-உறுதி — "எனது-உறவுகளில், துரோகத்தின் வழியில் செல்ல-மாட்டேன். அமைதியான-வழியில் நிற்பேன்." அந்த-உள்-உறுதி, ஆழ்ந்த-நெறியின் வேராக நிற்கும்.

பாடல் 38 — க: கெடுப்பது ஒழி

கெடுப்பது ஒழி.

சொற்பொருள்
கெடுப்பது = கேடு-தரும்-செயலை; ஒழி = விடுவது.

எளிய பொருள்
கேடு-தரும்-செயல்களை — விட்டுவிடு.

விளக்கம்
இக்-கூற்று, ஔவையாரின் தீய-செயல்-தவிர்ப்பு-நெறியின் வடிவம். மற்றோர்-மக்களுக்கு கேடு-தரும் செயல்கள் — ஏமாற்றுதல், வஞ்சகம், சூழ்ச்சி, பழி-சொல்லுதல் — இவை எல்லாம் தவிர்க்க-வேண்டியவை. அத்தகைய-செயல்களின் விளைவு, காலப்போக்கில் — செய்தவரின் வாழ்வை-வீழ்த்தும்.

"ஒழி" — விடுவது. மிக-தீர்க்கமான-கூற்று. கேடு-தரும்-செயலின் தொடக்க-கட்டத்திலேயே, அதை-விட்டுவிடு. வளர-விடாதே.

இன்றைய பயன்பாடு
இக்காலத்தில் இக்-கூற்று, மிக-முதன்மையான-வழிகாட்டி. சமூக-வலையில், பணி-சூழலில், சொந்த-உறவில் — மற்றோர்-மக்களுக்கு கேடு-தரும்

வழக்கங்கள் தோன்றுகின்றன. ஔவையாரின் வழி — "தொடக்க-கட்டத்திலேயே விடு."

தினம்-தினம், ஓர் சிறு-உள்-கேள்வி — "இக்-கூற்று, மற்றோருக்கு கேடு-தருமா? அதை-விடுவது சிறந்த-வழியா?" அந்த-உள்-கேள்வி, ஆழ்ந்த-நெறியின் வேராக நிற்கும்.

பாடல் 39 — க: கேள்வி முயல்

கேள்வி முயல்.

சொற்பொருள்

கேள்வி = அறிவு-பெறும்-கேட்பு; கல்வி-கேள்வி; முயல் = முயற்சி-செய்.

எளிய பொருள்

கேள்வி-கேட்டு, அறிவை-பெருக்க முயற்சி-செய்.

விளக்கம்

இக்-கூற்று, ஔவையாரின் கல்வி-நெறியின் ஆழ்ந்த-வடிவம். "கேள்வி" என்னும் சொல், கல்வியின் மிக-முக்கிய-வழியை சுட்டுகிறது. கேட்காமல், அறிவு-பெருகாது. மூத்தோரிடம், ஆசிரியரிடம், சான்றோரிடம் — கேள்விகளை கேட்டு, அறிவை-வளர்க்க-வேண்டும்.

"முயல்" என்னும் சொல், முயற்சியை சுட்டுகிறது. கேள்வி-கேட்பது, ஓர் முயற்சி-தேவை-கூறு. சில-வேளைகளில், "இதை-கேட்பது, என்-அறிவின்மை-காட்டுமா?" என்னும் தயக்கம் வரும். அந்த-தயக்கத்தை-கடந்து, கேள்வி-கேள். அதுவே, அறிவின் வளர்ப்பின் வழி.

இன்றைய பயன்பாடு

இக்காலத்தில் இக்-கூற்று, கல்வி-நெறியின் ஆழ்ந்த-வழிகாட்டி. தற்காலத்தில், மக்கள் — தாங்கள்-அறியாதது-வெளிப்படுவதற்கு-தயங்கி, கேள்விகளை-கேட்காமல் வாழ்கிறார்கள். ஔவையாரின் வழி — "அந்த-தயக்கத்தை விலகு. கேள்வி-கேள், கற்றுக்-கொள்."

தினம்-தினம், ஓர் சிறு-வழக்கம் — ஓர் புதிய-கேள்வியை-கேள். ஓர் அறியாத-கூறை-அறிய-முயற்சி-செய். அந்த-வழக்கம், ஆழ்ந்த-கல்வியின் வேராக நிற்கும்.

பாடல் 40 — க: கைவினை கரவேல்

கைவினை கரவேல்.

சொற்பொருள்

கைவினை = தொழில்-திறன்; கைப்-பணி-ஆற்றல்; கரவேல் = மறைக்காதே.

எளிய பொருள்

உனது-தொழில்-திறனை — மறைக்காதே.

விளக்கம்

இக்-கூற்று, ஔவையாரின் ஆற்றல்-வெளிப்பாட்டு-நெறியின் வடிவம். ஒவ்வொரு-மக்களுக்கும், ஓர் தனி-தொழில்-திறன் உள்ளது. அதை, மறைக்காமல், சமூகத்திற்கு-உதவும்-வழியில் பயன்படுத்த-வேண்டும். மறைக்கும்-வழக்கம், அவ்வாற்றலை வீணாக்கும்.

“கரவேல்” — மறைக்காதே. பாடல் 3 “இயல்வது கரவேல்” என்னும் கூற்றோடு இணைந்து-நிற்கிறது. அங்கு, “இயன்றதை-மறைக்காதே” என்னும் வடிவத்தில். இங்கு, தொழில்-திறனை-மறைக்காதே என்னும் வடிவத்தில். இரண்டிலும், ஆற்றலை-மற்றோருக்கு-பயன்-வரும்-வழியில் பயன்படுத்தும் நெறி.

இன்றைய பயன்பாடு

இக்காலத்தில் இக்-கூற்று, பணி-நெறியின் ஆழ்ந்த-வழிகாட்டி. தற்காலத்தில், சில-மக்கள் — தம்-திறனை-மறைத்து, மற்றோரோடு போட்டியில் முன்னேற-முயற்சி-செய்கின்றனர். ஆனால் அந்த-வழக்கம், காலப்போக்கில் — தம்-வளர்ச்சியையே-வீழ்த்தும்.

ஔவையாரின் வழி — “உனது-திறனை, வெளிப்படுத்து. மற்றோருக்கு-உதவ பயன்படுத்து.” அந்த-வழக்கம், மற்றோர்-மக்களின் மரியாதையை வளர்க்கும், சொந்த-உள்-தளத்தை வளர்க்கும்.

பாடல் 41 — க: கொள்ளை விரும்பேல்

கொள்ளை விரும்பேல்.

சொற்பொருள்

கொள்ளை = அநியாயமாக-பெறுதல்; விரும்பேல் = விரும்பாதே.

எளிய பொருள்

அநியாயமாக-பெறும் செல்வத்தை — விரும்பாதே.

விளக்கம்

இக்-கூற்று, ஔவையாரின் நேர்மை-நெறியின் ஆழ்ந்த-வடிவம். கொள்ளை, பிறரது-உரிமையை-கைப்பற்றுதல், அநியாயமாக-செல்வத்தை-பெறுதல் — இவை மிக-கடினமான-தீய-செயல்கள். அவற்றை-விரும்புவதே, தீய-உள்-நிலையின் வடிவம்.

“விரும்பேல்” — விரும்பாதே. மிக-நேரடி-கூற்று. வெளி-செயலில் கொள்ளை-செய்யாதே என்று-மட்டுமே-அல்ல; உள்-விருப்பத்திலும் அதை-தோன்ற-விடாதே. உள்-விருப்பம், காலப்போக்கில் — செயலின்-வடிவில் வெளிப்படும்.

இன்றைய பயன்பாடு

இக்காலத்தில் இக்-கூற்று, மிக-முதன்மையான-வழிகாட்டி. தற்காலத்தில், அநியாயமாக-செல்வம்-பெறும் வழக்கங்கள் — பல-வடிவில் வந்துள்ளன. வரி-ஏமாற்று, கைக்-கூலி, பிறரின் கருத்தை-களவாக-எடுத்தல் — இவை எல்லாம் கொள்ளையின் இக்கால-வடிவங்கள்.

ஔவையாரின் வழி — “இவற்றை-விரும்பாதே. நேர்மையான-வழியில் வாழ்.” அந்த-வழக்கம், காலப்போக்கில் ஆழ்ந்த-உள்-நெறியின் வேராக நிற்கும்.

பாடல் 42 — க: கோதாட்டு ஒழி

கோதாட்டு ஒழி.

சொற்பொருள்

கோதாட்டு = கேலி-விளையாட்டு; ஒழுக்கம்-மீறிய-விளையாட்டு; ஒழி = விட்டுவிடு.

எளிய பொருள்

கேலி-விளையாட்டு, ஒழுக்கம்-மீறிய-விளையாட்டு — இவற்றை விட்டுவிடு.

விளக்கம்

இக்-கூற்று, ஔவையாரின் விளையாட்டு-நெறியின் வடிவம். "கோதாட்டு" என்னும் சொல், கேலி-வடிவத்தில் மற்றோரை-பாதிக்கும் விளையாட்டை சுட்டுகிறது. அத்தகைய-விளையாட்டில் சிக்கினால், மற்றோர்-மக்களின் உள்ளம் பாதிக்கப்-படும். உறவு-வீழும்.

இக்-கூற்று, தற்கால-விளையாட்டு-வழக்கங்களுக்கும் பொருந்தும். மற்றோரை-கேலி-செய்யும் வழக்கம், அநியாயமாக-கூட்-கேலி-செய்யும் வழக்கம் — இவை விட-வேண்டியவை.

இன்றைய பயன்பாடு

இக்காலத்தில் இக்-கூற்று, மிக-நெருக்கமான-வழிகாட்டி. சமூக-வலையில், கேலி-வடிவத்தில் மற்றோரை-பாதிக்கும் வழக்கம் வளர்ந்துள்ளது. ஔவையாரின் வழி — "அந்த-வழக்கத்தை-விட."

தினம்-தினம், ஓர் சிறு-உள்-கேள்வி — "இந்த-கேலி, மற்றோரை-பாதிக்குமா? இதை-விடுவது சிறந்த-வழியா?" அந்த-உள்-கேள்வி, மக்கள்-உறவின் ஆழ்ந்த-நெறியை வளர்க்கும்.

பாடல் 43 — க: கௌவை அகற்று

கௌவை அகற்று.

சொற்பொருள்

கௌவை = பழிச்-சொல்; சண்டை-சொல்; அகற்று = நீக்கு.

எளிய பொருள்

பழிச்-சொல், சண்டை-சொல் — இவற்றை நீக்கிவிடு.

விளக்கம்

இக்-கூற்று, ஔவையாரின் சொல்-நெறியின் ஆழ்ந்த-வடிவம். கௌவை, மற்றோர்-மக்களின்-பற்றி பிறரிடம் சொல்லப்-படும் தீய-சொற்கள். அவற்றை-நீக்கி-விட-வேண்டும். உள்ளத்திலும், வெளி-பேச்சிலும் — அவற்றுக்கு இடம்-கொடாதே.

இக்-கூற்று, கொன்றை வேந்தனின் பாடல் 25 "கௌவை சொல்லின் எவ்வருக்கும் பகை" என்னும் கூற்றோடு ஒத்து-நிற்கிறது. பழிச்-சொல்-பேசுபவர், அனைவருடனும் பகை-கொள்வர்.

இன்றைய பயன்பாடு

இக்காலத்தில் இக்-கூற்று, மிக-முதன்மையான-வழிகாட்டி. சமூக-வலையில், கூட்-உரையாடலில் — பழிச்-சொற்கள் மிக-வளர்ந்துள்ளன. ஔவையாரின் வழி — "அவற்றை அகற்று."

தினம்-தினம், ஓர் சிறு-உள்-உறுதி — “மற்றோர்-மக்களின்-பற்றி, பழிச்-சொல்லை பேச-மாட்டேன்.” அந்த-உள்-உறுதி, மக்கள்-உறவின் ஆழ்ந்த-தளத்தை வளர்க்கும்.

பாடல் 44 — ச: சக்கர நெறி நில்

சக்கர நெறி நில்.

சொற்பொருள்

சக்கர = ஒழுங்கான-சட்ட-நெறி; அரச-நெறி; நெறி = வழி; ஒழுக்கம்; நில் = நிலையாக-நில்.

எளிய பொருள்

சட்டமும், ஒழுங்கும் உள்ள நெறியில் நிலையாக-நில்.

விளக்கம்

இக்-கூற்று, ஔவையாரின் சட்ட-நெறியின் வடிவம். “சக்கர நெறி” என்னும் சொல், ஒழுங்கான-சட்ட-நெறியை சுட்டுகிறது. அந்த-நெறியில் நிலையாக-நின்று வாழ்தல், மக்களின் ஆழ்ந்த-நெறி.

சட்ட-நெறி, சமூகத்தின் ஆழ்ந்த-கூறு. அதை-மீறினால், சமூகம் வீழும். மக்களின்-வாழ்வும் வீழும். ஆகவே, சட்ட-நெறியில் நிலையாக-நில்.

இன்றைய பயன்பாடு

இக்காலத்தில் இக்-கூற்று, மிக-முதன்மையான-வழிகாட்டி. அரசின்-சட்டங்கள், சமூக-நெறிகள், பணி-நெறிகள் — இவை எல்லாம் சக்கர-நெறியின் வடிவங்கள். அவற்றை மதி, நில்.

தினம்-தினம், ஓர் சிறு-உள்-உறுதி — “சட்ட-நெறியில் நிலையாக-நிற்பேன். அதன்-வழியில் வாழ்வேன்.” அந்த-உள்-உறுதி, ஆழ்ந்த-நெறியின் வேராக நிற்கும்.

பாடல் 45 — ச: சான்றோர் இனத்து இரு

சான்றோர் இனத்து இரு.

சொற்பொருள்

சான்றோர் = அறிவு-உடையோர்; நெறி-உடையோர்; இனத்து = கூட்டத்தில்; இரு = வாழ்.

எளிய பொருள்

சான்றோர்-கூட்டத்தில் வாழ்.

விளக்கம்

இக்-கூற்று, ஔவையாரின் கூட்டுறவு-நெறியின் ஆழ்ந்த-வடிவம். மக்கள், எந்த-கூட்டத்தோடு வாழ்கிறார்களோ, அவர்களின் கூறுகள் — மக்களை வளர்க்கும் அல்லது வீழ்த்தும். சான்றோர்-கூட்டத்தோடு வாழ்தல், மக்களின் ஆழ்ந்த-வளர்ப்புக்கு வேர்.

“சான்றோர்” என்னும் சொல், நெறி-வாழ்வோர், கல்வி-உடையோர், ஆழ்ந்த-உள்-தளம்-உடையோர் என்னும் கருத்தை-தருகிறது. அத்தகைய-மக்களோடு வாழும்போது, அவர்களின் கூறுகள் — மெல்ல-மெல்ல, நம்மீதும் பாயும். வளர்ப்பாக மாறும்.

இன்றைய பயன்பாடு

இக்காலத்தில் இக்-கூற்று, கூட்டுறவு-தேர்வின் ஆழ்ந்த-வழிகாட்டி. நெருக்கமான-நண்பர்கள், கூட்டாளிகள், கல்வி-கூட்டம் — இவற்றில், சான்றோர் இடம்-பெற-வேண்டும். அவர்களோடு வாழும்போது, ஆழ்ந்த-வளர்ப்பு வரும்.

தினம்-தினம், ஓர் சிறு-உள்-கேள்வி — “எனது-கூட்டத்தில், சான்றோர் உள்ளனரா? அவர்களோடு நெருக்கமாக-நிற்கிறேனா?” அந்த-உள்-கேள்வி, ஆழ்ந்த-கூட்டுறவின் வேராக நிற்கும்.

பாடல் 46 — ச: சித்திரம் பேசேல்

சித்திரம் பேசேல்.

சொற்பொருள்

சித்திரம் = அலங்காரப்-பொய்; கற்பனை-சொல்; பேசேல் = பேசாதே.

எளிய பொருள்

அலங்காரப்-பொய், கற்பனை-சொல் — இவற்றை பேசாதே.

விளக்கம்

இக்-கூற்று, ஔவையாரின் நேர்மை-நெறியின் வடிவம். “சித்திரம்” என்னும் சொல், அலங்கார-வடிவில் சொல்லப்-படும் பொய்-கூற்றுகளை சுட்டுகிறது. சில-மக்கள், உண்மையை-மறைத்து, அழகான-கற்பனை-கூற்றுகளை சொல்வதன் வழக்கத்தில் வாழ்கிறார்கள். அது தீய-வழக்கம்.

“பேசேல்” — பேசாதே. மிக-நேரடி-கூற்று. பொய்-கூற்றை, எவ்வளவு-அலங்காரமாக-சொன்னாலும், அது பொய்-தான். உண்மையான-வடிவில் சொல், எளியதாக-இருந்தாலும்.

இன்றைய பயன்பாடு

இக்காலத்தில் இக்-கூற்று, மிக-முதன்மையான-வழிகாட்டி. சமூக-வலையில், கருத்து-பகிர்வில், கூட்-உரையாடலில் — அலங்காரப்-பொய்கள் வளர்ந்துள்ளன. ஔவையாரின் வழி — “அவற்றை மறு. உண்மையை மட்டுமே பேசு.”

தினம்-தினம், ஓர் சிறு-உள்-கேள்வி — “இக்-கூற்று, உண்மையின் வடிவத்தில்-உள்ளதா? அலங்கார-பொய் வடிவத்தில் சிக்கியுள்ளதா?” அந்த-உள்-கேள்வி, நேர்மை-நெறியின் ஆழ்ந்த-தளத்தை வளர்க்கும்.

பாடல் 47 — ச: சீர்மை மறவேல்

சீர்மை மறவேல்.

சொற்பொருள்
சீர்மை = நல்-பெருமை; சிறப்பு; மறவேல் = மறக்காதே.

எளிய பொருள்
உனது-நல்-பெருமையை — மறந்துவிடாதே.

விளக்கம்
இக்-கூற்று, ஔவையாரின் சிறப்பு-நெறியின் வடிவம். “சீர்மை” என்னும் சொல், நல்-பெருமையை சுட்டுகிறது. மக்களின் வாழ்-வழக்கங்களின் ஆழ்ந்த-நெறியில் வளரும் சிறப்பு. அதை, கடின-கட்டத்தில், மறந்து-விடக்-கூடாது.

“மறவேல்” — மறக்காதே. கடின-கட்டத்தில், சோர்வான-நிலையில், மக்கள் — தம்-நல்-பெருமையை மறந்து, தாழ்-வழக்கத்தில் சிக்கக்-கூடும். ஔவையாரின் வழி — “அந்த-சீர்மையை, எந்த-கட்டத்திலும் மறக்காதே.”

இன்றைய பயன்பாடு
இக்காலத்தில் இக்-கூற்று, தனிநபர்-நெறியின் வழிகாட்டி. கடின-கட்டத்தில், மக்களின் உள்-நிலை வீழும். அந்த-கட்டத்தில், நல்-பெருமையை மறந்து — தாழ்-வழக்கத்தில் சிக்கும் வாய்ப்பு உள்ளது. ஔவையாரின் வழி — “அந்த-கட்டத்திலும், நல்-பெருமையை-நினைவில்-வை.”

தினம்-தினம், ஓர் சிறு-உள்-உறுதி — “எனது-நல்-வாழ்க்கையின் சிறப்பை மறக்க-மாட்டேன். அதை-காப்பாற்றுவேன்.” அந்த-உள்-உறுதி, ஆழ்ந்த-உள்-தளத்தின் வேராக நிற்கும்.

பாடல் 48 — ச: சுளிக்கச் சொல்லேல்

சுளிக்கச் சொல்லேல்.

சொற்பொருள்
சுளிக்கச் = மனம்-வருந்தும்-வடிவில்; சொல்லேல் = சொல்லாதே.

எளிய பொருள்
பிறரின்-மனம் வருந்தும்-வடிவில் — சொல்லாதே.

விளக்கம்
இக்-கூற்று, ஔவையாரின் சொல்-நெறியின் ஆழ்ந்த-வடிவம். மக்கள், சில-வேளைகளில் — மற்றோர்-மக்களின் மனம் வருந்தும்-வடிவில் சொல்வர். கோபமான-தொனியில், கடுமையான-சொற்களில், கூர்மையான-தாக்குதலில் — அவர்களின் மனம் சுளியும். அந்த-வழக்கம், உறவை-வீழ்த்தும்.

“சொல்லேல்” — சொல்லாதே. மிக-நேரடி-கூற்று. சொல்லும்-கட்டத்தில், ஓர் கணம் — “இக்-கூற்று, மற்றோரின் மனம் சுளிக்குமா?” என்று சிந்தி. சிந்தித்த-பின், பேசு.

இன்றைய பயன்பாடு
இக்காலத்தில் இக்-கூற்று, மிக-முதன்மையான-வழிகாட்டி. குடும்பத்தில், பணி-சூழலில், சமூக-வலையில் — மற்றோரின் மனம்-சுளிக்கும் சொற்கள்

வளர்ந்துள்ளன. ஔவையாரின் வழி — "அவற்றை விலகு. அன்பான-தொனியில் பேசு."

தினம்-தினம், ஓர் சிறு-உள்-கேள்வி — "எனது-பேச்சு, மற்றோரின் மனத்தை-வருத்துமா?" அந்த-உள்-கேள்வி, பேச்சின் ஆழ்ந்த-நெறியை வளர்க்கும்.

பாடல் 49 — ச: சூது விரும்பேல்

சூது விரும்பேல்.

சொற்பொருள்

சூது = சூதாட்டம்; விரும்பேல் = விரும்பாதே.

எளிய பொருள்

சூதாட்டத்தை — விரும்பாதே.

விளக்கம்

இக்-கூற்று, ஔவையாரின் வாழ்-நெறியின் ஆழ்ந்த-வடிவம். சூதாட்டம், மக்களின் வாழ்வை வீழ்த்தும் ஓர் ஆழ்ந்த-தீய-வழக்கம். அதன் விளைவாக, செல்வம்-வீழ்கிறது, குடும்ப-உறவு-வீழ்கிறது, உள்-தளம்-வீழ்கிறது. ஔவையாரின் வழி — "அதை-விரும்பாதே. தொடக்க-கட்டத்திலேயே விலகு."

இக்-கூற்று, கொன்றை வேந்தனின் பாடல் 31 "சூதும் வாதும் வேதனை செய்யும்" என்னும் கூற்றோடு ஒத்து-நிற்கிறது. சூதாட்டம், வேதனையே-தரும்.

இன்றைய பயன்பாடு

இக்காலத்தில் இக்-கூற்று, மிக-நெருக்கமான-வழிகாட்டி. தற்காலத்தில், சூதாட்டம் — பல-புதிய-வடிவில் வளர்ந்துள்ளது. இணைய-வழி-சூதாட்டம், பங்கு-சந்தை-தற்செயல்-முதலீடு, விரைவு-வளர்ச்சி-வாக்குறுதிகள் — இவை எல்லாம் சூதாட்டத்தின் இக்கால-வடிவங்கள்.

ஔவையாரின் வழி — "இவற்றை-விரும்பாதே." தொடக்க-கட்டத்திலேயே, இவற்றில் சிக்காமல் நில். கடின-உழைப்பின் வழியில் வாழ்.

பாடல் 50 — ச: செய்வன திருந்தச் செய்

செய்வன திருந்தச் செய்.

சொற்பொருள்

செய்வன = செய்ய-வேண்டியவை; திருந்தச் = முழுமையாக, சீராக; செய் = செய்.

எளிய பொருள்

செய்ய-வேண்டிய-கூறுகளை — முழுமையாக, சீராக செய்.

விளக்கம்

இக்-கூற்று, ஔவையாரின் பணி-நெறியின் ஆழ்ந்த-வடிவம். ஒரு-பணியை செய்-வேண்டும்-என்று-முடிவு-செய்தால், அதை-முழுமையாக-செய். பாதியில்-விட்டுவிட-கூடாது. மேலோட்டமாக-செய்து-முடிக்க-கூடாது. சீராக, தரத்தோடு செய்.

"திருந்தச் செய்" — மிக-முதன்மை-கூற்று. "திருந்து" என்னும் சொல், சீர்மையை சுட்டுகிறது. தரம், முழுமை, ஆழம் — இவை சீர்மையின் கூறுகள். ஒவ்வொரு-பணியையும், அந்த-சீர்மையோடு செய்.

இன்றைய பயன்பாடு
இக்காலத்தில் இக்-கூற்று, பணி-நெறியின் ஆழ்ந்த-வழிகாட்டி. தற்காலத்தில், மக்கள் — பெரும்பாலும், பல-பணிகளை ஒரே-நேரத்தில் செய்-முயற்சி-செய்கிறார்கள். ஆனால் அந்த-வழக்கம், ஒவ்வொரு-பணியின் தரத்தையும் குறைக்கும்.

ஔவையாரின் வழி — "ஒரு-பணியை எடுத்தால், அதை முழுமையாக, சீராக செய். பின்னர், அடுத்த-பணி." அந்த-வழக்கம், ஆழ்ந்த-தரத்தை வளர்க்கும்.

பாடல் 51 — ச: சேரிடம் அறிந்து சேர்

சேரிடம் அறிந்து சேர்.

சொற்பொருள்
சேரிடம் = சேர-வேண்டிய-இடம்; அறிந்து = அறிந்துகொண்டு; சேர் = சேர்.

எளிய பொருள்
எந்த-இடத்தில் சேர-வேண்டும் என்பதை — அறிந்துகொண்டு சேர்.

விளக்கம்
இக்-கூற்று, ஔவையாரின் கூட்டுறவு-தேர்வு-நெறியின் வடிவம். எந்த-கூட்டத்தில் சேருகிறோமோ, அந்த-கூட்டத்தின் கூறுகள் — மக்களை வளர்க்கும் அல்லது வீழ்த்தும். ஆகவே, கூட்டத்தை-தேர்ந்தெடுக்கும்-முன், அந்த-கூட்டத்தின் இயல்பை அறிந்துகொள்ள-வேண்டும்.

"அறிந்து சேர்" — அறிந்தபின் சேர். மிக-முதன்மை-கூற்று. சில-மக்கள், அறியாமலே-கூட்டத்தில் சேர்ந்து, பின்னர் கடின-கட்டத்தில் வீழ்வர். ஔவையாரின் வழி — "அந்த-தவறை-தவிர். முதலில் அறி, பின் சேர்."

இக்-கூற்று, பாடல் 19 "இணக்கம் அறிந்து இணங்கு" என்னும் கூற்றோடு ஒத்து-நிற்கிறது.

இன்றைய பயன்பாடு
இக்காலத்தில் இக்-கூற்று, கூட்டுறவின் ஆழ்ந்த-வழிகாட்டி. பணி-கூட்டம், கல்வி-கூட்டம், சமூக-கூட்டம் — இவற்றில் சேரும்-முன், அவற்றின் இயல்பை அறிந்துகொள். தம்-நெறிக்கு பொருந்துமா என்று மறு-பார்வை-செய்.

தினம்-தினம், ஓர் சிறு-உள்-கேள்வி — "எனது-கூட்டுறவுகள், எனது-வளர்ப்புக்கு உதவுகின்றனவா?" அந்த-உள்-கேள்வி, கூட்டுறவின் ஆழ்ந்த-தளத்தை வளர்க்கும்.

பாடல் 52 — ச: சையெனத் திரியேல்

சையெனத் திரியேல்.

சொற்பொருள்

சையெனத் = இழிவாக; தாழ்-நிலையில்; திரியேல் = அலையாதே.

எளிய பொருள்

இழிவாக-தாழ்-நிலையில் அலையாதே.

விளக்கம்

இக்-கூற்று, ஔவையாரின் தனிநபர்-நெறியின் வடிவம். “சையென” என்னும் சொல், இழிவான-வடிவில் என்னும் கருத்தை-தருகிறது. தம்-மானத்தை-இழந்த-வடிவில் வாழ்தல், தாழ்-நிலையில்-அலைதல் — இவை மக்களின் வாழ்வை-வீழ்த்தும்.

“திரியேல்” — அலையாதே. மிக-நேரடி-கூற்று. நிலையாக, தம்-நெறியில் நில். இழிவான-வழியில் அலைய-கூடாது.

இன்றைய பயன்பாடு

இக்காலத்தில் இக்-கூற்று, மான-நெறியின் வழிகாட்டி. தற்காலத்தில், பல-மக்கள் — செல்வம், புகழ், பதவியின் தேடலில், மானத்தை-இழந்து அலைகிறார்கள். ஔவையாரின் வழி — “அந்த-வழியை மறு. மானத்தோடு நில்.”

தினம்-தினம், ஓர் சிறு-உள்-உறுதி — “எனது-மானத்தை-காப்பாற்றுவேன். இழிவான-வழியில் அலைய-மாட்டேன்.” அந்த-உள்-உறுதி, மக்களின் ஆழ்ந்த-உள்-தளத்தை வளர்க்கும்.

பாடல் 53 — ச: சொற் சோர்வு படேல்

சொற் சோர்வு படேல்.

சொற்பொருள்

சொற் = சொல்லில்; சோர்வு = தளர்ச்சி; வழுக்கல்; படேல் = படாதே.

எளிய பொருள்

சொல்லில் தளர்ச்சியும், வழுக்கலும் வராதபடி பேசு.

விளக்கம்

இக்-கூற்று, ஔவையாரின் சொல்-நெறியின் ஆழ்ந்த-வடிவம். சொல், மக்களின் உள்-தளத்தின் வெளிப்பாடு. அந்த-சொல்லில், தளர்ச்சி, வழுக்கல், பிழை — இவை வரக்-கூடாது. கூறும்-கூற்று, தெளிவாக, உறுதியாக, நெறி-வழியில் இருக்க-வேண்டும்.

“சோர்வு” என்னும் சொல், தளர்ச்சியை சுட்டுகிறது. சொல்-தளர்ச்சி, மக்களின் உள்-தளத்தின் தளர்ச்சியை வெளிப்படுத்தும். உறுதியான-சொல், ஆழ்ந்த-உள்-தளத்தை வெளிப்படுத்தும்.

இன்றைய பயன்பாடு

இக்காலத்தில் இக்-கூற்று, பேச்சு-நெறியின் வழிகாட்டி. தினம்-தினம், ஓர் சிறு-உள்-பார்வை — “எனது-பேச்சு, உறுதியான-வடிவத்தில் உள்ளதா? தளர்ச்சி, பிழை வரவில்லையா?” அந்த-உள்-பார்வை, பேச்சின் ஆழ்ந்த-நெறியை வளர்க்கும்.

பாடல் 54 — ச: சோம்பித் திரியேல்

சோம்பித் திரியேல்.

சொற்பொருள்
சோம்பித் = சோம்பலுடன்; திரியேல் = அலையாதே; வீணாக்காதே.

எளிய பொருள்
சோம்பலோடு காலம்-கழிக்காதே.

விளக்கம்
இக்-கூற்று, ஔவையாரின் உழைப்பு-நெறியின் ஆழ்ந்த-வடிவம். சோம்பல், மக்களின் வாழ்வை-வீழ்த்தும் முதன்மை-கூறுகளில் ஒன்று. "திரியேல்" — அலையாதே. சோம்பலில் நாள்-கழிக்காதே. நேரத்தை, நற்-செயல்களில் பயன்படுத்து.

இக்-கூற்று, பாடல் 31 "அனந்தல் ஆடேல்" என்னும் கூற்றோடு ஒத்து-நிற்கிறது. சோம்பலும், அனந்தலும் — மக்களின் வாழ்வை-வீழ்த்துகின்றன.

இன்றைய பயன்பாடு
இக்காலத்தில் இக்-கூற்று, மிக-முதன்மையான-வழிகாட்டி. திரை-முன் சோம்பலாக நாள்-கழிக்கும் வழக்கம், சமூக-வலையில் மணி-கணக்கான-நேரம்-வீணாக்கும் வழக்கம் — இவை இக்கால-சோம்பலின் வடிவங்கள்.

ஔவையாரின் வழி — "இவற்றை விலகு. கடின-உழைப்பின் வழியில் நில்." தினம்-தினம், ஓர் சிறு-உள்-உறுதி — "சோம்பலில் நேரம்-வீணாக்க-மாட்டேன்." அந்த-உள்-உறுதி, மக்களின் ஆழ்ந்த-வளர்ச்சிக்கு வேராக நிற்கும்.

பாடல் 55 — த: தக்கோன் எனத் திரி

தக்கோன் எனத் திரி.

சொற்பொருள்
தக்கோன் = தகுதியானவன்; நல்லவன்; எனத் = என்று; திரி = நடந்து-கொள்.

எளிய பொருள்
"தகுதியானவன், நல்லவன்" என்று மக்கள் சொல்லத்-தக்கபடி நடந்துகொள்.

விளக்கம்
இக்-கூற்று, ஔவையாரின் தனிநபர்-நெறியின் ஆழ்ந்த-வடிவம். மக்கள், தங்களைப்-பற்றி — மற்றோர்-மக்கள் என்ன-சொல்கிறார்கள் என்னும் கருத்தை, மிக-கவனமாக-கையாள-வேண்டும். "தகுதியானவன், நல்லவன்" என்று மக்கள் சொல்லத்-தக்கபடி நடந்து-கொள்ள-வேண்டும்.

இக்-கூற்று, கொன்றை வேந்தனின் பாடல் 27 "சான்றோர் என்கை ஈன்றோர்க்கு அழகு" என்னும் கூற்றோடு ஒத்து-நிற்கிறது. மக்கள், தம்-பற்றி நற்-கூற்றை சொல்லத்-தக்கபடி வாழ்தல் — ஆழ்ந்த-நெறி.

இன்றைய பயன்பாடு
இக்காலத்தில் இக்-கூற்று, தனிநபர்-நெறியின் வழிகாட்டி. தினம்-தினம், ஓர் சிறு-உள்-கேள்வி — "எனது-வாழ்-வழக்கங்கள், மற்றோர்-மக்களின் உள்ளத்தில் — 'இவர் தகுதியானவர், நல்லவர்' என்னும் கூற்றை-உருவாக்குமா?" அந்த-உள்-கேள்வி, ஆழ்ந்த-உள்-நெறியின் வேராக நிற்கும்.

பாடல் 56 — த: தானமது விரும்பு

தானமது விரும்பு.

சொற்பொருள்

தானமது = தானம்-செய்தலை; கொடை-வழக்கத்தை; விரும்பு = ஆர்வம்-கொள்.

எளிய பொருள்

தானம்-செய்தலை — ஆர்வத்துடன் விரும்பு.

விளக்கம்

இக்-கூற்று, ஔவையாரின் பகிர்வு-நெறியின் ஆழ்ந்த-வடிவம். தானம், மக்களின்-வாழ்வின் ஆழ்ந்த-வளர்ப்பின் வழி. அது கட்டாயத்தின் வழியில் செய்யப்-படக்-கூடாது. உள்-விருப்பத்தோடு செய்ய-வேண்டும். "விரும்பு" என்னும் சொல், அந்த-உள்-விருப்பத்தை சுட்டுகிறது.

தானம், பல-வடிவில் உள்ளது — உணவின் தானம், செல்வத்தின் தானம், அறிவின் தானம், காலத்தின் தானம், அன்பின் தானம். ஒவ்வொரு-வடிவமும், ஆழ்ந்த-உள்-தளத்தை வளர்க்கும்.

இன்றைய பயன்பாடு

இக்காலத்தில் இக்-கூற்று, பகிர்வு-நெறியின் வழிகாட்டி. தினம்-தினம், ஓர் சிறு-வழக்கம் — தேவை-உள்ளவருக்கு உதவ. மாதம்-மாதம், ஓர் சிறு-தொகையை-கொடை. அந்த-வழக்கம், காலப்போக்கில் ஆழ்ந்த-உள்-வளர்ப்பை-தரும்.

பாடல் 57 — த: திருமாலுக்கு அடிமை செய்

திருமாலுக்கு அடிமை செய்.

சொற்பொருள்

திருமாலுக்கு = திருமால்-என்னும் இறைவனுக்கு; அடிமை = ஆழ்ந்த-சரண்-நிலை; பணி-நிலை; செய் = கொள்.

எளிய பொருள்

இறைவனுக்கு — ஆழ்ந்த-சரண்-நிலையில், பணி-நிலையில் நில்.

விளக்கம்

இக்-கூற்று, ஔவையாரின் பக்தி-நெறியின் ஆழ்ந்த-வடிவம். "திருமால்" என்னும் சொல், திருமாலை சுட்டுகிறது. ஆத்திசூடியில், சைவ-பெருமான், திருமால் — இரு-தெய்வங்களும் வழிபடப்-படுகிறார்கள். ஆகவே, ஆத்திசூடி, பகுத்த-சமய-நெறியை மீறிய பரந்த-பக்தி-நெறியை சுட்டுகிறது.

"அடிமை செய்" — இறைவனுக்கு பணி-நிலையில் நில். அதாவது, ஓர் சரண்-நிலையில், பணிவின் வடிவில். அந்த-நிலை, மக்களின் உள்-தளத்தை-மிக-ஆழ்ந்து-மாற்றும். ஆணவத்தை-தணிக்கும், பணிவை-வளர்க்கும்.

இன்றைய பயன்பாடு

இக்காலத்தில் இக்-கூற்று, பக்தி-நெறியின் ஆழ்ந்த-வழிகாட்டி. தனிநபர்-நிலையில், ஆழ்ந்த-சரண்-நிலையை வளர். "எல்லாமே என்-முயற்சியால்" என்னும் ஆணவத்தை விட்டு, "இறை-அருளில் எனது-வாழ்வு வளர்கிறது" என்னும் உள்-நிலையை வளர்.

பாடல் 58 — த: தீவினை அகற்று

தீவினை அகற்று.

சொற்பொருள்

தீவினை = தீய-செயல்; பாவம்; அகற்று = நீக்கு.

எளிய பொருள்

தீய-செயல்களை — நீக்கிவிடு.

விளக்கம்

இக்-கூற்று, ஔவையாரின் நெறி-வாழ்வின் ஆழ்ந்த-வடிவம். தீய-செயல், மக்களின் வாழ்வை வீழ்த்தும். அவற்றை, தொடக்க-கட்டத்திலேயே-அகற்றினால், வாழ்வின் நெறி வளரும். வளர-விட்டால், அவை-நீக்கும்-வழி-கடினம்.

“அகற்று” என்னும் சொல், மிக-தீர்க்கமான-கூற்று. வெறும்-தணிக்கும்-வழியில்-அல்ல; அகற்றும்-வழியில். தீய-வழக்கங்களை, உள்-நிலையில் இருந்து நீக்கு.

இன்றைய பயன்பாடு

இக்காலத்தில் இக்-கூற்று, மிக-முதன்மையான-வழிகாட்டி. தினம்-தினம், ஓர் சிறு-உள்-கேள்வி — “இக்-கூற்று, தீய-வடிவத்தில்-உள்ளதா? அதை-அகற்ற முடியுமா?” அந்த-உள்-கேள்வி, நெறி-வாழ்வின் ஆழ்ந்த-தளத்தை வளர்க்கும்.

பாடல் 59 — த: துன்பத்திற்கு இடம் கொடேல்

துன்பத்திற்கு இடம் கொடேல்.

சொற்பொருள்

துன்பத்திற்கு = துன்பத்துக்கு; இடம் = வாய்ப்பு; கொடேல் = கொடுக்காதே.

எளிய பொருள்

துன்பம்-வரும் வாய்ப்பை — கொடுக்காதே.

விளக்கம்

இக்-கூற்று, ஔவையாரின் வாழ்-மேலாண்மை-நெறியின் வடிவம். துன்பம், மக்களின் வாழ்வில் வருகின்ற இயற்கை-கூறு. ஆனால் சில-கட்டங்களில், மக்களே — தம்-வாழ்-வழக்கங்களின் வழியில் — துன்பத்துக்கு இடம்-தருகிறார்கள். அந்த-வாய்ப்புகளை-நீக்க-வேண்டும்.

“இடம் கொடேல்” — வாய்ப்பு-கொடுக்காதே. முன்-தடுப்பு-நெறி. துன்பம் வந்த-பின் தீர்க்கும்-வழியை-விட, துன்பம்-வராதபடி வாழ்-வழக்கத்தை-வளர்க்கும் வழி, மிக-உயர்.

இன்றைய பயன்பாடு

இக்காலத்தில் இக்-கூற்று, மிக-நெருக்கமான-வழிகாட்டி. உடல்-நலன்-துன்பம், செல்வ-துன்பம், உறவின் துன்பம் — இவை-வரும்-வாய்ப்புகளை-நீக்க-வேண்டும். தினம்-தினம், ஓர் சிறு-உள்-கேள்வி — “எனது-இக்-வழக்கம், எதிர்காலத்தில் துன்பத்துக்கு இடம்-தருமா?” அந்த-உள்-கேள்வி, ஆழ்ந்த-வாழ்-நெறியின் வேராக நிற்கும்.

பாடல் 60 — த: தூக்கி வினை செய்

தூக்கி வினை செய்.

சொற்பொருள்

தூக்கி = ஆராய்ந்து; எடைபோட்டு; வினை = செயல்; செய் = செய்.

எளிய பொருள்

செயலை-செய்ய-முன், அதை ஆராய்ந்து-பின் செய்.

விளக்கம்

இக்-கூற்று, ஔவையாரின் சிந்தனை-நெறியின் ஆழ்ந்த-வடிவம். விரைவில்-செய்யப்-படும்-செயல், பெரும்பாலும் தவறான-விளைவை-தரும். சிந்தித்து, ஆராய்ந்து, பின் செய்தால் — செயல் சீராக-முடியும்.

இக்-கூற்று, கொன்றை வேந்தனின் பாடல் 52 “நுண்ணிய கருமமும் எண்ணித் துணி” என்னும் கூற்றோடு ஒத்து-நிற்கிறது.

இன்றைய பயன்பாடு

இக்காலத்தில் இக்-கூற்று, மிக-முதன்மையான-வழிகாட்டி. தற்காலத்தில், விரைவு-வாழ்வின் வழக்கம் — சிந்தனை-இல்லாமல்-முடிவு-செய்யும் வழக்கத்தை வளர்த்துள்ளது. ஔவையாரின் வழி — “ஓர் கணம், சிந்தி. பின் செய்.”

பாடல் 61 — த: தெய்வம் இகழேல்

தெய்வம் இகழேல்.

சொற்பொருள்

தெய்வம் = கடவுள்; இகழேல் = அவமதிக்காதே.

எளிய பொருள்

தெய்வத்தை — அவமதிக்காதே.

விளக்கம்

இக்-கூற்று, ஔவையாரின் பக்தி-நெறியின் வடிவம். தெய்வம், மக்களின் வாழ்வின் ஆழ்ந்த-வேராக நிற்கிறது. அதை-அவமதிக்கும் வழக்கம், மக்களின் உள்-தளத்தை-வீழ்த்தும். வேறு-நெறி-சார்ந்தோர் — பிற-தெய்வங்களையும் — அவமதிக்க-கூடாது.

இன்றைய பயன்பாடு

இக்காலத்தில் இக்-கூற்று, மிக-முதன்மையான-வழிகாட்டி. தற்காலத்தில், பல-நெறிகளின் தெய்வங்களை — அவமதிக்கும் வழக்கம் வளர்ந்துள்ளது. சமூக-வலையில், இது மிக-வழக்கம். ஔவையாரின் வழி — “அந்த-வழக்கத்தை மறு. எந்த-நெறியின் தெய்வத்தையும் அவமதிக்காதே.”

பாடல் 62 — த: தேசத்தோடு ஒட்டி வாழ்

தேசத்தோடு ஒட்டி வாழ்.

சொற்பொருள்
தேசத்தோடு = நாட்டோடு; சமூகத்தோடு; ஒட்டி = இணைந்து; வாழ் = வாழ்-நெறியில் நில்.

எளிய பொருள்
நாட்டோடு, சமூகத்தோடு — இணைந்து வாழ்.

விளக்கம்
இக்-கூற்று, ஔவையாரின் சமூக-நெறியின் வடிவம். மக்களின்-வாழ்வு, தனி-கூறு-அல்ல; சமூக-கூறு. நாட்டின்-நெறிகள், சமூக-கூறுகள் — இவற்றோடு இணைந்து-வாழ்தலே, மக்களின் ஆழ்ந்த-நெறி.

இக்-கூற்று, கொன்றை வேந்தனின் பாடல் 49 "நாடெங்கும் வாழக் கேடொன்றும் இல்லை" என்னும் கூற்றோடு ஒத்து-நிற்கிறது.

இன்றைய பயன்பாடு
இக்காலத்தில் இக்-கூற்று, சமூக-நெறியின் ஆழ்ந்த-வழிகாட்டி. தனி-வாழ்வின் வழக்கத்தில்-மட்டும் சிக்காமல், சமூக-வாழ்வின் வழியில் நில். நாட்டின்-நெறிகளை மதி. சமூக-வளர்ச்சிக்கு பங்கேற்பு.

பாடல் 63 — த: தையல் சொல் கேளேல்

தையல் சொல் கேளேல்.

சொற்பொருள்
தையல் = அறம்-மீறும் தூண்டல்-வடிவில்-உள்ளவர்; சொல் = அறிவுரை; கேளேல் = கேட்காதே.

எளிய பொருள்
அறம்-மீறும் தூண்டல்-கூற்றை — கேட்காதே.

விளக்கம்
இக்-கூற்று, ஔவையாரின் கேள்வி-நெறியின் வடிவம். மக்கள், அறம்-மீறும் வழியில் தூண்டப்-படுகிறார்கள். அத்தகைய-தூண்டல்-சொற்களை, கேட்காதே. கேட்டுவிட்டால், அவை உள்ளத்தில் வளரும். வாழ்வை-வீழ்த்தும்.

இன்றைய பயன்பாடு
இக்காலத்தில் இக்-கூற்று, மிக-நெருக்கமான-வழிகாட்டி. சமூக-வலையில், பரப்பப்-படும் தூண்டல்-கூற்றுகள் — மக்களை அறம்-மீறும் வழியில் கொண்டுசெல்கின்றன. ஔவையாரின் வழி — "அவற்றை கேட்காதே."

பாடல் 64 — த: தொன்மை மறவேல்

தொன்மை மறவேல்.

சொற்பொருள்

தொன்மை = பழமை-மரபு; முன்னோர்-நெறி; மறவேல் = மறக்காதே.

எளிய பொருள்

பழமை-மரபு, முன்னோர்-நெறி — இவற்றை மறக்காதே.

விளக்கம்

இக்-கூற்று, ஔவையாரின் மரபு-நெறியின் ஆழ்ந்த-வடிவம். தொன்மை, மக்களின் வாழ்வின் ஆழ்ந்த-வேராக நிற்கிறது. முன்னோர்-நெறிகள், மரபுக்-கூறுகள் — இவை மக்களின் உள்-தளத்தை-கட்டுகின்றன. அவற்றை மறந்தால், மக்களின் வாழ் வேராக-நிற்காது.

இன்றைய பயன்பாடு

இக்காலத்தில் இக்-கூற்று, மிக-முதன்மையான-வழிகாட்டி. தற்காலத்தில், மரபு-கூறுகள் — மெல்ல-மெல்ல மறக்கப்-படுகின்றன. மொழி, கலை, நெறி-நூல்கள் — இவை இளையோர்க்கு பெரும்பாலும் தெரியாது. ஔவையாரின் வழி — “மரபை மறக்காதே. அதன்-வழியில், இக்கால-வாழ்வை வளர்.”

பாடல் 65 — த: தோற்பன தொடரேல்

தோற்பன தொடரேல்.

சொற்பொருள்

தோற்பன = தோல்வி-தரும்-செயல்கள்; தொடரேல் = தொடர்ந்து-செய்யாதே.

எளிய பொருள்

தோல்வி-தரும்-செயல்களை — தொடர்ந்து செய்யாதே.

விளக்கம்

இக்-கூற்று, ஔவையாரின் சிந்தனை-நெறியின் ஆழ்ந்த-வடிவம். மக்கள், சில-வழக்கங்களை — தொடர்ந்து-செய்து-கொண்டிருக்கிறார்கள். அந்த-வழக்கங்கள், தொடர்ந்து தோல்வியை-தந்தாலும், அவற்றை-விட-தயங்குகிறார்கள். ஔவையாரின் வழி — “தோல்வி-தரும்-செயலை, தொடராதே.”

இக்-கூற்று, மிக-ஆழ்ந்த-கருத்தை-தருகிறது. மறு-முயற்சி-நெறி (பாடல் 6 “ஊக்கமது கைவிடேல்”) ஓர் கூற்று. ஆனால் தொடர்ந்து-தோல்வியை-தரும்-செயலை-தொடராதே — மற்றொரு-கூற்று. சில-வேளைகளில், மறு-முயற்சி-முயற்சியை, புதிய-வழியில் மாற்ற-வேண்டும்.

இன்றைய பயன்பாடு

இக்காலத்தில் இக்-கூற்று, மிக-முதன்மையான-வழிகாட்டி. தினம்-தினம், ஓர் சிறு-உள்-கேள்வி — “எனது-இக்-வழக்கம், தொடர்ந்து தோல்வியை தருகிறதா? அதை மாற்ற முடியுமா?” அந்த-உள்-கேள்வி, ஆழ்ந்த-சிந்தனை-நெறியின் வேராக நிற்கும்.

பாடல் 66 — ந: நன்மை கடைப்பிடி

நன்மை கடைப்பிடி.

சொற்பொருள்
நன்மை = நற்-செயல்; நற்-வழக்கம்; கடைப்பிடி = உறுதியாக-பிடித்து-நட.

எளிய பொருள்
நற்-செயலை — உறுதியாக பிடித்து நட.

விளக்கம்
இக்-கூற்று, ஔவையாரின் நெறி-வாழ்வின் ஆழ்ந்த-வடிவம். நற்-செயலை அறிந்துகொண்ட-பின், அதை-உறுதியாக-பிடித்து-நிற்க-வேண்டும். அறிதல்-மட்டும் போதாது. செயலின்-வழியில், அதை-வளர்க்க-வேண்டும்.

"கடைப்பிடி" என்னும் சொல், உறுதியான-பிடிப்பை சுட்டுகிறது. நற்-வழக்கம், ஓர்-நாள்-மட்டும்-போதாது. தினம்-தினம், தொடர்ந்து-நடத்த-வேண்டும். அந்த-தொடர்ச்சியே, நற்-வழக்கத்தை வாழ்-தளமாக-மாற்றும்.

இன்றைய பயன்பாடு
இக்காலத்தில் இக்-கூற்று, தினச்-நெறியின் ஆழ்ந்த-வழிகாட்டி. தினம்-தினம், ஓர் சிறு-நற்-செயல். மாதம்-மாதம், ஓர் சிறு-மாற்றம். அந்த-தொடர்ச்சியின் வழியில், ஆழ்ந்த-வாழ்-நெறி வளரும்.

பாடல் 67 — நா: நாடு ஒப்பன செய்

நாடு ஒப்பன செய்.

சொற்பொருள்
நாடு = நாடு; சமூக-ஞாலம்; ஒப்பன = ஒத்தவை; பொருந்துபவை; செய் = செய்.

எளிய பொருள்
நாட்டிற்கு, சமூகத்திற்கு பொருந்தும் செயலை — செய்.

விளக்கம்
இக்-கூற்று, ஔவையாரின் சமூக-நெறியின் வடிவம். மக்கள், தம்-செயல்களை — தனி-நலனின் வழியில்-மட்டும் அமைக்க-கூடாது. சமூக-நலனின் வழியில், நாட்டு-நலனின் வழியில் — இணைந்து-நிற்கும்-செயல்களை செய்ய-வேண்டும்.

இன்றைய பயன்பாடு
இக்காலத்தில் இக்-கூற்று, சமூக-நெறியின் ஆழ்ந்த-வழிகாட்டி. தனிநபராக, சமூக-நலனுக்கு உதவும் சிறு-கூற்றுகளில் — பங்கேற்பு. சமூக-வளர்ச்சி-நிறுவனங்களுக்கு கொடை. தினச்-வாழ்வில், சமூக-நெறிகளுக்கு பொருந்தும்-வழியில் நிற்றல்.

பாடல் 68 — நி: நிலையில் பிரியேல்

நிலையில் பிரியேல்.

சொற்பொருள்
நிலையில் = நிலையான-நெறியில்; நற்-தளத்தில்; பிரியேல் = விலகாதே.

எளிய பொருள்
நிலையான-நற்-நெறியிலிருந்து — விலகாதே.

விளக்கம்
இக்-கூற்று, ஔவையாரின் நெறி-உறுதி-வடிவம். வாழ்வில், பல-கட்டங்களில் — மக்களின் நெறி-தளம் பாதிக்கப்-படக்-கூடும். தூண்டல்கள், கடினங்கள், எளிய-வழிகளின் கவர்ச்சி — இவை எல்லாம், நெறியில் இருந்து விலகச்-செய்யக்-கூடும். ஔவையாரின் வழி — "எவ்வளவு-கவர்ச்சியான-கூற்றுகள் வந்தாலும், நெறியிலிருந்து விலகாதே."

இன்றைய பயன்பாடு
இக்காலத்தில் இக்-கூற்று, மிக-முதன்மையான-வழிகாட்டி. தற்காலத்தில், எளிய-வழிகள், தற்காலிக-வெற்றிகள் — பெரும்பாலும் கவருகின்றன. ஔவையாரின் வழி — "நிலையான-நெறியில் நில்."

பாடல் 69 — நீ: நீர் விளையாடேல்

நீர் விளையாடேல்.

சொற்பொருள்
நீர் = தண்ணீர்; விளையாடேல் = ஆபத்தான-வடிவில் விளையாடாதே.

எளிய பொருள்
ஆபத்தான-நீர்-விளையாட்டில் — அளவின்றி-ஈடுபடாதே.

விளக்கம்
இக்-கூற்று, ஔவையாரின் உடல்-காப்பு-நெறியின் வடிவம். நீர், ஆழ்ந்த-வடிவில் இடரை-தரக்-கூடியது. ஆற்று-நீரில், ஆழ்ந்த-நீரில் — அளவின்றி-விளையாடினால், உடல்-உயிர் இடரில்-விழும். ஔவையாரின் வழி — "கவனமாக-இரு. ஆபத்தான-நீர்-விளையாட்டில் சிக்காதே."

இக்-கூற்றை, பரந்த-வடிவில் — "ஆபத்தான-கூற்றுகளில், அளவின்றி ஈடுபடாதே" என்று புரிந்துகொள்ள-முடியும். உடல்-காப்பும், உள்-காப்பும் — ஆழ்ந்த-நெறியின் வேர்.

இன்றைய பயன்பாடு
இக்காலத்தில் இக்-கூற்று, பாதுகாப்பு-நெறியின் வழிகாட்டி. குழந்தைகளுக்கு — நீர்-பாதுகாப்பை கற்பிக்க-வேண்டும். அளவின்றி-விளையாடும் வழக்கத்தை-மறு. மற்ற-ஆபத்தான-கூற்றுகளிலும், அதே-நெறியை வளர்.

பாடல் 70 — நு: நுண்மை நுகரேல்

நுண்மை நுகரேல்.

சொற்பொருள்

நுண்மை = அற்ப-இன்பம்; சிறு-கவர்ச்சி; நுகரேல் = அளவின்றி-நுகராதே.

எளிய பொருள்

அற்ப-இன்பங்களில் — மனத்தை மூழ்க-விடாதே.

விளக்கம்

இக்-கூற்று, ஔவையாரின் கட்டுப்பாடு-நெறியின் வடிவம். "நுண்மை" என்னும் சொல், அற்ப-இன்பங்களை சுட்டுகிறது. சிறு-கூற்றுகளில் — சுவை, வாசம், காட்சி, தொடு-உணர்வு — மக்கள் மிக-வேக-மூழ்கக்-கூடும். அந்த-மூழ்கல், காலப்போக்கில் — மக்களை-வீழ்த்தும்.

"நுகரேல்" — அளவின்றி-நுகராதே. அற்ப-இன்பத்தை-முற்றிலும்-தவிர்-என்று-அல்ல. அளவான-வடிவில்-கொள். மூழ்க-விடாதே.

இன்றைய பயன்பாடு

இக்காலத்தில் இக்-கூற்று, மிக-நெருக்கமான-வழிகாட்டி. தற்காலத்தில், திரை-வழக்கம், சமூக-வலையின் இழுப்பு, கவர்ச்சிகர-உணவு — இவை எல்லாம் அற்ப-இன்பங்கள். அவற்றில் மூழ்காமல், அளவான-வடிவில்-கொள்.

பாடல் 71 — நூ: நூல் பல கல்

நூல் பல கல்.

சொற்பொருள்

நூல் = நூல்; கல்வி; பல = பல-வடிவில்; கல் = கற்றுக்-கொள்.

எளிய பொருள்

பல-நூல்களை — கற்றுக்-கொள்.

விளக்கம்

இக்-கூற்று, ஔவையாரின் கல்வி-நெறியின் வடிவம். ஓர்-நூல்-மட்டும்-படித்து திருப்தி-கொள்ள-கூடாது. பல-வேறுபட்ட-நூல்களை-படிக்க-வேண்டும். அந்த-பல-வடிவ-படிப்பின் வழியாக, மக்களின் உள்-தளம் பரந்து-வளரும்.

இன்றைய பயன்பாடு

இக்காலத்தில் இக்-கூற்று, கல்வி-நெறியின் ஆழ்ந்த-வழிகாட்டி. ஒற்றை-கருத்தில்-மட்டும்-சிக்காமல், பல-கருத்துகளை-அறி. பல-நெறி-நூல்களை-படி. பல-மரபு-கூறுகளை-புரிந்துகொள். அந்த-பரந்த-படிப்பு, ஆழ்ந்த-உள்-தளத்தை-வளர்க்கும்.

பாடல் 72 — நெ: நெற்பயிர் விளைவு செய்

நெற்பயிர் விளைவு செய்.

சொற்பொருள்

நெற்பயிர் = நெல்-பயிர்; விளைவு = விளைச்சல்; செய் = செய்.

எளிய பொருள்

நெல்-பயிரை வளர்த்து, விளைச்சலை செய்.

விளக்கம்

இக்-கூற்று, ஔவையாரின் வேளாண்மை-நெறியின் வடிவம். நெல், மக்களின் முதன்மை-உணவு. அதை-வளர்க்கும்-வழக்கம், சமூகத்தின் ஆழ்ந்த-வேராக நிற்கிறது. நிலத்தை-சீராக்கி, பயிரை-வளர்க்கும் வழக்கம் — மக்களின் ஆழ்ந்த-கூறு.

இன்றைய பயன்பாடு

இக்காலத்தில் இக்-கூற்று, உழவு-மதிப்பின் வழிகாட்டி. தினம்-தினம், உழவரின் கடினத்தை-நினைவில்-கொள். உணவை-வீணாக்காதே. சுற்றுச்சூழலை-காப்பாற்று. நிலத்தை-மதி.

பாடல் 73 — நே: நேர்பட ஒழுகு

நேர்பட ஒழுகு.

சொற்பொருள்

நேர்பட = நேர்மையாக; ஒழுகு = நடந்துகொள்.

எளிய பொருள்

நேர்மையோடு — நடந்துகொள்.

விளக்கம்

இக்-கூற்று, ஔவையாரின் நேர்மை-நெறியின் ஆழ்ந்த-வடிவம். நேர்மை, மக்களின் வாழ்வின் ஆழ்ந்த-வேராக நிற்கிறது. சொல், செயல், சிந்தனை — மூன்றும் ஒத்து-நிற்கும் வடிவம், நேர்மை.

இன்றைய பயன்பாடு

இக்காலத்தில் இக்-கூற்று, மிக-முதன்மையான-வழிகாட்டி. தினம்-தினம், ஓர் சிறு-உள்-உறுதி — “எனது-வாழ்-வழக்கங்களில், நேர்மை-வளர்க்கப்-படுகிறதா?” அந்த-உள்-உறுதி, ஆழ்ந்த-நெறியின் வேராக நிற்கும்.

பாடல் 74 — நை: நைவினை நணுகேல்

நைவினை நணுகேல்.

சொற்பொருள்

நைவினை = வருந்தச்-செய்யும்-செயல்; நணுகேல் = அணுகாதே.

எளிய பொருள்

வருந்தச்-செய்யும்-செயல்களை — அணுகாதே.

விளக்கம்

இக்-கூற்று, ஔவையாரின் வாழ்-காப்பு-நெறியின் வடிவம். மற்றோர்-மக்களை-வருந்தச்-செய்யும்-செயல்களை — அணுக-கூட-கூடாது. அந்த-செயல்களின் தொடக்க-கட்டத்திலேயே, விலகி-நில்.

இன்றைய பயன்பாடு

இக்காலத்தில் இக்-கூற்று, மிக-நெருக்கமான-வழிகாட்டி. மற்றோரை-துன்பப்-படுத்தும்-செயல்களின் சூழலில்-கூட சிக்காதே. அணுகாதே.

பாடல் 75 — நொ: நொய்ய உரையேல்

நொய்ய உரையேல்.

சொற்பொருள்

நொய்ய = அற்பமாக; இழிவாக; உரையேல் = சொல்லாதே.

எளிய பொருள்

இழிவான சொற்களால் — பேசாதே.

விளக்கம்

இக்-கூற்று, ஔவையாரின் சொல்-நெறியின் ஆழ்ந்த-வடிவம். கோபமான-கட்டத்திலும், கடினமான-சூழலிலும் — இழிவான-சொற்களை பயன்படுத்த-கூடாது. அமைதியான-தொனியில் நில்.

இக்-கூற்று, கொன்றை வேந்தனின் பாடல் 56 “நைபவர் எனினும் நொய்ய உரையேல்” என்னும் கூற்றோடு ஒத்து-நிற்கிறது.

இன்றைய பயன்பாடு

இக்காலத்தில் இக்-கூற்று, மிக-முதன்மையான-வழிகாட்டி. தினம்-தினம், ஓர் சிறு-உள்-உறுதி — “எவ்வளவு-கோபம்-வந்தாலும், இழிவான-சொற்களை பயன்படுத்த-மாட்டேன்.” அந்த-உள்-உறுதி, பேச்சின் ஆழ்ந்த-நெறியை வளர்க்கும்.

பாடல் 76 — நோ: நோய்க்கு இடம் கொடேல்

நோய்க்கு இடம் கொடேல்.

சொற்பொருள்
நோய்க்கு = நோய்க்கு; இடம் = வாய்ப்பு; கொடேல் = கொடுக்காதே.

எளிய பொருள்
நோய்-வரும் வாய்ப்பை — கொடுக்காதே.

விளக்கம்
இக்-கூற்று, ஔவையாரின் உடல்-நலன்-நெறியின் வடிவம். நோய், மக்களின் வாழ்வை-பாதிக்கும் முதன்மை-கூறுகளில் ஒன்று. அதை-தடுக்க, முன்-தடுப்பின் வழியில் வாழ்-வேண்டும். தீய-உணவு, அளவில்லா-துயில், சோம்பல், மன-கவலை — இவை எல்லாம் நோய்க்கு இடம்-தரும் கூறுகள்.

இன்றைய பயன்பாடு
இக்காலத்தில் இக்-கூற்று, மிக-முதன்மையான-வழிகாட்டி. நீரிழிவு, இதய-நோய், உடல்-பருமன் — இக்-கால-நோய்களின் வேர், வாழ்-வழக்கங்களில் உள்ளது. தினச்-உடல்-பயிற்சி, அளவான-உணவு, போதுமான-உறக்கம், மன-அமைதி — இவை நோய்க்கு இடம்-தராத-வழக்கங்கள்.

பாடல் 77 — ப: பழிப்பன பகரேல்

பழிப்பன பகரேல்.

சொற்பொருள்
பழிப்பன = பழி-தரும்-கூற்றுகள்; பகரேல் = பேசாதே.

எளிய பொருள்
பழி-தரும் பேச்சை — பேசாதே.

விளக்கம்
இக்-கூற்று, ஔவையாரின் சொல்-நெறியின் வடிவம். மற்றோர்-மக்களின்-பற்றி, பிறரிடம் — பழி-தரும் கூற்றுகளை பேசாதே. அந்த-வழக்கம், காற்றுடன்-சேர்ந்த-நெருப்பு-போல்-பரவும். மக்கள்-உறவை வீழ்த்தும்.

இன்றைய பயன்பாடு
இக்காலத்தில் இக்-கூற்று, மிக-நெருக்கமான-வழிகாட்டி. சமூக-வலையில், கூட்-உரையாடலில் — பழிப்-பேச்சு வளர்ந்துள்ளது. ஔவையாரின் வழி — “அவற்றை மறு.”

பாடல் 78 — பா: பாம்பொடு பழகேல்

பாம்பொடு பழகேல்.

சொற்பொருள்
பாம்பொடு = பாம்புடன்; ஆபத்தானவருடன்; பழகேல் = பழகாதே.

எளிய பொருள்
பாம்பு-போன்ற ஆபத்தான-மக்களோடு — பழகாதே.

விளக்கம்
இக்-கூற்று, ஔவையாரின் கூட்டுறவு-நெறியின் வடிவம். “பாம்பு” என்னும் சொல், ஆபத்தான-மக்களை சுட்டுகிறது. தீய-நெறி-உடையவர், ஏமாற்றுபவர், கசப்பு-உடையவர் — இவர்களோடு பழகினால், அவர்களின் தீய-கூறுகள் நம்மீதும்-பாயும்.

இன்றைய பயன்பாடு
இக்காலத்தில் இக்-கூற்று, கூட்டுறவின் ஆழ்ந்த-வழிகாட்டி. ஆபத்தான-நெறி-உடைய-மக்களை அறிந்துகொண்ட-பின், அவர்களோடு நெருக்கமாக-நிற்காதே.

பாடல் 79 — பி: பிழைபடச் சொல்லேல்

பிழைபடச் சொல்லேல்.

சொற்பொருள்
பிழைபடச் = தவறான-வடிவில்; சொல்லேல் = சொல்லாதே.

எளிய பொருள்
தவறான சொல்லை — சொல்லாதே.

விளக்கம்
இக்-கூற்று, ஔவையாரின் சொல்-நெறியின் வடிவம். சொல்லும்-கூற்றில், பிழை-வராதபடி பேசு. நேர்மை-நெறியின் வடிவம் இது.

இன்றைய பயன்பாடு
இக்காலத்தில் இக்-கூற்று, நேர்மை-நெறியின் வழிகாட்டி. தினம்-தினம், சொல்வதற்கு-முன், ஓர் கணம் சிந்தி — “இக்-கூற்று, பிழை-இல்லாமல் உள்ளதா?”

பாடல் 80 — பீ: பீடு பெற நில்

பீடு பெற நில்.

சொற்பொருள்
பீடு = பெருமை; பெற = அடைய; நில் = நிலையாக நில்.

எளிய பொருள்
பெருமை-பெறும் நிலையில் — நிலையாக நில்.

விளக்கம்
இக்-கூற்று, ஔவையாரின் தனிநபர்-நெறியின் வடிவம். பெருமை, உள்-நெறியின் வழியாக வளர்கிறது. நற்-நெறியில் நின்று வாழ்தலே, பெருமையின் வேர். தற்காலிக-கூற்றுகளுக்காக, அதை-விட்டுவிடாதே.

இன்றைய பயன்பாடு
இக்காலத்தில் இக்-கூற்று, தனிநபர்-மதிப்பின் வழிகாட்டி. நெறி-வழியில் நின்று, ஆழ்ந்த-மரியாதையை வளர்.

பாடல் 81 — பு: புகழ்ந்தாரைப் போற்றி வாழ்

புகழ்ந்தாரைப் போற்றி வாழ்.

சொற்பொருள்
புகழ்ந்தாரைப் = புகழ்ந்தோரை; போற்றி = போற்றி-மதி; வாழ் = வாழ்.

எளிய பொருள்
உன்னை-புகழ்ந்தவரை — போற்றி வாழ்.

விளக்கம்
இக்-கூற்று, ஔவையாரின் நன்றி-நெறியின் வடிவம். உன்னை-புகழ்ந்தவர், உன்-நற்-கூறுகளை-மதித்தவர். அவரை-போற்றி-மதிக்க-வேண்டும். ஆனால் வஞ்சக-புகழ்-சொல்வோரை-தவிர்.

இன்றைய பயன்பாடு
இக்காலத்தில் இக்-கூற்று, நன்றி-நெறியின் வழிகாட்டி. உன்-வளர்ச்சிக்கு உதவியவர், உன்-நற்-கூறுகளை-மதித்தவர் — இவர்களை மறக்காதே.

பாடல் 82 — பூ: பூமி திருத்தி உண்

பூமி திருத்தி உண்.

சொற்பொருள்
பூமி = நிலம்; திருத்தி = சீராக்கி; உழுது; உண் = உண்.

எளிய பொருள்
நிலத்தை-சீராக்கி, உழைத்து உண்.

விளக்கம்
இக்-கூற்று, ஔவையாரின் உழைப்பு-நெறியின் வடிவம். உழவின் வழியில், நிலத்தை-சீராக்கி, பயிரை-வளர்த்து-உண்-வழக்கம் — மிக-உயர்-நெறி. தம்-உழைப்பின் வழியில் வரும் உணவே, ஆழ்ந்த-மதிப்பை-தரும்.

இன்றைய பயன்பாடு
இக்காலத்தில் இக்-கூற்று, உழைப்பு-நெறியின் வழிகாட்டி. உழவை-மதி. உழைப்பின் வழியில் வரும் கூறுகளை-மதி. எளிய-வழிகளில் சிக்காமல், கடின-உழைப்பின் வழியில் நில்.

பாடல் 83 — பெ: பெரியாரைத் துணைக் கொள்

பெரியாரைத் துணைக் கொள்.

சொற்பொருள்
பெரியாரைத் = சான்றோரை; துணைக் = துணையாக; கொள் = கொள்.

எளிய பொருள்
சான்றோரை — துணையாக கொள்.

விளக்கம்
இக்-கூற்று, ஔவையாரின் வழிகாட்டுதல்-நெறியின் வடிவம். வாழ்வில், வழிகாட்டி-தேவை. ஆழ்ந்த-உள்-தளம்-உடைய சான்றோராக-இருக்க-வேண்டும். அவர்களின் வாக்கை-கேட்டு, வழியில் நடந்துகொண்டால், வாழ்-வளரும்.

இன்றைய பயன்பாடு
இக்காலத்தில் இக்-கூற்று, வழிகாட்டுதலின் ஆழ்ந்த-வழிகாட்டி. பணி-வாழ்வில், ஆழ்ந்த-அறிவு-உடைய மூத்தோரை வழிகாட்டியாக-கொள். அவர்களின் வாக்கை-மதி.

பாடல் 84 — பே: பேதைமை அகற்று

பேதைமை அகற்று.

சொற்பொருள்
பேதைமை = அறியாமை; அகற்று = நீக்கு.

எளிய பொருள்
அறியாமையை — நீக்கு.

விளக்கம்
இக்-கூற்று, ஔவையாரின் கல்வி-நெறியின் வடிவம். அறியாமை, மக்களின் வாழ்வை-வீழ்த்தும். அதை, கல்வியின் வழியில் — மெல்ல-மெல்ல நீக்க-வேண்டும். கற்றுக்-கொள்ளும்-வழக்கம், அறியாமையை-அகற்றும் வழி.

இன்றைய பயன்பாடு
இக்காலத்தில் இக்-கூற்று, கல்வி-நெறியின் ஆழ்ந்த-வழிகாட்டி. தினம்-தினம், அறியாமையை-அகற்றும்-வழக்கம் — ஓர் புதிய-கருத்தை அறிதல், ஓர் புதிய-நூலின் சில-பக்கம்.

பாடல் 85 — பை: பையலோடு இணங்கேல்

பையலோடு இணங்கேல்.

சொற்பொருள்
பையலோடு = அறிவில்லாதவர்களோடு; இணங்கேல் = இணங்காதே.

எளிய பொருள்
அறிவில்லாதவர்களோடு — இணங்காதே.

விளக்கம்
இக்-கூற்று, ஔவையாரின் கூட்டுறவு-நெறியின் வடிவம். மக்களின் வளர்ப்பு, கூட்டுறவைச்-சார்ந்து-உள்ளது. அறிவில்லாத-கூட்டத்தோடு பழகினால், அவர்களின் வழக்கங்கள் நம்மீதும்-பாயும். வாழ் தாழ்ந்துவிடும்.

இன்றைய பயன்பாடு
இக்காலத்தில் இக்-கூற்று, கூட்டுறவின் ஆழ்ந்த-வழிகாட்டி. தினம்-தினம், ஓர் சிறு-உள்-கேள்வி — “எனது-கூட்டத்தில், ஆழ்ந்த-உள்-தளம்-உள்ளோர் உள்ளனரா?”

பாடல் 86 — பொ: பொருள்தனைப் போற்றி வாழ்

பொருள்தனைப் போற்றி வாழ்.

சொற்பொருள்
பொருள்தனைப் = செல்வத்தை; போற்றி = கவனமாக-காப்பாற்றி; வாழ் = வாழ்.

எளிய பொருள்
செல்வத்தை, கவனமாக-காப்பாற்றி — வாழ்.

விளக்கம்
இக்-கூற்று, ஔவையாரின் செல்வ-மேலாண்மை-நெறியின் வடிவம். செல்வத்தை-கவனமாக-காப்பாற்ற-வேண்டும். வீணாக்க-கூடாது. அளவான-வழியில் செலவு-செய்ய-வேண்டும். சேமிப்பின் வழக்கத்தை வளர்க்க-வேண்டும்.

இன்றைய பயன்பாடு
இக்காலத்தில் இக்-கூற்று, செல்வ-மேலாண்மையின் வழிகாட்டி. தினச்-செலவின் வழக்கத்தில் கட்டுப்பாடு. மாதம்-மாதம் சேமிப்பின் வழக்கம். எதிர்காலத்திற்கு திட்டமிட்டு-வளர்ப்பு.

பாடல் 87 — போ: போர்த் தொழில் புரியேல்

போர்த் தொழில் புரியேல்.

சொற்பொருள்
போர்த் = போரின்; தொழில் = வேலை; புரியேல் = செய்யாதே.

எளிய பொருள்
போர்-தொழிலை — விரும்பி செய்யாதே.

விளக்கம்
இக்-கூற்று, ஔவையாரின் அமைதி-நெறியின் வடிவம். போர், மக்களின் வாழ்வை-பாதிக்கும். போரை-விரும்பும் வழக்கம், மக்களின் உள்-தளத்தை-கடினமாக்கும். அமைதியின் வழியில் வாழ்-வேண்டும்.

இன்றைய பயன்பாடு
இக்காலத்தில் இக்-கூற்று, அமைதி-நெறியின் வழிகாட்டி. போரை-விட, அமைதியான-தீர்வுகளை நாடு. கருத்து-வேற்றுமைகளை, அமைதியான-உரையாடலின் வழியில் தீர்.

பாடல் 88 — ம: மனம் தடுமாறேல்

மனம் தடுமாறேல்.

சொற்பொருள்
மனம் = உள்ளம்; தடுமாறேல் = தடுமாறாதே.

எளிய பொருள்
மனத்தை — தடுமாறாமல், நிலையாக வை.

விளக்கம்
இக்-கூற்று, ஔவையாரின் மன-நிலை-நெறியின் வடிவம். மனம், வாழ்வின் வேராக நிற்கிறது. அந்த-மனம் தடுமாறினால், வாழ்வும் தடுமாறும். மன-உறுதியை வளர்த்தால், வாழ் வளரும்.

இன்றைய பயன்பாடு
இக்காலத்தில் இக்-கூற்று, மிக-முதன்மையான-வழிகாட்டி. தற்காலத்தில், மன-நிலை மிக-பாதிக்கப்-படுகிறது. தினம்-தினம், ஓர் சில-நிமிட-உள்-பயிற்சி — மூச்சில்-கவனம், அமைதியான-உள்-நிலை — இவை மன-உறுதியை வளர்க்கும்.

பாடல் 89 — மா: மாற்றானுக்கு இடம் கொடேல்

மாற்றானுக்கு இடம் கொடேல்.

சொற்பொருள்
மாற்றானுக்கு = பகைவருக்கு; இடம் = வாய்ப்பு; கொடேல் = கொடுக்காதே.

எளிய பொருள்
பகைவருக்கு வாய்ப்பு — கொடுக்காதே.

விளக்கம்
இக்-கூற்று, ஔவையாரின் காப்பு-நெறியின் வடிவம். பகைவர், மக்களின் வாழ்வை-பாதிக்க-முயற்சி-செய்வர். அவர்களுக்கு வாய்ப்பு-கொடுக்கும் வழக்கங்களை-தவிர். கவனமாக-இரு.

இன்றைய பயன்பாடு
இக்காலத்தில் இக்-கூற்று, காப்பு-நெறியின் வழிகாட்டி. பணி-சூழலில், கூட்டாளி-உறவில் — பகைவராக-இருப்பவர்களை அறிந்துகொள். கவனமாக-இரு.

பாடல் 90 — மி: மிகைபடச் சொல்லேல்

மிகைபடச் சொல்லேல்.

சொற்பொருள்

மிகைபடச் = அளவுக்கு-மீறி; சொல்லேல் = பேசாதே.

எளிய பொருள்

அளவுக்கு-மீறி — பேசாதே.

விளக்கம்

இக்-கூற்று, ஔவையாரின் சொல்-கட்டுப்பாடு-நெறியின் வடிவம். அளவான-பேச்சு, ஆழ்ந்த-நெறியின் வடிவம். அளவுக்கு-மீறிய-பேச்சு, மக்களின் உள்-தளத்தையும் வீழ்த்தும்.

இன்றைய பயன்பாடு

இக்காலத்தில் இக்-கூற்று, மிக-முதன்மையான-வழிகாட்டி. பேச்சில் அளவை-காப்பாற்று. தேவையான-கூற்றை மட்டுமே சொல்.

பாடல் 91 — மீ: மீதூண் விரும்பேல்

மீதூண் விரும்பேல்.

சொற்பொருள்

மீதூண் = அதிக-உணவு; விரும்பேல் = விரும்பாதே.

எளிய பொருள்

அதிக-உணவை — விரும்பாதே.

விளக்கம்

இக்-கூற்று, ஔவையாரின் உணவு-கட்டுப்பாடு-நெறியின் வடிவம். அதிக-உணவு, உடல்-நலனை-பாதிக்கும். அளவான-உணவே, உடல்-நலனின் வேர்.

இக்-கூற்று, கொன்றை வேந்தனின் பாடல் 5 “உண்டி சுருங்குதல்” என்னும் கூற்றோடு ஒத்து-நிற்கிறது.

இன்றைய பயன்பாடு

இக்காலத்தில் இக்-கூற்று, உடல்-நலன்-நெறியின் வழிகாட்டி. தற்காலத்தில், அதிக-உணவின் வழக்கம் — பல-உடல்-நல-பாதிப்புகளை-தருகிறது. ஔவையாரின் வழி — “அளவான-உணவை வளர்.”

பாடல் 92 — மு: முனைமுகத்து நில்லேல்

முனைமுகத்து நில்லேல்.

சொற்பொருள்
முனைமுகத்து = இடர்-முனையில்; போர்-முனையில்; நில்லேல் = நிற்காதே.

எளிய பொருள்
ஆபத்தான-முனையில் — நிற்காதே.

விளக்கம்
இக்-கூற்று, ஔவையாரின் பாதுகாப்பு-நெறியின் வடிவம். ஆபத்தான-சூழல்களில் சிக்க-கூடாது. கவனமாக, பாதுகாப்பான-வழியில் நில்.

இன்றைய பயன்பாடு
இக்காலத்தில் இக்-கூற்று, பாதுகாப்பு-நெறியின் வழிகாட்டி. சாலையில், பணி-சூழலில், சமூக-தளத்தில் — ஆபத்தான-கூற்றுகளில் சிக்காதே.

பாடல் 93 — மூ: மூர்க்கரோடு இணங்கேல்

மூர்க்கரோடு இணங்கேல்.

சொற்பொருள்
மூர்க்கரோடு = முரட்-நிலையில்-உள்ளோருடன்; இணங்கேல் = இணங்காதே.

எளிய பொருள்
முரட்-நிலையில் உள்ளோருடன் — இணங்காதே.

விளக்கம்
இக்-கூற்று, ஔவையாரின் கூட்டுறவு-நெறியின் வடிவம். முரட்-நிலையில்-உள்ளவர், அறிவை-கேட்க-மாட்டார். அவர்களோடு பழகினால், அந்த-முரட்-நிலை நம்மீதும் பாயும்.

இன்றைய பயன்பாடு
இக்காலத்தில் இக்-கூற்று, கூட்டுறவு-நெறியின் வழிகாட்டி. முரட்-நிலையில்-உள்ளவர்களை அறிந்துகொள். அவர்களோடு நெருக்கமாக-நிற்காதே.

பாடல் 94 — மெ: மெல்லி நல்லாள் தோள்சேர்

மெல்லி நல்லாள் தோள்சேர்.

சொற்பொருள்
மெல்லி = மென்மையான; நல்லாள் = நல்-நெறி-உள்ள-துணைவி; தோள்சேர் = துணைவியோடு சேர்.

எளிய பொருள்
மென்மையான, நல்-நெறி-உள்ள துணைவியோடு — சேர்ந்து வாழ்.

விளக்கம்
இக்-கூற்று, ஔவையாரின் இல்லற-நெறியின் வடிவம். துணைவியை-தேர்ந்தெடுக்கும்-கட்டத்தில், மென்மை, நல்-நெறி — இவற்றை மிக-முதன்மை-கூறாக-கொள்ள-வேண்டும். இக்-கூற்று ஆண்-துணைக்கும் சம-வடிவில் பொருந்தும்.

இன்றைய பயன்பாடு
இக்காலத்தில் இக்-கூற்று, இல்லற-நெறியின் வழிகாட்டி. திருமண-தேர்வில், வெளி-கூறுகளை-மட்டும் கவனிக்காதே. உள்-நெறியை, மென்மை-கூறை கவனி.

பாடல் 95 — மே: மேன்மக்கள் சொல் கேள்

மேன்மக்கள் சொல் கேள்.

சொற்பொருள்
மேன்மக்கள் = உயர்-நெறி-உள்ளோர்; சொல் = வாக்கு; கேள் = கேள்.

எளிய பொருள்
உயர்-நெறி-உள்ளோரின் வாக்கை — கேள்.

விளக்கம்
இக்-கூற்று, ஔவையாரின் வழிகாட்டுதல்-நெறியின் வடிவம். உயர்-நெறி-உள்ளோர், ஆழ்ந்த-வாழ்-கால-அனுபவத்தின் வடிவம். அவர்களின் வாக்கை-கேட்டு, அவர்களின் வழியில் நடந்துகொள்.

இன்றைய பயன்பாடு
இக்காலத்தில் இக்-கூற்று, கல்வி-நெறியின் வழிகாட்டி. சமூக-வலையின் பல-கருத்துகளுக்கு-மீறி, ஆழ்ந்த-உள்-தளம்-உள்ள மக்களின் கருத்தை மதி.

பாடல் 96 — மை: மை விழியார் மனை அகல்

மை விழியார் மனை அகல்.

சொற்பொருள்
மை = மை-தீட்டிய; விழியார் = கண்-உடையோர் (கட்டுப்பாட்டை-மீறிய-விருப்பத்துக்கு-உரியோர்); மனை = இல்லத்தை-விட்டு; அகல் = விலகு.

எளிய பொருள்
கட்டுப்பாட்டை-மீறிய-விருப்பத்துக்கு-உரியவரின் இல்லத்தை-விட்டு — விலகு.

விளக்கம்
இக்-கூற்று, கொன்றை வேந்தன் பாடல் 78-ன் ஓர்-கூற்றோடு ஒத்து-நிற்கிறது. காமம்-தூண்டும் சூழல்களில்-இருந்து, விலகி-வாழ்தலே நெறி. ஆண்-பெண் வேற்றுமை-இல்லாமல், கட்டுப்பாட்டை-மீறிய-விருப்பத்தின் சூழல்களை — விலகி-வாழ-வேண்டும்.

இன்றைய பயன்பாடு
இக்காலத்தில் இக்-கூற்று, இல்லற-காப்பின் வழிகாட்டி. காமம்-தூண்டும் சூழல்களை-விலகு. சமூக-வலையின் தூண்டல்-கூற்றுகளை-கட்டுப்படுத்து.

பாடல் 97 — மொ: மொழிவது அற மொழி

மொழிவது அற மொழி.

சொற்பொருள்
மொழிவது = சொல்வது; அற = அறம்-வழியில்; மொழி = சொல்.

எளிய பொருள்
சொல்ல-வேண்டியதை — அற-நெறியில் சொல்.

விளக்கம்
இக்-கூற்று, ஔவையாரின் சொல்-நெறியின் ஆழ்ந்த-வடிவம். பேசும்-கூற்றில், அறத்தை மிக-முதன்மை-கூறாக-கொள். அறம்-மீறிய-கூற்றுகளை சொல்லாதே.

இன்றைய பயன்பாடு
இக்காலத்தில் இக்-கூற்று, பேச்சு-நெறியின் வழிகாட்டி. சமூக-வலையில், கூட்-உரையாடலில் — அறம்-வழியில் பேசு.

பாடல் 98 — மோ: மோகத்தை முனி

மோகத்தை முனி.

சொற்பொருள்
மோகத்தை = அளவில்லா-விருப்பத்தை; முனி = வெறுத்து-விலகு.

எளிய பொருள்
அளவில்லா-விருப்பத்தை — வெறுத்து விலகு.

விளக்கம்
இக்-கூற்று, ஔவையாரின் கட்டுப்பாடு-நெறியின் வடிவம். விருப்பம், மக்களின் வாழ்வில் இயற்கை-கூறு. ஆனால் அளவில்லா-விருப்பம், மக்களை-வீழ்த்தும்.

இன்றைய பயன்பாடு
இக்காலத்தில் இக்-கூற்று, மிக-நெருக்கமான-வழிகாட்டி. தற்காலத்தில், பல-வடிவில் விருப்பங்கள் தூண்டப்-படுகின்றன — செல்வம், புகழ், பதவி, விளம்பர-பொருள்கள். ஔவையாரின் வழி — “அவற்றை அறி, விலகு.”

பாடல் 99 — வ: வல்லமை பேசேல்

வல்லமை பேசேல்.

சொற்பொருள்
வல்லமை = ஆற்றல்; பேசேல் = பெருமை-பேசாதே.

எளிய பொருள்
உனது-ஆற்றலை-பற்றி — பெருமை பேசாதே.

விளக்கம்
இக்-கூற்று, ஔவையாரின் பணிவு-நெறியின் வடிவம். ஆற்றல், செயலின் வழியில் வெளிப்பட-வேண்டியது. பேச்சின் வழியில் வெளிப்படுத்தினால், அதன்-மதிப்பு வீழும்.

இன்றைய பயன்பாடு
இக்காலத்தில் இக்-கூற்று, மிக-முதன்மையான-வழிகாட்டி. சமூக-வலையில், சாதனை-பெருமை-பேச்சு பெருகியுள்ளது. ஔவையாரின் வழி — “அதை மறு.”

பாடல் 100 — வா: வாது முற்கூறேல்

வாது முற்கூறேல்.

சொற்பொருள்

வாது = வாதம்; முற்கூறேல் = முன்-வந்து தூண்டாதே.

எளிய பொருள்

வாதத்தை — முன்-வந்து தூண்டாதே.

விளக்கம்

இக்-கூற்று, ஔவையாரின் அமைதி-நெறியின் வடிவம். வாதம், மக்களின் வாழ்வை-கடினமாக்கும். தாமே-தூண்டக்-கூடாது. அமைதியான-வழியில் நின்று, கருத்து-வேற்றுமைகளை தீர்க்க-வேண்டும்.

இன்றைய பயன்பாடு

இக்காலத்தில் இக்-கூற்று, மிக-நெருக்கமான-வழிகாட்டி. சமூக-வலையில், கருத்து-பகிர்வுகளில் — வாதத்தை தாமே-தூண்டும் வழக்கம் வளர்ந்துள்ளது.

பாடல் 101 — வி: வித்தை விரும்பு

வித்தை விரும்பு.

சொற்பொருள்

வித்தை = கல்வி-திறன்; விரும்பு = விரும்பி-பயில்.

எளிய பொருள்

கல்வி-திறனை — விரும்பி பயில்.

விளக்கம்

இக்-கூற்று, ஔவையாரின் கல்வி-நெறியின் வடிவம். கல்வி, பணி-வாய்ப்புக்காக-மட்டும்-அல்ல; ஆழ்ந்த-உள்-வளர்ப்புக்காகவும் பயில-வேண்டும்.

இன்றைய பயன்பாடு

இக்காலத்தில் இக்-கூற்று, கல்வி-நெறியின் வழிகாட்டி. தினம்-தினம், ஓர் புதிய-கூற்றை-அறி. ஓர் புதிய-திறனை-வளர்.

பாடல் 102 — வீ: வீடு பெற நில்

வீடு பெற நில்.

சொற்பொருள்
வீடு = ஆழ்ந்த-உள்-விடுதலை; மெய்-நிலை; பெற = அடைய; நில் = நிலையாக நில்.

எளிய பொருள்
ஆழ்ந்த-உள்-விடுதலையை அடைய — நிலையாக நில்.

விளக்கம்
இக்-கூற்று, ஔவையாரின் ஆழ்ந்த-உள்-நெறியின் வடிவம். "வீடு" என்னும் சொல், ஆழ்ந்த-உள்-விடுதலை-நிலையை சுட்டுகிறது. அந்த-நிலையை அடைய, தினம்-தினம் நெறி-வழியில் நிலையாக நின்று-வாழ-வேண்டும்.

இன்றைய பயன்பாடு
இக்காலத்தில் இக்-கூற்று, ஆழ்ந்த-உள்-நெறியின் வழிகாட்டி. தினம்-தினம், ஓர் சிறு-உள்-பயிற்சி — மூச்சில்-கவனம், அமைதியான-உள்-நிலை — இவை ஆழ்ந்த-உள்-விடுதலையின் வேராக நிற்கின்றன.

பாடல் 103 — உ: உத்தமனாய் இரு

உத்தமனாய் இரு.

சொற்பொருள்
உத்தமனாய் = உயர்-நெறி-உடையவனாக; இரு = வாழ்.

எளிய பொருள்
உயர்-நெறி-உடையவனாக — வாழ்.

விளக்கம்
இக்-கூற்று, ஔவையாரின் ஆழ்ந்த-நெறி-வாழ்வின் வடிவம். "உத்தமன்" என்னும் சொல், மிக-உயர்-நெறி-உடைய-மக்களை சுட்டுகிறது.

இன்றைய பயன்பாடு
இக்காலத்தில் இக்-கூற்று, தனிநபர்-நெறியின் வழிகாட்டி. தினம்-தினம், ஓர் சிறு-உள்-உறுதி — "எனது-வாழ்-வழக்கங்கள், உத்தம-நிலையை-அடையும் வழியில் உள்ளனவா?"

பாடல் 104 — ஊ: ஊருடன் கூடி வாழ்

ஊருடன் கூடி வாழ்.

சொற்பொருள்

ஊருடன் = ஊராருடன்; கூடி = சேர்ந்து; வாழ் = வாழ்.

எளிய பொருள்

ஊராரோடு, சமூகத்துடன் — சேர்ந்து வாழ்.

விளக்கம்

இக்-கூற்று, ஔவையாரின் சமூக-நெறியின் வடிவம். தனி-வாழ்வு, மக்களின் வாழ்வை-வீழ்த்தும். சமூகத்துடன் சேர்ந்து-வாழ்தலே, ஆழ்ந்த-நெறி.

இன்றைய பயன்பாடு

இக்காலத்தில் இக்-கூற்று, சமூக-நெறியின் வழிகாட்டி. தற்காலத்தில், தனி-வாழ்வின் வழக்கம் வளர்ந்துள்ளது. ஔவையாரின் வழி — "சமூகத்துடன் இணைந்து-வாழ். அண்டை-வீட்டாரோடு, சார்ந்தோரோடு — தொடர்பை வளர்."

பாடல் 105 — வெ: வெட்டெனப் பேசேல்

வெட்டெனப் பேசேல்.

சொற்பொருள்

வெட்டெனப் = கடுமையாக; பேசேல் = பேசாதே.

எளிய பொருள்

கடுமையான-தொனியில் — பேசாதே.

விளக்கம்

இக்-கூற்று, ஔவையாரின் பேச்சு-நெறியின் வடிவம். கடுமையான-தொனியில் சொல்லப்-படும் கூற்று, மற்றோர்-மக்களின் உள்ளத்தை-பாதிக்கும். மென்மையான-தொனியில் பேசு.

இன்றைய பயன்பாடு

இக்காலத்தில் இக்-கூற்று, பேச்சு-நெறியின் வழிகாட்டி. தினம்-தினம், ஓர் சிறு-உள்-கேள்வி — "எனது-தொனி, கடுமையானதாக-உள்ளதா?"

பாடல் 106 — வே: வேண்டி வினை செயேல்

வேண்டி வினை செயேல்.

சொற்பொருள்
வேண்டி = விருப்பத்தின்-வழியில்; வினை = செயல்; செயேல் = செய்யாதே.

எளிய பொருள்
விருப்பத்தின்-வழியில், தவறான-செயலை — செய்யாதே.

விளக்கம்
இக்-கூற்று, ஔவையாரின் கட்டுப்பாடு-நெறியின் வடிவம். விருப்பத்தின் தூண்டலின் வழியில், தவறான-செயல்களை செய்தால், அவற்றின் விளைவு — காலப்போக்கில் மக்களை-வீழ்த்தும்.

இன்றைய பயன்பாடு
இக்காலத்தில் இக்-கூற்று, மிக-முதன்மையான-வழிகாட்டி. விருப்பத்தின் வேக-தூண்டலில் சிக்கி, தவறான-செயல்களை செய்யும் வழக்கம் — பல-வடிவில் வளர்ந்துள்ளது.

பாடல் 107 — வை: வைகறைத் துயில் எழு

வைகறைத் துயில் எழு.

சொற்பொருள்
வைகறைத் = அதிகாலையில்; துயில் = உறக்கத்தில்-இருந்து; எழு = எழுந்திரு.

எளிய பொருள்
அதிகாலையில், உறக்கத்தில்-இருந்து — எழுந்திரு.

விளக்கம்
இக்-கூற்று, ஔவையாரின் கால-நெறியின் வடிவம். அதிகாலையில் எழுந்திருத்தல், மக்களின் ஆழ்ந்த-நெறியின் வடிவம். அந்த-நேரத்தில், மனம் தெளிவாக-உள்ளது.

இன்றைய பயன்பாடு
இக்காலத்தில் இக்-கூற்று, தினச்-நெறியின் வழிகாட்டி. அதிகாலையில் எழுந்திருந்து, ஓர் சில-நிமிட-உள்-பயிற்சி, தினச்-திட்டமிடல், அமைதியான-தொடக்கம் — இவை வாழ்வின் ஆழ்ந்த-வேராக நிற்கின்றன.

பாடல் 108 — ஓ: ஒன்னாரைத் தேறேல்

ஒன்னாரைத் தேறேல்.

சொற்பொருள்

ஒன்னாரைத் = பகைவரை; தேறேல் = எளிதில் நம்பாதே.

எளிய பொருள்

பகைவரை — எளிதில் நம்பாதே.

விளக்கம்

இக்-கூற்று, ஔவையாரின் கவன-நெறியின் வடிவம். பகைவர், சில-வேளைகளில் நண்பர்-போல்-தோன்றி அணுகுவர். அவர்களை எளிதில் நம்பினால், கடின-விளைவு வரும்.

இன்றைய பயன்பாடு

இக்காலத்தில் இக்-கூற்று, கவன-நெறியின் வழிகாட்டி. பணி-சூழலில், கூட்டுறவில் — பகைவராக-இருப்பவர், தோழமை-வடிவில் அணுகலாம். அவர்களை எளிதில் நம்பாதே.

பாடல் 109 — ஓ: ஓரம் சொல்லேல்

ஓரம் சொல்லேல்.

சொற்பொருள்

ஓரம் = ஒருபக்கம்-சார்ந்து; சொல்லேல் = சொல்லாதே.

எளிய பொருள்

ஒருபக்கம்-சார்ந்து, அநியாயமாக — சொல்லாதே.

விளக்கம்

ஆத்திசூடியின் கடைசி-பாடல், மிக-ஆழ்ந்த-நேர்மை-நெறியின் வடிவம். “ஓரம்” என்னும் சொல், ஒருபக்கம்-சார்ந்த-நிலையை சுட்டுகிறது. நீதியின் கட்டத்தில், ஒருபக்கம்-சார்ந்து-கூறுவது — ஆழ்ந்த-தவறு. சம-நிலையில் நின்று, நேர்மையாக-தீர்மானிக்க-வேண்டும்.

ஆத்திசூடியின் முதல்-பாடல் “அறம் செய விரும்பு” — அறத்தை-வாழ்வின்-வேராக சுட்டியது. கடைசி-பாடல் — அநியாயமாக சொல்லாதே. இரண்டும், அற-நெறியின் இரு-வடிவங்கள். இரண்டுக்கும்-இடையே-உள்ள 108 மொழிகள், அறத்தின் பல-கூறுகளை விரிக்கின்றன.

ஔவையாரின் ஆத்திசூடி, தமிழ்-மரபின் மிக-ஆழ்ந்த-நெறி-நூல். குழந்தைகளுக்கு கற்பிக்கப்-பட்ட-நூல். அதே-நேரத்தில், மூத்தோர்க்கும் வழிகாட்டி-நூல். அதன்-கூறுகள், ஆயிரம்-ஆண்டுகளுக்கு-பின்னும், மக்களின் வாழ்-நெறிக்கு வழிகாட்டிகளாக நிற்கின்றன.

இன்றைய பயன்பாடு

இக்காலத்தில் இக்-கூற்று, நேர்மை-நெறியின் வழிகாட்டி. நீதியின் கட்டத்தில், மக்கள்-விசாரிப்பின் கட்டத்தில், கருத்து-தீர்மானத்தின் கட்டத்தில் — சம-நிலையில் நின்று, நேர்மையாக சொல்.

ஆத்திசூடியின் இறுதி-பாடலாக, இது மிக-பொருத்தமான-கூற்று. அறத்தை-விரும்பு-என்னும் முதல்-கூற்றில் தொடங்கி, அநியாயமாக-சொல்லாதே-என்னும் கடைசி-கூற்றில் முடிகிறது. வாழ்வின் அனைத்து-களங்களிலும்

— பேச்சில், செயலில், சிந்தனையில், நீதியில் — அறத்தின் வழியில் நில். அதுவே, ஔவையாரின் ஆழ்ந்த-உள்-கூற்று.

[ஆத்திசூடி நூல் முடிவுற்றது.]

இரண்டாம் பகுதி — கொன்றை வேந்தன்

காப்பு — கடவுள் வாழ்த்து

கொன்றை வேந்தன் செல்வன் அடியினை
என்றும் ஏத்தித் தொழுவோம் யாமே.

சொற்பொருள்
கொன்றை = கொன்றை மலரை சூடிய; வேந்தன் = அரசன்; சிவ-பெருமான்; செல்வன் = செல்வ-மகன்; விநாயகர்; அடியினை = திருவடியை; என்றும் = எப்போதும்; ஏத்தித் = புகழ்ந்து-வாழ்த்தி; தொழுவோம் = வணங்குவோம்; யாமே = நாமே.

எளிய பொருள்
கொன்றை-மலரை சூடிய சிவ-பெருமானின் செல்வ-மகனான விநாயகரின் திருவடிகளை, எப்போதும் புகழ்ந்து-வாழ்த்தி நாமே வணங்குவோம்.

விளக்கம்
ஔவையார், கொன்றை வேந்தன் என்னும் நூலின் தொடக்கத்தில், காப்பாக சிவ-பெருமானின் செல்வ-மகனான விநாயகரை வணங்குகிறார். "கொன்றை வேந்தன்" என்னும் சொற்-தொடரின்-முகவரியே, காப்பாக நிற்கிறது. கொன்றை-மலர், சிவ-பெருமானின் முடியில் சூடப்படும் முக்கிய-மலர். அந்த-மலரை சூடியவர், ஞாலத்துக்கு வேந்தன், தலைவன். அவரது செல்வ-மகனாக விளங்குபவர், விநாயகர்.

இக்-காப்பு, மிக-சுருக்கமான வடிவில் — இரண்டே வரியில் — ஆழ்ந்த-பக்தியின் உள்-தளத்தை-வைக்கிறது. "என்றும்" என்னும் சொல், காலத்தின் தொடர்ச்சியை சுட்டுகிறது. ஒரு-நாள்-வழிபாடு அல்ல; வாழ்வு-முழுவதும், ஒவ்வொரு-கணமும், விநாயகரின் திருவடியை புகழ்வது. "தொழுவோம்" என்பது வெறும்-வணக்கம் அல்ல; ஆழ்ந்த-உள்-சரண்-ஆகுதல். வேற்று-வேற்று வடிவில்-புகழ்தல், ஏத்தித்-தொழுதல், இரண்டுமே சேர்ந்து — பக்தியின் முழு-வடிவம்.

நல்வழியின் தொடக்கம் "பாலும் தெளி-தேனும்" என்னும் மிக-அழகான-உவமையின் வழியில் இருந்தது; மூதுரையின் தொடக்கம் "வாக்குண்டாம் நல்ல மனமுண்டாம்" என்னும் வாழ்த்தின் வழியில் இருந்தது. இங்கு கொன்றை வேந்தனின் தொடக்கம் — மிக-நேரடி, மிக-சுருக்கம், மிக-ஆழ்ந்த-பக்தியின் வழியில். "கொன்றை வேந்தன்" என்னும் சொற்-தொடரே, நூலின்-பெயராக மாறுகிறது. காப்பின் முதல்-சொல், நூலின்-முகவரி. இது தமிழ்-பழ-மரபில், மிக-மேம்பட்ட-வழக்கம்.

இன்றைய பயன்பாடு
இக்காலத்தில் இக்-காப்பு, ஓர் சிறிய-நினைவூட்டலாக நிற்கிறது — "எந்த-செயலின்-முன்னும், ஓர் சிறு-வாழ்த்து, ஓர் சிறு-வணக்கம்." நாள்-தினமும்,

மிக-வேக-வாழ்வில், நாம் ஒவ்வொரு-செயலிலும் — பணி-தொடக்கம், படிப்பு-தொடக்கம், பயணம்-தொடக்கம் — ஓர் சிறு-வாழ்த்தை, ஓர் சிறு-சரண்-ஆகுதலை — மறந்துவிடுகிறோம். அந்த-மறதி, செயலின்-உள்-தளத்தை குறைக்கிறது.

ஔவையாரின் காப்பின்-வழி, மிக-சுருக்கமானது — இரண்டு-வரி, சில-வினாடி. அந்த-சில-வினாடி, ஒவ்வொரு-செயலின்-முன், உள்-தளத்தை வளர்க்கும் ஆற்றலை-தருகிறது. தினம்-தினம், காலையில் சில-வினாடி, பணி-தொடக்கத்திற்கு-முன் சில-வினாடி — அந்த-வாழ்த்தின்-வழக்கம், வாழ்வின்-உள்-நிலையை மெல்ல-மெல்ல உயர்த்துகிறது.

பாடல் 1 — அ: பெற்றோர் என்னும் முதன்மை-தெய்வம்

அன்னையும் பிதாவும் முன்னறி தெய்வம்.

சொற்பொருள்

அன்னையும் = தாயும்; பிதாவும் = தந்தையும்; முன்னறி = முதலில் அறிந்து-மதிக்க-வேண்டிய; தெய்வம் = தெய்வம்.

எளிய பொருள்

வாழ்வில் முதலில் அறிந்து-மதிக்க-வேண்டிய தெய்வங்கள் — தாயும், தந்தையும்.

விளக்கம்

கொன்றை வேந்தனின் முதல்-பாடல், மிக-ஆழ்ந்த-கருத்தை மிக-சுருக்கமான வடிவில்-தருகிறது. “தெய்வம்” என்னும் சொல், மக்களின்-உள்ளத்தில் ஓர் தனி-மதிப்பை-கொண்டிருக்கிறது. அந்த-மதிப்பை, ஔவையார் — தாய்-தந்தைக்கு வழங்குகிறார். தாய்-தந்தையே, மக்களின்-முதல்-தெய்வம்.

இக்-கூற்று, தமிழ்-மரபின் ஓர் ஆழ்ந்த-தளத்தை வெளிப்படுத்துகிறது. கோயிலின்-தெய்வம், மிக-உயர்ந்த-தளத்தில் நிற்கிறது. ஆனால் மக்களின்-வாழ்வில், அதற்கு-முன், ஓர் தளம்-உள்ளது — பெற்றோர்-தளம். தாய், மக்களை ஈன்றெடுத்தவள்; தந்தை, மக்களை வளர்த்துவைத்தவன். இவர்கள், மக்களின்-வாழ்வை-உருவாக்கியவர்கள். கோயிலின்-தெய்வத்தை அறிய-முன், இவர்களை அறிய-வேண்டும்.

“முன்னறி” என்னும் சொல், மிக-நுட்பம். “முதலில் அறி” என்னும் அழைப்பு. வேறு-தெய்வங்களை அறியக்-கூடாது என்று இக்-கூற்று சொல்லவில்லை. ஆனால் வரிசையில், பெற்றோர் முதன்மை. அந்த-வரிசை-உணர்வே, மக்களின்-நெறி-தளத்தை-அமைக்கிறது. திருக்குறளில் வள்ளுவர், “தந்தை மகற்காற்றும் நன்றி அவையத்து முந்தி இருப்பச் செயல்” (குறள் 67) — தந்தை-தான், மகனுக்கு-செய்ய-வேண்டிய-நன்றி எது என்று கேட்கிறார். ஔவையார் இங்கு, அந்த-உறவின் மறு-பக்கத்தை சுட்டுகிறார் — மகன், பெற்றோரை எப்படி-மதிக்க-வேண்டும். தாய்-தந்தையை, தெய்வமாக-மதி.

இன்றைய பயன்பாடு

இக்காலத்தில் இக்-கூற்று, மிக-ஆழ்ந்த-நினைவூட்டலாக நிற்கிறது. வேலை-வாய்ப்பு, பணி-மாற்றம், திருமணம், புதிய-வாழ்க்கை — இக்-கூறுகளால், பல-மக்கள் தங்கள்-பெற்றோரிடம்-இருந்து தொலைதூரத்தில் வாழ்கின்றனர். தினம்-தினம், பெற்றோரை-மறந்து-வாழும் வழக்கம் — மெல்ல-மெல்ல வளர்கிறது. ஔவையாரின் இந்த-முதல்-பாடல், ஓர் நினைவூட்டல் — “எவ்வளவு-தொலைதூரத்தில் வாழ்ந்தாலும், அவர்களை மறந்து-விடாதே.”

தினம்-ஒரு-தொலைபேசி, வாரம்-ஒரு-காணொளி-உரையாடல், மாதம்-ஒரு-வருகை — இக்-கூறுகள், வெளியில் சிறியதாக-தோன்றலாம். ஆனால் பெற்றோரின்-உள்ளத்தில், இவை மிக-பெருமை-உடையன. முதுமை-காலத்தில், மக்கள் — பெற்றோரை-நேராக-பார்க்கும் வாய்ப்பு குறைகிறது. அந்த-கால-கட்டத்தில், சிறிய-தொடர்புகளே — பெற்றோரின் வாழ்வை-நிறை-செய்கின்றன. ஔவையாரின் வழி — "தாய்-தந்தையை, தெய்வமாக-மதி." அந்த-மதிப்பு, செயல்-வடிவில் தினம்-தினம்-வெளிப்பட-வேண்டும்.

பாடல் 2 — ஆ: கோயில்-வழிபாட்டின் சிறப்பு

ஆலயம் தொழுவது சாலவும் நன்று.

சொற்பொருள்

ஆலயம் = கோயில்; தொழுவது = வணங்குவது; சாலவும் = மிகவும்; நன்று = நல்லது.

எளிய பொருள்

கோயில் சென்று வணங்குவது, மிகவும் நல்லது.

விளக்கம்

இக்-கூற்று, தமிழ்-சைவ-மரபின் கோயில்-நெறியை சுட்டுகிறது. கோயில், வெறும்-கட்டடம் அல்ல; ஓர் ஆழ்ந்த-உள்-தளத்தை வளர்க்கும் இடம். "தொழுவது சாலவும் நன்று" என்னும் கூற்று, மிக-நேரடி. வேறு-எவ்வளவு-விளக்கம்-தந்தாலும், கூற்றின்-உள்-உண்மை இதே-தான் — கோயில்-வழிபாடு, மக்களின் உள்-நிலையை-உயர்த்துகிறது.

கோயிலின்-சூழல், பல-கூறுகளால் — மக்களின்-உள்ளத்தை மாற்றுகிறது. தீபங்களின்-ஒளி, மந்திரங்களின்-ஓசை, அர்ச்சகர்களின்-வழிபாட்டு-முறை, மக்களின்-கூட்டத்தின் ஆழ்ந்த-அமைதி — இவை எல்லாம் சேர்ந்து, ஓர் தனி-உள்-தளத்தை உருவாக்குகின்றன. அந்த-தளத்தில் நின்று வணங்கும்போது — மக்களின்-உள்ளம், வேலை-வாழ்வின்-கடினங்களில் இருந்து விடுபடுகிறது.

சைவ-மரபில், கோயில்-வழிபாடு — பல-நெறிகளில் ஒன்று. மக்கள், கோயிலுக்கு-செல்ல-முடியாத-கட்டத்தில், வீட்டில் வழிபடலாம், உள்-உரையாடலின்-வழியில் வணங்கலாம். ஆனால் கோயில்-வழிபாடு — ஓர் தனி-அமைதியை-தருகிறது. மற்ற-மக்களோடு சேர்ந்து-வழிபடும் வாய்ப்பு, ஒற்றுமையின்-தளத்தையும் வளர்க்கிறது.

இன்றைய பயன்பாடு

இக்காலத்தில் இக்-கூற்று, மிக-நெருக்கமான வழியாக நிற்கிறது. வேக-வாழ்வில், மக்கள் — பணி-வாழ்வை, குடும்ப-வாழ்வை, பொழுதுபோக்கை எல்லாம் சமாளிக்கிறார்கள். ஆனால் உள்-தளம்-வளர்ப்பின் கூற்று — பெரும்பாலும் ஓர் முன்னுரிமை-கூற்றாக நிற்பதில்லை. கோயிலுக்கு-செல்வது, மாதம்-ஒரு-முறை, ஆண்டுக்கு-சில-முறை-என்னும் வழக்கமாக மாறிவிட்டது.

ஔவையாரின் வழி — "கோயில்-வழிபாடு சாலவும் நன்று." தினம்-தினம்-போக-தேவை-இல்லை; வாரம்-ஒரு-முறை, அல்லது மாதம்-சில-முறை — அந்த-வழக்கம், உள்-தளத்தை வளர்க்கும். கோயிலின்-சூழலில் சில-நிமிடம் — மந்திரங்களை-கேட்டல், தீபத்தை-பார்த்தல், அமைதியாக-உட்காருதல் — அந்த-சில-நிமிடம், வாழ்வின்-உள்-தளத்தை மிக-ஆழ்ந்த-வழியில்

வளர்க்கும். வேறு-நெறி-சார்ந்தோர், தங்கள்-வழியின்-வழிபாட்டு-தளத்தை — அதே-வழக்கத்தில் பயன்படுத்தலாம். வழக்கமே, வளர்ச்சியின்-வேர்.

பாடல் 3 — இ: அறம்-இல்லா இல்லறம் நல்லறம் அன்று

இல்லறம் அல்லது நல்லறம் அன்று.

சொற்பொருள்

இல்லறம் = குடும்ப-வாழ்க்கை; அல்லது = இல்லாமல் (அறம்-இல்லாமல்); நல்லறம் = நல்-அறம்; அன்று = அல்ல.

எளிய பொருள்

குடும்ப-வாழ்க்கையில் அறம்-இல்லாமல், அது நல்-அறம் அன்று.

விளக்கம்

இக்-கூற்று, இரண்டு-வழியில் புரிந்துகொள்ளப்-படுகிறது. ஓர்-வழியில் — "இல்லற-வாழ்வே, மற்ற-அனைத்து-அறங்களின் முதன்மை." மற்றொரு-வழியில் — "இல்லற-வாழ்வில் அறம்-இல்லாமல்-போனால், அது நல்-அறம் ஆகாது." இரண்டு-விளக்கங்களும், ஔவையாரின் ஆழ்ந்த-கருத்தோடு ஒத்து-நிற்கின்றன.

முதல்-விளக்கம் — இல்லற-வாழ்வே, பல-அறங்களின் தளம். துறவு-வாழ்வை-தேர்வு-செய்த சில-மக்களைத்-தவிர, பெரும்பாலான-மக்கள், இல்லற-வாழ்வில் வாழ்கின்றனர். அந்த-வாழ்வில், அறம்-வளர்வதே மிக-முதன்மை. திருக்குறளில் வள்ளுவர், "இல்வாழ்வான் என்பான் இயல்புடைய மூவர்க்கும் நல்லாற்றின் நின்ற துணை" (குறள் 41) — இல்வாழ்வான், மூன்று-சார்ந்தோர்க்கு — துறவியர், பெற்றோர், விருந்தினர் — நெறி-வழியில் நிற்கின்ற-துணை என்று சொல்கிறார். ஔவையாரும், இல்லற-வாழ்வை அறத்தின் தளமாக-வலியுறுத்துகிறார்.

இரண்டாவது-விளக்கம் — இல்லற-வாழ்வில், ஓர் ஆழ்ந்த-கூறு-தேவை. வெறும்-வாழ்வு போதாது; அறம்-உடைய-வாழ்வு-வேண்டும். குடும்பத்தில், கணவன்-மனைவியின் உறவில், பிள்ளை-வளர்த்தலில், விருந்தினர்-உபசரிப்பில், சுற்றத்தாரோடு-கொள்ளும்-உறவில் — அறம் வளர்க்கப்-படவில்லை-என்றால், அந்த-இல்லற-வாழ்வு, "நல்-அறம்" என்னும் பெயருக்கு-தகுதி-கொள்ளவில்லை. ஔவையாரின்-கூற்றில், இல்லறம்-அறத்திற்கு-உரிய-தளம் என்னும் கருத்து, ஆழ்ந்து-நிற்கிறது.

இன்றைய பயன்பாடு

இக்காலத்தில் இக்-கூற்று, குடும்ப-நெறியின் ஆழ்ந்த-வழிகாட்டியாக நிற்கிறது. பல-மக்கள், திருமணம், குழந்தை-வளர்த்தல், வீட்டு-மேலாண்மை — இக்-கூறுகளை, வெறும்-நடைமுறை-கூறுகளாக கருதுகின்றனர். "இவை எல்லாம், என்-வளர்ச்சிக்கு-தடை" என்னும் கருத்தும் சில-வேளைகளில் வெளிப்படுகிறது.

ஔவையாரின் வழி, ஓர் வேறுபட்ட-நோக்கை-தருகிறது. இல்லற-வாழ்வே, ஆழ்ந்த-அறத்தின்-தளம். துணைவியை-மதிப்பது, பிள்ளைகளை-அன்பாக-வளர்ப்பது, பெற்றோரை-கவனிப்பது, விருந்தினர்க்கு-உபசரிப்பு-தருவது — இவை எல்லாம், ஆழ்ந்த-அறத்தின்-வழக்கங்கள். இக்-வழக்கங்களில், ஆழ்ந்து-வாழ்பவரே — உண்மையான-நல்லறம்-வாழ்பவர். தினம்-தினம், "நான் என்-குடும்பத்திற்கு-என்-செய்தேன்? என்-உறவுகளில்-என்-வளர்த்தேன்?" என்னும் கேள்வி — ஓர் ஆழ்ந்த-உள்-பார்வையை-தருகிறது.

பாடல் 4 — ஈ: கொடாதவரின் சேமிப்பு தீயோர்-கையில்

ஈயார் தேட்டை தீயார் கொள்வர்.

சொற்பொருள்

ஈயார் = கொடுக்காதவர்கள்; தேட்டை = சேமித்த செல்வத்தை; தீயார் = தீய-மக்கள்; கொள்வர் = கைப்பற்றுவர்.

எளிய பொருள்

கொடுக்காதவர்கள் சேமித்து-வைத்த செல்வத்தை, தீய-மக்கள் கைப்பற்றுவர்.

விளக்கம்

இக்-கூற்று, செல்வத்தின் ஓர் முக்கிய-மெய்ப்பொருளை சுட்டுகிறது. செல்வம், இரண்டு-வழியில் — மக்களின்-கைகளில்-நிற்கிறது. ஓர்-வழி — பகிர்வின்-வழி. செல்வத்தை, பல-மக்களுக்கு-பகிர்ந்து, அதன்-பயனை-விரிவாக-வழங்குதல். மற்றொரு-வழி — சேமிப்பின்-வழி. செல்வத்தை, தனக்காக-மட்டும், சேமித்து-வைத்தல்.

சேமிப்பின்-வழி, மக்களின்-உள்ளத்தில் ஓர் பாதுகாப்பின்-தோற்றத்தை-தருகிறது. "இந்த-செல்வம், என்-கையில் உள்ளது; இது எனக்கு-பாதுகாப்பு." ஆனால் ஔவையாரின்-கூற்று — அந்த-தோற்றம், மெய் அல்ல. சேமித்த-செல்வம், எப்போதும் சேமிப்பவரின்-கையில் நிற்காது. ஓர்-கட்டத்தில், அது தீய-மக்களின்-கையில் வீழும். திருடர், ஏமாற்றுபவர், அதிகாரத்தை-தவறாக-பயன்படுத்துபவர் — இவர்கள்-அனைவரும், சேமிப்பின்-மீது கண்-வைக்கின்றனர்.

இக்-கூற்றில் ஓர் ஆழ்ந்த-அரசியல்-கூறும் உண்டு. சமூகத்தில், செல்வத்தின்-ஒருமுக-சேமிப்பு, பல-விளைவுகளை-தருகிறது. சேமிப்பவரின் உள்-நிலையில் — பற்று, பாதுகாப்பின்-கவலை, மற்றோர்-மீது-சந்தேகம். மற்றோர்-மக்களின் உள்-நிலையில் — பொறாமை, கசப்பு. இந்த-உள்-கூறுகள், சேமிப்பவரின்-செல்வத்தை — மெல்ல-மெல்ல, மற்றோர்-கைகளுக்கு கொண்டுசெல்கின்றன. பகிர்வின்-வழியில் வாழ்பவர், இந்த-கடினங்களை-தவிர்க்கின்றனர்.

இன்றைய பயன்பாடு

இக்காலத்தில் இக்-கூற்று, செல்வ-மேலாண்மையின் ஆழ்ந்த-வழிகாட்டியாக நிற்கிறது. இக்-காலத்தில், சேமிப்பு, முதலீடு, செல்வ-வளர்ச்சி — இக்-கூறுகள் மிக-முக்கியமாக கருதப்-படுகின்றன. அவை தேவை-தான். ஆனால் அவற்றோடு-மட்டும் வாழ்வு-முழுமை-கொள்ளாது.

ஔவையாரின் வழி — "சேமிப்போடு, பகிர்வையும் வளர்." ஓர்-பகுதி செல்வத்தை, தேவை-உள்ளவர்களுக்கு-பகிர். மற்றொரு-பகுதியை, அறம்-வளர்க்கும் கூற்றுகளுக்கு — கல்வி-அமைப்பு, மருத்துவ-உதவி, கோயில்-பணி — பயன்படுத்து. அந்த-பகிர்வின்-வழக்கம், செல்வத்தின்-ஆழ்ந்த-மதிப்பை-தருகிறது. சேமிப்பு-மட்டும் வாழ்வை-நிறை-செய்யாது. பகிர்வும் சேர்ந்தால்-தான், செல்வம், மக்களின்-வாழ்வை உயர்த்துகிறது.

தினம்-தினம், ஓர் சிறிய-வழக்கம் — மாதம்-ஒரு-முறை, தேவை-உள்ள-ஒருவருக்கு உதவி-தருவது; வாரம்-ஒரு-முறை, அன்பின்-செயலை-செய்வது — அந்த-வழக்கம், செல்வத்தின்-உள்-நிலையை-மாற்றுகிறது. ஔவையாரின் இக்-கூற்றின்-ஆழ்ந்த-கருத்து — "செல்வம், சேமிப்பின்-மட்டும் கூறு அல்ல; பகிர்வின்-கூறும் ஆகும்."

பாடல் 5 — உ: அளவான உணவின் அழகு

உண்டி சுருங்குதல் பெண்டிர்க்கு அழகு.

சொற்பொருள்

உண்டி = உணவு; சுருங்குதல் = அளவாக-கொள்ளுதல்; கட்டுப்படுத்துதல்; பெண்டிர்க்கு = துணைவியர்க்கு; அழகு = சிறப்பு; பெருமை.

எளிய பொருள்

உணவை அளவாக-கொள்ளுதல், துணைவியர்க்கு சிறப்பு.

விளக்கம்

இக்-கூற்றை, அதன்-பழ-மரபின் களத்தில் வைத்து புரிந்துகொள்ள-வேண்டும். ஔவையாரின்-காலத்தில், இல்லற-வாழ்வில் பெண்டிர், உணவு-மேலாண்மையின் முதன்மை-பொறுப்பை-கொண்டிருந்தனர். உணவின்-அளவை-கட்டுப்படுத்துதல் — அது குடும்ப-உறவின் சிறப்பாக கருதப்-பட்டது. அதிக-உணவு-கொள்ளுதல், உடல்-நலனுக்கும், குடும்ப-செலவுக்கும் சேதம்-தருகிறது.

ஆனால் இக்-கூற்றை, அதன்-ஆழ்ந்த-மெய்யில், மிக-பரந்த-வடிவில் புரிந்துகொள்ள-வேண்டும். "சுருங்குதல்" என்பது வெறும்-பெண்டிர்-கூறு அல்ல; அது ஓர் வாழ்க்கை-நெறி. அளவான-உணவு, அளவான-தூக்கம், அளவான-பேச்சு, அளவான-விருப்பம் — இவை அனைத்தும், ஆழ்ந்த-உள்-நெறியின் வடிவம். இக்-கூற்று, பெண்டிர்க்கு-மட்டும்-உரியது அல்ல; அனைத்து-மக்களுக்கும் பொருந்தும்.

திருக்குறளில் வள்ளுவர், "மருந்தென வேண்டாவாம் யாக்கைக்கு அருந்தியது அற்றது போற்றி உணின்" (குறள் 942) — முந்தைய உணவு செரித்த-பின் உண்டால், உடலுக்கு மருந்து-தேவை-இல்லை, என்று சொல்கிறார். ஔவையாரின் கூற்றும், அதே-நெறியின்-வடிவம். உணவின்-அளவை-கட்டுப்படுத்துதல், உடல்-நலனின் முதல்-வழி. அதுவே, பெருமையின்-தளம்.

இன்றைய பயன்பாடு

இக்காலத்தில் இக்-கூற்று, மிக-முதன்மையான-வழிகாட்டியாக நிற்கிறது. தற்காலத்தில், உணவின்-வெள்ளம் — மக்களின்-வாழ்வை-நிறைக்கிறது. வீட்டில், விடுதியில், திருமண-விருந்தில், திருவிழாக்களில் — உணவின்-அளவு, பெரும்பாலும் தேவைக்கு-அதிகம். அதிக-உணவின் விளைவாக, பல-நோய்கள் — நீரிழிவு, இதய-நோய், உடல்-பருமன் — இக்கால-மக்களின்-வாழ்வை பாதிக்கின்றன.

ஔவையாரின் வழி — "உணவை, அளவாக-கொள்." இது பெண்-ஆண் கூற்று அல்ல; அனைவருக்கும் பொருந்தும். தினம்-தினம், உணவின்-முன், ஓர் சிறு-உள்-கேள்வி — "எனது-உடலுக்கு, எவ்வளவு-தேவை?" அந்த-உள்-கேள்வி, அளவான-உணவின்-வழக்கத்தை வளர்க்கிறது. பெரும்பாலும், நாம்-பசிக்கு உண்பதை-விட, பழக்கத்திற்கு உண்கிறோம், சுவைக்கு உண்கிறோம், சூழலுக்கு உண்கிறோம். அந்த-வழக்கங்களை மறு-பார்வை-செய்தல், ஔவையாரின்-கூற்றின் முதல்-படி.

இக்-கூற்றை, இக்கால-கருத்தில் மறு-வடிவில் — "அளவான-வாழ்வே, அழகான-வாழ்வு" — என்று புரிந்துகொள்ள-முடியும். உணவில் மட்டும் அல்ல; செலவில், பேச்சில், உணர்வில், விருப்பத்தில் — அளவு-கொள்ளும் வழக்கம், ஆழ்ந்த-உள்-நெறியின் வடிவம்.

பாடல் 6 — ஊ: ஊர்-பகையின் வேர்-அழிவு

ஊருடன் பகைக்கின் வேருடன் கெடும்.

சொற்பொருள்
ஊருடன் = ஊர்-மக்களுடன்; பகைக்கின் = பகை-கொண்டால்; வேருடன் = வேரோடு; கெடும் = அழியும்.

எளிய பொருள்
ஊர்-மக்களுடன் பகை-கொண்டால், வேரோடு அழிவு வரும்.

விளக்கம்
இக்-கூற்று, ஔவையாரின் சமூக-மெய்ப்பொருளின் ஓர் ஆழ்ந்த-வடிவம். மக்கள், தனி-உயிராக-வாழ்வது இல்லை; சமூகத்தில், ஓர்-கூட்டின்-உள் வாழ்கின்றனர். அந்த-கூட்டோடு கொள்ளும்-உறவு, மக்களின்-வாழ்வை-ஆழ்ந்த-வழியில் தீர்மானிக்கிறது.

"ஊருடன் பகைக்கின்" — ஓர்-ஆணை-ஒற்றை-மக்களுடன்-பகை-கொள்வது அல்ல; ஊர்-முழுவதும் ஒற்றுமையாக-நிற்கும் ஓர்-கூற்றுடன்-பகை-கொள்வது. அந்த-பகை, மக்களுக்கு வாழ-வழியை-அறுக்கிறது. ஊரின்-உதவி-இல்லாமல், ஊர்-மக்களின் கூட்-பணி-இல்லாமல், மக்கள்-தனியாக ஆக்கம்-பெற-முடியாது.

"வேருடன் கெடும்" என்னும் சொல்-தொடர், மிக-கூர்மையான-வடிவம். "வேர்" என்பது, தாவரத்தின்-உயிர்-ஆதாரம். வேர் இல்லாமல், தாவரம் வாழ-முடியாது. அப்படியே, ஊர்-தொடர்பு-இல்லாமல், மக்கள் வாழ-முடியாது. அந்த-தொடர்பை-துண்டித்தால் — மக்களின்-வாழ்வே வேரோடு கெடுகிறது. குடும்பம் பாதிக்கப்-படுகிறது, பணி-வாய்ப்பு குறைகிறது, வளர்ச்சி நின்றுவிடுகிறது.

இக்கருத்து, மானத்தின்-களத்திலும் பொருந்தும். "ஊருடன் பகை" என்பது, மக்களின்-கூட்-ஒருமைப்பாட்டை மீறுதல். அந்த-மீறல், மக்களின்-நெறி-மதிப்பை குறைக்கிறது. ஔவையாரின் கூற்றில், சமூக-ஒருமைப்பாட்டின் ஆழ்ந்த-மதிப்பை வலியுறுத்துகிறார்.

இன்றைய பயன்பாடு
இக்காலத்தில் இக்-கூற்று, மிக-முதன்மையான-வழிகாட்டியாக நிற்கிறது. இக்-காலத்தில், சமூக-வலைகள், தொழில்-வளையங்கள், அண்டை-சமூகம் — இவை எல்லாம், ஓர்-வடிவத்தில், "ஊர்" என்னும் கூற்றின் இக்கால-வடிவம். அவற்றுடன்-பகை-கொள்வது, மக்களின்-வாழ்வை-கடினமாக்கும்.

தினம்-தினம், ஓர் சிறு-மறு-பார்வை — "நான் எந்த-கூட்டில் வாழ்கிறேன்? அந்த-கூட்டோடு என்-உறவு எப்படி உள்ளது?" — ஓர் ஆழ்ந்த-உள்-கேள்வி. சிறு-பகை, சிறு-கசப்பு, சிறு-வாதம் — இவை, ஓர்-கணத்தில் சிறிதாக-தோன்றலாம். ஆனால் நாள்-நாள்-தொடர்ந்தால், அவை — "ஊருடன் பகை" என்னும் கூற்றுக்கு மாறுகின்றன. ஔவையாரின் வழி — "அந்த-கூற்றை, ஆரம்பத்திலேயே, அமைதி-வழியில் தீர்த்துக்கொள்."

இக்-கூற்று, தலைமை-நெறியின்-களத்திலும் பொருந்தும். தலைவர்கள், தங்கள்-தொழில்-கூட்டத்தோடு, தங்கள்-மக்களோடு — ஆழ்ந்த-ஒற்றுமையை வளர்ப்பவராக இருக்க-வேண்டும். அந்த-ஒற்றுமை-இல்லாமல், அவர்களின்-தலைமை வேரோடு-கெடும். ஔவையாரின் இந்த-சிறு-கூற்று, மிக-ஆழ்ந்த-தலைமை-பாடம்.

பாடல் 7 — எ: எண்-எழுத்து இரண்டே வாழ்வின் கண்கள்

எண்ணும் எழுத்தும் கண் எனத் தகும்.

சொற்பொருள்

எண்ணும் = கணிதமும்; எண்ணும்-ஆற்றலும்; எழுத்தும் = கல்வியும்; எழுத்தறிவும்; கண் = கண்; எனத் = என்று; தகும் = தகுந்ததாகும்; பொருந்தும்.

எளிய பொருள்

எண்ணும், எழுத்தும் — இவை இரண்டும், மக்களின் இரு-கண்கள் என்று தகும்.

விளக்கம்

இக்-கூற்று, கல்வியின்-ஆழ்ந்த-கூறை-சுட்டுகிறது. மக்களின்-வாழ்வில், கண்கள், மிக-முதன்மை-கூறு. கண்-இல்லாமல், ஞாலத்தை-பார்க்க முடியாது. அப்படியே, எண்-எழுத்து-இல்லாமல், வாழ்வின்-உள்ளீட்டை அறிய முடியாது.

“எண்ணும் எழுத்தும்” என்பது, கணிதமும், மொழியும். கணிதம் — ஞாலத்தின்-கூறுகளை, அளவில் அறிய-வழி. மொழி — மக்களின்-உள்ளத்தின்-கூறுகளை, பகிர்ந்துகொள்ள-வழி. இந்த-இரண்டும் சேர்ந்தால்-தான், மக்கள் — ஞாலத்தோடு, மற்ற-மக்களோடு — ஆழ்ந்த-உள்-தொடர்பை வளர்க்க முடியும்.

“கண் எனத் தகும்” என்னும் கூற்றில் ஓர் ஆழ்ந்த-உவமை-உள்ளது. கண்-இரண்டும் இருந்தால்-தான், மக்கள் ஞாலத்தை-முழுவதும் பார்க்க முடியும். ஒற்றை-கண்-இருந்தால், பார்வை-வரம்பு குறையும். எண்-எழுத்தும், இரு-கண்-போல, இரண்டும் சேர்ந்து-தான் மக்களை வழிநடத்துகின்றன. ஒன்று-மட்டும் போதாது; இரண்டும் வேண்டும்.

ஔவையாரின் இக்-கூற்று, பழ-தமிழ்-மரபில், கல்வியின் முதன்மை-தளத்தை-வலியுறுத்துகிறது. குழந்தைகளுக்கு, எண்-எழுத்தை, மிக-சிறிய-வயதில் கற்பித்தல் — ஓர் மிக-முக்கிய-வழக்கம். ஔவையாரின்-வேறு-நூலான ஆத்திசூடியில், “எண் எழுத்து இகழேல்” (39) என்னும் பாடல் — அதே-கூற்றை, இன்னொரு-வடிவில் சொல்கிறது. கல்வியை-மதிக்காதே, எண்-எழுத்தை-மதி.

இன்றைய பயன்பாடு

இக்காலத்தில் இக்-கூற்று, கல்வி-நெறியின் ஆழ்ந்த-வழிகாட்டியாக நிற்கிறது. தற்காலத்தில், கல்வி, ஓர் பணி-வாய்ப்பு-கூற்றாக மட்டும் கருதப்-படுகிறது. “எந்த-படிப்பு, எந்த-பணியை தரும்?” என்னும் கேள்வி-முதன்மை. ஆனால் ஔவையாரின் வழி, மிக-வேறு — “கல்வி, வாழ்வின் கண்-போல; அது இல்லாமல், வாழ்வே குறை.”

தினம்-தினம், கல்வியின்-கூற்றை, பணி-வாய்ப்பின்-கூற்றாக-மட்டும் கருதாதே. கல்வி, ஓர் வாழ்-நெறி. படிப்பு-முடிந்த-பின்னும், வாசிப்பின்-வழக்கம், கற்றலின்-வழக்கம் — தொடர-வேண்டும். வாரம்-ஒரு-நூல், மாதம்-ஓர் ஆழ்ந்த-கருத்து, ஆண்டு-ஒரு-புதிய-துறை — அந்த-வழக்கம், எண்-எழுத்து என்னும் கண்களை திறந்தே-வைக்கிறது.

குழந்தைகளின்-களத்தில், இக்-கூற்று மிக-முதன்மை. பெற்றோர், குழந்தைகளுக்கு — எண்ணும், எழுத்தும், ஆழ்ந்த-வாசிப்பின்-வழக்கமும் — இவற்றை வளர்க்க-வேண்டும். கணித-ஆற்றல், மொழி-ஆற்றல் — இரண்டும் சமமாக-வளர-வேண்டும். ஒன்று குறைந்தால், குழந்தையின்-வாழ்வில் ஓர்-கண் குறையும்.

பாடல் 8 — ஏ: ஏவாமல் செய்யும் மக்கள் முதுமை-மருந்து

ஏவா மக்கள் மூவா மருந்து.

சொற்பொருள்

ஏவா = ஏவாமல்; சொல்லாமல்-செய்பவர்களான; மக்கள் = பிள்ளைகள்; மூவா = முதுமை-அறியாத; மருந்து = மருந்து.

எளிய பொருள்

சொல்லாமலே, செய்ய-வேண்டியதை-செய்யும் பிள்ளைகள், பெற்றோர்க்கு முதுமை-அறியாத மருந்து-போலாவர்.

விளக்கம்

இக்-கூற்று, ஔவையாரின் குடும்ப-நெறியின் ஓர் ஆழ்ந்த-வடிவம். குழந்தைகள், பெற்றோர்க்கு — ஓர் தனி-கூறு. ஆனால் எல்லா-குழந்தைகளும், பெற்றோர்க்கு-ஆழ்ந்த-நிறைவை-தருவதில்லை. சில-குழந்தைகள் — ஒவ்வொரு-செயலுக்கும், பெற்றோர் சொல்ல-வேண்டியுள்ளது. ஒவ்வொரு-கூற்றுக்கும், அழைப்பு-தேவை. அவர்கள், பெற்றோர்க்கு கடினமான-கூற்றை-தருகின்றனர்.

“ஏவா மக்கள்” — அவர்கள், சொல்லாமலே, தாமே-தம்-பொறுப்பை அறிந்து-செய்பவர்கள். வீட்டில், படிப்பில், சமூகத்தில் — அவர்களின்-நெறி, தாமே-உள்ளிருந்து வருகிறது. பெற்றோர், ஒவ்வொரு-கணமும் அவர்களை-கவனிக்க-தேவை-இல்லை. அந்த-குழந்தைகள், பெற்றோர்க்கு — மிக-ஆழ்ந்த-நிறைவை-தருகின்றனர்.

“மூவா மருந்து” என்னும் சொல்-தொடர், மிக-அழகான-வடிவம். மருந்து, மக்களின்-நோய்களை-தீர்க்கும். ஆனால் “மூவா மருந்து” — முதுமை-அறியாத-மருந்து — மக்களின்-வாழ்வை-நீடிக்க-வைக்கும், முதுமையின்-கடினங்களை-குறைக்கும். அப்படியே, ஏவா-மக்கள், பெற்றோரின்-முதுமை-வாழ்வை, ஓர் இன்பமான-கூற்றாக மாற்றுகின்றனர். அவர்களை-பார்க்கும்-கணம், பெற்றோரின்-முதுமை-கவலை மறைகிறது.

ஔவையாரின் இக்-கூற்று, பெற்றோர்-குழந்தை-உறவின் ஓர் ஆழ்ந்த-உண்மையை சுட்டுகிறது. குழந்தைகள்-தான், பெற்றோரின்-முதுமை-வாழ்வின் ஆழ்ந்த-துணை. செல்வம், பதவி, செயல்-வாய்ப்பு — இவை எல்லாம், முதுமை-காலத்தில் மதிப்பு-குறையும். ஆனால் நல்-குழந்தைகளின்-அன்பு, ஆழ்ந்து-நிறை-நிறுத்தும். அவர்கள், “மூவா மருந்து.”

இன்றைய பயன்பாடு

இக்காலத்தில் இக்-கூற்று, இரண்டு-வழியில் வழிகாட்டியாக நிற்கிறது. முதலாவதாக, பெற்றோர்க்கு — “குழந்தைகளை, ஏவாமலே-செய்யும்-வடிவில் வளர்.” இது மிக-கடினமான-நெறி. குழந்தைகளுக்கு, ஒவ்வொரு-கணமும் சொல்லி-செய்விப்பது, ஓர் எளிய-வழக்கம். ஆனால் அந்த-வழக்கம், குழந்தைகளை — பெற்றோர்-சார்ந்த, தாமே-பொறுப்பு-கொள்ள-தயங்கும் வடிவில் வளர்க்கிறது.

ஔவையாரின் வழி — “குழந்தைகளுக்கு, தங்கள்-பொறுப்பை, தாமே-அறிய-கற்பி.” சிறிய-வயதிலேயே, தங்கள்-படிப்பு-பொறுப்பு, தங்கள்-வீட்டு-பணி-பொறுப்பு — இவற்றை, தங்களாகவே மேலாண்மை-செய்ய பழக்கப்-படுத்து. அந்த-பழக்கம், அவர்களை — “ஏவா-மக்கள்” என்னும் வடிவில் வளர்க்கும்.

இரண்டாவதாக, குழந்தைகள்-வளர்ந்தவர்க்கு — "உனது பெற்றோர்க்கு, ஏவா-மக்களாக-இரு." பெற்றோர், ஒவ்வொரு-கூற்றுக்கும் சொல்ல-வேண்டியதை-நீக்கி, தாமே — அவர்களின்-தேவையை அறிந்து-செய். தொலைபேசி-அழைப்பு, தினம்-தினம்; வருகை, மாதம்-ஒரு-முறை; உடல்-நல-கவனிப்பு, தவறாமல் — இக்-கூறுகளை, பெற்றோர்-சொல்ல-முன், தாமே-செய். அந்த-வழக்கம், பெற்றோரின்-முதுமை-வாழ்வை, "மூவா மருந்து"-போல், இன்பமாக மாற்றும்.

பாடல் 9 — ஐ: இடர் வந்தாலும் செய்ய வேண்டியதை செய்

ஐயம் புகினும் செய்வன செய்.

சொற்பொருள்

ஐயம் = இடர்; கடினம்; பிச்சை-நிலையே-கூட; புகினும் = வந்து-புகுந்தாலும்; செய்வன = செய்ய-வேண்டியவை; செய் = செய்.

எளிய பொருள்

இடர் வந்து-புகுந்தாலும், செய்ய-வேண்டியவற்றை, செய்.

விளக்கம்

இக்-கூற்று, ஔவையாரின் வாழ்-நெறியின் மிக-ஆழ்ந்த-கூற்று. வாழ்வில், கடினங்கள், இடர்கள், பாதிப்புகள் — இவை வரும். அந்த-கடினங்கள் வரும்போது, மக்களின்-உள்ளம் — "செய்ய-வேண்டியதை-விட்டுவிட" தூண்டுகிறது. கடினத்தின்-நேரத்தில், "பின்னால் செய்வோம்," "இக்-கடினம் கடந்த-பின் செய்வோம்" என்னும் கூற்றுகள் வருகின்றன.

ஔவையாரின் வழி — "அந்த-கூற்றுகளுக்கு செவி-மடாதே. கடினம் வந்தாலும், செய்ய-வேண்டியதை, செய்." செய்ய-வேண்டியவை — பெற்றோர்-கவனிப்பு, பிள்ளை-வளர்த்தல், கடமைகளின்-நிறைவேற்றம், அறம்-வளர்த்தல் — இவை, கடினம்-வரும்-நேரத்திலும், விட்டு-விடக்-கூடாத கூறுகள். கடினம், ஓர் நிலையற்ற-கூறு; வந்து-போகும். ஆனால் செய்ய-வேண்டியவை, நிலையான-கூறுகள்; அவற்றை-தவிர்த்தால், வாழ்வின்-நெறி பாதிக்கப்-படும்.

"ஐயம்" என்னும் சொல், "இடர்" என்றும், "பிச்சை-நிலை" என்றும், "ஐயப்-படுதல்" (சந்தேகம்) என்றும், பல-வழியில் புரிந்துகொள்ளப்-படுகிறது. பழ-மரபில், ஓர் முக்கிய-வாசிப்பு — "பிச்சை-நிலையே-வந்தாலும்." செல்வம்-போய், மிக-கடினமான-வறுமை-நிலை வந்தாலும், செய்ய-வேண்டியதை-செய். மற்றொரு-வாசிப்பு — "சந்தேகம்-உள்ளத்தில் புகுந்தாலும், செய்." சந்தேகம், பல-வேளைகளில் — செய்யாமல்-நிற்பதற்கான-காரணம். ஔவையார் — "சந்தேகத்தை-தாண்டி, செய்-வேண்டியதை-செய்."

இன்றைய பயன்பாடு

இக்காலத்தில் இக்-கூற்று, மிக-முதன்மையான-வழிகாட்டியாக நிற்கிறது. தற்காலத்தில், கடினங்கள், இடர்கள், சந்தேகங்கள் — இவை மக்களின்-வாழ்வை-நிறைக்கின்றன. வேலை-மாற்றம், செல்வ-நிலை-மாற்றம், உறவு-கடினங்கள், உடல்-நல-பாதிப்பு — இவை எல்லாம், செய்ய-வேண்டியதை-விட்டுவிட தூண்டுகின்றன.

ஔவையாரின் வழி — "எவ்வளவு-கடினம் வந்தாலும், செய்ய-வேண்டியதை-செய்." குழந்தைகளின்-படிப்பை-கவனிப்பது, பெற்றோர்-உடல்-நலனை-கவனிப்பது, கடமைகளை-தவறாமல்-நிறைவேற்றுவது, அன்பின்-செயலை-தினம்-செய்வது — இக்-கூறுகள், கடினம்-வந்தாலும், விட்டு-விடக்-கூடாதவை.

கடினம், ஓர்-கால-கட்டத்தில் கடந்துசெல்லும். ஆனால் கடினத்தின்-காலத்தில், செய்ய-வேண்டியதை-விட்டுவிட்டால் — அதன்-விளைவு, காலம்-கடந்த-பின்னும் தொடரும்.

தினம்-தினம், ஓர் சிறு-உள்-வாக்கு — "கடினம்-இருந்தாலும், இக்-கூற்றை-செய்வேன்." அந்த-வாக்கு, ஓர் வலிமையான-உள்-நெறியை வளர்க்கிறது. ஔவையாரின் இக்-கூற்று, மிக-சுருக்கம்; ஆனால் வாழ்-முழுவதின் ஆழ்ந்த-நெறியின் வேராக நிற்கிறது.

பாடல் 10 — ஓ: ஒருவரை-பற்றி ஒரே-இடத்தில் வாழ்

ஒருவனைப் பற்றி ஓரகத்து இரு.

சொற்பொருள்

ஒருவனைப் = ஓர்-ஆணை; பற்றி = சார்ந்து; ஆதரவாக-கொண்டு; ஓரகத்து = ஓர் இடத்தில்; ஒரே-வீட்டில்; இரு = வாழ்.

எளிய பொருள்

ஓர்-துணைவரை-சார்ந்து, ஓர் இடத்தில் நிலையாக-வாழ்.

விளக்கம்

இக்-கூற்று, ஔவையாரின் இல்லற-நெறியின் ஓர் முதன்மை-வடிவம். இல்லற-வாழ்வில், ஓர் ஆழ்ந்த-கூறு — நிலை. ஓர் துணையை-சார்ந்து, ஓர் இடத்தில் நிலையாக-வாழ்தல். அந்த-நிலை-தான், குடும்ப-வாழ்வின் வேர். நிலை-இல்லாமல், குடும்பம்-உருவாக-முடியாது.

"ஒருவனைப் பற்றி" — ஓர் துணை. இல்லற-வாழ்வில், துணைவியர்க்கு, துணைவன் ஓர் ஆழ்ந்த-கூற்று. அதே-வழியில், துணைவருக்கு, துணைவி. அந்த-துணையை-நோக்கி, உள்-சார்பை-கொள். வேறு-வேறு-வழியில் — மற்ற-துணைகள், மற்ற-உறவுகள் — அவற்றில் சிக்காமல், ஓர் துணையை-சார்ந்து-வாழ். அந்த-சார்பின் ஆழம்-தான், திருமண-வாழ்வின் ஆழம்.

"ஓரகத்து இரு" — ஓர் இடத்தில் நிலையாக-வாழ். "ஓரகம்" என்னும் சொல், "ஓர் வீடு," "ஓர் இடம்" என்னும் கருத்தை-தருகிறது. இல்லற-வாழ்வில், நிலையான-வீடு, மிக-முதன்மை. தினம்-தினம்-இடம்-மாறுதல், வீட்டை-மாற்றுதல், ஒருவரை-விட்டு-ஒருவரோடு-வாழுதல் — இக்-கூற்றுகள், குடும்ப-வாழ்வை-கடினமாக்கும். ஔவையாரின் வழி — "ஓர்-இடத்தில், ஓர்-துணையை-சார்ந்து, நிலையாக-வாழ்."

இக்-கூற்று, பழ-தமிழ்-மரபின், திருமண-நெறியின் ஓர் ஆழ்ந்த-வடிவம். திருக்குறளில் வள்ளுவர், "இல்லாள்கண் தாழ்ந்த இயல்பின்மை எஞ்ஞான்றும் நல்லாருள் நாணுத் தரும்" (குறள் 904) — மனைவியின் கையில் தாழ்ந்து-நிற்கும்-இயல்பின்மை, நல்லார்-கூட்டத்தில் வெட்கம்-தரும் என்று சொல்கிறார். ஔவையாரின்-கூற்றும், அதே-நெறியின்-வடிவம் — ஓர் துணையை-சார்ந்து, ஆழ்ந்த-நிலை-வாழ்வை-உருவாக்கு.

இன்றைய பயன்பாடு

இக்காலத்தில் இக்-கூற்று, இரண்டு-வழியில் வழிகாட்டியாக நிற்கிறது. முதலாவதாக, திருமண-வாழ்வின் ஆழ்ந்த-கூற்று. இக்-காலத்தில், திருமண-வாழ்வின்-நிலை, பல-வேளைகளில் — பாதிக்கப்-படுகிறது. சிறு-வேறுபாடுகள், சிறு-வாதங்கள், சிறு-கசப்புகள் — இவை, பிரிவு-நிலைக்கு மாற்றப்-படுகின்றன. ஔவையாரின் வழி — "ஓர் துணையை-சார்ந்து, அந்த-துணையோடு-நிலைபெறு. சிறு-வேறுபாடுகளை, அமைதி-வழியில் தீர்த்துக்கொள்."

இரண்டாவதாக, வீட்டின்-நிலையின் கூற்று. இக்-காலத்தில், வேலை-மாற்றம், பணி-சார்ந்த-இடம்-பெயர்வு — இவை அதிகம். ஆனால் அதற்குள், ஒரு-நிலையான-வீடு, ஓர் நிலையான-தளம் — மிக-முதன்மை. குழந்தைகளுக்கு, நிலையான-வீடு — ஓர் ஆழ்ந்த-உள்-தளத்தை-தருகிறது. தினம்-தினம்-இடம்-மாறும் வாழ்வு, குழந்தைகளின்-உள்-நிலையை பாதிக்கும்.

இக்-கூற்றை, மிக-பரந்த-வடிவில் — "எவ்வளவு-வாய்ப்புகள்-வந்தாலும், ஓர் ஆழ்ந்த-நெறியை, ஓர் ஆழ்ந்த-தளத்தை-தேர்ந்து, அதில் ஆழ்ந்து-நிற்பது" என்று புரிந்துகொள்ள-முடியும். வாழ்வில், ஆழம் — பல-கூறுகளில்-சிதறுதல் அல்ல; ஓர்-நெறியில் ஆழ்ந்து-நிற்றல். ஔவையாரின் இக்-கூற்று, அந்த-ஆழ்ந்த-நெறியை வலியுறுத்துகிறது.

பாடல் 11 — ஓ: ஓதலின் சிறந்தது ஒழுக்கம்

ஓதலின் நன்றே வேதியர்க்கு ஒழுக்கம்.

சொற்பொருள்

ஓதலின் = ஓதுவதை-விட; நன்றே = மிக-நல்லது; வேதியர்க்கு = வேதம்-ஓதுவோர்க்கு; ஒழுக்கம் = நல்-நடத்தை.

எளிய பொருள்

வேதம் ஓதுவதைவிட — ஒழுக்கமாக-வாழ்வதே — வேதியர்க்கு மிக-நல்லது.

விளக்கம்

இக்-கூற்று, ஔவையாரின் ஆழ்ந்த-நெறி-நோக்கின் ஓர் கூர்மையான-வடிவம். வேதியர், வேதம்-ஓதுவதே-அவர்களின்-முதன்மை-தொழில். அந்த-ஓதுதலின்-வழியாக, அவர்கள் ஆழ்ந்த-மறை-கருத்தை அறிய-வேண்டும். ஆனால் ஔவையாரின் கூற்று — "ஓதுதல்-மட்டும் போதாது. ஒழுக்கமாக-வாழ்தலே, ஓதுதலை-விட சிறந்தது."

இக்-கூற்றில், ஓர் ஆழ்ந்த-மெய்ப்பொருள் உள்ளது. ஓதுதல், சொற்களின்-கூற்று. ஒழுக்கம், செயலின்-கூற்று. சொல்-வேற, செயல்-வேற-ஆனால், ஓதுதலின்-மதிப்பு வீழ்கிறது. ஓதுதலின்-மதிப்பை-உயர்த்துவது, அதற்கு-இணையான ஒழுக்கம். வேதியர் — மறை-நூலின் மிக-உயர்ந்த-கூற்றுகளை ஓதியும், தம்-வாழ்வில் அந்த-கூற்றுகளுக்கு-எதிராக-நடந்தால் — அவர்களின்-ஓதுதல் வீண்.

இக்கருத்து, அனைத்து-தொழில்-மக்களுக்கும் பொருந்தும். ஆசிரியர், மருத்துவர், தலைவர், சமய-நிலையில்-நிற்போர் — இவர்கள், தங்கள்-தொழிலின்-கூற்றுகளை, தங்கள்-வாழ்வில் வளர்க்க-வேண்டும். அறம்-போதிக்கும் ஆசிரியர், தம்-வாழ்வில் அறம்-வளர்க்க-வேண்டும். உடல்-நலன்-பற்றி-கூறும் மருத்துவர், தம்-உடலை-கவனிக்க-வேண்டும். தலைமை-நெறியை-போதிக்கும் தலைவர், அந்த-நெறியில்-வாழ-வேண்டும். ஔவையாரின் இக்-கூற்று, இந்த-உள்-ஒற்றுமையின் ஆழ்ந்த-வழியை சுட்டுகிறது.

இன்றைய பயன்பாடு

இக்காலத்தில் இக்-கூற்று, மிக-முதன்மையான-வழிகாட்டி. சமூக-வலையில், அறிவின்-பகிர்வில், போதனை-கூற்றில் — பல-மக்கள் சொற்-வடிவில் மிக-உயர்ந்த-கூற்றுகளை-சொல்கின்றனர். ஆனால் தங்கள்-வாழ்வில், அந்த-கூற்றுகளை வளர்க்கின்றனரா — அது வேறு-கேள்வி.

ஔவையாரின் வழி — "சொல்லும்-கூற்றுக்கு, செயலின்-துணை-வேண்டும்." சொற்-கூற்றை-விட, செயலின்-கூற்றே மிக-முதன்மை. தினம்-தினம்,

ஓர் சிறு-உள்-கேள்வி — "நான் சொல்கின்ற-கூற்றுக்கு, என்-வாழ்வு துணையாக-நிற்கிறதா?" அந்த-கேள்வி, ஓர் ஆழ்ந்த-உள்-ஒற்றுமையை வளர்க்கும்.

இக்-கூற்றை, பெற்றோர்-கூற்றுக்கு பொருத்தி-பார்க்கலாம். பெற்றோர், குழந்தைகளுக்கு பல-நெறி-கூற்றுகளை-போதிக்கின்றனர். ஆனால் குழந்தைகள், பெற்றோரின் சொல்-கூற்றை-விட, செயல்-கூற்றை-தான் பின்-பற்றுகின்றனர். ஆகவே, பெற்றோர், தங்கள்-வாழ்வில், போதிக்கும்-நெறியை-வளர்க்க-வேண்டும். அதுவே, ஔவையாரின் இக்-கூற்றின் ஆழ்ந்த-கருத்து.

பாடல் 12 — ஔ: பொறாமை-பேச்சு ஆக்கத்தை அழிக்கும்

ஔவியம் பேசுதல் ஆக்கத்திற்கு அழிவு.

சொற்பொருள்

ஔவியம் = பொறாமை; குறை-கூறுதல்; பேசுதல் = பேசுவது; ஆக்கத்திற்கு = வளர்ச்சிக்கு; அழிவு = கேடு.

எளிய பொருள்

பொறாமை-பேச்சு, மக்களின் வளர்ச்சிக்கு கேடு-தரும்.

விளக்கம்

இக்-கூற்று, ஔவையாரின் உள்-நிலையின் ஆழ்ந்த-கூற்று. பொறாமை, மக்களின்-உள்ளத்தில் இயற்கையாக-தோன்றும் கூறு. மற்றோர்-மக்களின் வளர்ச்சியை, செல்வத்தை, பெருமையை — பார்க்கும்போது, ஓர் கசப்பு-உள்ளம்-உள்ளே-தோன்றுகிறது. அந்த-உள்-கசப்பை, மக்கள், வெளி-பேச்சில் வெளிப்படுத்துகிறார்கள் — "அவர்கள், அந்த-பெருமையை-தகுதி-இல்லாமல்-பெற்றனர்," "அவர்களின்-வளர்ச்சி, நெறி-மீறிய-வழியில்-வந்தது."

இந்த-பொறாமை-பேச்சு, ஓர் தீய-விளைவை-தருகிறது — பேசுபவரின் சொந்த-ஆக்கத்தை அழிக்கிறது. பொறாமை-பேசுபவர், தம்-ஆற்றலை, பிறரின்-வளர்ச்சியை-குறை-கூறுவதில்-வீணாக்குகிறார். அந்த-ஆற்றலை, தம்-வளர்ச்சிக்கு பயன்படுத்தினால், அவரே உயர்வார். ஆனால் பொறாமை-பேச்சில் சிக்கிக்-கொள்ளும்போது, அவரது வளர்ச்சி-வேர் அறுபடுகிறது.

இக்கருத்து, ஓர் ஆழ்ந்த-உள்-உளவியலின் வடிவம். பொறாமை-உடையவர், மற்றோர்-மக்களின்-வளர்ச்சியை — "எனக்கு-எதிராக-நிற்கின்ற-கூறு" என்று கருதுகிறார். அந்த-கருத்தே, அவரது வளர்ச்சியை-தடுக்கிறது. மற்றோர்-மக்களின்-வளர்ச்சி, பொதுவாக, தனி-தனி-வழியில் நடக்கிறது. ஒருவரின்-வளர்ச்சி, மற்றொருவரின்-வளர்ச்சிக்கு-எதிராக-நிற்காது. ஔவையாரின் கூற்று — "அந்த-உண்மையை-அறிந்துகொள், பொறாமை-பேச்சை விட்டுவிடு."

இன்றைய பயன்பாடு

இக்காலத்தில் இக்-கூற்று, மிக-நெருக்கமான வழிகாட்டி. சமூக-வலையில், பிறரின்-வாழ்வை-நோக்கி பல-கூற்றுகள் பேசப்-படுகின்றன — பெரும்பாலும், பொறாமையின்-வழியில். "அவர்களின்-வெற்றி, தற்செயல்-மட்டுமே," "அவர்களின்-செல்வம், அறம்-மீறிய-வழியில்-வந்தது," "அவர்களின்-புகழ், நாளை-கடந்துசெல்லும்" — இக்-கூற்றுகள், பொறாமை-உள்-நிலையின் வெளிப்பாடுகள்.

ஔவையாரின் வழி — "அந்த-வழக்கத்தை மறுபார்வை-செய். உனது-ஆற்றலை, பொறாமை-பேச்சில் வீணாக்காதே. உனது-வளர்ச்சியில்

கவனம்-செலுத்து.” தினம்-தினம், ஓர் சிறு-உள்-பயிற்சி — “மற்றோர்-வாழ்வை-பற்றி, இக்-கூற்று பொறாமையின்-வடிவமா? அதை-நிறுத்த-முடியுமா?” அந்த-உள்-பயிற்சி, பொறாமை-வழக்கத்தை, மெல்ல-மெல்ல-நீக்கும்.

மற்றொரு-வழியில், இக்-கூற்றை — “மற்றோரின்-வளர்ச்சியை, மகிழ்வுடன் ஏற்று” என்று மறு-வடிவில் பார்க்கலாம். மற்றோர் வளர்ந்தால், அவர்கள்-வளர்ந்தது-தான். அதற்கு-நாம் மகிழ்ச்சியாக-நிற்க-வேண்டும். அந்த-மகிழ்ச்சி-உள்-நிலை, நமது-உள்-ஆற்றலை வளர்க்கிறது. பொறாமை-நிலை, ஆற்றலை அழிக்கிறது.

பாடல் 13 — அஃ: அஃகமும் காசும் சிக்கனமாக-தேடு

அஃகமும் காசும் சிக்கெனத் தேடு.

சொற்பொருள்

அஃகமும் = தானியமும்; அரிசி-போன்ற-உணவு-தானியங்களும்; காசும் = பணமும்; சிக்கெனத் = சிக்கனமாக; கவனமாக; தேடு = ஈட்டி-சேமி.

எளிய பொருள்

தானியமும், பணமும் — இவை இரண்டையும், சிக்கனமாக-ஈட்டி-சேமித்து-வை.

விளக்கம்

இக்-கூற்று, ஔவையாரின் இல்லற-நெறியின் நடைமுறை-வடிவம். இல்லற-வாழ்வில், இரண்டு-கூறுகள், மிக-அடிப்படை — உணவு, பணம். உணவு-இல்லாமல், உயிர் வாழ-முடியாது. பணம்-இல்லாமல், இல்லற-வாழ்வின் கூறுகள் நடக்காது. இவை இரண்டையும், சிக்கனமாக-ஈட்டி-சேமிக்க-வேண்டும்.

“அஃகம்” என்னும் சொல், மிக-பழமையான-தமிழ்-சொல். அரிசி-போன்ற-உணவு-தானியங்களை சுட்டுகிறது. பழ-காலத்தில், அறுவடை-காலத்தில், தானியங்களை-சேமித்து-வைத்தனர். மழை-காலம், வறட்சி-காலம், திருவிழா-காலம் — இவற்றில், அந்த-சேமிப்பு பயன்பட்டது. தினம்-உண்ணுவதை-தாண்டி, சேமிப்பின்-வழக்கம், இல்லற-நிலையை-காத்தது.

“சிக்கெனத் தேடு” — “சிக்கனமாக ஈட்டு, கவனமாக-சேமி.” சிக்கனம், ஓர் அறிவு-நெறி. தேவை-மீறிய-செலவை-தவிர்தல், எதிர்கால-தேவைக்கு-சேமித்தல், திட்டமிட்டு-பயன்படுத்தல் — இவை எல்லாம் சிக்கனத்தின் கூறுகள். ஔவையாரின் கூற்று — “இல்லற-வாழ்வில், சிக்கனத்தை, ஓர் வாழ்-நெறியாக-கொள்.”

இக்-கூற்றை, பாடல் 4-ன் கூற்றோடு (“ஈயார் தேட்டை தீயார் கொள்வர்”) இணைத்து-படிக்க-வேண்டும். ஔவையார், சிக்கனத்தை-போதிக்கிறார்; ஆனால் கொடாமை-நிலையை-வலியுறுத்தவில்லை. சிக்கனமாக-சேமி; அதே-நேரத்தில், தேவை-உள்ளவருக்கு பகிர்ந்தும்-கொடு. இரண்டும் சேர்ந்தால்-தான், இல்லற-வாழ்வின் ஆழ்ந்த-நெறி உருவாகிறது.

இன்றைய பயன்பாடு

இக்காலத்தில் இக்-கூற்று, செல்வ-மேலாண்மையின் ஆழ்ந்த-வழிகாட்டி. தற்காலத்தில், செலவின்-வழக்கம் — பெரும்பாலும், தேவைக்கு-மீறி நிற்கிறது. சந்தையின்-விளம்பரங்கள், சமூக-அழுத்தங்கள், புதிய-கூறுகளின் வரவு — இவை எல்லாம், செலவை-பெருக்க தூண்டுகின்றன. அதே-நேரத்தில், சேமிப்பின்-வழக்கம், மெல்ல-மெல்ல குறைகிறது.

ஔவையாரின் வழி — "சிக்கனத்தை, ஓர் வாழ்-நெறியாக-கொள்." மாதம்-மாதம், சம்பாதிக்கும்-தொகையில் ஓர்-பகுதியை-சேமி. வீட்டு-செலவை, திட்டமிட்டு-நிர்வகி. தேவை-மீறிய-செலவை, மறு-பார்வை-செய். அந்த-வழக்கம், இல்லற-நிலையை-காக்கும்; எதிர்கால-கூறுகளுக்கு துணையாக-நிற்கும்.

குழந்தைகளுக்கு, சிக்கனத்தின்-வழக்கத்தை, மிக-சிறிய-வயதில் கற்பிக்க-வேண்டும். தாங்கள்-பெறும்-காசை-சேமித்தல், செலவின்-முன் மறு-பார்வை-செய்தல், தேவைக்கு-மீறாமல்-வாங்குதல் — இவை, மிக-முக்கிய-வாழ்க்கை-நெறிகள். அந்த-பழக்கம், சிறிய-வயதில் வளர்ந்தால், வாழ்-முழுவதும் தொடரும். ஔவையாரின் இந்த-நெறி, இக்கால-குழந்தைகளுக்கும், மிக-நெருக்கமான-வழிகாட்டி.

பாடல் 14 — க: சொல்-நிலையாமையே கற்பின் வேர்

கற்பெனப்படுவது சொல் திறம்பாமை.

சொற்பொருள்

கற்பெனப்படுவது = கற்பு என்று சொல்லப்-படுவது; சொல் = சொல்லில்; வாக்கில்; திறம்பாமை = திறம்பாதது; தவறாமை; நிலையாமை.

எளிய பொருள்

"கற்பு" என்று சொல்லப்-படுவது — சொல்லில், தவறாமல்-நிலை-நிற்றலே.

விளக்கம்

இக்-கூற்று, ஔவையாரின் ஆழ்ந்த-நெறி-நோக்கின் மிக-கூர்மையான-வடிவம். "கற்பு" என்னும் சொல், பழ-மரபில், பெரும்பாலும் — பெண்-உடல்-நெறி-என்னும் சுருக்கிய-வடிவில் புரிந்துகொள்ளப்-பட்டது. ஆனால் ஔவையார், அந்த-வரம்பை-உடைக்கிறார். "கற்பு" என்பது, உடல்-நெறி-மட்டும் அல்ல; சொல்லின்-நிலையாமை.

"சொல் திறம்பாமை" — சொன்ன-சொல்லில்-இருந்து தவறாமை. ஒருவர் ஓர் சொல்-கொடுத்தால், அந்த-சொல்லை, காலம்-கடந்தாலும் — காப்பாற்ற-வேண்டும். அந்த-சொல்-நிலையே, கற்பின்-ஆழ்ந்த-வடிவம். இது, பெண்-ஆண் வேற்றுமை-இல்லாமல், அனைவருக்கும் பொருந்தும். கற்பின்-மிக-உயர்ந்த-வடிவம், சொல்-நிலையாமையே.

இக்-கூற்றில் ஓர் ஆழ்ந்த-கருத்து உள்ளது. சொல், மக்களின்-உள்ளத்தின் வெளிப்பாடு. சொல்-கொடுக்கும்போது, ஓர் உள்-கூற்றை வெளிப்படுத்துகிறோம். அந்த-சொல்லில் நிலை-நிற்கும்போது, உள்-கூற்றுக்கும், செயல்-கூற்றுக்கும் இடையே ஓர் ஒற்றுமை வளர்கிறது. அந்த-ஒற்றுமையே, கற்பின் வேர். உள்-கூற்று-வேற, செயல்-கூற்று-வேற-ஆனால், கற்பு வீழ்கிறது — அது உடல்-நெறியின் கூற்று ஆகவே-இருந்தாலும், சொல்-நெறியின் கூற்று ஆகவே-இருந்தாலும்.

இக்கருத்து, திருக்குறளின் கூற்றோடும் ஒத்து-நிற்கிறது. "யாகாவா ராயினும் நாகாக்க காவாக்கால் சோகாப்பர் சொல்லிழுக்குப் பட்டு" (குறள் 127) — எதைக்-காவாமல்-இருந்தாலும், நாக்கை-காத்துக்-கொள்; காவாமல்-போனால், சொற்-பிழையால் வருத்தம்-வரும். வள்ளுவரும், ஔவையாரும் — சொல்லின்-ஆழ்ந்த-மதிப்பை, ஒரே-வழியில் சுட்டுகின்றனர்.

இன்றைய பயன்பாடு

இக்காலத்தில் இக்-கூற்று, மிக-முதன்மையான-வழிகாட்டி. தற்காலத்தில், சொற்-கொடுத்தல், மிக-எளிதான-கூறாக-மாறிவிட்டது. சந்திப்பு-நாள்,

கூட்-பணி-உறுதி, செயல்-வாக்கு — இவற்றை, சொற்-வடிவில் சொல்வது எளிது. ஆனால் அந்த-சொற்றை, காலம்-கடந்தும் காப்பாற்றுவது — மிக-கடினம்.

ஔவையாரின் வழி — "சொல்-கொடுக்கும்-முன், சிந்தித்து-கொடு. கொடுத்த-பின், அந்த-சொல்லை காப்பாற்று." சொல்-கொடுக்கும்-வேகத்தை குறை. ஓர் சொல்-கொடுக்கும்-முன், அந்த-சொல்லை காப்பாற்ற-முடியுமா என்று மறு-பார்வை-செய். கொடுத்த-பின், அந்த-சொல்-காப்பாற்றுதல் — மிக-முதன்மை. அந்த-வழக்கம், உள்-நிலையின் ஆழ்ந்த-கற்பை வளர்க்கும்.

இக்-கூற்று, பெற்றோர்-குழந்தை-உறவின் களத்திலும் மிக-முதன்மை. பெற்றோர், குழந்தைகளுக்கு பல-வாக்குகளை கொடுக்கின்றனர் — "இக்-காலம்-வந்தால், இக்-கூற்றை-செய்வோம்," "உனது-படிப்பு-முடிந்த-பின், இக்-கூற்றை-வாங்குவோம்." அந்த-வாக்குகளை, தவறாமல்-காப்பாற்ற-வேண்டும். கொடுத்த-வாக்கை-காப்பாற்றும் பெற்றோர், குழந்தைகளின்-உள்ளத்தில் ஆழ்ந்த-நம்பிக்கையை வளர்க்கின்றனர். அந்த-நம்பிக்கையே, குழந்தைகளின் உள்-தளத்தை-கட்டும் வேர்.

பாடல் 15 — கா: தம்மை-தாமே-காத்தலே சிறப்பு

காவல்தானே பாவையர்க்கு அழகு.

சொற்பொருள்

காவல்தானே = தம்மை-தாமே-காத்துக்-கொள்ளுதலே; பாவையர்க்கு = துணைவியர்க்கு; பெண்களுக்கு; அழகு = சிறப்பு.

எளிய பொருள்

தம்மை-தாமே-காத்துக்-கொள்ளும் நெறியே — பெண்களுக்கு சிறப்பு.

விளக்கம்

இக்-கூற்றை, அதன்-பழ-மரபு-களத்தில் வைத்து புரிந்துகொள்ள-வேண்டும். ஔவையாரின்-காலத்தில், பெண்களின் வாழ்வு, பெரும்பாலும் வீட்டின்-உள் சுருக்கப்-பட்டிருந்தது. வெளி-ஞாலத்தின்-கூற்றுகளிலிருந்து, பெண்களை-காப்பது, குடும்பத்தின் பொறுப்பாக கருதப்-பட்டது. ஔவையார், அந்த-பழ-மரபை சற்று-மாற்றுகிறார் — "மற்றோர்-பெண்களை-காக்க-வேண்டாம்; பெண்கள், தம்மையே-தாமே-காத்துக்-கொள்ளும்-நெறியே சிறப்பு."

"காவல்தானே" என்னும் சொல், மிக-முதன்மை. "தாமே" என்னும் கூற்று, பெண்களின்-தனி-ஆற்றலை-வலியுறுத்துகிறது. வெளியில்-இருந்து-காப்பு, ஓர் தளம். ஆனால் தனி-ஆற்றலின்-வழியில் வரும் காப்பு, மிக-உயர்ந்த-தளம். அந்த-உள்-ஆற்றலின்-வழியில், பெண்கள் — தங்கள் நெறியை, தங்கள்-ஒழுக்கத்தை, தங்கள் உள்-தளத்தை — தாமே-காத்துக்-கொள்ள-வேண்டும்.

இக்-கூற்றை, மிக-பரந்த-வடிவில் — "தம்மை-தாமே-காத்துக்-கொள்ளும்-நெறியே, அனைவருக்கும் சிறப்பு" என்று புரிந்துகொள்ள-முடியும். ஆண்-பெண் வேற்றுமை-இல்லாமல், ஒவ்வொருவரும், தம்-உள்-தளத்தை — பொறாமை, கசப்பு, கட்டுப்பாட்டின்மை, விருப்பத்தின்-வழக்கம் — இவற்றில் இருந்து காக்க-வேண்டும். அந்த-உள்-காப்பு, மக்களின் ஆழ்ந்த-நெறி-வடிவம்.

இன்றைய பயன்பாடு

இக்காலத்தில் இக்-கூற்று, பெண்களின்-தனி-ஆற்றலை-வளர்க்கும் வழிகாட்டியாக நிற்கிறது. இக்-காலத்தில், பெண்கள், கல்வியில், பணியில், சமூகத்தில் — மிக-பெருமை-உடைய இடத்தை-அடைந்துள்ளனர்.

அந்த-நிலையில், ஔவையாரின் கூற்று — "தம்மை-தாமே-காத்துக்-கொள்ளும்-நெறியே சிறப்பு" — மிக-நெருக்கமான-வழிகாட்டி.

இக்-கூற்று, பெண்களின்-உள்-ஆற்றலின் வளர்ப்பை வலியுறுத்துகிறது. வெளியில்-இருந்து-காப்பை-நம்பி-வாழ்வதைவிட, தம்-உள்-ஆற்றலை வளர்த்து, தம்-வாழ்வை தாமே-தீர்மானிக்கும் நிலை. அந்த-நிலையே, பெண்களின் ஆழ்ந்த-சிறப்பு.

இக்-கூற்றை, ஆண்-களத்திலும் பொருத்தலாம். ஆண்-மக்களும், தம்-உள்-நிலையை, தம்-நெறியை, தம்-உள்-தளத்தை — தாமே-காத்துக்-கொள்ள-வேண்டும். வெளியில்-இருந்து-நெறி-கட்டுப்பாடு, ஓர் தளம். உள்-நிலையின் தனி-கட்டுப்பாடு, மிக-உயர்ந்த-தளம். ஔவையாரின் இக்-கூற்று, அந்த-உயர்-தளத்தை சுட்டுகிறது.

தினம்-தினம், ஓர் சிறு-உள்-பார்வை — "நான் எனது-உள்-நிலையை, எவ்வளவு-கவனமாக காத்துக்-கொள்கிறேன்? வெளி-கூற்றுகளால், எளிதில் பாதிக்கப்-படுகிறேனா?" அந்த-உள்-பார்வை, ஔவையாரின்-கூற்றின் ஆழ்ந்த-தளத்தை, தினம்-தினம் வளர்க்கும்.

பாடல் 16 — கி: கிட்டாததை உடனே மற

கிட்டாதாயின் வெட்டென மற.

சொற்பொருள்

கிட்டாதாயின் = கிடைக்காவிட்டால்; வெட்டென = உடனே; கடினமாக-நிறுத்தி; மற = மற.

எளிய பொருள்

கிடைக்காத-கூற்றை — உடனே, கடினமாக மற.

விளக்கம்

இக்-கூற்று, ஔவையாரின் உள்-நெறியின் ஓர் ஆழ்ந்த-வடிவம். வாழ்வில், மக்கள் பல-கூறுகளை-விரும்புகின்றனர். எல்லா-விருப்பங்களும் நிறைவேறுவதில்லை. சில-கூறுகள் — எவ்வளவு-முயற்சி-செய்தாலும் — கிடைக்காமல்-போகின்றன. அந்த-கட்டத்தில், மக்கள் இரு-வழியில் ஒன்றில்-நிற்கின்றனர். ஓர்-வழி — அந்த-கூற்றை-நினைத்து-நினைத்து, மன-கடினத்தை-தம்மீது-வளர்த்தல். மற்றொரு-வழி — உடனே-மற.

ஔவையாரின் வழி — "உடனே, கடினமாக மற." "வெட்டென" என்னும் சொல், மிக-கூர்மையான-வடிவம். "வெட்டு" என்னும் சொல், ஓர் தனி-முடிவை-சுட்டுகிறது. மரத்தை-வெட்டினால், அது-நிலை-விடுகிறது. மனத்தின் கூற்றையும், அப்படியே-வெட்டி-விடு. பின்னால்-நினைக்காதே. கிடைக்காத-கூற்றை, மீண்டும்-மீண்டும்-நினைத்தல், மனத்தை-கடினமாக்கும். அந்த-வழக்கம், வாழ்வின்-புதிய-கூற்றுகளை-நோக்கும் ஆற்றலை குறைக்கும்.

இக்கருத்து, மிக-ஆழ்ந்த-உள்-நெறியின் வடிவம். மனம், கடந்த-காலத்தின் கூற்றுகளில் சிக்கிக்-கொண்டால், தற்-காலத்தின் ஆற்றலை இழக்கிறது. கிடைக்காமல்-போன-கூற்று, ஓர் கடந்த-கூற்று. அதை-நிலையாக நினைப்பது, ஓர் வீண். ஔவையாரின் கூற்று — "அந்த-கூற்றில் இருந்து, உடனே விடுபடு. புதிய-கூற்றை-நோக்கி-நகர்."

இன்றைய பயன்பாடு

இக்காலத்தில் இக்-கூற்று, மன-நெறியின் ஆழ்ந்த-வழிகாட்டி. தற்காலத்தில், மக்கள், பல-கூற்றுகளை-விரும்புகின்றனர் — பணி-வாய்ப்பு, செல்வம்,

உறவு-கூறுகள், சமூக-நிலை. சில-கூற்றுகள், எவ்வளவு-முயற்சி-செய்தாலும் கிடைக்காமல்-போகின்றன. அந்த-கட்டத்தில், சில-மக்கள் — அந்த-கூற்றை-நினைத்து-நினைத்து, தங்கள் ஆற்றலை-வீணாக்குகின்றனர்.

ஔவையாரின் வழி — “கிடைக்காத-கூற்றை, உடனே-மற.” இது, மிக-கடினமான-நெறி; ஆனால் மிக-முதன்மை. கடந்த-கூற்றில் சிக்கிக்-கொள்ளும் மனம், எதிர்காலத்தை இழக்கிறது. ஓர்-கூற்று கிடைக்காமல்-போனால், அது நமக்காக-இல்லை என்று அறிந்துகொள். புதிய-கூற்றை-நோக்கி-நகர்.

இக்-கூற்று, உறவு-கூற்றின்-களத்திலும் மிக-நெருக்கம். விரும்பிய-உறவு, விரும்பிய-துணை — இவை கிடைக்காமல்-போனால், அவற்றை-நினைத்து-வாழ்வது வீண். ஔவையாரின் வழி — “மற, புதிய-வாழ்வை-நோக்கி-நகர்.” அந்த-நகர்வே, ஆழ்ந்த-உள்-விடுதலையின் வடிவம்.

தினம்-தினம், ஓர் சிறு-உள்-பயிற்சி — “இக்-கூற்றை, கடந்த-கூற்றாக ஏற்றுக்-கொள்ள முடியுமா? அதை-வெட்டென மறக்க முடியுமா?” அந்த-உள்-பயிற்சி, மனத்தின் ஆழ்ந்த-விடுதலையை வளர்க்கும்.

பாடல் 17 — கீ: கீழோர்க்கும் பணிவாக பேசு

கீழோர் ஆயினும் தாழ உரை.

சொற்பொருள்

கீழோர் = கீழ்-நிலை-மக்கள்; சமூக-நிலையில் தாழ்-நிலையில்-உள்ளோர்; ஆயினும் = இருந்தாலும்; தாழ = பணிவுடன்; உரை = பேசு.

எளிய பொருள்

கீழ்-நிலையில்-உள்ள மக்களோடும், பணிவுடனேயே பேசு.

விளக்கம்

இக்-கூற்று, ஔவையாரின் மக்கள்-உறவின் ஆழ்ந்த-நெறி. சமூகத்தில், மக்கள், பல-நிலைகளில் உள்ளனர் — செல்வத்தில், கல்வியில், பதவியில். ஓரே-நிலையில் இல்லாமல், சில-மக்கள் உயர்-நிலையில், சில-மக்கள் கீழ்-நிலையில் உள்ளனர். அந்த-நிலை-வேறுபாட்டை, மக்கள் — பேச்சில் வெளிப்படுத்துகின்றனர். கீழ்-நிலை-மக்களுடன், மேட்டிமை-தோரணையில், ஆணை-தொனியில் பேசுகின்றனர். ஔவையாரின் வழி — அந்த-வழக்கத்தை-மறு.

“தாழ உரை” — பணிவுடன் பேசு. பணிவு, பேசும்-வடிவத்தின் கூறு. ஓர் கூற்றை, மேட்டிமை-தொனியில் சொல்லலாம், அல்லது பணிவு-தொனியில் சொல்லலாம். கூற்றின்-உள்-கருத்து ஒன்றே-தான். ஆனால் பணிவு-தொனியின்-மதிப்பு, மிக-உயர்ந்தது. கேட்பவரின் உள்-நிலையை-மதிக்கும் கூறு, பணிவு.

இக்-கூற்றில், ஓர் ஆழ்ந்த-கருத்து உள்ளது. கீழ்-நிலை, ஓர் தற்காலிக-கூறு-தான். ஓர்-வேளை, கீழ்-நிலை-மக்கள் — காலப்போக்கில் — உயர்-நிலைக்கு வருவர். மேட்டிமை-வழக்கத்தில் பேசியவர், பின்னால் வருந்த-வேண்டியதாகும். ஆனால் இதற்கு-மேலாக, ஓர் ஆழ்ந்த-கருத்து உள்ளது — மக்கள்-அனைவருமே, உள்-நிலையில், ஒரே-தளத்தில்-தான் உள்ளனர். வெளி-நிலையின் வேறுபாடு, அந்த-உள்-ஒற்றுமையை மறைக்கக்-கூடாது. பணிவு-தொனி, அந்த-உள்-ஒற்றுமையின் வெளிப்பாடு.

இன்றைய பயன்பாடு

இக்காலத்தில் இக்-கூற்று, தலைமை-நெறியின் மிக-முதன்மை-கூற்று.

பணி-வாழ்வில், மேலதிகாரிகள், கீழ்-நிலை-பணியாளரோடு பேசும்-வடிவம் — அவர்களின் தலைமை-நெறியின் முகவரி. ஆணை-தொனி, மேட்டிமை-வடிவம் — இவை, தலைவரின்-உள்-தளத்தின்-குறையை வெளிப்படுத்துகின்றன. பணிவு-தொனி, தலைவரின்-ஆழ்ந்த-உள்-தளத்தை வெளிப்படுத்துகிறது.

ஔவையாரின் வழி — "எவ்வளவு-உயர்-நிலையில்-இருந்தாலும், கீழ்-நிலை-மக்களோடு பணிவாக-பேசு." தினம்-தினம், ஓர் சிறு-உள்-கேள்வி — "இந்த-உரையாடலில், என்-தொனி பணிவாக-உள்ளதா? மற்றவரின் உள்-நிலையை மதிக்கின்றதா?" அந்த-உள்-கேள்வி, பேச்சின்-நெறியை வளர்க்கும்.

இக்-கூற்று, பணி-வாழ்வில் மட்டும் அல்ல — வீட்டு-பணியாளரோடு, கடை-ஊழியர்களோடு, சாலை-விற்பனையாளரோடு, ஓட்டுநர்-களோடு — பேசும்-வடிவத்திலும் பொருந்தும். அவர்களையும், பணிவாக, மதிப்புடன் பேசு. அந்த-பேச்சின் வடிவம், நமது உள்-தளத்தின் ஆழ்ந்த-முகவரி.

பாடல் 18 — கு: குற்றம்-மட்டும் பார்த்தால் சுற்றம் இல்லை

குற்றம் பார்க்கில் சுற்றம் இல்லை.

சொற்பொருள்

குற்றம் = குறை-கூறுகள்; தவறுகள்; பார்க்கில் = பார்த்து-நிற்றால்; சுற்றம் = உறவினர்-கூட்டம்; இல்லை = நிற்காது.

எளிய பொருள்

ஒவ்வொருவரின் குற்றத்தையே பார்த்து-நின்றால் — சுற்றம் (உறவினர்-கூட்டம்) நிற்காது.

விளக்கம்

இக்-கூற்று, ஔவையாரின் உறவு-நெறியின் ஆழ்ந்த-வடிவம். ஒவ்வொரு-மக்களிலும், நற்-கூறுகளும், குற்ற-கூறுகளும் உள்ளன. நற்-கூறுகளை-மட்டும் பார்த்து-நின்றால், உறவு-நிலை-நிற்கும். குற்ற-கூறுகளை-மட்டும் பார்த்து-நின்றால், உறவு-நிலை-வீழும்.

"குற்றம் பார்க்கில்" — குற்றத்தையே-நோக்கும்-வழக்கம். இக்-வழக்கம், மனத்தின் ஓர் கூறு. சில-மக்கள், மற்றோர்-மக்களின் குற்றத்தையே-நோக்குகின்றனர். "இவர் இந்த-தவறை-செய்தார்," "அவர் இந்த-கூற்றை சரியாக-செய்யவில்லை," "இவரது-வழக்கம், எனக்கு-பிடிக்கவில்லை" — இக்-கூற்றுகள், அவர்களின் உள்ளத்தை-நிறைக்கின்றன. அந்த-வழக்கம், உறவு-கூற்றை-அறுக்கிறது.

"சுற்றம் இல்லை" — சுற்றம், உறவினர்-கூட்டம். குடும்பத்தினர், சார்ந்தோர், நண்பர்கள் — இவர்கள் அனைவரும், மக்களின் உள்-தளத்தின் ஆழ்ந்த-துணை. ஆனால் இவர்களின் குற்றத்தையே நோக்கி-நின்றால், இவர்கள் — மெல்ல-மெல்ல, விலகிச்-செல்கின்றனர். உறவு-கூட்டம் அழிகிறது. வாழ்வு, தனிமை-நிலையில் வீழ்கிறது.

ஔவையாரின் வழி — "மக்களின் குற்றத்தை-பெருக்கி-நோக்காதே. அவர்களின் நற்-கூறுகளையும், பார். குற்றத்தை, பொறுமையுடன் கடந்துசெல்." இக்கருத்தை, திருக்குறள் கூட சுட்டுகிறது. "இனிய உளவாக இன்னாத கூறல் கனியிருப்பக் காய்கவர்ந் தற்று" (குறள் 100) — இனிய-கூற்றுகள் இருக்க, கடின-கூற்றை-பேசுவது — பழம் இருக்க, காயை-பறித்தல்-போல்.

இன்றைய பயன்பாடு

இக்காலத்தில் இக்-கூற்று, மிக-நெருக்கமான-வழிகாட்டி. இக்-காலத்தில், மக்கள்-உறவின் கூறுகள் — பெரும்பாலும் — குற்ற-நோக்கின்-வழியில் பாதிக்கப்-படுகின்றன. திருமண-உறவில், பெற்றோர்-குழந்தை-உறவில், சகோதரர்-உறவில், நண்பர்-உறவில் — "இவர் இக்-கூற்றை சரியாக-செய்யவில்லை" என்னும் கூற்று, மீண்டும்-மீண்டும் வரும்போது, உறவு-நிலை வீழ்கிறது.

ஔவையாரின் வழி — "குற்ற-நோக்கின் வழக்கத்தை, மறு-பார்வை-செய்." தினம்-தினம், ஓர் சிறு-உள்-பயிற்சி — "இவரின் ஓர் நற்-கூறை, எண்ணிப்-பார்க்க முடியுமா? அந்த-நற்-கூற்றில், இவரை மதிக்க முடியுமா?" அந்த-உள்-பயிற்சி, உறவு-நிலையை வளர்க்கும்.

திருமண-உறவில், இக்-கூற்று மிக-முதன்மை. கணவன்-மனைவியின் உறவில், ஒருவரின் குற்றத்தையே மற்றொருவர் பார்த்து-நின்றால், உறவு-நெருக்கம் வீழும். ஔவையாரின் வழி — "துணைவியின்/ கணவனின் நற்-கூறுகளை, தினம்-தினம், மறு-பார்." அந்த-மறு-பார்வை, உறவு-நெருக்கத்தை, ஆழமாக வளர்க்கும்.

இக்-கூற்று, பெற்றோர்-குழந்தை-உறவிலும் மிக-நெருக்கம். பெற்றோர், குழந்தைகளின் குற்றத்தையே மீண்டும்-மீண்டும் சுட்டினால், குழந்தைகளின் உள்-தளம் வீழும். ஔவையாரின் வழி — "குழந்தைகளின் நற்-கூறுகளை-பாராட்டு; குற்றத்தை, மென்மையாக சரி-செய்." அந்த-வழக்கம், குழந்தை-வளர்ப்பின் ஆழ்ந்த-நெறி.

பாடல் 19 — கூ: கூர்-ஆற்றலாக இருந்தாலும் வீரம் பேசேல்

கூர் அம்பு ஆயினும் வீரியம் பேசேல்.

சொற்பொருள்

கூர் = கூர்மையான; அம்பு = அம்பு-போன்ற-ஆற்றல்; ஆயினும் = இருந்தாலும்; வீரியம் = வீரம்; ஆற்றலின்-பெருமை; பேசேல் = பேசாதே.

எளிய பொருள்

கூர்மையான-அம்பு-போன்ற ஆற்றல்-இருந்தாலும் — அதைப்-பற்றி பெருமை-பேசாதே.

விளக்கம்

இக்-கூற்று, ஔவையாரின் பணிவு-நெறியின் ஆழ்ந்த-வடிவம். ஆற்றல், மக்களின் ஓர் தனி-கூறு. ஆற்றல்-உடைய-மக்கள், இரு-வழியில் ஒன்றில்-நிற்கின்றனர். ஓர்-வழி — ஆற்றலை, பெருமை-வடிவில் வெளிப்படுத்துதல். மற்றொரு-வழி — ஆற்றலை, பணிவு-வடிவில் மறைத்து, செயலில்-மட்டும் வெளிப்படுத்துதல்.

ஔவையாரின் வழி — பின்-வழியே சிறந்தது. "கூர் அம்பு ஆயினும் வீரியம் பேசேல்" — மிக-கூர்மையான-ஆற்றல்-இருந்தாலும், அதைப்-பற்றி பெருமை-பேசாதே. ஆற்றல், பேச்சின்-வழியில் வெளிப்பட-வேண்டியது அல்ல; செயலின்-வழியில் வெளிப்பட-வேண்டியது.

"வீரியம் பேசுதல்" — பெருமை-பேசுதல், சாதனைகளை-முக்கியப்படுத்திக்-கொள்ளுதல், மற்றோர்-முன் தம்-ஆற்றலை-மிகுத்து-காட்டுதல். இக்-வழக்கம், மக்களின் உள்ளத்தில், ஓர் சிறிய-மகிழ்வை-தந்தாலும் — அதன்-விளைவு, பெரும்பாலும் தீங்கானது. பெருமை-பேசுபவர், மற்றோர்-மக்களின்-

மரியாதையை இழக்கிறார். பெருமை-பேசாமல், செயலில்-மட்டும் வெளிப்படுத்துபவர், மற்றோர்-மக்களின் ஆழ்ந்த-மரியாதையை-பெறுகிறார்.

இக்கருத்து, திருக்குறளின் கூற்றோடும் ஒத்து-நிற்கிறது. "தன்னை-தான் கொண்டொழுகின்-தானே பெரியன் தனை-தான் வெளிப்படுத்தின் சிறியன்" — தன்னை-தான்-மறைத்து-வாழ்பவன் பெரியன்; வெளிப்படுத்துபவன் சிறியன். ஔவையாரின்-கூற்றும், அதே-நெறி.

இன்றைய பயன்பாடு

இக்காலத்தில் இக்-கூற்று, மிக-முதன்மையான-வழிகாட்டி. தற்காலத்தில், சமூக-வலையின்-வழியாக, பெருமை-வெளிப்பாடு — மிக-எளிதான-வழக்கமாக மாறிவிட்டது. சாதனை-வெளிப்பாடு, பணி-வெளிப்பாடு, செலவின்-வெளிப்பாடு, பயணத்தின்-வெளிப்பாடு — இக்-கூறுகள், நாள்-நாள், சமூக-வலையின் முகவரியில் வெளிப்பட்டு-நிற்கின்றன.

ஔவையாரின் வழி — "இவற்றை-மறு-பார்வை-செய். ஆற்றலை, பெருமை-வடிவில் வெளிப்படுத்த-தேவை-இல்லை. ஆற்றலின் வெளிப்பாடு, செயலின்-வழியாக-இருக்கட்டும்." சாதனைகளை, தாமே வெளிப்படுத்துவதை-விட — அவை, மற்றோர்-மக்களின்-வழியாக வெளிப்படுவது மிக-உயர்ந்த-தளம்.

பணி-வாழ்வில், இக்-கூற்று மிக-நெருக்கம். "நான் இக்-கூற்றை செய்தேன், நான் இவ்வளவு-சாதனை-கொண்டேன்" என்னும் பேச்சு, பெரும்பாலும் — மற்றோர்-மக்களின்-மரியாதையை இழக்கிறது. ஆற்றலை, செயலின்-வடிவில் வெளிப்படுத்தினால் — மற்றோர்-மக்கள், தாமே அந்த-ஆற்றலை அறிவர். அந்த-அறிதலின்-மரியாதை, மிக-ஆழ்ந்தது.

தினம்-தினம், ஓர் சிறு-உள்-பயிற்சி — "இக்-கூற்றை, பெருமை-வடிவில் வெளிப்படுத்த தேவையா? அல்லது, செயலின்-வழியில் வெளிப்பட-விடலாமா?" அந்த-உள்-பயிற்சி, பணிவு-நெறியின் ஆழ்ந்த-தளத்தை, மெல்ல-மெல்ல வளர்க்கும்.

பாடல் 20 — கெ: கேடு-செய்பவனை விட்டு விலகுதல் சிறந்த-செயல்

கெடுவது செய்யின் விடுவது கருமம்.

சொற்பொருள்

கெடுவது = கெடுதல்-தருவது; செய்யின் = செய்தால்; விடுவது = விட்டுவிடுவது; விலகுவது; கருமம் = செயல்; சரியான-செயல்.

எளிய பொருள்

ஒருவர் கெடுதல்-தரும் கூற்றை செய்தால் — அவரிடம்-இருந்து விலகுவதே சரியான-செயல்.

விளக்கம்

இக்-கூற்று, ஔவையாரின் உறவு-நெறியின் ஓர் ஆழ்ந்த-வடிவம். உறவு-நிலையின்-வளர்ப்பு, மக்களின் ஆழ்ந்த-கூற்று. ஆனால் எல்லா-உறவுகளும், காப்பாற்றுவதற்கு-தகுதி-உடையவை அல்ல. சில-உறவுகள், மக்களின்-வாழ்வை-கெடுக்கின்றன. அந்த-உறவுகளில் இருந்து, விலகுவதே சரியான-செயல்.

"கெடுவது செய்யின்" — ஒருவர், நமக்கு-கெடுதல்-தரும்-கூற்றை மீண்டும்-மீண்டும்-செய்தால். ஓர்-சில-வேளை-கெடுதல், மக்கள்-உறவின் இயல்பு-கூறு. அதை, பொறுமை-வழியில் தாங்க-வேண்டும். ஆனால்

தொடர்ந்து-வரும்-கெடுதல், ஓர்-வேறுபட்ட-கூறு. அந்த-நிலையில், உறவை-காப்பாற்றும்-முயற்சி வீண்.

"விடுவது கருமம்" — விட்டுவிடுவதே, சரியான-செயல். "கருமம்" என்னும் சொல், செயல், செய்ய-வேண்டிய-கூற்று. கெடுதல்-செய்பவரிடம் இருந்து விலகுதல், ஓர் நெறி-செயல். அது சாதாரண-செயல் அல்ல; ஆழ்ந்த-உள்-முதிர்வின் வடிவம்.

இக்-கூற்று, மக்களின்-உள்-நெறிக்கு ஓர் முதன்மை-வழிகாட்டி. கெடுதல்-செய்பவரை, "உறவு-என்று மட்டும் காப்பாற்ற முயற்சி-செய்வது" — மக்களின்-வாழ்வை மெல்ல-மெல்ல அழிக்கும். அந்த-நிலையில், நெறி-வழியில் விலகுதல், ஓர் ஆழ்ந்த-உள்-காப்பு.

இன்றைய பயன்பாடு

இக்காலத்தில் இக்-கூற்று, மக்கள்-உறவின் மிக-நெருக்கமான-வழிகாட்டி. தற்காலத்தில், சில-உறவுகள் — நெறி-மீறிய-வழியில் — மக்களின்-வாழ்வை-பாதிக்கின்றன. தொடர்ந்து-நிந்தனை-செய்யும் உறவு, தொடர்ந்து-ஏமாற்றும் கூட்டாளி, தொடர்ந்து-உள்-நிலையை-அழிக்கும் தொடர்பு — இவை, மக்களின்-வாழ்வை-வீழ்த்துகின்றன.

ஔவையாரின் வழி — "அந்த-உறவில்-இருந்து விலகு." இது, மிக-கடினமான-முடிவு. ஆனால் சில-வேளைகளில், மிக-தேவையான-முடிவு. "உறவை-காப்பாற்ற-வேண்டும்" என்னும் சமூக-அழுத்தம், மக்களின்-உள்-நெறியை-பாதிக்கும். ஔவையாரின் கூற்று — "நெறி-மீறிய-உறவை, விடுவதே சரியான-செயல்."

இக்-கூற்றை, பணி-சூழலின்-களத்திலும் பொருத்தலாம். தீய-தலைமை, தீய-கூட்டாளிகள், தீய-பணி-சூழல் — இவை, மக்களின்-உள்-நிலையை-அழிக்கின்றன. அந்த-சூழலில் இருந்து, விலகுதல் — ஓர் ஆழ்ந்த-நெறி-செயல்.

இக்-கூற்று, மனத்-தொடர்புகளின் களத்திலும் பொருந்தும். தொடர்ந்து-தீயதை-நினைவூட்டும் மனத்-தொடர்பு, தொடர்ந்து-கசப்பை-தரும் கருத்து-தொடர்பு — இவற்றில்-இருந்தும், விலகுதல், மிக-முதன்மை. ஔவையாரின் வழி, உறவின்-களத்தில் மட்டும் அல்ல — மனத்-தொடர்பின் களத்திலும், ஆழ்ந்த-வழிகாட்டியாக நிற்கிறது.

தினம்-தினம், ஓர் சிறு-உள்-கேள்வி — "இக்-கூற்று, என்-வாழ்வை-வளர்க்கிறதா, அல்லது வீழ்த்துகிறதா?" அந்த-உள்-கேள்வி, நெறி-வழியில்-விலகும் ஆற்றலை வளர்க்கும். ஔவையாரின் இக்-கூற்று, மிக-சுருக்கம்; ஆனால் ஆழ்ந்த-உள்-முதிர்வின் வேராக நிற்கிறது.

கேட்டில் உறுதி கூட்டும் உடைமை.

சொற்பொருள்
கேட்டில் = இடரின்-காலத்தில்; இழப்பின்-கட்டத்தில்; உறுதி = உறுதி-கொள்ளுதல்; கூட்டும் = வளர்க்கும்; உயர்த்தும்; உடைமை = உண்மை-உடைமை; ஆழ்ந்த-செல்வம்.

எளிய பொருள்
இடரின்-காலத்தில், உள்-உறுதியை வளர்ப்பதே — மக்களின் உண்மை-உடைமை.

விளக்கம்
இக்-கூற்று, ஔவையாரின் ஆழ்ந்த-உள்-மெய்ப்பொருளின் வடிவம். "உடைமை" என்னும் சொல், மக்களின்-உள்ளத்தில், பொதுவாக — வீடு, நிலம், செல்வம், பொருள் — இவற்றை சுட்டுகிறது. ஆனால் ஔவையாரின் கூற்று — "இவை எல்லாம் உடைமை-தான்; ஆனால் உண்மை-உடைமை, வேறு-கூறு. இடரில் உள்-உறுதியை வளர்ப்பதே, உண்மை-உடைமை."

வாழ்வில், இடர்கள் வரும். இழப்பு, கடினம், பாதிப்பு — இவை மக்களின்-வாழ்வை-நிறைக்கின்றன. அந்த-கட்டத்தில், மக்கள் இரு-வழியில் ஒன்றில் நிற்கின்றனர். ஓர்-வழி — இடரால்-வீழ்தல், உள்-உறுதியை இழத்தல், கவலையில்-சிக்குதல். மற்றொரு-வழி — இடரை-தாங்குதல், உள்-உறுதியை-வளர்த்தல், அமைதியாக-நிற்றல்.

ஔவையாரின் கூற்று — பின்-வழியே உண்மை-உடைமை. வெளி-செல்வம், எவ்வளவு-கூடினாலும், அது இடர்-காலத்தில் மட்டுமே மதிப்பு-கூறு. ஆனால் உள்-உறுதி, ஓர் நிலையான-கூறு. இடர்-வந்தாலும், போனாலும், அது நிற்கிறது. அதுவே, மக்களின் ஆழ்ந்த-உடைமை.

இக்கருத்தை, பகவத்-கீதையின் ஸ்திதப்-பிரஞ்ஞன்-என்னும் கூற்றோடு ஒத்து-நிற்க-வைக்கலாம். அமைதியில் நிலையாக-நிற்பவன், இடரிலும் வீழ்வதில்லை. இடரிலும் வீழாதவனே, ஆழ்ந்த-உள்-தளத்தை-உடையவன். ஔவையாரும், இதே-கூற்றை, தமிழ்-வடிவில் சுட்டுகிறார்.

இன்றைய பயன்பாடு
இக்காலத்தில் இக்-கூற்று, மிக-முதன்மையான-வழிகாட்டி. தற்காலத்தில், பல-கட்டங்களில் — மக்களுக்கு இடர்கள் வரும். வேலை-இழப்பு, செல்வ-இழப்பு, உறவு-பாதிப்பு, உடல்-நல-பாதிப்பு — இவை வாழ்வின் இயல்பு-கூறுகள். அந்த-கட்டங்களில், உள்-உறுதி-இல்லாமல், மக்கள் வீழ்கின்றனர்.

ஔவையாரின் வழி — "உள்-உறுதியை, தினம்-தினம் வளர்." இது ஓர் நிலையான-வழக்கம். இடர்-வந்த-கணத்தில், உறுதியை-வளர்க்க முயற்சி-செய்தால், அது தாமதம். உள்-உறுதி, இடர்-வரும்-முன்னரே — தினம்-தினம், சிறிய-பயிற்சிகளின் வழியாக — வளர-வேண்டும்.

தினம்-தினம், ஓர் சிறு-பயிற்சி — மூச்சில்-கவனம், உள்-அமைதி-நிலையில் சில-நிமிடம், கடினமான-கட்டத்தில் உள்-உறுதியை-நினைவூட்டிக்-கொள்ளுதல் — இவை, மெல்ல-மெல்ல, உள்-உறுதியை வளர்க்கின்றன. அந்த-உள்-உறுதியே, ஔவையாரின் கூற்றில், மக்களின் ஆழ்ந்த-உடைமை.

பாடல் 22 — கை: கையின்-பொருளை-விட கல்வியே மெய்-உடைமை

கைப் பொருள் தன்னின் மெய்ப்பொருள் கல்வி.

சொற்பொருள்

கைப் = கையில்-உள்ள; பொருள் = செல்வம்; தன்னின் = தன்னை-விட; மெய்ப்பொருள் = மெய்-உடைமை; உண்மை-நிலையான-செல்வம்; கல்வி = கல்வி-அறிவு.

எளிய பொருள்

கையில்-உள்ள செல்வத்தை-விட — கல்வியே, மக்களின் மெய்-உடைமை.

விளக்கம்

இக்-கூற்று, ஔவையாரின் கல்வி-மெய்ப்பொருளின் ஆழ்ந்த-வடிவம். "கைப்-பொருள்" என்பது, கையில்-உள்ள செல்வம் — பணம், நகை, நிலம், வீடு, தொழில். இவை, தற்காலிக-வடிவில் மக்களின்-கையில் நிற்கின்றன. ஆனால் இவை, நிலையான-கூறுகள் அல்ல. காலப்போக்கில், செல்வம் மாற-முடியும். திருடப்-படலாம்; வீழ-முடியும்; பிறர்-கையில் போக-முடியும்.

"மெய்ப்பொருள் கல்வி" — கல்வியே, மெய்-உடைமை. கல்வியை, யாராலும் திருட-முடியாது. கல்வியை, யாரும் கைப்பற்ற-முடியாது. கல்வியை, அழிக்க-முடியாது. அது, மக்களின்-உள்ளத்தில் — ஆழ்ந்து-நிற்கிறது. கால-மாற்றத்தில், கல்வி-வளர்கிறதே-தவிர, குறைவதில்லை.

இக்கருத்து, தமிழ்-மரபின் ஓர் ஆழ்ந்த-கூற்று. திருக்குறளில் வள்ளுவர், "கேடில் விழுச் செல்வம் கல்வி யொருவற்கு மாடல்ல மற்றை யவை" (குறள் 400) — கேடு-இல்லாத-உயர்-செல்வம், கல்வி-தான்; மற்ற-எல்லாம் செல்வம் அல்ல. ஔவையாரின்-கூற்றும், அதே-நெறி.

கல்வி, மக்களின் பல-களங்களில் — பேச்சில், செயலில், சிந்தனையில், உறவில் — வெளிப்படுகிறது. கல்வி-உள்ளவர், எங்கு-சென்றாலும், மதிக்கப்-படுகிறார். கல்வி-இல்லாதவர், எவ்வளவு-செல்வம்-உடையவரானாலும், ஆழ்ந்த-மரியாதையை பெறுவதில்லை. ஔவையாரின் இக்-கூற்று, கல்வியின் ஆழ்ந்த-மதிப்பை வலியுறுத்துகிறது.

இன்றைய பயன்பாடு

இக்காலத்தில் இக்-கூற்று, கல்வி-நெறியின் ஆழ்ந்த-வழிகாட்டி. தற்காலத்தில், கல்வி, ஓர் பணி-வாய்ப்பு-கூற்றாக-மட்டும் கருதப்-படுகிறது. "எந்த-படிப்பு, எந்த-பணியை-தரும்?" என்னும் கேள்வி-முதன்மை. ஆனால் ஔவையாரின் வழி — "கல்வி, பணி-வாய்ப்பின் கூற்று-மட்டும் அல்ல; அது மெய்-உடைமை."

தினம்-தினம், கல்வியை வளர்க்கும்-வழக்கம் — வாசிப்பின்-வழக்கம், புதிய-கருத்தை அறியும்-வழக்கம், ஆழ்ந்த-உள்-கேள்விகளை எழுப்பும்-வழக்கம் — இவை, மக்களின் மெய்-உடைமையை வளர்க்கின்றன. பணி-வாழ்வுக்கு-தேவை-இல்லாத கல்வி-கூறுகளையும் — மெய்ப்பொருள்-நூல், கலை, இலக்கியம், மரபு-கூறுகள் — வளர். அவை, மக்களின் ஆழ்ந்த-உள்-தளத்தை வளர்க்கின்றன.

இக்-கூற்று, குழந்தைகளுக்கு-கல்வி-வளர்ப்பதின் களத்திலும் மிக-முதன்மை. பெற்றோர், குழந்தைகளுக்கு — செல்வம், சொத்து என்று எவ்வளவு-கொடுத்தாலும் — கல்வியை-போல, அது நிலையாக-நிற்காது. கல்வி-மட்டுமே, காலம்-கடந்தும், குழந்தைகளின் வாழ்வை வளர்க்கும்.

ஔவையாரின் இக்-கூற்று, பெற்றோர்-முன்னுரிமைகளுக்கு ஓர் ஆழ்ந்த-வழிகாட்டி.

பாடல் 23 — கொ: தேவையின்-கட்டத்தில் உதவுதலே அரசன்-நெறி

கொற்றவன் அறிதல் உற்ற இடத்து உதவி.

சொற்பொருள்

கொற்றவன் = வெற்றி-வேந்தன்; அரசன்; அறிதல் = அறிய-வேண்டிய-நெறி; உற்ற = அடைந்த; நேர்ந்த; இடத்து = கட்டத்தில்; உதவி = உதவி-புரிதல்.

எளிய பொருள்

வெற்றி-வேந்தன் (அரசன்) அறிய-வேண்டிய-நெறி — தேவை நேர்ந்த கட்டத்தில், மக்களுக்கு உதவி-புரிதல்.

விளக்கம்

இக்-கூற்று, ஔவையாரின் தலைமை-நெறியின் ஆழ்ந்த-வடிவம். அரசன் — மக்களின்-நலனின் முதன்மை-காவலன். அவன், மக்களின்-தேவை-கட்டத்தில், உதவ-வேண்டும். அந்த-உதவியே, அவனது-அரசின் ஆழ்ந்த-நெறி. மற்ற-கூற்றுகள் — பெருமை, அதிகாரம், செல்வம் — இவை எல்லாம் அதன்-கீழ்.

“உற்ற இடத்து உதவி” — “நேர்ந்த-கட்டத்தில் உதவுதல்.” இது மிக-முதன்மை. தேவை-இல்லாத-கட்டத்தில் உதவுதல், ஓர் சம்பிரதாய-கூறு. ஆனால் தேவை-நேர்ந்த-கட்டத்தில் உதவுதல், மக்களின்-உள்ளத்தில் ஆழ்ந்த-மதிப்பை-வளர்க்கிறது. வறட்சி-காலம், மருத்துவ-கட்டம், வெள்ள-கட்டம், போர்-கட்டம் — இக்-கட்டங்களில், அரசின்-உதவி, மக்களின்-வாழ்வை-காப்பாற்றுகிறது.

இக்கருத்து, அரசின்-களத்தில் மட்டும் அல்ல; எல்லா-தலைமை-நிலையின் களத்திலும் பொருந்தும். குடும்ப-தலைவன், பணி-தலைவன், சமூக-தலைவன் — இவர்கள் அனைவரும், சார்ந்தோரின்-தேவை-கட்டத்தில் உதவுதலே, அவர்களின்-உள்-தலைமை-நெறி. திருக்குறளில் வள்ளுவர், “காலத்தினாற் செய்த நன்றி சிறிதெனினும் ஞாலத்தின் மாணப்பெரிது” (குறள் 102) — காலம்-வரும்போது செய்த-உதவி, சிறிதே-ஆனாலும், ஞாலத்திலும்-பெரிது. ஔவையாரும், அதே-நெறியை, தலைமை-கூற்றில் வைக்கிறார்.

இன்றைய பயன்பாடு

இக்காலத்தில் இக்-கூற்று, பல-களங்களில் வழிகாட்டியாக நிற்கிறது. அரசின்-களத்தில், அரசின்-நெறி — மக்களின் தேவை-கட்டத்தில் உதவுதலே என்னும் ஆழ்ந்த-கூற்று வலியுறுத்தப்-படுகிறது. கொடிய-நோய்-பரவும்-காலம், இயற்கை-பேரிடர், சமூக-பாதிப்பு — இக்-கட்டங்களில், அரசின்-உதவி மிக-முதன்மை.

தலைமை-நிலையில்-உள்ளவர்க்கு, இக்-கூற்று மிக-நெருக்கம். பணி-தலைவர், கூட்டாளிகளின் தேவை-கட்டத்தில் — உடல்-நல-பிரச்சினை, குடும்ப-கடினம், மன-நிலை-பாதிப்பு — பணி-பளுவை-குறைத்து, ஆதரவாக-நிற்க-வேண்டும். அந்த-உதவி, கூட்டாளியின்-வாழ்வை-காப்பாற்றும்; அவரது தலைமை-நெறியின் ஆழ்ந்த-முகவரியாக-நிற்கும்.

இக்-கூற்றை, தினம்-தினம் பயன்படுத்த-முடியும். குடும்பத்தினரின், சார்ந்தோரின், நண்பர்களின் தேவை-கட்டத்தில் — விரைந்து-உதவுதல், அது

அவர்களின்-உள்ளத்தில் ஆழ்ந்த-மதிப்பை-வளர்க்கிறது. ஔவையாரின் இக்-கூற்று, மிக-சுருக்கம்; ஆனால் தலைமை-நெறியின் வேராக நிற்கிறது.

பாடல் 24 — கோ: செவியில்-விழும் குறளை, காற்றுடன்-நெருப்பு

கோள் செவிக் குறளை காற்றுடன் நெருப்பு.

சொற்பொருள்

கோள் = பழிச்-சொல்; குறை-கூற்று; செவிக் = செவியில்; குறளை = கோள்-சொல்பவன்; கோள்-மூட்டுபவர்; காற்றுடன் = காற்றுடன்-சேர்ந்த; நெருப்பு = நெருப்பு.

எளிய பொருள்

ஒருவரின் செவியில் கோள்-மூட்டும் கூற்றை விட்டால் — அது, காற்றுடன்-சேர்ந்த-நெருப்பு-போல்.

விளக்கம்

இக்-கூற்று, ஔவையாரின் சொல்-நெறியின் மிக-கூர்மையான-வடிவம். "கோள்" என்னும் சொல், ஒருவரின்-பற்றி பிறரிடம் சொல்லப்-படும் பழிச்-சொல். "குறளை" என்பது, அந்த-கூற்றை-மூட்டுபவர். அவர், ஓர்-மக்களின்-இடையே, பிறரை-பற்றிய-கூற்றுகளை சொல்லி, பகையை-வளர்க்கிறார்.

"காற்றுடன் நெருப்பு" — மிக-கூர்மையான-உவமை. நெருப்பு, தனியாக, ஓர்-சிறு-ஒளியாக நிற்கும். ஆனால் அதனோடு காற்று-சேர்ந்தால் — அது விரிவாக-பரவுகிறது, மிக-வேக-கூற்றில் வளர்கிறது, பல-கூறுகளை-அழிக்கிறது. கோள்-கூற்றும், அதே-வழக்கம். ஒருவரின்-பற்றி பிறரிடம் சொல்லப்-படும்-போது — அது, காற்று-சேர்ந்த-நெருப்பு-போல், விரிவாக-பரவுகிறது.

ஔவையாரின் வழி — "செவியில்-விழும் கோள்-கூற்றை — விழ-விடாதே, கேட்க-விடாதே." செவி, மக்களின்-உள்ளத்தின் வாயில். கோள்-கூற்று செவியில்-விழுந்தால், அது உள்ளத்தை-நிறை-செய்கிறது. அந்த-நிறை-நிலையில், மக்கள், சொல்லப்-பட்ட-மக்களின்-மீது சந்தேகம்-கொள்ள-தொடங்குகின்றனர். அந்த-சந்தேகம், உறவை அழிக்கிறது.

திருக்குறளில் வள்ளுவர், "புறம்கூறிப் பொய்த்துயிர் வாழ்தலின் சாதல் அறம்கூறும் ஆக்கம் தரும்" (குறள் 183) — புறம்-கூறிப் பொய்த்து-வாழ்வதைவிட, இறப்பே-நல்லது என்று கூறுகிறார். ஔவையாரும், கோள்-கூற்றின் தீங்கை மிக-கூர்மையாக சுட்டுகிறார்.

இன்றைய பயன்பாடு

இக்காலத்தில் இக்-கூற்று, மிக-நெருக்கமான-வழிகாட்டி. தற்காலத்தில், கோள்-கூற்று — பல-வடிவில் நிற்கிறது. வாயால்-சொல்லப்-படும் கூற்றுகள் மட்டும் அல்ல; சமூக-வலையில் பகிரப்-படும் கருத்துகள், செய்தி-தொடர்புகளில் சொல்லப்-படும் கூற்றுகள், கூட்டத்தில் பேசப்-படும் பிறர்-கூற்றுகள் — இவை எல்லாம், கோள்-கூற்றின் வடிவங்கள்.

ஔவையாரின் வழி, இரண்டு-கூற்றுகளை சுட்டுகிறது. முதலாவதாக — "கோள்-கூற்றை சொல்லாதே." பிறரின்-பற்றி, ஓர் தீய-கூற்றை சொல்வது, காற்றுடன்-சேர்ந்த-நெருப்பு-போல், விரிவாக-பரவும். அதன்-தீய-விளைவை, கட்டுப்படுத்த முடியாது. இரண்டாவதாக — "கோள்-கூற்றை கேட்காதே." செவியில்-விழும் கூற்றை, உள்ளத்தில்-விழ-விடாதே. கேட்கும்-கணத்திலேயே, அதை-நிராகரி.

தினம்-தினம், ஓர் சிறு-உள்-பயிற்சி — "இக்-கூற்று, கோள்-வடிவத்தில்-உள்ளதா? இதை, பேசுவதோ, கேட்பதோ, பகிர்வதோ — தேவையா?" அந்த-உள்-பயிற்சி, கோள்-வழக்கத்தில் இருந்து விடுபடும் ஆற்றலை வளர்க்கும்.

பாடல் 25 — கௌ: கௌவை-சொன்னால் அனைவருக்கும் பகை

கௌவை சொல்லின் எவ்வருக்கும் பகை.

சொற்பொருள்

கௌவை = புறம்-கூறுதல்; குறை-சொல்லுதல்; சொல்லின் = சொன்னால்; எவ்வருக்கும் = எவருக்கும்; அனைவருக்கும்; பகை = பகை-வளரும்.

எளிய பொருள்

புறம்-கூறுதலை சொன்னால் — அனைவருடனும் பகை வளரும்.

விளக்கம்

இக்-கூற்று, முந்தைய பாடல் 24-ன் தொடர்ச்சி-வடிவம். கோள்-கூற்று, காற்றுடன்-நெருப்பு-போல்-பரவும் என்று ஔவையார் முந்தைய பாடலில் சொன்னார். இப்-பாடலில், அந்த-கூற்றின் ஓர் மற்றொரு-விளைவை சுட்டுகிறார் — புறம்-கூறுபவர், அனைவருடனும் பகை-கொள்வார்.

"கௌவை" என்னும் சொல், ஒருவரின்-பற்றி பிறரிடம் சொல்லப்-படும் குறை-கூற்று. அந்த-கூற்று, பல-வழியில் பரவுகிறது. ஓர்-சில-கணத்தில், சொல்லப்-பட்ட-மக்களும் அதை அறிய-வருகின்றனர். அவர்கள், புறம்-கூறிய-மக்களோடு பகை-கொள்கின்றனர். அதே-நேரத்தில், புறம்-கூற்றை-கேட்ட-மக்களும் — "இவர், மற்றோர்-பற்றி பேசுபவர்; எனது-பற்றியும் பேசக்-கூடும்" என்று அறிந்து, பகை-நிலையில் நிற்கின்றனர்.

ஔவையாரின் கூற்று — "புறம்-கூறுபவர், அனைவருடனும் பகை-கொள்கின்றனர். அவர், எவருக்கும் நண்பர்-ஆக-முடியாது." இது, புறம்-கூற்றின் இறுதி-விளைவு. ஓர்-சில-கணத்தில், புறம்-கூற்று மக்களுக்கு ஓர்-சிறு-மகிழ்வை-தரலாம். ஆனால் காலப்போக்கில், அது அனைவரின்-நம்பிக்கையையும் இழக்க-வைக்கும்.

இக்கருத்து, மக்கள்-உறவின் ஆழ்ந்த-உளவியல். மக்கள், தங்களுக்கு-நெருக்கமாக-நிற்கும் உறவை — "இவர், எனது-பற்றி பிறரிடம் பேசமாட்டார்" என்னும் நம்பிக்கையின்-வேரில் கட்டுகின்றனர். அந்த-நம்பிக்கையை-உடைப்பவர், உறவின்-வேரை அறுக்கிறார். ஔவையாரின் இக்-கூற்று, அந்த-உள்-நெறியை சுட்டுகிறது.

இன்றைய பயன்பாடு

இக்காலத்தில் இக்-கூற்று, பணி-வாழ்வின், சமூக-வாழ்வின், குடும்ப-வாழ்வின் — அனைத்திலும் வழிகாட்டி. பணி-சூழலில், கூட்டாளிகளின்-பற்றி பேசுபவர், மெல்ல-மெல்ல — அனைவரின்-நம்பிக்கையை இழக்கிறார். அவரோடு, யாரும் ஆழ்ந்த-கூற்றை பகிர-தயங்குகின்றனர். அவரது தலைமை-நிலை, மெல்ல-மெல்ல-வீழ்கிறது.

ஔவையாரின் வழி — "எவ்வளவு-கடினமான-கட்டமாக-இருந்தாலும், மற்றோரின்-பற்றி பிறரிடம் பேசாதே." ஓர் கூற்றை-பகிர-விரும்பினால், அதை-நேரடியாக, அந்த-நபரிடமே பகிர். மற்றோரிடம் பேசினால், அது புறம்-கூற்று-வடிவத்தை-எடுக்கும்.

சமூக-வலையின்-களத்தில், இக்-கூற்று மிக-நெருக்கம். ஓர் கூற்றை, பொது-தளத்தில் வெளியிடும்-முன், மறு-பார்வை-செய் — "இது, ஒருவரின்-

பற்றிய புறம்-கூற்றா? இதை, அந்த-நபரிடம் நேரடியாக சொல்வது, சிறந்த-வழியா?" அந்த-மறு-பார்வை, புறம்-கூற்று-வழக்கத்தில் இருந்து விடுபடும் ஆற்றலை-தரும்.

தினம்-தினம், ஓர் சிறு-உள்-உறுதி — "எவருடைய பற்றியும், அவர்-இல்லாத-கட்டத்தில் — தீய-கூற்றை சொல்ல-மாட்டேன்." அந்த-உள்-உறுதி, மக்கள்-உறவின் ஆழ்ந்த-நெறியை வளர்க்கும். ஔவையாரின் இக்-கூற்றின் ஆழ்ந்த-கருத்து, அந்த-உள்-நெறியில் நிற்கிறது.

பாடல் 26 — ச: இறைவன்-முன்-நிலையில் கைநீட்டாமை அழகு

சந்நதிக்கு அழகு வந்தி செய்யாமை.

சொற்பொருள்

சந்நதிக்கு = இறைவன்-முன்-நிலைக்கு; கோயில்-முன்னிலைக்கு; அழகு = சிறப்பு; வந்தி = யாசித்தல்; கைநீட்டி-கேட்டல்; செய்யாமை = செய்யாமலிருத்தல்.

எளிய பொருள்

இறைவனின் முன்-நிலையில் — யாசித்தல், கைநீட்டி-கேட்டல் — செய்யாமலிருத்தலே — அதன் சிறப்பு.

விளக்கம்

இக்-கூற்று, ஔவையாரின் ஆழ்ந்த-பக்தி-நெறியின் வடிவம். கோயில், இறைவனின்-முன்-நிலை. அந்த-நிலையில், மக்கள் பல-கூற்றுகளை-வேண்டுகிறார்கள் — செல்வம், குழந்தைகள், பணி-வெற்றி, உடல்-நலம், பகை-வெற்றி. ஔவையார், அந்த-வேண்டுதல்-வழக்கத்தை மறு-பார்வை-செய்ய அழைக்கிறார். "கோயில்-முன்-நிலையில், கைநீட்டி-வேண்டாமலிருத்தலே — அதன் ஆழ்ந்த-சிறப்பு."

இக்-கூற்றில், ஓர் ஆழ்ந்த-பக்தி-மெய்ப்பொருள் உள்ளது. பக்தி, இரண்டு-நிலையில் உள்ளது. கீழ்-நிலை — "எனக்கு இக்-கூற்றை-தந்தால், நான் வணங்குவேன்." இது, பகிர்வு-நெறியின் வடிவம். கோயிலின்-நெறி-அல்ல. மேல்-நிலை — "இறைவனின்-முன்-நிலையில், ஓர் சரண்-நிலையில் நிற்றல். எதையும்-கேளாமல், எல்லாவற்றையும் ஏற்றுக்-கொள்ளுதல்."

இரண்டாவது-நிலையே, ஔவையாரின் கூற்றில் — "சந்நதிக்கு அழகு." இறைவன், என்-வேண்டுதலை அறிவார்; என்-தேவையை அறிவார். அவர், எதை-தர-வேண்டுமோ, அதை-தந்து-நிற்பார். எனது-கூற்று, "இறைவனே, நான் உனது-முன், சரண்-நிலையில் நிற்கிறேன்." அந்த-சரண்-நிலையே, பக்தியின் ஆழ்ந்த-வடிவம்.

இக்கருத்து, தமிழ்-சைவ-மரபின் ஆழ்ந்த-நெறி. மாணிக்கவாசகர், "யான்-உள்-புகுந்து உனை-வேண்டிக்-கொள்ள" என்று எவ்வழியிலும் பேசுவதில்லை. அவர், சிவ-பெருமானை-நோக்கி, ஓர் ஆழ்ந்த-சரண்-நிலையில் — "எனது-உள்ளம், உனது-உள்ளம்" — என்னும் ஒற்றுமை-நிலையில் நிற்கிறார். ஔவையாரின் இக்-கூற்றும், அதே-நெறியின் வடிவம்.

இன்றைய பயன்பாடு

இக்காலத்தில் இக்-கூற்று, பக்தி-நெறியின் ஆழ்ந்த-வழிகாட்டி. தற்காலத்தில், கோயில்-வழிபாடு, பெரும்பாலும் — வேண்டுதல்-வடிவில்-தான் நிற்கிறது. "இக்-கூற்றை-தந்தால், இக்-கூற்றை செய்வேன்" என்னும் வாக்குறுதிகள், பெருமைப்-படுத்தப்-படுகின்றன. ஔவையாரின் வழி — "அந்த-நிலையை-தாண்டி, ஆழ்ந்த-சரண்-நிலையை வளர்."

தினம்-தினம், கோயிலுக்கு-சென்றாலோ, வீட்டில் வழிபட்டாலோ — ஓர் சிறு-உள்-மாற்றத்தை-செய்ய-முயற்சி-செய். "இறைவனே, நான் உனது-முன், எதையும்-கேளாமல், நன்றியின்-நிலையில் நிற்கிறேன்." அந்த-நிலை, மிக-கடினம் — மக்களின்-உள்ளம், எப்போதும் ஏதோ-கேட்க தூண்டுகிறது. ஆனால் தினம்-தினம், ஓர் சிறு-முயற்சி, மெல்ல-மெல்ல, அந்த-உள்-மாற்றத்தை-வளர்க்கும்.

இக்-கூற்றை, பரந்த-வடிவில் — மற்றோர்-மக்களின்-முன்-நிலையிலும் பொருத்தலாம். உயர்-நிலை-மக்களின்-முன்-நிலையில், எவ்வளவு-உதவி-கேட்காமல், சுய-ஆற்றலின் வழியில் நின்று — அவர்களின் மரியாதையை-பெறுதல், ஓர் ஆழ்ந்த-உள்-நெறி. அந்த-நெறி, ஔவையாரின் இக்-கூற்றின் வடிவத்தோடு ஒத்து-நிற்கிறது.

பாடல் 27 — சா: சான்றோர்-என்று சொல்லப்-படுதல் பெற்றோர்க்கு பெருமை

சான்றோர் என்கை ஈன்றோர்க்கு அழகு.

சொற்பொருள்

சான்றோர் = அறிவு-உடையோர்; நெறி-உடையோர்; என்கை = என்று சொல்லப்-படுதல்; ஈன்றோர்க்கு = பெற்றோர்க்கு; அழகு = பெருமை; சிறப்பு.

எளிய பொருள்

ஒருவரை, மக்கள் — "சான்றோர்" என்று சொல்வது — அவரது பெற்றோர்க்கு பெருமை.

விளக்கம்

இக்-கூற்று, ஔவையாரின் பெற்றோர்-குழந்தை-உறவின் ஓர் ஆழ்ந்த-வடிவம். பெற்றோரின் பெருமை, இரண்டு-வழியில் வளர்கிறது. ஓர்-வழி — பெற்றோர், தம் சொந்த-சாதனைகளால் பெருமை-பெற்றனர். மற்றொரு-வழி — அவர்கள், தாம்-வளர்த்த-குழந்தைகளின் சாதனைகளால் பெருமை-பெறுகின்றனர். ஔவையார், இரண்டாவது-வழியின் ஆழ்ந்த-மதிப்பை சுட்டுகிறார்.

"சான்றோர் என்கை" — "சான்றோர்" என்று மக்கள் சொல்லப்-படுதல். ஒருவர், சாதனைகளால் சான்றோர்-ஆவதில்லை. அவர், நெறி-வாழ்வால், அறிவு-வாழ்வால், மக்கள்-உதவியால் — சான்றோர்-நிலையை அடைகிறார். அந்த-நிலையை, மக்களே-தாமே சொல்வர். அவரே, தம்-பற்றி "நான் சான்றோன்" என்று சொல்வது அல்ல; மக்கள், அவரது-நெறியை-கண்டு, அந்த-கூற்றை-வழங்குகின்றனர்.

"ஈன்றோர்க்கு அழகு" — அவரது பெற்றோர்க்கு பெருமை. பெற்றோர், குழந்தையை-வளர்த்த-வழியின் வெளிப்பாடு, அந்த-குழந்தையின் சான்றோர்-நிலை. நெறி-வழியில் வளர்த்தனர், அறிவு-வழியில் வளர்த்தனர் — என்னும் கூற்றுக்கு, மக்களின் சாட்சி. அதுவே, பெற்றோரின் ஆழ்ந்த-சிறப்பு.

இக்கருத்து, பெற்றோர்-நெறியின் ஆழ்ந்த-வழிகாட்டி. பெற்றோர், குழந்தைகளை-வளர்க்கும்போது — "எனது-குழந்தை, மக்களின்-உள்ளத்தில் சான்றோர்-நிலையை-அடைய-வேண்டும்" என்னும் கூற்றை, உள்-முதன்மை-கூற்றாக-கொள்ள-வேண்டும். வெறும்-சாதனை, வெறும்-பணி-வாய்ப்பு, வெறும்-செல்வம் — இவை மக்களின்-உள்ளத்தில் சான்றோர்-நிலையை-தராது. நெறி, அறிவு, பகிர்வு — இவையே சான்றோர்-நிலையின் வேர்.

இன்றைய பயன்பாடு

இக்காலத்தில் இக்-கூற்று, பெற்றோர்-நெறியின் ஆழ்ந்த-வழிகாட்டி. தற்காலத்தில், பெற்றோர், குழந்தைகளின் சாதனைகளை — பெரும்பாலும், படிப்பில், பணி-வாய்ப்பில், செல்வத்தில் — மட்டும் அளவிடுகின்றனர். ஆனால் ஔவையாரின் வழி — "அதற்கு-மேலான கூற்றை-நோக்கு. குழந்தை, மக்களின்-உள்ளத்தில் — நெறி-உடையவர், அறிவு-உடையவர், அன்பின்-உடையவர் — என்னும் நிலையை-அடைய-வேண்டும்."

தினம்-தினம், குழந்தைகளை-வளர்க்கும்போது, ஓர் சிறு-உள்-கேள்வி — "எனது-குழந்தைக்கு, நெறி-வழியின் ஆழ்ந்த-கூற்றுகளை, கற்பித்தேனா? மக்களின்-உள்ளத்தில், சான்றோர்-நிலையை-அடையும் வழியில், வளர்த்தேனா?" அந்த-உள்-கேள்வி, பெற்றோர்-நெறியின் முன்னுரிமைகளை-மறு-பார்வை-செய்ய தூண்டும்.

இக்-கூற்றை, குழந்தைகள்-வளர்ந்தவர்க்கும் பொருத்தலாம். "நான், எனது-பெற்றோர்க்கு, பெருமை-தருபவராக-வாழ்கிறேனா? மக்கள், என்-பற்றி சான்றோர் என்று சொல்வதற்கு, என்-வாழ்வில் என்ன-கூறுகள் உள்ளன?" அந்த-உள்-பார்வை, மக்களின் வாழ்-நெறியை வளர்க்கும். ஔவையாரின் இக்-கூற்று, இரண்டு-தலைமுறைகளுக்கும் ஆழ்ந்த-வழிகாட்டி.

பாடல் 28 — சி: சினத்தை-கட்டுப்படுத்துதலே தவத்தின் அழகு

சினத்தைப் பேணின் தவத்திற்கு அழகு.

சொற்பொருள்

சினத்தைப் = கோபத்தை; பேணின் = கட்டுப்படுத்தினால்; காத்துக்-கொண்டால்; தவத்திற்கு = தவத்துக்கு; அழகு = சிறப்பு.

எளிய பொருள்

கோபத்தை கட்டுப்படுத்திக்-கொள்ளுதலே — தவத்துக்கு சிறப்பு.

விளக்கம்

இக்-கூற்று, ஔவையாரின் உள்-நெறியின் ஆழ்ந்த-வடிவம். "தவம்" என்னும் சொல், பழ-மரபில், பெரும்பாலும் — உடல்-கட்டுப்பாடு, உணவு-கட்டுப்பாடு, தொடர்பு-கட்டுப்பாடு என்னும் வெளி-கூற்றுகளுக்கு பயன்படுத்தப்-பட்டது. ஆனால் ஔவையார், அதன்-ஆழ்ந்த-வடிவை சுட்டுகிறார் — தவத்தின் ஆழ்ந்த-கூறு, கோபக்-கட்டுப்பாடு.

"சினத்தைப் பேணின்" — கோபத்தை-கட்டுப்படுத்துதல். கோபம், மக்களின்-உள்ளத்தில் இயற்கையாக-தோன்றும் கூறு. அதை, முழுவதும்-நீக்க முடியாது. ஆனால் அதை, கட்டுப்படுத்த-முடியும். கோபம்-வரும்-கணத்தில், அதை அறிந்துகொண்டு, அதை-வெளிப்படுத்தாமல் — உள்ளில்-தணித்துக்-கொள்ளுதல். அதுவே, கோபக்-கட்டுப்பாட்டின் வடிவம்.

"தவத்திற்கு அழகு" — தவத்தின் சிறப்பு. தவம், மக்களின்-உள்-நிலையை-உயர்த்தும் வழக்கம். உடல்-தவம், உணவு-தவம், மௌன-தவம் — இவை எல்லாம் தவத்தின் கூறுகள். ஆனால் கோபக்-கட்டுப்பாடு, இவை-அனைத்தையும்-விட ஆழ்ந்த-தவம். ஏனெனில், அது உள்-நிலையை நேரடியாக-தீண்டுகிறது.

இக்கருத்து, தமிழ்-மரபின் ஓர் ஆழ்ந்த-நெறி. திருக்குறளில் வள்ளுவர், "செல்லா இடத்துச் சினந்தீது செல்லிடத்தும் இல்லதனின் தீய பிற" (குறள் 302) — கோபம், எங்கும் நல்லதல்ல என்று வலியுறுத்துகிறார். கோபக்-கட்டுப்பாடு, அந்த-நெறியின் ஓர் ஆழ்ந்த-கூற்று.

இன்றைய பயன்பாடு

இக்காலத்தில் இக்-கூற்று, மிக-முதன்மையான-வழிகாட்டி. தற்காலத்தில், கோபம், மக்களின்-வாழ்வை மிக-ஆழ்ந்த-வழியில் பாதிக்கிறது. சாலையில், பணி-சூழலில், வீட்டில், சமூக-வலையில் — கோபம், பல-வடிவில் வெளிப்படுகிறது. கோபக்-கட்டுப்பாடு-இல்லாதவர், எவ்வளவு-நெறி-உடையவராக-தோன்றினாலும், அந்த-நெறி-வீழ்கிறது.

ஔவையாரின் வழி — “கோபக்-கட்டுப்பாட்டை, ஓர் தினச்-தவ-வழக்கமாக-கொள்.” தினம்-தினம், கோபம்-வரும்-கணத்தில், ஓர் சில-நிமிட-உள்-பயிற்சி — மூச்சை-கவனித்தல், கோபத்தை-உள்-பார்வையில்-வைத்தல், அந்த-கணத்தில் எதிர்-வினை-செய்யாமல்-இருத்தல். அந்த-பயிற்சி, மெல்ல-மெல்ல, கோபக்-கட்டுப்பாட்டை வளர்க்கும்.

இக்-கூற்று, தலைமை-நிலையில்-உள்ளவர்க்கு மிக-முதன்மை. தலைவர், கோபம்-வரும்-கணத்தில், எதிர்-வினையை-கட்டுப்படுத்த-வேண்டும். கோபமான-தொனியில் சொல்லப்-படும் கூற்று, மக்களின் உள்ளத்தில் — நெடிய-கால-பாதிப்பை-தரும். கோபக்-கட்டுப்பாடு-உடைய-தலைவர், ஆழ்ந்த-மரியாதையை-பெறுகிறார்.

தினம்-தினம், ஓர் சிறு-உள்-உறுதி — “இக்-கணத்தில், கோபத்தை-கட்டுப்படுத்த முயற்சி-செய்வேன்.” அந்த-உள்-உறுதி, காலப்போக்கில், மக்களின் உள்-தளத்தை — ஓர் ஆழ்ந்த-தவ-நிலையாக-மாற்றும்.

பாடல் 29 — சீ: சீரை-நாடினால் ஏரை-நாடு

சீரைத் தேடின் ஏரைத் தேடு.

சொற்பொருள்

சீரைத் = சிறப்பை; செல்வம்-வளர்ச்சியை; தேடின் = நாடினால்; ஏரைத் = உழவை; வேளாண்மையை; தேடு = நாடு.

எளிய பொருள்

சிறப்பை (வாழ்-வளர்ச்சியை) நாடினால் — முதலில் ஏரை (உழவை) நாடு.

விளக்கம்

இக்-கூற்று, ஔவையாரின் வளர்ச்சி-நெறியின் ஆழ்ந்த-வடிவம். சிறப்பு, மக்களின்-அனைத்து-விருப்பத்தின் கூற்று. செல்வம், மரியாதை, பெருமை — இவை சிறப்பின் வடிவங்கள். ஆனால் சிறப்பை-நாடுவதற்கு — மிக-முதன்மை-வழி, ஏரை-நாடுவது. ஏர், உழவின் கருவி. உழவு, உணவின் வேர். உணவு-இல்லாமல், வாழ்வே-இல்லை.

“ஏரைத் தேடு” — உழவை-நாடு. பழ-தமிழ்-மரபில், உழவு, மிக-உயர்ந்த-தொழிலாக கருதப்-பட்டது. திருக்குறளில் வள்ளுவர், “சுழன்றும்ஏர்ப் பின்ன துலகம் அதனால் உழந்தும் உழவே தலை” (குறள் 1031) — எல்லா-தொழிலின்-வழியில் சுழன்றாலும், கடைசியில், எல்லாமே ஏரின்-பின்னே நிற்கின்றன. ஆகவே, உழவே தலை-தொழில். ஔவையாரின் இக்-கூற்றும், அதே-நெறியின் வடிவம்.

இக்-கூற்றை, பரந்த-வடிவில் — “எந்த-வளர்ச்சியை-நாடினாலும், அதன்-வேராக-நிற்கின்ற கூறை-முதலில் வளர்” என்று புரிந்துகொள்ள-முடியும். வேர்-வளர்ச்சி-இல்லாமல், கிளை-வளர்ச்சி-இல்லை. அடிப்படை-வழக்கங்கள்-இல்லாமல், உயர்-வளர்ச்சி-இல்லை. ஔவையாரின் கூற்று, அந்த-ஆழ்ந்த-நெறியை சுட்டுகிறது.

இக்-கூற்றில் ஓர் ஆழ்ந்த-உள்-நெறியும் உள்ளது. மக்கள், சிறப்பை-நாடும்போது — பெரும்பாலும், வெளி-வடிவத்தின்-மேற்-பகுதியில்-நிற்கின்றனர். "பெரிய-பதவி-வேண்டும், பெரும்-செல்வம்-வேண்டும், பெருமை-வேண்டும்." ஆனால் இவற்றின் வேர் — அடிப்படை-வழக்கங்கள், அடிப்படை-கடின-உழைப்பு, அடிப்படை-நெறி — இவற்றில் உள்ளது. வேரை-விட்டு, கிளையை-நாடுவது, வீண்.

இன்றைய பயன்பாடு

இக்காலத்தில் இக்-கூற்று, பல-களங்களில் வழிகாட்டி. தற்காலத்தில், மக்கள், பல-கூற்றுகளில் வளர்ச்சியை-நாடுகின்றனர் — பணி-வாழ்வில், செல்வத்தில், கல்வியில், சமூக-நிலையில். ஆனால் வேர்-வழக்கங்களை-விட்டு, கிளை-வளர்ச்சியை-நாடுவது — மிக-வழக்கமான-தவறு.

ஔவையாரின் வழி — "எந்த-வளர்ச்சியை-நாடினாலும், அதன்-அடிப்படை-வழக்கத்தை-முதலில் வளர்." உடல்-நலன்-நாடினால், அடிப்படை-உடல்-பயிற்சியின்-வழக்கத்தை வளர். கல்வி-வளர்ச்சியை-நாடினால், அடிப்படை-வாசிப்பின் வழக்கத்தை வளர். பணி-வாழ்வின் வளர்ச்சியை-நாடினால், அடிப்படை-கடின-உழைப்பின் வழக்கத்தை வளர். உறவின் வளர்ச்சியை-நாடினால், அடிப்படை-அன்பின் வழக்கத்தை வளர்.

இக்-கூற்று, உணவின்-களத்திலும் மிக-முதன்மை. தற்காலத்தில், உணவை-வளர்க்கும் உழவர், மக்களின்-மரியாதையை இழக்கிறார். ஔவையாரின் வழி — "உழவை, ஓர் தலை-தொழிலாக-மதி." உழவர்-இல்லாமல், மக்களின்-உணவு-இல்லை. உழவை-மதிக்கும்-சமூகமே, ஆழ்ந்த-சிறப்பை அடைகிறது.

தினம்-தினம், ஓர் சிறு-உள்-கேள்வி — "எனது-வளர்ச்சி-நாட்டத்தில், எந்த-வேர்-வழக்கத்தை வளர்க்கிறேன்? கிளை-மட்டும்-நாடுகிறேனா, அல்லது வேரையும்-நாடுகிறேனா?" அந்த-உள்-கேள்வி, ஔவையாரின் இக்-கூற்றின் ஆழ்ந்த-தளத்தை, தினம்-தினம் வளர்க்கும்.

பாடல் 30 — சு: சுற்றத்திற்கு சூழ-இருத்தலே அழகு

சுற்றத்திற்கு அழகு சூழ இருத்தல்.

சொற்பொருள்

சுற்றத்திற்கு = உறவினர்க்கு; குடும்பத்திற்கு; அழகு = சிறப்பு; சூழ = சுற்றி-சேர்ந்து; இருத்தல் = இருப்பது.

எளிய பொருள்

உறவினர்க்கு (குடும்பத்திற்கு) — சுற்றி-சேர்ந்து இருப்பதே — சிறப்பு.

விளக்கம்

இக்-கூற்று, ஔவையாரின் சுற்றம்-நெறியின் ஆழ்ந்த-வடிவம். "சுற்றம்" என்னும் சொல், உறவினர்-கூட்டத்தை சுட்டுகிறது. அந்த-கூட்டத்தின் ஆழ்ந்த-சிறப்பு, சூழ-இருத்தலில் உள்ளது. சூழ-இருத்தல் — சுற்றி-சேர்ந்து-வாழ்தல், ஒற்றுமையாக-நிற்றல், ஒருவருக்கு-ஒருவர் ஆதரவாக-நிற்றல்.

சுற்றம், மக்களின்-வாழ்வின் ஆழ்ந்த-தளம். தனி-உயிராக-வாழ்வது, மக்களின்-இயற்கைக்கு பொருந்தாது. சுற்றத்தோடு-சேர்ந்து-வாழ்வது, மக்களின்-உள்-தளத்தை வளர்க்கிறது. கடினம்-வரும்-கட்டத்தில், சுற்றம்-துணை-நிற்கிறது. மகிழ்வு-வரும்-கட்டத்தில், சுற்றம்-பகிர்வை-தருகிறது.

"சூழ இருத்தல்" — மிக-நுட்பமான-கூற்று. "சூழ" என்னும் சொல், "சுற்றி," "சேர்ந்து" என்னும் கருத்தை-தருகிறது. சுற்றத்தினர், ஓர் வட்டத்தின்-வடிவில்,

சேர்ந்து-நிற்றல். அந்த-வட்டத்தின்-உள், ஒருவர்-வீழ்ந்தாலும், மற்றோர்-துணை-நிற்கின்றனர். அந்த-வட்டத்தின்-வெளியே, ஒருவர்-தனியாக நிற்கின்றால், கடினம்-வரும்-கட்டத்தில் துணை-இல்லை.

இக்கருத்து, தமிழ்-மரபின் ஆழ்ந்த-கூற்று. பழ-காலத்தில், கூட்டுக்-குடும்பம், சமூக-கூட்-வாழ்வு — இவை மக்களின்-வாழ்வின் வேராக-நிற்றன. ஔவையார், அந்த-நெறியின் ஆழ்ந்த-சிறப்பை, “சூழ இருத்தல்” என்னும் கூற்றில் சுட்டுகிறார்.

இன்றைய பயன்பாடு

இக்காலத்தில் இக்-கூற்று, மிக-முதன்மையான-வழிகாட்டி. தற்காலத்தில், கூட்டுக்-குடும்பம், மெல்ல-மெல்ல சிதைகிறது. பணி-வாய்ப்பு, பயிற்சி-வாய்ப்பு, புதிய-வாழ்க்கை — இவற்றால், மக்கள் தொலைதூரத்தில் வாழ்கின்றனர். சுற்றத்தினர், வெவ்வேறு-ஊர்களில், வெவ்வேறு-நாடுகளில் வாழ்கின்றனர். “சூழ-இருத்தல்” என்னும் ஔவையாரின் கூற்று, இக்கால-வாழ்வுக்கு ஓர் கடினமான-நெறியாக-தோன்றலாம்.

ஆனால் இக்-கூற்றை, இக்கால-வழக்கில் — “சூழ-இருத்தலின் ஓர் புதிய-வடிவை-உருவாக்கு” என்று புரிந்துகொள்ள-முடியும். தினம்-தினம், சுற்றத்தினரோடு தொலைபேசி-தொடர்பு; வாரம்-ஒரு-காணொளி-உரையாடல்; மாதம்-ஒரு-முறை, ஓர் நெருக்கமான-உரையாடல்; ஆண்டுக்கு-சில-முறை, நேரடி-வருகை. இக்-தொடர்புகள், “சூழ-இருத்தல்” என்னும் கூற்றின் இக்கால-வடிவம்.

சுற்றத்தினரின் கடின-கட்டத்தில், விரைந்து-சென்று-நிற்றல் — அது மிக-முதன்மை. பெற்றோரின் உடல்-நல-கட்டத்தில், சகோதரர்களின் கடின-கட்டத்தில், சார்ந்தோரின் இடர்-கட்டத்தில் — “நான் தொலைதூரத்தில் வாழ்கிறேன், செய்ய முடியாது” என்னும் கூற்றை மறு-பார்வை-செய். விரைந்து-சென்று, “சூழ-இருத்தல்” நெறியை வளர். அந்த-வழக்கம், உறவின் ஆழ்ந்த-வேரை, தொலைதூரத்திலும் வளர்க்கும்.

தினம்-தினம், ஓர் சிறு-உள்-பயிற்சி — “எனது-சுற்றத்தினர், எனது-உள்ளத்தில் எவ்வளவு-நெருக்கமாக உள்ளனர்? அவர்களின்-நிலையை அறிய-முயற்சி-செய்கிறேனா?” அந்த-உள்-பயிற்சி, ஔவையாரின் இக்-கூற்றின் ஆழ்ந்த-தளத்தை வளர்க்கும்.

பாடல் 31 — சூ: சூதும் வாதும் வேதனை-தரும்

சூதும் வாதும் வேதனை செய்யும்.

சொற்பொருள்

சூதும் = சூதாட்டமும்; வாதும் = வீண்-வாதமும்; வேதனை = வருத்தம்; துன்பம்; செய்யும் = தரும்.

எளிய பொருள்

சூதாட்டமும், வீண்-வாதமும் — இரண்டும் வருத்தத்தையே தரும்.

விளக்கம்

இக்-கூற்று, ஔவையாரின் உள்-நெறியின் ஓர் கூர்மையான-வடிவம். “சூது” என்னும் சொல், சூதாட்டம் — பணத்தை-பகிர்ந்துவைத்து, தற்செயலின்-வழியாக வெற்றி-தோல்வியை-தீர்க்கும் வழக்கம். “வாதம்” என்பது, வீண்-வாதம் — மக்களுக்குள் தேவை-இல்லாமல் எழும் சண்டை-உரையாடல். இரண்டும், ஒன்றாக, வாழ்வில் வேதனையை-வளர்க்கின்றன.

சூதாட்டம், மக்களின்-உள்ளத்தில் ஓர் சிறு-மகிழ்வை-தந்தாலும் — அதன்-விளைவு பெரும்-வேதனை. செல்வம்-இழப்பு, குடும்ப-உறவு-பாதிப்பு, கடின-வாழ்வின் தளம் — இவை சூதாட்டத்தின் தொடர்-விளைவுகள். பழ-காலத்தில், சூதாட்டம் — பல-அரசர்களின், பெருமை-உள்ளவர்களின் வாழ்வை அழித்தது. மகாபாரதத்தில், பாண்டவர்களின் வாழ்வே சூதாட்டத்தால் வீழ்ந்தது.

வீண்-வாதம், மற்றொரு-வேதனை-வடிவம். மக்கள், சில-வேளைகளில் — கருத்து-வேற்றுமை-வரும்போது, அதை-தீர்க்க, அமைதியான-உரையாடல் வழியில் செல்ல-வேண்டும். ஆனால் வீண்-வாதம், அமைதியை அழித்து, பகையை-வளர்க்கிறது. வெற்றி-தோல்வி-கட்டத்தில், மக்கள்-உறவு வீழ்கிறது. அந்த-வீழ்வே வேதனை.

ஔவையாரின் வழி — “இரண்டையும் தவிர்.” சூதாட்டத்தை, தொடக்க-கட்டத்திலேயே-விலகு. வீண்-வாதத்தை, ஆழ்ந்த-உரையாடலின் வழியில் தீர். அந்த-வழக்கம், வாழ்வின் உள்-தளத்தை வளர்க்கும்.

இன்றைய பயன்பாடு

இக்காலத்தில் இக்-கூற்று, மிக-நெருக்கமான வழிகாட்டி. தற்காலத்தில், சூதாட்டம் — பல-வடிவில் வளர்ந்துள்ளது. இணைய-வழி-சூதாட்டம், பங்கு-சந்தை-தற்செயல்-முதலீடு, கால-கட்டத்தின்-விரைவில் செல்வம்-கூட்டும்-முயற்சி — இவை எல்லாம், இக்கால-சூதாட்ட-வடிவங்கள். அவற்றின்-விளைவு, பெரும்பாலும் — செல்வ-இழப்பு, மன-பாதிப்பு, குடும்ப-கடினம்.

ஔவையாரின் வழி — “தற்செயல்-வழியில் செல்வம்-தேட-விட்டு, கடின-உழைப்பு-வழியில் தேடு.” அந்த-வழக்கம், செல்வத்தை-நிலையாக வளர்க்கும்.

வீண்-வாதம், இக்காலத்தில் — சமூக-வலையில், கருத்து-வேற்றுமை-உரையாடலில், குடும்ப-கலந்துரையாடலில் — மிக-பெருகியுள்ளது. ஔவையாரின் வழி — “வீண்-வாதத்தை-விலகு. கருத்து-வேற்றுமை-வந்தால், அதை-அமைதியான-உரையாடலின் வழியில் தீர். வாதத்தில்-வெற்றி-தோல்வியை-நாடாதே.” அந்த-வழக்கம், மக்கள்-உறவின் ஆழ்ந்த-தளத்தை வளர்க்கும்.

தினம்-தினம், ஓர் சிறு-உள்-கேள்வி — “இந்த-உரையாடல், வீண்-வாதமா? இதில் இருந்து விலகுவது சிறந்த-வழியா?” அந்த-உள்-கேள்வி, வீண்-வாதத்தில் இருந்து விடுபடும் ஆற்றலை வளர்க்கும்.

பாடல் 32 — செ: செய்-தவம் மறந்தால் வஞ்சகம் ஆளும்

செய்தவம் மறந்தால் கைதவம் ஆளும்.

சொற்பொருள்

செய்தவம் = செய்த தவம்; வளர்த்த-நெறி-வழி; மறந்தால் = மறந்து-விட்டால்; கைதவம் = வஞ்சகம்; கைக்கு-வரும்-தீய-வழி; ஆளும் = ஆட்சி-செய்யும்; உள்ளத்தை-ஆள்கிறது.

எளிய பொருள்

ஒருவர் தாம்-வளர்த்த நெறி-வழியை மறந்து-விட்டால் — வஞ்சகமே உள்ளத்தை ஆள்கிறது.

விளக்கம்

இக்-கூற்று, ஔவையாரின் உள்-நெறியின் ஆழ்ந்த-வடிவம். "செய்-தவம்" என்பது, ஒருவர் தம்-வாழ்வில் வளர்த்த நெறி-வழி — நற்-வழக்கங்கள், உள்-கட்டுப்பாடு, அறம்-வளர்த்தல். "கை-தவம்" என்பது, கைக்கு-எளிதில்-வரும் தீய-வழி — வஞ்சகம், ஏமாற்றுதல், சுய-நலன். ஔவையாரின் கூற்று — செய்-தவத்தை-மறந்தால், கை-தவமே ஆட்சி-செய்யும்.

இக்-கூற்றில் ஓர் ஆழ்ந்த-உள்-உளவியல் உள்ளது. மக்களின்-உள்ளத்தில், இரண்டு-கூறுகள் — நெறி-வழி, தீய-வழி — இடைவிடாமல் இடம்-பெறுகின்றன. நெறி-வழி, கடின-முயற்சியின் வழியாக வளர-வேண்டும். தீய-வழி, இயற்கையாக-தோன்றுகிறது. நெறி-வழியை, தினம்-தினம் வளர்த்து-நிற்காமல் இருந்தால், தீய-வழி, மெல்ல-மெல்ல மேலோங்குகிறது.

"ஆளும்" என்னும் சொல், மிக-கூர்மையான-வடிவம். "ஆட்சி-செய்யும்" — அதாவது, உள்ளத்தை முழுவதும் கட்டுப்படுத்தும். தீய-வழி, ஓர் சிறு-கூற்றாக-தொடங்கும். ஆனால் அதை-கட்டுப்படுத்தாமல் விட்டால் — அது வளர்ந்து, உள்ளத்தை முழுவதும் கட்டுப்படுத்துகிறது.

ஔவையாரின் வழி — "செய்-தவத்தை, தினம்-தினம் வளர்." ஒருசில-நாள் வளர்த்து, பின்-மறப்பது போதாது. தினம்-தினம், நெறி-வழியை வளர்க்க-வேண்டும். தினம்-தினம், கோபக்-கட்டுப்பாட்டை-வளர், அளவான-உணவின் வழக்கத்தை-வளர், அன்பின்-வழக்கத்தை-வளர். அந்த-தினச்-தவம், கை-தவத்தை அடக்கி-நிற்கும்.

இன்றைய பயன்பாடு

இக்காலத்தில் இக்-கூற்று, மன-நெறியின் ஆழ்ந்த-வழிகாட்டி. தற்காலத்தில், மக்கள், சில-நெறி-வழக்கங்களை வளர்த்து-தொடங்கி, பின்னர் அவற்றை-விடுகின்றனர். உடல்-பயிற்சி, வாசிப்பு, தியான-பயிற்சி, அளவான-உணவு — இவை ஓர் சில-மாதம் வளர்ந்து, பின்னர் மறக்கப்-படுகின்றன. அந்த-மறப்பின்-விளைவாக, தீய-வழக்கங்கள் — அதிக-உணவு, அளவு-மீறிய-திரை-நேரம், கோபக்-கட்டுப்பாட்டின்மை — மெல்ல-மெல்ல மேலோங்குகின்றன.

ஔவையாரின் வழி — "தினச்-தவத்தை, தொடர்ந்து-வளர். மறக்காதே." நெறி-வழக்கங்கள், ஒற்றை-முயற்சியின் கூறு-அல்ல; தினச்-தொடர்ச்சியின் கூறு. தினம்-தினம், ஓர் சிறு-உள்-உறுதியின்-வழியாக, அவற்றை வளர்க்க-வேண்டும்.

இக்-கூற்றை, பெற்றோர்-நெறியின் களத்திலும் பொருத்தலாம். பெற்றோர், குழந்தைகளுக்கு — நெறி-வழக்கங்களை, தினம்-தினம் கற்பிக்க-வேண்டும். ஒற்றை-உரையாடலில் — "இந்த-நெறியை-வளர், அந்த-நெறியை-வளர்"

என்று சொல்லி-போதாது. தினம்-தினம், செயலின்-வழியாக, அந்த-நெறி-வழக்கங்களை வளர்க்க-வேண்டும். அந்த-தினச்-வளர்ப்பு, குழந்தைகளின் உள்-தளத்தை — ஆழ்ந்த-நெறியின் வடிவில் வளர்க்கும்.

பாடல் 33 — சே: சேமம்-போனாலும் இரவில் உறங்கு

சேமம் புகினும் யாமத்து உறங்கு.

சொற்பொருள்

சேமம் = சேமக்-காவல்-பணி; பாதுகாப்பு-பணி; புகினும் = சென்றாலும்; யாமத்து = இரவின்-காலத்தில்; உறங்கு = ஓய்வு-கொண்டு உறங்கு.

எளிய பொருள்

எவ்வளவு-முக்கியமான சேமக்-காவல்-பணியில் சென்றாலும் — இரவின்-காலத்தில், ஓய்வு-கொண்டு உறங்கு.

விளக்கம்

இக்-கூற்று, ஔவையாரின் உடல்-நல-நெறியின் ஆழ்ந்த-வடிவம். "சேமம்" என்பது, பாதுகாப்பு-பணி — அரசின்-காவல், செல்வத்தின்-காவல், மக்களின்-காவல். அந்த-பணி, மிக-முக்கியமானது. ஆனால் எவ்வளவு-முக்கியமான-பணியாக-இருந்தாலும், உடலை-கவனிக்க-வேண்டும். இரவின்-நேரத்தில், உறக்கம்-கொள்ள-வேண்டும்.

இக்-கூற்றில் ஓர் ஆழ்ந்த-கருத்து உள்ளது. பணியின்-கடின-கட்டத்தில், மக்கள் — பெரும்பாலும், உடலை மறந்து-விடுகின்றனர். "இக்-பணியை-முடிக்க-வேண்டும்," "இவ்வளவு-முக்கியமான-கூற்றை-விடுவதற்கு-இல்லை" என்னும் கருத்துகளின் வழியில், இரவின்-உறக்கத்தை-தவிர்க்கின்றனர். ஆனால் அந்த-வழக்கம், உடலை-வீழ்த்துகிறது. உடல்-வீழ்ந்தால், எந்த-பணியும்-நடக்காது.

ஔவையாரின் வழி — "எவ்வளவு-முக்கியமான-பணியாக-இருந்தாலும், இரவின்-உறக்கத்தை-தவிராதே." உறக்கம், உடலின் ஆழ்ந்த-தேவை. அதை-விட்டால், உடல்-நலம் வீழ்கிறது. உடல்-நலம் வீழ்ந்தால், பணியின்-தரம் வீழ்கிறது. ஆகவே, உறக்கத்தை-மதிக்க-வேண்டும்.

இக்கருத்து, உடல்-மன-ஒற்றுமையின் ஆழ்ந்த-கூற்று. உடலும், மனமும் — ஓரே-கூற்றின் இரண்டு-வடிவங்கள். உடலின்-நலம், மனத்தின் ஆற்றலுக்கு வேர். உடல் வீழ்ந்தால், மனத்தின்-ஆற்றலும் வீழும். ஔவையாரின் இக்-கூற்று, அந்த-உள்-கூற்றை சுட்டுகிறது.

இன்றைய பயன்பாடு

இக்காலத்தில் இக்-கூற்று, மிக-முதன்மையான-வழிகாட்டி. தற்காலத்தில், மக்கள், பணியின்-வழக்கத்தில் — உறக்கத்தை மிக-குறைவாக மதிக்கிறார்கள். "இரவில்-வேலை-செய்-வேண்டும்," "தாமதம்-வரை வேலை-செய்-வேண்டும்," "உறக்கம்-இல்லாமல் வெற்றி-வரும்" என்னும் கூற்றுகள், மிக-வழக்கமாக-கேட்கின்றன.

ஔவையாரின் வழி — "உறக்கம், ஓர் முதன்மை-தேவை. அதை, பணியின்-கூற்றுக்காக-விடாதே." தினம்-தினம், 7–8 மணி-நேர-உறக்கம், உடல்-மன-நலனின் வேர். அதை-தவறாமல் வளர். "இரவின்-நடு-நேரம்-வரை-வேலை-செய்தல்" என்னும் வழக்கம், குறுகிய-காலத்தில் வெற்றி-தோன்றலாம். ஆனால் நெடிய-காலத்தில், அது உடலை-மனத்தை-அழிக்கும்.

இக்-கூற்று, பெற்றோர்-கூற்றிலும் மிக-முதன்மை. குழந்தைகளின் உறக்க-நேரத்தை, மிக-கண்டிப்பாக கட்டுப்படுத்த-வேண்டும். தினம்-தினம், ஓர் நிலையான-உறக்க-நேரம், ஓர் நிலையான-எழுந்திருக்க-நேரம் — இவை, குழந்தைகளின் உடல்-மன-நலனின் வேர். அந்த-வழக்கம், ஔவையாரின் இக்-கூற்றின் இக்கால-வடிவம்.

தினம்-தினம், ஓர் சிறு-உள்-உறுதி — "எவ்வளவு-கடினமான பணியாக-இருந்தாலும், இரவின்-உறக்கத்தை விட-மாட்டேன்." அந்த-உள்-உறுதி, உடல்-நலத்தை, காலம்-கடந்தும்-வளர்க்கும்.

பாடல் 34 — சை: சிறிது-இருந்தாலும் பகிர்ந்து உண்

சை ஒத்து இருந்தால் ஐயம் இட்டு உண்.

சொற்பொருள்

சை = சிறிய-அளவு; ஒத்து = இணங்கி; இருந்தால் = வசதி-இருந்தால்; ஐயம் = பிச்சை; கைக்-கொடை; இட்டு = கொடுத்து; உண் = உண்.

எளிய பொருள்

சிறிய-அளவே-வசதி-இருந்தாலும் — பிறருக்கு கைக்-கொடையை-கொடுத்த-பின், நீ உண்.

விளக்கம்

இக்-கூற்று, ஔவையாரின் பகிர்வு-நெறியின் மிக-ஆழ்ந்த-வடிவம். மக்கள், பெரும்பாலும், "பெரும்-வசதி-வந்த-பின், பகிர்வேன்" என்னும் கூற்றில்-வாழ்கின்றனர். ஔவையாரின் வழி — "அந்த-காத்திருத்தலை-விடு. சிறிய-அளவே-இருந்தாலும், அதில்-பகிர்ந்து-உண்."

இக்-கூற்றில் ஓர் ஆழ்ந்த-கருத்து உள்ளது. பகிர்வு, செல்வத்தின்-அளவின்-கூறு-அல்ல; உள்ளத்தின்-நிலையின் கூறு. பெரும்-செல்வம் உள்ளவர்-கூட, பகிர-தயங்குகின்றனர். சிறிய-வசதி உள்ளவர், ஆழ்ந்த-உள்ளத்தோடு பகிர்கின்றனர். பகிர்வின்-நெறி, செல்வத்திற்கு கட்டுப்பட்டது-அல்ல.

"ஐயம் இட்டு உண்" — பிச்சை-கொடுத்து, பின் உண். இது மிக-நுட்பமான-நெறி. முதலில்-பகிர், பின் உண். உனக்கு-உண்ண-முன், மற்றோர்-உண்ணுவதை-உறுதி-செய். அந்த-வழக்கம், மக்களின் உள்-நெறியை ஆழமாக-வளர்க்கும்.

இக்கருத்து, தமிழ்-மரபின் ஆழ்ந்த-நெறி. திருக்குறளில் வள்ளுவர், "பகுத்துண்டு பல்லுயிர் ஓம்புதல் நூலோர் தொகுத்தவற்றுள் எல்லாம் தலை" (குறள் 322) — பகிர்ந்து-உண்டு, பல்-உயிர்களை-காப்பாற்றுதலே, நூலோர்-தொகுத்த நல்-கூற்றுகளில் தலையான-கூறு. ஔவையாரின்-கூற்றும், அதே-நெறியின் வடிவம்.

இன்றைய பயன்பாடு

இக்காலத்தில் இக்-கூற்று, பகிர்வு-நெறியின் ஆழ்ந்த-வழிகாட்டி. தற்காலத்தில், மக்கள், பெரும்பாலும் — "எனது-வசதி-போதவில்லை," "பெரும்-வசதி-வந்தபின் பகிர்வேன்" என்னும் கூற்றில்-வாழ்கின்றனர். ஆனால் ஔவையாரின் வழி — "சிறிய-வசதி-உள்ள-கட்டத்திலேயே, பகிர-தொடங்கு."

தினம்-தினம், ஓர் சிறு-வழக்கம் — மாதம்-மாதம், சம்பாதிக்கும்-தொகையில் ஓர்-சிறு-பகுதியை, தேவை-உள்ளவருக்கு-கொடு. அந்த-பகுதி, மிக-சிறியதாக-இருந்தாலும், அதன்-உள்-மதிப்பு பெரியது. அந்த-வழக்கம், வளர்ந்து, மக்களின் உள்-நெறியை வளர்க்கும்.

இக்-கூற்று, குடும்ப-கூற்றிலும் பொருந்தும். வீட்டில், உணவு-பகிர்வின் கட்டத்தில் — பெரும்பாலும், வீட்டில்-உள்ளோர் முதலில்-உண்டு, மிஞ்சியதை

மற்றோர்க்கு-கொடுக்கின்றனர். ஔவையாரின் வழி — “முதலில் பிறருக்கு-கொடு, பின் உண்.” குழந்தைகளுக்கு, விருந்தினர்க்கு, பணியாளர்க்கு — முதலில்-பகிர், பின் உண். அந்த-வழக்கம், மக்களின் உள்-தளத்தை மிக-ஆழமாக மாற்றும்.

தினம்-தினம், ஓர் சிறு-உள்-கேள்வி — “இந்த-வசதி-நிலையில், நான் பகிர முடியுமா? சிறிய-கூற்றை-கூட பகிர முடியுமா?” அந்த-உள்-கேள்வி, பகிர்வு-நெறியை வளர்க்கும். ஔவையாரின் இக்-கூற்று, பகிர்வின் ஆழ்ந்த-வேராக நிற்கிறது.

பாடல் 35 — சொ: திறமை-உடையவர் செல்வத்தை-பெறுவர்

சொக்கர் என்பவர் அத்தம் பெறுவர்.

சொற்பொருள்

சொக்கர் = சிறந்த-திறமை-உடையவர்; உழைப்பின்-வழியில் தலைசிறந்தவர்; என்பவர் = என்று சொல்லப்-படுவோர்; அத்தம் = செல்வம்; செல்வ-நிலை; பெறுவர் = அடைவர்.

எளிய பொருள்

சிறந்த-திறமை-உடையோர் — செல்வத்தை-அடைவர்.

விளக்கம்

இக்-கூற்று, ஔவையாரின் உழைப்பு-நெறியின் ஆழ்ந்த-வடிவம். செல்வம், மக்களின்-வாழ்வில் ஓர் முக்கிய-கூறு. அந்த-செல்வத்தை-பெற, பல-வழிகள் உள்ளன — சூதாட்டம், தற்செயல், மற்றோர்-உதவி, கடின-உழைப்பு. ஔவையார், இவற்றில் — கடின-உழைப்பின் வழியை-தலையாக-சுட்டுகிறார். “சொக்கர்” — திறமை-உடையோர், அத்தம்-பெறுவர்.

“சொக்கர்” என்னும் சொல், “அழகியவர்” என்றும், “திறமை-உடையவர்” என்றும், “சிறந்தவர்” என்றும் பல-வடிவில் பொருள்-கொள்ளப்-படுகிறது. அனைத்து-வடிவங்களின் வேராக-நிற்கின்ற கூறு, “சிறப்பு.” சிறப்பான-உழைப்பு, சிறப்பான-திறமை, சிறப்பான-நெறி-வாழ்வு — இவற்றின் வழியில் நிற்போரே, செல்வத்தை-நிலையாக-பெறுகின்றனர்.

“அத்தம்” என்னும் சொல், செல்வம், செல்வ-நிலை. ஆனால் இக்-கூற்றில், செல்வம் — தற்காலிக-கூறு-அல்ல; நிலையான-கூறு. கடின-உழைப்பின் வழியில்-வரும் செல்வம், எளிதில்-வீழாது. அது, மக்களின்-உள்-தளத்தோடு, ஆழ்ந்த-வழியில் சேர்ந்து-நிற்கிறது.

இக்-கூற்றை, முந்தைய பாடல் 4-ன் (“ஈயார் தேட்டை தீயார் கொள்வர்”) கூற்றோடு இணைத்து-படிக்க-வேண்டும். அங்கு ஔவையார், கொடாமை-நிலையின் கடினத்தை சுட்டினார். இங்கு, அவர் — செல்வம்-வளர்ப்பின் ஆழ்ந்த-வழியை சுட்டுகிறார். கடின-உழைப்பின் வழியில் வரும்-செல்வத்தை, பகிர்வுடன்-நிறை-செய்-என்னும் கூற்று, இவ்-இரு-கூற்றுகளின் இணைப்பிலிருந்து உருவாகிறது.

இன்றைய பயன்பாடு

இக்காலத்தில் இக்-கூற்று, உழைப்பு-நெறியின் ஆழ்ந்த-வழிகாட்டி. தற்காலத்தில், செல்வத்தை-வளர்க்கும் வழிகள், பல-வடிவில் வந்துள்ளன. சூதாட்டம், தற்செயல்-முதலீடு, விரைவு-வளர்ச்சி-வாக்குறுதிகள் — இவை மக்களை-கவருகின்றன. ஆனால் ஔவையாரின் வழி — “கடின-உழைப்பின் வழியில் நிற்போரே, செல்வத்தை-நிலையாக-பெறுவர்.”

தினம்-தினம், ஓர் சிறு-உள்-உறுதி — "எனது-செல்வத்தை, கடின-உழைப்பின் வழியில் வளர்ப்பேன்." அந்த-உள்-உறுதி, விரைவு-வளர்ச்சி-வாய்ப்புகளை-விட்டு, நிலையான-வளர்ச்சியை-நாடும் ஆற்றலை வளர்க்கும்.

இக்-கூற்று, குழந்தைகளுக்கு கற்பிக்க-வேண்டிய ஆழ்ந்த-கருத்து. பெற்றோர், குழந்தைகளுக்கு — "செல்வம், கடின-உழைப்பின் பலன்" என்னும் கூற்றை, தினம்-தினம், செயலின்-வழியாக கற்பிக்க-வேண்டும். எளிய-செலவின் வழக்கம், சேமிப்பின் வழக்கம், கடின-உழைப்பின் மதிப்பு — இவை, குழந்தைகளின் வாழ்வின் வேராக நிற்கின்றன.

பாடல் 36 — சோ: சோம்பேறிகள் வருந்தி-திரிவர்

சோம்பர் என்பவர் தேம்பித் திரிவர்.

சொற்பொருள்

சோம்பர் = சோம்பல்-உடையவர்கள்; சோம்பேறிகள்; என்பவர் = என்று சொல்லப்-படுவோர்; தேம்பித் = வருந்தி; சோர்ந்து; திரிவர் = அலைவர்.

எளிய பொருள்

சோம்பல்-உடையவர்கள் — வருந்தி, சோர்ந்து, இடம்-இடம் அலைவர்.

விளக்கம்

இக்-கூற்று, முந்தைய பாடல் 35-ன் எதிர்-வடிவம். அங்கு ஔவையார், சிறந்த-உழைப்பாளியின் செல்வ-வளர்ச்சியை சுட்டினார். இங்கு, சோம்பேறியின் கடினமான-வாழ்வை சுட்டுகிறார். "சோம்பர் என்பவர் தேம்பித் திரிவர்" — சோம்பேறிகள், வாழ்-முழுவதும், சோர்ந்து-அலைவர்.

"சோம்பல்" என்னும் சொல், மக்களின்-உள்-நிலையின் ஓர் கூறு. செய்ய-வேண்டியதை-தள்ளி-போடுதல், கடின-உழைப்பை-தவிர்த்தல், எளிய-வழியை-மட்டும் தேடுதல் — இவை சோம்பலின் கூறுகள். இக்-கூறுகள், மக்களின்-வாழ்வை மெல்ல-மெல்ல வீழ்த்துகின்றன.

"தேம்பித் திரிவர்" — மிக-கூர்மையான-உவமை. "தேம்புதல்" என்பது, வருந்தி-அலுத்தல், சோர்ந்து-நிற்றல். "திரிவர்" என்பது, இடம்-இடம்-அலைதல், நிலையாக-நிற்க-முடியாமல்-போதல். சோம்பேறிகள், இடைவிடாமல் — வேலை-மாற்றுகின்றனர், இடம்-மாற்றுகின்றனர், கூறு-கூறுக்கு-தலை-விற்கின்றனர். அந்த-மாற்றங்களுக்கு வேராக-நிற்கின்ற கூறு, சோம்பல்.

ஔவையாரின் வழி — "சோம்பலை அறிந்துகொண்டு, அதை அகற்று." சோம்பல், இயற்கையாக-வரும்-கூறு. ஆனால் அதை, கடின-முயற்சியால் கட்டுப்படுத்த-முடியும். கடின-உழைப்பின் வழக்கம், சோம்பலை மெல்ல-மெல்ல-நீக்கும்.

இன்றைய பயன்பாடு

இக்காலத்தில் இக்-கூற்று, மிக-நெருக்கமான-வழிகாட்டி. தற்காலத்தில், சோம்பல் — பல-புதிய-வடிவில் வளர்ந்துள்ளது. மொபைல்-திரையின் இழுப்பு, சமூக-வலையின் இடைவிடாத-பயன்பாடு, செயல்-முடிக்க-தள்ளி-போடும் வழக்கம் — இவை எல்லாம், இக்கால-சோம்பலின் வடிவங்கள்.

ஔவையாரின் வழி — "சோம்பலை அறிந்துகொண்டு, கடின-முயற்சியால் அகற்று." தினம்-தினம், ஓர் சிறு-வழக்கம் — செய்ய-வேண்டியதை, தள்ளி-போடாமல், உடனே-தொடங்கு. அந்த-வழக்கம், மெல்ல-மெல்ல, சோம்பலை-நீக்கும்.

இக்-கூற்று, இளையோர்க்கு மிக-முதன்மை. இளம்-வயதில், சோம்பல்-வளர்ந்தால், அது வாழ்-முழுவதும் தொடரும். கடின-உழைப்பின்

வழக்கத்தை, இளம்-வயதில் வளர்த்தால், அது வாழ்-முழுவதும் துணை-நிற்கும். ஔவையாரின் இக்-கூற்று, இளையோருக்கு ஓர் கடினமான-நினைவூட்டல்.

தினம்-தினம், ஓர் சிறு-உள்-கேள்வி — “இக்-கூற்றை, இப்போதே செய்ய முடியுமா? அல்லது தள்ளி-போடுகிறேனா?” அந்த-உள்-கேள்வி, சோம்பலின்-மீது ஓர் ஆழ்ந்த-கட்டுப்பாட்டை வளர்க்கும்.

பாடல் 37 — த: தந்தையின் சொல்லை-விட பெரிய மந்திரம் இல்லை

தந்தை சொல் மிக்க மந்திரம் இல்லை.

சொற்பொருள்

தந்தை = தகப்பன்; சொல் = சொல்; அறிவுரை; மிக்க = அதிகமான; பெரிய; மந்திரம் = புனித-கூற்று; ஆழ்ந்த-உள்-வழிகாட்டி; இல்லை = இல்லை.

எளிய பொருள்

தந்தையின் அறிவுரையை-விட — பெரிய மந்திரம் இல்லை.

விளக்கம்

இக்-கூற்று, ஔவையாரின் பெற்றோர்-மதிப்பின் மிக-ஆழ்ந்த-வடிவம். மக்களின்-வாழ்வில், மந்திரம் — ஓர் தனி-மதிப்பு-உடைய கூறு. மந்திரம், புனித-கூற்று, ஆழ்ந்த-உள்-வழிகாட்டி. ஆனால் ஔவையார், அந்த-மதிப்பை — தந்தையின்-சொல்லுக்கு வழங்குகிறார். “தந்தை சொல் மிக்க மந்திரம் இல்லை.”

இக்-கூற்றில் ஓர் ஆழ்ந்த-கருத்து உள்ளது. மந்திரம், பொதுவாக — மக்களின்-உள்ளத்தில், ஓர் தனி-புனிதத்தை வளர்க்கின்றது. அதை-உச்சரிக்கும்போது, அதை-கேட்கும்போது — மக்களின்-உள்ளம் ஆழ்ந்த-நிலையை அடைகிறது. ஔவையார் — “தந்தையின்-சொல்லும், அதே-வடிவத்தில் — மக்களின் உள்ளத்தை ஆழ்ந்த-நிலையில் வளர்க்கும்.”

தந்தை, மக்களின்-வாழ்வின் முதன்மை-வழிகாட்டி. அவரது-சொல், அவர்-வாழ்-கால-அனுபவத்தின் வடிவம். அந்த-சொல்லை, மதிப்பாக-ஏற்றுக்-கொள்ளும்-மக்கள், வாழ்வின் கடினமான-வழியை எளிதாக-கடப்பர். தந்தையின்-சொல், ஓர் வழிகாட்டி-மட்டும் அல்ல; அது மக்களின் உள்-தளத்தை-காப்பாற்றும் கூறு.

இக்கருத்து, தமிழ்-மரபின் ஆழ்ந்த-நெறி. திருக்குறளில் வள்ளுவர், “குழலினிது யாழினிது என்பதம் மக்கள் மழலைச்சொல் கேளா தவர்” (குறள் 66) — குழலின்-ஓசை, யாழின்-ஓசை — மிக-இனிமை என்போர், தம்-மக்களின் மழலை-சொல்லை-கேட்காதவர். வள்ளுவர், பிள்ளையின் சொல்லின்-மதிப்பை சுட்டுகிறார். ஔவையார், அதே-உள்-நெறியின் மற்றொரு-வடிவத்தில் — தந்தையின் சொல்லின் மதிப்பை சுட்டுகிறார்.

இன்றைய பயன்பாடு

இக்காலத்தில் இக்-கூற்று, பெற்றோர்-மதிப்பின் ஆழ்ந்த-வழிகாட்டி. தற்காலத்தில், தந்தையின்-சொல்லின் மதிப்பு — மெல்ல-மெல்ல குறைகிறது. இளையோர், தங்கள்-வாழ்வை, தங்கள்-கூட்டாளிகளின்-வழியில், சமூக-வலையின்-வழியில், புதிய-வாய்ப்புகளின்-வழியில் — தீர்மானிக்கின்றனர். தந்தையின்-சொல், பெரும்பாலும் — “பழைய-கூற்று,” “இக்கால-நிலையை-புரியாத-கூற்று” என்று தள்ளப்-படுகிறது.

ஔவையாரின் வழி — "தந்தையின் சொல்லை, ஆழ்ந்த-மதிப்புடன்-கேள்." அவரது-சொல், எல்லாமே-முடிவான-கூற்று-அல்ல. ஆனால் அவரது-வாழ்-கால-அனுபவத்தின் வடிவம். அந்த-அனுபவத்தை-மதிப்பாக-ஏற்றுக்-கொள்வதே, ஆழ்ந்த-உள்-நெறி.

தினம்-தினம், ஓர் சிறு-வழக்கம் — பெரிய-தீர்ப்புகளில் — பணி-மாற்றம், வாழ்க்கை-தீர்ப்பு, செல்வ-மேலாண்மை — தந்தையின் கருத்தை-கேள். அவரது-கருத்து, ஓர் ஆழ்ந்த-வழிகாட்டியாக-நிற்கும். அவரது-கருத்தை, முற்றிலும் ஏற்றுக்-கொள்ள-வேண்டியதில்லை. ஆனால் கேட்க-வேண்டும்; மதிக்க-வேண்டும்.

இக்-கூற்று, தந்தைகளுக்கும் ஓர் கடினமான-நினைவூட்டல். அவர்களின் சொல், மக்களின்-உள்ளத்தில் — ஆழ்ந்த-மந்திரமாக-நிற்கும். ஆகவே, அவர்கள் — தம்-சொல்லில் கட்டுப்பாடு-உடையவராக, நெறி-வழியில்-உள்ளவராக, ஆழ்ந்த-கருத்து-உடையவராக இருக்க-வேண்டும். அந்த-உள்-நெறி, தம்-சொல்லை மந்திரத்தின் மதிப்புக்கு உயர்த்தும்.

பாடல் 38 — தா: தாயை-விட சிறந்த கோயில் இல்லை

தாயிற் சிறந்ததொரு கோயிலும் இல்லை.

சொற்பொருள்

தாயிற் = தாயை-விட; சிறந்ததொரு = சிறந்த-ஓர்; கோயிலும் = கோயிலும்; வணக்க-தளமும்; இல்லை = இல்லை.

எளிய பொருள்

தாயை-விட — சிறந்த கோயில் இல்லை.

விளக்கம்

இக்-கூற்று, ஔவையாரின் பெற்றோர்-மதிப்பின் இரண்டாவது-வடிவம் (முந்தைய பாடல் 37-ல் தந்தையின் சொல்லை சுட்டினார்; இங்கு தாயை சுட்டுகிறார்). கோயில், மக்களின்-வாழ்வில் ஓர் தனி-புனித-தளம். அந்த-தளத்திற்கு-மேலான தளமாக, தாய் சுட்டப்-படுகிறார். "தாயிற் சிறந்ததொரு கோயிலும் இல்லை" — தாயை-விட, சிறந்த கோயில் இல்லை.

இக்-கூற்றில் ஓர் ஆழ்ந்த-உளவியல்-உள்ளது. தாய், மக்களை ஈன்றெடுத்தவள். ஒன்பது-மாதம், தம்-உடலில்-சுமந்து, தம்-உடலின் பகுதியாக-வளர்த்து, பின்-ஈன்றெடுத்தவள். அதன்-பிறகு, பல-ஆண்டுகள், தம்-வாழ்வை-தியாகம்-செய்து, மக்களை-வளர்த்தவள். அவளுக்கு-நிகர் — எந்த-கோயிலும்-இல்லை.

கோயில், ஓர் கட்டடம், ஓர் தளம், ஓர் வழிபாட்டின் இடம். அதன்-உள்ளே, தெய்வம் வீற்றிருக்கிறது. ஆனால் தாய், மக்களின்-உடலின் ஓர் பகுதியாக-இருந்து, மக்களின்-உள்ளத்தில் வாழ்கிறாள். அந்த-நெருக்கம், எந்த-கோயிலுக்கும்-கிடைக்காத கூறு. ஆகவே, தாயே சிறந்த கோயில்.

ஔவையாரின் இக்-கூற்று, ஓர் மிக-ஆழ்ந்த-நெறியை சுட்டுகிறது. மக்கள், கோயிலுக்கு-சென்று, பல-கடமைகளை-நிறை-செய்கின்றனர் — காணிக்கை, அர்ச்சனை, விரத-கட்டுப்பாடு. ஆனால் வீட்டில்-உள்ள தாயை, பெரும்பாலும் மறக்கின்றனர். அவர்கள், கோயிலுக்கு-போகும் ஆற்றலை — தாய்க்கு-உதவ பயன்படுத்தினால் — அது மிக-உயர்ந்த வழிபாடு.

இன்றைய பயன்பாடு

இக்காலத்தில் இக்-கூற்று, மிக-நெருக்கமான-வழிகாட்டி. தற்காலத்தில், மக்கள் — பணி-வாய்ப்பு, படிப்பு-வாய்ப்பு, வாழ்-வாய்ப்பு — இவற்றால்,

தாயை-விட்டு, தொலைதூரத்தில் வாழ்கின்றனர். தாய், வீட்டில் தனியாக-வாழ்கிறாள். அவளது-தேவைகள், அவளது-உள்-நிலை, அவளது-முதுமை-கடினம் — இவை, மக்களின் உள்-கவலையில் பெரும்பாலும் இடம்-பெறுவதில்லை.

ஔவையாரின் வழி — "தாயை, கோயிலின்-மதிப்பில்-வை." தினம்-தினம், அவளோடு-தொடர்பு; வாரம்-வாரம், அவளோடு உரையாடல்; மாதம்-மாதம், அவளுக்கு-உதவி; ஆண்டுக்கு-சில-முறை, அவளுக்கு-வருகை. இக்-கூறுகள், தாயை-மதிக்கும் இக்கால-வடிவம்.

இக்-கூற்று, கோயில்-வழிபாட்டு-களத்திலும் ஓர் ஆழ்ந்த-கேள்வியை எழுப்புகிறது. "நான் கோயிலுக்கு-போகும்-வேளையில், எனது-தாய் வீட்டில் தனியாக-உள்ளார். நான், அந்த-வேளையில், தாய்க்கு-உதவலாமா?" இக்-கேள்வி, ஔவையாரின் வழியின் ஆழ்ந்த-தளத்தை வெளிப்படுத்தும்.

தினம்-தினம், ஓர் சிறு-உள்-உறுதி — "எனது-தாயை, கோயிலின்-மதிப்பில்-வைப்பேன். அவளது-தேவைகளை, கோயில்-கடமைகளுக்கு-முன்-வைப்பேன்." அந்த-உள்-உறுதி, மக்களின் உள்-நெறியின் ஆழ்ந்த-வளர்ப்பாக-நிற்கும். ஔவையாரின் இக்-கூற்று, மிக-சுருக்கம்; ஆனால் வாழ்-முழுவதின் ஆழ்ந்த-நெறியாக நிற்கிறது.

பாடல் 39 — தி: திரை-கடல்-கடந்தும் செல்வம் தேடு

திரைகடல் ஓடியும் திரவியம் தேடு.

சொற்பொருள்

திரைகடல் = அலை-உடைய-கடல்; வெளி-நாட்டின் கடல்-வழி; ஓடியும் = கடந்து-சென்றும்; திரவியம் = செல்வம்; தேடு = தேடு.

எளிய பொருள்

அலை-உடைய கடலையும் கடந்து-சென்றேனும் — செல்வத்தை-தேடு.

விளக்கம்

இக்-கூற்று, ஔவையாரின் முயற்சி-நெறியின் ஆழ்ந்த-வடிவம். செல்வம், மக்களின்-வாழ்வுக்கு முதன்மை-தேவை. அந்த-செல்வத்தை-பெற, மக்கள் — பெரும்-முயற்சியின்-வழியில் நிற்க-வேண்டும். எவ்வளவு-கடினமான-கட்டத்திற்கும் சென்று, செல்வத்தை-தேட-வேண்டும்.

"திரைகடல் ஓடியும்" — மிக-கூர்மையான-உவமை. பழ-காலத்தில், கடல்-வழி-பயணம், மிக-கடினமான கூறு. பல-மாத-பயணம், கடினமான-நிலை, உயிரின் இடர் — இவை எல்லாம், கடல்-பயணத்தின் கூறுகள். ஆனால் ஔவையார் — "அந்த-கடினத்திற்கும் சென்று, செல்வத்தை-தேடு."

"திரவியம்" என்பது, செல்வம், ஆழ்ந்த-மதிப்பு-உடைய பொருள். அந்த-செல்வத்தை-பெற, கடின-முயற்சி-வேண்டும். வீட்டில் உட்கார்ந்து, செல்வம் வராது. வெளியில் சென்று, தேட-வேண்டும். எவ்வளவு-தொலைதூரம்-சென்றாலும், எவ்வளவு-கடினமான-கட்டம்-வந்தாலும், முயற்சியை-விடாதே.

இக்கருத்து, தமிழர்களின் வணிக-மரபின் ஆழ்ந்த-கூற்று. பழ-காலத்தில், தமிழர்கள், ரோமாபுரிக்கு, கிரேக்க-நாடுகளுக்கு, தென்-கிழக்கு-ஆசிய-நாடுகளுக்கு — கடல்-வழியில் சென்று, வணிகம்-செய்தனர். அவர்களின் வணிகத்தின் வழியாக, பெரும்-செல்வம் தமிழ்-நாட்டிற்கு வந்தது. ஔவையாரின் இக்-கூற்று, அந்த-மரபின் வழியில் நிற்கிறது.

இன்றைய பயன்பாடு

இக்காலத்தில் இக்-கூற்று, மிக-நெருக்கமான-வழிகாட்டி. தற்காலத்தில், பணி-வாய்ப்பு, தொழில்-வாய்ப்பு, படிப்பு-வாய்ப்பு — இவை, சில-வேளைகளில் தம்-ஊரில், தம்-நாட்டில் கிடைப்பதில்லை. அந்த-கட்டத்தில், மக்கள் — வெளி-ஊருக்கு, வெளி-நாட்டுக்கு செல்ல-வேண்டியதாக-உள்ளது.

ஔவையாரின் வழி — "அந்த-செல்வு-முயற்சியை-தயங்காதே. தேவை-வந்த-கட்டத்தில், தொலைதூரம்-சென்றேனும், செல்வத்தை-தேடு." இக்-காலத்தில், பல-தமிழர்கள், வெளி-நாடுகளில் — அமெரிக்கா, ஐரோப்பா, ஆஸ்திரேலியா, தென்-கிழக்கு-ஆசியா — வாழ்ந்து, செல்வத்தை-வளர்த்து-நிற்கின்றனர். ஔவையாரின் இக்-கூற்று, அவர்களின் முயற்சியின் வேராக நிற்கிறது.

ஆனால் இக்-கூற்றை, இன்-றை-வாசிப்பில், ஓர் சமநிலை-வடிவில் புரிந்துகொள்ள-வேண்டும். செல்வத்தை-தேடி, தொலைதூரம்-செல்வது — ஓர் வாய்ப்பு. ஆனால் அதே-நேரத்தில், பெற்றோரின்-கூற்று, குடும்ப-உறவின்-கூற்று — இவையும் மதிப்பு-உடைய-கூறுகள். செல்வத்தின் வளர்ச்சியோடு, இவற்றையும் மதிக்க-வேண்டும்.

தினம்-தினம், ஓர் சிறு-உள்-கேள்வி — "எனது-முயற்சியில், எனது-ஆற்றலின் முழுமையை வளர்க்கிறேனா? கடினமான-வாய்ப்புகளை-தயங்காமல்-ஏற்கிறேனா?" அந்த-உள்-கேள்வி, முயற்சியின் ஆழ்ந்த-தளத்தை வளர்க்கும். ஔவையாரின் இக்-கூற்று, மிக-சுருக்கம்; ஆனால் வாழ்-முழுவதின் முயற்சி-நெறியின் வேராக நிற்கிறது.

பாடல் 40 — தீ: தீராத கோபம் போரில் முடியும்

தீராக் கோபம் போராய் முடியும்.

சொற்பொருள்

தீராக் = தீராத; தணியாத; கோபம் = சினம்; கோபம்; போராய் = போராக; சண்டையாக; முடியும் = முடிவடையும்.

எளிய பொருள்

தணியாத கோபம், இறுதியில் — போராக முடியும்.

விளக்கம்

இக்-கூற்று, ஔவையாரின் கோப-நெறியின் ஆழ்ந்த-வடிவம். கோபம், மக்களின்-உள்ளத்தில் இயற்கையாக-தோன்றும் கூறு. அதை, தணித்துக்-கொள்ள-வேண்டும். தணிக்காமல்-விட்டால், அது மெல்ல-மெல்ல-வளரும். வளர்ந்து-வளர்ந்து, இறுதியில் — போராக-முடியும். பகை, சண்டை, பெரும்-கடினம் — இவை, கோபத்தின் இறுதி-விளைவுகள்.

"தீராக் கோபம்" — தணியாத-கோபம். ஓர்-சில-கணத்தில் வரும் கோபம், இயற்கையின்-கூறு. அதை, அமைதியின் வழியில் தணித்துக்-கொள்ள-வேண்டும். ஆனால் சில-மக்கள், கோபத்தை — தம்-உள்ளத்தில் வளர்த்துக்-கொள்கின்றனர். "இவர் இக்-கூற்றை செய்தார்," "அவர் இக்-கூற்றை சொன்னார்" — என்று, கோபத்தை மீண்டும்-மீண்டும்-நினைத்து, அதை வளர்க்கின்றனர்.

"போராய் முடியும்" — மிக-கூர்மையான-கூற்று. கோபம், ஓர் உள்-கூற்றாக-மட்டும் நிற்பதில்லை. அது, செயலின்-வடிவில் வெளிப்பட-தொடங்குகிறது. முதலில், கடின-சொற்கள். பின், கடின-செயல்கள். இறுதியில், போர்-வடிவம். குடும்பத்தில் சண்டை, அண்டை-வீட்டாரோடு கடினம், சமூகத்தில் சிக்கல் — இவை எல்லாம், தீராத-கோபத்தின் இறுதி-வடிவங்கள்.

ஔவையாரின் வழி — “கோபத்தை, தொடக்க-கட்டத்திலேயே தணி.” கோபம், வளரும்-முன்னரே அதை-நிறுத்து. வளர்ந்த-பின், அதை-நிறுத்த-கடினம். தினம்-தினம், கோபம்-வரும்-கணத்தில், ஓர் சில-நிமிட-அமைதி, ஓர் ஆழ்ந்த-மூச்சு — இவை, கோபத்தை தணிக்கும் வழிகள்.

இன்றைய பயன்பாடு

இக்காலத்தில் இக்-கூற்று, மிக-முதன்மையான-வழிகாட்டி. தற்காலத்தில், கோபம் — பல-வடிவில் வளர்ந்துள்ளது. சாலையில், பணி-சூழலில், வீட்டில், சமூக-வலையில் — கோபம், எளிதில் வெளிப்படுகிறது. தணியாத-கோபத்தின் விளைவாக — பல-உறவுகள் வீழ்ந்துள்ளன, பல-குடும்பங்கள் சிதைந்துள்ளன, பல-சமூக-கடினங்கள் வளர்ந்துள்ளன.

ஔவையாரின் வழி — “கோபத்தை, தணிக்கும் வழக்கத்தை வளர்.” தினம்-தினம், ஓர் சில-நிமிட-உள்-பயிற்சி — மூச்சை-கவனித்தல், கோபம்-வரும்-கணத்தில் சில-நிமிட-அமைதி, கோபத்தின்-வேரை-உள்-பார்வையில்-வைத்தல். இக்-பயிற்சிகள், கோபத்தை தணிக்கும் ஆற்றலை வளர்க்கின்றன.

இக்-கூற்று, குடும்ப-உறவில் மிக-நெருக்கம். கணவன்-மனைவியின் உறவில், பெற்றோர்-பிள்ளை-உறவில், சகோதரர்-உறவில் — தணியாத-கோபம், உறவை-வீழ்த்தும். ஔவையாரின் வழி — “கோபம்-வந்த-கணத்தில், அதை-உடனே-தணி. வளர-விடாதே.”

இக்-கூற்றை, சமூக-வலையின்-களத்திலும் பொருத்தலாம். கருத்து-வேற்றுமை-வரும்-கட்டத்தில், கோபமான-பதிலை விரைவில்-எழுதுவது, ஓர் வழக்கம். ஆனால் அந்த-கோபமான-பதில், ஓர் பெரிய-போரின் தொடக்கம்-ஆகலாம். ஔவையாரின் வழி — “கோபமான-பதிலை, ஓர் கணம் தாமதி. அமைதியாக சிந்தித்த-பின், பதில்-தர முடிவு-செய்.” அந்த-வழக்கம், சமூக-வலை-உரையாடலின் தளத்தை மாற்றும்.

தினம்-தினம், ஓர் சிறு-உள்-உறுதி — “கோபத்தை, இக்-கணத்தில் தணிப்பேன்.” அந்த-உள்-உறுதி, காலப்போக்கில், மக்களின் உள்-தளத்தை — ஓர் ஆழ்ந்த-அமைதி-நிலையாக-மாற்றும்.

பாடல் 41 — து: ஒழுக்கம்-இல்லாத துணை, மடியில்-நெருப்பு

துடியாப் பெண்டிர் மடியில் நெருப்பு.

சொற்பொருள்

துடியாப் = ஒழுக்கம்-இல்லாத; கட்டுப்பாடு-இல்லாத; பெண்டிர் = துணைவியர்; மடியில் = மடியில்; வாழ்வின்-நெருக்கத்தில்; நெருப்பு = அழிப்பின்-நெருப்பு.

எளிய பொருள்

ஒழுக்கம்-இல்லாத துணைவியர் — மடியில்-வைத்த-நெருப்பு-போல், வாழ்வை-அழிப்பர்.

விளக்கம்

இக்-கூற்றை, அதன்-பழ-மரபு-களத்தில் வைத்து புரிந்துகொள்ள-வேண்டும். ஔவையாரின்-காலத்தில், இல்லற-வாழ்வில் — துணைவியின் ஒழுக்கம், குடும்பத்தின் நெறி-வாழ்வுக்கு வேராக கருதப்-பட்டது. இக்-கூற்று, அந்த-நெறியின் ஆழ்ந்த-கூற்றை — மிக-கூர்மையான-உவமையில் வெளிப்படுத்துகிறது. ஒழுக்கம்-இல்லாத-துணை, மடியில்-வைத்த-நெருப்பு-போல், வாழ்வை-அழிக்கும்.

“மடியில் நெருப்பு” — மிக-கூர்மையான-உவமை. நெருப்பு, வெளியில்-வைத்து-காப்பாற்றினால், அது வாழ்வுக்கு-உதவும். ஆனால் மடியில்-வைத்தால், அது நம்-உடலை-தான் சுடும். அப்படியே, ஒழுக்கம்-இல்லாத-துணை — வெளி-தளத்தில்-வைத்து-கொள்ள-முடியாது (உள்-தளத்தில்-தான் வாழ-வேண்டியது); ஆகவே, அந்த-துணை — வாழ்வை-தொடர்ந்து-அழித்துக்-கொண்டே-நிற்கிறது.

இக்-கூற்றை, இக்கால-வாசிப்பில், மிக-பரந்த-வடிவில் — “ஒழுக்கம்-இல்லாத துணை, பெண்-ஆண் வேற்றுமை-இல்லாமல், வாழ்வை அழிக்கும்” என்று புரிந்துகொள்ள-வேண்டும். ஔவையாரின் காலத்தில் — பெண்டிர்-தான், இல்லத்-துணையாக நிற்கின்ற-முதன்மை-கூறு. ஆகவே, “பெண்டிர்” என்னும் சொல், அந்த-கால-களத்தில் வந்திருக்கிறது. ஆனால் இக்-கூற்றின்-ஆழ்ந்த-மெய்ப்பொருள் — “ஒழுக்கம்-இல்லாத துணை” என்னும் கூற்றில் உள்ளது.

ஒழுக்கம்-இல்லாத-துணை — பொய்-சொல்லுதல், ஏமாற்றுதல், கட்டுப்பாடு-இல்லாத-விருப்பம், சினம், பகை-வடிவம் — இக்-கூறுகளை-உள்ளவர். அத்தகைய-துணை, வாழ்வின் ஆழ்ந்த-தளத்தை மெல்ல-மெல்ல-அழிக்கின்றனர். குடும்ப-உறவின் வேர், பிள்ளை-வளர்ப்பின் தளம், சார்ந்தோர்-உறவின் கட்டு — இவை அனைத்தும் பாதிக்கப்-படுகின்றன.

ஔவையாரின் வழி — “இல்லற-வாழ்வுக்கு, துணை-தேர்வில் ஒழுக்கத்தை மிக-முதன்மை-கூறாக-கொள்.” வெளி-கூறுகள் — செல்வம், அழகு, பணி-நிலை — இவை எல்லாம் இரண்டாம்-நிலை. ஒழுக்கம்-தான் முதன்மை.

இன்றைய பயன்பாடு

இக்காலத்தில் இக்-கூற்று, துணை-தேர்வின் ஆழ்ந்த-வழிகாட்டி. திருமண-தேர்வில், மக்கள் — பெரும்பாலும், வெளி-கூறுகளை மட்டும் பார்க்கின்றனர். ஆனால் ஔவையாரின் வழி — “துணையின் உள்-நெறியை, அதன்-ஒழுக்கத்தை, அதன்-கட்டுப்பாட்டை — மிக-நெருக்கமாக-அறி.”

இக்-கூற்றை, பாடல் 31-ல் வந்த “ஒருவனைப் பற்றி ஓரகத்து இரு” என்னும் கூற்றோடு-இணைத்து-படிக்க-வேண்டும். ஓர் துணையை-தேர்ந்து, அந்த-துணையோடு நிலையாக-வாழ்க — என்பது அக்-கூற்றின் கருத்து. ஆனால் அந்த-துணை, ஒழுக்கம்-உடையதாக-இருக்க-வேண்டும் — என்பது இக்-கூற்றின் ஆழ்ந்த-கருத்து. இரண்டும் சேர்ந்து-தான், இல்லற-வாழ்வின் முழுமை.

தினம்-தினம், ஓர் சிறு-உள்-பார்வை — “எனது-துணையின் ஒழுக்க-நிலை எப்படி-உள்ளது? எனது-ஒழுக்க-நிலை எப்படி-உள்ளது? இரண்டையும், தினம்-தினம் வளர்க்க முடியுமா?” அந்த-உள்-பார்வை, இல்லற-வாழ்வின் ஆழ்ந்த-தளத்தை வளர்க்கும்.

இக்-கூற்று, ஆண்-துணைக்கும், பெண்-துணைக்கும் சமமாக-பொருந்தும். ஒழுக்கம்-இல்லாத ஆண்-துணையும், மடியில்-நெருப்பு-போலவே வாழ்வை-அழிப்பார். இக்கால-வாசிப்பில், இக்-கூற்றை — ஓர் சம-நிலை-நெறியாக-கொள்வதே, ஆழ்ந்த-வடிவம்.

பாடல் 42 — தூ: இகழ்ந்து-பேசும் துணை, அழிவின் கூற்று

தூற்றும் பெண்டிர் கூற்று எனத் தகும்.

சொற்பொருள்

தூற்றும் = இகழ்ந்து-பேசும்; குறை-கூறும்; பெண்டிர் = துணைவியர்; கூற்று = அழிவின்-காரணம்; இறப்பின் கூற்று; எனத் = என்று; தகும் = தகுந்ததாகும்; பொருந்தும்.

எளிய பொருள்

இகழ்ந்து-பேசும் துணை — அழிவின் கூற்றாக-நிற்பார்.

விளக்கம்

இக்-கூற்று, முந்தைய பாடல் 41-ன் தொடர்ச்சி-வடிவம். அங்கு ஒழுக்கம்-இல்லாத துணையின் பாதிப்பை ஔவையார் சுட்டினார். இங்கு, இகழ்ந்து-பேசும் துணையின் பாதிப்பை சுட்டுகிறார். "தூற்றும் பெண்டிர் கூற்று எனத் தகும்" — இகழ்ந்து-பேசும்-துணை, அழிவின் கூற்றாக-நிற்பார்.

"தூற்றுதல்" என்னும் சொல், மிக-நுட்பமான-வடிவம். "தூற்றுவது" — அதாவது, இகழ்ந்து-பேசுவது, தாழ்த்தி-பேசுவது, பழித்து-பேசுவது. துணை-உறவில், இக்-வழக்கம் — மிக-கடினமான-கூறு. தினம்-தினம், ஒருவரை-மற்றொருவர் இகழ்ந்து-பேசினால், அந்த-உறவு வீழும். "கூற்று" என்னும் சொல், இறப்பின்-நாயகனை சுட்டுகிறது. அதாவது, அழிவின்-காரணம்.

இகழ்ந்து-பேசும்-துணை, வாழ்வை — மிக-கடினமாக-மாற்றுகிறது. வீட்டில், ஓர் அமைதி-தளம் தேவை. அந்த-தளத்தை, இகழ்ந்து-பேச்சு-அழிக்கிறது. குழந்தைகள், அந்த-கூற்றை-கேட்டு, உள்-தளம்-வீழ்கின்றனர். சார்ந்தோர், அந்த-கூற்றை-கேட்டு, விலகிச்-செல்கின்றனர். இறுதியில், வாழ்வே-வீழ்கிறது.

இக்-கூற்றை, பாடல் 41-ஐ-போலவே, இக்கால-வாசிப்பில், சம-நிலை-வடிவில் புரிந்துகொள்ள-வேண்டும். ஆண்-துணை-ஆகவும், பெண்-துணை-ஆகவும், இகழ்ந்து-பேசும்-வழக்கம் — வாழ்வை-அழிக்கும். ஔவையாரின் ஆழ்ந்த-கருத்து — "துணை-உறவில், சொல்லின்-தொனியை மிக-கவனமாக-மதி."

இன்றைய பயன்பாடு

இக்காலத்தில் இக்-கூற்று, துணை-உறவின் மிக-நெருக்கமான-வழிகாட்டி. தற்காலத்தில், பல-துணை-உறவுகள் — இகழ்ந்து-பேச்சின்-வழக்கத்தால் பாதிக்கப்-படுகின்றன. ஒருவரின் கூறுகளை, மற்றொருவர் — "இதை சரியாக-செய்யவில்லை," "இது தவறு," "இதை வேறு-மாதிரி-செய்திருக்க-வேண்டும்" — என்று இடைவிடாமல்-சுட்டுகிறார். அந்த-வழக்கம், உறவை மெல்ல-மெல்ல-வீழ்த்துகிறது.

ஔவையாரின் வழி — "இகழ்ந்து-பேச்சை, துணை-உறவில் முற்றிலும்-தவிர்." துணையின் தவறு-தோன்றினால், அதை — மென்மையான-வழியில், தனிமை-நிலையில், அன்பான-தொனியில் — சுட்டிக்-காட்டு. கூட்டத்தில், குழந்தைகளின்-முன், சார்ந்தோர்-முன் — இகழ்ந்து-பேசக்-கூடாது.

தினம்-தினம், ஓர் சிறு-உள்-பயிற்சி — "எனது-துணைக்கு, இக்-கணத்தில் எப்படி-பேசுகிறேன்? இது இகழ்ந்த-தொனியில்-உள்ளதா? அதை-மாற்ற முடியுமா?" அந்த-உள்-பயிற்சி, துணை-உறவின் ஆழ்ந்த-தளத்தை வளர்க்கும்.

இக்-கூற்று, பெற்றோர்-குழந்தை-உறவிலும் பொருந்தும். குழந்தைகளை, தொடர்ந்து-இகழ்ந்து-பேசினால் — அந்த-குழந்தைகளின் உள்-தளம்,

மிக-ஆழ்ந்த-வழியில் பாதிக்கப்-படும். ஔவையாரின் இக்-கூற்று, அந்த-உள்-கூற்றையும் சுட்டுகிறது.

பாடல் 43 — தெ: தெய்வம் சீறினால் தவம் வீழும்

தெய்வம் சீறின் கைத்தவம் மாளும்.

சொற்பொருள்

தெய்வம் = தெய்வம்; சீறின் = கோபம்-கொண்டால்; கைத்தவம் = கையால்-செய்த-தவம்; ஒருவர்-செய்த நெறி-வாழ்வு; மாளும் = வீழும்; அழியும்.

எளிய பொருள்

தெய்வம் கோபம்-கொண்டால் — ஒருவர்-செய்த தவமும் வீழும்.

விளக்கம்

இக்-கூற்று, ஔவையாரின் பக்தி-நெறியின் ஆழ்ந்த-வடிவம். தவம், மக்களின்-முயற்சியின் வடிவம். கோபக்-கட்டுப்பாடு, அளவான-உணவு, ஆழ்ந்த-உள்-பயிற்சி — இவை எல்லாம் தவத்தின் கூறுகள். ஆனால் அந்த-தவத்தின்-பயன், தெய்வத்தின்-அருளில் கட்டுப்பட்டது. தெய்வம் கோபம்-கொண்டால், எவ்வளவு-தவம்-செய்தாலும், அதன்-பயன் வீழும்.

இக்-கூற்றில் ஓர் ஆழ்ந்த-கருத்து உள்ளது. மக்கள், பெரும்பாலும் — "எனது-முயற்சியின்-வழியாக, எல்லாமே நிறை-செய்வேன்" என்னும் ஆணவத்தில் வாழ்கின்றனர். ஆனால் வாழ்வின் ஆழ்ந்த-கூறு, மக்களின்-கைகளில்-மட்டும்-இல்லை. தெய்வத்தின்-அருள், பல-வேளைகளில் — மக்களின்-முயற்சியின் பயனை-தீர்மானிக்கிறது.

"சீறின்" என்னும் சொல், மிக-கூர்மையான-வடிவம். தெய்வம், இயற்கையில் — மக்களின்-நலனை-விரும்பும். ஆனால் மக்களின்-தீய-செயல்களால், தெய்வம் சீறுகிறது. அந்த-சீறல், மக்களின்-வாழ்வை பாதிக்கும். தவம், எவ்வளவு-கடினமாக-செய்தாலும், அது வீழும்.

ஔவையாரின் வழி — "தெய்வத்தை, கோபப்-படுத்தாதே." தீய-செயல்களை-தவிர், நெறி-வாழ்வை வளர், பிறருக்கு உதவு. அந்த-வழக்கம், தெய்வத்தின்-அருளை வளர்க்கும். அந்த-அருளில் நின்று-தான், தவத்தின்-பயன் முழுமை-பெறும்.

இக்கருத்து, தமிழ்-சைவ-மரபின் ஆழ்ந்த-நெறி. சைவ-சித்தாந்தத்தில், மக்களின்-முயற்சி (சாதனா), தெய்வத்தின்-அருள் (அருள்) — இரண்டும் சேர்ந்து-தான், மக்களின்-வாழ்வை வளர்க்கின்றன. முயற்சி-மட்டும் போதாது; அருளும் வேண்டும். அந்த-உள்-நெறியை, ஔவையார் இங்கு சுட்டுகிறார்.

இன்றைய பயன்பாடு

இக்காலத்தில் இக்-கூற்று, மிக-ஆழ்ந்த-வழிகாட்டி. தற்காலத்தில், மக்கள், பெரும்பாலும் — "எனது-முயற்சியின்-வழியாக, எல்லாமே நிறை-செய்வேன்" என்னும் ஆணவத்தில் வாழ்கின்றனர். அந்த-ஆணவத்தின்-வழியில், மக்களின்-வாழ்வு வீழும்-கணத்தில் — மிக-கடின-பாதிப்பு-வரும். ஔவையாரின் வழி — "முயற்சியோடு, ஓர் ஆழ்ந்த-சரண்-நிலையை வளர்."

தினம்-தினம், ஓர் சிறு-உள்-உறுதி — "எனது-முயற்சி, எனது-பாதி-கூறு. எஞ்சிய-பாதி, தெய்வத்தின்-அருள். அந்த-அருளுக்கு-நன்றியுடன்-நிற்பேன்." அந்த-உள்-உறுதி, ஆணவத்தை-தணித்து, ஆழ்ந்த-உள்-நெறியை வளர்க்கும்.

இக்-கூற்று, பிறர்-மீது-தீய-செயல்-செய்-வழக்கத்தில்-இருந்து விலகும் ஆற்றலை-தருகிறது. பிறரின்-வாழ்வை பாதிக்கும்-செயல்கள் — ஏமாற்றுதல்,

பழி-சொல்லுதல், சூழ்ச்சி-செய்தல் — இவை எல்லாம், தெய்வத்தின்-சீற்றத்தை-வளர்க்கின்றன. அந்த-சீற்றம், மக்களின்-தவத்தை வீழ்த்தும். ஔவையாரின் வழி — "தீய-செயல்களை-தவிர், நெறி-வாழ்வை-வளர், தெய்வத்தின்-அருளில் நில்."

பாடல் 44 — தே: தேடாமல்-அழித்தால் வாழ்வு பாடாகும்

தேடாது அழிக்கின் பாடாய் முடியும்.

சொற்பொருள்

தேடாது = தேடாமல்; ஈட்டாமல்; அழிக்கின் = செலவு-செய்தால்; விரய-செய்தால்; பாடாய் = கடினமாக; பாடான-கட்டத்தில்; முடியும் = முடிவடையும்.

எளிய பொருள்

ஈட்டாமல், செலவு-செய்தால் — வாழ்வு கடினமான-கட்டத்தில் முடிவடையும்.

விளக்கம்

இக்-கூற்று, ஔவையாரின் செல்வ-மேலாண்மை-நெறியின் ஆழ்ந்த-வடிவம். செல்வம், மக்களின்-வாழ்வுக்கு ஓர் முக்கிய-கூறு. அந்த-செல்வத்தை, இரண்டு-வழியில்-மக்கள் கொள்ள-வேண்டும் — ஈட்டுதல், பின் கட்டுப்படுத்தி-செலவு-செய்தல். ஈட்டாமல்-மட்டும், செலவு-செய்தால் — வாழ்வு வீழும்.

"தேடாது அழிக்கின்" — மிக-கூர்மையான-கூற்று. "அழித்தல்" என்னும் சொல், "செலவு-செய்தல்" என்னும் கருத்தை-தருகிறது. ஆனால் அதற்கு-மேலான ஓர் ஆழ்ந்த-கருத்து உள்ளது. தேவைக்கு-மீறிய-செலவு, ஈட்டிய-செல்வத்தை "அழித்தல்" என்றே ஔவையார்-சுட்டுகிறார். அது வெறும்-செலவு-அல்ல; அது-ஓர் அழிவு-வடிவம்.

"பாடாய் முடியும்" — மிக-கடினமான-முடிவு. "பாடு" என்னும் சொல், "துன்பம்," "கடினம்" என்னும் கருத்தை-தருகிறது. வாழ்வின்-இறுதி-கட்டத்தில், செல்வம்-இல்லாமல், தேவைகளை-நிறை-செய்ய-முடியாமல், மற்றோர்-உதவியை-நாடி, கடினமான-கட்டத்தில் வாழ-வேண்டியதாக-முடியும்.

ஔவையாரின் வழி — "தேவைக்கு-மீறி-செலவு-செய்யாதே. முதலில்-ஈட்டு, பின் கட்டுப்படுத்தி-செலவு-செய்." இது மிக-வழக்கமான-நெறி-கூற்று. ஆனால் வாழ்வின்-நெறியில், மிக-முதன்மை.

இக்-கூற்றை, பாடல் 13-ல் வந்த "அஃகமும் காசும் சிக்கெனத் தேடு" என்னும் கூற்றோடு இணைத்து-படிக்க-வேண்டும். அங்கு ஔவையார், சேமிப்பின் வழக்கத்தை-வலியுறுத்தினார். இங்கு, செலவின் கட்டுப்பாட்டை வலியுறுத்துகிறார். இரண்டும் சேர்ந்து-தான், செல்வ-மேலாண்மையின் முழுமை.

இன்றைய பயன்பாடு

இக்காலத்தில் இக்-கூற்று, செல்வ-மேலாண்மையின் ஆழ்ந்த-வழிகாட்டி. தற்காலத்தில், கடன்-வாங்கி-செலவு-செய்யும் வழக்கம் — மிக-வளர்ந்துள்ளது. கடன்-கட்டை, கடன்-வாங்கி-செலுத்தும்-வழக்கம், மிக-வளர்ந்துள்ளது. அந்த-வழக்கம், வாழ்வை மிக-கடினமான-கட்டத்தில் வீழ்த்துகிறது.

ஔவையாரின் வழி — "ஈட்டிய-செல்வத்தில் மட்டுமே செலவு-செய்." தேவைக்கு-மீறிய-செலவை, தொடக்க-கட்டத்திலேயே-கட்டுப்படுத்து. மாதம்-மாதம், ஓர் சிறு-பகுதியை சேமி. அந்த-வழக்கம், வாழ்வின்-கடின-கட்டங்களில் துணை-நிற்கும்.

இக்-கூற்று, இளையோர்க்கு மிக-முதன்மை. பணி-வாழ்வின் தொடக்க-கட்டத்தில், இளையோர் — பெரும்பாலும், கடன்-வாங்கி-செலவு-செய்யும்-வழக்கத்தை வளர்க்கிறார்கள். அந்த-வழக்கம், வாழ்-முழுவதும்-தொடரும். ஔவையாரின் வழி — “தொடக்க-கட்டத்திலேயே, ஈட்டிய-செல்வத்தில் மட்டுமே-வாழும் வழக்கத்தை வளர்.”

தினம்-தினம், ஓர் சிறு-உள்-கேள்வி — “இந்த-செலவு, தேவையா? இது, ஈட்டிய-செல்வத்தின் வரம்பில்-உள்ளதா?” அந்த-உள்-கேள்வி, செலவின் வழக்கத்தை-கட்டுப்படுத்தும். ஔவையாரின் இக்-கூற்று, மிக-சுருக்கம்; ஆனால் செல்வ-வாழ்வின் வேராக நிற்கிறது.

பாடல் 45 — தை: தை-மாசி கால-நிலையில் ஓய்வு கொள்

தையும் மாசியும் வையகத்து உறங்கு.

சொற்பொருள்

தையும் = தை-மாதத்திலும்; மாசியும் = மாசி-மாதத்திலும்; வையகத்து = ஞாலத்தில்; உறங்கு = உறக்கம்-கொள்; ஓய்வு-கொள்.

எளிய பொருள்

தை, மாசி — இக்-குளிர்-மாதங்களில், ஞாலத்தில் ஓய்வு-கொண்டு உறங்கு.

விளக்கம்

இக்-கூற்று, ஔவையாரின் கால-நெறியின் ஆழ்ந்த-வடிவம். தை, மாசி — தமிழ்-மாதங்களில், குளிர்-மாதங்கள். இக்-காலத்தில், கால-நிலை குளிராக-உள்ளது. இரவின்-நேரம், நீளமாக-உள்ளது. உடல், ஓய்வை-நாடுகிறது. ஔவையாரின் வழி — “இக்-கால-நிலையை-மதித்து, ஓய்வு-கொள்.”

இக்-கூற்றில் ஓர் ஆழ்ந்த-வாழ்க்கை-நெறி உள்ளது. மக்களின்-உடல், கால-நிலையோடு-இணைந்து-வாழ-வேண்டும். குளிர்-மாதம்-வரும்போது, உடல் ஓய்வை-கேட்கிறது. கோடை-மாதம்-வரும்போது, உடல் அதிக-நீரை-கேட்கிறது. கால-நிலையின்-கூற்றுக்கு-எதிராக-வாழ்தல், உடலை பாதிக்கும்.

“வையகத்து உறங்கு” — “ஞாலத்தில் உறக்கம்-கொள்.” இது மிக-பரந்த-கருத்து. இரவின்-நேரத்தில் உறக்கம்-மட்டும்-அல்ல; கால-நிலையின் கூற்றுக்கு-ஏற்ப, தினச்-பணியின்-கூற்றை சற்று-தளர்த்துதல், ஓய்வை-பெருக்குதல், உடலை கவனிப்பதில்-நிற்றல்.

இக்கருத்து, இக்கால-உடல்-நல-கூற்றோடு ஒத்து-நிற்கிறது. குளிர்-மாதங்களில், உடல் — இயற்கையாக-உறக்க-நேரத்தை-நாடுகிறது. அதை-மதித்து, தினச்-பணியின்-நேரத்தை-சற்று-குறைக்கலாம். உடலின்-கூற்றை-கேட்காமல், பணியின்-வழக்கத்தை-தொடர்ந்து-வளர்த்தால், உடல் வீழும்.

இன்றைய பயன்பாடு

இக்காலத்தில் இக்-கூற்று, உடல்-நல-நெறியின் ஆழ்ந்த-வழிகாட்டி. தற்காலத்தில், மக்கள் — பெரும்பாலும், கால-நிலையை மறந்து-வாழ்கிறார்கள். குளிர்-மாதம், கோடை-மாதம், மழை-மாதம் — எல்லாமே, ஒரே-வழக்கத்தில் வாழ்கிறார்கள். வீட்டின்-உள், காற்று-கட்டுப்பாட்டின்-வழியில், கால-நிலை-மாற்றத்தை-உணர்வதில்லை.

ஔவையாரின் வழி — “கால-நிலையோடு-இணைந்து-வாழ். அதன்-கூற்றை-கேள்.” தை-மாசி-மாதங்களில், ஓர் சிறு-உள்-மாற்றம் — அதிக-உறக்கம்,

தினம்-தினம் வெதுவெதுப்பான-நீர், கூடுதலான-ஓய்வு, அதிக-கூட்-வாழ்வு. அந்த-மாற்றம், உடலை — கால-நிலையின் கடினங்களிலிருந்து காப்பாற்றும்.

இக்-கூற்று, பருவ-அறிவின் களத்திலும் பொருந்தும். பருவ-அறிவு — கால-நிலை, விளைச்சல், சமூக-கூற்றுகள் — இவற்றோடு-இணைந்து-வாழும் ஆற்றல். தற்காலத்தில், அந்த-அறிவு, மெல்ல-மெல்ல-குறைகிறது. ஔவையாரின் இக்-கூற்று, அந்த-பருவ-அறிவை மீண்டும்-வளர்க்க-தூண்டுகிறது.

தினம்-தினம், ஓர் சிறு-உள்-பயிற்சி — "இக்-கால-நிலையில், எனது-உடல் எதை-கேட்கிறது? நான், அதை-கேட்கிறேனா?" அந்த-உள்-பயிற்சி, உடலின்-கூற்றை மதிக்கும் வழக்கத்தை வளர்க்கும். ஔவையாரின் இக்-கூற்று, மிக-சுருக்கம்; ஆனால் ஆழ்ந்த-உடல்-நெறியின் வேராக நிற்கிறது.

பாடல் 46 — தொ: யாசித்து-உண்ணுவதை-விட உழைத்து-உண்ணுதல் இனிது

தொழுதூண் சுவையின் உழுதூண் இனிது.

சொற்பொருள்
தொழுதூண் = யாசித்து-உண்ணும்-உணவின்; வணங்கி-பெற்ற-உணவின்; சுவையின் = சுவையை-விட; உழுதூண் = உழைத்து-பெற்ற-உணவு; இனிது = இனிமையானது; சிறந்தது.

எளிய பொருள்
யாசித்து-பெற்ற உணவின் சுவையை-விட — உழைத்து-பெற்ற உணவே இனிமையானது.

விளக்கம்
இக்-கூற்று, ஔவையாரின் தன்னிறைவு-நெறியின் ஆழ்ந்த-வடிவம். உணவு, மக்களின் முதன்மை-தேவை. அந்த-உணவை, இரண்டு-வழியில் பெற-முடியும். ஓர்-வழி — மற்றோரை-வணங்கி-கேட்டு, யாசித்து-பெறுவது. மற்றொரு-வழி — தம்-உழைப்பின்-வழியில் உழைத்து-பெறுவது. ஔவையாரின்-கூற்று — பின்-வழியே இனிமையானது.

"தொழுதூண்" — யாசித்து-உண்ணும் உணவு. பிறர்-முன், கைநீட்டி, வணங்கி-பெறும் உணவு. அதன்-பெறுதல்-வழியில், ஓர் தாழ்வு-நிலை உள்ளது. மற்றோருக்கு-நாம் கட்டுப்பட்டுள்ளோம் என்னும் கூற்றை, அந்த-உணவின் ஒவ்வொரு-கணமும், நினைவூட்டிக்-கொண்டிருக்கும்.

"உழுதூண்" — உழைத்து-பெற்ற உணவு. தம்-கைகளால், தம்-உழைப்பால், தம்-வியர்வையால் — பெற்ற உணவு. அதன்-உள்ளே, ஓர் தனி-தன்னிறைவு உள்ளது. "இந்த-உணவை, நான் என்-முயற்சியால் பெற்றேன்" என்னும் உள்-மகிழ்வு, அதன்-சுவையை வளர்க்கிறது.

ஔவையாரின் வழி — "யாசிக்கும்-வழக்கத்தை-விட, உழைப்பின் வழியில் நில்." யாசிப்பு, தற்காலிக-கூற்று-தான். உழைப்பு, நிலையான-கூற்று. தினம்-தினம், உழைப்பின் வழியில் வாழ்ந்தால், வாழ்வின் ஆழ்ந்த-தளம் வளரும்.

இக்கருத்து, தமிழ்-மரபின் ஆழ்ந்த-கூற்று. திருக்குறளில் வள்ளுவர், "இல்லாரை எல்லாரும் எள்ளுவர் செல்வரை எல்லாரும் செய்வர் சிறப்பு" (குறள் 752) — செல்வம்-இல்லாதவரை இகழ்வர், செல்வரை சிறப்பிப்பர். இக்-கூற்றில், செல்வத்தின் மதிப்பை வள்ளுவர் சுட்டுகிறார். ஔவையார்,

அந்த-செல்வத்தை — யாசிப்பின்-வழியில்-அல்ல, உழைப்பின் வழியில் — பெற-வேண்டும் என்று சுட்டுகிறார்.

இன்றைய பயன்பாடு

இக்காலத்தில் இக்-கூற்று, தன்னிறைவு-நெறியின் ஆழ்ந்த-வழிகாட்டி. தற்காலத்தில், மக்கள் — பெரும்பாலும், எளிய-வழிகளை-தேடுகின்றனர். கடன்-வாங்குதல், மற்றோர்-உதவியில்-நிற்றல், அரசின்-உதவியில்-நிற்றல் — இவை மிக-வழக்கமாக-உள்ளன. ஔவையாரின் வழி — "எவ்வளவு-கடினமாக-இருந்தாலும், உழைப்பின் வழியில் நில்."

தினம்-தினம், ஓர் சிறு-உள்-உறுதி — "எனது-தேவைகளை, என்-உழைப்பின் வழியில் நிறை-செய்வேன். பிறரை-நம்பி-வாழ-மாட்டேன்." அந்த-உள்-உறுதி, வாழ்வின் ஆழ்ந்த-தளத்தை வளர்க்கும்.

இக்-கூற்று, தற்கால-பணியின்-களத்திலும் பொருந்தும். பணி-வாழ்வில், மற்றோரின் சாதனைகளை-தம்-சாதனைகளாக-காட்டுதல், மற்றோரின் ஆற்றலின்-வழியில்-முன்னேறுதல் — இவை, யாசிப்பின் வடிவங்கள். ஔவையாரின் வழி — "தம்-உழைப்பின் வழியில், தம்-ஆற்றலின் வழியில் முன்னேறு. அந்த-முன்னேற்றமே, ஆழ்ந்த-மதிப்பை-தரும்."

இக்-கூற்று, பெற்றோர்-குழந்தை-உறவிலும் பொருந்தும். பெற்றோர், குழந்தைகளுக்கு — தினம்-தினம், எல்லா-தேவைகளையும் நிறை-செய்து-தந்தால், அவர்களின் உழைப்பு-ஆற்றல் வளராது. ஔவையாரின் வழி — "குழந்தைகளுக்கு, தங்கள்-தேவைகளை, தங்கள்-உழைப்பின் வழியில் நிறை-செய்ய பழக்கி-கொடு." அந்த-பழக்கம், அவர்களின் தன்னிறைவு-ஆற்றலை வளர்க்கும்.

பாடல் 47 — தோ: நண்பரிடமும் வறுமையை அளவின்றி பேசேல்

தோழனோடும் ஏழைமை பேசேல்.

சொற்பொருள்

தோழனோடும் = நண்பரோடும்; ஏழைமை = வறுமையை; கடின-நிலையை; பேசேல் = பேசாதே; வெளிப்படுத்தாதே.

எளிய பொருள்

நண்பரோடும், உனது-வறுமையை அளவின்றி-பேசாதே.

விளக்கம்

இக்-கூற்று, ஔவையாரின் உறவு-நெறியின் மிக-நுட்பமான-வடிவம். நண்பர், மக்களின்-வாழ்வின் ஓர் ஆழ்ந்த-துணை. நண்பரிடம், மக்கள் — தம்-உள்-கூற்றுகளை, தம்-கடினங்களை, தம்-மகிழ்வுகளை — பகிர்கின்றனர். ஆனால் ஔவையார், ஓர் ஆழ்ந்த-நெறியை சுட்டுகிறார் — "நண்பரிடமும், வறுமையை-அளவின்றி-பேசாதே."

இக்-கூற்றில் ஓர் ஆழ்ந்த-உளவியல் உள்ளது. வறுமை-பற்றிய கூற்றுகள், தினம்-தினம், மீண்டும்-மீண்டும், நண்பரிடம் பேசினால் — அந்த-உறவில், ஓர் கடினம்-வளரும். நண்பர், அந்த-கூற்றுகளை-கேட்டு-கேட்டு, மெல்ல-மெல்ல சோர்வடைகிறார். "இவர், எப்போதும் வறுமையை-பற்றியே பேசுகிறார்; எனக்கு கடினமாக-உள்ளது" — என்னும் உள்-கூற்று வரலாம். அது, நண்பு-உறவை வீழ்த்தும்.

"அளவின்றி" என்னும் கூற்று, மிக-முதன்மை. வறுமையை-மறைக்க-வேண்டும் என்று ஔவையார் சொல்லவில்லை. ஓர் நெருக்கமான-நண்பரிடம், வாழ்-கட்டத்தின் கடினங்களை பகிர-முடியும். ஆனால் அதை,

“அளவின்றி” — தினம்-தினம், மீண்டும்-மீண்டும், எல்லா-உரையாடலின்-நடுவிலும் — பேசக்-கூடாது.

இக்கருத்து, மக்கள்-உறவின் ஆழ்ந்த-நெறி. வறுமை-பற்றிய-கூற்றுகள், மற்றோரை — ஓர் கடின-கட்டத்தில்-வைக்கும். “இவருக்கு உதவ-வேண்டுமா? உதவ-முடியுமா? உதவாமல், அவரது-நெருக்கத்தில் வாழ-முடியுமா?” — இக்-கேள்விகள், நண்பர்களின்-உள்ளத்தில் வந்து-போகின்றன. அந்த-கேள்விகள், உறவை மெல்ல-மெல்ல-வீழ்த்தும்.

இன்றைய பயன்பாடு

இக்காலத்தில் இக்-கூற்று, மக்கள்-உறவின் ஆழ்ந்த-வழிகாட்டி. தற்காலத்தில், சமூக-வலையில், செய்தி-தொடர்புகளில், கூட்-உரையாடலில் — மக்கள் தம்-கடினங்களை, தம்-வறுமையை, தம்-பிரச்சினைகளை — அளவின்றி பகிர்கின்றனர். அந்த-வழக்கம், உறவை-வீழ்த்துகிறது.

ஔவையாரின் வழி — “கடினங்களை, அளவான-வழியில் பகிர்.” ஓர் நெருக்கமான-நண்பரிடம், ஓர் ஆழ்ந்த-உரையாடலில், ஓர் வேளையில் — பகிர-முடியும். ஆனால் தினம்-தினம், மீண்டும்-மீண்டும், எல்லா-உரையாடலின்-நடுவிலும் — பகிரக்-கூடாது. அந்த-வழக்கம், உறவின்-தளத்தை வளர்க்கும்.

இக்-கூற்று, ஓர் ஆழ்ந்த-உள்-நெறியையும் சுட்டுகிறது. வறுமையை-மீண்டும்-மீண்டும்-பேசுவது, மக்களின் உள்-தளத்தை — “நான் வறுமை-உள்ளவன்” என்னும் கூற்றில் சிக்க-வைக்கிறது. அந்த-உள்-கூற்று, மக்களின்-முயற்சி-ஆற்றலை குறைக்கும். ஔவையாரின் வழி — “வறுமையை, ஓர் தற்காலிக-கட்டமாக-கொள். அதை, தினம்-தினம் பேசி, உள்-தளத்தில் சிக்க-விடாதே.”

தினம்-தினம், ஓர் சிறு-உள்-கேள்வி — “இந்த-உரையாடலில், எனது-கடினங்களை-மட்டும் பேசுகிறேனா? மற்றோர்-கூற்றை-கேட்கிறேனா? அளவான-பகிர்வில்-உள்ளேனா?” அந்த-உள்-கேள்வி, உறவின்-தளத்தை வளர்க்கும்.

பாடல் 48 — ந: தீய-கூட்டுறவு துன்பத்தை-தரும்

நல்லிணக்கம் அல்லல் படுத்தும்.

சொற்பொருள்

நல்லிணக்கம் = நல்-தோற்றத்தில் தீய-கூட்டுறவு; கட்டுப்பாடற்ற-நெருக்கம்; அல்லல் = துன்பம்; கடினம்; படுத்தும் = தரும்; உண்டாக்கும்.

எளிய பொருள்

நல்-தோற்றத்தில்-வந்த தீய-கூட்டுறவு — துன்பத்தையே தரும்.

விளக்கம்

இக்-கூற்று, ஔவையாரின் கூட்டுறவு-நெறியின் ஆழ்ந்த-வடிவம். “நல்லிணக்கம்” என்னும் சொல், மிக-நுட்பமான-வடிவம். “நல்” என்னும் கூறு, தோற்றத்தில் நல்லதாக-தோன்றுகிறது. ஆனால் ஆழ்ந்து-பார்த்தால், அது தீய-கூட்டுறவின் வடிவம். அத்தகைய-கூட்டுறவு, மக்களின்-வாழ்வை — மெல்ல-மெல்ல-வீழ்த்துகிறது.

இக்-கூற்றில் ஓர் ஆழ்ந்த-கருத்து உள்ளது. மக்கள், கூட்டுறவை-தேர்ந்தெடுக்கும்போது — பெரும்பாலும், தோற்றத்தின் வழியில் தீர்மானிக்கிறார்கள். ஓர் கூட்டாளி, இனிமையாக-பேசுகிறார்; ஓர் கூற்று-

கூறுகிறார்; ஓர் பகிர்வை-தருகிறார். அதை-பார்த்து, “இவர், நல்-கூட்டாளி” என்று மக்கள் முடிவு-செய்கிறார்கள். ஆனால் அந்த-தோற்றத்தின்-பின், மற்றொரு-கூறு உள்ளது. அந்த-கூறை-அறியாமல், அந்த-கூட்டுறவில் நிற்பது — மிக-கடினம்.

ஔவையாரின் வழி — “கூட்டுறவை, தோற்றத்தின் வழியில் மட்டும் தீர்மானிக்காதே. ஆழ்ந்து-பார்.” ஓர் கூட்டாளியின் நெறி-வாழ்வு, அவரது செயல்-வழக்கம், அவரது-வாயின் சொல், அவரது-உள்-தளம் — இவற்றை மறு-பார்வை-செய். அந்த-மறு-பார்வைக்கு-பின்னரே, கூட்டுறவை-தீர்மானி.

தீய-கூட்டுறவின் விளைவு, மக்களின்-வாழ்வை பல-வழியில் பாதிக்கும். தீய-வழக்கங்கள், தீய-வாய்ப்புகளில் சிக்குதல், சமூக-நிலையின் வீழ்வு — இவை எல்லாம், தீய-கூட்டுறவின் தொடர்-விளைவுகள். “துன்பத்தை-படுத்தும்” என்னும் ஔவையாரின் கூற்று, அந்த-விளைவுகளை சுருக்கமாக சுட்டுகிறது.

இன்றைய பயன்பாடு

இக்காலத்தில் இக்-கூற்று, கூட்டுறவு-தேர்வின் ஆழ்ந்த-வழிகாட்டி. தற்காலத்தில், மக்கள் — பல-வழியில் கூட்டுறவை-தேர்ந்தெடுக்கிறார்கள். சமூக-வலையில் கூட்டாளிகள், பணியில் கூட்டாளிகள், கல்வியில் கூட்டாளிகள், வாழ்-துணை-தேர்வில் கூட்டாளிகள் — இவை எல்லாம், மக்களின்-வாழ்வை தீர்மானிக்கின்றன.

ஔவையாரின் வழி — “கூட்டுறவை, தோற்றத்தின் வழியில் மட்டும் தீர்மானிக்காதே. ஆழ்ந்து-அறி.” ஓர் கூட்டாளியின், அவரது-வாழ்வின் தினச்-வழக்கங்களை, அவரது நெறி-வாழ்வை, அவரது-உள்-தளத்தை — அறிந்து-கொண்ட-பின்னரே, கூட்டுறவை-தீர்மானி.

தினம்-தினம், ஓர் சிறு-உள்-கேள்வி — “எனது கூட்டுறவுகள், நல்-தளத்தில்-உள்ளனவா? அவை, என்-வாழ்வை வளர்க்கின்றனவா, அல்லது வீழ்த்துகின்றனவா?” அந்த-உள்-கேள்வி, கூட்டுறவு-மேலாண்மையின் தளத்தை வளர்க்கும்.

இக்-கூற்று, பெற்றோர்-நெறியின் களத்திலும் பொருந்தும். பெற்றோர், குழந்தைகளின் கூட்டுறவை-கவனிக்க-வேண்டும். எந்த-நண்பரோடு-வாழ்கிறார்கள், எந்த-கூட்டத்தில் கலந்துகொள்கிறார்கள், எந்த-வழக்கங்களை வளர்க்கிறார்கள் — இவற்றை, அன்பான-வழியில் கவனிக்க-வேண்டும். தீய-கூட்டுறவில் சிக்கும்-முன், மென்மையான-வழியில் வழிநடத்த-வேண்டும்.

பாடல் 49 — நா: நாடு வளர்ந்தால் தனிக்-கேடு குறையும்

நாடெங்கும் வாழக் கேடொன்றும் இல்லை.

சொற்பொருள்

நாடெங்கும் = நாடு-முழுவதும்; சமூகம்-முழுவதும்; வாழக் = வாழ்வை-வளர்த்தால்; கேடொன்றும் = எந்த-கேடும்; இல்லை = வராது.

எளிய பொருள்

நாடு-முழுவதும், சமூகம்-முழுவதும் வாழ்வை-வளர்த்தால் — தனிமக்களுக்கு எந்த-கேடும் வராது.

விளக்கம்

இக்-கூற்று, ஔவையாரின் சமூக-நெறியின் ஆழ்ந்த-வடிவம். மக்களின்-வாழ்வு, தனி-கூற்று-அல்ல; சமூக-கூற்று. தனி-மக்களின்-நலன், சமூகத்தின்-நலனோடு இணைந்து-நிற்கிறது. சமூகம்-முழுவதும் வளர்ந்தால், தனி-மக்களின்-வாழ்வும் வளரும். சமூகம் வீழ்ந்தால், தனி-மக்களின்-வாழ்வும் வீழும்.

இக்-கூற்றில் ஓர் ஆழ்ந்த-கருத்து உள்ளது. மக்கள், பெரும்பாலும் — "எனது-வளர்ச்சி-மட்டும் வேண்டும்; மற்றோர்-வளர்ச்சி-பற்றி எனக்கு-என்ன?" என்னும் கூற்றில் வாழ்கின்றனர். ஆனால் அந்த-வழக்கம், மிக-தவறான-கூற்று. தனி-மக்களின்-வளர்ச்சி, சமூகத்தின்-வளர்ச்சியின் ஓர்-பகுதியே.

"நாடெங்கும் வாழ" — நாடு-முழுவதும், மக்கள் ஆழ்ந்த-வாழ்வை-வாழ-வேண்டும். ஒற்றை-தனி-மக்களின்-வளர்ச்சி-போதாது. சமூக-அறம், சமூக-நெறி, சமூக-பகிர்வு — இவை எல்லாம் வளர-வேண்டும். அந்த-வளர்ச்சியின்-வழியில், தனி-மக்களின்-கேடுகள் தாமே குறையும்.

ஔவையாரின் இக்-கூற்று, ஓர் ஆழ்ந்த-சமூக-நெறியை சுட்டுகிறது. பழ-காலத்தில், அரசர்கள், சமூக-வளர்ச்சியை-தம்-முதன்மை-கடமையாக கொண்டிருந்தனர். வேளாண்மை-வளர்ச்சி, கல்வி-வளர்ச்சி, அறம்-வளர்ச்சி, மருத்துவ-தளம் — இவை எல்லாம், அரசின்-முதன்மை-கூறுகள். அந்த-வளர்ச்சியின்-வழியில், தனி-மக்களின்-வாழ்வு வளர்ந்தது.

இன்றைய பயன்பாடு

இக்காலத்தில் இக்-கூற்று, மிக-ஆழ்ந்த-வழிகாட்டி. தற்காலத்தில், மக்கள் — பெரும்பாலும், தனி-வளர்ச்சியில்-மட்டும் கவனம்-செலுத்துகிறார்கள். சமூக-வளர்ச்சி, ஓர் இரண்டாம்-கூறாக கருதப்-படுகிறது. ஆனால் ஔவையாரின் வழி — "சமூக-வளர்ச்சியில், தனி-வளர்ச்சி-உள்ளது."

தினம்-தினம், ஓர் சிறு-வழக்கம் — மாதம்-மாதம், ஓர் சமூக-நலன்-கூற்றில் பங்கேற்பு; ஓர் சிறு-தொகையை, சமூக-வளர்ச்சி-நிறுவனத்திற்கு-கொடை; ஓர் சிறு-நேரத்தை, தேவை-உள்ள-மக்களுக்கு-உதவி. இக்-கூறுகள், சமூக-வளர்ச்சியின் வழக்கங்கள்.

இக்-கூற்று, அரசின்-களத்திலும் மிக-முதன்மை. அரசு, மக்களின்-நலனை — தனி-கூறாக-மட்டும்-அல்ல; சமூக-கூற்றாக-கொள்ள-வேண்டும். கல்வி, மருத்துவம், வேளாண்மை, சுற்றுச்சூழல் — இக்-கூறுகளில் சமூக-வளர்ச்சியை, அரசின் முதன்மை-கடமையாக-கொள்ள-வேண்டும். அந்த-வளர்ச்சியின்-வழியில், தனி-மக்களின்-கேடுகள் குறையும்.

தினம்-தினம், ஓர் சிறு-உள்-கேள்வி — "எனது-வாழ்வில், சமூக-வளர்ச்சிக்கு என்ன-பங்கு-தருகிறேன்? அதை, பெருக்க முடியுமா?" அந்த-உள்-கேள்வி,

சமூக-நெறியின் ஆழ்ந்த-தளத்தை வளர்க்கும். ஔவையாரின் இக்-கூற்று, தனி-மக்களை — சமூக-நெறியின் கடமை-உடையோராக்க தூண்டுகிறது.

பாடல் 50 — நி: கற்றதை-நிலையாக-காத்து சொல்லில் தவறாதே

நிற்கக் கற்றல் சொல் திறம்பாமை.

சொற்பொருள்

நிற்கக் = நிலையாக-நிற்கும்-வடிவில்; கற்றல் = கற்றுக்-கொள்ளுதல்; கல்வி-நெறி; சொல் = சொல்லில்; வாக்கில்; திறம்பாமை = தவறாமை; நிலையாக-நிற்றல்.

எளிய பொருள்

நிலையாக-நிற்கும்-வடிவில் கற்றுக்-கொள்ளுதலே — சொல்லில் தவறாமல்-நிற்றல்.

விளக்கம்

இக்-கூற்று, ஔவையாரின் கல்வி-நெறியின் ஆழ்ந்த-வடிவம். கல்வி, இரண்டு-வடிவில் — ஒன்று, தற்காலிக-நினைவு-வடிவில்; மற்றொன்று, நிலையான-உள்-தளத்தின் வடிவில். தற்காலிக-நினைவு-கல்வி, தேர்வு-கூற்றுக்கு பயன்படும்; ஆனால் வாழ்-வழக்கத்தில் வராது. நிலையான-உள்-தளத்தின் கல்வி-தான், வாழ்-முழுவதும் துணை-நிற்கும்.

“நிற்கக் கற்றல்” — நிலையாக-நிற்கும்-வடிவில் கற்றுக்-கொள்ளுதல். இது வெறும்-நினைவில்-வைத்துக்-கொள்ளுதல் அல்ல. கற்ற-கூற்றை, தம்-வாழ்வில் பயன்படுத்துதல், தம்-செயலில் வெளிப்படுத்துதல், தம்-சொல்-வழியில் வெளிப்படுத்துதல் — இவை-தான் நிலையான-கல்வியின் வடிவம்.

“சொல் திறம்பாமை” — சொல்லில்-தவறாமல் நிற்றல். கற்ற-கூற்றை, தம்-சொல்-வழியில் வெளிப்படுத்தும்போது — அந்த-வெளிப்பாட்டில், கற்ற-கூற்றோடு-ஒத்த நிலை-உள்ளதா? சொல்-வேற, கற்ற-கூற்று-வேற-ஆகி-நிற்கின்றதா? ஔவையாரின் வழி — “சொல்லில்-தவறாமல் நிற்றலே, நிலையான-கல்வியின் வெளிப்பாடு.”

இக்-கூற்றை, பாடல் 14-ல் வந்த “கற்பெனப்படுவது சொல் திறம்பாமை” என்னும் கூற்றோடு இணைத்து-படிக்க-வேண்டும். அங்கு, கற்பின் வடிவை — சொல்-நிலையாமை-வடிவில் ஔவையார் சுட்டினார். இங்கு, கல்வியின் வடிவை — அதே-நெறியில் சுட்டுகிறார். இரண்டிலும், சொல்-நிலையாமை-தான் முதன்மை.

இக்கருத்து, தமிழ்-மரபின் ஆழ்ந்த-நெறி. கல்வி, செயலின்-வழியில் வெளிப்படும். செயல், சொல்லின்-வழியில் வெளிப்படும். சொல், கற்ற-கூற்றோடு-ஒத்து-நிற்கும். அந்த-ஒற்றுமை-தான், கல்வியின் ஆழ்ந்த-வடிவம்.

இன்றைய பயன்பாடு

இக்காலத்தில் இக்-கூற்று, கல்வி-நெறியின் ஆழ்ந்த-வழிகாட்டி. தற்காலத்தில், கல்வி — பெரும்பாலும், தற்காலிக-நினைவு-வடிவில் மட்டுமே நிற்கிறது. தேர்வு-கூற்றுக்கு கல்வி, பணி-தேர்வுக்கு கல்வி — இவை, தற்காலிக-நினைவு-கூறுகள். ஆனால் கல்வியின் ஆழ்ந்த-தளம், சொல்லில், செயலில், வாழ்-வழக்கத்தில் வெளிப்பட-வேண்டும்.

ஔவையாரின் வழி — “கல்வியை, வாழ்-வழக்கத்தில் வளர்.” படித்த-கூற்றை, தினம்-தினம், வாழ்-வழக்கத்தில் பயன்படுத்த-முயற்சி-செய். அந்த-வழக்கம், கல்வியை — நிலையான-உள்-தளமாக-மாற்றும்.

இக்-கூற்று, ஆசிரியர்-மாணாக்கர்-உறவிலும் பொருந்தும். ஆசிரியர், மாணாக்கர்க்கு — கல்வியை, செயலின்-வழியில், வாழ்-வழக்கத்தின் வழியில் கற்பிக்க-வேண்டும். வெறும்-நினைவில்-வைக்கும்-வழக்கத்தை-தாண்டி, ஆழ்ந்த-உள்-தளத்தில் கல்வியை-வளர்க்கும் வழியை-வளர்க்க-வேண்டும்.

தினம்-தினம், ஓர் சிறு-உள்-கேள்வி — “இன்று நான்-கற்ற-கூற்றை, எனது-சொல்லில் வெளிப்படுத்துகிறேனா? எனது செயலில் வெளிப்படுத்துகிறேனா? அதுவே என்-வாழ்-வழக்கமா?” அந்த-உள்-கேள்வி, கல்வியை-நிலையான-உள்-தளமாக-மாற்றும். ஔவையாரின் இக்-கூற்று, கல்வி-நெறியின் ஆழ்ந்த-வேராக நிற்கிறது.

பாடல் 51 — நீ: நீர்-வளம்-உள்ள ஊரில் வாழ்

நீரகம் பொருந்திய ஊரகத்து இரு.

சொற்பொருள்
நீரகம் = நீர்-வளம்-உள்ள இடம்; பொருந்திய = இணைந்த; சரியான; ஊரகத்து = ஊரின்-நடுவில்; இரு = வாழ்.

எளிய பொருள்
நீர்-வளம் சரியாக இணைந்த ஊரின்-நடுவில் வாழ்.

விளக்கம்
இக்-கூற்று, ஔவையாரின் வாழ்-இடம்-தேர்வின் ஆழ்ந்த-வடிவம். வாழ்-இடம், மக்களின்-வாழ்வை ஆழ்ந்த-வழியில் தீர்மானிக்கும். எந்த-ஊரில் வாழ்கிறோம், அந்த-ஊரின் கூறுகள் — மக்களின்-வாழ்வை வளர்க்கும், அல்லது வீழ்த்தும். ஔவையாரின் வழி — “நீர்-வளம்-உள்ள ஊரில் வாழ்.”

இக்-கூற்றில் ஓர் ஆழ்ந்த-கருத்து உள்ளது. நீர், மக்களின்-வாழ்வுக்கு முதன்மை-கூறு. நீர்-இல்லாமல், மக்கள் வாழ-முடியாது. வேளாண்மை-நடக்காது. உணவு-வராது. சுகாதார-நிலை வீழும். ஓர் ஊரின் வாழ்-தளம், அதன்-நீர்-வளத்தோடு ஆழ்ந்து-இணைந்துள்ளது.

“பொருந்திய” என்னும் சொல், மிக-நுட்பமான-வடிவம். “பொருந்திய” — அதாவது, தேவைக்கு-ஏற்ப, நிலையாக-கிடைக்கும். வெள்ள-நிலை-அல்ல; வறட்சி-நிலை-அல்ல; மக்களின்-தேவைக்கு-ஏற்ப, நிலையாக-கிடைக்கும் நீர்-வளம். அத்தகைய-நீர்-வளம்-உள்ள ஊரில், மக்களின்-வாழ்வு வளரும்.

ஔவையாரின் இக்-கூற்று, ஓர் ஆழ்ந்த-வேளாண்மை-நெறியின் வடிவம். பழ-காலத்தில், மக்கள், நீர்-வளம்-உள்ள இடங்களில் ஊர்களை-கட்டினர். ஆற்றுக்-கரை, ஏரியின்-கரை, கடற்-கரை — இவை, ஊர்-உருவாக்கத்தின் முதன்மை-தளங்கள். அந்த-தளங்களில்-தான், சமூகம் வளர்ந்தது.

இன்றைய பயன்பாடு
இக்காலத்தில் இக்-கூற்று, மிக-ஆழ்ந்த-வழிகாட்டி. தற்காலத்தில், மக்கள் — பெரும்பாலும், பணி-வாய்ப்பின் வழியில் வாழ்-இடத்தை தீர்மானிக்கின்றனர். “எங்கு பணி-கிடைக்கிறதோ, அங்கு வாழ்வேன்” என்னும் கூற்று மிக-வழக்கமாக-உள்ளது. ஆனால் ஔவையாரின் வழி — “நீர்-வளம்-உள்ள இடத்தையும் கவனி.”

இக்கால-நகரங்களில், நீர்-வள-நிலை — மிக-முக்கிய-கேள்வி. சில-நகரங்களில், நீர்-வளம் மிக-குறைவாக-உள்ளது. தினம்-தினம், நீர்-தட்டுப்பாடு வாழ்வை-கடினமாக்குகிறது. அத்தகைய-நகரங்களில் வாழ்தல்,

நெடிய-காலத்தில், மிக-கடினம். ஔவையாரின் வழி — "வாழ்-இடம்-தேர்வில், நீர்-வளத்தை மிக-முதன்மை-கூறாக-கொள்."

இக்-கூற்று, சுற்றுச்சூழல்-நெறியின் களத்திலும் பொருந்தும். நீர்-வளத்தை-காப்பாற்றுவது, மக்களின்-வாழ்வின் முதன்மை-கடமை. ஆற்று-மாசு-படுத்தாமை, நீர்-நிலையை-காப்பது, நீர்-விரய-கட்டுப்பாடு — இவை எல்லாம், சுற்றுச்சூழல்-நெறியின் கூறுகள். ஔவையாரின் இக்-கூற்று, அந்த-நெறியின் வேராக நிற்கிறது.

தினம்-தினம், ஓர் சிறு-வழக்கம் — நீர்-வளத்தை-மதி. தேவைக்கு-மீறி பயன்படுத்தாதே. நீர்-நிலையை-காப்பது, மக்களின்-முதன்மை-கடமை. ஔவையாரின் இக்-கூற்று, அந்த-உள்-உணர்வை வளர்க்கிறது.

பாடல் 52 — நு: சிறிய-செயலையும் சிந்தித்து-முடிவு-செய்

நுண்ணிய கருமமும் எண்ணித் துணி.

சொற்பொருள்

நுண்ணிய = சிறிய; நுட்பமான; கருமமும் = செயலும்; எண்ணித் = சிந்தித்து; துணி = முடிவு-செய்; தீர்மானி.

எளிய பொருள்

சிறிய, நுட்பமான செயலையும் — சிந்தித்த-பின், முடிவு-செய்.

விளக்கம்

இக்-கூற்று, ஔவையாரின் சிந்தனை-நெறியின் ஆழ்ந்த-வடிவம். மக்கள், பெரும்பாலும் — பெரிய-செயல்களுக்கு, சிந்தனை-வளம்-செய்கின்றனர். ஆனால் சிறிய-செயல்களை, ஓர் கணத்தில், சிந்தனை-இல்லாமல்-செய்கின்றனர். ஔவையாரின் வழி — "சிறிய-செயலையும், சிந்தித்த-பின் முடிவு-செய்."

இக்-கூற்றில் ஓர் ஆழ்ந்த-கருத்து உள்ளது. சிறிய-செயல்கள், ஓர் கணத்தில் சிறியதாக-தோன்றலாம். ஆனால் அவற்றின் தொடர்-விளைவுகள், பெரியதாக-வளரலாம். ஓர் சிறிய-சொல், ஓர் நெருக்கமான-உறவை-வீழ்த்தலாம். ஓர் சிறிய-முடிவு, பணி-வாழ்வை-மாற்றலாம். ஓர் சிறிய-கூற்று, சமூக-தளத்தை பாதிக்கலாம். ஆகவே, சிறிய-செயல்களையும், சிந்தித்தே செய்.

"எண்ணித் துணி" — "சிந்தித்து-முடிவு-செய்." "துணி" என்னும் சொல், ஓர் தீர்மானத்தை-தருகிறது. சிந்தனை-இல்லாத-தீர்மானம், பல-வேளைகளில் தவறான-தீர்மானம். சிந்தனை-உள்ள-தீர்மானம், சரியான-வழியில் நிற்கும்.

இக்கருத்து, தமிழ்-மரபின் ஆழ்ந்த-நெறி. திருக்குறளில் வள்ளுவர், "எண்ணித் துணிக கருமம் துணிந்தபின் எண்ணுவம் என்பது இழுக்கு" (குறள் 467) — சிந்தித்த-பின் முடிவு-செய்; முடிவு-செய்த-பின் சிந்திப்பது இழுக்கு. வள்ளுவரும், ஔவையாரும் — ஒரே-நெறியை சுட்டுகின்றனர்.

ஔவையாரின் இக்-கூற்றில் ஓர் கூர்மை — "நுண்ணிய கருமமும்" — சிறிய-செயலையும். பெரிய-செயலுக்கு-மட்டும்-அல்ல; சிறிய-செயலுக்கும் சிந்தனை-வேண்டும். வாழ்வின் ஒவ்வொரு-கணமும், சிந்தனை-உள்-நிலையில் வாழ-வேண்டும்.

இன்றைய பயன்பாடு

இக்காலத்தில் இக்-கூற்று, மிக-முதன்மையான-வழிகாட்டி. தற்காலத்தில், மக்கள் — பெரும்பாலும், விரைவில்-முடிவு-செய்யும் வழக்கத்தில்

வாழ்கிறார்கள். சமூக-வலையில் கருத்துகள், செய்தி-தொடர்புகளில் பதில்கள், சந்தையில் வாங்கும்-தீர்மானங்கள் — இவை எல்லாம், விரைவில், சிந்தனை-இல்லாமல் செய்யப்-படுகின்றன.

ஔவையாரின் வழி — “எவ்வளவு-சிறிய-முடிவாக-இருந்தாலும், ஓர் கணம் சிந்தித்து-முடிவு-செய்.” சமூக-வலையில் ஓர் கருத்து-எழுத-முன், ஓர் கணம் சிந்தி. செய்தி-தொடர்புக்கு பதில்-தர-முன், ஓர் கணம் சிந்தி. சந்தையில் ஒன்றை-வாங்க-முன், ஓர் கணம் சிந்தி. அந்த-கண-சிந்தனை, பல-தவறான-முடிவுகளை-தடுக்கும்.

இக்-கூற்று, சொல்-வழக்கத்திலும் பொருந்தும். பேசும்-முன், ஓர் கணம் சிந்தி. கோபமான-தொனியில் சொல்லும்-முன், ஓர் கணம் சிந்தி. தீர்மானமான-கூற்றை சொல்லும்-முன், ஓர் கணம் சிந்தி. அந்த-கண-சிந்தனை, பல-வேதனைகளை-தடுக்கும்.

தினம்-தினம், ஓர் சிறு-உள்-பயிற்சி — “இக்-கணத்தில், சிந்தித்து-முடிவு-செய்கிறேனா? அல்லது, இயற்கையின் வழியில், விரைவில் முடிவு-செய்கிறேனா?” அந்த-உள்-பயிற்சி, சிந்தனை-வழக்கத்தை வளர்க்கும். ஔவையாரின் இக்-கூற்று, மிக-சுருக்கம்; ஆனால் வாழ்வின் ஒவ்வொரு-கணத்திற்கும் வழிகாட்டியாக நிற்கிறது.

பாடல் 53 — நூ: நூல்-முறையை அறிந்து, ஒழுக்கத்தில் நட

நூல்முறை தெரிந்து சீலத்து ஒழுகு.

சொற்பொருள்

நூல்முறை = நூல் கூறும் முறை; நெறி-நூல்களின் வழி; தெரிந்து = அறிந்து; சீலத்து = ஒழுக்கத்தில்; நெறியில்; ஒழுகு = நடந்து-கொள்; வாழ்.

எளிய பொருள்

நெறி-நூல்களின் வழியை அறிந்து — ஒழுக்கத்தில் நடந்து-கொள்.

விளக்கம்

இக்-கூற்று, ஔவையாரின் நூல்-நெறியின் ஆழ்ந்த-வடிவம். நூல்கள், மக்களின்-வாழ்வுக்கு வழிகாட்டியாக நிற்கின்றன. பழ-மரபின்-நூல்கள், ஆழ்ந்த-வாழ்-கால-அனுபவத்தின் வடிவம். அவற்றை-அறிந்துகொண்டு, அவற்றின் வழியில் வாழ்தல் — மிக-முதன்மை.

“நூல்முறை தெரிந்து” — நூல்களின் முறையை அறிந்து. வெறும்-வாசிப்பு-போதாது. நூல்களின் ஆழ்ந்த-கூற்றை, அவற்றின் உள்-நெறியை, அவற்றின் வாழ்-விளக்கத்தை அறிந்துகொள்ள-வேண்டும். அந்த-அறிதலின்-பின்னரே, அவற்றின் வழி-வாழ்வு சாத்தியம்.

“சீலத்து ஒழுகு” — ஒழுக்கத்தில் நடந்து-கொள். கற்ற-கூற்றை, செயலில் வெளிப்படுத்து. நூல்களின் கூற்றை, வாழ்-வழக்கத்தில் வளர். அந்த-வளர்ப்பின்-வழியில், மக்கள் — ஆழ்ந்த-உள்-தளத்தை அடைகிறார்கள்.

இக்-கூற்றை, பாடல் 11-ல் வந்த “ஓதலின் நன்றே வேதியர்க்கு ஒழுக்கம்” என்னும் கூற்றோடு-இணைத்து-படிக்க-வேண்டும். இரண்டிலும், ஔவையார் — சொல்-கூற்றை-விட, செயல்-கூற்றின் முதன்மையை வலியுறுத்துகிறார். நூல்-அறிதல் தேவை-தான்; ஆனால் அதன்-பின் ஒழுக்க-வாழ்வு கட்டாயம்.

ஔவையாரின் இக்-கூற்று, ஓர் ஆழ்ந்த-கல்வி-நெறியை சுட்டுகிறது. கல்வி, இரண்டு-நிலையில் — ஒன்று, அறிதல்-நிலை; மற்றொன்று, செயல்-நிலை. அறிதல்-நிலை-மட்டும் போதாது. செயல்-நிலையும் வேண்டும். இரண்டும் சேர்ந்தால்-தான், கல்வியின் ஆழ்ந்த-வடிவம்.

இன்றைய பயன்பாடு

இக்காலத்தில் இக்-கூற்று, கல்வி-நெறியின் ஆழ்ந்த-வழிகாட்டி. தற்காலத்தில், பல-மக்கள் — பல-நூல்களை-வாசிக்கின்றனர், பல-கருத்துகளை-அறிகின்றனர். ஆனால் அவற்றை, தம்-வாழ்-வழக்கத்தில் வளர்ப்பதில்லை. கல்வி, வெறும்-அறிதல்-வடிவில் நிற்கிறது.

ஔவையாரின் வழி — “நூல்-அறிதலின்-பின், அதை வாழ்-வழக்கத்தில் வளர்.” நெறி-நூல்களை-வாசித்து, ஓர் கூற்றை-தினம்-தினம் வளர்க்க-முயற்சி-செய். உதாரணம் — “சினத்தைப் பேணின் தவத்திற்கு அழகு” என்னும் கூற்றை-வாசித்த-பின், கோபக்-கட்டுப்பாட்டை தினம்-தினம்-வளர். அந்த-வழக்கம், கல்வியின் ஆழ்ந்த-வடிவம்.

இக்-கூற்று, தற்காலத்தில் — பல-வடிவில் பொருந்தும். உளவியல்-நூல்-வாசிப்பு, மன-நெறி-நூல்-வாசிப்பு, தலைமை-நூல்-வாசிப்பு — இவை அனைத்துக்கும், அதே-நெறி பொருந்தும். வாசித்த-கூற்றை, தினம்-தினம், செயல்-வடிவில் வளர்க்க-வேண்டும். அந்த-வளர்ப்பு-தான், ஆழ்ந்த-உள்-தளத்தை வளர்க்கும்.

தினம்-தினம், ஓர் சிறு-உள்-கேள்வி — “இன்று நான் வாசித்த-கூற்றை, என்-வாழ்-வழக்கத்தில் வளர்க்கிறேனா?” அந்த-உள்-கேள்வி, கல்வியின் ஆழ்ந்த-வடிவத்தை, தினம்-தினம் வளர்க்கும்.

பாடல் 54 — நெ: உள்ளத்தில் மறைத்த வஞ்சகம் நிலைக்காது

நெஞ்சை ஒளித்து ஒரு வஞ்சகம் இல்லை.

சொற்பொருள்

நெஞ்சை = உள்ளத்தை; மனத்தை; ஒளித்து = மறைத்து; ஒரு = ஒற்றை; வஞ்சகம் = ஏமாற்று; இல்லை = நிலைக்காது; வெற்றி-கொள்ளாது.

எளிய பொருள்

உள்ளத்தில் மறைத்த ஏமாற்றுதல், ஒன்றும் — நிலைக்காது.

விளக்கம்

இக்-கூற்று, ஔவையாரின் உள்-நெறியின் ஆழ்ந்த-வடிவம். வஞ்சகம், மக்களின்-உள்ளத்தில் தோன்றும் ஓர் கூறு. சில-மக்கள், மற்றோரை-ஏமாற்ற — உள்ளத்தில் வஞ்சகத்தை-மறைத்து-வைத்து, வெளியில் நல்-தோற்றத்தோடு-நிற்கிறார்கள். ஔவையாரின் வழி — “அந்த-வஞ்சகம், எவ்வளவு-மறைக்கப்-பட்டாலும், நிலைக்காது.”

இக்-கூற்றில் ஓர் ஆழ்ந்த-உளவியல் உள்ளது. வஞ்சகம், ஓர் கால-கட்டத்தில் — மறைந்து-நிற்கலாம். வெளி-தளத்தில், நல்-தோற்றம்-போல்-தோன்றலாம். ஆனால் அது, காலப்போக்கில் — வெளியில் வந்தே-தீரும். உள்ளத்தில்-மறைத்த வஞ்சகம், சில-வேளைகளில் — ஓர் சிறிய-கூற்றில், ஓர் சிறிய-செயலில், ஓர் சிறிய-கூற்று-வழுவில் — வெளிப்படும். அந்த-வெளிப்பாட்டின்-விளைவு, மக்களின்-மரியாதையை இழக்க-வைக்கும்.

“நெஞ்சை ஒளித்து” — உள்ளத்தில்-மறைத்து. இது மிக-முதன்மை-கூற்று. வஞ்சகம், வெளி-வடிவத்தில் தோன்றுவதில்லை. அது உள்ளத்தில் — மறைந்து-வளர்கிறது. மக்கள், தம்-உள்ளத்தில் வஞ்சக-கருத்துகளை வளர்க்கும்போது, அந்த-கருத்துகள் — மெல்ல-மெல்ல, செயலில் வெளிப்படத்-தொடங்குகின்றன.

ஔவையாரின் வழி — “உள்ளத்திலேயே, வஞ்சகத்தை வளர்க்காதே.” வெளி-வடிவத்தில்-மட்டுமே நல்-தோற்றம் காட்டுவது போதாது. உள்ளத்திலேயே,

நெறி-வழியில் நிற்க-வேண்டும். அந்த-உள்-நெறி-தான், மக்களின் ஆழ்ந்த-மதிப்பை வளர்க்கிறது.

இக்கருத்து, தமிழ்-மரபின் ஆழ்ந்த-நெறி. திருக்குறளில் வள்ளுவர், "மனத்துக்கண் மாசிலன் ஆதல் அனைத்தறன்" (குறள் 34) — மனத்தில்-தூய்மை-உடையதே, அனைத்து-அறமும். ஔவையாரின் கூற்றும், அதே-நெறியின்-வடிவம்.

இன்றைய பயன்பாடு

இக்காலத்தில் இக்-கூற்று, மக்கள்-உறவின் மிக-ஆழ்ந்த-வழிகாட்டி. தற்காலத்தில், மக்கள் — பல-கட்டங்களில், வெளி-வடிவத்தில் நல்-தோற்றம்-காட்டி, உள்ளத்தில் வஞ்சகத்தை வளர்க்கிறார்கள். பணி-சூழலில், சமூக-வலையில், உறவின் களத்தில் — இக்-வழக்கம் மிக-வழக்கமாக-உள்ளது.

ஔவையாரின் வழி — "உள்ளத்திலேயே, வஞ்சகத்தை-நீக்கி, தூய்மையாக-நில்." இது, மிக-கடினமான-நெறி. வஞ்சக-கருத்துகள், மக்களின்-உள்ளத்தில் — பல-கணங்களில், இயற்கையாக-தோன்றுகின்றன. அவற்றை அறிந்து, அவற்றை-வளர-விடாமல், அவற்றை-தணிக்கும் வழக்கம் — ஓர் ஆழ்ந்த-உள்-பயிற்சி.

தினம்-தினம், ஓர் சிறு-உள்-பார்வை — "எனது-உள்ளத்தில், எந்த-வஞ்சக-கருத்துகள் உள்ளன? அவற்றை அறிய-முடியுமா? அவற்றை-தணிக்க-முடியுமா?" அந்த-உள்-பார்வை, மெல்ல-மெல்ல, உள்-தளத்தை தூய்மையாக்கும்.

இக்-கூற்று, கூட்டுறவின்-களத்திலும் பொருந்தும். கூட்டாளியின்-வெளி-தோற்றத்தை-மட்டும் கவனிக்காதே. அவரது-உள்-நிலையை-கவனி. வெளி-நல்-தோற்றத்துடன் வஞ்சக-உள்-நிலை-உள்ளவர் — காலப்போக்கில், கூட்டுறவை-வீழ்த்துவார். ஔவையாரின் இக்-கூற்று, கூட்டுறவு-தேர்வின் ஆழ்ந்த-வழிகாட்டியாக நிற்கிறது.

பாடல் 55 — நே: நேர்மை-இல்லாத விரதம் சீர்-கொள்ளாது

நேரா நோன்பு சீராகாது.

சொற்பொருள்

நேரா = நேர்மை-இல்லாத; சரியான-நெறியில்-இல்லாத; நோன்பு = விரதம்; சீராகாது = சிறப்பாக-முடியாது; வெற்றி-பெறாது.

எளிய பொருள்

நேர்மை-இல்லாத விரதம் — சிறப்பாக-முடியாது.

விளக்கம்

இக்-கூற்று, ஔவையாரின் விரத-நெறியின் ஆழ்ந்த-வடிவம். விரதம், மக்களின்-உள்-தளத்தை வளர்க்கும் வழக்கம். உணவில்-கட்டுப்பாடு, செயலில்-கட்டுப்பாடு, தொடர்பில்-கட்டுப்பாடு — இவை அனைத்தும், விரதத்தின் கூறுகள். ஆனால் வெளி-கட்டுப்பாடு-மட்டும் போதாது. உள்-நேர்மை வேண்டும். அது இல்லாமல், விரதம் வீண்.

"நேரா நோன்பு" — நேர்மை-இல்லாத விரதம். வெளியில், மக்கள் — விரதத்தின் வழக்கங்களை செய்வார்கள். உணவை-தவிர்ப்பார்கள், சில-கடினங்களை-ஏற்பார்கள். ஆனால் உள்ளத்தில், அவர்களின் உள்-நிலை மாறவில்லை. கோபம், பொறாமை, விருப்பத்தின் கட்டுப்பாட்டின்மை — இவை எல்லாம், விரத-காலத்திலும் தொடர்ந்தால் — அந்த-விரதம் வீண்.

“சீராகாது” — சிறப்பாக-முடியாது. விரதத்தின் பயன், உள்-தளத்தை வளர்த்தலே. அந்த-வளர்ப்பு-இல்லாமல், விரதம் — வெறும்-உடல்-கூற்றாக மட்டும் நிற்கிறது. உடல்-கூற்று-மட்டும், ஆழ்ந்த-பயனை தராது.

ஔவையாரின் வழி — “விரதத்தில், உள்-நேர்மையை மிக-முதன்மையாக-கொள்.” உடல்-கட்டுப்பாட்டோடு, உள்-கட்டுப்பாடு வேண்டும். உணவை-தவிர்த்தலோடு, கோபத்தை-தவிர். தொடர்பை-குறைத்தலோடு, பொறாமையை-குறை. அந்த-உள்-மாற்றமே, விரதத்தின் ஆழ்ந்த-வடிவம்.

இக்கருத்து, தமிழ்-மரபின் ஆழ்ந்த-நெறி. பழ-நெறி-நூல்களில், விரதத்தின் முக்கியம் — உள்-தளத்தின் வளர்ப்பு-தான். வெளி-கூற்று, ஓர் சிறு-கருவி-மட்டுமே. உள்-வளர்ப்பு-தான், விரதத்தின் முடிவு.

இன்றைய பயன்பாடு

இக்காலத்தில் இக்-கூற்று, விரத-நெறியின் ஆழ்ந்த-வழிகாட்டி. தற்காலத்தில், பல-மக்கள் — பல்-வேறு விரதங்களை-செய்கிறார்கள். உணவில் கட்டுப்பாடு, சில-கூறுகளில்-துறவு, தினச்-தியான-வழக்கம் — இவை எல்லாம், விரத-வடிவங்கள்.

ஔவையாரின் வழி — “இவற்றை, உள்-நேர்மையோடு செய்.” வெளி-கட்டுப்பாட்டோடு, உள்-கட்டுப்பாடு வளர். கோபக்-கட்டுப்பாடு, பொறாமை-கட்டுப்பாடு, விருப்பத்தின் கட்டுப்பாடு — இவையே, விரதத்தின் ஆழ்ந்த-வடிவம்.

இக்-கூற்று, மேலான-பணி-கூற்றுகளிலும் பொருந்தும். மருத்துவம், கல்வி, சேவை, பொது-நெறி — இவை அனைத்தும், விரத-வடிவத்தில் நிற்கின்றன. அவற்றில் — உள்-நேர்மை, மிக-முதன்மை. வெளியில் நெறி-வழியில் தோன்றினாலும், உள்ளத்தில் நேர்மை-இல்லாமல்-போனால், அந்த-பணி வீண்.

தினம்-தினம், ஓர் சிறு-உள்-கேள்வி — “நான் செய்கின்ற இக்-வழக்கத்தில், உள்-நேர்மை உள்ளதா? அல்லது, வெளி-தோற்றம்-மட்டுமா?” அந்த-உள்-கேள்வி, விரதத்தின் ஆழ்ந்த-வடிவத்தை வளர்க்கும்.

பாடல் 56 — நை: துன்புறுத்துபவருக்கும் இழிவாக-பேசேல்

நைபவர் எனினும் நொய்ய உரையேல்.

சொற்பொருள்

நைபவர் = துன்புறுத்துபவர்; வலி-தருபவர்; எனினும் = இருந்தாலும்; நொய்ய = இழிவாக; கீழ்த்தனமாக; உரையேல் = பேசாதே.

எளிய பொருள்

துன்புறுத்துபவராக-இருந்தாலும் — அவரிடம் இழிவாக-பேசாதே.

விளக்கம்

இக்-கூற்று, ஔவையாரின் சொல்-நெறியின் மிக-கூர்மையான-வடிவம். வாழ்வில், சில-மக்கள் — நமக்கு-துன்பம்-தருபவராக-இருக்கின்றனர். அவர்களின் சொல், செயல் — நம்மை-பாதிக்கின்றன. அந்த-கட்டத்தில், மக்களின் இயல்பு-கூற்று — “அவர்களுக்கும் அதே-வழியில் பதில்-தருவது.” ஔவையாரின் வழி, அந்த-வழக்கத்தை மறுக்கிறது.

“நொய்ய உரையேல்” — இழிவாக பேசாதே. துன்புறுத்துபவருக்கு, இழிவாக-பதில்-தந்தால் — நாமே-இழிவான-நிலையில் வீழ்கிறோம். அவர், ஏற்கனவே-இழிவான-நிலையில்-நிற்கிறார். நாமும், அதே-நிலையில் சேர்வது — நம்-உள்-தளத்தை வீழ்த்துகிறது.

இக்கருத்து, ஓர் ஆழ்ந்த-உள்-நெறியின் வடிவம். நம்-வாக்கின் தொனி, நம்-உள்-தளத்தின் முகவரி. இழிவான-தொனியில் பேசினால் — அது நம்-உள்-தளத்தின்-வீழ்வை வெளிப்படுத்துகிறது. நெறி-வழியில்-நிற்போர், எந்த-கட்டத்திலும் — இழிவான-தொனியில் பேசமாட்டார்கள்.

ஔவையாரின் வழி — "துன்புறுத்துபவருக்கும், அமைதியான-தொனியில் பேசு." அமைதி, ஓர் வலிமை-வடிவம். இழிவான-தொனி, ஓர் வீழ்-வடிவம். அமைதியில் நிற்போரே, ஆழ்ந்த-மரியாதையை பெறுவார்கள்.

இக்கருத்தை, பகவத்-கீதையின் கூற்றோடு இணைக்கலாம். சம-பாவம் — நல்-மக்களுக்கும், தீய-மக்களுக்கும் ஒரே-உள்-தளத்தில் நிற்றல் — இது மிக-உயர்-நெறி. ஔவையாரின் இக்-கூற்றும், அந்த-சம-உள்-நிலையின் வடிவம்.

இன்றைய பயன்பாடு

இக்காலத்தில் இக்-கூற்று, மிக-நெருக்கமான-வழிகாட்டி. தற்காலத்தில், பல-கட்டங்களில் — மக்கள் நம்மை-துன்புறுத்துகிறார்கள். சாலையில், பணி-சூழலில், சமூக-வலையில் — பல-வழியில் நாம் பாதிக்கப்-படுகிறோம். அந்த-கட்டங்களில், இயற்கையாக — இழிவான-பதில்-தர முயற்சி-செய்கிறோம்.

ஔவையாரின் வழி — "இழிவான-பதிலை-தவிர்." அந்த-கட்டத்தில், அமைதியாக-நிற்க முயற்சி-செய். "இவர்-இழிவான-தொனியில்-பேசுகிறார்; நான், அமைதியான-தொனியில் பதில்-தர முயற்சி-செய்வேன்" என்னும் உள்-உறுதி. அந்த-உறுதி, மிக-கடினம்; ஆனால் மிக-உயர்-நெறி.

சமூக-வலையின்-களத்தில், இக்-கூற்று மிக-முதன்மை. ஓர் கருத்து-வேற்றுமை-வந்த-கட்டத்தில், பல-மக்கள் — இழிவான-தொனியில் பதில்-தருகிறார்கள். அந்த-வழக்கம், சமூக-வலையின் தளத்தை — மிக-கடினமாக-மாற்றுகிறது. ஔவையாரின் வழி — "எவ்வளவு-கடினமாக-இருந்தாலும், இழிவான-தொனியை-தவிர். அமைதியான-தொனியில் நில்."

தினம்-தினம், ஓர் சிறு-உள்-உறுதி — "எவ்வளவு துன்பத்தோடு-பேசப்-பட்டாலும், என்-பதில் — அமைதியான-தொனியில்-இருக்கும். இழிவான-தொனியில் வீழ-மாட்டேன்." அந்த-உள்-உறுதி, காலப்போக்கில், மக்களின் உள்-தளத்தை — ஓர் ஆழ்ந்த-வலிமை-நிலையாக மாற்றும்.

பாடல் 57 — நொ: அற்பர்-என்று-நினைப்பவர் சில-வேளை கடினமானவர் ஆவர்

நொய்யவர் என்பவர் வெய்யவர் ஆவர்.

சொற்பொருள்

நொய்யவர் = அற்பர்-என்று-நினைப்படுவோர்; மென்மையான-மக்கள்-என கருதப்-படுவோர்; என்பவர் = என்று-சொல்லப்-படுவோர்; வெய்யவர் = கடுமையானவர்; ஆவர் = ஆகலாம்.

எளிய பொருள்

அற்பர்-என்று-நினைக்கப்-படுவோர் — சில-வேளையில், கடுமையானவராக ஆகலாம்.

விளக்கம்

இக்-கூற்று, ஔவையாரின் மக்கள்-நெறியின் ஆழ்ந்த-வடிவம். மக்கள், பெரும்பாலும் — மற்றோர்-மக்களை, வெளி-தோற்றத்தின்-வழியில்

தீர்மானிக்கிறார்கள். “இவர், மென்மையானவர்; எதையும் சொல்ல-மாட்டார்,” “அவர், அற்பமானவர்; அவரை-கணக்கில்-கொள்ள-வேண்டியதில்லை” — இக்-கருத்துகள், மக்களின்-உள்ளத்தில் தோன்றுகின்றன. ஔவையாரின் வழி — “அந்த-கருத்துகளில் சிக்காதே. அற்பர்-என்று-நினைப்பவர், சில-வேளையில், மிக-கடினமானவராக ஆகலாம்.”

இக்-கூற்றில் ஓர் ஆழ்ந்த-உளவியல் உள்ளது. மென்மையான-நிலை, ஓர் வெளி-தோற்றம். அந்த-தோற்றம், மக்களின் உள்-வலிமையை-மறைக்கலாம். உள்ளில், மிக-வலிமை-உள்ளவர், வெளியில் மென்மையாக-தோன்றலாம். அவர்களை-அற்பர்-என்று-கருதி, தாழ்த்தி-பேசினால், அவர்களின் உள்-வலிமை — ஓர் கட்டத்தில் வெளிப்படும். அந்த-வெளிப்பாட்டின்-விளைவு, மிக-கடினம்.

“வெய்யவர் ஆவர்” — கடுமையானவராக ஆவர். வெளி-மென்மையின்-பின், உள்-கடுமை-உள்ளவர்களின் வடிவம் — மிக-உண்மை-கூற்று. இக்-கூற்றை, பாடல் 33-ல் வந்த நல்வழியின் கருத்தோடு (மென்மை, கடினத்தை வெல்லும்) இணைக்கலாம். மென்மை-வழியிலும் ஓர் ஆழ்ந்த-வலிமை-உள்ளது. அதை-மதிக்க-வேண்டும்.

ஔவையாரின் வழி — “எவரையும், வெளி-தோற்றத்தின்-வழியில் தாழ்த்தி-கருதாதே.” ஒவ்வொரு-மக்களிலும், ஓர் தனி-வலிமை, ஓர் தனி-மதிப்பு உள்ளது. அதை-அறிந்துகொண்டு, அனைவரையும் சம-மரியாதையோடு கொள்.

இன்றைய பயன்பாடு

இக்காலத்தில் இக்-கூற்று, மக்கள்-நெறியின் ஆழ்ந்த-வழிகாட்டி. தற்காலத்தில், மக்கள் — பெரும்பாலும், வெளி-நிலையின்-வழியில் மற்றோரை-மதிக்கின்றனர். பணி-நிலை, செல்வ-நிலை, சமூக-நிலை — இவற்றின் வழியில் மரியாதை-வழங்கப்-படுகிறது. ஆனால் ஔவையாரின் வழி — “அந்த-வழக்கத்தை மாற்று. அனைவரையும் சம-மரியாதையோடு கொள்.”

இக்-கூற்று, தலைமை-நிலையில்-உள்ளவர்க்கு மிக-முதன்மை. தலைவர், கீழ்-நிலை-கூட்டாளிகளை — “இவர்களை, கணக்கில்-கொள்ள-வேண்டியதில்லை” என்று கருதினால், அந்த-கருத்தின்-விளைவு பெரியது. அக்-கூட்டாளிகள், காலப்போக்கில், அந்த-தாழ்த்தி-பார்வையை-உணர்ந்து, பகை-நிலையில் நிற்கின்றனர். அந்த-பகை, பணி-கூட்டத்தை-வீழ்த்தும்.

தினம்-தினம், ஓர் சிறு-உள்-பயிற்சி — “இக்-கணத்தில், நான் பேசும் மக்கள் — அவர்களின் உள்-மதிப்பை நான் மதிக்கிறேனா? அல்லது, வெளி-நிலையின் வழியில் தாழ்த்தி-பார்க்கிறேனா?” அந்த-உள்-பயிற்சி, மக்கள்-உறவின் ஆழ்ந்த-தளத்தை வளர்க்கும்.

இக்-கூற்று, சமூக-நெறியின் களத்திலும் பொருந்தும். சமூகத்தில், சில-கூட்டத்தினர் — “தாழ்த்தப்-பட்டோர்” என்று கருதப்-படுகிறார்கள். அவர்களின்-உள்-வலிமை, அவர்களின்-உள்-மதிப்பு — அறிய-வேண்டியவை. ஔவையாரின் இக்-கூற்று, அந்த-உள்-கூற்றை சுட்டுகிறது.

பாடல் 58 — நோ: உயிர்-கொல்லாமையே உண்மையான விரதம்

நோன்பு என்பதுவே கொன்று தின்னாமை.

சொற்பொருள்

நோன்பு = விரதம்; என்பதுவே = என்று-சொல்லப்-படுவது; கொன்று = உயிர்-கொன்று; தின்னாமை = தின்னாமை; சாப்பிடாமை.

எளிய பொருள்

விரதம் என்று சொல்லப்-படுவது — உயிரை-கொன்று-தின்னாமை-தான்.

விளக்கம்

இக்-கூற்று, ஔவையாரின் விரத-நெறியின் மிக-ஆழ்ந்த-வடிவம். விரதம், பெரும்பாலும் — உணவில்-கட்டுப்பாடு, சில-நாள் உணவை-முற்றிலும்-தவிர்த்தல் — என்னும் வடிவில் புரிந்துகொள்ளப்-படுகிறது. ஆனால் ஔவையார், விரதத்தின் மிக-ஆழ்ந்த-வடிவத்தை சுட்டுகிறார் — "விரதம், உயிர்-கொல்லாமையே."

இக்-கூற்றில் ஓர் ஆழ்ந்த-நெறி-தளம் உள்ளது. உயிர்-கொல்லுதல், மிக-கடினமான-தீய-செயல். ஓர் உயிரை-கொல்லும்போது, அந்த-உயிரின்-வாழ்வை-அழிக்கிறோம். அந்த-உயிரின்-வாழ்வுக்கு-இருந்த-வாய்ப்பை-நீக்குகிறோம். அந்த-அழிப்பின் பாரம், மக்களின் உள்-தளத்தில் சேர்கிறது.

"தின்னாமை" — தின்னாமை. கொன்ற-உயிரை-தின்னும்-வழக்கம், இரு-மடங்கு-தீய-செயல். ஒன்று, கொலை. மற்றொன்று, அந்த-கொலையின் பயனை-பெறுதல். ஔவையார், இரண்டையும்-தவிர்க்கும் வழியை சுட்டுகிறார். உயிர்-கொலையை-தவி; கொலையின் பயனை-பெறாதே. அதுவே, ஆழ்ந்த-விரதம்.

இக்-கூற்றில் ஓர் ஆழ்ந்த-ஞாலம்-நெறி உள்ளது. அனைத்து-உயிர்களும், ஓரே-உள்-தளத்தின் வெளிப்பாடு. மக்களின்-உயிர், விலங்குகளின்-உயிர், பறவைகளின்-உயிர் — இவை அனைத்திலும், ஓர் ஆழ்ந்த-உள்-ஒற்றுமை உள்ளது. அந்த-உள்-ஒற்றுமையை-அறிந்துகொண்டால், மற்றொரு-உயிரை-கொல்லும் வழக்கம் — மிக-கடினமாக-உணரப்-படும்.

ஔவையாரின் இக்-கூற்று, தமிழ்-மரபின் ஆழ்ந்த-உயிர்-மதிப்பின் வடிவம். திருவள்ளுவர், "தன்னூன் பெருக்கற்குத் தான்பிறிது ஊனுண்பான் எங்ஙனம் ஆளும் அருள்" (குறள் 251) — தன்-உடல்-பருக்க, மற்றொரு-உடலை-உண்போன், எவ்வாறு கருணை-உடையவராக-ஆவான்? வள்ளுவரின்-கூற்றும், ஔவையாரின்-கூற்றும் — ஓரே-நெறியின் இரு-வடிவங்கள்.

இன்றைய பயன்பாடு

இக்காலத்தில் இக்-கூற்று, மிக-ஆழ்ந்த-வாழ்-நெறி-வழிகாட்டி. தற்காலத்தில், உலகெங்கும், விலங்கு-உயிர்களை-கொல்லும்-வழக்கம் — மிக-பெருகியுள்ளது. தொழில்-வடிவில், விலங்கு-உயிர்கள் கொலை-செய்யப்-படுகின்றன. அந்த-தொழிலின்-விளைவாக, பல-உயிர்களின்-வாழ்வு வீழ்கிறது. சுற்றுச்சூழல் பாதிக்கப்-படுகிறது. மக்களின் உள்-தளமும் பாதிக்கப்-படுகிறது.

ஔவையாரின் வழி — "உயிர்-கொலையை-தவிர். உயிரை-மதிக்கும்-நெறியில் வாழ்." சைவ-உணவின் வழக்கம், விலங்கு-உரிமை-நெறி, இரக்கம்-நெறி — இவை எல்லாம், ஔவையாரின் இக்-கூற்றின் இக்கால-வடிவங்கள். மக்கள், தம்-வாழ்-வழக்கத்தில், உயிர்-மதிப்பின் கூற்றை

வளர்க்க-வேண்டும்.

இக்-கூற்று, ஆழ்ந்த-உள்-நெறியின் களத்திலும் பொருந்தும். உயிர்-கொல்லும்-வழக்கத்தோடு, மற்றோர் உயிர்-மக்களை-பாதிக்கும்-வழக்கமும் சேர்ந்து-நிற்கிறது. ஒற்றுமை-உள்-கூற்றை-வளர்த்து, அனைத்து-உயிர்களையும்-மதிக்கும்-நெறி — அது வாழ்வின் ஆழ்ந்த-வழிகாட்டி.

தினம்-தினம், ஓர் சிறு-உள்-பயிற்சி — “இக்-கணத்தில், மற்றொரு-உயிரை-மதிக்கிறேனா? விலங்கு-உயிர்-ஆகவும், மக்கள்-உயிர்-ஆகவும் சம-மரியாதையோடு பார்க்கிறேனா?” அந்த-உள்-பயிற்சி, ஆழ்ந்த-உயிர்-நெறியை வளர்க்கும். ஔவையாரின் இக்-கூற்று, ஆழ்ந்த-வாழ்-நெறியின் வேராக நிற்கிறது.

பாடல் 59 — ப: உழைப்பின் பயிரில் புண்ணியம் தெரியும்

பண்ணிய பயிரில் புண்ணியம் தெரியும்.

சொற்பொருள்

பண்ணிய = பயிரிட்ட; வளர்த்த; பயிரில் = பயிரின்-வளர்ச்சியில்; புண்ணியம் = நற்-செயல்-பலன்; நற்-வளர்ச்சி; தெரியும் = வெளிப்படும்.

எளிய பொருள்

ஒருவர் பயிரிட்ட பயிரின்-வளர்ச்சியில் — அவரது புண்ணியம் வெளிப்படும்.

விளக்கம்

இக்-கூற்று, ஔவையாரின் உழைப்பு-நெறியின் ஆழ்ந்த-வடிவம். உழைப்பு, மக்களின்-வாழ்வின் வேராக-நிற்கிறது. அந்த-உழைப்பின்-பயன் — பயிரின்-வடிவில் வெளிப்படுகிறது. ஓர் உழவர், எவ்வளவு கடினமாக-உழைத்தார், எவ்வளவு-நெறி-வழியில்-நிற்றார் — இக்-கூறுகள், அவரது-பயிரின் வளர்ச்சியில் வெளிப்படுகின்றன.

இக்-கூற்றில் ஓர் ஆழ்ந்த-நெறி உள்ளது. “புண்ணியம்” என்பது, நெறி-வழியில் வாழ்ந்த-பயன். ஓர் மக்களின் புண்ணியம், அவர்-பேசும்-கூற்றில்-மட்டும்-வெளிப்படாது. அது, அவரின் செயல்-வடிவில், அவரின் பணியின்-பயனில் வெளிப்படும். “பயிரில் தெரியும்” என்னும் கூற்று, அந்த-வெளிப்பாட்டின் இடத்தை சுட்டுகிறது.

இக்-கூற்றை, பரந்த-வடிவில் — “உனது-உழைப்பின்-பயனில், உனது-உள்-நெறி வெளிப்படும்” என்று புரிந்துகொள்ள-முடியும். உழவர்-தான் இக்-கூற்றுக்கு உரியவர் அல்ல; எல்லா-தொழில்-மக்களும் இக்-கூற்றுக்கு உரியவர். ஓர் ஆசிரியரின் புண்ணியம், அவரின் மாணாக்கரின் வளர்ச்சியில் வெளிப்படும். ஓர் மருத்துவரின் புண்ணியம், அவரின் நோயாளிகளின் சுகாதார-நிலையில் வெளிப்படும். ஓர் தலைவரின் புண்ணியம், அவரின் கூட்டாளிகளின் வளர்ச்சியில் வெளிப்படும்.

ஔவையாரின் வழி — “உனது-உள்-நெறியை, உனது-உழைப்பின்-பயனில் வளர்.” நெறி-வாழ்வும், உழைப்பும் — இவை இரண்டும் சேர்ந்து-தான், புண்ணியத்தின் பயனை-தருகின்றன. ஒன்று-மட்டும் போதாது.

இக்கருத்து, தமிழ்-மரபின் ஆழ்ந்த-நெறி. பழ-காலத்தில், பயிரின்-வளர்ச்சி — மக்களின்-உழைப்பின் ஆழ்ந்த-முகவரியாக கருதப்-பட்டது. நெறி-வழியில் நின்று, கடினமாக-உழைத்தவர்களின் பயிர், செழிப்பாக-வளர்ந்தது. நெறி-மீறிய-வழியில் நின்றவர்களின் பயிர், மெல்ல-மெல்ல-வீழ்ந்தது.

இன்றைய பயன்பாடு

இக்காலத்தில் இக்-கூற்று, பணி-நெறியின் ஆழ்ந்த-வழிகாட்டி. தற்காலத்தில், மக்கள் — பெரும்பாலும், சாதனைகளை-மட்டும் கணக்கில்-கொள்கிறார்கள். ஆனால் ஔவையாரின் வழி — "சாதனைகளின்-பின்னே, உள்-நெறியின் கூறு என்ன-உள்ளது?" என்னும் கேள்வியை எழுப்புகிறது.

ஓர் சாதனை, நெறி-வழியில்-பெற்றதா, அல்லது நெறி-மீறிய-வழியில்-பெற்றதா? — இக்-கேள்வி மிக-முதன்மை. நெறி-வழியில் வந்த சாதனை, காலம்-கடந்தும் நிற்கும். நெறி-மீறிய-வழியில் வந்த சாதனை, ஓர் கட்டத்தில் வீழும். ஔவையாரின் இக்-கூற்று, அந்த-உள்-நெறியை வலியுறுத்துகிறது.

தினம்-தினம், ஓர் சிறு-உள்-கேள்வி — "எனது-பணியில், உள்-நெறியை வளர்க்கிறேனா? சாதனைகளை மட்டுமே-நாடுகிறேனா, அல்லது நெறி-வழியில் சாதனைகளை-நாடுகிறேனா?" அந்த-உள்-கேள்வி, பணி-நெறியின் ஆழ்ந்த-தளத்தை வளர்க்கும்.

இக்-கூற்று, பெற்றோர்-நெறியின் களத்திலும் பொருந்தும். பெற்றோர், குழந்தைகளை-வளர்க்கும்போது — "எனது குழந்தைகளின் வளர்ச்சியில், எனது-உள்-நெறி வெளிப்படுகிறது" என்னும் உள்-கூற்றை-கொள்ள-வேண்டும். குழந்தைகள், பெற்றோரின் உள்-தளத்தின் ஆழ்ந்த-பிரதிபலிப்பு. அவர்களின் வளர்ச்சியில், பெற்றோரின் ஆழ்ந்த-நெறி வெளிப்படும்.

பாடல் 60 — பா: பாலையும் காலம்-அறிந்து உண்

பாலோடு ஆயினும் காலம் அறிந்து உண்.

சொற்பொருள்

பாலோடு = பாலோடு; சிறந்த-உணவோடு; ஆயினும் = இருந்தாலும்; காலம் = சரியான-நேரம்; அறிந்து = அறிந்து-கொண்டு; உண் = உண்.

எளிய பொருள்

பால் போன்ற சிறந்த-உணவாக-இருந்தாலும் — சரியான-நேரத்தை-அறிந்து-கொண்டு உண்.

விளக்கம்

இக்-கூற்று, ஔவையாரின் கால-நெறியின் ஆழ்ந்த-வடிவம். உணவு, மக்களின்-உடல்-நலனுக்கு முதன்மை. ஆனால் உணவின்-தரம்-மட்டும் போதாது. உண்ணும்-நேரமும் மிக-முதன்மை. பால், ஓர் சிறந்த-உணவு; ஆனால் அதை, தவறான-நேரத்தில் உட்கொண்டால், அதன்-பயன் வீழும்.

இக்-கூற்றில் ஓர் ஆழ்ந்த-கருத்து உள்ளது. மக்கள், பெரும்பாலும் — உணவின்-தரத்தை-மட்டும் கருதுகிறார்கள். "இந்த-உணவு, மிக-நல்லது; அதிகமாக-சாப்பிடலாம்" என்னும் கருத்து வழக்கம். ஆனால் ஔவையாரின் வழி — "எவ்வளவு-நல்ல-உணவாக-இருந்தாலும், காலத்தை-மீறி-உண்ணாதே. உடலின்-கூற்றை-அறிந்து-கொண்டு உண்."

"காலம் அறிந்து" என்னும் கூற்று, மிக-நுட்பமான-வடிவம். உடலின்-வேலை, கால-நிலையோடு-இணைந்து-நடக்கிறது. காலையில், உணவை-செரிக்கும்-ஆற்றல்-உள்ளது. இரவில், அந்த-ஆற்றல் குறைகிறது. ஆகவே, இரவில் — கனமான-உணவை-உட்கொண்டால், உடல் அதை-செரிக்க-கடினப்-படும். அந்த-கடினம், உடல்-நலனை-பாதிக்கும்.

ஔவையாரின் இக்-கூற்று, இக்கால-ஆய்வுகளோடு ஒத்து-நிற்கிறது. ஆராய்ச்சிகள், உடலின் கால-கட்டு — "சர்க்காடியன் தாளம்" — பற்றி பல-புதிய-கூற்றுகளை-தெளிவாக்குகின்றன. காலையில் கனமான-உணவு,

இரவில் இலகுவான-உணவு — இது உடல்-நலனின் முதன்மை-நெறி. ஔவையார், ஆயிரம்-ஆண்டுகளுக்கு-முன்னரே, இக்-கருத்தை சுட்டினார்.

இன்றைய பயன்பாடு

இக்காலத்தில் இக்-கூற்று, உடல்-நலன்-நெறியின் ஆழ்ந்த-வழிகாட்டி. தற்காலத்தில், மக்கள் — பெரும்பாலும், உணவு-நேரத்தை மிக-தளர்ந்த-வழியில் கொள்கிறார்கள். காலை-உணவை-தவிர்த்தல், இரவு-தாமதமாக கனமான-உணவு-உட்கொள்ளுதல், திரை-முன் சாப்பிடுதல் — இக்-வழக்கங்கள், உடல்-நலனை-பாதிக்கின்றன.

ஔவையாரின் வழி — “உணவின்-தரத்தோடு, காலத்தையும் கவனி.” தினம்-தினம், காலை-உணவை-கட்டாயம் உட்கொள். மதிய-உணவை — நடு-பகலில் உட்கொள். இரவு-உணவை, இலகுவாக, ஓய்வு-நேரத்துக்கு-மணி-கணக்கு-முன் உட்கொள். அந்த-வழக்கம், உடல்-நலனை-வளர்க்கும்.

இக்-கூற்று, பருவ-கால-நெறியின் களத்திலும் பொருந்தும். குளிர்-காலத்தில், சில-உணவுகள் சிறந்தவை. கோடை-காலத்தில், வேறு-உணவுகள் சிறந்தவை. அந்த-பருவ-கால-அறிவை-பயன்படுத்தி, உணவை-தேர்வு-செய். அந்த-வழக்கம், உடலின் ஆழ்ந்த-நலனை வளர்க்கும்.

தினம்-தினம், ஓர் சிறு-உள்-கேள்வி — “இக்-கணத்தில், நான் உணவை சரியான-நேரத்தில் உட்கொள்கிறேனா? உடலின்-கூற்றை-கேட்கிறேனா?” அந்த-உள்-கேள்வி, உடல்-நலன்-நெறியின் ஆழ்ந்த-தளத்தை வளர்க்கும். ஔவையாரின் இக்-கூற்று, மிக-சுருக்கம்; ஆனால் வாழ்-முழுவதின் உடல்-நல-நெறியின் வேராக நிற்கிறது.

பாடல் 61 — பி: பிறர்-இல்லத்தில் புகாமையே அறம்

பிறன் மனை புகாமை அறம் எனத் தகும்.

சொற்பொருள்

பிறன் = மற்றொருவன்; மற்றொருவன்-உரிய; மனை = இல்லத்தில்; புகாமை = புகாமை-வழக்கம்; நெருங்காமை; அறம் = நல்-நெறி; எனத் = என்று; தகும் = தகுந்ததாகும்.

எளிய பொருள்

மற்றொருவனின் இல்லத்தில்-புகாமலிருத்தல் — நல்-நெறி-என்று தகும்.

விளக்கம்

இக்-கூற்று, ஔவையாரின் ஒழுக்க-நெறியின் மிக-ஆழ்ந்த-வடிவம். “பிறன் மனை புகாமை” என்னும் கூற்று, இரண்டு-வடிவில் புரிந்துகொள்ளப்-படுகிறது. ஓர்-வடிவம், மிக-நேரடி — பிறரின் இல்லத்தில், அழைப்பு-இல்லாமல் புகாதே. மற்றொரு-வடிவம், ஆழ்ந்த-வடிவம் — பிறரின் துணைவியை விரும்பாதே, அவளது இல்லற-தளத்தை-பாதிக்காதே.

இரண்டு-வடிவத்திலும், ஓர் ஆழ்ந்த-நெறி உள்ளது. பிறரின் இல்லற-தளம், அவர்களின் ஆழ்ந்த-தனிமை-களம். அந்த-களத்தை-மதிக்க-வேண்டும். அழைப்பு-இல்லாமல் புகுந்து, அவர்களின் தனிமையை-பாதிக்க-கூடாது. இல்லற-உறவை-பாதிக்கும் வழக்கங்களை-தவிர்க்க-வேண்டும்.

இக்-கூற்றை, பழ-மரபின்-வடிவத்தில் — “பிறன் மனை” என்பது பெரும்பாலும், மற்றொருவனின் துணைவியை-குறிக்கிறது. அந்த-துணைவியை-விரும்புதல், அந்த-இல்லத்தில் கட்டுப்பாடு-மீறி-புகுதல் — இவை மிக-கடினமான-தீய-செயல்கள். அவை, இரண்டு-குடும்பங்களை-வீழ்த்தும்.

ஔவையாரின் வழி — “பிறரின் இல்லற-தளத்தை, அதன்-தனிமையை மதி.” அந்த-மதிப்பு, ஆழ்ந்த-ஒழுக்கத்தின் வடிவம். திருக்குறளில் வள்ளுவர், “பிறன்மனை நோக்காத பேராண்மை சான்றோர்க்கு அறனொன்றோ ஆன்ற ஒழுக்கு” (குறள் 148) — பிறரின் துணைவியை-நோக்காத பெரிய-ஆண்மை, சான்றோர்க்கு அறமும், ஆழ்ந்த-ஒழுக்கமும். வள்ளுவரும், ஔவையாரும் — ஓரே-நெறியில் நிற்கின்றனர்.

இன்றைய பயன்பாடு

இக்காலத்தில் இக்-கூற்று, மிக-முதன்மையான-வழிகாட்டி. தற்காலத்தில், மக்கள்-உறவின் கட்டுப்பாடுகள் — பெரும்பாலும், தளர்ந்துள்ளன. பிறரின் இல்லற-தளத்தை-பாதிக்கும் கூற்றுகள், சமூக-வலையில், பணி-சூழலில், கூட்-வாழ்வில் வளர்ந்துள்ளன. அவை, பல-குடும்பங்களை-வீழ்த்துகின்றன.

ஔவையாரின் வழி — “பிறரின் இல்லற-தளத்தை மதி.” இரு-வழியில் இக்-கூற்றை-பயன்படுத்த-முடியும். ஒன்று — பிறரின் துணையோடு, கட்டுப்பாட்டில் நிற்கும் வழக்கத்தை வளர். அத்தகைய-உறவின் தொடக்க-கட்டத்திலேயே, கட்டுப்பாட்டை-வளர். இரண்டாவதாக — பிறரின் இல்லத்தை, கட்டுப்பாட்டின்-வழியில் நெருங்கு. அழைப்பு-இல்லாமல், அவசர-நேரம்-இல்லாமல் புகாதே.

இக்-கூற்று, இல்லற-காப்பின் ஆழ்ந்த-வழிகாட்டி. தினம்-தினம், ஓர் சிறு-உள்-உறுதி — “எனது-வாழ்வில், பிறரின் இல்லற-தளத்தை-பாதிக்கும் கூற்றுகள் இல்லை. அந்த-நெறியை, தினம்-தினம் வளர்ப்பேன்.” அந்த-உள்-உறுதி, ஆழ்ந்த-ஒழுக்கத்தின் வேராக நிற்கும்.

பாடல் 62 — பீ: சிறிய-ஆதாரத்தை-காத்தால் பெரும்-பாரம்-தாங்கும்

பீரம் பேணி பாரம் தாங்கும்.

சொற்பொருள்

பீரம் = சிறிய-ஆதாரம்; சிறிய-தாங்கி; பேணி = பாதுகாத்து; கவனமாக-வளர்த்து; பாரம் = பெரும்-பளு; தாங்கும் = தாங்கும்-ஆற்றலை-பெறும்.

எளிய பொருள்

சிறிய-ஆதாரத்தை, கவனமாக-பாதுகாத்தால் — அது பெரும்-பளுவையும் தாங்கும்.

விளக்கம்

இக்-கூற்று, ஔவையாரின் வளர்ப்பு-நெறியின் ஆழ்ந்த-வடிவம். “பீரம்” என்னும் சொல், ஓர் சிறிய-ஆதாரம், ஓர் சிறிய-தாங்கி-கூறு. ஓர் பெரிய-கட்டடம்-நிற்க, ஓர் வலிய-ஆதார-தளம்-வேண்டும். அந்த-தளம், சிறியதாக-தொடங்குகிறது. ஆனால் அதை-கவனமாக-பாதுகாத்து-வளர்த்தால், அது மிக-பெரும்-பளுவை தாங்கும்.

இக்-கூற்றில் ஓர் ஆழ்ந்த-கருத்து உள்ளது. வாழ்வின் ஒவ்வொரு-கூற்றும், சிறிய-தொடக்க-நிலையில் இருந்து-தான் வளர்கிறது. கல்வி-நெறி, பெரிய-படிப்புகளில் தொடங்காது; சிறிய-எழுத்துகளில் தொடங்குகிறது. செல்வம், பெரிய-முதலீட்டில் தொடங்காது; சிறிய-சேமிப்பில் தொடங்குகிறது. உறவு, பெரிய-வாக்குறுதியில் தொடங்காது; சிறிய-நெருக்கத்தில் தொடங்குகிறது.

“பேணி” என்னும் சொல், மிக-நுட்பமான-வடிவம். “பாதுகாத்து,” “கவனமாக-வளர்த்து” என்னும் கருத்தை-தருகிறது. சிறிய-தொடக்கத்தை, அதை-கவனமாக-வளர்க்காமல்-விட்டால், அது வீழும். ஆனால் அதை, தினம்-தினம், கவனமாக-வளர்த்தால், அது மிக-வலிமை-உள்ளதாக-வளரும்.

"பாரம் தாங்கும்" — பெரும்-பளுவை தாங்கும். வளர்த்த-ஆதாரம், காலப்போக்கில், மிக-பெரும்-பளுவை-தாங்கும் ஆற்றலை-பெறுகிறது. அந்த-ஆற்றலின்-வேர், சிறிய-தொடக்கத்தின் கவன-வளர்ப்பில்-உள்ளது.

ஔவையாரின் இக்-கூற்று, ஓர் ஆழ்ந்த-வாழ்-நெறியை சுட்டுகிறது. தொடக்கத்தில், எல்லாம்-சிறியதாக-தோன்றும். அந்த-சிறிய-தொடக்கத்தை-மதி, அதை-கவனமாக-வளர். அதன்-விளைவு, பெரும்-வலிமை-வடிவில் வரும்.

இன்றைய பயன்பாடு

இக்காலத்தில் இக்-கூற்று, மிக-முதன்மையான-வழிகாட்டி. தற்காலத்தில், மக்கள் — பெரும்பாலும், சிறிய-தொடக்கங்களை-மதிப்பதில்லை. "இது சிறியதே; பெரிய-கூற்றில் கவனம்-செலுத்துவேன்" என்னும் கருத்து-வழக்கம். ஆனால் ஔவையாரின் வழி — "சிறிய-தொடக்கத்தை மிக-கவனமாக-வளர். அது, காலப்போக்கில், பெரும்-வலிமையாக-வளரும்."

இக்-கூற்று, கல்வி-களத்திலும் பொருந்தும். குழந்தைகளின் சிறிய-தொடக்க-நிலையில், கல்வியின் வேர் வளர-வேண்டும். எண்-எழுத்தின் தொடக்கம், வாசிப்பின்-தொடக்கம், சிந்தனையின் தொடக்கம் — இவற்றை, மிக-கவனமாக-வளர்க்க-வேண்டும். அந்த-சிறிய-வேர்-தான், காலப்போக்கில் ஆழ்ந்த-கல்வியின் பாரத்தை-தாங்கும்.

இக்-கூற்று, பணி-களத்திலும் பொருந்தும். பணி-வாழ்வின் தொடக்க-கட்டத்தில், சிறிய-கடமைகளை-மிக-கவனமாக-செய்ய-வேண்டும். அந்த-கவனத்தின் வழியாக, மக்கள் — மெல்ல-மெல்ல, பெரிய-கடமைகளை-தாங்கும்-ஆற்றலை-பெறுகின்றனர். தொடக்க-கட்டத்தில் கவனம்-இல்லாமல்-இருந்தால், அதன்-விளைவு, காலப்போக்கில் தெரியும்.

தினம்-தினம், ஓர் சிறு-உள்-உறுதி — "எனது-வாழ்வின் சிறிய-தொடக்கங்களை, மிக-கவனமாக-வளர்ப்பேன். அந்த-கவன-வளர்ப்பின் வழியாக, பெரிய-கூற்றை-தாங்கும் ஆற்றலை வளர்ப்பேன்." அந்த-உள்-உறுதி, ஔவையாரின் இக்-கூற்றின் ஆழ்ந்த-தளத்தை வளர்க்கும்.

பாடல் 63 — பு: அசுத்த-செயல், கொலை, களவு — மூன்றையும் தவிர்

புலையும் கொலையும் களவும் தவிர்.

சொற்பொருள்

புலையும் = அசுத்த-செயலும்; தீய-செயலும்; கொலையும் = உயிர்-கொலையும்; களவும் = திருடுதலும்; தவிர் = விலகி-நில்.

எளிய பொருள்

அசுத்த-செயலும், உயிர்-கொலையும், திருடுதலும் — மூன்றையும் தவிர்.

விளக்கம்

இக்-கூற்று, ஔவையாரின் தீய-செயல்-நெறியின் ஆழ்ந்த-வடிவம். மக்களின்-வாழ்வில், மூன்று-மிக-முதன்மை-தீய-செயல்கள் உள்ளன — அசுத்த-செயல், உயிர்-கொலை, களவு. இவை மூன்றும், மக்களின்-உள்-தளத்தை மிக-ஆழ்ந்த-வழியில் பாதிக்கின்றன. அவற்றை-தவிர்த்து-வாழுதல், மக்களின் ஆழ்ந்த-நெறியின் வேர்.

"புலை" என்னும் சொல், அசுத்த-செயலை சுட்டுகிறது. பிறரை-பாதிக்கும் வடிவில் — பொய், ஏமாற்றுதல், கசப்பு-பேச்சு, தீய-சூழ்ச்சி — இக்-

கூறுகள், புலையின் வடிவங்கள். இவை, மக்களின் உள்ளத்தை-கறைப்-படுத்துகின்றன.

"கொலை" — உயிர்-கொலை. மக்கள்-உயிரை-கொல்லுதல், விலங்கு-உயிர்-கொலை, பறவை-உயிர்-கொலை — இவை எல்லாம், மிக-கடினமான-தீய-செயல்கள். வேறு-உயிரை-கொல்லும்-உரிமை, மக்களுக்கு-இல்லை. அந்த-கொலையின் பாரம், மக்களின் உள்-தளத்தில் சேர்கிறது.

"களவு" — பிறர்-உரியதை, அவர்-அறியாமல், அவர்-கட்டுப்பாட்டை-மீறி, எடுத்துக்-கொள்ளுதல். களவு, மிக-பெருகிய-தீய-செயல். அது, பல-வடிவில் உள்ளது — பொருளின்-களவு, கருத்தின்-களவு, பணியின்-களவு, காலத்தின்-களவு.

ஔவையாரின் வழி — "இம்-மூன்றையும் தவிர்." மிக-நேரடி-கூற்று. தவிர்-என்னும் வினைச்-சொல், ஓர் தீர்மானத்தை-தருகிறது. சில-வேளைகளில்-தவிர், ஓர் அரை-கூற்று-அல்ல. முற்றிலும் தவிர். வாழ்-முழுவதும் தவிர்.

இக்கருத்து, தமிழ்-மரபின் ஆழ்ந்த-நெறி. திருக்குறளில் வள்ளுவர், "கொல்லாமை மேற்கொண் டொழுகுவான் வாழ்நாள்மேல் செல்லாது உயிருண்ணுங் கூற்று" (குறள் 326) — கொல்லாமையை-மேற்கொண்ட-வாழ்வாளனின் ஆயுளை, கூற்று-தாக்காது. ஔவையாரும், அதே-நெறியின்-வடிவம்.

இன்றைய பயன்பாடு

இக்காலத்தில் இக்-கூற்று, மிக-ஆழ்ந்த-வழிகாட்டி. தற்காலத்தில், இம்-மூன்று-தீய-செயல்களும் — புதிய-வடிவில்-வளர்ந்துள்ளன. அசுத்த-செயல், சமூக-வலையில் பொய்-பரப்புதல், கருத்து-கறைப்-படுத்துதல் — இக்-வடிவில் வந்துள்ளது. கொலை, தற்காலத்தில்-கூட பல-வழியில்-நடக்கிறது. களவு, கருத்து-களவு, பணி-களவு, பொருள்-களவு — பல-வடிவில் வந்துள்ளது.

ஔவையாரின் வழி — "இம்-மூன்றையும், எவ்வளவு-சிறிய-வடிவில்-தோன்றினாலும், தவிர்." சமூக-வலையில் ஓர் பொய்-கருத்தை-பகிர்தல், ஓர் சிறிய-வடிவில் தோன்றலாம். ஆனால் அதன்-விளைவு, பெரியது. அதை-தவிர். மற்றோரின்-கருத்தை, அவர்-அறியாமல், தன்-கருத்தாக-காட்டுதல், ஓர் சிறிய-களவாக-தோன்றலாம். ஆனால் அதை-தவிர். உயிர்-கொலையின் கூற்றுகளும், சம-அளவில் தவிர்க்க-வேண்டியவை.

தினம்-தினம், ஓர் சிறு-உள்-உறுதி — "இம்-மூன்று-தீய-கூற்றுகளிலும், எவ்வளவு-சிறிய-வடிவில்-தோன்றினாலும், சிக்க-மாட்டேன்." அந்த-உள்-உறுதி, ஆழ்ந்த-நெறி-வாழ்வின் வேராக நிற்கும். ஔவையாரின் இக்-கூற்று, மக்களின் வாழ்-முழுவதின் நெறி-வேராக நிற்கிறது.

பாடல் 64 — பூ: கீழ்-நெறி-உள்ளவர்க்கு உயர்-ஒழுக்கம் நிலைக்காது

பூரியோர்க்கு இல்லை சீரிய ஒழுக்கம்.

சொற்பொருள்

பூரியோர்க்கு = கீழ்-நெறி-உள்ளவர்க்கு; உள்-தளம்-தாழ்-நிலையில்-உள்ளவர்க்கு; இல்லை = வளராது; சீரிய = உயர்ந்த; சிறந்த; ஒழுக்கம் = நல்-நடத்தை.

எளிய பொருள்

கீழ்-நெறி-உள்ளவர்க்கு — உயர்-ஒழுக்கம் வளராது.

விளக்கம்

இக்-கூற்று, ஔவையாரின் உள்-தள-நெறியின் ஆழ்ந்த-வடிவம். "பூரியோர்" என்னும் சொல், கீழ்-நெறி-உள்ளவர், தாழ்-உள்-தளம்-உள்ளவர். அதாவது, உள்-தளத்தில் ஆழ்ந்த-நெறி-வளர்க்காதவர். அத்தகைய-மக்களிடம், உயர்-ஒழுக்கம் வளராது.

இக்-கூற்றில் ஓர் ஆழ்ந்த-கருத்து உள்ளது. உயர்-ஒழுக்கம், வெளி-தளத்தில் கட்டப்-படுவதில்லை. அது, உள்-தளத்தில் வளர-வேண்டும். உள்-தளம் தாழ்-நிலையில்-இருந்தால், வெளி-தளத்தில் எவ்வளவு-முயற்சி-செய்தாலும், உயர்-ஒழுக்கம் வளராது.

"சீரிய ஒழுக்கம்" — சீரிய-வடிவத்தில்-உள்ள, சிறந்த-ஒழுக்கம். அதாவது, தினச்-வாழ்வில், எல்லா-கூறுகளிலும், நெறி-வழியில் நிற்கும்-வழக்கம். அந்த-வழக்கம், உள்-தளத்தின் ஆழ்ந்த-வளர்ப்பின்-வழியாக-மட்டுமே வரும்.

ஔவையாரின் வழி — "உள்-தளத்தை-வளர். அந்த-வளர்ப்பின் வழியாக, ஒழுக்கம் தாமே-வளரும்." உள்-தள-வளர்ப்பு — தினம்-தினம், சிறிய-உள்-பயிற்சிகளின் வழியாக, நெறி-வாழ்வின் வழக்கங்களின்-வழியாக, ஆழ்ந்த-நூல்-வாசிப்பின் வழியாக நடக்கிறது. அந்த-வளர்ப்பு-இல்லாமல், ஒழுக்கம் — வெறும்-வெளி-தோற்றமாக-நிற்கும்.

இக்கருத்தை, மாற்று-வழியில்-புரிந்துகொள்ள-வேண்டும். ஔவையாரின் இக்-கூற்று, ஓர் முடிவு-கூற்று-அல்ல. "பூரியோர்" என்னும்-வடிவம், மாற்ற-முடியாதது-அல்ல. உள்-தள-வளர்ப்பின்-வழியாக, "பூரியர்" — "சீரியர்" ஆக-மாற-முடியும். ஆனால் அந்த-மாற்றம், ஆழ்ந்த-உள்-முயற்சியால்-மட்டுமே சாத்தியம்.

இன்றைய பயன்பாடு

இக்காலத்தில் இக்-கூற்று, உள்-தள-நெறியின் ஆழ்ந்த-வழிகாட்டி. தற்காலத்தில், மக்கள் — பெரும்பாலும், ஒழுக்கத்தை வெளி-வடிவத்தில்-மட்டும் கவனிக்கிறார்கள். உடை, பேச்சு, செயல்-தோற்றம் — இவற்றை, ஒழுக்கத்தின் வடிவமாக கருதுகிறார்கள். ஆனால் ஔவையாரின் வழி — "இவை எல்லாம், உள்-தளத்தின் வளர்ப்பின் வழியாக-தான், ஆழமாக-வரும்."

இக்-கூற்று, தலைமை-நெறியின் களத்திலும் பொருந்தும். தலைவர், வெளியில் — மிக-ஒழுக்கமாக-தோன்றலாம். ஆனால் உள்-தளத்தில், கசப்பு, பொறாமை, ஆணவம் — இவை-உள்-நிறைந்து-இருந்தால், அந்த-ஒழுக்கம் — ஓர் கட்டத்தில் வீழும். உள்-தளம்-தான், தலைமையின் ஆழ்ந்த-வேர்.

தினம்-தினம், ஓர் சிறு-உள்-பயிற்சி — "எனது-உள்-தளம், எந்த-நிலையில் உள்ளது? அதை-வளர்க்கும்-வழக்கங்களை-கொண்டுள்ளேனா?" அந்த-உள்-பயிற்சி, ஒழுக்கத்தின் ஆழ்ந்த-வளர்ப்பின் வேராக நிற்கும். ஔவையாரின் இக்-கூற்று, வெளி-ஒழுக்கத்தின்-பின் — உள்-தள-வளர்ப்பின் முதன்மையை வலியுறுத்துகிறது.

பாடல் 65 — பெ: பெற்றோர்க்கு பிள்ளையோடு பிரிவும் சினமும் இல்லை

பெற்றோர்க்கு இல்லை சுற்றமும் சினமும்.

சொற்பொருள்
பெற்றோர்க்கு = பெற்றோர்க்கு; இல்லை = இல்லை; சுற்றமும் = வேறுபாட்டின்-உணர்வும்; பிரிவின்-கூற்றும்; சினமும் = கோபமும்.

எளிய பொருள்
பெற்றோர்க்கு — தம்-பிள்ளையோடு வேறுபாடு-உணர்வும், கோபமும் இல்லை.

விளக்கம்
இக்-கூற்று, ஔவையாரின் பெற்றோர்-அன்பு-நெறியின் மிக-ஆழ்ந்த-வடிவம். பெற்றோரின் அன்பு, மக்கள்-வாழ்வின் ஆழ்ந்த-உள்-கூறுகளில் ஒன்று. அந்த-அன்பின் வடிவம் — பிள்ளையோடு பிரிவு-உணர்வு-இல்லாமை, கோபம்-இல்லாமை.

“சுற்றம்” என்னும் சொல், இங்கு “பிரிவின்-உணர்வு” என்னும் கூறை-சுட்டுகிறது. பிறரோடு கொள்ளும்-தொலைவை, ஓர் தனி-கூட்டத்தின்-உள்ளே நிற்றலை — “சுற்றம்” என்னும் சொல் சுட்டுகிறது. ஆனால் பெற்றோர்க்கு, தம்-பிள்ளையோடு அந்த-தொலைவு-இல்லை. பிள்ளை, பெற்றோரின்-உடலின்-ஓர்-பகுதியே. அந்த-உள்-ஒற்றுமை, பிரிவு-உணர்வை-நீக்குகிறது.

“சினம்” என்னும் சொல், கோபம். பெற்றோர், பல-வேளைகளில் — தம்-பிள்ளையின்-தவறுகளை-பார்த்து, கோபம்-கொள்ளலாம். ஆனால் அந்த-கோபம், மேற்-தளத்தில்-மட்டும்-நிற்கும். ஆழ்ந்த-உள்-தளத்தில், கோபம்-நிலைக்காது. அன்பின் ஆழம், கோபத்தின்-நீர்மையை-தாண்டி-நிற்கிறது.

இக்-கூற்றில் ஓர் ஆழ்ந்த-உள்-உளவியல் உள்ளது. பெற்றோரின்-அன்பு, ஓர் கட்டுப்பாடற்ற-கூறு. பிள்ளை, எவ்வளவு-தவறு-செய்தாலும், எவ்வளவு-தொலைதூரத்தில்-வாழ்ந்தாலும், எவ்வளவு-காலம்-தொடர்பு-இல்லாமல்-இருந்தாலும் — பெற்றோரின்-உள்ளத்தில், அந்த-பிள்ளைக்கான இடம் நிலையாக-நிற்கிறது. அந்த-நிலையே, “சுற்றமும் சினமும் இல்லை” என்னும் கூற்றின் ஆழ்ந்த-வடிவம்.

ஔவையாரின் இக்-கூற்று, பிள்ளைகளுக்கு ஓர் ஆழ்ந்த-நினைவூட்டல். பெற்றோர், எவ்வளவு-கடினமான-சூழலில்-இருந்தாலும், எவ்வளவு-கோபமாக-தோன்றினாலும், எவ்வளவு-பிரிவாக-தோன்றினாலும் — அவர்களின் உள்-அன்பு, நிலையாக-நிற்கிறது. அந்த-அன்பை, பிள்ளைகள் — மதிக்க-வேண்டும்.

இன்றைய பயன்பாடு
இக்காலத்தில் இக்-கூற்று, பெற்றோர்-பிள்ளை-உறவின் ஆழ்ந்த-வழிகாட்டி. தற்காலத்தில், பிள்ளைகள் — பணி-வாய்ப்பு, வாழ்க்கை-வாய்ப்பு, கல்வி-வாய்ப்பு — இவற்றால், பெற்றோரிடம் இருந்து தொலைதூரத்தில் வாழ்கின்றனர். சில-வேளைகளில், கருத்து-வேற்றுமை, வாழ்-வழக்கத்தின் வேறுபாடு — இவை, உறவை பாதிக்கின்றன.

ஔவையாரின் வழி, பிள்ளைகளுக்கு ஓர் ஆழ்ந்த-நினைவூட்டல் — “பெற்றோர், எவ்வளவு-கடினமாக-தோன்றினாலும், அவர்களின்

உள்-அன்பு நிலையாக-நிற்கிறது. அந்த-அன்பை-மதி, அவர்களோடு தொடர்பை-காத்துக்-கொள்."

இக்-கூற்று, பெற்றோர்க்கும் ஓர் ஆழ்ந்த-நினைவூட்டல். தம்-பிள்ளையின்-தவறுகளை-பார்த்து, மேற்-தளத்தில் கோபம்-கொள்ளலாம். ஆனால் அந்த-கோபம், ஆழ்ந்த-உள்-தளத்தை பாதிக்க-கூடாது. பிள்ளை, எவ்வளவு-தவறு-செய்தாலும், அன்பின்-வழியில் ஏற்றுக்-கொள்-வழக்கம், மிக-முதன்மை.

தினம்-தினம், ஓர் சிறு-உள்-வழக்கம் — "எனது-பெற்றோரின் உள்-அன்பை, இக்-கணத்தில் உணர்கிறேனா? அவர்களோடு தொடர்பை, தினம்-தினம் வளர்க்கிறேனா?" அந்த-உள்-வழக்கம், பெற்றோர்-உறவின் ஆழ்ந்த-தளத்தை வளர்க்கும். ஔவையாரின் இக்-கூற்று, மக்கள்-வாழ்வின் ஆழ்ந்த-உள்-அன்பை வெளிப்படுத்துகிறது.

பாடல் 66 — பே: அறியாமை — பெண்களுக்கு அழகா? — மறு-பார்வை

பேதைமை என்பது மாதர்க்கு அணிகலம்.

சொற்பொருள்

பேதைமை = அறியாமை; குழந்தைத்தனம்; என்பது = என்று-சொல்லப்-படுவது; மாதர்க்கு = பெண்களுக்கு; அணிகலம் = அழகு-கருவி.

எளிய பொருள்

"அறியாமை — பெண்களுக்கு அழகு-கருவி" என்று சொல்லப்-படுகிறது.

விளக்கம்

இக்-கூற்றை, மிக-கவனமாக-புரிந்துகொள்ள-வேண்டும். மேற்-தளத்தில், இக்-கூற்று — பெண்களின்-அறியாமையை, அழகாக-கருதும் பழ-மரபின் கூற்று-போல் தோன்றுகிறது. ஆனால் ஔவையாரின்-இக்-கூற்று, இரு-வழியில் புரிந்துகொள்ளப்-படுகிறது.

ஓர்-வழியில், இது — பழ-மரபின் கூற்றை, மிக-கூர்மையாக மறு-பார்வை-செய்கிறது. "மக்கள், இப்படியாக-தான் சொல்கிறார்கள். ஆனால் இது சரியா?" என்னும் கேள்வியை-எழுப்புகிறது. அறியாமை, எவருக்கும் — ஆணுக்கும், பெண்ணுக்கும் — அழகு-கருவி-அல்ல. அது ஓர் குறை-கூறு. அதை, மாற்ற-வேண்டியது.

மற்றொரு-வழியில், இது — அறியாமை-என்னும் சொல்லின் வேறு-வடிவத்தை சுட்டுகிறது. "பேதைமை" என்னும் சொல், சில-வேளைகளில் — அறியாமை-மட்டும்-அல்ல; குழந்தைத்தனம், மென்மை, தூய்மை — இவற்றையும் சுட்டுகிறது. அத்தகைய-மென்மை, தூய்மை, இயல்பு-கூறுகள் — பெண்களின் ஓர் தனி-கூற்றாக மதிக்கப்-பட்டது.

ஆனால் இக்கால-வாசிப்பில், இக்-கூற்றை — மிக-கவனமாக கையாள-வேண்டும். அறியாமை, எவருக்கும் அழகு-கருவி-அல்ல. பெண்களின்-உள்-கல்வி, பெண்களின்-உள்-அறிவு, பெண்களின்-உள்-ஆற்றல் — இவை மிக-முதன்மை. பழ-மரபின்-கூற்றில்-சிக்கி, பெண்களின் கல்வியை-தடுப்பது, மிக-கடினமான-தவறு.

ஔவையாரின் இக்-கூற்றை, ஓர் சரித்திர-கூற்றாக புரிந்துகொள்ள-முடியும். அவர், அவரது-காலத்தின் சமூக-கூற்றை — மிக-நேரடியாக, மறைக்காமல் பதிவு-செய்தார். ஆனால் அவரே, பெண்-கல்வியின்

ஆழ்ந்த-வடிவத்தை-வாழ்ந்தார். அவரது-வாழ்வே — பெண்களின்-கல்வி, பெண்களின்-அறிவு, பெண்களின் ஆழ்ந்த-உள்-ஆற்றலின் வடிவம். அவரது-கூற்றில் — பழ-மரபின் வடிவத்தை பதிவு-செய்தாரே-தவிர, அதை அவரே ஏற்றுக்-கொள்ளவில்லை.

இன்றைய பயன்பாடு

இக்காலத்தில் இக்-கூற்று, மிக-முதன்மையான-மறு-பார்வை-வழிகாட்டி. தற்காலத்தில், பெண்-கல்வி, பெண்-ஆற்றல், பெண்-தலைமை — இவை, மிக-பெருமை-உடைய இடத்தை-அடைந்துள்ளன. பெண்கள், அறிவில், பணியில், சமூகத்தில் — பல-உயர்-நிலைகளை-அடைந்துள்ளனர்.

ஔவையாரின் இக்-கூற்றை — இக்கால-வடிவில் — "பழ-மரபின் கூற்றுகளை, மறு-பார்வை-செய்ய-வேண்டும்" என்னும் கூற்றாக புரிந்துகொள்ள-வேண்டும். பழ-மரபில் வந்த சில-கூற்றுகள், அந்த-காலத்தின் சமூக-நிலையை பிரதிபலித்தன. அவை, காலம்-கடந்து, மறு-பார்வைக்கு உரியன. அறியாமை, பெண்களுக்கு-மட்டும் அல்ல; எவருக்கும் அழகு-கருவி-அல்ல. அது, மாற்ற-வேண்டிய-கூற்று.

தினம்-தினம், ஓர் சிறு-உள்-பயிற்சி — "பெண்-கல்வியை, பெண்-ஆற்றலை, என்-வாழ்வில் எப்படி-மதிக்கிறேன்? என்-குடும்பத்தில், பெண்களின் கல்வியை, ஆற்றலை வளர்க்கிறேனா?" அந்த-உள்-பயிற்சி, ஆழ்ந்த-சம-நிலை-நெறியை வளர்க்கும்.

இக்-கூற்று, ஓர் ஆழ்ந்த-நெறி-கூற்றை-கொடுக்கிறது — "பழ-மரபின் கூற்றுகளில், எவை இக்காலத்திற்கு-பொருந்தும், எவை மறு-பார்வைக்கு-உரியன — என்னும் வேறுபாட்டை அறிய-வேண்டும்." ஔவையாரின் பெரும்-கூற்றுகள் — பெற்றோர்-மதிப்பு, அறம்-வளர்ப்பு, கடின-உழைப்பு, கோபக்-கட்டுப்பாடு — இவை எல்லாம், இக்காலத்திற்கும் மிக-முதன்மை. ஆனால் ஓரிரு-கூற்றுகள், அந்த-காலத்தின் சமூக-நிலையின் வடிவத்தில் வந்துள்ளன. அவற்றை, மறு-பார்வை-செய்து, இக்கால-வடிவில் புரிந்துகொள்ள-வேண்டும்.

பாடல் 67 — பை: மெதுவாக-சென்றால் ஞாலம் தாங்கும்

பையச் சென்றால் வையம் தாங்கும்.

சொற்பொருள்

பையச் = மெதுவாக; அமைதியாக; சென்றால் = சென்றால்; வையம் = ஞாலம்; ஞாலம்; தாங்கும் = தாங்கும்; வழிநடத்தும்.

எளிய பொருள்

மெதுவாக, அமைதியாக சென்றால் — ஞாலம் தாங்கி-வழிநடத்தும்.

விளக்கம்

இக்-கூற்று, ஔவையாரின் பொறுமை-நெறியின் ஆழ்ந்த-வடிவம். மக்கள், பெரும்பாலும் — விரைவாக-செல்லும்-வழக்கத்தில் வாழ்கின்றனர். "இந்த-இடத்திற்கு, விரைவில்-போக-வேண்டும்," "இந்த-வாய்ப்பை, உடனே-பெற-வேண்டும்," "இந்த-சாதனையை, விரைவில்-அடைய-வேண்டும்" — இக்-வழக்கங்கள், மக்களை இடைவிடாமல்-தூண்டுகின்றன. ஔவையாரின் வழி — "மெதுவாக-செல். அமைதியாக-நில்."

"பையச் சென்றால்" — மெதுவாக, அமைதியாக சென்றால். விரைவின்-வழக்கத்தில், பல-வேளைகளில் — மக்கள் சிறிய-கூறுகளை-மறந்து-விடுகிறார்கள், ஆழ்ந்த-உள்-தளத்தை-இழந்து-விடுகிறார்கள், சரியான-

வழியை-காண முடியாமல்-போய்விடுகிறார்கள். மெதுவான-நிலையில், அவை-அனைத்தும் வளர்கின்றன.

“வையம் தாங்கும்” — ஞாலம் தாங்கி-வழிநடத்தும். மக்கள், ஞாலத்தோடு-ஒத்து-இயங்க-வேண்டும். ஞாலத்தின் கால-கட்டு, இயற்கையின் வேக-நிலை — இவற்றோடு-இணைந்து-வாழ்தல் — மிக-முதன்மை. ஞாலத்தின்-வேகத்திற்கு-மீறி-செல்வது, அதிர்வை-உண்டாக்கும். ஆனால் ஞாலத்தோடு-ஒத்து-செல்வது, இயற்கையான-துணையை-வளர்க்கும்.

ஔவையாரின் இக்-கூற்று, ஓர் ஆழ்ந்த-உள்-நெறியை சுட்டுகிறது. வாழ்வின் ஒவ்வொரு-கூற்றும், அதன்-கால-கட்டில் வளரும். ஓர் பயிர், அதன்-கால-கட்டில்-தான் காய்க்கும். ஓர் குழந்தை, அதன்-கால-கட்டில்-தான் வளரும். ஓர் கல்வி, அதன்-கால-கட்டில்-தான் ஆழ்ந்த-தளத்தை-அடையும். அந்த-கால-கட்டை-மதிக்காமல், விரைவாக-செல்ல-முயற்சி-செய்தால், கூற்றுகள்-வீழும்.

இக்கருத்து, தமிழ்-மரபின் ஆழ்ந்த-நெறி. “பருவம் வந்தால் தான் பழம் வரும்” என்னும் ஔவையாரின் வேறு-கூற்றும், இக்-கூற்றோடு ஒத்து-நிற்கிறது. கால-நிலை-மீறிய-முயற்சி, பயன்-தராது. கால-நிலையோடு-ஒத்து-இயங்கும் முயற்சி, ஆழ்ந்த-பயனை-தரும்.

இன்றைய பயன்பாடு

இக்காலத்தில் இக்-கூற்று, மிக-முதன்மையான-வழிகாட்டி. தற்காலத்தில், விரைவின்-வழக்கம் — மிக-பெருகியுள்ளது. தற்கால-தொழில்நுட்பம், எல்லாவற்றையும் மிக-விரைவாக-தர-உதவுகிறது. அதன்-விளைவாக, மக்கள் — காத்திருக்கும்-ஆற்றலை இழந்துவிட்டார்கள்.

ஔவையாரின் வழி — “மெதுவாக-செல். அவசரப்-படாதே.” தினம்-தினம், ஓர் சிறு-உள்-வழக்கம் — பணியின்-முன்னும், செயலின்-முன்னும் ஓர் கணம் அமைதியாக-இரு. மூச்சை-கவனி. அந்த-கணம், விரைவின்-வழக்கத்தை மெல்லியதாக்கும்.

இக்-கூற்று, குழந்தை-வளர்ப்பின்-களத்திலும் பொருந்தும். குழந்தைகள், விரைவான-வளர்ச்சியை-காட்ட-மாட்டார்கள். அவர்களின் வளர்ச்சி, அவர்களின்-கால-கட்டில் வரும். பெற்றோர், அவசரப்-படாமல், அவர்களின் கால-கட்டை மதித்து, பொறுமையாக நிற்க-வேண்டும்.

இக்-கூற்று, உறவின்-களத்திலும் பொருந்தும். உறவின் ஆழம், ஓர் கணத்தில் வளராது. தினம்-தினம், மெல்லிய-தொடர்பின்-வழியாக வளரும். விரைவாக ஆழ்ந்த-உறவை வளர்க்க-முயற்சி-செய்தால், அந்த-முயற்சி வீழும். ஔவையாரின் வழி — “உறவை, மெல்ல-மெல்ல வளர். அவசரப்-படாதே.”

தினம்-தினம், ஓர் சிறு-உள்-உறுதி — “இக்-கூற்றில், மெதுவாக-செல்வேன். வாழ்வின் இயற்கை-வேகத்தை மதிப்பேன்.” அந்த-உள்-உறுதி, ஆழ்ந்த-வாழ்-நெறியின் வேராக நிற்கும்.

பாடல் 68 — பொ: தீய-வழிகள்-அனைத்தையும் தவிர்

பொல்லாங்கு என்பவை எல்லாம் தவிர்.

சொற்பொருள்

பொல்லாங்கு = தீய-கூற்று; தீய-வழி; என்பவை = என்று-சொல்லப்-படுபவை; எல்லாம் = அனைத்தும்; தவிர் = விலகு; நீக்கு.

எளிய பொருள்

தீய-கூற்றுகள், தீய-வழிகள் — எவை-எல்லாம் சொல்லப்-படுகின்றனவோ — அவை அனைத்தையும் தவிர்.

விளக்கம்

இக்-கூற்று, ஔவையாரின் நெறி-நெறியின் மிக-சுருக்கமான-வடிவம். வாழ்வில், பல-தீய-கூற்றுகள், பல-தீய-வழிகள் உள்ளன. அவற்றை-தனித்தனியாக-பட்டியலிட்டு-தவிர்ப்பது, கடினம். ஔவையாரின் வழி — "எவை-எல்லாம் தீய-என்று சொல்லப்-படுகின்றனவோ, அவை அனைத்தையும் தவிர்."

"பொல்லாங்கு" என்னும் சொல், "தீய-கூற்று," "தீய-வழி" என்னும் கருத்தை-தருகிறது. சமூகத்தில், மரபு-நெறி-நூல்களில், சான்றோர்-கூற்றுகளில் — எவை-தீய என்று அடையாளம்-காட்டப்-படுகின்றனவோ, அவற்றை-தவிர். அந்த-அடையாள-கூற்றுக்கு, மரபு, நெறி-நூல், சான்றோர்-வழிகாட்டுதல் — இவை வழியாக நிற்கின்றன.

"எல்லாம் தவிர்" — மிக-முழுமையான-கூற்று. ஓர் சில-தீய-கூற்றுகளை மட்டும் தவிர்ப்பது போதாது. அனைத்தையும் தவிர். தீய-கூற்றுகள், மக்களின்-உள்-தளத்தில் — ஒற்றை-கூற்றாக நிற்பதில்லை. அவை, ஒன்றை-ஒன்று-இணைத்து-வளர்கின்றன. ஒன்றை-விட்டால், மற்றொன்று இடம்-பெறும்.

ஔவையாரின் இக்-கூற்று, ஓர் ஆழ்ந்த-நெறி-நிலையை சுட்டுகிறது. நெறி-வாழ்வு, ஓர் தொடர்ச்சியான-கூற்று. தினம்-தினம், ஒவ்வொரு-கணத்திலும், தீய-கூற்றுகளில் இருந்து விலகும்-முயற்சி-தேவை. ஓர் கணம் கவனம்-இல்லாமல்-போனால், தீய-கூற்றுகள் — மெல்ல-மெல்ல வளர-தொடங்கும்.

இக்கருத்து, தமிழ்-மரபின் ஆழ்ந்த-நெறி. திருக்குறளில் வள்ளுவர், "தீயவை செய்தார் கெடுதல் நிழல்தன்னை வீயா தடியுறைந் தற்று" (குறள் 208) — தீய-செயல்-செய்தவர், நிழல்-தம்மை-விட்டு-போகாமல் கால்-அடியில் நிற்பது போன்று, கேடு-தொடரும். ஔவையாரும், அதே-கருத்தை, மிக-சுருக்கமாக சுட்டுகிறார்.

இன்றைய பயன்பாடு

இக்காலத்தில் இக்-கூற்று, மிக-முதன்மையான-வழிகாட்டி. தற்காலத்தில், தீய-கூற்றுகள், புதிய-வடிவில் — பல-வழியில் தோன்றுகின்றன. சமூக-வலையின் தீய-கூறுகள், கருத்து-பகிர்வின் தீய-கூறுகள், செலவின் தீய-கூறுகள், செயலின் தீய-கூறுகள் — இவை எல்லாம், மக்களை-தூண்டுகின்றன.

ஔவையாரின் வழி — "எவை-தீய என்று சொல்லப்-படுகின்றனவோ, அவை அனைத்தையும் தவிர்." தினம்-தினம், ஓர் சிறு-உள்-கேள்வி — "இக்-கூற்று, தீய-வழியா? சான்றோர், இதை-பற்றி என்ன-சொல்வர்?" அந்த-உள்-கேள்வி, தீய-வழக்கங்களில் இருந்து விடுபடும் ஆற்றலை வளர்க்கும்.

இக்-கூற்று, பெற்றோர்-நெறியின் களத்திலும் பொருந்தும். குழந்தைகளுக்கு, "எவை-தீய" என்று கற்பிக்க-வேண்டும். அந்த-தீய-கூற்றுகளில் இருந்து-விலகி-வாழும்-வழக்கத்தை, சிறிய-வயதிலேயே-வளர்க்க-வேண்டும். அந்த-வளர்ப்பு, அவர்களின் வாழ்-முழுவதின் நெறியின் வேராக நிற்கும்.

தினம்-தினம், ஓர் சிறு-உள்-உறுதி — "தீய-கூற்றுகளில் இருந்து, தினம்-தினம், விலகி-நிற்பேன்." அந்த-உள்-உறுதி, மக்களின் வாழ்-முழுவதின் நெறியை-கட்டும். ஔவையாரின் இக்-கூற்று, மிக-சுருக்கம்; ஆனால் ஆழ்ந்த-நெறி-வாழ்வின் வேராக நிற்கிறது.

பாடல் 69 — போ: உழைத்து-உண்ணுதலே உண்மையான உணவு

போனகம் என்பது தான் உழந்து உண்டல்.

சொற்பொருள்

போனகம் = உணவு; உண்மையான-உணவு; என்பது = என்று-சொல்லப்-படுவது; தான் = தானே; உழந்து = உழைத்து; உண்டல் = உண்ணுதல்.

எளிய பொருள்

உணவு என்று சொல்லப்-படுவது — தானே-உழைத்து உண்ணுதலே.

விளக்கம்

இக்-கூற்று, ஔவையாரின் உழைப்பு-நெறியின் மிக-ஆழ்ந்த-வடிவம். உணவு, மக்களின்-வாழ்வுக்கு முதன்மை-தேவை. ஆனால் எல்லா-உணவும், ஒரே-மதிப்பில் நிற்காது. தம்-உழைப்பின் வழியில் வந்த-உணவு, மற்ற-உணவை-விட — ஆழ்ந்த-மதிப்பை-உடையது.

"போனகம்" என்னும் சொல், உணவை சுட்டுகிறது. ஆனால் ஔவையார், "உண்மையான-உணவு" என்னும் கருத்தை-தருகிறார். உண்மையான-உணவு, தம்-உழைப்பின் வழியில் வந்த-உணவு-தான். மற்ற-உணவுகள் — பிறர்-கொடையால்-வந்த-உணவு, பிறர்-வழிபாட்டால்-வந்த-உணவு, ஏமாற்றியோ-பெற்ற-உணவு — இவை எல்லாம், உண்மையான-உணவின் வடிவத்தை-கொள்ளவில்லை.

"தான் உழந்து உண்டல்" — "தானே-உழைத்து உண்ணுதல்." "உழந்து" என்னும் சொல், கடின-உழைப்பை சுட்டுகிறது. வியர்வை-வழியிலான உழைப்பு, ஆழ்ந்த-முயற்சி-வழியிலான உழைப்பு — இவையே, உணவின் ஆழ்ந்த-மதிப்பை-தருகின்றன.

இக்-கூற்றை, பாடல் 46-ல் வந்த "தொழுதூண் சுவையின் உழுதூண் இனிது" என்னும் கூற்றோடு-இணைத்து-படிக்க-வேண்டும். இரண்டிலும், ஔவையார் — உழைப்பின் வழியில் வந்த-உணவை-உயர்த்துகிறார். இது, ஓர் தனிப்-பட்ட-கூற்று-அல்ல; ஔவையாரின் வாழ்-முழுவதின் நெறி-கூற்று.

ஔவையாரின் இக்-கூற்று, ஓர் ஆழ்ந்த-உள்-நெறியை சுட்டுகிறது. உணவு-மட்டும் அல்ல; வாழ்வின் ஒவ்வொரு-கூற்றும் — தம்-உழைப்பின் வழியாக-வந்தால்-தான், ஆழ்ந்த-மதிப்பை-உடையது. செல்வம், மரியாதை, புகழ் — இவை அனைத்தும், உழைப்பின் வழியாக-வந்தால்-தான், நிலையான-கூறுகளாக-நிற்கின்றன.

இன்றைய பயன்பாடு

இக்காலத்தில் இக்-கூற்று, தன்னிறைவு-நெறியின் ஆழ்ந்த-வழிகாட்டி. தற்காலத்தில், எளிய-வழிகள் — பல-வடிவில் வந்துள்ளன. கடன்-வாங்கி-வாழ்தல், பிறரின்-ஆதரவில்-நிற்றல், அரசின்-உதவியில்-மட்டும்-வாழ்தல்

— இவை மிக-வழக்கமாக-உள்ளன. ஆனால் ஔவையாரின் வழி — "உனது-உழைப்பின் வழியில் வாழ்."

இக்-கூற்று, இளையோர்க்கு மிக-முதன்மை. பணி-வாழ்வின் தொடக்க-கட்டத்தில், "எளிய-வழியில் செல்வம்-வளர்" என்னும் வாக்குறுதிகள் வரும். அவற்றில் சிக்காமல், கடின-உழைப்பின் வழியில் நிற்க-வேண்டும். அந்த-வழியில் வரும்-செல்வம், ஆழ்ந்த-மதிப்பை-கொள்ளும்.

இக்-கூற்று, பெற்றோர்-நெறியின் களத்திலும் பொருந்தும். குழந்தைகளுக்கு, தம்-உழைப்பின் வழியில் வாழும்-வழக்கத்தை, சிறிய-வயதிலேயே-கற்பிக்க-வேண்டும். எல்லாவற்றையும், கேட்காமலே-தருதல் — அவர்களின் உழைப்பு-ஆற்றலை வளர்க்க-விடாது. அவர்களை, தம்-கூறுகளை-தம்-உழைப்பின் வழியில்-பெற-பழக்கி-கொடு.

தினம்-தினம், ஓர் சிறு-உள்-கேள்வி — "எனது-வாழ்வில், எத்தனை-கூறுகளை, என்-உழைப்பின் வழியில் பெறுகிறேன்? பிறரின்-உதவியில்-மட்டும் நிற்கும்-கூறுகள் எவை?" அந்த-உள்-கேள்வி, தன்னிறைவு-நெறியின் ஆழ்ந்த-தளத்தை வளர்க்கும். ஔவையாரின் இக்-கூற்று, மிக-சுருக்கம்; ஆனால் தன்னிறைவின் வேராக நிற்கிறது.

பாடல் 70 — ம: மருந்தும்-கூட விருந்தோடு-உண்

மருந்தே ஆயினும் விருந்தோடு உண்.

சொற்பொருள்
மருந்தே = மருந்து-ஆகவே; ஆயினும் = இருந்தாலும்; விருந்தோடு = விருந்தினரோடு; பகிர்வோடு; உண் = உண்.

எளிய பொருள்
மருந்து-ஆகவே இருந்தாலும் — விருந்தினரோடு பகிர்ந்து உண்.

விளக்கம்
இக்-கூற்று, ஔவையாரின் பகிர்வு-நெறியின் மிக-ஆழ்ந்த-வடிவம். மருந்து, மக்களின்-நோய்களை-தீர்க்கும் கூறு. அது, மிக-முதன்மை-தேவை. ஆனால் ஔவையாரின் வழி — "எவ்வளவு-முதன்மை-தேவை-ஆக-இருந்தாலும், விருந்தினரோடு பகிர்ந்து உண்."

இக்-கூற்றில் ஓர் ஆழ்ந்த-கருத்து உள்ளது. பகிர்வு, மக்களின் ஆழ்ந்த-உள்-தளத்தை வளர்க்கும் கூறு. "எனக்கு-மட்டும்" என்னும் வழக்கம், மக்களின்-உள்-தளத்தை-சுருக்கும். "பகிர்ந்து-கொள்வேன்" என்னும் வழக்கம், மக்களின்-உள்-தளத்தை-விரிக்கும். விருந்தினர்-முன், எவ்வளவு-தேவை-உள்ள-உணவாக-இருந்தாலும், பகிர்ந்து-கொள்-வழக்கம் — ஆழ்ந்த-உள்-நெறி.

"விருந்தோடு" என்னும் சொல், விருந்தினரை சுட்டுகிறது. பழ-தமிழ்-மரபில், விருந்தினர்-உபசரிப்பு, மிக-உயர்-நெறியாக கருதப்-பட்டது. திருக்குறளில் வள்ளுவர், "செல்விருந்து ஓம்பி வருவிருந்து பார்த்திருப்பான் நல்விருந்து வானத் தவர்க்கு" (குறள் 86) — சென்ற-விருந்தினரை உபசரித்து, வரும்-விருந்தினரை-எதிர்-நோக்குபவன், விண்-வாசிகளுக்கும் நல்-விருந்தினன். ஔவையாரும், விருந்தினர்-உபசரிப்பின் ஆழ்ந்த-மதிப்பை சுட்டுகிறார்.

"மருந்தே ஆயினும்" — மருந்தாகவே-இருந்தாலும். மருந்து, மிக-தனியான-கூறு. அதை, தனக்கு-மட்டும் உட்கொள்ள-வேண்டியது. ஆனால் ஔவையாரின் கூற்று — "அப்படியும் இருக்கட்டும்; விருந்தினர்-வந்தால்,

அவர்களோடும் பகிர்.” இது, மிக-கூர்மையான-வடிவத்தில் — பகிர்வின் ஆழத்தை வலியுறுத்துகிறது.

இக்-கூற்றை, ஓர் சிறு-முக்கிய-கருத்தோடு-புரிந்துகொள்ள-வேண்டும். மருந்து, இங்கு — அளவான-உணவாக-கூட-புரிந்துகொள்ளப்-படுகிறது. அளவான-உணவை-கூட, விருந்தினரோடு பகிர். உனது-தனியான-நிலையில் சிக்காதே. பகிர்வே, ஆழ்ந்த-உள்-நெறி.

இன்றைய பயன்பாடு

இக்காலத்தில் இக்-கூற்று, பகிர்வு-நெறியின் ஆழ்ந்த-வழிகாட்டி. தற்காலத்தில், “எனக்கு-மட்டும்” என்னும் வழக்கம் — மிக-பெருகியுள்ளது. பகிர்வின்-வழக்கம், மெல்ல-மெல்ல குறைகிறது. வீட்டில், சமூகத்தில், பணி-சூழலில் — “எனது-கூறு,” “எனது-கட்டுப்பாடு” என்னும் வழக்கங்கள், ஆழ்ந்த-உள்-தளத்தை சுருக்குகின்றன.

ஔவையாரின் வழி — “எவ்வளவு-தேவை-உள்ள-கூறாக-இருந்தாலும், பகிர்.” தினம்-தினம், ஓர் சிறு-வழக்கம் — விருந்தினர்-வந்தால், அவர்களோடு உணவை-பகிர். எந்த-வேளையிலும், “எனக்கு-மட்டும்” என்னும் கூற்றை மறு. பகிர்வின் வழியில்-தான், உள்-தளம் வளரும்.

இக்-கூற்று, குழந்தைகளுக்கு கற்பிக்க-வேண்டிய ஆழ்ந்த-நெறி. சிறிய-வயதிலேயே, பகிர்வின் வழக்கத்தை வளர்க்க-வேண்டும். தம்-விளையாட்டு-கூறுகளை, தம்-உணவை, தம்-கருத்துகளை — மற்ற-குழந்தைகளோடு பகிர்-வழக்கம். அந்த-வழக்கம், அவர்களின் வாழ்-முழுவதின் உள்-நெறியின் வேராக நிற்கும்.

தினம்-தினம், ஓர் சிறு-உள்-உறுதி — “இக்-கணத்தில், பகிர்வேன். ‘எனக்கு-மட்டும்’ என்னும் வழக்கத்தில் சிக்க-மாட்டேன்.” அந்த-உள்-உறுதி, ஔவையாரின் இக்-கூற்றின் ஆழ்ந்த-தளத்தை, தினம்-தினம் வளர்க்கும்.

பாடல் 71 — மா: மழை-இல்லாமல் எந்த-காரியமும் இல்லை

மாரி அல்லது காரியம் இல்லை.

சொற்பொருள்

மாரி = மழை; அல்லது = இல்லாவிட்டால்; காரியம் = செயல்; ஞாலத்தின் பணி; இல்லை = நிகழாது.

எளிய பொருள்

மழை இல்லாவிட்டால் — ஞாலத்தின் எந்த-செயலும் நிகழாது.

விளக்கம்

இக்-கூற்று, ஔவையாரின் இயற்கை-நெறியின் ஆழ்ந்த-வடிவம். மழை, மக்களின்-வாழ்வுக்கு மிக-அடிப்படை-கூறு. மழை-வழியாக-தான், நீர்-வளம் வருகிறது. நீர்-வழியாக-தான், வேளாண்மை நடக்கிறது. வேளாண்மை-வழியாக-தான், உணவு வருகிறது. உணவு-வழியாக-தான், மக்களின்-வாழ்வு வளர்கிறது. மழை-இல்லாமல், இந்த-தொடர்-கூறு எதுவும் நிகழாது.

“மாரி” என்னும் சொல், மழையை சுட்டுகிறது. ஆனால் அதன்-உள்ளே ஓர் ஆழ்ந்த-கருத்து உள்ளது. மழை, இயற்கையின் ஓர் கொடை. அது, மக்களின்-கட்டுப்பாட்டில் இல்லை. அதை-மக்கள் — உருவாக்க முடியாது; கட்டுப்படுத்த-முடியாது. ஆனால் அதன்-மீது, மக்களின் ஞாலம்-முழுவதின் வாழ்வு கட்டுப்பட்டுள்ளது.

“காரியம் இல்லை” — செயல் நிகழாது. மிக-கூர்மையான-கூற்று.

மக்கள், எவ்வளவு-முயற்சி-செய்தாலும், எவ்வளவு-திட்டமிட்டாலும் — மழை-இல்லாமல், ஞாலத்தின் ஆழ்ந்த-கூறுகள் நிகழாது. வேளாண்மை-நின்றுபோகும். உணவு-வராது. பிற-தொழில்களும், மெல்ல-மெல்ல வீழும்.

ஔவையாரின் இக்-கூற்று, ஓர் ஆழ்ந்த-உள்-நெறியை சுட்டுகிறது. மக்கள், தம்-முயற்சியின் ஆற்றலை-மிக-மதிக்கின்றனர். ஆனால் அந்த-முயற்சி, இயற்கையின்-கொடைகளில் கட்டுப்பட்டது. இயற்கை-கொடுக்காமல், மக்களின்-முயற்சி வீண். மழை, இயற்கையின் முதன்மை-கொடை. அதை-மதிப்பது, மக்களின் ஆழ்ந்த-நெறி.

இன்றைய பயன்பாடு

இக்காலத்தில் இக்-கூற்று, மிக-முதன்மையான-வழிகாட்டி. தற்காலத்தில், காலநிலை-மாற்றம், மழை-நிலையின் இடையூறு — இவை மிக-பெரிய-கேள்விகளாக-வந்துள்ளன. மழை-பருவங்களின் கால-நிலை மாறுகிறது. சில-இடங்களில், வெள்ளம்; மற்ற-இடங்களில், வறட்சி. இக்-மாற்றங்கள், மக்களின்-வாழ்வை மிக-ஆழ்ந்த-வழியில் பாதிக்கின்றன.

ஔவையாரின் வழி — “மழையை, மிக-முதன்மை-கூறாக-மதி.” சுற்றுச்சூழலை-காப்பு, காலநிலை-மாற்றத்தை-கட்டுப்படுத்தும்-முயற்சி — இவை எல்லாம், ஔவையாரின் இக்-கூற்றின் இக்கால-வடிவங்கள். மழை, மக்களின்-கூற்று-அல்ல; ஆனால் மழை-நிலையை-காப்பாற்றும் சூழலை, மக்களே-உருவாக்க-வேண்டும்.

இக்-கூற்று, ஓர் ஆழ்ந்த-தாழ்மை-உணர்வையும் தருகிறது. மக்களின்-முயற்சி-மட்டும் போதாது. இயற்கையின் கொடைகளும் வேண்டும். அந்த-கொடைகளுக்கு, நன்றியுடன்-நிற்க-வேண்டும். “எல்லாம் என் முயற்சியால்-தான்” என்னும் ஆணவத்தை-தணித்து, “இயற்கையின் கொடைகளால்-தான், என்-வாழ்வு வளர்கிறது” என்னும் தாழ்மை-நிலையை வளர்க்க-வேண்டும்.

தினம்-தினம், ஓர் சிறு-உள்-உறுதி — “இயற்கையின் கொடைகளை மதிப்பேன். மழையை, நீரை, காற்றை, மண்ணை — அனைத்தையும், நன்றியுடன் ஏற்பேன்.” அந்த-உள்-உறுதி, ஆழ்ந்த-உள்-நெறியின் வேராக நிற்கும்.

பாடல் 72 — மி: மின்னலுக்கு-பின்னே மழை வரும்

மின்னுக்கு எல்லாம் பின்னுக்கு மழை.

சொற்பொருள்

மின்னுக்கு = மின்னலுக்கு; எல்லாம் = அனைத்துக்கும்; பின்னுக்கு = பின்னர்; மழை = மழை-வரும்-நிலை.

எளிய பொருள்

மின்னலுக்கு-பின்னர் எப்போதும் — மழை வரும்.

விளக்கம்

இக்-கூற்று, ஔவையாரின் இயற்கை-அறிவின் ஆழ்ந்த-வடிவம். இயற்கையில், சில-கூறுகள், ஒன்றை-தொடர்ந்து மற்றொன்று வருகின்றன. மின்னல்-தோன்றும்-போது, மழை-வரும். இது இயற்கையின் ஓர் இயல்பு-கூறு. அதை-அறிந்துகொண்டால், மக்கள் — மழைக்கு தாமாக-தயாராக-முடியும்.

இக்-கூற்றில் ஓர் ஆழ்ந்த-கருத்து உள்ளது. வாழ்வின் பல-கூறுகள், அறிகுறிகளின் வழியில்-வருகின்றன. அந்த-அறிகுறிகளை-படிக்கும்-

ஆற்றல், மக்களின் ஆழ்ந்த-நெறி. மின்னல், மழைக்கு-முன்-வரும்-அறிகுறி. அதை-பார்த்து, மழைக்கு-தயாராக-நிற்பது — அறிவின் வடிவம்.

“எல்லாம் பின்னுக்கு” — அனைத்துக்கும்-பின்னர். மிக-விசேடமான-கூற்று. ஓர் மின்னலுக்கு-மட்டும்-அல்ல; ஒவ்வொரு-மின்னலுக்கும், மழை-தொடர்ந்து-வரும். அந்த-தொடர்ச்சி, இயற்கையின் ஓர் கட்டு-நெறி. அதை-மக்கள் — அறிந்துகொண்டு, அந்த-நெறியில் இயங்க-வேண்டும்.

ஔவையாரின் இக்-கூற்று, ஓர் பரந்த-கருத்தையும் சுட்டுகிறது. வாழ்வின் ஒவ்வொரு-கூற்றும், அதன்-முன்-அறிகுறியோடு வருகிறது. கடின-கட்டம், அறிகுறி-தந்து-வரும். வாய்ப்பு-வரும்-கட்டம், அறிகுறி-தந்து-வரும். அந்த-அறிகுறிகளை-படிக்கும் ஆற்றலை-வளர்த்தால், மக்கள் — வாழ்வின் கூறுகளுக்கு-தயாராக-நிற்க-முடியும்.

இக்கருத்து, தமிழ்-மரபின் ஆழ்ந்த-நெறி. பழ-வாழ்வில், மக்கள் — இயற்கையின் அறிகுறிகளை மிக-நுட்பமாக படிப்பவராக-இருந்தனர். மழை-வரும்-முன், காற்றின்-திசை-மாற்றம், மேகத்தின்-நிறம், பறவைகளின்-உரை — இவற்றை அறிந்து, மழைக்கு-தயாராக-நிற்றனர். அந்த-அறிவு, காலப்போக்கில் மெல்ல-மெல்ல குறைகிறது.

இன்றைய பயன்பாடு

இக்காலத்தில் இக்-கூற்று, அறிகுறி-படிப்பின் ஆழ்ந்த-வழிகாட்டி. தற்காலத்தில், மக்கள் — பெரும்பாலும், அறிகுறிகளை மறந்து-வாழ்கிறார்கள். இயற்கையின் அறிகுறிகள், வாழ்வின் அறிகுறிகள், மக்கள்-உறவின் அறிகுறிகள் — இவற்றை, மிக-விரைவாக-வாழ்வில், காண-முடியாமல்-போகிறது.

ஔவையாரின் வழி — “அறிகுறிகளை-படி.” தினம்-தினம், ஓர் சிறு-உள்-கவனம் — “இக்-கட்டத்தில், என்ன-அறிகுறிகள் வருகின்றன? என்-உடல், என்-உறவு, என்-பணி — எவை, என்ன-மாற்றத்தின் அறிகுறிகளை-காட்டுகின்றன?” அந்த-உள்-கவனம், வாழ்-வழக்கத்தின் ஆழ்ந்த-தளத்தை-வளர்க்கும்.

இக்-கூற்று, மக்கள்-உறவின் களத்திலும் பொருந்தும். உறவில், கசப்பு-வரும்-முன், அறிகுறிகள் தோன்றும் — பேச்சின்-தொனி-மாற்றம், செயலின்-முன்னுரிமை-மாற்றம், கூட்-நேரத்தின் குறைவு. அந்த-அறிகுறிகளை-படித்து, உறவை-காப்பாற்ற-முயற்சி-செய்தால், கடினம்-வளர்வதை-தடுக்க-முடியும்.

இக்-கூற்று, உடல்-நலன்-நெறியின் களத்திலும் பொருந்தும். நோய்-வரும்-முன், உடல் — பல-அறிகுறிகளை-காட்டும். அந்த-அறிகுறிகளை-படித்து, ஆரம்ப-கட்டத்திலேயே-கவனித்தால், பெரிய-நோயை-தடுக்க-முடியும்.

தினம்-தினம், ஓர் சிறு-உள்-பயிற்சி — “அறிகுறிகளை-படிக்க கற்றுக்-கொள்வேன். விரைவாக-வாழாமல், ஓர் கணம் நின்று, கவனிப்பேன்.” அந்த-உள்-பயிற்சி, ஔவையாரின் இக்-கூற்றின் ஆழ்ந்த-தளத்தை, தினம்-தினம் வளர்க்கும்.

பாடல் 73 — மீ: தலைமை-இல்லாமல் கப்பல் ஓடாது

மீகாமன் இல்லா மரக்கலம் ஓடாது.

சொற்பொருள்

மீகாமன் = கப்பல்-ஓட்டுபவன்; தலைவன்; இல்லா = இல்லாத; மரக்கலம் = கப்பல்; ஓடாது = செல்லாது; இயங்காது.

எளிய பொருள்

கப்பல்-ஓட்டுபவன் இல்லாத கப்பல் — செல்லாது.

விளக்கம்

இக்-கூற்று, ஔவையாரின் தலைமை-நெறியின் ஆழ்ந்த-வடிவம். கப்பல், மிக-பெரிய-கட்டுமானம். அதில் — பல-பகுதிகள், பல-கருவிகள், பல-கூறுகள் உள்ளன. ஆனால் அவை எல்லாம் சேர்ந்து-நின்றாலும், கப்பல்-ஓட்டுபவன்-இல்லாமல், கப்பல் செல்லாது. திசையை-தீர்மானிக்கும் தலைமை, கப்பலின் ஓட்டத்துக்கு மிக-முதன்மை.

இக்-கூற்றில் ஓர் ஆழ்ந்த-கருத்து உள்ளது. ஓர் கூட்டம், எவ்வளவு-பெரியதாக-இருந்தாலும், அதில் — தலைமை-இல்லாமல், அதன்-கூற்று-நிகழாது. தலைமை, ஓர் கூட்டத்தின் திசை-காட்டியாக, கட்டு-நெறியாக, ஒற்றுமை-வளர்ப்பாக நிற்கிறது. அந்த-தலைமை-இல்லாமல், கூட்டம் — மெல்ல-மெல்ல சிதைகிறது.

“மரக்கலம்” என்னும் சொல், கப்பலை சுட்டுகிறது. பழ-காலத்தில், கப்பல், மர-கட்டுமானம்-கொண்டது. அந்த-கப்பலில், கப்பல்-ஓட்டுபவன், ஒற்றை-ஆணாக-நின்று, கப்பலின்-திசையை-தீர்மானித்தான். அவன்-இல்லாமல், கப்பல் — பல-கூறுகள்-உள்ளாலும் — செல்ல-முடியாது.

ஔவையாரின் இக்-கூற்று, தலைமை-நெறியின் முதன்மையை வலியுறுத்துகிறது. ஓர் குடும்பத்தில், தலைமை-வேண்டும். ஓர் பணி-கூட்டத்தில், தலைமை-வேண்டும். ஓர் சமூகத்தில், தலைமை-வேண்டும். ஓர் நாட்டில், தலைமை-வேண்டும். தலைமை-இல்லாமல், எந்த-கூட்டமும் ஆழ்ந்த-வளர்ச்சியை-அடைய-முடியாது.

இன்றைய பயன்பாடு

இக்காலத்தில் இக்-கூற்று, தலைமை-நெறியின் ஆழ்ந்த-வழிகாட்டி. தற்காலத்தில், கூட்டத்தின்-தலைமை, பல-விதமாக வளர்ந்துள்ளது. கூட்டு-தலைமை, பகிர்-தலைமை, மாற்று-தலைமை — இவை எல்லாம், புதிய-தலைமை-வடிவங்கள். ஆனால் ஒவ்வொரு-கூட்டத்திலும், ஓர் திசை-காட்டும்-கூறு, ஓர் கட்டு-நெறி-கூறு — இவை வேண்டும். அவை-இல்லாமல், கூட்டம் வீழும்.

ஔவையாரின் வழி — “தலைமையை-மதி.” குடும்பத்தில், பெற்றோர்-தலைமை. பணியில், மேலதிகாரி-தலைமை. சமூகத்தில், சான்றோர்-தலைமை. நாட்டில், அரசின்-தலைமை. இக்-தலைமை-கூறுகளை மதிப்பது, ஆழ்ந்த-நெறி.

இக்-கூற்று, தலைமை-நிலையில்-உள்ளவர்க்கும் ஆழ்ந்த-கூற்று. தலைமை, ஓர் பெரிய-பொறுப்பு. கப்பல்-ஓட்டுபவன், கப்பலின் ஆழ்ந்த-கூறுகளை அறிந்துகொண்டு, திசையை சரியாக-தீர்மானிக்க-வேண்டும். அப்படியே, தலைவர் — தம்-கூட்டத்தின் ஆழ்ந்த-கூறுகளை அறிந்துகொண்டு, திசையை சரியாக-தீர்மானிக்க-வேண்டும். அந்த-தலைமை-இல்லாமல், கூட்டம் வீழும்.

தனிநபர்-தலைமை-நிலையின்-களத்திலும் இக்-கூற்று பொருந்தும். ஒவ்வொரு-நபரும், தம்-வாழ்வின் தலைவராக நிற்க-வேண்டும். தம்-நிலையை, தம்-கூற்றுகளை, தம்-முயற்சியை — தாமே-தீர்மானிக்க-வேண்டும். தலைமை-இல்லாத-வாழ்வு, திசை-இல்லாத-கப்பல் போல், எந்த-திசையிலும் சென்று-வீழும்.

தினம்-தினம், ஓர் சிறு-உள்-கேள்வி — "எனது-வாழ்வுக்கு, நான் தலைமை-தருகிறேனா? அதன்-திசையை, தாமே-தீர்மானிக்கிறேனா?" அந்த-உள்-கேள்வி, தனிநபர்-தலைமை-நெறியின் ஆழ்ந்த-தளத்தை வளர்க்கும்.

பாடல் 74 — மு: முன்னேரத்தில்-செய்தால் பின்னேரத்தில் பயன்

முற்பகல் செய்யின் பிற்பகல் விளையும்.

சொற்பொருள்

முற்பகல் = முன்னேரத்தில்; செய்யின் = செய்தால்; பிற்பகல் = பின்னேரத்தில்; விளையும் = பயன்-தரும்; வளரும்.

எளிய பொருள்

முன்னேரத்தில் செய்த-செயல், பின்னேரத்தில் பயன்-தரும்.

விளக்கம்

இக்-கூற்று, ஔவையாரின் கால-நெறியின் ஆழ்ந்த-வடிவம். ஒவ்வொரு-செயலும், அதன்-பயனை — அதன்-கால-கட்டத்தில் தரும். முற்பகலில் செய்த-செயல், அதே-நாளின் பிற்பகலில் — பயனை-தரும். அதே-வழியில், ஓர் காலத்தில் செய்த-தீய-செயல், மற்றொரு-காலத்தில் தீய-பயனை-தரும்.

இக்-கூற்றில் ஓர் ஆழ்ந்த-கருத்து உள்ளது. செயல், பயனை-தராமல்-இருக்காது. ஒவ்வொரு-செயலும், அதன்-பயனை-கட்டாயம்-தருகிறது. அந்த-பயன், விரைவில் வரலாம், தாமதமாக வரலாம். ஆனால் அது வந்தே-தீரும்.

"முற்பகல்" என்னும் சொல், காலை-நேரத்தை சுட்டுகிறது. ஆனால் இங்கு, அது மிக-பரந்த-வடிவில் — "முன்-காலம்" என்னும் கருத்தை-தருகிறது. வாழ்வின் முன்-கால-கட்டத்தில் செய்த-செயல்கள், பின்-கால-கட்டத்தில் பயனை-தருகின்றன. நற்-செயல்கள், நற்-பயனை-தரும். தீய-செயல்கள், தீய-பயனை-தரும்.

"பிற்பகல் விளையும்" — பின்-காலத்தில் பயன்-தரும். "விளையும்" என்னும் சொல், விளைச்சல்-வடிவத்தை சுட்டுகிறது. பயிர், விதைத்த-கால-கட்டத்திலேயே-விளையாது. ஓர்-கால-கட்டம்-கடந்த-பின், விளையும். செயலின்-பயனும், அதே-வழியில் வரும்.

இக்கருத்து, தமிழ்-மரபின் ஆழ்ந்த-நெறி. திருக்குறளில் வள்ளுவர், "தீயவை செய்தார் கெடுதல் நிழல்தன்னை வீயா தடியுறைந் தற்று" (குறள் 208) — தீய-செயல்-செய்தவர், நிழல்-போல், கேடு-தொடரும். ஔவையாரும், செயல்-பயன்-தொடர்ச்சியின் ஆழ்ந்த-நெறியை வலியுறுத்துகிறார்.

இன்றைய பயன்பாடு

இக்காலத்தில் இக்-கூற்று, மிக-முதன்மையான-வழிகாட்டி. தற்காலத்தில், மக்கள் — பெரும்பாலும், விரைவில் பயனை-நாடுகிறார்கள். "இக்-கணத்தில், இக்-செயலை-செய்தால், இக்-கணத்திலேயே பயன்-வரும்" என்னும் எதிர்பார்ப்பு. ஆனால் ஔவையாரின் வழி — "செயலின் பயன், அதன்-கால-கட்டத்தில்-தான் வரும். பொறுமையாக-நில்."

இக்-கூற்று, கல்வி-களத்திலும் பொருந்தும். மாணாக்கர், படிக்கும்-கட்டடத்தில் — அதன்-பயனை, விரைவில் காண-முடியாது. ஆனால் காலப்போக்கில், அந்த-படிப்பின் ஆழ்ந்த-பயன் வெளிப்படும். பயிற்சியின்-கால-கட்டடத்தில், சோர்வு-வரக்-கூடும். ஆனால் பொறுமையாக-நின்றால், காலப்போக்கில் — அதன்-ஆழ்ந்த-பயனை அறிய-முடியும்.

இக்-கூற்று, பெற்றோர்-நெறியின்-களத்திலும் பொருந்தும். குழந்தைகளை-வளர்க்கும்-கட்டடத்தில், பெற்றோர் — விரைவில் பலனை-நாடக்-கூடாது. குழந்தைகளின் வளர்ச்சி, ஆண்டுகள்-கணக்கான-கால-கட்டடத்தில்-தான் வெளிப்படும். பொறுமையாக, தினம்-தினம், வளர்ப்பின்-கூறுகளை-தொடர்ந்து-வளர்த்தால், காலப்போக்கில் — அதன்-ஆழ்ந்த-பயனை அறிய-முடியும்.

இக்-கூற்றை, தீய-செயல்களின்-களத்திலும் புரிந்துகொள்ள-வேண்டும். இக்-கணத்தில், ஓர் தீய-செயல் — பயன்-தந்தாலும், அதன்-தீய-விளைவு, பின்னர்-வந்தே-தீரும். ஆகவே, தீய-செயல்களில் சிக்காதே. நற்-செயல்களின் வழியில் நில். அதன்-பயன், கால-கட்டடத்தில் வரும்.

தினம்-தினம், ஓர் சிறு-உள்-உறுதி — “இக்-கணத்தில் செய்யும்-நற்-செயலின் பயன், கால-கட்டடத்தில் வரும். பொறுமையாக நிற்பேன்.” அந்த-உள்-உறுதி, ஆழ்ந்த-கால-நெறியின் வேராக நிற்கும்.

பாடல் 75 — மூ: மூத்தோர்-சொல், அமுதம்-போல்

மூத்தோர் சொல் வார்த்தை அமிர்தம்.

சொற்பொருள்

மூத்தோர் = மூத்த-நிலையில்-உள்ளவர்கள்; வாழ்-கால-அனுபவம்-உள்ளவர்கள்; சொல் = சொல்; வார்த்தை = வாக்கு; அமிர்தம் = அமுது; ஆழ்ந்த-பயனை-தரும்-கூறு.

எளிய பொருள்

மூத்தோரின் சொல்-வாக்கு — அமுதம்-போல், ஆழ்ந்த-பயனை-தரும்.

விளக்கம்

இக்-கூற்று, ஔவையாரின் மூத்தோர்-மதிப்பின் ஆழ்ந்த-வடிவம். மூத்தோர், வாழ்-கால-அனுபவம்-உள்ளவர்கள். அவர்கள், பல-கட்டங்களை-கடந்து, பல-கூறுகளை அறிந்து, ஆழ்ந்த-உள்-தளத்தை-கொண்டவர்கள். அவர்களின்-சொல், அந்த-ஆழ்ந்த-அனுபவத்தின் வடிவம். அது, இளையோர்க்கு அமுதம்-போன்ற-பயனை-தரும்.

“அமிர்தம்” என்னும் சொல், அமுதை சுட்டுகிறது. அமுது, மரணம்-இல்லாமை-தரும் தனி-கூறு என்று பழ-மரபில் கருதப்-பட்டது. ஔவையார், மூத்தோரின் சொல்லை — அந்த-அமுதத்தோடு ஒப்பிடுகிறார். ஏனெனில், மூத்தோரின் சொல், இளையோரின்-வாழ்வை-நெறி-வழியில் காப்பாற்றும்-ஆற்றலை-உடையது. அந்த-நெறி-காப்பு, மரண-நிலையை-தணிக்கும்-கூறு.

“வார்த்தை” என்னும் சொல், வாக்கை சுட்டுகிறது. மூத்தோரின் வாக்கு, அவர்களின்-வாழ்-கால-அனுபவத்தின் ஆழ்ந்த-வடிவம். அந்த-வாக்கை, மிக-கவனமாக-கேட்டு, அந்த-வழியில் வாழ்தல் — இளையோரின் ஆழ்ந்த-நெறி.

இக்-கூற்றில் ஓர் ஆழ்ந்த-கருத்து உள்ளது. வாழ்-கால-அனுபவம், நூல்களின்-வழியாக கிடைக்காத கூறு. நூல்கள், ஆழ்ந்த-கருத்துகளை-தரும்.

ஆனால் அந்த-கருத்துகளை, வாழ்வில் எப்படி-பயன்படுத்துவது என்னும் ஆழ்ந்த-அறிவு, மூத்தோரின் வாக்கின்-வழியாக-தான் கிடைக்கிறது.

இக்கருத்து, தமிழ்-மரபின் ஆழ்ந்த-நெறி. பழ-தமிழ்-மரபில், மூத்தோர்-மதிப்பு, ஓர் முதன்மை-நெறியாக-நிற்றது. குடும்பத்தில், சமூகத்தில், ஆட்சியின் கட்டத்திலும் — மூத்தோரின் வாக்கு, மிக-உயர்-மதிப்பு-உடையதாக கருதப்-பட்டது. அவர்களின் அறிவின்-வழியில் நின்று-தான், சமூகம் ஆழ்ந்த-வளர்ச்சியை-அடைந்தது.

இன்றைய பயன்பாடு

இக்காலத்தில் இக்-கூற்று, மிக-ஆழ்ந்த-வழிகாட்டி. தற்காலத்தில், மூத்தோர்-மதிப்பு — மெல்ல-மெல்ல குறைகிறது. இளையோர், தங்கள்-வாழ்வை, கூட்டாளிகளின்-வழியில், சமூக-வலையின் வழியில், புதிய-வாய்ப்புகளின் வழியில் — தீர்மானிக்கிறார்கள். மூத்தோரின் வாக்கு, பெரும்பாலும் — "பழைய-கூற்று," "இக்காலத்திற்கு-பொருந்தாத-கூற்று" என்று தள்ளப்-படுகிறது.

ஔவையாரின் வழி — "மூத்தோரின் வாக்கை, அமுதம்-போல்-மதி." அவர்களின்-கூற்று, எல்லாமே-முடிவான-கூற்று-அல்ல. ஆனால் அவர்களின்-வாழ்-கால-அனுபவம், மிக-முதன்மை. அந்த-அனுபவத்தை-மதித்து, கேட்டு, அதன்-வழியில் சில-கூற்றுகளை-வாழ்வில் பயன்படுத்த-வேண்டும்.

இக்-கூற்று, பணி-களத்திலும் பொருந்தும். மூத்த-கூட்டாளிகளின் வாக்கை-மதி. அவர்களின் வாழ்-கால-அனுபவம், புதிய-கூட்டாளிக்கு மிக-முதன்மை. அந்த-அனுபவத்தை-மதிக்காமல், சுய-கூற்றில்-மட்டும் நின்றால், பல-தவறுகளை செய்ய-வேண்டியதாகும்.

இக்-கூற்று, குடும்ப-களத்திலும் பொருந்தும். பெற்றோர், தாத்தா-பாட்டிகள் — இவர்களின் வாக்கை-மதிக்க-வேண்டும். அவர்களின்-கூற்றில், சில-இக்காலத்திற்கு-பொருந்தாத-கூறுகள் இருக்கலாம். ஆனால் பெரும்பாலான கூற்றுகள், ஆழ்ந்த-வாழ்-கால-அனுபவத்தின் வடிவம்.

தினம்-தினம், ஓர் சிறு-உள்-வழக்கம் — ஓர் மூத்தோரின்-வாக்கை, கவனமாக-கேள். அதன்-உள்-கூற்றை, ஆழ்ந்து-புரிந்துகொள். அந்த-வழக்கம், மூத்தோர்-மதிப்பின் ஆழ்ந்த-தளத்தை வளர்க்கும். ஔவையாரின் இக்-கூற்று, மூத்தோர்-நெறியின் ஆழ்ந்த-வேராக நிற்கிறது.

பாடல் 76 — மெ: சரியான-படுக்கையில் படுத்தலே நல்-உறக்கத்தின் சிறப்பு

மெத்தையில் படுத்தல் நித்திரைக்கு அழகு.

சொற்பொருள்

மெத்தையில் = சரியான-படுக்கையில்; படுத்தல் = படுத்து-உறங்குதல்; நித்திரைக்கு = உறக்கத்துக்கு; அழகு = சிறப்பு.

எளிய பொருள்

சரியான-படுக்கையில் படுத்தலே — உறக்கத்துக்கு சிறப்பு.

விளக்கம்

இக்-கூற்று, ஔவையாரின் உடல்-நல-நெறியின் ஆழ்ந்த-வடிவம். உறக்கம், மக்களின்-உடல்-நலனுக்கு மிக-முதன்மை-கூறு. அந்த-உறக்கத்தின் தரம், படுக்கையின்-தரத்தை-சார்ந்துள்ளது. சரியான-படுக்கை, உடலுக்கு ஆழ்ந்த-ஓய்வை-தருகிறது. தவறான-படுக்கை, உடலை-பாதிக்கிறது.

“மெத்தை” என்னும் சொல், சரியான-படுக்கையை சுட்டுகிறது. பழ-காலத்தில், படுக்கை — மக்களின்-நல-நிலையின் ஓர் அடையாளமாக கருதப்-பட்டது. வசதி-உள்ளவர், மெத்தையில் படுத்தனர். வறுமை-நிலையில்-உள்ளவர், தரையில் படுத்தனர். ஔவையார், அந்த-வேறுபாட்டை-சுட்டாமல், ஓர் ஆழ்ந்த-கூற்றை வைக்கிறார் — “உறக்கத்தின் சிறப்பு, படுக்கையின்-தரத்தில்-உள்ளது.”

இக்-கூற்றில் ஓர் ஆழ்ந்த-கருத்து உள்ளது. உறக்கம், மக்களின்-உடல்-நலனின் வேராக நிற்கிறது. நல்-உறக்கம்-இல்லாமல், உடல்-நலம் வீழும். மனத்-தளம் வீழும். வாழ்வின் ஆற்றல் குறையும். ஆகவே, உறக்கத்தை-கவனிக்க-வேண்டும். அந்த-கவனத்தின் ஓர்-கூறு, படுக்கையின்-தரம்.

“அழகு” என்னும் சொல், இங்கு-மிக-நுட்பமான-வடிவத்தில்-உள்ளது. “அழகு” என்பது, வெறும்-வெளி-தோற்றம்-அல்ல; ஆழ்ந்த-சிறப்பு. உறக்கத்தின் ஆழ்ந்த-சிறப்பு, சரியான-படுக்கையில் வருகிறது. அந்த-உறக்கம், மக்களை — அடுத்த-நாளுக்கு ஆற்றலோடு தயார்-செய்கிறது.

ஔவையாரின் இக்-கூற்று, ஓர் பரந்த-கூற்றையும் சுட்டுகிறது. வாழ்வின் ஒவ்வொரு-கூற்றுக்கும், அதன்-தேவைக்கு-ஏற்ப, சரியான-கருவிகள், சரியான-சூழல் — இவை வேண்டும். உறக்கத்துக்கு-படுக்கை, படிப்புக்கு-நூல், பணிக்கு-கருவி, அமைதிக்கு-இடம் — இவை எல்லாம், அந்த-கூற்றின் ஆழ்ந்த-வளர்ப்புக்கு உதவுகின்றன.

இன்றைய பயன்பாடு

இக்காலத்தில் இக்-கூற்று, உடல்-நலன்-நெறியின் ஆழ்ந்த-வழிகாட்டி. தற்காலத்தில், உறக்கத்தின் தரம் — மிக-பாதிக்கப்-பட்டுள்ளது. திரை-நேரம், திரை-முன் தாமதமாக-வரை-விழித்திருத்தல், சரியில்லாத-படுக்கை-நிலை — இவை எல்லாம், உறக்கத்தை-பாதிக்கின்றன.

ஔவையாரின் வழி — “உறக்கத்துக்கு-தேவையான சூழலை-வளர்.” சரியான-படுக்கை, அமைதியான-இடம், திரை-இல்லாத-நேரம், ஓர் நிலையான-உறக்க-நேரம் — இவை எல்லாம், உறக்கத்தின் ஆழ்ந்த-கூற்றுக்கு உதவுகின்றன.

இக்-கூற்று, மக்களின் வாழ்-வழக்கங்களின் ஆழ்ந்த-கவனிப்பின் வழிகாட்டி. தினம்-தினம், ஓர் சிறு-உள்-கேள்வி — “எனது-உறக்கம், எவ்வளவு-தரமாக-உள்ளது? அதை-பாதிக்கும் கூறுகள் என்ன? அவற்றை-நீக்க-முடியுமா?” அந்த-உள்-கேள்வி, உடல்-நலனின் ஆழ்ந்த-தளத்தை வளர்க்கும்.

குழந்தைகளுக்கு, இக்-கூற்று மிக-முதன்மை. குழந்தைகளின் வளர்ச்சிக்கு, தினம்-தினம், போதுமான-உறக்கம் வேண்டும். சரியான-படுக்கை, நிலையான-உறக்க-நேரம், திரை-இல்லாத-தூக்க-நேரம் — இவை எல்லாம், குழந்தைகளின் ஆழ்ந்த-வளர்ச்சிக்கு வேராக நிற்கின்றன.

தினம்-தினம், ஓர் சிறு-உள்-வழக்கம் — உறக்க-நேரத்தை, மிக-கவனமாக-காப்பாற்று. அதன்-வழியாக, உடலின்-ஆழ்ந்த-ஓய்வு வரும். அந்த-ஓய்வே, அடுத்த-நாளின் ஆற்றலின் வேர்.

பாடல் 77 — மே: உழவின் செல்வம் வீண்-படாது

மேழிச் செல்வம் கோழை படாது.

சொற்பொருள்

மேழிச் = உழவு-சார்ந்த; ஏரின்-வழியில்-வந்த; செல்வம் = வளம்; கோழை = வீழ்வு; குறை; படாது = வராது; ஏற்படாது.

எளிய பொருள்

உழவின் வழியில்-வந்த செல்வம் — வீழ்வை-காணாது; வீண்-படாது.

விளக்கம்

இக்-கூற்று, ஔவையாரின் உழைப்பு-நெறியின் ஆழ்ந்த-வடிவம். செல்வம், பல-வழியில் வருகிறது — சூதாட்டம், திருடுதல், மற்றோர்-உதவி, கடின-உழைப்பு. இவற்றில், எந்த-வழியில்-வந்த-செல்வம், நிலையாக-நிற்கும்? ஔவையாரின் கூற்று — உழவின் வழியில் வந்த-செல்வம், நிலையாக-நிற்கும்; வீழ்வை-காணாது.

“மேழிச் செல்வம்” — உழவின் வழியில் வந்த-செல்வம். “மேழி” என்னும் சொல், ஏரின் ஓர் கூறு; உழவை-குறிக்கும்-சொல். உழவு, மக்களின்-முதன்மை-தொழில். அந்த-தொழிலின் வழியில் வந்த-செல்வம், மிக-நிலையான-கூற்று. வேளாண்மை-பயிர், நிலத்தில்-வளர்கிறது. அதை-கடின-உழைப்பின் வழியில் பெறுகிறோம். அந்த-கடின-உழைப்பின் வழியில் வந்த-செல்வம், எளிதில்-வீழாது.

“கோழை படாது” — வீழ்வை-காணாது. மிக-தீர்க்கமான-கூற்று. சூதாட்டத்தில் வந்த-செல்வம், ஓர் கணத்தில் வீழும். திருட்டின் வழியில் வந்த-செல்வம், மற்றொரு-கட்டத்தில் கைப்பற்றப்-படும். ஏமாற்றியோ-பெற்ற-செல்வம், எளிதில் வீழும். ஆனால் உழவின் வழியில் வந்த-செல்வம் — அது நெறி-வழியில் வந்தது. அது நிலையானது.

ஔவையாரின் இக்-கூற்று, தமிழ்-மரபின் உழவு-மதிப்பின் வடிவம். திருக்குறளில் வள்ளுவர், “உழுதுண்டு வாழ்வாரே வாழ்வார்மற் றெல்லாம் தொழுதுண்டு பின்செல் பவர்” (குறள் 1033) — உழுது-உண்போரே வாழ்கின்றவர். வள்ளுவரும், ஔவையாரும் — உழவு-வாழ்வின் ஆழ்ந்த-மதிப்பை, ஒரே-நெறியில் சுட்டுகின்றனர்.

இக்-கூற்றை, பரந்த-வடிவில் — “கடின-உழைப்பின் வழியில் வந்த-கூறுகள், நிலையாக-நிற்கும்” என்று புரிந்துகொள்ள-முடியும். உழவு-மட்டும் அல்ல; எந்த-கடின-உழைப்பும் — அதன்-வழியில் வந்த-செல்வம் நிலையாக-நிற்கும். எளிய-வழியில் வந்த-செல்வம், எளிதில் வீழும்.

இன்றைய பயன்பாடு

இக்காலத்தில் இக்-கூற்று, மிக-முதன்மையான-வழிகாட்டி. தற்காலத்தில், எளிய-வழியில் செல்வம்-தேடும்-வழக்கங்கள் — மிக-பெருகியுள்ளன. பங்கு-சந்தை-தற்செயல், இணைய-வழி-சூதாட்டம், விரைவு-வளர்ச்சி-வாக்குறுதிகள் — இவை எல்லாம், எளிய-வழிகள். அவை, பெரும்பாலும் — தற்காலிக-வெற்றி-தந்தாலும், காலப்போக்கில் வீழ்த்துகின்றன.

ஔவையாரின் வழி — “கடின-உழைப்பின் வழியில் வாழ்.” தினம்-தினம், ஓர் சிறு-உள்-உறுதி — “எனது-செல்வத்தை, கடின-உழைப்பின் வழியில் வளர்ப்பேன். எளிய-வழிகளில் சிக்க-மாட்டேன்.” அந்த-உள்-உறுதி, செல்வத்தின் நிலையான-வளர்ப்புக்கு வேராக நிற்கும்.

இக்-கூற்று, உழவர்களின் மதிப்புக்கும் வழிகாட்டி. தற்காலத்தில்,

உழவர், சமூகத்தில் மிக-தாழ்ந்த-நிலையில் கருதப்-படுகிறார். ஆனால் ஔவையாரின் வழி — "உழவை, மிக-உயர்-தொழிலாக-மதி." உழவர்-இல்லாமல், மக்களின்-உணவு-இல்லை. உழவை-மதிக்கும்-சமூகமே, ஆழ்ந்த-சிறப்பை அடைகிறது.

இக்-கூற்றை, பெற்றோர்-நெறியின் களத்திலும் பொருந்தலாம். குழந்தைகளுக்கு, கடின-உழைப்பின் வழியில் வாழ்தலின் ஆழ்ந்த-மதிப்பை கற்பிக்க-வேண்டும். எளிய-வழிகளில் சிக்காமல், கடின-உழைப்பின் வழியில் — செல்வம், மரியாதை, பெருமை — இவற்றை வளர்க்கும் வழக்கம். அந்த-வழக்கம், அவர்களின் வாழ்-முழுவதின் வேராக நிற்கும்.

பாடல் 78 — மை: விருப்பத்தின் கட்டுப்பாட்டிற்கு-வெளியே-வாழ்

மை விழியார் தம் மனையகன்று ஒழுகு.

சொற்பொருள்

மை = மை-தீட்டிய; விழியார் = கண்-உடையவர்; தம் = அவர்களது; மனையகன்று = இல்லத்தை-விட்டு-விலகி; ஒழுகு = வாழ்.

எளிய பொருள்

மை-தீட்டிய-கண்-உடைய (கட்டுப்பாட்டை-மீறிய-விருப்பத்திற்கு-உரிய) மக்களின் இல்லத்தை-விட்டு-விலகி வாழ்.

விளக்கம்

இக்-கூற்றை, அதன்-பழ-மரபு-களத்தில் வைத்து புரிந்துகொள்ள-வேண்டும். "மை விழியார்" என்னும் சொல்-தொடர், பழ-மரபில் — காமம்-தூண்டும், கட்டுப்பாட்டை-மீறிய-விருப்பத்திற்கு-உரிய மக்களை சுட்டுகிறது. அத்தகைய-மக்களின் இல்லத்தை-விட்டு-விலகி-வாழ்தலே — நெறி-வழியின் வடிவம்.

இக்-கூற்றில் ஓர் ஆழ்ந்த-உள்-நெறி உள்ளது. காமம், மக்களின்-வாழ்வில் — மிக-கடினமான-கூறுகளில் ஒன்று. அதை, அளவான-வழியில் — இல்லற-வாழ்வின்-கூற்றில் கையாள்வது நெறி. ஆனால் கட்டுப்பாட்டை-மீறிய-வழியில் சென்றால், அது மக்களின்-வாழ்வை அழிக்கும். ஔவையாரின் வழி — "அந்த-வழியின் சூழல்களில்-இருந்து விலகி-வாழ்."

"மனையகன்று ஒழுகு" — இல்லத்தை-விட்டு-விலகி-வாழ். தூரத்தில் நில். அந்த-சூழலுக்கு, தினம்-தினம் சென்று, அதன்-வழியில் சிக்க-விடாதே. தூரம், மிக-முதன்மை-காப்பின் கூறு.

இக்-கூற்றை, பாடல் 61-ல் வந்த "பிறன் மனை புகாமை அறம் எனத் தகும்" என்னும் கூற்றோடு-இணைத்து-படிக்க-வேண்டும். இரண்டிலும், ஔவையார் — பிறரின் இல்லற-தளத்தை-மதிக்கும் வழியை வலியுறுத்துகிறார். கட்டுப்பாட்டை-மீறிய-விருப்பத்தின் வழியில் — ஒருவரின் இல்லற-தளம் வீழும்; மற்றொருவரின் இல்லற-தளமும் வீழும். இரண்டுமே, தவிர்க்க-வேண்டியவை.

இக்-கூற்றை, இக்கால-வாசிப்பில், ஓர் சம-நிலை-வடிவில் புரிந்துகொள்ள-வேண்டும். ஆண்-மக்களுக்கும், பெண்-மக்களுக்கும் — கட்டுப்பாட்டை-மீறிய-விருப்பத்தின் சூழல்களில்-இருந்து விலகி-வாழ்தல், மிக-முதன்மை. இது, பாலின-வேற்றுமை-இல்லாமல், அனைவருக்கும் பொருந்தும்.

இன்றைய பயன்பாடு

இக்காலத்தில் இக்-கூற்று, விருப்பத்தின் கட்டுப்பாட்டின் ஆழ்ந்த-வழிகாட்டி. தற்காலத்தில், காமம்-தூண்டும் சூழல்கள் — மிக-பல-வடிவில்

வளர்ந்துள்ளன. சமூக-வலையின் உள்ளீட்டின் வழியில், திரை-கூற்றுகளின் வழியில், சந்தையின் விளம்பரங்களின் வழியில் — காமம்-தூண்டடப்-படுகிறது. அந்த-தூண்டலின் வழியில் சிக்கினால், கட்டுப்பாட்டை-மீறிய-விருப்பம் வளரும். அது, மக்களின்-வாழ்வை-வீழ்த்தும்.

ஔவையாரின் வழி — "தூண்டலின் சூழல்களிலிருந்து விலகி-வாழ்." தூரம், மிக-முதன்மை-காப்பு. தினம்-தினம், ஓர் சிறு-உள்-கேள்வி — "எனது-வாழ்வில், எந்த-சூழல்கள் தூண்டலை-வளர்க்கின்றன? அவற்றில் இருந்து விலகி-நிற்க முடியுமா?" அந்த-உள்-கேள்வி, விருப்பத்தின் கட்டுப்பாட்டின் ஆழ்ந்த-தளத்தை வளர்க்கும்.

இக்-கூற்று, இல்லற-உறவின்-களத்திலும் ஆழ்ந்த-வழிகாட்டி. கட்டுப்பாட்டை-மீறிய-விருப்பத்தின் வழியில் சிக்கினால், இல்லற-உறவு வீழும். துணைவியின்-நம்பிக்கை வீழும். குடும்பம் சிதையும். அதை-தடுக்கும் வழி — தினம்-தினம், அந்த-தூண்டலின் சூழல்களிலிருந்து விலகி-நிற்றல்.

தினம்-தினம், ஓர் சிறு-உள்-உறுதி — "எனது-துணைக்கு, எனது-குடும்பத்துக்கு உண்மையாக நிற்பேன். கட்டுப்பாட்டை-மீறிய-விருப்பத்தில் சிக்க-மாட்டேன்." அந்த-உள்-உறுதி, இல்லற-வாழ்வின் ஆழ்ந்த-வேராக நிற்கும்.

பாடல் 79 — மொ: சொல்ல-வேண்டியதை மறுத்தால் செயல் அழியும்

மொழிவது மறுக்கின் அழிவது கருமம்.

சொற்பொருள்

மொழிவது = சொல்ல-வேண்டியது; மறுக்கின் = மறுத்தால்; சொல்ல-தயங்கினால்; அழிவது = அழியும்; கருமம் = செயல்.

எளிய பொருள்

சொல்ல-வேண்டியதை சொல்ல-மறுத்தால் — செய்ய-வேண்டிய-செயல் அழியும்.

விளக்கம்

இக்-கூற்று, ஔவையாரின் சொல்-நெறியின் ஆழ்ந்த-வடிவம். மக்களின்-வாழ்வில், சில-கூற்றுகள் — சொல்ல-வேண்டியவை. கருத்து-வேற்றுமை-வரும்-கட்டத்தில், தீய-வழியில் செல்லும்-உறவின் முன், தவறான-முடிவை-தடுக்கும்-கட்டத்தில் — சொல்ல-வேண்டிய-கூற்றுகள் வரும். அவற்றை, சொல்ல-மறுத்தால், செயலின் ஆழ்ந்த-கூறு வீழும்.

"மொழிவது" என்னும் சொல், "சொல்ல-வேண்டியது" என்னும் கருத்தை-தருகிறது. சொல்ல-முடியாதது-அல்ல; சொல்ல-தேவை-உள்ள-கூற்று. அதை-சொல்ல-தயங்குதல், அதை-மறைத்துவைத்தல் — இவை, செயலின்-ஆழ்ந்த-கூற்றை வீழ்த்தும்.

"அழிவது கருமம்" — செயல் அழியும். மிக-கூர்மையான-கூற்று. சில-கட்டங்களில், ஓர் சொல்-மட்டுமே — ஓர் கூட்டத்தின் திசையை-மாற்ற-முடியும். அந்த-சொல்லை-சொல்ல-மறுத்தால், அந்த-கூட்டம் தவறான-வழியில் செல்லும். கூட்டம், செல்லும்-வழி தவறானால், அதன்-செயலின் பயன் வீழும்.

ஔவையாரின் இக்-கூற்று, ஓர் ஆழ்ந்த-தலைமை-நெறியை சுட்டுகிறது. தலைவர், சொல்ல-வேண்டிய-கூற்றுகளை — தயக்கம்-இல்லாமல், அமைதியான-வழியில் சொல்ல-வேண்டும். தயங்கினால், கூட்டம் — தவறான-வழியில் செல்லும். அந்த-தவறின் பாரம், தலைவரின்-மீது நிற்கும்.

இக்கருத்து, தமிழ்-மரபின் ஆழ்ந்த-நெறி. பழ-மரபில், மூத்தோர், சான்றோர் — சொல்ல-வேண்டிய-கூற்றுகளை, தயக்கம்-இல்லாமல் சொன்னவர்கள். அவர்களின் சொல், சமூகத்தை வழிநடத்தியது.

இன்றைய பயன்பாடு

இக்காலத்தில் இக்-கூற்று, மிக-முதன்மையான-வழிகாட்டி. தற்காலத்தில், மக்கள் — பெரும்பாலும், சொல்ல-வேண்டியதை சொல்ல-தயங்குகிறார்கள். "இதை-சொல்லினால், அவர் என்ன-நினைப்பார்? உறவு பாதிக்குமா? கருத்து-வேற்றுமை வளருமா?" — இக்-கேள்விகள், சொல்வதை-தடுக்கின்றன. ஆனால் அந்த-தயக்கம், செயலின் ஆழ்ந்த-கூற்றை வீழ்த்தும்.

ஔவையாரின் வழி — "சொல்ல-வேண்டியதை, தயக்கம்-இல்லாமல், அமைதியான-தொனியில் சொல்." அமைதியான-தொனியில் சொல்வது, மிக-முதன்மை. கோபமான-தொனியில் சொல்வது, கூற்றை-வீழ்த்தும். ஆனால் சொல்வதை-தவிர்த்தலும், கூற்றை-வீழ்த்தும். இரண்டுக்கும்-இடையேயான ஓர் சம-நிலை-வேண்டும்.

இக்-கூற்று, கூட்டாளிகளின் களத்திலும் பொருந்தும். கூட்டாளியின் தவறை — அமைதியான-வழியில் சொல்-வழக்கம், கூட்-பணியின் ஆழ்ந்த-தளத்தை வளர்க்கும். தயங்கி-மறைத்து-வைத்தால், அந்த-தவறு வளரும். கூட்-பணி வீழும்.

இக்-கூற்று, பெற்றோர்-குழந்தை-உறவிலும் பொருந்தும். குழந்தைகளின் தவறுகளை, அமைதியான-வழியில் சொல்-வழக்கம், அவர்களின் வளர்ச்சிக்கு உதவும். தயங்கி-மறைத்து-வைத்தால், தவறு வளரும். குழந்தையின்-வாழ்வு பாதிக்கப்-படும்.

தினம்-தினம், ஓர் சிறு-உள்-உறுதி — "சொல்ல-வேண்டியதை, தயக்கம்-இல்லாமல், அமைதியான-தொனியில் சொல்வேன்." அந்த-உள்-உறுதி, தலைமை-நெறியின் ஆழ்ந்த-வேராக நிற்கும்.

பாடல் 80 — மோ: மௌனமே மெய்யறிவின் எல்லை

மோனம் என்பது ஞான வரம்பு.

சொற்பொருள்

மோனம் = மௌனம்; ஆழ்ந்த-அமைதி; என்பது = என்று-சொல்லப்-படுவது; ஞான = மெய்யறிவு-சார்ந்த; வரம்பு = எல்லை; உச்ச-நிலை.

எளிய பொருள்

மௌனம் — மெய்யறிவின் எல்லை, உச்ச-நிலை என்று சொல்லப்-படுகிறது.

விளக்கம்

இக்-கூற்று, ஔவையாரின் மெய்யறிவின் ஆழ்ந்த-வடிவம். மக்களின்-உள்-தளம், பேச்சின்-வழியாக வெளிப்படுகிறது. பேச்சு, மக்களின்-கூற்றுகளின் வடிவம். ஆனால் ஆழ்ந்த-மெய்யறிவின் நிலையில், பேச்சு — கட்டுப்பாட்டிற்கு மீறிய-நிலையில் — அமைதியாக-மாறுகிறது. அந்த-அமைதியே, மெய்யறிவின் ஆழ்ந்த-வடிவம்.

"மோனம்" என்னும் சொல், மௌனத்தை சுட்டுகிறது. ஆனால் இங்கு, அது வெறும்-வாய்-மூடல்-அல்ல. ஆழ்ந்த-உள்-அமைதி. மக்களின் உள்ளத்தில், கூற்றுகள் தோன்றுவதே நின்றுவிடும்-நிலை. அந்த-நிலை, மிக-உயர்-மெய்யறிவின் வடிவம்.

"மெய்யறிவு வரம்பு" — மெய்யறிவின் எல்லை, உச்ச-நிலை. மெய்யறிவின்

ஆழ்ந்த-வளர்ச்சி, பல-கட்டங்களில் நடக்கிறது. நூல்-வாசிப்பின் கட்டம், சிந்தனை-வழியில் தீர்க்கும் கட்டம், தினச்-வாழ்வில் பயன்படுத்தும் கட்டம் — இவை எல்லாம், மெய்யறிவின் கட்டங்கள். ஆனால் இவற்றுக்கு-மேலான ஓர் கட்டம் உள்ளது — மௌனம், ஆழ்ந்த-உள்-அமைதி.

இக்-கூற்றில் ஓர் ஆழ்ந்த-மெய்ப்பொருள் உள்ளது. ஆழ்ந்த-மெய்யறிவை-அடைந்தவர், அதை வெளியில் பேசுவதில் — பெரும்பாலும் இல்லை. அவர்கள், மௌனத்தில் நிற்பர். அவர்களின் வாழ்வே, அவர்களின் கூற்று. அவர்களின் செயலே, அவர்களின் சொல். வாய்-பேச்சு, தேவை-இல்லாமல்-போகிறது.

ஔவையாரின் இக்-கூற்று, தமிழ்-மரபின் ஆழ்ந்த-மெய்ப்பொருள்-நெறி. பல-சித்தர்கள், பல-முனிவர்கள் — மௌனத்தில் நின்றனர். அவர்களின் மௌனம், பல-உரைகளுக்கு-மீறிய ஆழ்ந்த-கூற்றை வெளிப்படுத்தியது.

இன்றைய பயன்பாடு

இக்காலத்தில் இக்-கூற்று, மிக-ஆழ்ந்த-வழிகாட்டி. தற்காலத்தில், பேச்சு — மிக-பெருகியுள்ளது. சமூக-வலையில், பேச்சு-தளங்களில், செய்தி-தொடர்புகளில் — இடைவிடாமல் பேசும்-வழக்கம். ஆனால் அந்த-பேச்சின்-பெருக்கம், ஆழ்ந்த-உள்-அமைதியை குறைக்கிறது. மக்களின் உள்ளத்தில், மௌனத்துக்கு இடம்-இல்லாமல்-போகிறது.

ஔவையாரின் வழி — “மௌனத்தை-வளர்.” தினம்-தினம், ஓர் சிறு-நேரம் — மௌனத்தில்-நிற்றல். வாய்-பேசாமல், உள்ளும் கூற்றுகளை-நிறுத்தி, அமைதியாக-நிற்றல். அந்த-மௌனத்தின் வழியில், ஆழ்ந்த-உள்-தளம் வளரும்.

இக்-கூற்று, தனிநபர்-ஆழ்ந்த-வளர்ச்சியின் ஆழ்ந்த-வழிகாட்டி. ஓர்-சிறு-நேரம், தினம்-தினம், தனிமையில் — மௌனத்தில் நின்று, உள்-கூற்றுகளை அமைதியாக கவனிக்கும் வழக்கம். அந்த-வழக்கம், ஆழ்ந்த-மெய்யறிவின் வேராக நிற்கும்.

இக்-கூற்று, பேச்சின் களத்திலும் ஓர் ஆழ்ந்த-கூற்றை-தருகிறது. தேவை-இல்லாத-பேச்சை-தவிர். வாக்கு, கூற்றை-வெளிப்படுத்தும் கருவி-மட்டுமே. கூற்றை-வெளிப்படுத்த-தேவை-இல்லாத-கட்டத்தில், மௌனம்-தான் சிறந்தது. தினம்-தினம், ஓர் சிறு-உள்-கேள்வி — “இக்-கணத்தில், பேச்சு தேவையா? அல்லது மௌனம் சிறந்ததா?” அந்த-உள்-கேள்வி, பேச்சின் ஆழ்ந்த-நெறியை வளர்க்கும்.

தினம்-தினம், ஓர் சிறு-உள்-வழக்கம் — காலையில், அல்லது இரவில், ஓர் சில-நிமிட-மௌனம். அந்த-மௌனத்தில், உள்-கூற்றுகளை-அமைதியாக கவனி. அந்த-வழக்கம், காலப்போக்கில், ஆழ்ந்த-உள்-மெய்யறிவை வளர்க்கும்.

பாடல் 81 — வ: செல்வம்-இருந்தாலும் அளவு-அறிந்து செலவு-செய்

வளவன் ஆயினும் அளவறிந்து அழித்து உண்.

சொற்பொருள்

வளவன் = செல்வம்-உடையவன்; ஆயினும் = இருந்தாலும்; அளவறிந்து = அளவை-அறிந்து; அழித்து = செலவு-செய்து; உண் = உண்.

எளிய பொருள்

செல்வம்-உடையவராக-இருந்தாலும், அளவை-அறிந்து செலவு-செய்து உண்.

விளக்கம்

இக்-கூற்று, ஔவையாரின் செலவு-கட்டுப்பாட்டு-நெறியின் ஆழ்ந்த-வடிவம். மக்கள், செல்வம்-வந்த-உடனேயே, அளவின்றி-செலவு-செய்யும் வழக்கத்திற்கு வருகிறார்கள். "எனக்கு இவ்வளவு-செல்வம் உள்ளது; ஆகவே அளவில்லாமல்-செலவு-செய்யலாம்" என்னும் கருத்து தோன்றுகிறது. ஔவையாரின் வழி — "செல்வம்-எவ்வளவு-இருந்தாலும், அளவை-அறிந்து செலவு-செய்."

இக்-கூற்றில் ஓர் ஆழ்ந்த-கருத்து உள்ளது. செல்வம், ஓர் நிலையான-கூறு-அல்ல. இன்று-உள்ள செல்வம், நாளை-வீழக்கூடும். ஆனால் செலவின்-வழக்கம், ஓர் நிலையான-கூறாக-மாறிவிடும். அளவின்றி-செலவு-செய்யும் வழக்கம் — செல்வம்-வீழும்-கட்டத்திலும் தொடரும். அந்த-தொடர்ச்சி, கடினமான-கட்டத்தை உருவாக்கும்.

"அளவறிந்து" என்னும் சொல், மிக-முதன்மை. "அளவை-அறிந்து" — செலவின்-உள்-கட்டுப்பாடு. தேவையை-அறிந்துகொண்டு, அதற்கு-மட்டுமே-செலவு-செய். தேவை-மீறிய-செலவை, தவிர்.

இக்-கூற்றை, பாடல் 13-ல் வந்த "அஃகமும் காசும் சிக்கெனத் தேடு" என்னும் கூற்றோடும், பாடல் 44-ல் வந்த "தேடாது அழிக்கின் பாடாய் முடியும்" என்னும் கூற்றோடும் இணைத்து-படிக்க-வேண்டும். ஔவையாரின் செலவு-மேலாண்மை-நெறி, மூன்று-வடிவில் உள்ளது — சிக்கனமாக-ஈட்டு, தேடாமல்-அழிக்காதே, அளவை-அறிந்து-செலவு-செய்.

இன்றைய பயன்பாடு

இக்காலத்தில் இக்-கூற்று, செல்வ-மேலாண்மையின் ஆழ்ந்த-வழிகாட்டி. தற்காலத்தில், செலவின் வழக்கம் — மிக-பெருகியுள்ளது. செல்வம்-வந்த-உடனேயே, புதிய-கூறுகளை-வாங்கும் வழக்கம், சொகுசு-வாழ்வின் வடிவங்கள், புதிய-பயணங்கள் — இவை எல்லாம், செலவை-பெருக்குகின்றன.

ஔவையாரின் வழி — "செல்வம்-எவ்வளவு-இருந்தாலும், அளவை-அறிந்து-செலவு-செய்." தினம்-தினம், ஓர் சிறு-உள்-கேள்வி — "இந்த-செலவு, தேவையா? இது, தேவை-மீறிய-கூறா?" அந்த-உள்-கேள்வி, செலவின்-வழக்கத்தை கட்டுப்படுத்தும்.

இக்-கூற்று, மிக-முதன்மை-கூற்று இளையோர்க்கு. பணி-வாழ்வின் தொடக்க-கட்டத்தில், செல்வம்-வந்த-உடனேயே — அளவின்றி-செலவு-செய்யும் வழக்கம் வளர்கிறது. அந்த-வழக்கம், எதிர்கால-கட்டத்தில் கடினம்-தரும். ஔவையாரின் வழி — "தொடக்க-கட்டத்திலேயே, அளவை-அறிந்து-செலவு-செய்யும் வழக்கத்தை வளர்."

தினம்-தினம், ஓர் சிறு-உள்-உறுதி — "செல்வம்-எவ்வளவு-வந்தாலும்,

அளவை-மீறிய-செலவில் சிக்க-மாட்டேன்.” அந்த-உள்-உறுதி, செல்வ-வாழ்வின் ஆழ்ந்த-நெறியின் வேராக நிற்கும்.

பாடல் 82 — வா: மழை-குறைந்தால் தானம் குறையும்

வானம் சுருங்கின் தானம் சுருங்கும்.

சொற்பொருள்

வானம் = மழை-மேகம்; சுருங்கின் = குறைந்தால்; தானம் = கொடை; சுருங்கும் = குறையும்.

எளிய பொருள்

மழை குறைந்தால் — தானம்-கொடுக்கும் வழக்கமும் குறையும்.

விளக்கம்

இக்-கூற்று, ஔவையாரின் இயற்கை-சமூக-தொடர்பின் ஆழ்ந்த-வடிவம். மழை, மக்களின்-வாழ்வுக்கு வேராக நிற்கிறது. மழை-வந்தால், உணவு-வரும். உணவு-வந்தால், மக்களின்-நிலை-வளரும். அந்த-வளர்ப்பின்-நிலையில், தானம்-கொடுக்கும் வழக்கம் வளரும். ஆனால் மழை-குறைந்தால், இந்த-தொடர்ச்சி வீழும்.

“வானம் சுருங்கின்” — மழை-மேகம் குறைந்தால். மழை, மக்களின்-கட்டுப்பாட்டில் இல்லை. அது இயற்கையின் கொடை. அந்த-கொடை-குறைந்தால், வேளாண்மை-வீழும். உணவு-குறையும். மக்களின்-நிலை-தாழ்வடையும்.

“தானம் சுருங்கும்” — தானம்-கொடுக்கும் வழக்கம் குறையும். “தானம்” என்னும் சொல், கொடை-வடிவத்தை சுட்டுகிறது. செல்வம்-உள்ளவர், அதை-பகிர்ந்து-தருதல்-தான் தானம். ஆனால் செல்வம்-இல்லாமல், பகிர்ந்து-தருதல் கடினம்.

இக்-கூற்றில் ஓர் ஆழ்ந்த-சமூக-நெறி உள்ளது. தானம்-கொடுக்கும் வழக்கம், சமூகத்தின் ஆழ்ந்த-கூறு. அந்த-வழக்கம், இயற்கையின் கூறுகளோடு இணைந்து-நிற்கிறது.

இன்றைய பயன்பாடு

இக்காலத்தில் இக்-கூற்று, மிக-முதன்மையான-வழிகாட்டி. தற்காலத்தில், காலநிலை-மாற்றம், மழை-நிலையின் இடையூறு — இவை மிக-பெரிய-கேள்விகளாக-வந்துள்ளன.

ஔவையாரின் வழி — “மழையை-காப்பாற்று. சுற்றுச்சூழலை-காப்பாற்று. அந்த-வழியில், தானமும், சமூக-நெறியும் வளரும்.” தனிநபர்-நிலையில், நீர்-வளத்தை-மதி, மழை-நீரை-சேமி — இவை ஔவையாரின் இக்-கூற்றின் இக்கால-வடிவங்கள்.

இக்-கூற்று, ஓர் ஆழ்ந்த-தனிநபர்-நெறியையும் தருகிறது. செல்வம்-உள்ள-கட்டத்தில், தானம்-கொடுக்கும் வழக்கத்தை வளர். மழை-போல், செல்வமும் — ஓர் கட்டத்தில் குறையக்-கூடும். அந்த-கட்டம்-வரும்-முன், தானம்-கொடுக்கும் வழக்கத்தை வளர்த்து-வைத்தால், அந்த-வழக்கம் உள்-தளத்தில் நிலையாக-நிற்கும்.

தினம்-தினம், ஓர் சிறு-உள்-வழக்கம் — மாதம்-மாதம், சம்பாதிக்கும்-தொகையில் ஓர் சிறு-பகுதியை, தேவை-உள்ளவருக்கு-கொடு. அந்த-வழக்கம், செல்வம்-உள்ள-கட்டத்திலேயே வளர-வேண்டும்.

பாடல் 83 — வி: விருந்தோம்பல்-இல்லாதவர்க்கு பொருந்திய ஒழுக்கம் இல்லை

விருந்திலோர்க்கு இல்லை பொருந்திய ஒழுக்கம்.

சொற்பொருள்
விருந்திலோர்க்கு = விருந்தோம்பல்-இல்லாதவர்க்கு; இல்லை = இல்லை; பொருந்திய = சரியான; ஒழுக்கம் = நல்-நடத்தை.

எளிய பொருள்
விருந்தினரை உபசரிக்கும் வழக்கம்-இல்லாதவர்க்கு — சரியான ஒழுக்கம் இல்லை.

விளக்கம்
இக்-கூற்று, ஔவையாரின் விருந்தோம்பல்-நெறியின் ஆழ்ந்த-வடிவம். விருந்தோம்பல், பழ-தமிழ்-மரபின் மிக-உயர்-நெறிகளில் ஒன்று. வீட்டிற்கு-வரும் விருந்தினரை, அன்போடு-வரவேற்று, உண்ணுதல்-தந்து, ஓய்வு-தந்து வழியனுப்புதல் — விருந்தோம்பலின் வடிவம். ஔவையார், அந்த-வழக்கத்தை — ஒழுக்கத்தின் ஆழ்ந்த-வேராக சுட்டுகிறார்.

“விருந்திலோர்” என்னும் சொல், விருந்தோம்பல்-இல்லாதவர் என்னும் கருத்தை-தருகிறது. அதாவது, விருந்தினரை-உபசரிக்க-தயங்குபவர், விருந்தினர்-வந்த-கட்டத்தில் தாமே-சென்று-விடுபவர், விருந்தோம்பலை-ஓர் சுமையாக-கருதுபவர். அத்தகைய-மக்களிடம், ஆழ்ந்த-ஒழுக்கம் இல்லை என்று ஔவையார் கூர்மையாக-சொல்கிறார்.

இக்-கூற்றில் ஓர் ஆழ்ந்த-கருத்து உள்ளது. ஒழுக்கம், வெறும்-தனிப்பட்ட-கூற்று-அல்ல. அது, மக்கள்-உறவில் வெளிப்படும் கூறு. மற்றோர்-மக்களோடு-பகிர்ந்துகொள்ளும் வழக்கம், மற்றோர்-மக்களின் தேவையை-மதிக்கும் வழக்கம் — இவையே, ஒழுக்கத்தின் ஆழ்ந்த-வடிவங்கள்.

ஔவையாரின் இக்-கூற்று, தமிழ்-மரபின் ஆழ்ந்த-நெறி. திருக்குறளில் வள்ளுவர், “இருந்தோம்பி இல்வாழ்வ தெல்லாம் விருந்தோம்பி வேளாண்மை செய்தற் பொருட்டு” (குறள் 81) — இல்-வாழ்வின் ஆழ்ந்த-கூற்றே, விருந்தோம்பலின் வழியில் வேளாண்மை-செய்வதற்காக.

இன்றைய பயன்பாடு
இக்காலத்தில் இக்-கூற்று, மிக-நெருக்கமான-வழிகாட்டி. தற்காலத்தில், விருந்தோம்பல்-வழக்கம் — மெல்ல-மெல்ல குறைகிறது. வேலை-வாழ்வின் வேகம், புதிய-வாழ்க்கை-வழக்கங்கள், சிறிய-குடும்ப-வடிவம் — இவை எல்லாம், விருந்தோம்பலை குறைக்கின்றன.

ஔவையாரின் வழி — “விருந்தோம்பலை, ஒழுக்கத்தின் வேராக-மதி.” தினம்-தினம், ஓர் சிறு-வழக்கம் — விருந்தினர்-வந்தால், அவர்களை அன்போடு-வரவேற்று, உபசரிப்பு-தந்து, அவர்களின் தேவையை-மதிக்க முயற்சி-செய்.

இக்-கூற்றை, பரந்த-வடிவில் — “மற்றோர்-மக்களின் தேவையை மதிக்கும் வழக்கம், ஒழுக்கத்தின் வேராக நிற்கிறது” என்று புரிந்துகொள்ள-முடியும். விருந்தினர்-மட்டும் அல்ல; கூட்டாளிகள், சார்ந்தோர், அண்டை-வீட்டார் — இவர்களின் தேவையை-மதிக்கும் வழக்கம், ஆழ்ந்த-ஒழுக்கத்தின் வடிவம்.

தினம்-தினம், ஓர் சிறு-உள்-கேள்வி — “எனது-வீட்டிற்கு வரும் மக்களை,

அன்போடு-வரவேற்கிறேனா? அவர்களின் தேவையை-மதிக்கிறேனா?” அந்த-உள்-கேள்வி, விருந்தோம்பல்-நெறியின் ஆழ்ந்த-தளத்தை வளர்க்கும்.

பாடல் 84 — வீ: வீரனின் நட்பு, கூர்-அம்பு-போல்

வீரன் கேண்மை கூரம்பு ஆகும்.

சொற்பொருள்

வீரன் = வலிமை-உடையவன்; கேண்மை = நட்பு; கூரம்பு = கூர்மையான-அம்பு; ஆகும் = ஆகும்.

எளிய பொருள்

வீரனின் நட்பு — கூர்மையான-அம்பு-போல் வலிமை-கொண்டது.

விளக்கம்

இக்-கூற்று, ஔவையாரின் நட்பு-நெறியின் ஆழ்ந்த-வடிவம். நட்பு, மக்கள்-வாழ்வின் ஆழ்ந்த-கூறுகளில் ஒன்று. நட்பின் ஆழம், நண்பரின் தன்மையை-சார்ந்துள்ளது. வீரனின் நட்பு — மிக-வலிமை-கொண்டது. ஏனெனில், வீரன், கடின-கட்டத்திலும் — நண்பருக்கு-துணை-நிற்பவன். அவன் நட்பு, கூர்மையான-அம்பு-போல், கடின-கட்டத்தை-வெல்லும்-ஆற்றலை-தருகிறது.

“கேண்மை” என்னும் சொல், நட்பை சுட்டுகிறது. ஆனால் அது, மேலோட்டமான-நட்பு-அல்ல. ஆழ்ந்த, கடின-கட்டத்திலும் தொடரும் உறவு. அத்தகைய-உறவை, வீரர்களே-தர-முடியும்.

“கூரம்பு” — கூர்மையான-அம்பு. அம்பு, போரின் ஓர் முதன்மை-கருவி. கூர்மையான-அம்பு, பகையை-வெல்லும்-ஆற்றலை-தருகிறது. வீரனின் நட்பும், அதே-ஆற்றலை-தருகிறது. நண்பரின் கடின-கட்டத்தில், வீரன் — பகையை-எதிர்-கொள்ளும், கடினத்தை-வெல்லும், காப்பாற்றும் ஆற்றலை-தருகிறான்.

இக்கருத்து, தமிழ்-மரபின் ஆழ்ந்த-நெறி. திருக்குறளில் வள்ளுவர், “நட்பிற்கு வீற்றிருக்கை யாதெனின் கொட்பின்றி ஒல்லும்வாய் ஊன்றும் நிலை” (குறள் 789) — நட்பின் ஆழ்ந்த-நிலை, மாற்றம்-இல்லாமல், கடின-கட்டத்தில் ஆதரவாக-நிற்றல்.

இன்றைய பயன்பாடு

இக்காலத்தில் இக்-கூற்று, நட்பு-நெறியின் ஆழ்ந்த-வழிகாட்டி. தற்காலத்தில், சமூக-வலையின் வழியில், மக்கள் — பல-நூறு-நண்பர்களை-கொண்டுள்ளனர். ஆனால் அந்த-நண்பர்களில், கடின-கட்டத்தில் துணை-நிற்பவர் எவர்? — அது மிக-அரிது.

ஔவையாரின் வழி — “மேலோட்டமான-நட்பின் எண்ணிக்கையை-விட, ஆழ்ந்த-நட்பின் தரத்தை-மதி.” சில-நெருக்கமான-நண்பர்கள், கடின-கட்டத்தில் — துணை-நிற்பவராக-இருந்தால், அவர்களே-வீரனின்-நட்பின் வடிவம்.

இக்-கூற்று, தனிநபர்-நெறியின் களத்திலும் பொருந்தும். தனிநபராக, மற்றோர்-மக்களுக்கு — வீரனின் நட்பாக-நிற்க-முயற்சி-செய். கடின-கட்டத்தில், விலகாமல், துணை-நிற்க-முயற்சி-செய். அந்த-வழக்கம், உனது-உள்-வீரத்தை வளர்க்கும்.

தினம்-தினம், ஓர் சிறு-உள்-கேள்வி — “எனது-நண்பர்களின் கடின-கட்டத்தில், நான் எவ்வாறு துணை-நிற்கிறேன்? அவர்களின் கடினத்தை, என்-கடினமாக

கருதுகிறேனா?" அந்த-உள்-கேள்வி, நட்பு-நெறியின் ஆழ்ந்த-தளத்தை வளர்க்கும்.

பாடல் 85 — உ: யாசிக்காமல்-வாழ்தலே மதிப்புடையோரின் நெறி

உரவோர் என்கை இரவாது இருத்தல்.

சொற்பொருள்

உரவோர் = மதிப்புடையோர்; ஆற்றல்-உடையோர்; என்கை = என்று-சொல்லப்-படுதல்; இரவாது = யாசிக்காமல்; இருத்தல் = வாழ்வது.

எளிய பொருள்

"மதிப்புடையோர்" என்று சொல்லப்-படுதலின் வடிவம் — யாசிக்காமல் வாழ்தலே.

விளக்கம்

இக்-கூற்று, ஔவையாரின் தன்னிறைவு-நெறியின் ஆழ்ந்த-வடிவம். மக்கள், "மதிப்புடையோர்" என்னும் நிலையை-நாடுகிறார்கள். அந்த-நிலையை-அடைய பல-வழிகள் உள்ளன — செல்வம், கல்வி, பதவி, தொண்டு. ஆனால் ஔவையாரின் வழி — "மதிப்புடையோர்" என்னும் நிலையின் வேராக நிற்கின்ற கூறு — யாசிக்காமல் வாழ்தல்.

"இரவாது இருத்தல்" — யாசிக்காமல் வாழ்தல். "இரவு" என்னும் சொல், யாசிப்பின் வடிவம். ஒருவருக்கு-முன், கைநீட்டி-கேட்டல், அழ-வேண்டுதல் — இவை யாசிப்பின் கூறுகள். அத்தகைய-நிலையில்-வாழ்பவர், மக்களின் உள்ளத்தில் — "மதிப்புடையவர்" என்னும் இடத்தை-பெற முடியாது.

தன்னிறைவு, மக்களின் ஆழ்ந்த-மதிப்பின் வேர். தம்-தேவைகளை, தம்-உழைப்பின் வழியில் நிறை-செய்து-கொள்வது — அதுவே, மக்களின் உள்-வலிமை. அத்தகைய-வலிமை-உள்ளோர், மற்றோர்-மக்களின் உள்ளத்தில் ஆழ்ந்த-மதிப்பை-பெறுகிறார்கள்.

ஔவையாரின் இக்-கூற்று, பாடல் 46-ல் வந்த "தொழுதூண் சுவையின் உழுதூண் இனிது" என்னும் கூற்றோடும், பாடல் 69-ல் வந்த "போனகம் என்பது தான் உழந்து உண்டல்" என்னும் கூற்றோடும் ஒத்து-நிற்கிறது.

இக்கருத்து, தமிழ்-மரபின் ஆழ்ந்த-நெறி. திருக்குறளில் வள்ளுவர், "இரந்தும் உயிர்வாழ்தல் வேண்டின் பரந்து கெடுக உலகியற்றி யான்" (குறள் 1062) — யாசித்து-வாழ்தல் தேவை-என்றால், இவ்-ஞாலத்தை-உருவாக்கினோனும் கெடட்டும். மிக-கூர்மையான-கூற்று.

இன்றைய பயன்பாடு

இக்காலத்தில் இக்-கூற்று, தன்னிறைவு-நெறியின் ஆழ்ந்த-வழிகாட்டி. தற்காலத்தில், கடன்-வாங்கி-வாழும் வழக்கம், பிறரின்-ஆதரவில் நிற்கும் வழக்கம், அரசின்-உதவியில் மட்டும்-வாழ்தல் — இவை மிக-வழக்கமாக-உள்ளன. ஔவையாரின் வழி — "தம்-உழைப்பின் வழியில் வாழ். யாசிக்காமல் நில்."

இக்-கூற்று, மிக-முதன்மை-கூற்று இளையோர்க்கு. பணி-வாழ்வின் தொடக்க-கட்டத்தில், கடன்-வாங்கி-வாழும் வழக்கத்தில் சிக்கினால், அந்த-வழக்கம் வாழ்-முழுவதும் தொடரும். ஔவையாரின் வழி — "தொடக்க-கட்டத்திலேயே, தன்னிறைவின் வழியில் நில்."

இக்-கூற்று, தனிநபர்-உள்-தளத்தின் வழிகாட்டி. யாசிப்பின்-வழியில் நிற்கும்-போது, மக்களின் உள்-நிலை வீழும். தன்-உழைப்பின் வழியில் நிற்கும்-போது, உள்-நிலை வளரும்.

தினம்-தினம், ஓர் சிறு-உள்-உறுதி — "எனது-தேவைகளை, என்-உழைப்பின் வழியில் நிறை-செய்வேன். யாசிக்கும்-வழக்கத்தில் சிக்க-மாட்டேன்." அந்த-உள்-உறுதி, ஔவையாரின் இக்-கூற்றின் ஆழ்ந்த-தளத்தை வளர்க்கும்.

பாடல் 86 — ஊ: முயற்சி-உடைமை, வளர்ச்சியின் அழகு

ஊக்கம் உடைமை ஆக்கத்திற்கு அழகு.

சொற்பொருள்

ஊக்கம் = முயற்சி; உள்-உறுதி; உடைமை = கொண்டிருத்தல்; ஆக்கத்திற்கு = வளர்ச்சிக்கு; அழகு = சிறப்பு.

எளிய பொருள்

முயற்சி-உள்-உறுதியை கொண்டிருத்தல் — வளர்ச்சிக்கு சிறப்பு.

விளக்கம்

இக்-கூற்று, ஔவையாரின் முயற்சி-நெறியின் ஆழ்ந்த-வடிவம். மக்களின்-வளர்ச்சி, பல-கூறுகளில் கட்டுப்பட்டது — செல்வம், வாய்ப்பு, தொடர்பு, கல்வி. ஆனால் இவை அனைத்துக்கும் வேராக நிற்கின்ற கூறு — ஊக்கம், உள்-உறுதி. அந்த-உள்-உறுதி-இல்லாமல், மற்ற-கூறுகள் எவையும் வளர்ச்சியை-தராது.

"ஊக்கம்" என்னும் சொல், மக்களின்-உள்ளத்தின் தீ-ஆற்றலை சுட்டுகிறது. முயற்சியை-தொடரும் ஆற்றல், கடின-கட்டத்திலும் வீழாமை, பல-முறை-தோல்வி-வந்தாலும் முயற்சியை-தொடரும் ஆற்றல் — இவை எல்லாம் ஊக்கத்தின் கூறுகள்.

"உடைமை" என்னும் சொல், அந்த-உள்-உறுதியை — நிலையான-கூறாக-கொண்டிருத்தலை சுட்டுகிறது. ஓர்-கணம், ஊக்கம் வரும்; மற்றொரு-கணம், சோர்வு வரும். அந்த-மாற்றத்தில் சிக்கும்-மக்கள், வளர்ச்சியை-அடைய-முடியாது. ஊக்கத்தை, நிலையான-உள்-கூறாக-வைத்துக்-கொண்டால், அதுவே வளர்ச்சியின் வேர்.

இக்கருத்து, தமிழ்-மரபின் ஆழ்ந்த-நெறி. திருக்குறளில் வள்ளுவர், "உள்ளுவ தெல்லாம் உயர்வுள்ளல் மற்றது தள்ளினுந் தள்ளாமை நீர்த்து" (குறள் 596) — எண்ணுவது எல்லாம், உயர்வை எண்ணுவதே; தோல்வி-வந்தாலும் — அந்த-எண்ணம் தளராமை-தான்.

இன்றைய பயன்பாடு

இக்காலத்தில் இக்-கூற்று, மிக-முதன்மையான-வழிகாட்டி. தற்காலத்தில், மக்கள் — பெரும்பாலும், வாய்ப்பு-இல்லை, தொடர்பு-இல்லை, செல்வம்-இல்லை — இக்-கூற்றுகளை வளர்ச்சியின்-தடையாக-கருதுகிறார்கள். ஆனால் ஔவையாரின் வழி — "இவை அனைத்தும், ஊக்கம்-இல்லாதவருக்கே தடைகள். ஊக்கம்-உள்ளவர், எந்த-கூற்றையும் வளர்ச்சியின் வழியாக மாற்றுவார்."

தினம்-தினம், ஓர் சிறு-உள்-உறுதி — "எனது-முயற்சியை, தொடர்ந்து-வளர்ப்பேன். தோல்வி-வந்தாலும், ஊக்கத்தை இழக்க-மாட்டேன்." அந்த-உள்-உறுதி, காலப்போக்கில், மக்களின் ஆழ்ந்த-வளர்ச்சிக்கு வேராக நிற்கும்.

இக்-கூற்று, பெற்றோர்-நெறியின் களத்திலும் பொருந்தும். குழந்தைகளுக்கு, ஊக்கத்தின் வழக்கத்தை — சிறிய-வயதிலேயே வளர்க்க-வேண்டும். தோல்வி-வரும்-கட்டத்தில், அவர்களை-உற்சாகப்-படுத்தும் வழக்கம், மறு-முயற்சி-செய்ய பழக்கும் வழக்கம் — இவை மிக-முதன்மை.

பாடல் 87 — வெ: தூய்மை-உள்ளத்தில் வஞ்சகம் இல்லை

வெள்ளைக்கு இல்லை கள்ளச் சிந்தை.

சொற்பொருள்

வெள்ளைக்கு = தூய்மை-உள்ளவர்க்கு; இல்லை = இல்லை; கள்ளச் = வஞ்சக-வடிவத்தில்-உள்ள; சிந்தை = மனம்.

எளிய பொருள்

தூய்மை-உள்ளத்தில் — வஞ்சக-கூற்று இருக்காது.

விளக்கம்

இக்-கூற்று, ஔவையாரின் உள்-நெறியின் ஆழ்ந்த-வடிவம். "வெள்ளை" என்னும் சொல், தூய்மையை சுட்டுகிறது. தூய்-உள்ளம், மக்களின் ஆழ்ந்த-நெறியின் வடிவம். அத்தகைய-உள்ளத்தில், வஞ்சக-கூற்று தோன்றாது.

இக்-கூற்றில் ஓர் ஆழ்ந்த-உள்-உளவியல் உள்ளது. வஞ்சக-கூற்று, மக்களின்-உள்ளத்தின் ஓர்-கூறு. அது தோன்றும்-உள்ளம், மற்றோர்-மக்களை-ஏமாற்றி, தம்-நலனை-வளர்க்கும் வழியில் சிந்திக்கிறது. ஆனால் தூய்-உள்ளம், அந்த-வழியில் சிந்திக்காது. அதன் ஆழ்ந்த-உள்-நிலை, பகிர்வின் வழியில், ஒற்றுமையின் வழியில், நெறி-வழியில் — அமைந்துள்ளது.

"கள்ளச் சிந்தை" — வஞ்சக-வடிவத்தில்-உள்ள மனம். "கள்ளம்" என்பது — ஏமாற்றுதல், மறைத்தல், சூழ்ச்சி. அத்தகைய-உள்-நிலை, தூய்-உள்ளத்தில் தோன்றாது.

ஔவையாரின் இக்-கூற்று, பாடல் 54-ல் வந்த "நெஞ்சை ஒளித்து ஒரு வஞ்சகம் இல்லை" என்னும் கூற்றோடு ஒத்து-நிற்கிறது. இக்கருத்து, தமிழ்-மரபின் ஆழ்ந்த-நெறி. திருக்குறளில் வள்ளுவர், "மனத்துக்கண் மாசிலன் ஆதல் அனைத்தறன்" (குறள் 34) — மனத்தில்-தூய்மை-உடையதே, அனைத்து-அறமும்.

இன்றைய பயன்பாடு

இக்காலத்தில் இக்-கூற்று, மிக-ஆழ்ந்த-வழிகாட்டி. தற்காலத்தில், வெளி-தோற்றத்தில் தூய்மையாக-காட்டிக்-கொண்டு, உள்ளத்தில் வஞ்சகத்தை-வளர்க்கும் வழக்கம் — பல-கட்டங்களில் தோன்றுகிறது.

ஔவையாரின் வழி — "உள்-தூய்மையை வளர்." வெளி-தோற்றம் முதன்மை-அல்ல; உள்-தூய்மை-தான் முதன்மை. தினம்-தினம், ஓர் சிறு-உள்-பார்வை — "எனது-உள்ளத்தில், என்ன-கூற்றுகள் தோன்றுகின்றன? வஞ்சகத்தின் வடிவில்-உள்ளனவா? அவற்றை-தணிக்க முடியுமா?" அந்த-உள்-பார்வை, மெல்ல-மெல்ல உள்-தூய்மையை வளர்க்கும்.

இக்-கூற்று, மக்கள்-உறவின் களத்திலும் வழிகாட்டி. கூட்டாளியை-தேர்ந்தெடுக்கும்-கட்டத்தில், அவரது வெளி-தோற்றத்தை-மட்டும் கவனிக்காதே. அவரது-உள்-தூய்மையை-கவனி.

தினம்-தினம், ஓர் சிறு-உள்-உறுதி — "எனது-உள்-தூய்மையை, தினம்-தினம் வளர்ப்பேன்." அந்த-உள்-உறுதி, ஆழ்ந்த-உள்-நெறியின் வேராக நிற்கும்.

பாடல் 88 — வே: அரசன் சீறினால் காப்பாற்றும் துணை இல்லை

வேந்தன் சீறின் ஆம் துணை இல்லை.

சொற்பொருள்

வேந்தன் = அரசன்; தலைவன்; சீறின் = கோபம்-கொண்டால்; ஆம் = ஆகும்; துணை = ஆதரவு; உதவி; இல்லை = இல்லை.

எளிய பொருள்

அரசன் கோபம்-கொண்டால் — காப்பாற்றும் ஆதரவு-துணை வேறு இல்லை.

விளக்கம்

இக்-கூற்று, ஔவையாரின் அதிகார-நெறியின் ஆழ்ந்த-வடிவம். அரசன், மக்களின் வாழ்வில் மிக-பெரும்-அதிகாரம்-கொண்டவன். அவன், கோபம்-கொண்டால் — அவனை-எதிர்த்து-நிற்கும் ஆதரவு வேறு-எங்கும் இல்லை. அவன் தீர்ப்பு, இறுதி-தீர்ப்பு.

இக்-கூற்றில் ஓர் ஆழ்ந்த-கருத்து உள்ளது. அதிகார-நிலையில் உள்ளோரிடம் — மிக-கவனமாக நடந்துகொள்ள-வேண்டும். அவர்களின் கோபத்தை-தூண்டுதல், அவர்களை எதிர்த்து-நிற்றல், அவர்களின் தீர்ப்புக்கு-மீறி-போகுதல் — இவை எல்லாம், மக்களின் வாழ்வை-கடினமாக்கும்.

“ஆம் துணை இல்லை” — காப்பாற்றும்-துணை இல்லை. மிக-தீர்க்கமான-கூற்று. அரசன், கோபம்-கொண்டால் — அவன் தீர்ப்பை, எவரும் மாற்ற முடியாது. மற்றோர்-மக்கள் — அரசின் கோபத்தை எதிர்-கொள்ள தயங்குவர். அவர்கள், விலகி-நிற்பர். அந்த-கட்டத்தில், மக்கள் தனிமை-நிலையில் வீழ்வர்.

ஔவையாரின் இக்-கூற்று, ஓர் ஆழ்ந்த-நடைமுறை-நெறியை சுட்டுகிறது. அதிகார-நிலையில் உள்ளோரிடம் — மிக-கவனமாக நடந்துகொள். அவர்களின் கோபத்தை-தூண்டாதே. அவர்களோடு, அமைதியான-உறவை-வளர். அந்த-உறவின் வழியில், உனது வாழ்வை காப்பாற்றிக்-கொள்.

இன்றைய பயன்பாடு

இக்காலத்தில் இக்-கூற்று, அதிகார-நெறியின் ஆழ்ந்த-வழிகாட்டி. தற்காலத்தில், “அரசன்” என்னும் கூற்றை — பல-வடிவில் பொருத்த-முடியும். அரசு-நிறுவனம், சட்ட-நிலை, பணி-மேலதிகாரி, தொழில்-தலைவர் — இவை எல்லாம், அதிகார-நிலையில் உள்ள-கூறுகள். அவற்றோடு, மிக-கவனமாக-நடந்துகொள்ள-வேண்டும்.

ஔவையாரின் வழி — “அதிகார-நிலையில்-உள்ளோரின் கோபத்தை-தூண்டாதே. அமைதியான-வழியில் உறவை-வளர்.” இது, அடிமை-நெறி-அல்ல. அறிவின்-நெறி.

இக்-கூற்று, பணி-வாழ்வின் களத்திலும் பொருந்தும். மேலதிகாரியோடு, அமைதியான-உறவை-வளர். தம்-கருத்துகளை — அமைதியான, மரியாதையான-வழியில் சொல். அந்த-வழக்கம், பணி-வாழ்வை-காப்பாற்றும்.

இக்-கூற்று, அதிகார-நிலையில்-உள்ளவர்க்கும் ஓர் ஆழ்ந்த-கூற்றை சொல்கிறது. அதிகாரம், ஓர் பெரிய-கூற்று. அதை, கோபம்-வழியில் பயன்படுத்தினால், மக்களின் வாழ்வை வீழ்த்தும். ஆகவே, அதிகார-நிலையில்-உள்ளவர் — கோபத்தை-கட்டுப்படுத்த-வேண்டும்.

பாடல் 89 — வை: ஒவ்வொரு-நாளும் தெய்வத்தை வணங்கு

வைகல் தோறும் தெய்வம் தொழு.

சொற்பொருள்

வைகல் = ஒவ்வொரு-நாள்; தோறும் = ஒவ்வொரு-காலத்திலும்; தெய்வம் = கடவுள்; தொழு = வணங்கு.

எளிய பொருள்

ஒவ்வொரு-நாளும் தெய்வத்தை வணங்கு.

விளக்கம்

இக்-கூற்று, ஔவையாரின் பக்தி-நெறியின் ஆழ்ந்த-வடிவம். தெய்வ-வணக்கம், ஓர்-காலத்தில்-மட்டும் செய்ய-வேண்டிய கூற்று-அல்ல. அது, தினம்-தினம் — ஓர் வாழ்க்கை-வழக்கமாக நிற்க-வேண்டியது. அந்த-தினச்-வழக்கம், மக்களின் உள்-தளத்தை வளர்க்கிறது.

“வைகல் தோறும்” — ஒவ்வொரு-நாளும். மிக-முதன்மை-கூற்று. ஓர் சில-நாள் வணங்கி, பின் மறப்பது போதாது. தினம்-தினம், ஓர் சிறு-வேளை, தெய்வ-வணக்கத்தில் நிற்க-வேண்டும். அந்த-தினச்-தொடர்ச்சி, உள்-தளத்தை ஆழமாக-வளர்க்கிறது.

“தெய்வம் தொழு” — தெய்வத்தை-வணங்கு. வணக்கம், பல-வடிவில் இருக்கலாம் — மந்திர-உச்சாரணம், கோயில்-வழிபாடு, தியான-நிலை, உள்-நன்றியின்-வடிவம். வடிவம் எதுவாக-இருந்தாலும், உள்-நிலையின் வளர்ப்பே, அதன் ஆழ்ந்த-கூறு.

இக்கருத்து, தமிழ்-சைவ-மரபின் ஆழ்ந்த-நெறி. மாணிக்கவாசகர், “பக்தி-மட்டுமே போதாது; தினச்-பக்தி வேண்டும்” என்னும் கூற்றை, பல-வடிவில் வெளிப்படுத்தினார். தினச்-வழக்கமாக-நிற்கும்-பக்தி, மிக-ஆழ்ந்த-உள்-வளர்ப்புக்கு வேராக நிற்கிறது.

இன்றைய பயன்பாடு

இக்காலத்தில் இக்-கூற்று, தினச்-பக்தி-நெறியின் வழிகாட்டி. தற்காலத்தில், மக்கள் — பெரும்பாலும், திருவிழா-காலத்தில் கோயிலுக்கு-சென்று, தினம்-தினம் மறப்பவராக-உள்ளனர். ஆனால் ஔவையாரின் வழி — “தினம்-தினம், ஓர் சிறு-வேளை, தெய்வத்தை வணங்கு.”

தினம்-தினம், ஓர் சிறு-வழக்கம் — காலையில், ஓர் சில-நிமிடம் — மந்திர-உச்சாரணம், தியான-நிலை, உள்-நன்றியின்-வடிவம். அந்த-சில-நிமிடம், நாள்-முழுவதின் உள்-தளத்தை வளர்க்கும்.

இக்-கூற்றை, பரந்த-வடிவில் — “தினச்-உள்-பயிற்சியை வளர்” என்று புரிந்துகொள்ள-முடியும். தெய்வ-வழிபாடு-மட்டுமே-அல்ல; எந்த-உள்-வளர்ப்பின் வழக்கமும் — தினச்-தொடர்ச்சியின் வழியாக-தான், ஆழ்ந்த-பயனை-தரும்.

இக்-கூற்று, குழந்தைகளுக்கு கற்பிக்க-வேண்டிய ஆழ்ந்த-நெறி. சிறிய-வயதிலேயே, தினச்-வழக்கங்களின் ஆழ்ந்த-மதிப்பை வளர்க்க-வேண்டும். தினச்-வழிபாடு, தினச்-படிப்பு, தினச்-உடல்-பயிற்சி — இவை அனைத்தும், அவர்களின் வாழ்-முழுவதின் வேராக நிற்கும்.

பாடல் 90 — ஓ: பொருத்தமான-இடத்தில் உறக்கம் கொள்

ஒத்த இடத்து நித்திரை கொள்.

சொற்பொருள்

ஒத்த = பொருத்தமான; சரியான; இடத்து = இடத்தில்; நித்திரை = உறக்கம்; கொள் = கொள்.

எளிய பொருள்

பொருத்தமான இடத்தில் உறக்கம் கொள்.

விளக்கம்

இக்-கூற்று, ஔவையாரின் உடல்-நல-நெறியின் ஆழ்ந்த-வடிவம். உறக்கம், மக்களின்-உடல்-நலனின் வேராக நிற்கிறது. அந்த-உறக்கத்தின் தரம், உறங்கும்-இடத்தின் தரத்தை-சார்ந்துள்ளது. பொருத்தமான-இடம், ஆழ்ந்த-உறக்கத்தை-தருகிறது. பொருந்தாத-இடம், உறக்கத்தை-பாதிக்கும்.

“ஒத்த இடத்து” — பொருத்தமான-இடத்தில். “ஒத்த” என்னும் சொல், “பொருத்தமான,” “இணைந்த,” “சரியான” என்னும் கருத்துகளை-தருகிறது. உறக்கத்துக்கு-தேவையான கூறுகள் — அமைதி, இருள், சரியான-வெப்ப-நிலை, காற்று-ஓட்டம் — இவை-உள்ள-இடம், உறக்கத்துக்கு பொருத்தம்.

“நித்திரை கொள்” — உறக்கம்-கொள். “கொள்” என்னும் வினைச்-சொல், “ஏற்றுக்-கொள்ளும் வழியில் நிற்” என்னும் கருத்தை-தருகிறது. உறக்கம், ஓர் இயற்கையின் கூறு. அதை-தடுக்காமல், ஏற்றுக்-கொள்.

இக்-கூற்று, பாடல் 76-ல் வந்த “மெத்தையில் படுத்தல் நித்திரைக்கு அழகு” என்னும் கூற்றோடு ஒத்து-நிற்கிறது. இரண்டிலும், உறக்கத்தின் சூழலின் முதன்மை வலியுறுத்தப்-படுகிறது.

இன்றைய பயன்பாடு

இக்காலத்தில் இக்-கூற்று, உறக்க-நெறியின் ஆழ்ந்த-வழிகாட்டி. தற்காலத்தில், உறக்க-நிலையை-பாதிக்கும் கூறுகள் — மிக-பல-வடிவில் வளர்ந்துள்ளன. திரை-நேரம், கடின-வெளிச்சம், செய்தி-தொடர்புகளின் இடைவிடாத-ஓசை, கடினமான-படுக்கை-இடம் — இவை எல்லாம், உறக்கத்தை-பாதிக்கின்றன.

ஔவையாரின் வழி — “உறக்கத்துக்கு-பொருத்தமான-இடத்தை-உருவாக்கு.” அமைதியான-இடம், இருள், சரியான-வெப்ப-நிலை, காற்று-ஓட்டம், திரை-இல்லாத-சூழல் — இவை எல்லாம், உறக்கத்தை-வளர்க்கின்றன.

இக்-கூற்று, பயண-வாழ்வில் உள்ளவர்க்கும் முதன்மை. தினம்-தினம், இடம்-மாற்றி-உறங்கும் வழக்கம், உறக்கத்தை-பாதிக்கும். அதே-இடத்தில், அதே-நேரத்தில் உறங்கும் வழக்கம் — உறக்கத்தின் ஆழ்ந்த-கூறு.

தினம்-தினம், ஓர் சிறு-உள்-கேள்வி — “எனது-உறக்க-இடம், பொருத்தமான-நிலையில் உள்ளதா? உறக்கத்தை-பாதிக்கும் கூறுகள் எவை? அவற்றை-நீக்க முடியுமா?” அந்த-உள்-கேள்வி, உறக்கத்தின் ஆழ்ந்த-தளத்தை வளர்க்கும்.

பாடல் 91 — ஓ: கற்காதவர்க்கு உணர்வும் ஒழுக்கமும் இல்லை

ஓதாதார்க்கு இல்லை உணர்வொடும் ஒழுக்கம்.

சொற்பொருள்

ஓதாதார்க்கு = கற்காதவர்க்கு; படிக்காதவர்க்கு; இல்லை = வளராது; உணர்வொடும் = உள்-உணர்வுடனும்; ஒழுக்கம் = நல்-நடத்தை.

எளிய பொருள்

கற்காதவர்க்கு — உள்-உணர்வும், நல்-ஒழுக்கமும் வளராது.

விளக்கம்

இக்-கூற்று, ஔவையாரின் கல்வி-நெறியின் மிக-ஆழ்ந்த-வடிவம். கொன்றை வேந்தனின் கடைசி-பாடல், கல்வியின் ஆழ்ந்த-முதன்மையை வலியுறுத்துகிறது. நூலின் முதல்-பாடல் ("அன்னையும் பிதாவும் முன்னறி தெய்வம்") — பெற்றோர்-மதிப்பின் வடிவம். கடைசி-பாடல் — கல்வியின் முதன்மை. இரண்டு-கூறுகள் சேர்ந்து-தான், மக்களின் வாழ்-தளம்-கட்டப்-படுகிறது.

"ஓதாதார்" என்னும் சொல், கற்காதவர் என்னும் கருத்தை-தருகிறது. நூல்-வாசிப்பு, ஆழ்ந்த-கருத்தை-அறிதல், சான்றோர்-வாக்கை-கேட்டல் — இவை எல்லாம் கல்வியின் கூறுகள். அவற்றை-தவிர்த்தவர், கற்காதவர். அத்தகைய-மக்களிடம், உள்-உணர்வும், நல்-ஒழுக்கமும் வளராது.

"உணர்வொடும் ஒழுக்கம்" — உள்-உணர்வும், நல்-ஒழுக்கமும். உள்-உணர்வு, மக்களின் ஆழ்ந்த-உள்-தளத்தின் வடிவம். ஒழுக்கம், அந்த-உள்-தளம்-வெளிப்படும் செயல்-வடிவம். இரண்டும், கல்வியின் வழியாக வளர்கின்றன. கல்வி-இல்லாமல், இவை இரண்டும் வளராது.

இக்-கூற்றில் ஓர் ஆழ்ந்த-கருத்து உள்ளது. கல்வி, மக்களின் வாழ்வை மூன்று-வழியில் வளர்க்கிறது. முதலாவதாக, அறிவு-வளர்ச்சி. இரண்டாவதாக, உள்-உணர்வு-வளர்ச்சி. மூன்றாவதாக, ஒழுக்க-வளர்ச்சி. இம்-மூன்று வளர்ச்சிகளும், கல்வியின் வழியாக-தான் ஆழ்ந்த-தளத்தை அடைகின்றன.

ஔவையாரின் இக்-கூற்று, கொன்றை வேந்தனின் ஆழ்ந்த-முடிவாக-நிற்கிறது. நூல்-முழுவதும், அவர் பல-நெறிகளை சுட்டினார் — பெற்றோர்-மதிப்பு, விருந்தோம்பல், கடின-உழைப்பு, கோபக்-கட்டுப்பாடு, தன்னிறைவு. இக்-கூறுகள் அனைத்தின் வேராக நிற்கின்ற கூறு — கல்வி. கல்வி-வழியாக-தான், இக்-நெறிகள் அனைத்தும் வளர்கின்றன.

இக்கருத்து, தமிழ்-மரபின் ஆழ்ந்த-நெறி. திருக்குறளில் வள்ளுவர், "கற்க கசடறக் கற்பவை கற்றபின் நிற்க அதற்குத் தக" (குறள் 391) — கற்க-வேண்டியவை-முழுவதையும் கற்க; கற்ற-பின், அதன்-வழியில் நில். வள்ளுவரும், ஔவையாரும் — கல்வியின் இரண்டு-கூறுகளை — கற்றலையும், அதன்-வழியில் வாழ்தலையும் — சம-முதன்மை-உடையதாக சுட்டுகின்றனர்.

இன்றைய பயன்பாடு

இக்காலத்தில் இக்-கூற்று, கல்வி-நெறியின் ஆழ்ந்த-வழிகாட்டி. தற்காலத்தில், கல்வி-வாய்ப்பு — பழ-காலத்தை-விட மிக-பெருமை-உடைய இடத்தில் உள்ளது. நூல்கள், மின்-நூல்கள், இணைய-வாசிப்பு — இவை எல்லாம், கல்வியை எளிதாக-கிடைக்கும் வழக்கமாக-மாற்றியுள்ளன.

ஔவையாரின் வழி — "இந்த-வாய்ப்பை, தினம்-தினம் பயன்படுத்து. கற்றுக்-கொள்ளும் வழக்கத்தை, வாழ்-நெறியாக-கொள்." தினம்-தினம்,

சில-நிமிட-வாசிப்பு, ஓர் புதிய-கருத்தை-அறிதல், ஓர் ஆழ்ந்த-நூலை-படித்தல் — இவை எல்லாம், கல்வி-நெறியின் வளர்ப்புக்கு உதவுகின்றன.

இக்-கூற்று, பெற்றோர்-நெறியின் களத்திலும் மிக முதன்மை. குழந்தைகளுக்கு, கல்வியின் ஆழ்ந்த-மதிப்பை — சிறிய-வயதிலேயே கற்பிக்க-வேண்டும். வெறும்-தேர்வு-கூற்றுக்கு-மட்டும்-அல்ல; உள்-உணர்வு-வளர்ப்புக்கும், ஒழுக்க-வளர்ப்புக்கும் கல்வி தேவை — என்னும் ஆழ்ந்த-உள்-நெறியை கற்பிக்க-வேண்டும்.

இக்-கூற்று, கல்வியின்-தொடர்ச்சியின் களத்திலும் பொருந்தும். படிப்பு-முடிந்த-பின், கற்றுக்-கொள்ளும் வழக்கம் நிற்க-கூடாது. தினம்-தினம், புதிய-கருத்துகளை-அறிய, ஆழ்ந்த-கூறுகளை-படிக்க — வழக்கம் தொடர-வேண்டும். அந்த-தொடர்ச்சியே, மக்களின் வாழ்-முழுவதின் உள்-வளர்ப்புக்கு வேராக நிற்கும்.

கொன்றை வேந்தனின் கடைசி-பாடலாக, இது மிக-பொருத்தமான-கூற்று. முதல்-பாடல் — பெற்றோர்-மதிப்பு, என்னும் வாழ்வின் வேர்-உறவை சுட்டியது. கடைசி-பாடல் — கல்வியின் ஆழ்ந்த-முதன்மை, என்னும் வாழ்வின் வளர்ப்பு-கூற்றை சுட்டுகிறது. இரண்டுக்கும்-இடையே-உள்ள 89 பாடல்களில், ஔவையார் — வாழ்வின் ஒவ்வொரு-கூற்றுக்கும் ஆழ்ந்த-நெறி-வழிகாட்டுதலை வழங்கினார். அந்த-வழிகாட்டுதல், ஆயிரம்-ஆண்டுகளுக்கு-பின்னும், இக்காலத்திற்கும் வழிகாட்டியாக-நிற்கிறது.

[கொன்றை வேந்தன் நூல் முடிவுற்றது.]

மூன்றாம் பகுதி — மூதுரை

அறிமுகம்

“மூதுரை” என்பது இரு சொற்களின் சேர்க்கை: “மூத்த” + “உரை.” “மூத்த” என்றால் “பழமையான, வயதான, மூப்பான”; “உரை” என்றால் “சொல், உபதேசம், அறிவுரை.” எனவே, “மூதுரை” என்பது “பழமையான மெய்யறிவு, மூதாதையரின் உரை, காலத்தால் சோதிக்கப்பட்ட நீதிமொழி” என்னும் பொருளில் வரும். இந்தப் பெயரே, இந்நூலின் தன்மையை முழுமையாகச் சுட்டுகிறது.

ஆத்திசூடியும் கொன்றை வேந்தனும் சிறு குழந்தைகளுக்காக அமைக்கப்பட்டவை. அவை எழுத்துக்களின் முறையை ஒட்டி, ஒற்றை வரி அல்லது இரட்டை வரி அளவில் வாழ்வியல் நெறிகளைக் கட்டளை வடிவில் வழங்குகின்றன. ஆனால் மூதுரை, இவற்றை விட மூத்த ஓர் வாசகர் பருவத்திற்கானது — பதின்வயதின் இறுதியிலிருந்து வாழ்நாள் முழுவதும். குழந்தைப் பருவத்தின் கட்டளைகளை மீறி, ஓர் இளைஞரின் மனத்தில் “ஏன் இவ்வாறு செய்ய வேண்டும்?” என்னும் கேள்வி எழுந்ததும், மூதுரை அதற்குப் பதில் சொல்ல வருகிறது. ஆனால் அதன் பதில் வெறும் மெய்ப்பொருள் விளக்கம் அல்ல; அது இயற்கையின் ஒரு காட்சியைச் சுட்டி, “இதைப் போலத் தான் வாழ்வும் இயங்குகிறது” என்று காட்டும் ஓர் அழகான உவமை-வழி கற்பித்தல்.

மூதுரையின் முப்பது பாடல்களையும் வாசிக்கும்போது, ஒரு வரிசை வெளிப்படுகிறது. ஒவ்வொரு பாடலும் ஓர் இயற்கைக் காட்சியில் தொடங்கி, அந்தக் காட்சியின் இயல்பை வாழ்வியலின் ஓர் உண்மையோடு இணைக்கிறது. தென்னை மரம், கல், நீர், பாலை மரம், அரிசி, தாழை, கடல், ஊற்று — இந்த இயற்கைப் பொருட்கள் வெறும் உவமைகள் அல்ல; அவை வாழ்வியலின் சிற்பங்கள். ஒவ்வொரு பாடலும் ஓர் சிற்பத்தை நம் கைக்கு வழங்கி, “இதைச் சுற்றிப் பார்; சுற்றும் வாழ்வையும் சுற்றிப் பார்; ஒற்றுமை காண்” என்று சொல்கிறது.

இந்நூலின் ஆசிரியர் ஔவையார் — இரண்டாம் ஔவையார், கி.பி. பத்தாம் முதல் பதின்மூன்றாம் நூற்றாண்டுகளுக்கு இடைப்பட்ட காலத்தைச் சேர்ந்த அந்தப் பெரும் ஆசிரியை. அவருடைய நான்காவது நூலாக இது அமைகிறது. ஆத்திசூடி, கொன்றை வேந்தன் ஆகியவற்றில் ஒரு குழந்தைக்காகப் பேசிய அதே குரல், மூதுரையில் ஓர் மூத்த உள்ளத்திற்காகப் பேசுகிறது. ஆனால் தாய்மையின் ஓசை மாறவில்லை.

இப்பகுதியில், மூதுரையின் காப்பு பாடலும், முப்பது பாடல்களும் — ஒவ்வொன்றும் சொற்பொருள், எளிய பொருள், விளக்கம், இன்றைய பயன்பாடு என்னும் நான்கு படிகளில் — விரிவாக வழங்கப்படுகின்றன.

வாக்குண்டாம் நல்ல மனமுண்டாம் மாமலராள்
நோக்குண்டாம் மேனி நுடங்காது – பூக்கொண்டு
துப்பார் திருமேனி தும்பிக்கையான் பாதம்
தப்பாமல் சார்வார் தமக்கு.

சொற்பொருள்

வரி 1: வாக்குண்டாம் = நற்சொல் கிடைக்கும், சிறந்த பேச்சாற்றல் அமையும்; நல்ல = சிறப்பான, தூய்மையான; மனமுண்டாம் = நல்ல மனம் அமையும்; மாமலராள் = தாமரை மலரில் வீற்றிருக்கும் திருமகள், லட்சுமி தேவி.

வரி 2: நோக்குண்டாம் = அவளது அருள் பார்வை கிடைக்கும்; மேனி = உடல், திருமேனி; நுடங்காது = துன்பத்தால் வாடாது, தளர்வுறாது; பூக்கொண்டு = மலர் ஏந்தி, மலரர்ச்சனை செய்து.

வரி 3: துப்பார் = செவ்வண்ணமுடைய, சிவந்த; திருமேனி = புனித உடல்; தும்பிக்கையான் = தும்பிக்கை உடைய விநாயகப் பெருமான்.

வரி 4: பாதம் = திருவடி; தப்பாமல் = தவறாது, பிறழாது; சார்வார் = அடைந்து வணங்குபவர்; தமக்கு = அவர்களுக்கு.

எளிய பொருள்

சிவந்த திருமேனியுடைய விநாயகப் பெருமானின் திருவடியைத் தவறாது சார்ந்து வணங்குபவர்க்கு — நற்சொல் ஆற்றும் வாய்வசம், நல்ல மனம், திருமகளின் அருள் பார்வை, துன்பத்தால் வாடாத உடல் — இவை அனைத்தும் கிடைக்கும்.

விளக்கம்

தமிழ் இலக்கிய மரபில் ஒரு நூலின் தொடக்கத்தில் கடவுள் வாழ்த்தாக ஒரு காப்புப் பாடல் அமைக்கப்படுவது தொன்மையான வழக்கம். இப்பாடல் மூதுரைக்கான காப்பு. ஔவையார் இங்கு விநாயகப் பெருமானை — அறிவின் கடவுள், தடைகளை நீக்கும் தலைவன், எழுத்தாற்றலுக்கு அதிபதி ஆகிய தும்பிக்கையாளனை — தம் நூலின் வழிகாட்டியாக நிறுத்துகிறார். நூலின் உள்ளடக்கம் வாழ்வியல் மெய்யறிவு என்பதால், அதற்கு வழிகாட்டுவதற்கு அறிவின் தலைவன் மிக ஏற்ற தெய்வம்.

இப்பாடலின் அமைப்பில் ஓர் நுட்பமான கட்டுமானம் உள்ளது. முதல் இரண்டு வரிகள் வாசகருக்குக் கிடைக்கும் நான்கு பேற்றுகளைக் கூறுகின்றன — நற்சொல், நல்ல மனம், திருமகளின் அருள் பார்வை, வாடாத உடல். கடைசி இரண்டு வரிகள் அவற்றுக்கான நிபந்தனையை — விநாயகப் பெருமானின் திருவடியைத் தப்பாமல் சார்வது — கூறுகின்றன. இது ஓர் காரண-காரிய அமைப்பு: “இவ்வாறு செய்தால், இவை கிடைக்கும்.” இது ஔவையாரின் கற்பித்தல் முறையின் முத்திரை — கூற்றும் காரணமும் ஒன்றோடொன்று இறுக்கமாக இணைந்த ஓர் தர்க்க அமைப்பு.

“வாக்குண்டாம், நல்ல மனமுண்டாம், நோக்குண்டாம், மேனி நுடங்காது” என்னும் நான்கு பேற்றுகளுக்கு ஓர் நுட்பமான வரிசை உள்ளது. முதலில் வாக்கு — பேச்சாற்றல், மற்றவரோடு தொடர்பு கொள்ளும் கருவி. பின்

மனம் — அந்த வாக்கின் வேர். அதன் பின் திருமகளின் அருள் பார்வை — பொருளாதார வளம், செல்வச் சாதனம். கடைசியில் வாடாத உடல் — உடல்நலம், ஆரோக்கியம். வாக்கு, மனம், செல்வம், உடல்நலம் — இவை மக்கள் வாழ்வின் நான்கு பெருந் தேவைகள். மூதுரையின் முப்பது பாடல்களும் இவை நான்கினையும் — பேச்சு, மனம், செல்வம், உடல் — பற்றியே வாழ்வியல் வழிகாட்டுதலை வழங்குகின்றன. காப்புப் பாடல், நூலின் முழு உள்ளடக்கத்திற்கான ஒரு முன்னுரையாகவே அமைகிறது.

“தும்பிக்கையான்” என்னும் சொல் இங்கு கவனத்திற்குரியது. விநாயகப் பெருமானை குறிக்கப் பல சொற்கள் தமிழில் உண்டு — விநாயகர், கணபதி, பிள்ளையார், ஓங்காரப் பொருள், எலியூர்தியான் — ஆனால் ஔவையார் “தும்பிக்கையான்” என்னும் சொல்லைத் தேர்ந்தெடுக்கிறார். தும்பிக்கை என்பது விநாயகரின் தனிச் சிறப்பாக விளங்கும் உறுப்பு; அதன் வழியே அவர் தடைகளை நீக்குகிறார், எழுத்தை எழுதுகிறார் (மகாபாரதத்தை எழுதிய புராணக் கதையின் வழியாக), வாசகர்க்கு அருள் வழங்குகிறார். ஓர் வாழ்வியல் நூலின் காப்பாகக் கருதும்போது, “தடைகளை நீக்கும்” செயல் முதன்மை — வாசகரின் வாழ்க்கையில் வரும் தடைகளை விநாயகர் நீக்க வேண்டும். அதனாலேயே, பல பெயர்களில், தும்பிக்கையானின் பெயரே சிறந்த தேர்வாக அமைகிறது.

இன்றைய பயன்பாடு

இக்காலத்தில் ஒரு புதிய வேலையைத் தொடங்கும்போது, ஒரு புதிய பயணத்தைத் தொடங்கும்போது, ஒரு புத்தகத்தை எழுதத் தொடங்கும்போது — தடைகளை எண்ணி வருந்தாமல், “தடைகளை நீக்குபவன் என் வழியில் உள்ளான்” என்னும் உள்ளுறுதியோடு தொடங்குதல் இப்பாடலின் இன்றைய சாரம். வாக்கு, மனம், செல்வம், உடல்நலம் — இந்த நான்கையும் ஒன்றாகச் சேர்த்துக் கொள்ள வேண்டும் என்னும் ஔவையின் தொலைநோக்குப் பார்வை, ஒற்றை-பரிமாண வாழ்க்கையை — “மட்டும் செல்வம் வேண்டும்,” “மட்டும் உடல்நலம் வேண்டும்” — மறுத்து, மாந்தனின் முழுமையான மலர்ச்சியை வழிபடச் சொல்கிறது. பேச்சு, மனம், வளம், உடல் — இந்த நான்கு திசைகளும் ஒன்றுசேர்ந்து வளரும்போதே, ஒரு வாழ்க்கை அதன் முழு வடிவத்தை அடைகிறது என்னும் இக்காலத் தேடலின் அடிப்படை, ஆயிரம் ஆண்டுகளுக்கு முன்னரே, இக்காப்புப் பாடலின் வரிகளில் அமைந்துள்ளது.

பாடல் 1 — நன்றியின் இயல்பு

நன்றி ஒருவர்க்குச் செய்தக்கால் அந்நன்றி
‘என்று தருங்கொல்?’ என வேண்டா – நின்று
தளரா வளர்தெங்கு தாள் உண்ட நீரைத்
தலையாலே தான் தருதலால்.

சொற்பொருள்

வரி 1: நன்றி = உதவி, நற்செயல், ஒருவருக்குச் செய்யும் நல்ல காரியம்; ஒருவர்க்கு = ஒரு பிறருக்கு; செய்தக்கால் = செய்தபோது, செய்த பின்னர்; அந்நன்றி = அந்த நன்றி, அந்த உதவியின் பலன்.

வரி 2: என்று தருங்கொல் = எப்போது திருப்பித் தரப்படும்; என வேண்டா = என்று கவலைப்பட வேண்டாம்; நின்று = நிலையாக நின்று, அசையாமல் நின்று.

வரி 3: தளரா = வளர்ச்சியில் தளராத; வளர் = வளர்ந்து கொண்டிருக்கும்; தெங்கு = தென்னை மரம்; தாள் உண்ட = அடிவேரில் குடித்த; நீரை = தண்ணீரை.

வரி 4: தலையாலே = உச்சியில், தனது தலையின் வழியாக; தான் = தானாகவே, எவரின் கட்டாயமின்றி; தருதலால் = தருகிறது என்பதால், தருகின்ற காரணத்தால்.

எளிய பொருள்

நீ ஒருவருக்கு நன்மை செய்த பின், "அந்த உதவி எப்போது என்னிடம் திரும்பி வரும்?" என்று கவலைப்பட வேண்டாம். ஏனெனில், நிலையாக நின்று வளரும் தென்னை மரம், தனது அடிவேரில் குடித்த நீரை, கனிந்த தேங்காயாகத் தனது தலையின் மேலிருந்து தானே நமக்குக் கொடுக்கிறதே — அதுபோல, நீ செய்த நன்மையும் தானாகவே உனக்குத் திரும்பி வரும்.

விளக்கம்

இந்தப் பாடல் மூதுரையின் முதல் பாடல் — மற்றும் இது ஔவையார் தம் வாசகருக்கு வாழ்வியலின் தலையாய பாடத்தைக் கற்பிக்கத் தொடங்கும் இடம். "நன்றி எவ்வாறு செய்ய வேண்டும்?" என்னும் கேள்விக்கு அவர் தரும் பதில் கவிதையாகவும் தத்துவமாகவும் ஒரே நேரத்தில் அமைகிறது: நன்றியை, அதன் திருப்பிக் கொடுக்கப்படும் சாத்தியத்தைக் கணக்கிட்டுச் செய்யாதே.

இது நம் மாந்தனிடம் இயல்பாக எழும் ஓர் சிக்கல். ஒருவருக்கு ஒரு உதவி செய்த பின், மனத்தின் மறுபக்கத்தில் ஓர் சிறு கணக்கு தொடங்குகிறது: "இவருக்கு நான் இந்த அளவு செய்தேன்; இவர் என்னை மறக்க மாட்டார்; சில காலம் கழித்து இவர் எனக்கு ஏதோ ஒரு உதவி திருப்பித் தர வேண்டும்." இந்தக் கணக்கீடு, செய்த நன்றியின் தூய்மையை ஆழ்ந்து கெடுக்கிறது. நன்றி, பரிமாற்றம் என்னும் வணிக நிலையை அடைகிறது; அன்பு மறைகிறது; பற்று வளர்கிறது. ஔவையார் இந்தச் சிக்கலை ஒரே வரியில் — "'என்று தருங்கொல்?' என வேண்டா" — அடையாளம் கண்டு, அதை விலக்க வேண்டிய ஒரு பழக்கமாக நிறுத்துகிறார்.

இங்கே வரும் தென்னை மரத்தின் உவமை, தமிழ் இலக்கியத்தின் மிக அழகியதான இயற்கை-உவமைகளில் ஒன்று. தென்னை மரம் என்னவோ அமைதியாக நிற்கிறது. தனது அடிவேர்களின் வழியாக தண்ணீரைக் குடிக்கிறது. அத்தண்ணீர் மரத்தின் கடின உடல் வழியாக மேலே ஏறி, பல மாதங்கள் தங்கி, பல வேதிய மாற்றங்களின் வழியாக, தேங்காய் என்னும் இனிய பானமாக மாறுகிறது. அந்தத் தேங்காய், மரத்தின் உச்சியிலிருந்து கனிந்து வீழ்கிறது — அந்த நீரை மரத்திற்கு அளித்த நமக்கே. மரம் கணக்கு வைக்கவில்லை; "எத்தனை லிட்டர் நீர் பெற்றேன்," "எத்தனை மாதங்களுக்கு பின் திருப்பித் தர வேண்டும்" என்று கேட்கவில்லை. தனது இயல்பாக, கணக்கின்றி, தனது விளைபொருளை நமக்கே வழங்குகிறது.

இந்த உவமையின் மிக நுட்பமான கூறு — "தலையாலே தான் தருதலால்" என்னும் கடைசி வரி. தென்னை "கையால்" தராது; "தலையால்" தருகிறது. தலை என்பது மாந்தனின் வணக்கத்தின் இடம் — "தலை வணங்கி தருவது" என்னும் வழக்கு தமிழ் வாழ்வில் உள்ளது. தென்னை, தனது உச்சியில் — அதன் மிக உயர்ந்த, தூய்மையான பகுதியில் — காய்களை சுமந்து, தலையாலே நமக்குத் தருகிறது. இது வெறும் கொடுக்கல் அல்ல; வணக்கம் கூடிய கொடுக்கல். ஔவையார் இந்த நுட்பத்தைச் சொற்களின் இடையில் மறைத்து வைத்திருக்கிறார். உண்மையான நன்றி, அளிக்கப்படும்போது ஓர் வணக்கம் கூடியதாகவே இருக்க வேண்டும் — "இதைப் பெற்றுக்கொள்ளுங்கள்" என்னும் அன்பான பணிவுடன், "இதற்காக நான் பெருமை பெற்றேன்" என்னும் கர்வத்தோடல்ல.

திருக்குறளில் வள்ளுவர் இதையே வேறு வடிவில் கூறியுள்ளார். "இன்னா

செய்தாரை ஒறுத்தல் அவர் நாண நன்னயம் செய்து விடல்" (குறள் 314) — "தீங்கு செய்தாரைப் பழி வாங்க வேண்டுமானால், அவர் வெட்கப்படும்படி அவருக்கு நீ நன்மை செய்வதே சிறந்த வழி" — என்னும் குறள், நன்றியை ஒரு வழியாகவும், ஓர் ஆயுதமாகவும் உயர்த்தும். ஔவையார் சற்றே வேறு இடத்திலிருந்து பேசுகிறார் — பழி வாங்குதலின் தளத்திலிருந்து அல்ல, தூய்மையான கொடுக்கலின் தளத்திலிருந்து. ஆனால் இரண்டுமே ஒரே உண்மையின் இரு பக்கங்கள்: நன்றி கணக்கின்றி கொடுக்கப்படும்போது தான் அதன் முழு வலிமை வெளிப்படுகிறது.

இன்றைய பயன்பாடு

இக்காலத்தில், எல்லாமே கொடுக்கல்-வாங்கல் கணக்கின் வழியாகவே நிகழ வேண்டும் என்னும் சூழ்நிலையில், இப்பாடல் ஓர் தீவிரமான மாற்று வழியைக் காட்டுகிறது. நண்பருக்கு உதவியதும் அதற்கு பதிலாக ஏதோ எதிர்பார்த்தல்; ஒரு கூட்டத்தில் ஒரு உறுப்பினருக்கு ஒரு வேலையில் ஒத்துழைத்ததும் "இவர் என்னை நினைவில் வைத்திருக்க வேண்டும்" என்று மெத்தனப்படுதல்; குடும்பத்தில் கடமையை செய்ததும் "இதை இவர் என்னிடமிருந்து எதிர்பார்க்காமல் இருக்கட்டும்" என்று கசப்பு வளர்த்தல் — இவை அனைத்தும் தென்னை மரம் ஆகாமல், ஒரு கணக்காளராக நாம் உருமாறுவதின் அறிகுறிகள்.

இப்பாடல் சொல்வது இது: உன் கொடைக்குப் பின் கணக்கை விட்டுவிடு. கொடை தூய்மையாக இருந்தால், அதன் பலன் தானாகவே — எப்போதோ, எங்கேயோ, எவ்வாறோ — உனக்குத் திரும்பும். அந்தத் திரும்புதலின் வடிவம், காலம், ஆள் — இவற்றை இறைவனுக்கும், காலத்துக்கும், இயற்கைக்கும் விட்டுவிடு. பெற்றோர் தம் குழந்தைகளுக்குச் செய்யும் தியாகம், ஆசிரியர் தம் மாணவருக்கு வழங்கும் கல்வி, மருத்துவர் நோயாளிக்கு நீட்டும் கவனிப்பு — இவை அனைத்துமே, அவற்றின் தூய்மையான வடிவில், தென்னை மரத்தின் கொடை போலவே — கணக்கின்றி, ஆனால் ஓர் முழுமையான விளைவுடன்.

பாடல் 2 — நன்றியின் நிலை

நல்லார் ஒருவர்க்குச் செய்த உபகாரம்
கல்மேல் எழுத்துப் போல் காணுமே –
அல்லாத
ஈரம் இலா நெஞ்சத்தார்க்கு ஈந்த உபகாரம்
நீர் மேல் எழுத்துக்கு நேர்.

சொற்பொருள்

வரி 1: நல்லார் = நல்லவர்கள், உள்ளம் தூய்மையானவர்; ஒருவர்க்கு = ஒரு பிறருக்கு; செய்த = செய்த; உபகாரம் = உதவி, நல்ல காரியம், நற்செயல்.

வரி 2: கல்மேல் = கல்லின் மேல்; எழுத்துப் போல் = செதுக்கப்பட்ட எழுத்துப் போல; காணுமே = என்றென்றும் காணப்படும், நிலைத்து நிற்கும்; அல்லாத = அப்படியல்லாத, அதற்கு மாறான.

வரி 3: ஈரம் = ஈரப்பதம், மிருதுவான தன்மை, கருணை; இலா = இல்லாத; நெஞ்சத்தார்க்கு = நெஞ்சம் உடையவர்க்கு, மனம் உடையவர்க்கு; ஈந்த = கொடுத்த, அளித்த; உபகாரம் = உதவி.

வரி 4: நீர் மேல் = நீரின் மேல், தண்ணீரின் மீது; எழுத்துக்கு = எழுதப்பட்ட எழுத்திற்கு; நேர் = ஒப்பானது, சமமானது.

எளிய பொருள்

நல்ல உள்ளம் கொண்ட ஒருவருக்கு நீ செய்த உதவி, கல்லில் செதுக்கிய எழுத்து போல என்றென்றும் நிலைத்து விளங்கும். ஆனால், மென்மையும் கருணையும் இல்லாத கடின மனம் கொண்டவருக்கு நீ செய்த உதவி, நீரின் மேல் எழுதிய எழுத்து போல உடனே மறைந்து போய் விடும்.

விளக்கம்

முதல் பாடலில் ஔவையார், நன்றியை செய்யும் முறை பற்றிப் பேசினார் — "கணக்கின்றி செய்." இப்போது இரண்டாம் பாடலில், அவர் பின்னோட்டத்தைத் திருப்பி நம்மிடம் வைக்கிறார்: நீ எவ்வளவு கணக்கின்றி செய்தாலும், அந்த உதவியை எங்கே வைக்கிறாய் என்பது மிகவும் முக்கியம். உதவியின் தூய்மையும், அதைப் பெற்றவரின் தன்மையும், இரண்டுமே ஒன்றுசேர்ந்து தான் அதன் முழு பலனை அமைக்கின்றன.

ஔவையாரின் கவிதை-சாதனை இங்கே ஒரு கூரிய இரட்டை-உவமையில் வெளிப்படுகிறது. கல்லும் நீரும் — இரண்டுமே பூமியின் இயற்கைப் பொருட்கள்; இரண்டிலும் எழுத ஏதோ ஒரு வழியில் முடியும்; ஆனால் அவற்றின் தன்மை வேறு வேறு. கல்லில் ஓர் சிற்பி உளியால் ஒரு எழுத்தை செதுக்கினால், அந்த எழுத்து ஆயிரம் ஆண்டுகளுக்கு நிலைக்கிறது. மழை வந்தாலும், காற்று வீசினாலும், காலம் கடந்தாலும், அந்த எழுத்து அழியாது. ஆனால் நீரின் மேல் — ஓர் ஓடைச் சலசலப்பின் மேல் — ஒரு குச்சியால் எழுதினால், அந்த எழுத்து எழுதிய அதே நொடியில் மறைகிறது. நீர் ஓடியதும் எழுத்து மறையும்; எழுத்து என்றுமே இருந்ததே இல்லை என்னும் நிலையை அடையும்.

இந்தச் சில உவமை, மக்களின் இரண்டு வகைகளை ஆழமாகச் சுட்டுகிறது. நல்லவரின் மனம் கல் போன்றது — இங்கு "கடினமானது" என்னும் பொருளில் அல்ல, "நிலையானது, நினைவில் வைத்துக்கொள்வது, மறக்காதது" என்னும் பொருளில். அவர்கள் உனக்கு உதவியதை ஒரே ஒரு முறை நினைவில் வைக்கின்றனர், அதை வாழ்நாள் முழுவதும் சுமக்கின்றனர். ஈரம் இல்லாதவர் — "ஈரம்" என்னும் சொல்லுக்கு தமிழில் இரு பொருள்கள் உள்ளன: ஒன்று உடல்நிலையான ஈரப்பதம், மற்றொன்று உள்ளத்தின் கருணை, மென்மை. இரண்டாம் பொருளில் இது சொல்லப்படுகிறது. கருணை இல்லாதவரின் மனம் ஓடும் நீர் போன்றது — நிலைக்காது, ஓயாது, தங்காது. அவர்கள் உதவி பெற்ற கணம் முதலே அதை மறக்கத் தொடங்குகிறார்கள்; மறந்து விட்டபின், "இவர் எனக்கு என்ன செய்தார்?" என்னும் கேள்வியோடு நிற்கிறார்கள்.

இந்தப் பாடலை வாசிக்கும்போது, "இப்படியானால் தீயவருக்கு உதவ வேண்டாமா?" என்னும் கேள்வி எழலாம். ஔவையார் அந்தக் கேள்விக்கு நேரடியாகப் பதில் சொல்லவில்லை. ஆனால் முதல் பாடலின் மெய்ப்பொருளோடு இணைக்கும்போது — "நன்றி செய்ய வேண்டியதைச் செய்" — பதில் வெளிப்படுகிறது. நல்லவருக்கோ, தீயவருக்கோ உதவி செய்யத் தயங்காதே; ஆனால் உனது உள்ளத்தில் ஓர் தெளிவு இருக்கட்டும் — யாரிடம் உதவி எங்கே செல்கிறது என்பது பற்றிய தெளிவு. சில உதவிகள் மலை போலக் கனிந்து பலன் தரும்; சில உதவிகள் நீர் போலக் கரைந்து விடும். இரண்டுமே நிகழ வேண்டியதே — ஆனால் வாழ்க்கையை வடிவமைக்கும்போது, கல்லில் எழுதும் உறவுகளை வளர்க்க முற்படு, நீரில் எழுதும் உறவுகளை மட்டுமே நம்பாதே.

நாலடியாரிலும் இதே கருத்தின் ஓர் தொடர்ச்சி காணப்படுகிறது. "செய்தான் சிறப்பு செய்தோன் வழியதே" என்னும் வரியின் ஆதாரத்தில், செய்த உதவியை

நினைவில் வைப்பது செய்தவரின் வழித்தோன்றலும் பெறுபவரின் பண்பும் சேர்ந்த ஓர் இணை-விளைவு. கருணை இல்லாத மனத்தில், எத்தனை நல்ல விதையை விதைத்தாலும் அவை முளைப்பதில்லை.

இன்றைய பயன்பாடு

இக்காலத்தில், மக்கள் தொடர்பு ஊடகங்களின் வழியாக, பிறரிடம் நாம் வைக்கும் எதிர்பார்ப்புகளை எவ்வாறு கையாள்வது என்னும் சிக்கல் மிகப் பொதுவாகி வருகிறது. ஒருவருக்கு உதவி செய்தபின், அவர் அதற்கு நன்றி கூறவே மறந்துவிட்டால், நம் உள்ளத்தில் ஓர் வெறுப்பு வளர்கிறது. நம் கடின உழைப்பை ஒருவர் அங்கீகரிக்கவில்லை என்று வருந்துகிறோம். இப்பாடல் இதற்கான ஒரு உண்மையான விளக்கத்தைத் தருகிறது — அந்தச் சிக்கல் நம்முடையதே இல்லை; அவருடைய உள்ளத்தின் ஈரமற்ற தன்மையின் வெளிப்பாடு. நீரில் எழுதிய எழுத்து மறைவது நீரின் இயல்பு; எழுதியவன் தனது குச்சியைக் குற்றம் சாட்டத் தேவையில்லை.

இதே கொள்கையை ஓர் நேர்மறையான திசையில் பயன்படுத்தலாம். உனக்கு வாழ்வில் ஓர் உதவி செய்த ஒருவரை — பெற்றோர், ஆசிரியர், அயலார், நண்பர் — எத்தனை ஆண்டுகள் கடந்தாலும் மனத்தில் வைத்திருப்பதே, நீ உனது உள்ளத்தை "கல்" தன்மையில் — நிலையான, கருணை சுமக்கும், கடமை சுமக்கும் தன்மையில் — நிறுத்துகிறாய் என்பதின் சான்று. ஒரு சமூகம் தனது வளர்ச்சியின் உச்சத்தை எட்டுவது, அதன் உறுப்பினர்கள் ஒற்றுமையாக "கல்-நெஞ்சம்" கொண்டிருக்கும்போது — அதாவது நன்றியை வாழ்நாள் முழுவதும் சுமக்கும் தன்மை கொண்டிருக்கும்போது.

பாடல் 3 — காலத்தின் முதன்மை

இன்னா இளமை வறுமை வந்து எய்தியக்கால்
இன்னா அளவில் இனியவும் – இன்னாத
நாள் அல்லா நாள் பூத்த நன்மலரும் போலுமே
ஆள் இல்லா மங்கைக்கு அழகு.

சொற்பொருள்

வரி 1: இன்னா = துன்பம் தருவது, துயரமானது; இளமை = யௌவனம், இளம் பருவம்; வறுமை = வசதிக்குறை, ஏழ்மை; வந்து எய்தியக்கால் = வந்தடைந்த போது.

வரி 2: இன்னா = துன்பமானது; அளவில் = அளவில், அளவில்லாமல்; இனியவும் = இனிமை தருபவைகூட; இன்னாத = துன்பத்திற்குப் பின் தோன்றும் இனிமையான.

வரி 3: நாள் அல்லா = சரியான பருவகாலம் அல்லாத, பருவம் தவறிய; நாள் பூத்த = அந்நாளில் மலர்ந்த; நன்மலரும் = நல்ல மலரும்; போலுமே = போலாகும், ஒத்திருக்கும்.

வரி 4: ஆள் இல்லா = கணவன் இல்லாத, துணை இல்லாத; மங்கைக்கு = இளம் பெண்ணுக்கு; அழகு = வடிவ அழகு.

எளிய பொருள்

இளமைப் பருவத்தில் வறுமை வந்து சேர்வது மிகவும் துன்பமானது. அதற்குப் பின் இனிமையான பொருட்கள் கூட இனிமை இழக்கின்றன. அது, பருவம் தவறி — அதாவது சரியான காலத்திற்கு முன்னோ பின்னோ — பூத்த ஓர் நல்ல மலரைப் போல, அல்லது கணவன் இல்லாத ஓர் இளம்

பெண்ணின் அழகு போல, பயனற்றுப் போய்விடுகிறது.

விளக்கம்

இப்பாடல் ஔவையாரின் மிக ஆழமான மெய்ப்பொருள் கண்காணிப்புகளில் ஒன்று. வாழ்வின் ஒவ்வொரு பேற்றுக்கும் — செல்வம், அழகு, கல்வி, அதிகாரம், மகிழ்ச்சி — ஒரு பருவம் இருக்கிறது. அந்தப் பருவம் வரும்போது தான், அந்தப் பேறு அதன் முழு பலனை வழங்க முடியும். பருவம் தவறிய பேறு, ஓர் அரை-வாழ்க்கையே. இது வெறும் ஓர் கண்காணிப்பு அல்ல; வாழ்வை எவ்வாறு திட்டமிட வேண்டும் என்பதற்கான ஓர் ஆழ்ந்த வழிகாட்டி.

“இன்னா இளமை வறுமை” என்னும் தொடக்கம் — இளமை, தனது இயல்பில், இனிமையின் சாதனம். இளமையில் உடல் வலிமை, விழைவின் தீ, கனவுகளின் விரிவு, ஆற்றலின் பெருக்கு — இவை அனைத்தும் ஒன்றுசேர்ந்து மனிதனை ஒளிமயமாக்குகின்றன. ஆனால் அந்த இளமையின் மீது வறுமை விழுந்தால், அதன் இனிமை அத்தனையும் அறும். வயிறு பசிக்கிறது; கனவுகள் தடுக்கப்படுகின்றன; ஆற்றல் பயன்பாடின்றி வீணாகிறது. இளமையின் வளம் வறுமையின் இருளில் கரைகிறது. இது வயதான பின் வரும் வறுமையை விட மிகக் கொடியது — ஏனெனில் வயதான பின் வரும் வறுமை இளமையின் இனிமையை இழக்கச் செய்யாது (இளமை ஏற்கனவே போய்விட்டது); ஆனால் இளமையில் வரும் வறுமை இனிமையின் காலத்தையே அழித்துவிடுகிறது.

ஔவையாரின் சாதனை, இந்த அவதானிப்பை இரு பருவம்-தவறிய உவமைகள் வழியாக விரிக்கிறார். முதலாவது, பருவம் தவறிப் பூத்த நல்ல மலர். ஒரு மலர் தனது சரியான பருவத்தில் — வசந்தத்தில், கோடையின் தொடக்கத்தில் — மலரும்போது, தேனீக்கள், வண்டுகள், பறவைகள் வந்து அதைச் சுற்றுகின்றன; அதன் தேன் சேமிக்கப்படுகிறது; அது தனது வாழ்க்கைச் சக்கரத்தை முழுமையாக நிறைவேற்றுகிறது. ஆனால் அதே மலர் — அதே வடிவம், அதே மணம், அதே நிறம் — மழைக்காலத்திலோ, பனிக்காலத்திலோ பூத்தால், எவரும் வராது; தேனீக்கள் வீட்டுக்குள் ஒடுங்கியிருக்கின்றன; வண்டுகள் தூங்குகின்றன; அந்த அழகான மலர் தனது சந்திப்புக்காகக் காத்திருந்து, காத்திருந்து, காற்றில் கரைகிறது.

இரண்டாவது உவமை, அந்தக் கால தமிழ் சமூகத்தின் ஓர் கடினமான உண்மையைச் சொல்கிறது — ஆள் இல்லா மங்கைக்கு அழகு. அந்தக் காலத்தில், ஓர் பெண்ணின் சமூக-வாழ்க்கையின் முக்கிய தளமாகத் திருமணம் கருதப்பட்டது (இது நம் இக்கால சமூகத்தில் வேறுவிதமாக மாறியிருக்கிறது என்பது தனி). இளம் பெண்ணுக்கு திருமணம் ஆகாமலே, அல்லது கணவனை இழந்தபின், அவளின் இயற்கையான அழகு — பொதுவாக சமூகத்தில் வரவேற்கப்படும் ஒரு பேற்று — அவளுக்கே துன்பத்தின் ஓர் ஆதாரமாக ஆகிற்று. அழகு அதன் இடத்தில் இல்லை; அது தேவையான இடம் — கணவனின் காதலின் இடம் — இல்லாமலே நிற்கிறது. அந்தச் சூழ்நிலையில், அழகே தாங்க முடியாத பாரம்.

இந்த இரு உவமைகளின் வழியாக ஔவையார் சொல்ல வரும் மெய்ப்பொருள் — எந்தப் பேறும் தனிமையில் பெறுமதி வாய்ந்ததல்ல; அதன் சரியான பருவத்திலும், சரியான சூழ்நிலையிலும் அமையும்போது தான் அது அர்த்தம் பெறுகிறது. இது வாழ்க்கைத் திட்டமிடல், கல்வி-முதலீடு, தாமதிக்கப்படக்கூடாத காரியங்கள், ஒவ்வொரு பருவத்திலும் முன்னெடுக்க வேண்டிய பொறுப்புகள் — இவை அனைத்திற்கும் ஓர் வழிகாட்டி.

இந்தத் மெய்ப்பொருள் திருக்குறளுக்கும் தெரியும். “காலந்தலைக் கடந்த

கருமம் கொள்ளார்" (குறள் 489 — "காலம் தலைக்கடந்த காரியத்தை எவரும் ஏற்றுக்கொள்ள மாட்டார்") என்னும் வள்ளுவரின் வாக்கு, பருவம் தவறிய காரியத்தின் வீண் தன்மையை மிக நேரடியாகச் சொல்கிறது. ஔவையார் அதே உண்மையை, மலரின் வழியாகவும், மங்கையின் வழியாகவும், மிக மென்மையான ஓர் கவித்துவத்துடன் வழங்குகிறார்.

இன்றைய பயன்பாடு

இக்காலத்தில், இப்பாடலின் சாரம் — "பருவம் முக்கியம்" — ஓர் கடினமான வழிகாட்டியாக நிற்கிறது. ஓர் இளைஞனுக்கு, இது வாழ்க்கையை ஓர் காத்திருப்பின் தொடரக மாக்கி வைக்க வேண்டாம் என்னும் எச்சரிக்கை. "நான் முப்பது வயதில் தொடங்குவேன்," "நாற்பது வயதில் குடும்பம் தொடங்குவேன்," "ஐம்பதில் உடல்நலம் கவனிப்பேன்" என்னும் தாமதிப்புகள், பருவம் தவறிய மலரைப் போல, அவற்றின் பலன்களை இழக்கச் செய்யக்கூடும்.

இதே நேரத்தில், ஓர் முதியவருக்கு இது ஓர் ஆறுதலாகவும் இருக்கலாம். வாழ்வில் சில காரியங்கள் — இளமையில் கல்வி, நடுவயதில் குடும்பம், மூத்த வயதில் மெய்நெறி — அவற்றின் பருவத்தில் முடிக்கப்பட்டவையாக நிற்கின்றனவா? அது அமைதியின் ஆதாரம். ஒவ்வொரு பேற்றையும் அதன் சரியான காலத்தில் அறுவடை செய்ய முற்படுதலே, மூதுரையின் இந்த மூன்றாம் பாடல் நம்மிடம் கூறும் வாழ்நாள் வழிகாட்டி.

இளம் பெற்றோர்க்கு, இப்பாடல் இன்னொரு செய்தியையும் சொல்கிறது — குழந்தைகளுக்கு இளமையில் வசதியின்மை வராமல் பார்த்துக் கொள்ளும் கடமை. குழந்தைப் பருவத்தின் வளர்ச்சி — உடல், அறிவு, உணர்வு — அதன் சரியான ஆதரவின்றி நிகழ்ந்தால், அந்தக் குழந்தை வாழ்நாள் முழுவதும் அந்தக் காலத்தின் இழப்பை சுமப்பது. அதனால், குழந்தைகளுக்கு "பருவத்தில் பேறு" — உணவு, கல்வி, அன்பு, பாதுகாப்பு — வழங்க வேண்டிய அவசரத்தைப் பெற்றோர் உணர வேண்டும்.

பாடல் 4 — மேன்மக்களின் மாறாத் தன்மை

அட்டாலும் பால் சுவையில் குன்றாது அளவளவாய்
நட்டாலும் நண்பு அல்லார் நண்பு அல்லர்
கெட்டாலும் மேன்மக்கள் மேன்மக்களே; சங்கு
சுட்டாலும் வெண்மை தரும்.

சொற்பொருள்

வரி 1: அட்டாலும் = காய்ச்சினாலும், சூடாக்கினாலும்; பால் = பால், மிலகு; சுவையில் = ருசியில், சுவையானது என்னும் தன்மையில்; குன்றாது = குறையாது, இழக்காது; அளவளவாய் = அளவான முறையில், மிதமாக.

வரி 2: நட்டாலும் = சேர்ந்தாலும், நெருங்கிப் பழகினாலும்; நண்பு அல்லார் = நண்பர்-தன்மை இல்லாதவர்; நண்பு அல்லர் = நண்பராக மாட்டார்.

வரி 3: கெட்டாலும் = கேடு, இழப்பு, துன்பம் வந்தாலும்; மேன்மக்கள் = உயர்ந்தோர், சிறந்தோர், குலத்தாலும் குணத்தாலும் மேலானவர்; மேன்மக்களே = மேன்மக்களாகவே இருப்பார்.

வரி 4: சங்கு = கடல் சங்கு, வெள்ளை சங்கு; சுட்டாலும் = நெருப்பில் சுட்டாலும்; வெண்மை = வெள்ளை நிறம்; தரும் = தரும், காட்டும்.

எளிய பொருள்

பாலை எவ்வளவு காய்ச்சினாலும் அதன் சுவை குறையாது; அது அளவான இனிமையை தொடர்ந்து தரும். அதுபோல, எத்தனை முறை சேர்ந்து பழகினாலும், உள்ளார்ந்த நண்பு-தன்மை இல்லாதவர் உண்மையான நண்பராக மாட்டார். ஆனால், கேடுகள் வந்து சேர்ந்தாலும் மேன்மக்கள் தம் மேன்மையை இழக்க மாட்டார்கள் — சங்கு நெருப்பில் சுட்டாலும் கூட தனது வெண்மையை இழக்காமல் தருவது போல.

விளக்கம்

இப்பாடல் ஔவையாரின் கையாட்சியின் ஒரு சிறந்த உதாரணம் — மூன்று வேறுபட்ட உவமைகளை ஒரே நான்கு வரிப் பாடலில் கையாண்டு, ஒரே மெய்ப்பொருளின் மூன்று பக்கங்களைக் காட்டும் ஒரு புதிய நுட்பம். மெய்ப்பொருள் இது: "உள்ளார்ந்த இயல்பு வெளிச் சூழ்நிலையால் மாறாது." நல்லதின் இயல்பு நல்லது; கெட்டதின் இயல்பு கெட்டது; சூழ்நிலை எதுவாயினும் அந்த இயல்பு வெளிப்பட்டுக்கொண்டே இருக்கும்.

முதல் உவமை — பால். தாய்ப்பால் இனிமையானது; பசுவின் பாலும், எருமைப் பாலும் இனிமையானவை. அவற்றை எவ்வளவு காய்ச்சினாலும், அந்த இயற்கையான இனிமை குறையாது; சில சமயம் கொஞ்சம் கூடவே செய்கிறது. பால் தனது அடிப்படை இயல்பை — இனிமையை — இழக்காது. இங்கே பால் என்பது, ஒரு வாழ்வியல் மெய்யறிவின் சின்னம் — நல்ல மாந்தனின் இனிய தன்மை, எத்தனை வாழ்க்கைச் சூழ்நிலைகளில் சோதிக்கப்பட்டாலும், குறையாது.

இரண்டாம் உவமை — தலைகீழாக. இது நேர்மறையான இயல்பின் இடத்தில், எதிர்மறையான இயல்பின் நிலையாமையைப் பேசுகிறது. உள்ளார்ந்த நட்புத் தன்மை இல்லாதவரோடு, எத்தனை நாள் சேர்ந்து பழகினாலும், அவர் உண்மையான நண்பராக மாட்டார். அவருடைய நட்பு என்பது வெளிப்படையான பழக்கம் மட்டும்தான்; அதன் ஊற்றுக் கண்ணில் எந்த ஆழமான அக்கறையும் இல்லை. சூழ்நிலையோ, காலமோ அந்த உள்ளார்ந்த வெறுமையை நிரப்ப முடியாது. இங்கே ஔவையார் ஓர் கடினமான உண்மையை வாசகர் முன் வைக்கிறார் — சில உறவுகள் முதிராதிருக்கும், எவ்வளவு நேரம் கடந்தாலும்.

மூன்றாம் உவமை, பாடலின் மெய்ப்பொருள் உச்சம். மேன்மக்கள் — குலத்தாலும் குணத்தாலும் உயர்ந்தோர் — கேடு வந்தாலும் மேன்மையை இழக்க மாட்டார்கள். இதனை விளக்க, ஔவையார் தேர்ந்தெடுக்கும் உவமை மிக நுட்பமானது — சங்கு. சங்கு வெள்ளை நிறமுடைய ஒரு கடல் உயிரின் வீடு. அதனை எடுத்து நெருப்பில் சுட்டால் என்ன ஆகும்? சாதாரண பொருளானால் கருகிக் கறுப்பாக மாறிவிடும். ஆனால் சங்கு கருகாது; அதனை சுட்டாலும், அதன் சாம்பல் கூட வெள்ளைதான். இது விஞ்ஞான ரீதியாக உண்மை — சங்கின் கால்சியம் கார்பனேட் கலவை, நெருப்பில் சாம்பலாகியும் வெள்ளை நிறமாகவே இருக்கும். ஆனால் இந்த இயற்கை உண்மையை ஔவையார் ஓர் மெய்ப்பொருளின் சின்னமாக மாற்றுகிறார். மேன்மக்களும் சங்கு போலவே — அவர்களின் வாழ்க்கையில் கேடு வந்தாலும், அவர்களின் உள்ளார்ந்த வெண்மை — தூய்மை, ஒழுக்கம், உயர்வு — பாதிக்கப்படாது.

இந்த மூன்று உவமைகளும் — பால், நண்பு, சங்கு — ஒரே மெய்ப்பொருளை மூன்று கோணங்களில் காட்டுகின்றன: இயல்பு என்பது மேற்பரப்பு அல்ல, மேற்பரப்பின் கீழ் உள்ளது. சூழ்நிலை அந்த இயல்பை மூடி வைக்கலாம், ஆனால் அழிக்க முடியாது. இது மிக ஆதரவான ஓர் மெய்ப்பொருள் —

ஒரு நல்ல மாந்தனின் வாழ்க்கையில் இடர்கள் வந்தாலும், அவன் தனது நல்ல தன்மையை இழக்கவேண்டியதில்லை என்பதைச் சொல்கிறது. அதே நேரத்தில் இது மிக கடினமான ஓர் தத்துவமும் — தீய தன்மை உடைய ஒருவன் வெளிப்படையாக நல்லவன் போல் நடிக்கலாம், ஆனால் அவனின் உள்ளார்ந்த தீமை எப்போதோ ஒரு கணத்தில் வெளிப்படும்.

இப்பாடலின் கட்டுமானத்திலும் ஓர் கவித்துவம் உள்ளது. மூன்று உவமைகளும் "...ஆலும்" என்னும் முடிவில் தொடங்குகின்றன — அட்டாலும், நட்டாலும், கெட்டாலும், சுட்டாலும். "எவ்வளவு செய்தாலும்," "எவ்வளவு நடத்தினாலும்," "எவ்வளவு கேடு வந்தாலும்," "எவ்வளவு சுட்டாலும்" — இந்த நான்கு "ஆலும்" சேர்ந்து, பாடலின் ஒரே ஒலி-தாளமாக நிற்கின்றன. மீளம் மீளம் வரும் இந்த ஒலி, இயல்பின் நிலையாமையை — "எவ்வளவு செய்தாலும்" மாறாத ஓர் உண்மையை — பாடலின் ஒலியின் வழியாகவே நிலைப்படுத்துகிறது.

இன்றைய பயன்பாடு

இக்காலத்தில், ஒருவரின் உண்மையான இயல்பை அறிய எத்தனை வழிமுறைகள் உள்ளன? வேலையில் தேர்ந்தெடுப்பு, நட்பின் தேர்வு, துணை தேர்வு — இவை ஒவ்வொன்றிலும், அந்த நபரின் உள்ளார்ந்த இயல்பை — "இவர் நல்ல மனிதரா? இவருடைய மேன்மை உண்மையானதா?" — அறிய நாம் முயற்சிக்கிறோம். இப்பாடல் ஓர் தீர்மானமான வழியைச் சொல்கிறது: சாதாரண நேரத்தில் அல்ல, கடினமான நேரத்தில் — அவருடைய வாழ்க்கையில் இடர் வரும் கணத்தில் — அவருடைய இயல்பு வெளிப்படும். ஒரு புயலில் சிக்கினால் தான் கப்பலின் வலிமை தெரியும்; ஒரு கடினமான திட்டத்தில் சிக்கினால் தான் சக ஊழியனின் உண்மையான திறமை வெளிப்படும்; ஒரு உறவுச் சிக்கலில் சிக்கினால் தான் துணையின் உண்மையான பற்று வெளிப்படும்.

இதே கொள்கையை, தனிமனித வாழ்க்கையிலும் பயன்படுத்தலாம். உனது வாழ்க்கையில் ஒரு கடினமான கட்டம் வந்தால் — வேலையில் தோல்வி, உறவில் வலி, உடல்நலக் குறை — அந்தச் சூழ்நிலையில் உன்னுடைய மேன்மை (அல்லது அதன் இன்மை) வெளிப்படுகிறது. அந்தத் கணம், உன்னை சோதிக்கும் கணம் அல்ல; உன்னை நீ காண்கின்ற கணம். சங்கு போல, நெருப்பின் வழியாகவும் வெண்மை தர முடிந்தால், நீ உண்மையான மேன்மக்களின் வழியில் இருக்கிறாய். அந்த உள்ளுணர்வே, ஒரு கடினமான கட்டத்தை மாற்ற முடியாத ஓர் இடரிலிருந்து, தனது ஆழ்ந்த இயல்பை வெளிப்படுத்தும் ஓர் கணமாக மாற்றுகிறது.

அடுத்து முயன்றாலும் ஆகும் நாள் அன்றி
எடுத்த கருமங்கள் ஆகா – தொடுத்த
உருவத்தால் நீண்ட உயர் மரங்கள் எல்லாம்
பருவத்தால் அன்றிப் பழா.

சொற்பொருள்

வரி 1: அடுத்து = தொடர்ந்து, விடாமல், ஒன்றுபின் ஒன்றாக; முயன்றாலும் = முயற்சி செய்தாலும், உழைத்தாலும்; ஆகும் நாள் = நிறைவேற வேண்டிய நாள், காலம் கூடி வரும் நாள்; அன்றி = அல்லாமல், தவிர்த்து.

வரி 2: எடுத்த = தொடங்கிய, மேற்கொண்ட; கருமங்கள் = செயல்கள், காரியங்கள்; ஆகா = நிறைவேறாது, ஆகாது; தொடுத்த = தொடங்கி அமைக்கப்பட்ட, கட்டப்பட்ட.

வரி 3: உருவத்தால் = வடிவத்தால், அளவால்; நீண்ட = நீளமான; உயர் மரங்கள் = உயரமான மரங்கள்; எல்லாம் = யாவும், அனைத்தும்.

வரி 4: பருவத்தால் = சரியான பருவகாலம் வந்து; அன்றி = அல்லாமல், தவிர்த்து; பழா = கனிய மாட்டா, பழம் தராது.

எளிய பொருள்

ஒருவன் தொடர்ந்து எவ்வளவு கடினமாக முயற்சி செய்தாலும், சரியான காலம் கூடாமல் அவன் தொடங்கிய காரியங்கள் நிறைவேறாது. உருவத்தால் உயர்ந்து நீண்டு வளர்ந்த எத்தனை பெரிய மரங்கள் இருந்தாலும், அவற்றின் சரியான பருவகாலம் வராமல் அவை பழுத்து பழம் தர மாட்டா — அதே போலத்தான் வாழ்க்கையில் எல்லா முயற்சிகளும்.

விளக்கம்

மூதுரையின் மூன்றாம் பாடலில், “பருவம் முக்கியம்” என்னும் கருத்தை ஔவையார் தொட்டுச் சென்றார். ஐந்தாம் பாடலில், அந்தக் கருத்தை மிக நேரடியான, மிக ஆழமான வடிவத்தில் முழுமையாக விரிக்கிறார். “எவ்வளவு முயற்சி செய்தாலும், காலம் வராமல் ஒன்றும் நடக்காது” என்னும் மெய்ப்பொருள், மூதுரையின் வாழ்வியல்-மெய்யறிவு கட்டுமானத்தின் ஒரு மிக முக்கியமான கல்.

இந்தத் மெய்ப்பொருளைச் சொல்வதற்கு ஔவையார் தேர்ந்தெடுக்கும் உவமை — மரம் — ஓர் அழகான தேர்வு. மாமரம், பலா மரம், புளியமரம், தென்னை, வாழை — இவை அனைத்தும், எவ்வளவு பெரிதாக வளர்ந்தாலும், எவ்வளவு உயரமாக நின்றாலும், பழங்களைத் தருவதற்கு ஒரு குறிப்பிட்ட பருவம் தேவை. மாமரம் கோடைக் காலத்தின் முதல் முகத்தில்தான் மாங்காய் தரும்; மழைக் காலத்திலோ பனிக் காலத்திலோ அது தராது. மரத்தின் வயது எவ்வளவு பெரிதாக இருந்தாலும், அதன் வேர் எவ்வளவு ஆழமாக இருந்தாலும், அதன் கிளைகள் எவ்வளவு பரந்தாலும் — பருவம் வராமல் கனிய மாட்டாது.

இந்த இயற்கை-உண்மையை மக்கள் முயற்சியோடு ஒப்பிடுவது மிக ஆழ்ந்தது. மாந்தன் தனது வாழ்க்கையில் ஒரு குறிக்கோளைச் செயல்படுத்த விரும்பும்போது — ஒரு வேலை வேண்டும், ஒரு திருமணம் வேண்டும், ஒரு குழந்தை வேண்டும், ஒரு வீடு வேண்டும், ஒரு கல்வி அடைய வேண்டும் — அவன் தனது சக்தியெல்லாம் ஊற்றி உழைக்கிறான். “அடுத்து

முயன்றாலும்” என்னும் சொற்றொடர், “தொடர்ந்து, விடாமல், மீண்டும் மீண்டும்” முயற்சி செய்தலைச் சுட்டுகிறது. இந்த இடைவிடா முயற்சியின் வழியாக, தான் விரும்பியதை இப்போதே — இந்த நொடியே, இந்த வாரமே, இந்த மாதமே — பெற்றுவிட வேண்டும் என்று மாந்தன் வலியுறுத்துகிறான். ஆனால் ஔவையார் சொல்கிறார்: முயற்சி உனது பக்கம்; ஆனால் காலம் இறைவனின் பக்கம். மரம் தனது பருவத்திற்காகக் காத்திருப்பது போல, நீயும் உனது பருவத்திற்காகக் காத்திருக்க வேண்டும்.

இந்த வாக்கியம் முதலில் வாசிக்கும்போது சற்றே வேதனைப்படுத்தலாம் — “அப்படியானால், என் முயற்சியெல்லாம் வீணா?” என்னும் கேள்வி எழலாம். ஆனால் ஔவையாரின் மெய்ப்பொருள் முயற்சியை மறுக்கவில்லை; அது முயற்சியின் தனிமை-வலிமையை மறுக்கிறது. முயற்சி + காலம் = பலன். இவ்விரண்டில் ஒன்று இல்லாமல், மற்றதால் மட்டும் பலன் வராது. முயற்சி இல்லாமல் காலம் வந்தாலும், பழம் வராது (மரத்திற்கு உரம் இல்லாமல் காலம் வந்தால் பயனில்லை); ஆனால் முயற்சி இருந்து காலம் வராமல் இருந்தாலும், பழம் வராது. மெய்யறிவு என்பது இந்த இரண்டையும் ஒன்றுசேர்த்துக் கையாள்வது.

இந்தத் மெய்ப்பொருள், திருக்குறளின் “காலம் கருதி இருப்பர் கடுஞ்சினத்தான் காலம் கருதிய பெருந்தகையாதார்” (குறள் 487) என்னும் கருத்தோடு நெருக்கமாக நிற்கிறது. “பெரியோர், கடுங்கோபம் கொண்டாலும், சரியான காலம் வரும்வரை பொறுத்திருப்பார்கள்” — காலம் முக்கியம் என்னும் கருத்து இரண்டிலும் ஒன்றே. ஆனால் ஔவையார் இதை மிக மேம்போக்கான வடிவில் — மரத்தின் வழியாக — விளக்கி, ஒரு பெற்றோர் தம் குழந்தைக்கும் சொல்லத்தக்க அளவில் இடுகிறார்.

இப்பாடலின் இரண்டாம் வரியில் ஓர் சொல் கூர்மையாகச் சிந்தை ஈர்க்கிறது — “எடுத்த கருமங்கள்.” “எடுத்த” என்றால் “தொடங்கிய.” நாம் ஒரு காரியத்தை “எடுத்தோம்” என்று சொல்கிறோம் — “அந்த வேலையை எடுத்தேன், அந்த திருமணப் பேச்சை எடுத்தேன்.” எடுத்தல் என்பது, ஓர் சுமையைத் தோளில் ஏற்றுக் கொள்வது போல, ஒரு பொறுப்பை ஏற்றுக்கொள்வது. ஔவையார் சொல்கிறார்: நீ ஒரு கருமத்தை “எடுத்துக் கொள்” — பொறுப்பாக நிறைவேற்ற முற்படு — ஆனால் அதன் முடிவை “எடுத்துக் கொள்ள” முடியாது. முடிவு காலத்தின் கைகளில்.

இன்றைய பயன்பாடு

இக்காலத்தில், இடைவிடாத, ஓய்வற்ற முயற்சியையே வாழ்க்கைமுறையாக ஏற்றுக்கொள்ளும் போக்கு மிகப் பொதுவாகியுள்ளது. பணியில் முன்னேற்றம் இப்போதே வேண்டும்; உறவில் முதிர்ச்சி இப்போதே வேண்டும்; கல்வியில் தேர்வு இப்போதே வேண்டும்; உடல்நலம் இப்போதே வேண்டும். இந்த உடனடித்தனத்தின் வேகத்தில், மாந்தனின் மன-உடல்-நல எல்லை சோர்ந்து விழுகின்றது. மூதுரையின் ஐந்தாம் பாடல், அந்தச் சோர்வுக்கு ஓர் ஆழ்ந்த மருந்தைத் தருகிறது: உனது முயற்சியை விடாதே — ஆனால் முடிவை மகிழ்வுடன் காலத்திற்கு விட்டுவிடு.

இதே கொள்கையை, பெற்றோர்-குழந்தை உறவில் பயன்படுத்தலாம். குழந்தையை வளர்க்கும் முயற்சியை விடாதீர்கள்; ஆனால் ஒவ்வொரு குழந்தைக்கும் அதன் சொந்த பருவம் உண்டு — பேசத் தொடங்கும் பருவம், படிக்கத் தொடங்கும் பருவம், சமூகத்தில் கலக்கத் தொடங்கும் பருவம், தனது சொந்த அடையாளத்தைக் கண்டறியும் பருவம். ஒரு குழந்தை இந்தப் பருவங்களில் சற்றே தாமதமாக நகர்ந்தாலும், பெற்றோர் முயற்சியின் முடிவாக மட்டும் அதைப் பார்க்க வேண்டாம் — “இந்தக்

குழந்தைக்கான பருவம் இன்னும் வரவில்லை” என்னும் பொறுமையோடு அந்தச் சூழ்நிலையை அணுக வேண்டும்.

வேலை வாய்ப்புப் பற்றியும் இந்த மெய்ப்பொருள் வழிகாட்டுகிறது. ஒரு புதிய பணியில் சேர்ந்தபின், ஆறு மாதங்களில் முன்னேற்றம் வரவில்லை என்று வருந்தாதே — மரம் வளர அதற்கான பருவம் தேவை. ஓர் தொழில் தொடங்கினால், முதல் ஆண்டில் இலாபம் எதிர்பார்க்காதே — விதை மரம் ஆக காலம் வேண்டும். இதை அறிந்து பொறுமையாக முயற்சியை விடாமல் தொடர்வதே, மூதுரையின் ஐந்தாம் பாடல் வழங்கும் வாழ்நாள் வழிகாட்டுதல்.

பாடல் 6 — உயர்ந்தோரின் உறுதி

உற்ற இடத்தில் உயிர்வழங்கும் தன்மையோர்
பற்றலரைக் கண்டால் பணிவரோ – கற்றூண்
பிளந்திறுவ தல்லால் பெரும்பாரம் தாங்கின்
தளர்ந்து வளையுமோ தான்.

சொற்பொருள்

வரி 1: உற்ற = வந்தடைந்த, ஏற்ற; இடத்தில் = சூழ்நிலையில், தேவைப்படும் இடத்தில்; உயிர்வழங்கும் = தம் உயிரையே தர முன்வரும்; தன்மையோர் = அத்தகைய நற்பண்பு உடையோர்.

வரி 2: பற்றலரைக் = பகைவரைக்; கண்டால் = எதிர்ப்பட்டால்; பணிவரோ = தலைகுனிந்து வணங்குவரோ (கேள்வி வடிவம் — மாட்டார் என்னும் பொருளில்).

வரி 3: கற்றூண் = கல்லினால் ஆன தூண்; பிளந்திறுவ = பிளந்து உடைந்து விழ்வது; தல்லால் = என்பதைத் தவிர; பெரும்பாரம் = பெரிய சுமை; தாங்கின் = தாங்கினால்.

வரி 4: தளர்ந்து = அயர்ந்து, சோர்ந்து; வளையுமோ = வளைந்து விடுமோ; தான் = (வலியுறுத்தும் இடைச்சொல்).

எளிய பொருள்

தம் உயிரையே தர முன்வரும் அளவு நற்பண்பு உடையோர், பகைவரை எதிர்த்த நேரத்தில் தலைகுனிந்து பணிய மாட்டார்கள். கல்லாலான தூண் எந்தச் சூழ்நிலையிலும் வளையாது; பெரிய சுமை மீது விழுந்தாலும், அது பிளந்து உடைந்து விழும் — ஆனால் ஒருபோதும் வளையாது. உயர்ந்த உள்ளம் கொண்டோரும் அப்படியே.

விளக்கம்

இப்பாடல், ஔவைப் பாட்டியின் கதைமாந்தர்-உருவாக்கத் திறமைக்கு ஒரு சிறந்த சான்று. வெறும் இரு வரிகளில், அவர் ஓர் மாந்தனின் ஆழ்ந்த உள்-இயல்பை — அவன் வாழ்நாள் முழுவதும் சுமக்கும் ஓர் நெறி-நிலைப்பாட்டை — அப்பட்டமாகச் சித்தரிக்கிறார். அந்த நிலைப்பாட்டின் சாரம்: உயர்ந்த உள்ளம் கொண்டோர், எத்தனை நெருக்கடியிலும் தம் உயர்வை விட்டுக் கொடுக்க மாட்டார்.

இந்த உண்மையை விளக்க ஔவையார் தேர்ந்தெடுக்கும் உவமை — கல்லாலான தூண் — மிக நுட்பமாக அமைகிறது. மர-தூண் வேறு; கல்-தூண் வேறு. மரம் சில அளவு வளைந்து கொடுக்கும்; சுமை மிகையானால் வளைந்து இறுதியில் சாயலாம். ஆனால் கல், அதன் இயல்பிலேயே வளையாது. அதன் மீது சுமை அதிகம் ஏற்றினால், அது இரு வழிகளில்

ஒன்றை மட்டுமே செய்யும் — தாங்கிக் கொள்ளும், அல்லது பிளந்து உடையும். வளைவது என்பது அதன் சாத்தியமே அல்ல.

இந்த உவமை, “உயர்வு” என்பதன் ஓர் ஆழ்ந்த நெறிப் பொருளை வெளிப்படுத்துகிறது. உயர்ந்த உள்ளம் கொண்டோர் என்பவர், எத்தனை வசதியோடு வாழ்பவர் என்பதல்ல; வாழ்வின் கடினமான கட்டத்தில் கூட, தாம் ஏற்ற நெறியை விட்டுக் கொடுக்க முடியாதவர். அவர்களுக்கு உயிர் என்பது மாற்றத்தக்க பொருள் அல்ல; கொள்கை என்பது வாழ்வை விட பெரியது. தீங்கு வருமானால், அவர்கள் தம் கொள்கையோடு உடைய தயாராக இருக்கின்றனர்; ஆனால் கொள்கையை விட்டுக்கொடுத்து உயிர் வாழ்வதை அவர்கள் வாழ்வாகவே கருதுவதில்லை.

இக்கருத்தை, பழைய தமிழ் வீரக் கதைகள் — சங்க காலத்தின் களம் பாடிய பாடல்கள், காரியக் கல்வெட்டுகள் — மீண்டும் மீண்டும் வலியுறுத்துகின்றன. திருக்குறளில் வள்ளுவர், “உள்ளுவ தெல்லாம் உயர்வுள்ளல்” (குறள் 596 — “எண்ணுவது எல்லாம் உயர்வையே எண்ணுதல்”) என்னும் வரியில், மனத்தின் வழக்கமே உயர்வை நோக்கி நிற்க வேண்டும் என்பதைச் சொல்கிறார். ஔவையாரின் இந்தப் பாடல், அந்த உள்-நிலைப்பாட்டை — அதன் இறுதி வடிவில் — ஓர் பிளவுபடாத கல்-தூண் போல வடிக்கிறது.

இன்றைய பயன்பாடு

இக்காலத்தில், “சமாதானமாக ஒத்துப்போதல்” என்னும் பெயரில், ஒவ்வொரு கொள்கையும் சூழ்நிலைக்கு ஏற்ப வளைய வேண்டும் என்று கூறப்படுகிறது. பணியில், உறவில், அரசியலில், வணிகத்தில் — இந்த வளைவு பெரும்பாலும் தேவைப்படுவதே. ஆனால் சில எல்லைகள் வளையக் கூடாத எல்லைகள். உண்மை, நேர்மை, அன்பு, தம்பிக்கை, கடமை — இவற்றில் ஒரு புள்ளியில், “இதற்கு மேல் நான் வளைய மாட்டேன்; உடைய நேர்ந்தாலும் வளையேன்” என்னும் ஓர் முடிவை வாழ்க்கையின் சில கணங்களில் எடுக்க வேண்டியிருக்கும்.

அந்த முடிவை எடுக்கும் கணம், கல்-தூணாக மாறும் கணம். அதை எடுக்காவிட்டால், வாழ்க்கையின் ஒவ்வொரு புள்ளியிலும் கொள்கைகள் நீர் போல உருகி அழியும். குழந்தைகளுக்கு இந்தப் பாடம் மிகவும் முக்கியம் — அவர்களுக்கு வாழ்வின் தொடக்கத்திலேயே, “எதற்கு வளையலாம், எதற்கு வளையக் கூடாது” என்னும் தெளிவான வேறுபாட்டை ஊட்ட வேண்டும். அந்தத் தெளிவே, பின்னாள் வாழ்வில் அவர்களை வளர்த்து நிறுத்தும் கல்-தூண்.

நீர் அளவே ஆகுமாம் நீர் ஆம்பல் தான்கற்ற
நூல் அளவே ஆகுமாம் நுண் அறிவு – மேலைத்
தவத்து அளவே ஆகுமாம் தான்பெற்ற செல்வம்
குலத்து அளவே ஆகுமாம் குணம்.

சொற்பொருள்

வரி 1: நீர் = தண்ணீர், ஓடும் ஊற்று; அளவே = அளவுக்கு ஏற்பவே; ஆகுமாம் = வளர்ந்து உயரும் என்று கூறுவர்; ஆம்பல் = நீர்க் குளத்தில் வளரும் நீர்ப்-பூ கொடி; தான் கற்ற = ஒருவன் தான் கற்ற.

வரி 2: நூல் = கல்வி நூல், படிக்கும் பாடநூல்; அளவே = அதன் அளவுக்கு ஏற்பவே; ஆகுமாம் = வளரும் என்று கூறுவர்; நுண் = நுண்ணிய, நுட்பமான; அறிவு = புத்தி, அறிவாற்றல்; மேலைத் = முற்பிறவியில் செய்த, முந்தைய வாழ்வில் சேர்த்த.

வரி 3: தவத்து = தவத்தின், செய்த நெறி-முயற்சியின்; அளவே = அளவுக்கு ஏற்பவே; ஆகுமாம் = கிடைக்கும் என்று கூறுவர்; தான் பெற்ற = ஒருவன் பெற்ற; செல்வம் = பொருள், வளம்.

வரி 4: குலத்து = குலத்தின், வீட்டின் வளர்ப்பின்; அளவே = அளவுக்கு ஏற்பவே; ஆகுமாம் = வெளிப்படும் என்று கூறுவர்; குணம் = பண்பு, சீலம்.

எளிய பொருள்

நீர்க் குளத்தில் வளரும் ஆம்பல் கொடி, அக்குளத்தின் நீர் அளவுக்கு ஏற்பவே உயரும். அதைப் போலவே — ஒருவனின் நுட்பமான அறிவு, அவன் கற்ற நூல்களின் அளவுக்கு ஏற்பவே வளரும்; அவன் பெறும் செல்வம், முற்பிறவியில் அவன் செய்த தவத்தின் அளவுக்கு ஏற்பவே கிடைக்கும்; அவனின் பண்பு, அவன் வளர்ந்த குலத்தின் — குடும்ப வளர்ப்பின் — அளவுக்கு ஏற்பவே வெளிப்படும்.

விளக்கம்

இப்பாடல் ஔவைப் பாட்டியின் கட்டுமான-முத்திரையின் சிறந்த எடுத்துக்காட்டுகளில் ஒன்று. நான்கு வரிகள், நான்கு வேறுபட்ட வாழ்வியல் கூறுகள், ஒரே சொல்-வடிவம் — "அளவே ஆகுமாம்." இந்த மீளம் வரும் ஒலி, ஒவ்வொரு வரியின் முடிவிலும் ஒலித்து, "இது ஓர் இயற்கை விதி" என்னும் உறுதியை வாசகர் உள்ளத்தில் பதிக்கிறது.

தொடக்கத்தில் வரும் உவமை — நீர் அளவே ஆம்பல் வளரும் — இயற்கையின் மிக நேரடியான உண்மை. ஆம்பல் கொடி, தனது வேரை நீரின் அடியில் ஊன்றி, தண்டை நீரின் மேல் வெளிப்படுத்தி, மலரை நீரின் மேற்பரப்பில் திறக்கிறது. குளம் சிறியதாக இருந்தால், ஆம்பல் சிறிதாகவே இருக்கும்; குளம் ஆழமாக இருந்தால், ஆம்பல் உயரமாக வளரும். இது ஆம்பலின் தேர்வு அல்ல; அது அதன் இயற்கை. அதே போலத்தான், மாந்தனின் வாழ்வின் மூன்று பேறுகளும் — அறிவு, செல்வம், பண்பு — அவை எழும் வேருக்கு ஏற்ப மட்டுமே வளர்கின்றன.

இரண்டாம் கூற்று — "தான்கற்ற நூல் அளவே நுண் அறிவு" — மிக முக்கியமான ஓர் கல்வியியல் உண்மை. நுண்ணிய அறிவு, இயல்பாகவே

வரும் ஒன்றல்ல; அது கற்றலின் வேலையால் வளர்வது. நாம் எத்தனை நூல்களை கற்கிறோமோ, எத்தனை சிந்தனைகளை சந்திக்கிறோமோ, அந்த அளவுக்கு ஏற்பவே நம் அறிவு கூர்மை அடைகிறது. படிக்காமல் ஞாலத்தில் அறிவாளியாக ஆகிவிட முடியாது. கல்வியின் அளவே அறிவின் அளவு — இது மிக நேர்மையான ஒரு உண்மை.

மூன்றாம் கூற்று — "மேலைத் தவத்து அளவே தான்பெற்ற செல்வம்" — பழைய தமிழ் சமயக் கருத்தை எடுத்துரைக்கிறது. ஒரு மாந்தன் இவ்வாழ்வில் பெறும் செல்வம், அவன் இவ்வாழ்வில் செய்யும் முயற்சியால் மட்டுமே வருவதில்லை; அவன் முற்பிறவிகளில் சேர்த்த தவ-வலிமையின் வெளிப்பாடாகவும் இருக்கிறது என்பது இக்கருத்து. இவ்வாறு பார்க்கும்போது, செல்வத்தைப் பற்றிய நம் கவலை குறையும் — பெறுவதும் இழப்பதும், ஓர் ஆழ்ந்த ஊழ்-கணக்கின் வெளிப்பாடே.

நான்காம் கூற்று — "குலத்து அளவே ஆகுமாம் குணம்" — மிக நுட்பமான ஒரு உண்மையைச் சொல்கிறது. இங்கே "குலம்" என்பதை இக்கால வாசகர், பிறப்பினம் என்னும் ஒற்றைப் பொருளில் மட்டும் புரிந்துகொள்ள வேண்டாம். ஔவையாரின் காலத்தில், "குலம்" என்பது வீடு-வளர்ப்பு, குடும்ப-நெறி, தாய்-தந்தை வழங்கும் முதல்-பயிற்சி ஆகியவற்றைக் குறிப்பது. ஒரு குழந்தை எந்தக் குலத்தில் — எந்த வளர்ப்பு-வீட்டில், எந்த ஒழுக்க-சூழலில் — பிறக்கிறதோ, அந்த அளவுக்கே அதன் பண்பு வளர்கிறது. இது பிறப்பின-வெறுப்பு அல்ல; குழந்தை-வளர்ப்பின் முதன்மை.

ஒட்டுமொத்தமாக இப்பாடல், வாழ்வின் ஒவ்வொரு பேற்றுக்கும் ஓர் வேரிருக்கிறது — அந்த வேரைக் கவனிக்க வேண்டும் என்பதை அழுத்தமாகச் சுட்டுகிறது. பேறுகளை மட்டும் எதிர்பார்க்காதே; வேரை வளர்க்கப் பழகு.

இன்றைய பயன்பாடு

இக்காலத்தில் இதன் பயன்பாடு, "மற்றவரோடு ஒப்பிட்டுக் கொண்டே வாழும்" வாழ்க்கைமுறையின் எதிர்-நிலை. மற்றவரின் அறிவு, செல்வம், பண்பு — இவற்றோடு நம்மை ஒப்பிட்டுக் கொண்டே, "நான் ஏன் பின் தங்கினேன்?" என்று வருந்துவது இக்காலத்தின் பெருந் துன்பம். ஔவையாரின் இந்தப் பாடல் ஓர் தீர்மானமான மருந்தைத் தருகிறது: உனது அறிவு, நீ கற்றதை மட்டுமே பிரதிபலிக்கிறது; உனது செல்வம், உனது மொத்த உழைப்பை மட்டுமே வெளிப்படுத்துகிறது; உனது பண்பு, நீ வளர்ந்த வீட்டின் தாக்கத்தை மட்டுமே சுமக்கிறது. மற்றவரோடு ஒப்பிடுவது வீண்.

பெற்றோர்க்கு இதில் ஓர் கடினமான பாடம் உள்ளது. குழந்தையின் பண்பு, பெற்றோரின் வளர்ப்பால் வடிவமைக்கப்படுகிறது என்னும் உண்மையை இப்பாடல் வலியுறுத்துகிறது. நாம் வீட்டில் காட்டும் நற்பண்புகள், நாம் நடத்தும் உரையாடல்கள், நாம் கொடுக்கும் முடிவுகள் — இவை குழந்தையின் உள்ளத்தில் நிலையாகப் பதிகின்றன. குழந்தையின் பண்பை அதன் வீட்டின் வளர்ப்பு வடிவமைக்கிறது என்பதை அறிந்து, பெற்றோர் தம் வாழ்க்கையை அதற்கேற்ப தூய்மையாக நடத்த வேண்டும்.

பாடல் 8 — நல்லோர் கூட்டத்தின் நன்மை

நல்லாரைக் காண்பதுவும் நன்றே நலமிக்க
நல்லார்சொல் கேட்பதுவும் நன்றே – நல்லார்
குணங்கள் உரைப்பதுவும் நன்றே; அவரோடு
இணங்கி இருப்பதுவும் நன்று.

சொற்பொருள்

வரி 1: நல்லாரைக் = நல்லவர்களை; காண்பதுவும் = பார்ப்பதுவும்; நன்றே = மிகவும் நல்லதே; நலமிக்க = நலம் நிறைந்த.

வரி 2: நல்லார்சொல் = நல்லவர்களின் சொல்; கேட்பதுவும் = கேட்பதுவும்; நல்லார் = நல்லவர்கள்.

வரி 3: குணங்கள் = பண்புகள், சீலங்கள்; உரைப்பதுவும் = சொல்லிப் பேசுவதுவும்; அவரோடு = அவர்களோடு.

வரி 4: இணங்கி = ஒத்துப் பொருந்தி; இருப்பதுவும் = இருப்பதுவும்; நன்று = நல்லது.

எளிய பொருள்

நல்லவரை நேரில் காண்பதும் நல்லது; நலம் நிறைந்த அவரது சொற்களைக் கேட்பதும் நல்லது; அவருடைய பண்புகளை மற்றவரிடம் சொல்லிப் பேசுவதும் நல்லது; அவருடன் ஒத்து வாழ்வதும் நல்லது. நல்லவர் தொடர்பு எவ்வழியில் ஏற்பட்டாலும், அது நற்பயனையே தரும்.

விளக்கம்

இப்பாடல், கட்டுமானத்தில் மிக எளிமையாக இருந்தாலும், கருத்தாழத்தில் மிகச் சிறப்பானது. ஔவையார் நல்லோர் கூட்டத்தோடு கொள்ளக்கூடிய தொடர்பின் நான்கு வகைகளைப் பட்டியலிடுகிறார் — காண்பது, கேட்பது, அவர் குணங்களைப் பேசுவது, அவரோடு வாழ்வது — மற்றும் ஒவ்வொன்றும் தனிப்படத்தனியாக "நன்றே" என்று கூறுகிறார். ஒரே ஒலிக்கட்டுக்குள் — "நன்றே, நன்றே, நன்றே, நன்று" — நற்பயனின் தொடர்ச்சி உறுதிப்படுகிறது.

இந்த நான்கு வகைகளுக்கு ஓர் ஆழ்ந்த படிநிலை உள்ளது. முதலாவது — காணுதல் — மிக எளிய தொடர்பு. சில கணம் காண்பது கூட, நம் உள்ளத்தில் அவரது தோற்றம், அவரது அடக்கம், அவரது நல்-முகம் ஆகியவற்றின் ஒரு பதிவை ஏற்படுத்துகிறது. அந்தப் பதிவே நம் உள்ளத்தில் ஓர் சிறு ஒளியை விதைக்கிறது.

இரண்டாவது — கேட்டல் — சற்று ஆழமான தொடர்பு. அவரது சொற்கள், அவர் உள்ளத்தின் வெளிப்பாடு. அவர் என்ன பேசுகிறார், எப்படிப் பேசுகிறார், எதை மதிக்கிறார் — இவை அவரது ஆழ்ந்த உள்-நிலையைக் காட்டுகின்றன. அந்தச் சொற்கள் நம் கேள்வியின் வழியாக நம் உள்ளத்தில் ஊறி, மெல்ல நம்மை மாற்றத் தொடங்குகின்றன.

மூன்றாவது — அவர் குணங்களைப் பேசுதல் — மிக ஆழ்ந்த, நுட்பமான கூறு. நாம் ஒருவரின் நற்-பண்புகளை மற்றவரிடம் பேசும்போது, அந்தப் பேச்சே நம் உள்ளத்தில் அந்தப் பண்புகளை வேரூன்ற வைக்கிறது. மற்றவரை மெச்சும் வழக்கம் நம்முள்ளும் அந்த நற்-பண்புகளை விதைக்கிறது.

நான்காவது — அவருடன் ஒத்து வாழ்தல் — மிக ஆழ்ந்த தொடர்பு. அவரது அன்றாட பழக்கங்கள், அவர் எடுக்கும் முடிவுகள், அவர் வாழ்வை எதிர்கொள்ளும் முறை — இவை அனைத்தையும் நாள் முழுவதும்

கண்ட பின், அவர்போலவே நாமும் ஆகத் தொடங்குகிறோம். "காட்டின் நிறத்திற்கேற்ப காட்டு விலங்கின் நிறமும் மாறும்" என்னும் இயற்கை-விதி, மாந்தனின் உள்ளத்திற்கும் பொருந்துகிறது.

இக்கருத்தை திருக்குறள் "துணை நலம்" அதிகாரத்தில் தீர்மானமாகச் சொல்கிறது: "மனம் ஒத்தவரின் தொடர்பினும் இனிமை வேறு இல்லை" என்னும் வரிகளில். ஔவையார் அதையே இங்கே நான்கு படிகளில் — காண்பது, கேட்பது, பேசுவது, வாழ்வது — விரிக்கிறார். எந்தப் படியில் தொடங்கினாலும், நற்-பயனின் தொடக்கம் அதுவே.

இன்றைய பயன்பாடு

இக்காலத்தில், நற்-தொடர்பின் வடிவங்கள் பல மாறியுள்ளன — நேரில் காண்பதோடு, தொலைபேசி-உரையாடல், எழுத்துப் பரிமாற்றம், நூல்-வாசிப்பு, ஒலி-ஒளி-கேட்பு என்னும் புதுப்-புது வகைகள் சேர்ந்துள்ளன. ஆனால் ஔவையாரின் கருத்து இவற்றிற்கும் பொருந்தும். நல்ல மனிதர்களோடு — அவர்கள் நம்மை விட மூத்தோராக இருந்தாலும், சம வயதினராக இருந்தாலும், சிறியோராக இருந்தாலும் — நாள்தோறும் ஏதோ ஒரு வழியில் தொடர்பு கொள்வது நற்பயனைத் தரும். அவர்களின் சொற்களைக் கேட்க, புத்தகங்களை வாசிக்க, அவர்களின் பண்புகளை ஞாபகப்படுத்திக் கொள்ள — இவை அனைத்தும் நம் உள்ளத்தைச் செம்மைப்படுத்துகின்றன.

குழந்தை வளர்ப்பில் இதன் முக்கியத்துவம் இரு மடங்கு. குழந்தை எவரோடு பழகுகிறது என்பதை பெற்றோர் கூர்ந்து கவனிக்க வேண்டும். நல்ல தோழமை, நல்ல ஆசிரியர், நல்ல உறவினர் — இவர்களின் தொடர்பு குழந்தையின் வாழ்நாள் வடிவத்திற்கு மிக முக்கியம். அதே நேரத்தில், பெற்றோர் தாங்களே நற்-உதாரணமாக நடந்து, குழந்தை "காண்பதுவும், கேட்பதுவும், அவரோடு இணங்கி இருப்பதுவும்" நற்பயனைத் தர வேண்டிய நிலையில் தம்மை வைத்துக் கொள்ள வேண்டும்.

பாடல் 9 — தீயோர் கூட்டத்தின் கேடு

தீயாரைக் காண்பதுவும் தீதே திருவற்ற
தீயார்சொல் கேட்பதுவும் தீதே – தீயார்
குணங்கள் உரைப்பதுவும் தீதே; அவரோடு
இணங்கி இருப்பதுவும் தீது.

சொற்பொருள்

வரி 1: தீயாரைக் = தீய மனம் உடையவர்களை; காண்பதுவும் = பார்ப்பதுவும்; தீதே = கேடே, தீமையே; திருவற்ற = அழகின்மை, செல்வமற்ற.

வரி 2: தீயார்சொல் = தீயவர்களின் சொல்; கேட்பதுவும் = கேட்பதுவும்; தீயார் = தீய மனம் கொண்டவர்கள்.

வரி 3: குணங்கள் = பண்புகள், சீலங்கள்; உரைப்பதுவும் = சொல்லிப் பேசுவதுவும்; அவரோடு = அவர்களோடு.

வரி 4: இணங்கி = ஒத்துப் பொருந்தி; இருப்பதுவும் = இருப்பதுவும்; தீது = கேடு, தீமை.

எளிய பொருள்

தீய மனம் கொண்டவரைக் காண்பதே கேடாகிவிடும்; அவருடைய சொல்லைக் கேட்பதே கேடு; அவருடைய பண்புகளை மற்றவரிடம் பேசுவது

கேடு; அவருடன் ஒத்து வாழ்வது அதை விட பெரிய கேடு. தீயவர் தொடர்பு எவ்வழியில் ஏற்பட்டாலும், அது தீமையையே பெருக்கும்.

விளக்கம்

இப்பாடல், எட்டாம் பாடலின் கண்ணாடி-உருவம். ஔவையார் அதே நான்கு வடிவ-தொடர்பை — காணுதல், கேட்டல், பேசுதல், வாழ்தல் — இப்போது தீய கூட்டத்தோடு இணைத்து, "தீதே, தீதே, தீதே, தீது" என்னும் மீளம் வரும் ஒலியோடு சொல்கிறார். எட்டாம் பாடல் ஓர் வாழ்வியல் வழியைக் காட்டினால், ஒன்பதாம் பாடல் அதிலிருந்து விலகாமல் இருக்க வேண்டிய ஓர் எச்சரிக்கையைச் சொல்கிறது.

"திருவற்ற தீயார்" என்னும் தொடர் முக்கியமானது. திரு என்பது செல்வம் மட்டுமல்ல; உள் அழகும் கூட. "திருவற்ற" என்றால் — உள் அழகற்ற, உள் ஒளியற்ற, உள்ளத் தூய்மை இல்லாத. ஔவையார் இங்கே, "செல்வமற்றவர்" என்று சாதாரண பொருளில் கூறவில்லை; "உள்-ஒளியற்றவர்" என்னும் ஆழ்ந்த பொருளில் கூறுகிறார். ஒருவன் வெளியில் எத்தனை செல்வத்தோடு இருந்தாலும், உள்ளே ஒளி இல்லாதவன் ஆனால், அவன் தீயவனே.

தீய தொடர்பு எவ்வாறு கேடு தருகிறது? இதையும் நான்கு படிகளில் காணலாம். தீயவரை காண்பதே, தீய காட்சிகள் — வஞ்சகம், கொடுமை, பொய், சுயநலம் — நம் கண்களின் வழியாக நம் உள்ளத்தில் வீழ்த்தப்படுகின்றன. தீயவர் சொல்லைக் கேட்பது, தீய சொற்கள் — பழி, புறங்கூறல், சினம், கொடுமை — நம் காதின் வழியாக நம் உள்ளத்தில் ஊன்றப்படுகின்றன. தீயவர் குணங்களைப் பேசுவது, அந்தத் தீய பண்புகளை நம் உள்ளத்தில் ஓர் மென்மை-நிலையில் ஏற்றுக்கொள்ளும் சம்மதத்தை வளர்க்கிறது. தீயவரோடு வாழ்வது, அந்தத் தீய பழக்கங்களை நம்முள்ளும் வேர்விட வைக்கிறது.

இக்கருத்தை, இக்கால அறிவியல் கூட உறுதிப்படுத்துகிறது. நாம் எவருடன் நாள் முழுவதும் கழிக்கிறோமோ, அவர்களின் பழக்கங்களின் கூட்டாக நம் சொந்தப் பழக்கங்கள் வடிவம் பெறுகின்றன. நாம் காணும், கேட்கும், பேசும், வாழும் சூழலின் தாக்கம் நம் உள்ளுணர்வை வடிக்கிறது. இந்த உளவியல் உண்மையை, ஔவைப் பாட்டி ஆயிரம் ஆண்டுகளுக்கு முன்னரே, இவ்வளவு எளிமையாக, இவ்வளவு நுட்பமாக கூறிவைத்திருக்கிறார்.

இன்றைய பயன்பாடு

இக்காலத்தில் தீய தொடர்பின் வடிவங்கள் மிகவும் பெருகியுள்ளன — நேரில் காண்பவர்களோடு மட்டுமின்றி, படிக்கும் எழுத்துகள், கேட்கும் ஒலிகள், பார்க்கும் காட்சிகள் — இவை அனைத்தும் தொடர்பின் வடிவங்களாக மாறியுள்ளன. தீய எழுத்துகளை வாசிப்பதே, தீய காட்சிகளைப் பார்ப்பதே, தீய ஒலிகளைக் கேட்பதே — நம் உள்ளத்தில் கேடு விதைக்கின்றன. ஆனால் அதை நாம் பெரும்பாலும் கவனிப்பதில்லை.

"நான் வெறுமனே பார்த்துக் கொண்டிருக்கிறேன்; என்னை அது பாதிக்காது" என்னும் தோற்றத்தில் நம்மை நாமே ஏமாற்றிக் கொள்ளக்கூடாது. நாள்தோறும் ஒரு நீர்த்துளி கூட, பெரிய கல்லில் வளைவை உண்டாக்கும். நாம் தினமும் சந்திக்கும் தீய-தாக்கம், மெல்ல மெல்ல நம் உள்ளத்தில் வளைவை உண்டாக்குகிறது. அதனால், காண்பது, கேட்பது, பேசுவது — இவற்றில் தேர்வை விழிப்போடு செய்ய வேண்டும். எவருடன் கழிக்கிறோம், எதைப் பார்க்கிறோம், எதைக் கேட்கிறோம் — இவற்றை தினமும் கவனித்துக் கொண்டே இருக்க வேண்டும்.

குழந்தை-வளர்ப்பில் இது மிக நெருக்கடியான கருத்து. குழந்தை யாரோடு பழகுகிறது, என்ன பார்க்கிறது, என்ன கேட்கிறது — இவற்றை பெற்றோர்

கூர்ந்து கவனிக்க வேண்டும். குழந்தைக்கு வேலி அமைப்பது போல், சில தீய தொடர்புகளிலிருந்து அவர்களைப் பாதுகாக்க வேண்டும். அந்த வேலி, அவர்கள் வளர்ந்த பின் அவர்களுக்கே ஓர் உள்-வேலியாக மாறி, அவர்களையே பாதுகாக்கும்.

பாடல் 10 — ஒரு நல்லவரின் பொருட்டு ஞாலத்தின் காப்பு

நெல்லுக் கிறைத்தநீர் வாய்க்கால் வழியோடிப் புல்லுக்கும் ஆங்கே பொசியுமாம் – தொல் உலகில் நல்லார் ஒருவர் உளரேல் அவர்பொருட்டு எல்லார்க்கும் பெய்யும் மழை.

சொற்பொருள்

வரி 1: நெல்லுக் = நெல் பயிருக்கு; கிறைத்தநீர் = ஊற்றி இறைத்த தண்ணீர்; வாய்க்கால் = நீரை எடுத்துச் செல்லும் சிறு கால்வாய்; வழியோடிப் = வழியாக ஓடி.

வரி 2: புல்லுக்கும் = வாய்க்காலின் அருகே வளரும் புல்லுக்கும்; ஆங்கே = அந்தச் சூழ்நிலையிலேயே; பொசியுமாம் = ஈரம் தங்கி நனையும்; தொல் = தொன்மையான, பழமை வாய்ந்த; உலகில் = ஞாலத்தில், பூமியில்.

வரி 3: நல்லார் = நற்பண்புடைய மக்கள்; ஒருவர் = ஒரே ஒருவராவது; உளரேல் = இருந்தால்; அவர்பொருட்டு = அந்தச் சிறந்த ஒருவருக்காகவே.

வரி 4: எல்லார்க்கும் = ஞாலத்து அனைவருக்கும்; பெய்யும் = பெய்து நிறையும்; மழை = வானம் சொரியும் மாரி.

எளிய பொருள்

நெல் வயலுக்கு என்று ஊற்றப்பட்ட நீர், வாய்க்காலின் வழியாக ஓடிச் செல்லும்போது, பக்கத்தில் வளரும் புல்லுக்கும் ஈரம் கொடுத்து நனைக்கும். அதைப் போலவே — இந்த தொன்மையான ஞாலத்தில், ஒரே ஒரு நல்லவர் உயிர் வாழ்ந்தால் கூட, அவருடைய நற்பண்பின் காரணமாக ஞாலம் முழுவதுக்கும் மழை பெய்யும்; ஞாலத்தாரின் வாழ்வும் நிறையும்.

விளக்கம்

இப்பாடல், மூதுரையின் மிக அழகான, மிக ஆழ்ந்த பாடல்களில் ஒன்று. ஔவையார் இங்கே ஓர் இயற்கைக் காட்சியை — விவசாயத்தின் எளிய ஒரு கூறை — எடுத்து, அதிலிருந்து ஓர் ஆழ்ந்த அண்ட-நிலையான உண்மையை வெளிப்படுத்துகிறார்.

காட்சியின் தொடக்கம் — நெல் வயலுக்கு என்று வாய்க்காலின் வழியாக நீர் ஓடுகிறது. அந்த நீரின் இலக்கு நெல்-வேர். அதற்காகவே விவசாயி பாடுபட்டுக் கால்வாயை தோண்டினான், நீரைத் திருப்பினான், வாய்க்காலின் தலையில் அமர்த்தி நிறுத்தினான். ஆனால் அந்த நீர், வாய்க்காலின் வழியாக ஓடும்போது, அதன் இரண்டு பக்கங்களிலும் வளரும் சிறு புற்களையும் நனைக்கிறது. புல், நீர் வேண்டினதில்லை; விவசாயி புல்லுக்காக நீர் ஒதுக்கினதில்லை. ஆனால் நெல்லுக்காக ஓடிய நீர், புல்லுக்கும் சேருகிறது. இது பகிர்வா? இல்லை. ஒரு இடைப்-பயன். ஆனால் அந்த இடைப்-பயன், புல்லின் வாழ்விற்கு ஒரு வரம்.

இவ்வாறு, ஔவையார் ஒரு அண்ட-நிலையான உண்மையைச் சுட்டுகிறார் — நல்லோரின் வாழ்வே, ஞாலத்திற்கு ஓர் வாய்க்கால். நல்லவர் தம் உள்-வளர்ச்சிக்காக, தம் ஆன்ம-ஒளிக்காக வாழ்கிறார். அவருக்காக வானம்

மழை பொழிய வேண்டும். ஆனால் அந்த மழை, அவர்-மட்டுமே ஈர நிற்காமல், ஞாலம் முழுவதையும் நனைக்கிறது. பயன் அவர் ஒருவருக்காக மட்டுமே நோக்கப்பட்டாலும், அதன் இடைப்-வழியில் எத்தனையோ பேருக்கு வாழ்வு கிடைக்கிறது.

இக்கருத்தின் ஆழம் இதில் தங்கியுள்ளது: ஒரு நல்லவரின் வாழ்வே ஞாலத்திற்கு ஓர் காப்பு. நல்லவர், தம் தனிநபர் வாழ்வில் மட்டுமல்லாமல், அவர் சுற்றியிருக்கும் முழு சூழலையும் — மக்களையும், மண்ணையும், காலநிலையையும், ஆற்றுக் கரைகளையும் — நற்-தாக்கத்தால் வளர்க்கிறார். அவர் இல்லாமல் போனால், அந்தச் சூழலின் முழு-அமைப்பும் தளர்ந்து விழக்கூடும். அதனால், ஒரே ஒரு நல்லவரின் வாழ்வைக் கூட நிதானமாக மதிக்க வேண்டும்.

பழங்காலத் தமிழ் இலக்கியத்தில், “அறம் தான் தலை காக்கும்” என்னும் பழமொழியும், திருக்குறளில் “செப்பம் உடையவன் ஆக்கம் சிதைவின்றி எச்சத்திற்கு ஏமாப்பு உடைத்து” (குறள் 112) என்னும் வரியும், இக்கருத்தோடு நெருங்கி இணைகின்றன. நல்லவன் ஒருவன் ஓர் சமூகத்தில் இருந்தாலே, அந்தச் சமூகத்தின் மொத்த-நிலை மேம்படுகிறது என்னும் இந்தத் தமிழ் மரபின் ஆழ்ந்த நம்பிக்கையை, ஔவையார் இங்கே ஓர் இயற்கைக் காட்சியின் வழியாக மிக நுட்பமாக வடிக்கிறார்.

இன்றைய பயன்பாடு

இக்காலத்தில், இப்பாடல் இரு வழிகளில் வாழ்வியல் வழிகாட்டியாக அமைகிறது.

முதலாவது — “ஒற்றைப் பெருந்திற நபர்” என்னும் கருத்து. ஓர் அமைப்பில், ஓர் பணியிடத்தில், ஓர் சமூகத்தில் — ஒரே ஒரு பெருந்தொண்டர் இருந்தாலே, அந்த இடம் முழுவதும் வளர்ச்சி பெறுகிறது. அந்த ஒற்றை-நபர் இல்லாமல் போனால், எத்தனை பேர் இடம் பெயருகிறார்கள், எத்தனை திட்டங்கள் தடுமாறுகின்றன என்பதை அப்போதுதான் உணர்கிறோம். அதனால், அத்தகைய நற்பண்புடைய நபர்களைக் கண்டறிந்து, அவர்களைப் போற்றி, அவர்களுக்காகச் சூழலை அமைக்க வேண்டும்.

இரண்டாவது — நாமே ஒரு “வாய்க்கால்” ஆகும் வாய்ப்பு. நம் வாழ்வை நம் தனிநபர் தேவைக்கு மட்டுமே சுருக்கிக் கொண்டு வாழும்போது, நம் சுற்றியிருப்போருக்கு ஈரம் சேராது. ஆனால் நம் வாழ்வை சற்று விரிவாகச் செய்து, நம் பணி, நம் சொற்கள், நம் முடிவுகள் — இவற்றில் அன்பு, நேர்மை, தூய்மை-நிலைகளை வெளிப்படுத்தினால், நம் வாழ்வே ஓர் சிறு வாய்க்காலாக மாறி, சுற்றியிருப்போருக்கு ஈரம் சேர்க்கிறது. நாம் நினைக்காத பலருக்கு, நாம் அறியாத பல வழிகளில், நம் நல்-வாழ்வே ஓர் வரமாக மாறுகிறது.

இது “மக்களுக்காக நம் வாழ்வே ஓர் வரமாகும்” என்னும் இக்காலத் தேடலின் தமிழ் வடிவம். ஆனால் ஔவையாரின் வடிவம் ஆழமானது — அது நாம் வேண்டுமென்று செய்யும் சேவை அல்ல; நாம் நல்லவராக இருந்தாலே, தானாக நிகழும் ஓர் இயற்கை விளைவு.

பண்டு முளைப்பது அரிசியே ஆனாலும்
விண்டு உமிபோனால் முளையாதாம் – கொண்டபேர்
ஆற்றல் உடையார்க்(கு) ஆகாது அளவு இன்றி
ஏற்ற கருமம் செயல்.

சொற்பொருள்

வரி 1: பண்டு = முற்காலத்தில், இயல்பாக; முளைப்பது = முளை எடுப்பது; அரிசியே = அந்த அரிசியே; ஆனாலும் = என்றாலும்.

வரி 2: விண்டு = தோல் பிரிந்து; உமிபோனால் = மேற்தோல் நீங்கினால்; முளையாதாம் = முளை எடுக்காது; கொண்டபேர் = பெற்ற பெருமை-உடைய.

வரி 3: ஆற்றல் = வலிமை, செயல்-திறன்; உடையார்க்கு = உடையவர்களுக்கு; ஆகாது = பொருந்தாது; அளவு = மிதம், எல்லை; இன்றி = இல்லாமல், கடந்து.

வரி 4: ஏற்ற = தம்மிடம் சேர்த்துக் கொண்ட; கருமம் = செயல், பணி; செயல் = செய்தல், செய்து முடித்தல்.

எளிய பொருள்

இயல்பாக முளை எடுக்கும் தன்மை அரிசி-வித்துக்கு உண்டே; ஆனால் அதன் மேற்தோலாகிய உமி நீங்கிவிட்டால், அது எத்தனை முழுமையான அரிசி-வித்தாக இருந்தாலும் முளை எடுக்க முடியாது. அதைப் போலவே — பெரிய ஆற்றல் கொண்டவராக ஒருவர் இருந்தாலும், அளவு மீறிய ஓர் காரியத்தை ஏற்றுக்கொள்ளுவது அவர்க்குப் பொருந்தாது. ஏற்க முடிந்த அளவையே ஏற்க வேண்டும்.

விளக்கம்

இப்பாடல் ஓர் மிக நுட்பமான வாழ்வியல் உண்மையைச் சொல்கிறது — "ஆற்றல்" என்பது தனியாக போதாது; அந்த ஆற்றலின் சூழல், அதன் வரம்பு, அதை வெளிப்படுத்த ஏதுவான சூழ்நிலை — இவை எல்லாம் சேர்ந்துதான் ஓர் காரியம் வெற்றி பெறுகிறது. அரிசி, அதன் முழு-விதை-வடிவில், முளை எடுக்கும் ஆற்றல் கொண்டது. ஆனால் அதன் மேற்தோல் — உமி — நீங்கி, "தனி அரிசி" மட்டுமாக நின்றால், அந்த உள் ஆற்றல் வெளிப்படாது. முளை எடுக்காது.

இந்த உவமை, மாந்தனின் வாழ்வுக்கு ஓர் ஆழ்ந்த எச்சரிக்கை. ஒருவன் தனிமனிதனாக எத்தனை ஆற்றலுடையவனாக இருந்தாலும், அந்த ஆற்றலை வெளிப்படுத்த தேவையான சூழ்நிலை — பயிற்சி, கூட்டாளி, நேரம், கருவி, ஆதரவு — இவை அமையாமல், அந்த ஆற்றல் வீணே. அரிசிக்கு உமி எவ்வளவு முக்கியமோ, ஒரு கனிவான திட்டத்திற்கு அதன் சுற்றுச்-சூழல் அவ்வளவு முக்கியம்.

இரண்டாம் கூற்றில், ஔவையார் இதே உண்மையை இன்னொரு கோணத்தில் — அளவின் கோணத்தில் — விரிக்கிறார். ஓர் காரியத்தை ஏற்கும்போது, "எனது ஆற்றல் இதை ஏற்க முடியுமா? இந்தச் சூழலில் இதை நிறைவேற்ற இயலுமா?" என்னும் கணக்கீடு வேண்டும். அளவு கடந்து ஏற்றுக் கொண்டால், ஏற்றதன் சுமையில் ஆற்றல் முறிந்து விடும். அரிசி, அதன் இயல்பான சூழலில் (உமியோடு கூடி, ஈரத்தில் வைக்கப்பட்டு)

முளை எடுக்கிறது. அதன் சூழலை மீறிய ஏற்பாட்டில் — உமி நீக்கி, அதிக வெப்பத்தில் வைக்கப்பட்டு — அது தோற்கிறது.

திருக்குறளில் வள்ளுவர், “வினைத் திட்பம்” என்னும் அதிகாரத்தில், “செய்வினை செய்வான் செயல்முறை அவ்வினை உள்ளறிவான் உள்ளம் கொளல்” (குறள் 677) என்னும் வரியில், செய்யும் வினையை ஆழ்ந்து உள்ளறியும் ஆற்றலை வலியுறுத்துகிறார். ஔவையார் அதே கருத்தை — ஆற்றலின் எல்லைகளை அறிதல் — ஓர் கூரிய இயற்கை உவமையின் வழியாகச் சுட்டுகிறார்.

இன்றைய பயன்பாடு

இக்காலத்தில், “எல்லாவற்றையும் என்னால் முடியும்” என்னும் ஓர் தன்னம்பிக்கை வளர்க்கப்பட்டாலும், அதற்கு ஓர் எதிர்-தாளமும் தேவை — “இதை இப்போது ஏற்க, என் ஆற்றல் போதுமா? சூழல் ஏற்றுள்ளதா?” என்னும் தன்-அறிதலின் தாளம். வேலை வாய்ப்பில் ஓர் பெரிய பதவியை ஏற்கும்போது, அல்லது ஓர் புதிய தொழிலைத் தொடங்கும்போது, அல்லது ஓர் பெரிய நிகழ்வை நடத்துவதை ஏற்றுக்கொள்ளும்போது — “அளவு இன்றி ஏற்ற கருமம் செய்வேன்” என்னும் வரம்பற்ற எண்ணம் வேண்டாம். “இதை என் ஆற்றல் ஏற்க முடியும்” என்னும் நிதான-நிலையே வெற்றியைக் காப்பாற்றும்.

குழந்தைகளுக்கு ஒரு பாடம் இங்கே — “எதை எடுத்துக் கொள்ளலாம், எதை விட்டு விடலாம்” என்னும் தேர்வை அவர்கள் இளம் வயதிலேயே கற்க வேண்டும். எல்லாவற்றையும் ஒன்றாக ஏற்றுக் கொண்டால், ஒன்றும் முழுமை அடையாது. சில காரியங்களை சரியான பருவத்தில் ஒன்று ஒன்றாக எடுத்துக் கொண்டு முடிப்பதே, அரிசி உமியோடு கூடி முளை எடுப்பது போல, இயற்கையான வளர்ச்சி.

பாடல் 12 — சிறியதிலும் பெரு-மதிப்பு

மடல் பெரிது தாழை மகிழ் இனிது கந்தம்
உடல்சிறியர் என்று இருக்க வேண்டா –
கடல்பெரிது
மண்ணீரும் ஆகா(து) அதனருகே சிற்றூறல்
உண்ணீரும் ஆகி விடும்.

சொற்பொருள்

வரி 1: மடல் = இலை, பாளை; பெரிது = பெரியது; தாழை = கடற்கரையில் வளரும் தாழை மரம்; மகிழ் = மகிழ மலர்; இனிது = இனிமை வாய்ந்த; கந்தம் = மணம்.

வரி 2: உடல்சிறியர் = உடல் சிறியவர், சிறு உருவம் கொண்டோர்; என்று = என்று; இருக்க = நினைத்திருக்க, மதிப்பிட்டிருக்க; வேண்டா = வேண்டாம்; கடல்பெரிது = கடல் மிகப் பெரிது.

வரி 3: மண்ணீரும் = மண்-நீரும் கூட, தண்ணீர் என்ற நோக்கில்; ஆகா(து) = ஆகாது, பயன்படாது; அதனருகே = அந்த கடலின் அருகே; சிற்றூறல் = சிறிய நீர்-ஊற்று.

வரி 4: உண்ணீரும் = அருந்தும் தண்ணீராகவும்; ஆகி = ஆகி; விடும் = ஆகிவிடும்.

எளிய பொருள்

தாழை மரத்தின் இலை பெரியது; அதன் மலர் இனிய மணம் வீசுவது.

சிறிய உருவம் கொண்டவர் என்று எவரையும் கீழாக மதிப்பிடாதே. கடல் எவ்வளவு பெரியதாக இருந்தாலும், அதன் நீர் குடிக்கப் பயன்படாது — மண்-நீர் தான். ஆனால் அந்தக் கடலின் அருகே ஓடும் ஒரு சிறிய நீர்-ஊற்று, அருந்தும் தண்ணீராக அமையும். உருவின் சிறுமை, மதிப்பின் சிறுமை அல்ல.

விளக்கம்

இப்பாடல், ஔவைப் பாட்டியின் மிக மென்மையான, கருணை-நிறைந்த பாடல்களில் ஒன்று. வாழ்வில் சிறியோர் — உடலில் சிறியோர், செல்வத்தில் சிறியோர், அதிகாரத்தில் சிறியோர் — எவரையும் சிறிதாக மதிப்பிட்டுக் கடந்து செல்லும் இக்கால-நிலையை, அவர் தோளில் கைவைத்து மென்மையாக நிறுத்துகிறார். மதிப்பு, உருவின் அளவில் இல்லை; சிறப்பின் ஆழத்தில்.

தொடக்கப் பகுதி தாழை மரத்தைப் பற்றியது. தாழை, கடற்கரை மணலில் வளரும் ஓர் கூரிய மரம். அதன் இலை மிகப் பெரியது — மர-உரிமையாளர், அதை எத்தனையோ வழிகளில் — கூரை-வைத்தாலாக, பாய்-நெய்தாலாக, தம் கூட்டத்தில் பயன்படுத்துகின்றனர். அதன் மலர் — கொடி-நீளமாக வடிவான வெண்மலர் — மிக நுட்பமான இனிய மணம் வீசுகிறது. தாழையின் உரு பெரியதாக இருக்கலாம், ஆனால் அதன் இனிமை — மணம் — அதன் உருவில் இல்லை, அதன் உள் சாரத்தில் உள்ளது.

இரண்டாம் பகுதியில், கடல்-உவமை இதை இன்னும் தீர்மானமாகச் சொல்கிறது. கடல், ஞாலத்தின் மிகப் பெரிய நீர்-நிறை. நெடுங் கிலோமீட்டர்களுக்கு நீளும், ஆழம் கணக்கிட இயலாதது. ஆனால் அதன் நீர், மண்-நீர்-உப்பு கலந்தது, குடிக்க இயலாதது. அதேப் கடலின் அருகே — மிகச் சிறிய — ஓர் நிலத்தடி நீர்-ஊற்று இருக்கலாம். அந்த ஊற்றின் நீர், கடலினின் ஆயிரம் கோடி பகுதியில் ஒன்று கூட இருக்காது. ஆனால் அந்தச் சிறு நீர், மக்களின் தாகத்தைத் தீர்க்கிறது; உயிர் காக்கிறது; பயிர் காக்கிறது; மரங்கள் வளர்க்கிறது.

இவ்வாறு, ஔவையார் ஓர் மெய்ப்பொருள்-உண்மையை — “பயன், அளவில் இல்லை; உள்-தன்மையில்” என்னும் உண்மையை — மிக நேர்மையாகச் சொல்கிறார். இது வெறும் சிறியோர்க்கான ஆறுதல் அல்ல; சமூகத்திற்கான ஓர் கண்-திறப்பு. ஓர் சமூகம், சிறு-ஊற்று போன்ற சிறியோர்களை மதித்தால், அந்த சமூகத்தின் தாகம் தீரும். கடல் போன்ற பெருமை-நிறை அதிகாரிகள் மட்டுமே சமூகத்தைக் காக்க இயலாது.

இன்றைய பயன்பாடு

இக்காலத்தில், சமூகம் பெரும்பாலும் அளவை வழிபடுகிறது — பெரிய அமைப்பு, பெரிய பெயர், பெரிய எண்ணிக்கை, பெரிய சந்தை-பங்கு. சிறு ஆரம்பங்கள், சிறு வர்த்தகங்கள், சிறு குடும்ப-முயற்சிகள் — இவை பெரும்பாலும் ஓரம் கட்டப்படுகின்றன. ஆனால் வரலாறு காட்டுவது வேறு — பெரும்பாலான பெரும் வளர்ச்சிகள், சிறு ஊற்றுகளில் இருந்தே தொடங்கின. காந்தியின் கைப்பிடி உப்பு, கடல் போன்ற பெரிய பேரரசை அசைத்தது. சிறு வீட்டில் தொடங்கிய நிறுவனங்கள், பெரிய பெருநாட்டு வர்த்தகங்களாக வளர்ந்தன. சிறிய நீர்-ஊற்று, பெரிய கடலினும் ஆழ்ந்த உயிர்-காப்பை வழங்குகிறது.

தனிமனித வாழ்வில், இப்பாடல் ஓர் முக்கியமான பாடம் — மற்றவரை அவர்கள் வெளி-உருவில், அவர்கள் இக்கணப் பெருமையில் மட்டுமே மதிப்பிடாதே. ஓர் சாதாரண பணியாளர், ஓர் சிறு கையால் வேலை செய்பவர், ஓர் தனிமையில் வாழும் முதியோர் — இவர்கள் அனைவருக்கும் தம் சிறப்பு உண்டு. அதை மதித்து அணுகும் கண் வேண்டும். தம்மையே

மதிப்பிடுவதிலும் இது பொருந்தும் — "நான் சிறிய நிலையில் உள்ளேன்" என்னும் சுய-தாழ்வை விட்டு, "என் சிறு ஊற்று, என் நெருங்கியோருக்கு உயிர் ஆகலாம்" என்னும் சுய-மதிப்பை வளர்ப்போம்.

பாடல் 13 — பயனற்ற பெருமை

**கவையாகிக் கொம்பாகிக் காட்டகத்தே நிற்கும்
அவையல்ல நல்ல மரங்கள் – அவைநடுவே
நீட்டோலை வாசியா நின்றான் குறிப்பறிய
மாட்டாதவன் நன்மரம்.**

சொற்பொருள்

வரி 1: கவையாகிக் = கிளை-கிளையாகிக்; கொம்பாகிக் = தண்டு-கொம்பாகிக்; காட்டகத்தே = காட்டின் உள்ளே; நிற்கும் = உயர்ந்து நிற்கும்.

வரி 2: அவையல்ல = அவை அல்ல; நல்ல = பயன் தரும், சிறந்த; மரங்கள் = மரங்கள், விருட்சங்கள்; அவைநடுவே = அவற்றுக்கு நடுவே, இவ்வுலகின் நடுவே.

வரி 3: நீட்டோலை = கைக்கு நீட்டப்படும் ஓலை-நிருபம், ஓர் கடிதம்; வாசியா = வாசிக்க முடியாமல்; நின்றான் = நின்றவன்; குறிப்பறிய = ஓர் சைகை-குறிப்பை அறிய.

வரி 4: மாட்டாதவன் = முடியாதவன்; நன்மரம் = (உண்மையில்) நல்ல-மரம் (என்பது — அவன் அல்ல, அவன் வெறும் மரம் போன்றவன்).

எளிய பொருள்

காட்டின் உள்ளே கிளை-கிளையாக, கொம்பு-கொம்பாக உயர்ந்து நிற்கும் மரங்கள் தாம் நல்ல மரங்கள் என்று கூற முடியாது — அவை வெறும் உருவத்தில் பெரிதாக இருக்கின்றனவே. மக்கள் நடுவே, கையில் ஓலை-நிருபம் நீட்டினால் வாசிக்க முடியாமல், ஓர் சைகை-குறிப்பை அறிந்து கொள்ள முடியாமல், அறிவு-உள்ளம் இல்லாமல் நிற்கிறவனும் — உண்மையில் ஓர் பயனற்ற மரம் தான்.

விளக்கம்

இப்பாடல், ஔவைப் பாட்டியின் கூரிய நகைச்சுவை-இழையின் சிறந்த சான்று. மிக நேர்மையான — சற்றே கடினமான கூட — ஓர் ஒப்பீட்டை அவர் இங்கு வைக்கிறார். கல்வி இல்லாமல், உள்-உணர்வு இல்லாமல், சைகை-புரிதல் இல்லாமல், வாழ்வில் வெறும் உருவத்தோடு மட்டும் நிற்கும் ஓர் மாந்தன் — அவன் காட்டில் நிற்கும் ஓர் பெரிய மரம் போன்றவன். கிளை-கிளையாகப் பரந்திருக்கலாம்; கொம்பு-கொம்பாக உயர்ந்திருக்கலாம்; ஆனால் பயன் இல்லை.

ஔவையாரின் கூரிய சொல்-கையாட்சி இங்கு கவனத்திற்குரியது. முதல் இரு வரிகளில், காட்டில் பெரிதாக நிற்கும் மரங்கள் "நல்ல மரங்கள் அல்ல" என்று அவர் சொல்கிறார். "நல்ல மரம்" என்றால் என்ன? கட்டுமானத்திற்கு உதவும் கருங்காலி, மர-வேலைப்பாட்டுக்கு உதவும் தேக்கு, பழம் தரும் மா, நிழல் தரும் ஆல், மருந்து தரும் வேம்பு — இவை நல்ல மரங்கள். ஆனால் காட்டில் வெறுமனே வளர்ந்து நிற்கும் ஓர் காட்டுமரம், பயனற்ற கிளைகளோடு, யாரும் உரிமை-கூறாமல் — அது "நல்லது" என்னும் பெயரை அடைய இயலாது.

இவ்வாறு கூறிய பின், ஔவையார் சட்டென திருப்புதலை வழங்குகிறார். "அவை நடுவே" — அதாவது அந்த ஞாலத்தின் நடுவே — "நீட்டோலை வாசியா நின்றான்," "குறிப்பறிய மாட்டாதவன்" — அவன்தான் (உண்மையில்)

"நன்மரம்." இங்குள்ள நகைச்சுவை-கூர்மை: "நன்மரம்" என்னும் சொல்-முடிவே ஓர் சாடல். அவன் நல்ல-மாந்தன் அல்ல; வெறும் மரம். உருவம் உண்டு, பயன் இல்லை.

"நீட்டோலை" என்னும் சொல், அக்காலத்தின் ஓர் கூரிய சமூகச்-சாட்சி. ஓலை-நிருபம் என்பது, பணப் பரிமாற்றத்தைச் சுற்றியோ, நெருங்கிய செய்திகளைச் சுற்றியோ, மக்கள் இடையே வழங்கப்படும் கடித-வடிவம். அதை வாசிக்க இயலாதவன், சமூக-வாழ்வின் ஓர் முக்கியப் பகுதியில் கலந்து-கொள்ள இயலாதவன். "குறிப்பறிய" என்பது இன்னும் ஆழமான திறமை — மற்றவரின் சைகை, அவர்களின் முக-நாட்டம், அவர்களின் சொல்லாத பொருள் — இவற்றை உள்ளுணர்வால் அறியும் ஆற்றல். இது கல்வியின் அப்பால் நிற்கும் ஓர் மென்மை-உணர்வு.

ஔவையாரின் பாடம் — மாந்தன் என்பவன் வெறும் உரு அல்ல; கல்வி, உள்ளுணர்வு, மற்றவரோடு தொடர்பு-கொள்ளும் திறன் — இவை சேர்ந்தே ஓர் மனிதனை "நல்ல மாந்தன்" ஆக்குகின்றன. இவை இல்லாமல், அவன் வெறும் காட்டுமரம், எத்தனை உயரமாக நின்றாலும்.

இன்றைய பயன்பாடு

இக்காலத்தில், கல்வி-பரப்பு அதிகரித்துள்ளது — பெரும்பாலான குழந்தைகள் பள்ளிக்குச் செல்கிறார்கள், எழுத்து-வாசிப்பு கற்றுக் கொள்கிறார்கள். ஆனால் ஔவையார் சுட்டும் "குறிப்பறிய" திறமை — அதாவது, மற்றவர் சொல்லாததை உள்ளுணர்வால் அறியும், சைகையால் புரிந்துகொள்ளும், உளவியல்-நுட்பத்தைப் பெறும் ஆற்றல் — இக்காலத்தில் குறைவாகியுள்ளது. திரை-ஞாலத்தின் பெருக்கத்தால், நேருக்கு-நேர் தொடர்பு-கொள்ளும் வாய்ப்பு குறைந்து வரும் சூழலில், இந்த நுட்ப-உணர்வு வளர்வதற்கான பயிற்சியே நம் வாழ்வில் குறையக்கூடும்.

பெற்றோருக்கு இங்கே ஓர் முக்கியப் பாடம் — குழந்தைகளுக்கு வெறும் எழுத்து-படிப்பு போதாது. அவர்கள் பிறர் முகத்தைப் படிக்கப் பழக வேண்டும். உரையாடலில் பங்கேற்க பழக வேண்டும். மற்றவரின் உணர்வுகளை உணர பழக வேண்டும். ஓலை-வாசிப்போடு, "குறிப்பறிதலை"யும் கற்பிக்க வேண்டும். அப்போதே, குழந்தை வளர்ந்து "காட்டில் நின்ற மரம்" ஆகாமல், மக்கள் நடுவே "நல்ல மாந்தனாக" ஆகும்.

பாடல் 14 — கல்லாதோனின் கவி

கான மயிலாடக் கண்டிருந்த வான்கோழி
தானும் அதுவாகப் பாவித்துத் – தானும் தன்
பொல்லாச் சிறகைவிரித்(து) ஆடினால்
போலுமே
கல்லாதான் கற்ற கவி.

சொற்பொருள்

வரி 1: கான = காட்டின் உள்; மயிலாடக் = மயில் ஆட; கண்டிருந்த = பார்த்துக்கொண்டிருந்த; வான்கோழி = கானகத்து கோழி, காட்டுக் கோழி.

வரி 2: தானும் = தானும்; அதுவாகப் = அதே மயிலாகவே; பாவித்துத் = தன்னையும் அப்படியே நினைத்துக்கொண்டு; தன் = தன்னுடைய.

வரி 3: பொல்லாச் = அழகற்ற, குறையான; சிறகைவிரித் = சிறகை விரித்து; ஆடினால் = நடனம் ஆடினால்; போலுமே = போல் இருக்கும்.

வரி 4: கல்லாதான் = கல்வி கற்காதவன்; கற்ற = (அரைகுறையாகக்) கற்ற; கவி = கவிதை, பாடல்.

எளிய பொருள்

காட்டின் உள் அழகான மயில் தனது தோகையை விரித்து ஆடுவதைப் பார்த்த ஓர் காட்டுக்கோழி, தானும் அதே மயில் தான் என்று நினைத்துக் கொண்டு, தனது அழகற்ற சிறகை விரித்து ஆடினால் எத்தனை அவலமாக இருக்குமோ — அதைப் போலவே, கல்வி கற்காதவன் ஓர் கவிதை-பாடலைப் பாடினால், அதன் தோற்றமும் அத்தனை அவலமாகவே இருக்கும்.

விளக்கம்

இப்பாடலின் கையாட்சி-கூர்மை, ஔவைப் பாட்டியின் கவித்துவத்தின் ஓர் சிறந்த எடுத்துக்காட்டு. "நகைச்சுவையின் வழியாக நெறி கற்பித்தல்" என்னும் ஓர் இலக்கிய-கருவியை மிக நுட்பமாக இங்கு கையாள்கிறார். வாசகர் சிரிக்கிறார்; சிரிப்பின் இடையே சிந்திக்கிறார்; சிந்தனையில் பாடத்தைப் பெறுகிறார்.

காட்சியின் வடிவம் தெளிவாக உள்ளது. காட்டின் ஓர் மூலையில், ஓர் அழகான ஆண் மயில், தனது வண்ண-வண்ண தோகையை விரித்து, மெல்ல-மெல்ல சுழன்று ஆடுகிறது. இது மயிலின் இயற்கையான சிறப்பு; அதன் உடல்-வடிவம் இவ்வாட்டத்திற்கு என்றே வடிக்கப்பட்டுள்ளது. அந்தக் காட்சியின் அழகுக்கு, காட்டின் மற்ற உயிர்களும் — சிறு பறவைகள், மான்கள் — அமைதியாகப் பார்த்துக் கொண்டிருக்கின்றன.

அந்தச் சிறு சபையில், ஓர் காட்டுக்கோழி — "வான்கோழி" — இருக்கிறது. வான்கோழி, மயிலை விட மிகச் சிறிய பறவை. அதன் சிறகுகள் அழகற்றவை — பழுப்பு நிறம், கொஞ்சம் முடி, பெரிய தோகை இல்லை. ஆனால் வான்கோழியின் மனத்தில் ஓர் ஏமாற்று-எண்ணம் எழுகிறது. "மயில் ஆடுகிறது; நானும் ஓர் பறவையே; நானும் ஆடுவேன்." தான் கூடப் பார்த்துக்கொண்டிருக்கின்ற இடத்திலேயே, தனது அழகற்ற சிறகைப் பல-பல வழிகளில் விரித்து, தடுமாற்றமாக ஆட ஆரம்பிக்கிறது.

இக்காட்சி எவ்வளவு கேலிக்குரியதோ, அவ்வளவு கடினமான பாடமும் கொண்டது. கல்வி இல்லாதவன் — அதாவது, கவிதையின் இலக்கணம், சொல்-தேர்வு, ஓசை-கையாட்சி, கருத்து-வளர்ச்சி இவற்றில் பயிற்சி பெறாதவன் — ஓர் கவிதையைப் பாடினால், அதன் தோற்றம் வான்கோழியின் ஆட்டத்தைப் போலவே இருக்கும். தீவிரம் இருக்கும், ஆனால் தீர்ச்சு இல்லை. ஆர்வம் இருக்கும், ஆனால் ஆற்றல் இல்லை. முயற்சி இருக்கும், ஆனால் முதிர்ச்சி இல்லை.

இதை ஓர் கீழ்-தாழ்த்தும் கருத்தாக ஔவையார் கூறவில்லை. அவர் ஓர் எச்சரிக்கையாக — "கல்வி இன்றி கவிஞனாக ஆகாதே; முதலில் கற்க முற்படு" என்னும் வழிகாட்டுதலாகச் சொல்கிறார். மயிலுக்கு வண்ண-தோகை உள்ளது; அது அதன் இயற்கை. வான்கோழியின் இயற்கை வேறு. வான்கோழி தனது இயல்பான பணியில் சிறந்தாக நிற்பதே சரி. ஆற்றலின் சுய-அறிதலே, ஓர் மெய்யறிவின் தொடக்கம்.

இன்றைய பயன்பாடு

இக்காலத்தில், திரை-ஞாலத்தின் சாதனத்தினால், எவரும் — எவ்வளவு குறைந்த தயாரிப்போடும் — ஓர் கவிதையை, ஓர் பாடலை, ஓர் கட்டுரையைப் பகிர முடியும். ஓர் கணம் தோன்றும் கருத்தை, ஒரு கட்டத்திலேயே வெளியிட முடியும். இது ஓர் வாய்ப்பும் கூட; ஓர் இடரும் கூட. கல்வியின் பயிற்சி இல்லாமல், ஆழ்ந்த படிப்பு இல்லாமல், சொல்-கையாட்சியின் முதிர்ச்சி

இல்லாமல், ஓர் கவிதையை வெளியிட்டால், அது வான்கோழியின் ஆட்டம் போலவே — ஓர் இடைப்-பகிர்வாக நின்று மறையும்.

ஔவையாரின் பாடம் — "ஆற்றல் இல்லாமல் ஆற்றல்-காட்டினால் வெட்கம் தான் சேரும்" என்னும் எச்சரிக்கை. கற்றதன் மூலம் ஆற்றல் வளர்த்து, பின்னர் வெளிப்படுத்தும் வழக்கம், எவ்வளவு பழைய பாடமாக இருந்தாலும், இக்காலத்திலும் தீர்மானமாகப் பொருந்தும். குழந்தைகளுக்கு இதைச் சொல்லும் முறை: முதலில் கற்று-படிக்கப் பழகு; பின்னர் வெளிப்படுத்தத் தொடங்கு. முதலில் சிற்றூற்றை ஊட்டு; பின்னர் ஆற்றினில் ஓடச் செய்.

பாடல் 15 — அறியாமைக்குச் செய்த உதவி

வேங்கை வரிப்புலிநோய் தீர்த்த விடகாரி
ஆங்கதனுக்(கு) ஆகாரம் ஆனால்போல் –
பாங்கறியாப்
புல்லறி வாளர்க்குச் செய்த உபகாரம்
கல்லின்மேல் இட்ட கலம்.

சொற்பொருள்

வரி 1: வேங்கை = வேங்கைப் புலி, பெண் புலி; வரிப்புலிநோய் = வரிப் புலியின் நோய், விஷ-துன்பம்; தீர்த்த = நீக்கிய, குணமாக்கிய; விடகாரி = விடம் (விஷத்தை) நீக்கும் ஆற்றல் கொண்டவர், மருத்துவர்.

வரி 2: ஆங்கதனுக்கு = அந்தப் புலிக்கே; ஆகாரம் = உணவு; ஆனால்போல் = ஆனது போல; பாங்கறியாப் = நெறி அறியாத, நன்றி அறியாத.

வரி 3: புல்லறி = புல்-போன்ற சிறு அறிவு; வாளர்க்குச் = உடையவர்களுக்கு; செய்த = செய்த; உபகாரம் = உதவி.

வரி 4: கல்லின்மேல் = கல்-பாறையின் மேல்; இட்ட = வைத்த; கலம் = (மட்) பானை, பாத்திரம்.

எளிய பொருள்

ஓர் மருத்துவர், ஓர் வேங்கைப் புலியின் விஷ-நோயை குணமாக்கினார். ஆனால் அந்தப் புலி, நன்றி காட்டாமல், அவரையே தனது உணவாகக் கொன்று உண்டது. அதைப் போலவே — நெறி அறியாத, புல்-போல சிற்றறிவு கொண்டவர்களுக்குச் செய்த உதவி, கல்-பாறையின் மேல் வைத்த மட்-பானை போல, தானாகவே உடைந்து சிதறி வீணாகிவிடும்.

விளக்கம்

இப்பாடல், ஔவைப் பாட்டியின் மிக கடினமான ஓர் வாழ்வியல் உண்மையைச் சொல்கிறது. இரண்டாம் பாடலில் — "நல்லார் ஒருவர்க்குச் செய்த உபகாரம் கல்மேல் எழுத்துப்போல்..." — அவர் நல்லோர்க்கு செய்த உதவியின் நிலையாமையைக் கூறினார். இந்தப் பதினைந்தாம் பாடல், அதன் மறு-பக்கம் — நெறி-அறியாதார்க்குச் செய்த உதவியின் கேடு.

காட்சியின் தீவிரம் கூர்மையானது. ஓர் வேங்கைப் புலி, அதன் உடலில் ஓர் கடினமான விஷ-நோய். துன்பத்தில் தத்தளிக்கிறது. அந்த நேரத்தில், ஓர் விடகாரி — விஷ-மருத்துவர் — அவ்வழியாக வருகிறார். அவர் தம் கருணை-உள்ளத்தால், அப்புலியின் துன்பத்தை விட்டுவிட இயலாது. தம் ஆற்றல் முழுவதையும் பயன்படுத்தி, அந்த விஷ-நோயைக் குணமாக்குகிறார். புலி

குணமடைகிறது. ஆனால் குணம் பெற்ற அதே கணத்தில், ஓர் இயற்கை-உள்ளுணர்வு புலியில் எழுகிறது — "எனக்கு உணவு வேண்டும்." முன்னால் நிற்பது, அதைக் காத்த மருத்துவர். ஆனால் புலியின் இயற்கை, நன்றியின் பாதையில் அல்ல; உணவின் பாதையில். அது விடகாரியை உண்ணும்.

இந்த உவமை மிக கடினம். ஆனால் ஔவையார் ஓர் நெறி-உண்மையைச் சொல்லத் தயங்கவில்லை. சிலர், தம் இயற்கையால், நன்றியை அறியாதவர்கள். அவர்களுக்கு செய்த உதவி, அவர்களின் அறியாமை-உள்ளுணர்வாலேயே, தீய திசையில் திரும்பும். விடகாரி, புலியின் உள் இயற்கையை — "இது நன்றி அறியாத ஓர் விலங்கு" — அறிந்து கொண்டிருந்தால், அதற்கு உதவி செய்து தன்னையே அழித்திருக்க மாட்டார். ஆனால் அவருடைய கருணை-வெகுளி, அந்த அறிதலை மறைத்தது.

"புல்லறிவாளர்" என்னும் சொல் கூர்மையானது. "புல்" என்றால் சிறிய, அற்ப, பயனற்ற. "புல்லறி" என்றால் — புல்லைப் போன்ற சிற்றறிவு. சிற்றறிவு கொண்டவர்களின் உள்ளம், தம் இக்கணத் தேவையை மட்டுமே பார்க்கும். உதவி செய்பவர் யாரோ, அவர் ஏன் உதவினார், அதன் மதிப்பு என்ன — இவை அவர்களின் கணக்கில் வருவதில்லை. அதனாலேயே, அவர்களுக்கு உதவி செய்வது, கல்லின் மேல் வைத்த மட்-பானை போல, தானாகவே சிதைகிறது. கல், மென்மையாக நிற்பதில்லை; மட்-பானை, கல்லின் மேல் நீடிக்காது. அதனருகே சென்றால் கூட சறுக்கி, விழுந்து, உடையும்.

ஔவையாரின் பாடம் கடினம் — "எவருக்கு உதவி செய்ய வேண்டும்" என்னும் கேள்வியில், கருணை மட்டுமே போதாது; விழிப்போடு கூடிய கருணை வேண்டும். உதவி பெறுபவரின் உள்ளார்ந்த இயல்பை, அவர்கள் நன்றியை அறிந்து பரிமாறுபவராக இருப்பாரா இல்லையா என்பதை, சிறிது நோக்கி-அறிந்த பின்னரே, பெரிய உதவியை அளிக்க வேண்டும். இது சுயநல-கருத்து அல்ல; சுய-காப்பின் மெய்யறிவு.

இன்றைய பயன்பாடு

இக்காலத்தில் இந்தப் பாடம் மிக முக்கியமானது. பெருங் கருணை உள்ள ஒருவர், மற்றவருக்கு உதவ முற்படும்போது, அதை எடுத்துக் கொள்பவரின் உள்ளார்ந்த தன்மையை அறியாமல், தம் முழுவாழ்வையும் கொடுத்து, பின்னர் தாமே துன்பத்தில் வீழ்வது ஓர் பொதுவான கதை. நிதிக் கடன் கொடுத்து திரும்ப வராமல், நட்பு வழங்கி பின்னர் கசப்பாகி, பெற்றோர் தம் முழுச் செல்வத்தையும் குழந்தைகளுக்காகச் செலவழித்து பின்னர் தனிமையில் கைவிடப்பட்டு — இவையெல்லாம் "புல்லறிவாளருக்கு உதவிய" கதைகளே.

இதன் பொருள், உதவியே செய்ய வேண்டாம் என்பதல்ல. "எவ்வாறு உதவ வேண்டும்" என்னும் கேள்விக்கு, விழிப்போடு கூடிய பதிலை ஔவையார் வழங்குகிறார். உதவியின் அளவை, பெறுபவரின் தகுதிக்கு ஏற்ப அமைக்க வேண்டும். ஆரம்பத்தில் சிறு உதவி; அந்தச் சிறு உதவியின் வாயிலாக, பெறுபவரின் உள்ளார்ந்த நன்றி-உணர்வை அறிய வேண்டும். அவர் நன்றி அறிந்தவர் என்று தெளிந்த பின், மேலும் பெரிய உதவியை அளிக்க முற்படலாம். ஆரம்பிய சிறு உதவியே சிதைந்தால், பெரிய உதவியை வழங்க முற்படக் கூடாது. இது கருணைக்கு எதிரான கூற்று அல்ல; கருணை நிலைப்பாட்டிற்கான ஓர் காப்பு.

பாடல் 16 — அடக்கத்தின் ஆழம்

அடக்கம் உடையார் அறிவிலர் என்றெண்ணிக்
கடக்கக் கருதவும் வேண்டா – மடைத் தலையில்
ஓடுமீன் ஓட உறுமீன் வருமளவும்
வாடி இருக்குமாம் கொக்கு.

சொற்பொருள்

வரி 1: அடக்கம் = தன்னடக்கம், அமைதிப்பண்பு; உடையார் = உடையவர்கள்; அறிவிலர் = அறிவு இல்லாதவர்கள்; என்றெண்ணிக் = என்று நினைத்து.

வரி 2: கடக்கக் = கடந்து செல்ல, தாண்டிச் செல்ல; கருதவும் = எண்ணவும்; வேண்டா = வேண்டாம்; மடைத் = நீர்-மடையின், அணைக்கட்டின்; தலையில் = மேலிடத்தில்.

வரி 3: ஓடுமீன் = ஓடிச் செல்லும் சிறு மீன்; ஓட = ஓட; உறுமீன் = தனக்குப் பொருந்தும் பெரிய மீன்; வருமளவும் = வரும் வரையில்.

வரி 4: வாடி = அமைதியாய் வாடியதுபோல்; இருக்குமாம் = அசையாமல் இருக்குமாம்; கொக்கு = வெள்ளைக் கொக்கு.

எளிய பொருள்

தன்னடக்கம் உடைய ஒருவரை, அறிவில்லாதவர் என்று எண்ணி, இலகுவாக ஏமாற்றி-கடந்து செல்லலாம் என்று நினைக்க வேண்டாம். ஆற்றின் அணைக்கட்டின் தலையில் நிற்கும் கொக்கு, தனக்குப் பொருந்தாத சிறு மீன்கள் முன்னால் ஓடிச் சென்றாலும் அவற்றை விட்டுவிட்டு, தனக்கு உரிய பெரிய மீன் வரும் வரை, அமைதியாக — வாடியதுபோல் தோன்றி — அசையாமல் காத்திருக்கும்.

விளக்கம்

இப்பாடல், ஔவைப் பாட்டியின் மிக நுட்பமான கவித்துவ-காட்சிகளில் ஒன்று. தன்னடக்கம் என்னும் பண்பின் உள்-வலிமையை — "அது வெளியில் வாடியதுபோல் தோன்றினாலும், உள்ளே ஓர் கூரிய ஆற்றலை சுமக்கிறது" — மிக நேர்மையாக வடிக்கிறார். அமைதியை அறியாமை என்று தவறாக எண்ணினால், அந்தத் தவறு பெரும் கேடாக மாறக்கூடும்.

காட்சியின் தீர்க்கம் கூர்மையானது. ஆற்றின் அணைக்கட்டுத் தலையில், ஓர் வெள்ளைக் கொக்கு நிற்கிறது. அதன் தோற்றம் மிக அமைதியானது — ஒரு கால் மடித்து, கழுத்தை வளைத்து, கண்-மூடிய நிலையில். வெளி-உலகு பார்க்கையில், அது வாடியதுபோல், அல்லது தூக்கத்தில் ஆழ்ந்ததுபோல் தோன்றலாம். நீரில் சிறு மீன்கள் — "கொக்கு பார்த்துக் கொள்ளாது" என்று நம்பி — அதன் கால்களுக்கு அருகே ஓடி மறைகின்றன. ஆனால் கொக்கு அவற்றை பற்றிக் கொள்ளவில்லை. அது காத்திருக்கிறது.

காத்திருப்பின் காரணம் என்ன? கொக்குக்கு ஓர் தெளிவான பிடிப்பு உள்ளது — "எனக்குப் பொருந்தும் ஓர் பெரிய மீன் இங்கே வரும். அதற்காக நான் காத்திருப்பேன். சிறு மீன்கள் என் சக்தியை வீணடிக்கும். நான் அமைதியாக காத்திருந்து, பெரியதை பெறுவேன்." சில நிமிடங்களில், சில மணி நேரங்களில், ஓர் பெரிய மீன் — கொக்கின் உணவுக்கு ஏற்ற அளவில் — மடையின் வழியாக நகர்கிறது. அந்தக் கணம், கொக்கு வீழ்த்தும் —

மின்னல் வேகத்தில். வாடியதுபோல் தோன்றிய அதே கொக்கு, ஓர் வீரியமான வேட்டைக்காரனாக மாறி, தனது இலக்கைப் பெறுகிறது.

இக்காட்சியை ஔவையார், மக்கள் ஞாலத்திற்கு ஓர் கூரிய பாடமாக மாற்றுகிறார். அடக்கம் உடையோரின் அமைதி, அறிவின்மை அல்ல; ஆற்றலின் கட்டுப்பாடு. அவர்கள் தம் சக்தியை சிறு-போராட்டங்களில் வீணடிக்க மாட்டார்கள். தம் சக்திக்கு ஏற்ற கணம் வரும்வரை அமைதியாக காத்திருந்து, அந்த கணத்தில் தம் முழு-வீரியத்தை வெளிப்படுத்துவார்கள். அத்தகைய அமைதியான மனிதரை, "இலகுவான மக்கள்" என்று தவறாக எண்ணி அவருக்கு எதிர்த்து நின்றால், அந்தத் தவறின் கேட்டை வாழ்நாள் முழுவதும் சுமக்க நேரிடும்.

திருக்குறளில் வள்ளுவர், "வேலொடு நின்றான் இடு என்றது போலும் கலனொடு கைநீட்டுபவன்" (குறள் 552) வரியில், அமைதிக்கு பின்னால் இருக்கும் கூரிய ஆற்றலின் தீங்கை சுட்டுகிறார். ஔவையார் இங்கு அதே உண்மையை — ஆனால் வேட்டை-காட்சி வழியாக — மிக கருணை-நிறைந்த எச்சரிக்கையாக வழங்குகிறார். "அமைதியான மக்கள் இடர் இல்லை" என்று எண்ணாதீர்கள்; அவர்களின் அமைதியே, பெருமையின் சாரம்.

இன்றைய பயன்பாடு

இக்காலத்தில், "சத்தம் போடுபவன் தான் முன்னேறுவான்" என்னும் ஓர் நம்பிக்கை வளர்ந்துள்ளது. பணியிடத்தில், சமூகத்தில், அரசியலில் — அதிகம் பேசுபவர், அதிகம் தம்மை வெளிப்படுத்துபவர், அதிகம் கவனம் கவருபவர் — இவர்களே வெற்றி அடைகின்றனர் என்று கருதப்படுகிறது. அமைதியாக இருப்பவர், அடக்கமாக நடப்பவர் — இவர்கள் பின்-தங்கப்படுகிறார்கள், அல்லது அறியாமை என்று தவறாக எண்ணப்படுகிறார்கள்.

ஆனால் ஔவையாரின் கொக்கு-உவமை, இந்த எண்ணத்திற்கு ஓர் மாற்று வழியைத் தருகிறது. அமைதியான மக்கள், சில இடங்களில், சில நேரங்களில், சில பணிகளில் — பெரும் சாதனைகளை நிறைவேற்றுவர். அவர்கள் தம் சக்தியை சிறு-போராட்டங்களில் வீணடிக்காமல், தம் வாழ்வின் முக்கிய தருணங்களுக்காக சேமித்து வைத்திருப்பர். அத்தகைய மனிதர்களை, அவர்களின் வெளி-தோற்றத்தால் தவறாக மதிப்பிட்டு, அவர்களை எதிர்த்து நின்றால், அவர்களின் ஒரு கூரிய தாக்குதலில் நாம் வீழ்ந்து விடலாம்.

தனிமனித வாழ்வில் இதன் பயன்பாடு இரு வழிகளில். ஒன்று — மற்றவரை மதிக்கும் வழியில். வெளி-தோற்றத்தால் எவரையும் கீழாக மதிப்பிடாதே. அமைதியான மக்கள் கூட, தம் உள்ளுள் ஓர் ஆழ்ந்த சக்தியைச் சுமக்கின்றனர். அவர்களை மரியாதையோடு அணுகுவதே மெய்யறிவு. இரண்டாவது — நம்மை வளர்க்கும் வழியில். எல்லாக் கணத்திலும் கடினமாக போராடுவதை விட, சில கணங்களில் அமைதியாக காத்திருந்து, தேவையான கணத்தில் மட்டும் முழு-வீரியத்தை வெளிப்படுத்துவது, மிக மேலான வேலை-முறை. கொக்கு போல வாழ்க்கையை அணுகுவது — அதுவே வெற்றியின் இரகசியம்.

பாடல் 17 — உண்மையான உறவு

அற்ற குளத்தில் அறுநீர்ப் பறவைபோல்
உற்றுழித் தீர்வர் உறவல்லர் – அக்குளத்தில்
கொட்டியும் ஆம்பலும் நெய்தலும் போலவே
ஒட்டி உறுவார் உறவு.

சொற்பொருள்

வரி 1: அற்ற = வற்றிப் போன, நீர் தீர்ந்த; குளத்தில் = குளக்-கரையில்; அறுநீர்ப் = நீர் அறுந்த நிலையில் உள்ள; பறவைபோல் = பறவையைப் போல.

வரி 2: உற்றுழித் = துன்பம் வந்த இடத்தில்; தீர்வர் = விட்டுப் பிரிந்து போய்விடுவர்; உறவல்லர் = உண்மையான உறவினர் அல்ல; அக்குளத்தில் = அந்தக் குளத்திலேயே.

வரி 3: கொட்டியும் = கொட்டி-செடியும் (குளக் கரையில் வளரும் தாவரம்); ஆம்பலும் = நீரில் வளரும் ஆம்பல்-பூவும்; நெய்தலும் = ஓர் நீர்த் தாவரமும்; போலவே = போலவே.

வரி 4: ஒட்டி = குளத்தோடு ஒட்டி, பற்றி; உறுவார் = தொடர்ந்து நிற்பவர்; உறவு = உண்மையான உறவு.

எளிய பொருள்

குளத்தின் நீர் வற்றிய நேரத்தில், அக்குளத்தை விட்டுவிட்டுப் பிற இடம் தேடி பறந்து செல்லும் நீர்ப்-பறவைகள் போல, துன்ப நேரத்தில் நம்மை விட்டுவிட்டுச் செல்பவர்கள் உண்மையான உறவினர் அல்ல. குளத்தின் நீர் வற்றியாலும் அதையே பற்றி நின்று, அதன் ஈரத்திலேயே வளரும் கொட்டி, ஆம்பல், நெய்தல் தாவரங்கள் போல — நம்மோடு ஒட்டி நிற்பவர்களே உண்மையான உறவினர்.

விளக்கம்

இப்பாடல், ஔவைப் பாட்டியின் வாழ்வியல்-உவமை-கையாட்சியின் சிறந்த எடுத்துக்காட்டுகளில் ஒன்று. உறவு என்பது வசதியான நேரத்தில் சேருவது மட்டும் அல்ல; கடினமான நேரத்தில் நிலைத்து நிற்பதே — என்னும் ஆழ்ந்த உண்மையை, ஒரு குளத்தைச் சுற்றியுள்ள இரு வேறுபட்ட உயிர்-வாழ்க்கையை எடுத்து விளக்குகிறார்.

காட்சியின் முதல் பகுதி, நீர்ப்-பறவைகள். குளம் நிறைய நீரோடு இருக்கும் காலத்தில், எத்தனையோ வகை பறவைகள் — நாரை, கொக்கு, தாரா, நீர்க்கோழி — அக்குளத்தில் ஒன்று கூடுகின்றன. அவை மீன்கள் பிடிக்கின்றன, தண்ணீர் பருகுகின்றன, கூடு கட்டுகின்றன, மகிழ்ந்து வாழ்கின்றன. ஆனால் கோடைகாலம் வரும்போது, குளத்தின் நீர் வற்றும். பறவைகள் ஒன்றுபோல் சிறகடித்து, வேறு குளத்தை நோக்கி பறந்து செல்கின்றன. குளம் காலியாக நிற்கிறது. பறவைகளுக்கு குளத்தோடு உறவு இல்லை; அவற்றுக்கு நீரோடு உறவே. நீர் தீர்ந்தால், உறவும் தீரும்.

இரண்டாம் பகுதி, அதற்கு எதிரான காட்சி — குளக்கரையில் வளரும் நீர்-தாவரங்கள். கொட்டி, ஆம்பல், நெய்தல் — இவை மூன்றும் குளத்தின் சுற்றுச்-சூழலில் வேர் ஊன்றியவை. குளத்தின் நீர் நிறைய இருக்கும்போது, இவை அழகாக மலர்ந்து இலையெடுத்து வளர்கின்றன. குளம் வற்றும்போது, இவை வேறு குளத்திற்குப் பறந்து செல்ல இயலாது. இவை அந்த இடத்திலேயே வேர் ஊன்றி, குளத்தின் மண்-ஈரத்தை பற்றி, கடினமான கோடையை தாங்கி,

மீண்டும் மழை வரும் காலத்தை எதிர்நோக்கி, வாடிய நிலையிலேயே நிற்கின்றன.

இவ்வாறு, ஔவையார் உறவின் இரு வேறு வடிவங்களை — "நீர்-உறவு" மற்றும் "மண்-உறவு" — மிக நேர்மையாகச் சுட்டுகிறார். நீர்-உறவு என்பது, வசதிகளோடு கூடிய தொடர்பு. வசதி இருக்கும் வரை, அந்த உறவும் இருக்கும்; வசதி போனால், உறவும் போகும். மண்-உறவு என்பது, வேர்-ஊன்றிய ஆழ்ந்த தொடர்பு. வசதி இல்லாதபோதும், அந்த உறவு நிலையாக நிற்கும்; சில சமயம், கடினமான நிலையில் கூட, அதே அன்போடு தழுவி நிற்கும்.

ஆழ்ந்த உறவை அறியும் வழி — "கடினமான கணம்" தான். வசதியான நேரத்தில் சேருபவர் பலர்; சோர்வான நேரத்தில் சேருபவர் சிலரே. அந்த சிலரே, உண்மையான உறவின் வேர்-ஊன்றியோர். ஔவையாரின் பாடம், அந்த சிலரை அடையாளம் கண்டறிய, கடினமான நேரத்திற்காகக் காத்திருந்து, உண்மையான உறவை அறிய, என்னும் வாழ்வியல்-மெய்யறிவை வழங்குகிறது.

இன்றைய பயன்பாடு

இக்காலத்தில், நட்பு, உறவு, தொடர்பு — இவற்றின் வடிவங்கள் மாறிப் போய்விட்டன. சமூக ஊடகங்களில் ஆயிரம் தொடர்பு-நபர்கள், திரை-ஞாலத்தில் தினம் தினம் உரையாடுபவர்கள், பணியில் நெருங்கிய சக-உழைப்பாளர்கள் — இவர்கள் அனைவரும் நம் வாழ்வில் வசதியாக இருக்கிறார்கள். ஆனால் வாழ்வில் ஓர் கடினமான கணம் — வேலை இழப்பு, உடல்நலக் கேடு, குடும்ப-துன்பம், மன-சோர்வு — வரும்போது, இவர்களில் எத்தனை பேர் நிலையாக நிற்பார்கள் என்பதே உண்மையான கேள்வி.

ஔவையாரின் பாடம் — "உறவு-எண்ணிக்கையை" மட்டும் கணக்கிடாதே; "உறவு-ஆழத்தை" கணக்கிட பழகு. ஆயிரம் நீர்-பறவைகளை விட, மூன்று மண்-தாவரங்களே நீடிக்கும். அந்த மூன்றை அடையாளம் கண்டு, அவர்களைப் போற்றி, அவர்களோடு உனது வாழ்வை இறுக்கமாக இணைப்பதே — வாழ்வின் ஆழ்ந்த நற்பேறு.

தனக்கான இடத்திலும், அதே கேள்வி நிற்கிறது — "நான் எவருக்கு மண்-தாவரமாக இருக்கிறேன்? யாரின் கடினமான கணத்திலும், அவர் பக்கம் நிற்க நான் தயாரா? அல்லது வசதி நின்றதும் நானும் பறந்து செல்வேனா?" இந்த சுய-கேள்வியே, நம்மை உண்மையான உறவின் ஆழத்தில் வேர்-ஊன்ற செய்கிறது.

பாடல் 18 — பொன்னும் மண்ணும்

சீரியர் கெட்டாலும் சீரியரே; சீரியர் மற்(று)
அல்லாதார் கெட்டால் அங் கென்னாகும்? – சீரிய
பொன்னின் குடம்உடைந்தால் பொன்னாகும் என்னாகும்
மண்ணின் குடம் உடைந்தக் கால்.

சொற்பொருள்

வரி 1: சீரியர் = சிறப்புடைய உயர்ந்தோர்; கெட்டாலும் = கேடு, வீழ்ச்சி வந்தாலும்; சீரியரே = உயர்ந்தவராகவே இருப்பர்; சீரியர் = சீர்மிகு உயர்ந்தோர்; மற்(று) = வேறு.

வரி 2: அல்லாதார் = அல்லாதவர், சீர் இல்லாதவர்; கெட்டால் = கேடு வந்தால்; அங் = அங்கு; கென்னாகும் = என்னாகும், என்ன ஆகும்.

வரி 3: சீரிய = சிறந்த; பொன்னின் = பொன்னால் ஆன; குடம் = குடம்-பானை; உடைந்தால் = உடைந்து விட்டாலும்; பொன்னாகும் = பொன்னாகவே நிலைக்கும்; என்னாகும் = என்னாகும்.

வரி 4: மண்ணின் = மண்ணால் ஆன; குடம் = மண்-பானை; உடைந்தக் = உடைந்த; கால் = காலம், சமயம்.

எளிய பொருள்

உயர்ந்தோர், தம் வாழ்வில் கேடு வந்தாலும், தம் உயர்வை இழக்க மாட்டார்கள் — அவர்கள் உயர்ந்தவராகவே இருப்பார்கள். ஆனால் சீர் இல்லாதவர், கேடு வந்தால், அந்த நிலையில் என்ன ஆகுவர்? உதாரணமாக — பொன்னால் ஆன குடம் உடைந்தாலும், அது பொன்னாகவே நிலைக்கும்; மண்ணால் ஆன குடம் உடைந்தால், அது மண்-துகளாகவே சிதறி வீழும். உள்-மதிப்பு உள்ளவருக்கு கேட்டாலும் மதிப்பு குறையாது; உள்-மதிப்பு இல்லாதவருக்கு கேடு வந்தால், எல்லாமே அழியும்.

விளக்கம்

இப்பாடல், மூதுரையின் நான்காம் பாடலின் — "அட்டாலும் பால் சுவையில் குன்றாது..." — ஆழ்ந்த தொடர்ச்சி. அப்பாடல், பால்-நண்பு-சங்கு மூன்று உவமைகள் வழியாக "மேன்மக்கள் கெட்டாலும் மேன்மக்களே" என்னும் உண்மையைச் சொல்லியது. இப்பத்து-எட்டாம் பாடல், அதே உண்மையை ஓர் கூர்மையான பொன்-மண் ஒப்பீடின் வழியாக மீண்டும் வலியுறுத்துகிறது.

ஔவையார் இங்கு ஓர் சிறந்த இரட்டை-உவமையை வடிக்கிறார். பொன்னால் ஆன ஓர் குடம், மண்ணால் ஆன ஓர் குடம் — இரண்டுமே ஒரே வடிவத்தில் இருக்கலாம். பணியில் ஒத்த தோற்றம் கொண்டிருக்கலாம் — நீர் சுமக்கப் பயன்படும், எண்ணெய் சேமிப்பில் பயன்படும், வீட்டில் அலங்காரத்திற்கு பயன்படும். ஆனால் இரண்டின் உள்-மதிப்பு வேறு வேறு. ஒரு கணம், இரண்டு குடங்களும் வீழ்ந்தால் என்ன ஆகும்? பொன்-குடம் வீழ்ந்தாலும், அதன் பொன்-துகள்களைச் சேர்த்து, மீண்டும் ஓர் குடமாக ஆக்கலாம். அல்லது அவற்றை விற்று, மறுபடியும் வேறு பொன்-பொருளாக்கலாம். பொன்னின் மதிப்பு அதன் வடிவத்தில் இல்லை, அதன் உள்-உறுப்பில் இருக்கிறது. ஆனால் மண்-குடம் வீழ்ந்தால், அதன் துகள்களை சேர்க்கவும் முடியாது, மீண்டும் வடிவம் கொடுக்கவும் முடியாது. அந்தத் துகள்கள் மண்-நிலத்தில் ஒன்றாக வீழ்ந்து, அவ்வடிவையே இழந்துவிடும்.

இந்த உவமை, மக்களின் இரு வேறு வகைகளை மிக நேர்மையாகச் சுட்டுகிறது. சீரிய மக்கள் — பொன்-குடம் போல — தம் மதிப்பை வெளி-நிலையில் வைக்கவில்லை; அவர்களின் மதிப்பு உள்ளுள் — அவர்களின் பண்பு, அறிவு, கடமை-உணர்வு, ஒழுக்கம் — இவற்றில் வேர் ஊன்றியுள்ளது. வாழ்வில் கேடு வந்து, செல்வம் இழக்கும், பெயர் தாழும், அதிகாரம் போய்விடும் — ஆனால் அவர்களின் உள்-பண்பு குறையாது. மீண்டும் ஓர் கட்டத்திலிருந்து தொடங்கி, தம் உள்-மதிப்பின் வழியாக மீண்டும் உயரக்கூடியவர்கள் இவர்கள். அவர்களின் உயர்வு, வெளி-சூழலில் இல்லை; உள்-வடிவில் இருக்கிறது.

மாறாக, சீர் இல்லாதவர்கள் — மண்-குடம் போல — தம் மதிப்பை வெளி-நிலையில் கட்டியுள்ளனர். அவர்களின் மதிப்பு, செல்வம், பெயர், அதிகாரம் — இவற்றில் கட்டப்பட்டுள்ளது. வாழ்வில் கேடு வந்து, இவை சிதறும்போது,

அவர்களின் முழு வடிவமும் சிதறுகிறது. மீண்டும் எழ ஓர் உள்-வடிவு இல்லை. அவர்கள் வீழ்ந்த நிலையில் சிதறிய மண்ணாகவே நிற்கின்றனர்.

இந்த உண்மையின் ஆழம் இதில் தங்கியுள்ளது: உள்-மதிப்பை கட்டியெழுப்புதலே, உண்மையான பாதுகாப்பு. வெளி-சூழலின் வளமை எத்தனை இருந்தாலும், உள்-வடிவம் இல்லாமல் அது தற்காலிகமே. திருக்குறளில் வள்ளுவர், "செப்பம் உடையவன் ஆக்கம் சிதைவின்றி..." (குறள் 112) என்னும் வரியில், ஒழுக்கம் உள்ளவனின் வளம் அழியாது என்னும் உண்மையைச் சொல்கிறார். ஔவையார் அதே உண்மையை, பொன்-மண் என்னும் இரு பொருட்களின் ஒப்பீட்டில், மிக நேரடியாகச் சுட்டுகிறார்.

இன்றைய பயன்பாடு

இக்காலத்தில் இப்பாடம் மிக நெருக்கமாக ஒலிக்கிறது. ஓர் தொழிலின் வீழ்ச்சி, பணி-இழப்பு, உடல்நலக் கேடு, உறவின் முறிவு — இவை அனைத்தும் வாழ்வில் வரக்கூடிய "குடம் உடைவு"-களே. அந்தக் கணத்தில், நாம் எத்தகைய குடம் என்பது வெளிப்படுகிறது. நம் மதிப்பை வெளி-சூழலில் — பணம், பெயர், சமூக-நிலை — கட்டியிருந்தால், அந்த சூழல் சிதைந்தபோது, நம் முழுவாழ்வும் சிதையும். ஆனால் நம் மதிப்பை உள்-வடிவில் — பண்பு, கல்வி, ஒழுக்கம், கருணை-நிலை — கட்டியிருந்தால், சூழல் சிதைந்தாலும் நாம் சிதையோம். மீண்டும் எழுந்து நிற்கக்கூடிய வேர், நம்முள் இருக்கும்.

குழந்தைகளுக்கு வழங்கும் கல்வியில் இது ஓர் மிக முக்கிய பாடம். வெளி-வசதிகளை வழங்குவதை விட, உள்-மதிப்பை — ஒழுக்கம், கடமை, கருணை, தன்-மதிப்பு — வளர்ப்பதே நீடிய பாதுகாப்பு. வசதி எத்தனை வந்தாலும், அது ஓர் நாள் சிதையக்கூடும். ஆனால் உள்-மதிப்பு, வாழ்நாள் முழுவதும் நிலைத்திருக்கும். குழந்தைகள் உள்-மதிப்போடு வளர்ந்தால், எத்தகைய சூழலிலும் — அவர்கள் பொன்-குடமாக நிலைத்திருப்பார்கள், மண்-குடமாக சிதைய மாட்டார்கள்.

பாடல் 19 — ஊழின் அளவு

ஆழ அமுக்கி முகக்கினும் ஆழ்கடல்நீர்
நாழி முகவாது நால்நாழி – தோழி
நிதியும் கணவனும் நேர்படினும் தத்தம்
விதியின் பயனே பயன்.

சொற்பொருள்

வரி 1: ஆழ = ஆழமாக; அமுக்கி = கீழே அமுக்கி; முகக்கினும் = முகந்து எடுத்தாலும்; ஆழ்கடல்நீர் = ஆழ்ந்த கடலின் நீர்.

வரி 2: நாழி = ஒரு படி-அளவு கொண்ட பாத்திரம்; முகவாது = முகந்து எடுக்காது (அதற்கு மேல்); நால்நாழி = நான்கு படி அளவு; தோழி = தோழியே (பெண்-தோழியை அழைத்து பேசுதல்).

வரி 3: நிதியும் = செல்வமும்; கணவனும் = கணவரும்; நேர்படினும் = சரியாக வந்து சேர்ந்தாலும்; தத்தம் = அவரவருக்கும் உரிய.

வரி 4: விதியின் = ஊழ்-விதியின்; பயனே = பலனே; பயன் = உண்மையான பலன்.

எளிய பொருள்

தோழியே, ஓர் நாழி-பாத்திரத்தை ஆழ்ந்த கடலில் எவ்வளவு ஆழமாகவே அமுக்கி முகந்து எடுத்தாலும், அது நான்கு நாழி-அளவு நீர் முகந்து

கொள்ளாது — ஒரே நாழி-அளவே முகந்து கொள்ளும். அதைப் போலவே — செல்வம் வழங்கப்பட்டாலும், திருமணத் துணையாகக் கணவர் வழங்கப்பட்டாலும், ஒவ்வொருவருக்கும் கிடைக்கும் பலன், அவரவருக்கு உரிய ஊழ்-விதியின் அளவில் தான் அமையும். கணம் கடல் போல பெரிதாக இருக்கலாம்; ஆனால் நம் பெறும்-பாத்திரத்தின் அளவே, நம் பேற்றின் அளவு.

விளக்கம்

இப்பாடல், ஔவைப் பாட்டியின் தோழி-உரையாடல்-பாணியின் சிறந்த எடுத்துக்காட்டு. ஆழ்ந்த மெய்ப்பொருள்-உண்மையை, ஒரு பெண்-தோழி மற்றொரு பெண்-தோழிக்கு வாழ்க்கையின் எளிய காட்சியின் வழியாக விளக்குவது போல, ஓர் ஆழ்ந்த மெய்யறிவை — ஊழ்-பற்றிய — மிக மென்மையாகச் சொல்கிறார்.

காட்சியின் தொடக்கம் — கடல்-கரையில் ஓர் பெண், கடலில் இறங்கி, தனது நாழி-பாத்திரத்தைக் கீழே அமுக்கி, நீர் முகந்து வருகிறாள். தனது மனத்தில் ஓர் சந்தேகம் — “இக்கணம் கடல் என்னை சுற்றி இவ்வளவு பெரிதாக நிற்கிறது. நான் என் பாத்திரத்தை இன்னும் ஆழமாகவே அமுக்கினால், அது இன்னும் அதிக நீர் முகந்து கொள்ளுமோ? கடலின் ஆழம் இருப்பதால், நாலு பங்கு நீர் கிடைக்குமோ?” அவள் முயற்சி செய்து பார்க்கிறாள். ஆனால் முடிவு என்ன? நாழி, அதன் இயற்கையான அளவே நீர் கொள்கிறது. கடல் எவ்வளவு ஆழ்ந்திருந்தாலும், பாத்திரத்தின் வாய்-அளவே அதன் பெறும்-அளவு. கடலின் வளம் வேண்டுமானால் கோடி நீர் கொண்டிருக்கட்டும்; பாத்திரம் ஒரு நாழியே கொள்ளும்.

ஔவையார் இங்கு “தோழி” என்னும் மென்மையான விளி-வடிவத்தை கையாள்வது மிக நுட்பமானது. கடினமான கருத்தை — “செல்வமும் கணவனும் கூட விதியின் அளவே” — ஓர் கல்வி-மொழியாக கூறாமல், ஓர் தோழியின் அன்போடு கூறுகிறார். “இதை நான் உனக்கு புரிய வைக்கிறேன், என் தோழியே. கடல் பெரிது தான்; ஆனால் நம் பாத்திரம் சிறிதே. அதைப் போல — செல்வம் வழங்கப்படலாம், கணவன் வழங்கப்படலாம் — ஆனால் உனக்கு உரிய பலன், உனது விதி-பாத்திரத்தின் அளவே.”

மெய்ப்பொருளின் ஆழம் இதில் தங்கியுள்ளது. வாழ்வில் வழங்கப்படும் வளங்கள் — மற்றவரின் வாயிலாக நமக்கு வந்து சேர்வது — மறுக்க இயலாதவை. நிதியும், கணவனும், குழந்தைகளும், வேலை-வாய்ப்பும், உடல்நலமும் — இவை அனைத்தும் வெளியிலிருந்து நமக்கு வந்து சேர்வது. ஆனால் இவற்றிலிருந்து நாம் பெறும் பலன், நம் சொந்த ஊழ்-கணக்கின் அளவில் தான் இருக்கும். அதே செல்வம், ஒருவருக்கு பெரு-மகிழ்ச்சியை வழங்கலாம், மற்றொருவருக்கு பெரு-துன்பத்தை வழங்கலாம். அதே கணவன், ஒரு மனைவியின் வாழ்வை அமைதியாக்கலாம், மற்றொரு மனைவியின் வாழ்வை குழப்பலாம். வேறுபாட்டின் காரணம் — அவரவரின் ஊழ்-விதி-பாத்திரத்தின் வாய்-அளவு.

இது நம் கையில் இல்லாதது என்பது போல தோன்றலாம். ஆனால் ஔவையார் சொல்லும் இந்த மெய்யறிவின் பயன் இதில் தங்கியுள்ளது: நாம் வெளி-வசதிகளுக்காக ஓயாமல் ஓடிக்கொண்டிருக்க வேண்டாம். “இன்னும் கூட பணம் வேண்டும், இன்னும் கூட இடம் வேண்டும், இன்னும் கூட பெயர் வேண்டும்” என்னும் வரம்பற்ற தாகம், நம் பாத்திரத்தின் அளவை மறந்த ஓர் வீணான ஓட்டம். அதற்கு பதிலாக, “நம் பாத்திரம் இவ்வளவு; நம் வாழ்வில் கிடைத்த இதைப் பெற்றுக் கொள்வோம்; மீதியை விதியின் கையில் விட்டுவிடுவோம்” என்னும் அமைதி, மிக ஆழ்ந்த நிம்மதியின்

ஆதாரம்.

இன்றைய பயன்பாடு
இக்காலத்தில், “எல்லையற்ற வளர்ச்சி” என்னும் எண்ணம் — பணம், பதவி, புகழ், சாதனை — அனைத்திலும் தீராத ஆசையை வளர்த்துள்ளது. திரை-ஞாலத்தில் மற்றவரின் வாழ்வை நோக்கி, “அவருக்கு இவ்வளவு வளம்; எனக்கும் வேண்டும்” என்று ஒப்பிட்டுக்கொண்டே, தனது பாத்திரத்தின் அளவை மறந்து, கடலை முழுவதும் முகந்துவிட முயற்சித்தபடி வாழ்கிறோம். விளைவு — மன-சோர்வு, கவலை, தீராத அதிருப்தி.

ஔவையாரின் தோழி-உரை, அதற்கு ஓர் கூரிய மருந்து. “உனது பாத்திரம் இவ்வளவு என்று அறி. கடல் உனக்கு இல்லை; பாத்திரத்தின் அளவே உனக்கு உரியது. கடலை முகந்துவிட முயலாமல், பாத்திரத்தை மகிழ்ச்சியோடு நிறைத்துக்கொண்டே வாழ்.” இது சோம்பல் அல்ல; சுய-அறிதலின் மெய்யறிவு. ஊக்கம் வேண்டியதே; ஆனால் ஊக்கத்தோடு கூடிய அமைதியும், சாதனையோடு கூடிய நிறைவும் வேண்டியதே.

இது ஓர் சமயக் கருத்தாக மட்டுமே கருதப்பட வேண்டியதில்லை. மனஞாலத்தின் ஆய்வுகள் — அதாவது, மக்களின் மகிழ்ச்சியை அளவிட்ட ஆய்வுகள் — அதே உண்மையை அண்மையில் உறுதிப்படுத்தியுள்ளன: செல்வம் ஓர் அளவு வரை மகிழ்ச்சியை வளர்க்கிறது; அதற்கு மேல், செல்வம் கூடினாலும் மகிழ்ச்சி கூடாது. நாழி-பாத்திரத்தின் அளவே மகிழ்ச்சியின் அளவு. ஆயிரம் ஆண்டுகளுக்கு முன்னரே, ஔவைப் பாட்டி இந்தத் தோழி-உரையில் இதை மிக நுட்பமாகச் சொல்லிவைத்திருக்கிறார்.

பாடல் 20 — உடன்-பிறப்பும் மருந்தும்

உடன்பிறந்தார் சுற்றத்தார் என்றிருக்க வேண்டா
உடன்பிறந்தே கொல்லும் வியாதி – உடன் பிறவா
மாமலையில் உள்ள மருந்தே பிணிதீர்க்கும்
அம்மருந்து போல்வாரும் உண்டு.

சொற்பொருள்
வரி 1: உடன்பிறந்தார் = ஒரே தாய்-தந்தைக்குப் பிறந்த உடன்-பிறப்பினர்; சுற்றத்தார் = உண்மையான உறவினர்; என்றிருக்க = என்று எண்ணிக் கொள்ள; வேண்டா = வேண்டாம்.

வரி 2: உடன்பிறந்தே = உடல்-இடத்தில் உடன் பிறந்த; கொல்லும் = உயிரை வாங்கும்; வியாதி = நோய்; உடன் பிறவா = உடன் பிறக்காத, தூர-இடத்திலிருந்து வந்த.

வரி 3: மாமலையில் = பெரிய மலையில்; உள்ள = வளரும், கிடைக்கும்; மருந்தே = மூலிகை-மருந்தே; பிணிதீர்க்கும் = நோயை குணமாக்கும்.

வரி 4: அம்மருந்து = அந்த மூலிகை-மருந்தை; போல்வாரும் = போன்றவர்களும்; உண்டு = ஞாலத்தில் உளர்.

எளிய பொருள்
உடன் பிறந்த தாயாள்-தந்தை-பிள்ளைகள் தான் உண்மையான உறவினர் என்று கருதி நிற்க வேண்டாம். உடல்-இடத்தில் உடன் பிறந்த ஓர் நோய்,

மாந்தனின் உயிரையே வாங்கக்கூடும். அதே நேரத்தில், உடன் பிறக்காத — தூர மாமலையில் வளரும் — ஓர் மூலிகை, அதே நோயை குணமாக்கி உயிர் காப்பாற்றும். உறவின் ஆழம், உடன்-பிறப்பில் இல்லை; அன்பின் தீவிரத்தில் இருக்கிறது.

விளக்கம்

இப்பாடல், ஔவைப் பாட்டியின் மிக ஆழ்ந்த, மிக நெருக்கமான வாழ்வியல்-உண்மைகளில் ஒன்று. பத்தாம் பாடலில் — "நல்லார் ஒருவர் உளரேல்..." — ஓர் நல்லவரின் வாழ்வே ஞாலத்திற்கு வரம் என்று கூறிய அதே உள்ளம், இங்கு உறவின் உண்மையான இயல்பை — "உடல்-தொடர்போ அல்ல, உள்ளத்-தொடர்பே உறவின் வேர்" — என்பதை மிக நேர்மையாகச் சுட்டுகிறது.

காட்சியின் முதல் பாதி — உடன்-பிறந்தாரின் அதிர்ஷ்டமா? கடினமா? பெரும்பாலான மக்கள், "உடன்-பிறந்தோர் தான் உண்மையான உறவினர்" என்று இயல்பாக நம்புகின்றனர். ஒரே தாய்க்குப் பிறந்த தம்பி, அக்கா, அண்ணன், தங்கை — இவர்கள் இரத்த-உறவில் சேர்ந்தோர். அந்த உறவின் அடிப்படையில், அன்பும் ஆதரவும் இயற்கையாக வரும் என்று எதிர்பார்க்கப்படுகிறது. ஆனால் வாழ்வின் உண்மை, இந்த எதிர்பார்ப்பை சில சமயம் சிதைக்கிறது. ஒரே குடும்பத்தில் வளர்ந்தவர்களே, பின்னாள் வாழ்வில் கடினமான கட்டத்தில், ஒருவரை ஒருவர் கைவிட்டு செல்லலாம். சில சமயம், அவர்களே ஒருவருக்கொருவர் கேடு செய்யலாம். உடல்-உடன்-பிறப்பின் காரணமாக, அவர்கள் நெருங்கி இருப்பினும், உள்ளத்தில் தூரமாக நின்றுவிடலாம்.

ஔவையார் இதை, "உடன் பிறந்தே கொல்லும் வியாதி" என்னும் மிக கூரிய உவமையால் தீர்மானமாக சுட்டுகிறார். நோய் என்னும் ஓர் கூறு — அது நம் உடலின் உள்ளேயே, நம் இரத்தத்தில் தான் தோன்றுகிறது. நம்மோடு ஓர் உள்ளார்ந்த தொடர்பு கொண்டுள்ளது. ஆனால் அதே நோய், நம் உயிரை வாங்கக்கூடியது. நெருக்கம் என்பது அன்பின் அடையாளம் அல்ல; அது நெருக்கம் மட்டுமே. அதைப் போலவே — உடன்-பிறப்பு என்பது இரத்த-தொடர்பின் அடையாளம் மட்டுமே; அன்பின் உறுதிமை அல்ல.

காட்சியின் இரண்டாம் பாதி — மலை-மருந்து. ஓர் மாந்தன் கடினமான நோய்-இடரில் வீழ்ந்திருக்கிறான். அவன் உடன்-பிறந்த இரத்த-உறவினரால் அந்த நோயைத் தீர்க்க முடியாது. ஆனால் ஓர் மருத்துவர், ஞாலத்தின் மற்றொரு மூலையில் வளரும் ஓர் மூலிகையை எடுத்து வந்து, அதை மருந்தாக்கி, அவன் நோயைக் குணமாக்குகிறார். அந்த மூலிகை, மாந்தனுக்கு உடல்-வழியில் உறவல்ல; உடன் பிறக்கவில்லை. தூர மாமலையில் — ஓர் முற்றிலும் வேறுபட்ட இடத்தில் — வளர்ந்தது. ஆனால் அந்த தூர-மருந்து, அவனின் உயிரை காப்பாற்றியது. உடன்-பிறந்த நோய் கொல்லத் தொடங்கினதை, உடன்-பிறவா மருந்து தீர்க்கிறது.

இவ்வாறு, உறவின் உண்மையான வரையறை — உடல்-தொடர்பு அல்ல; உயிர்-காப்பு. நம் வாழ்வைப் போற்றுபவர், நம் கடினமான கணத்தில் நிற்பவர், நம் உள்ளத்துக்கு ஆதரவாக இருப்பவர் — அவர்களே உண்மையான உறவினர். அந்த உறவு, இரத்தத்தில் எழவில்லாமலும், திருமணத்தில் இணையவில்லாமலும், சாதாரண நட்பாக மட்டுமே தோன்றியிருந்தாலும் — அது மருந்து-உறவாக நிற்கிறது.

ஔவையாரின் பாடம், மிக ஆழ்ந்த ஓர் சமூக-கண்காணிப்பு. "குடும்பம்" என்பதை இரத்த-தொடர்பால் மட்டுமே வரையறுக்காதே. நம் வாழ்வுக்கு உயிர் ஊட்டும் எவரும், நம் குடும்பத்தினர். தூர-நாட்டில் வாழும் ஓர் நண்பர், ஓர் ஆசிரியர், ஓர் மெய்யறிவு-வழிகாட்டி, ஓர் கருணை-பெருந்தொண்டர்

— இவர்கள் உடல்-தொடர்பு இல்லாதவராக இருந்தாலும், மருந்து-உறவின் இடத்தில் நிற்கிறார்கள்.

இன்றைய பயன்பாடு

இக்காலத்தில், புலம்பெயர்ந்து வாழும் தமிழ் குடும்பங்களுக்கு இப்பாடம் மிக நெருக்கமாக ஒலிக்கிறது. தாய்-நாட்டில் வாழும் இரத்த-உறவினர் தூரத்தில் இருக்க, தினம்-தினம் வாழும் ஞாலத்தில் நெருங்கிய ஆதரவாக நிற்பவர்கள் — நண்பர்கள், சக-உழைப்பாளர்கள், அக்கம்-பக்கத்தவர், சமூகத்-தொடர்பினர் — இவர்களே உண்மையான உறவாக மாறிவிடுகின்றனர். குழந்தைகளின் பிறந்த நாள், திருமணம், நோய்-கணம், சாவு-கணம் — இக்கணங்களில் பக்கம் நிற்பவர் இவர்களே. இரத்த-உறவின் வரையறையை மீறி, அன்பின் வரையறையை ஏற்றுக்கொள்ள வேண்டிய காலம் இது.

தனிமனித வாழ்வில் இது ஓர் கூரிய சுய-கேள்வி — “நான் எவருக்கு மருந்து-உறவாக நிற்கிறேன்? எவரின் கடினமான கணத்தில் நான் தூர-மாமலையிலிருந்து வந்த மூலிகையாக நிற்க முடியும்?” இந்த கேள்விக்கு பதிலைச் சேர்க்க, நம் வாழ்வை சற்று விரிவாக நடத்த வேண்டும். இரத்த-உறவினருக்கு மட்டும் உதவாமல், நெருக்கடியில் நிற்கும் எவருக்கும் — அவர் நமக்கு உடன்-பிறந்தாரோ இல்லையோ — உதவும் வழியில் வாழ்வை அமைக்க வேண்டும். அந்தச் சிந்தனையே, ஞாலத்தில் மருந்து-உறவின் வளர்ச்சிக்கு ஓர் சிறு ஆதாரம்.

பாடல் 21 — இல்லத்தின் நிறை

இல்லாள் அகத்திருக்க இல்லாதது ஒன்றில்லை
இல்லாளும் இல்லாளே ஆமாயின் – இல்லாள்
வலிகிடந்த மாற்றம் உரைக்குமேல் அவ்வில்
புலிகிடந்த தூறாய் விடும்.

சொற்பொருள்

வரி 1: இல்லாள் = ஓர் வீட்டின் மனைவி, இல்லத் தலைவி; அகத்திருக்க = வீட்டின் உள் இருக்கும் போது; இல்லாதது = இல்லாதது, குறை; ஒன்றில்லை = ஒன்றும் இல்லை.

வரி 2: இல்லாளும் = அந்த மனைவியும்; இல்லாளே = உண்மையான இல்லாளாகவே; ஆமாயின் = ஆக இருந்தால்; இல்லாள் = மனைவி.

வரி 3: வலிகிடந்த = கடினமான, கூர்மையான; மாற்றம் = எதிர்ப்பு-சொல், கடுஞ்சொல்; உரைக்குமேல் = சொன்னால்; அவ்வில் = அந்த வீடு.

வரி 4: புலிகிடந்த = புலி கிடக்கும்; தூறாய் = முற்றுச் சிறுபற்றை, புதர்-மண்டலம்; விடும் = ஆகிவிடும்.

எளிய பொருள்

வீட்டின் தலைவியாக நல்ல மனைவி அமைந்து உள்ளிருந்தால், அந்த வீட்டில் எந்தக் குறையும் இல்லாதிருக்கும். ஆனால் அதே மனைவி, கணவருக்குக் கடினமான கூர் சொற்களைக் கூறி எதிர்த்து நின்றால், அவ்வீடு புலி-வாழும் காட்டு-புதர் போல் ஆபத்தான இடமாக ஆகிவிடும். உறவின் ஒலியே, வீட்டின் தன்மையை வடிக்கிறது.

விளக்கம்

இப்பாடல், ஔவைப் பாட்டியின் ஆழ்ந்த குடும்ப-உளவியலின் சான்று. ஓர் வீட்டின் சூழல், அதன் தலைவியான மனைவியின் சொல்-நிலையால் பெரிதும் வடிக்கப்படுகிறது என்னும் உண்மையை, அவர் கூரிய இரு-நிலை-ஒப்பீட்டின் வழியாக சொல்கிறார். அதே மனைவி — அதே வீடு — ஆனால் சொல்-தேர்வின் வேறுபாட்டால், வீடு "குறையற்ற இடம்" அல்லது "புலி-காடு" என்று இரண்டு வேறுபட்ட இடங்களாக மாறுகிறது.

காட்சியின் முதல் பாதி, நல்ல மனைவி-நிலை. ஓர் வீட்டில், மனைவி நல்-உள்ளத்தோடு, அன்போடு, ஒழுங்கோடு உள்ளிருக்கும்போது — வீட்டில் என்னென்ன காரியங்கள் நடக்கிறது? உணவு சரியாக சமைக்கப்படுகிறது. குழந்தைகள் பாதுகாக்கப்படுகின்றனர். கணவர் களைப்பாறி, அமைதி பெறுகிறார். பெரியோர் மரியாதையோடு கவனிக்கப்படுகின்றனர். அன்றாட பணிகள் நிதானமாக நடைபெறுகின்றன. வருபவருக்கு வரவேற்பு கிடைக்கிறது. அந்த வீட்டில், "குறை" என்னும் சொல்லே பொருந்தாது. வசதி கூட இல்லாவிட்டாலும், நிறைவு உள்ளது. ஔவையாரின் வாக்கு — "இல்லாதது ஒன்றில்லை" — மிக நேரடியான இவ்வழியை சுட்டுகிறது.

காட்சியின் இரண்டாம் பாதி, கடினமான மாற்று. அதே மனைவி, ஆனால் இப்போது வேறு உள்ளத்தோடு — கோபம், எரிச்சல், கடுங்கூற்று. கணவருக்கு கடின-சொற்களை கூறுகிறாள். ஒவ்வொரு கணமும் ஓர் சண்டை. வீட்டில் நுழையும்போது கூட, அந்த சண்டையின் சூழல் காற்றில் இருக்கிறது. குழந்தைகள் வளரும் சூழல், ஓர் போர்-களம். விருந்தினர் வருகை குறைகிறது. கணவன் வீட்டுக்குத் திரும்ப விரும்பாமல் வெளியில் பெரும் நேரம் தங்குகிறான். அந்த வீட்டிலேயே, அமைதி காணாமல் போகிறது. வசதி இருந்தாலும், நிறைவு இல்லை.

ஔவையாரின் கூரிய உவமை — "புலி கிடந்த தூறு." தூறு என்பது தாவரங்களின் முற்றுச் சிறுபற்றை. அதில் ஓர் புலி பதுங்கியிருந்தால், அதை அறியாமல் அதன் வழியாக நடந்து செல்பவன் — பல காயங்களையோ, அல்லது உயிரையோ, இழக்கிறான். வீடு — பாதுகாப்பின் இடம் — "புலி-தூறு" என்னும் ஆபத்தான இடமாக ஆகிவிடுவது, என்ன கொடிய மாற்றம்! வெளி-ஞாலத்தில் எத்தனை சண்டையில் சிக்கினாலும், வீட்டுக்கு வந்தால் அமைதி இருக்க வேண்டும். அந்த அமைதி தடுக்கப்பட்டால், ஓர் மாந்தனின் முழுவாழ்வே சிதைக்கப்படுகிறது.

இக்கருத்தை, ஔவையார் மனைவியை மட்டும் சாடும் வடிவில் சொல்லவில்லை. இது இரு-வழி-பற்றிய ஓர் கூற்று. மனைவியின் சொல்-ஒலி வீட்டை வளமைப்படுத்த அல்லது சிதைக்க கூடியதே; அதே வீட்டில் வாழும் கணவனின் சொல்-ஒலியும் அத்தகைய ஆற்றல் கொண்டதே. ஔவையாரின் காலத்தில் மனைவியை மட்டும் முதன்மை-பேசுபவராக காட்டுவது இயல்பாக இருந்தது. ஆனால் மெய்ப்பொருளின் ஆழம் — "வீட்டின் சூழலை, அதில் வாழ்பவரின் சொற்களே வடிக்கின்றன" — இருவருக்கும் ஒன்றே.

இன்றைய பயன்பாடு

இக்காலத்தில் இப்பாடம், கணவன்-மனைவி, பெற்றோர்-குழந்தை, தோழமை-கூட்டம் — அனைத்து குடும்ப-உறவுகளுக்கும் பொருந்தும். வீட்டின் சுவர்கள், மரங்கள், பீடங்கள் — இவை வீட்டை "வீடு" என்று ஆக்கவில்லை. வீட்டின் உள் வாழும் மக்களின் சொற்களே, அன்பும் கடினமும், அமைதியும் கோபமும் — இவையே வீட்டை வடிக்கின்றன.

தனிமனித வாழ்வில் இது ஓர் நேர்மையான சுய-கேள்வி — "நான் என் வீட்டில் என்ன-வகை சொற்களை ஒலிக்கச் செய்கிறேன்? என் சொற்களே வீட்டை அமைதி-நிலம் ஆக்குகின்றனவா, புலி-தூறாக மாற்றுகின்றனவா?"

நாள்-முடிவில், சில நிமிடங்கள் இக்கேள்வியின் முன் அமர்ந்து, “இன்று என் சொல், இன்று என் கூற்று, அன்பான வழியில் வெளிப்பட்டதா?” என்று சுய-ஆராய்ச்சி செய்வது, வீட்டின் சூழலை மெல்ல மாற்றும் ஓர் வழக்கம்.

குழந்தைகளுக்கு இது ஓர் வாழ்வியல்-கல்வி. வீட்டில் பெற்றோர் எவ்வாறு பேசுகின்றனர் என்பதை குழந்தைகள் கூர்ந்து கவனிக்கின்றனர். “சண்டை-வீட்டில்” வளர்ந்த குழந்தைகள், தம் வாழ்நாள் முழுவதும் சண்டையின் ஒலியை சுமக்கின்றனர். “அமைதி-வீட்டில்” வளர்ந்த குழந்தைகள், அந்த அமைதியை தம் வாழ்வுக்குள் கொண்டு செல்கின்றனர். வீட்டுச் சூழல் — பெற்றோர் சேர்ந்து வடிக்கும் சிற்பம் — குழந்தைகளின் வாழ்நாளுக்கான முதல் வடிவம்.

பாடல் 22 — ஊழ்-விதியின் தாக்கம்

எழுதியவா றேகாண இரங்கு மடநெஞ்சே
கருதியவா றாமே கருமம் – கருதிப்போய்க்
கற்பகத்தைச் சேர்ந்தார்க்குக் காஞ்சிரங்காய் ஈந்ததேல்
முற்பவத்தில் செய்த வினை.

சொற்பொருள்

வரி 1: எழுதியவாறே = (ஊழ்-விதியால்) எழுதியவாறே; காண = நிகழும் என்று அறிய; இரங்கு = வருத்தம் கொள்; மடநெஞ்சே = அறியாமை உள்ள மனமே.

வரி 2: கருதியவா = நாம் நினைத்தவாறே; றாமே = (சந்தி-பிரிவு) நிகழ்வதில்லை; கருமம் = செயல், செயலின் பலன்; கருதிப்போய்க் = கருதி-நினைத்து சென்று.

வரி 3: கற்பகத்தைச் = கற்பக மரத்தை (வேண்டியதை அளிக்கும் தெய்வீக மரம்); சேர்ந்தார்க்குக் = சேர்ந்தவருக்கு; காஞ்சிரங்காய் = கசப்பு-நிறை காஞ்சிரம் காய்; ஈந்ததேல் = கொடுத்ததாக நிகழ்ந்தால்.

வரி 4: முற்பவத்தில் = முற்-பிறவியில்; செய்த = செய்த; வினை = செயலின் பலன், ஊழ்-வினை.

எளிய பொருள்

அறியாமை கொண்ட என் மனமே! வாழ்வில் நிகழ்வது, ஊழ்-விதியால் முன்னரே எழுதியதே என்று உணர்ந்து வருத்தம் கொள். நாம் நினைத்தவாறு செயல்-பலன் கிடைப்பதில்லை. கற்பக மரத்தை அடைந்த பின் — “வேண்டியதை வழங்கும் தெய்வீக மரம்” என்று நம்பி அதைச் சேர்ந்தபின் — அந்த மரம் கசப்பான காஞ்சிரம்-காயை மட்டுமே கொடுக்கிறது என்றால், அது அக்கணத்தின் கேடு அல்ல — முற்பிறவியில் நாம் செய்த தீவினையின் பலனே.

விளக்கம்

இப்பாடல், ஔவைப் பாட்டியின் மிக ஆழ்ந்த சமய-மெய்ப்பொருள்-உள்ளார்ந்த பகுதி. ஊழ்-கொள்கையை — அதாவது, இவ்வாழ்வில் நாம் பெறும் பல-விளைவுகள், நம் சொந்த இக்கணப் முயற்சியால் மட்டுமே வருவதில்லை, முற்பிறவிகளில் சேர்த்த-கருமங்களின் பலனாகவும் வரும் என்னும் கருத்தை — அவர் ஓர் கூர்மையான கற்பக-காஞ்சிரம்-உவமையின் வழியாக சுட்டுகிறார்.

காட்சியின் மெய்ப்பொருள்-கட்டுமானம் இது: கற்பக மரம் என்பது இந்திய மரபில் ஓர் தெய்வீக மரம். யாருக்கு வேண்டியதை அவருக்கு வழங்கக்கூடிய

மரம். அதை அடைந்த ஒருவன், கேட்டதை — செல்வம், மகிழ்ச்சி, அன்பு, பெயர் — அனைத்தும் பெற வேண்டும். அது இக்கதையின் இயற்கை-விளைவு. ஆனால் இதோ, ஓர் மாந்தன் கற்பக மரத்தை அடைகிறான். கேட்டதைக் கேட்கிறான். ஆனால் கிடைப்பது என்ன? கசப்பான காஞ்சிரம் காய். ஏன் இந்த எதிர்-விளைவு?

ஔவையாரின் பதில் — அந்த விளைவு, மரத்தின் தவறு அல்ல. நிலையின் கேடு அல்ல. மாந்தனின் முற்-பிறவி-வினை. முற்-பிறவியில் அவன் சேர்த்த தீய-கருமங்கள், இந்த வாய்ப்பின் கணத்திலேயே — கற்பக மரம் வழங்கும் கணத்திலேயே — பலன் தர முற்படுகின்றன. அதனாலேயே, கற்பக மரம் அவனுக்கு வேண்டியதை வழங்க முடியவில்லை. அவன் முற்பிறவியில் சேர்த்த வினையின் கணக்கு, மரத்தின் வரத்தை மறைத்து-நிற்கிறது.

இக்கருத்து, இக்கால-வாசகர்க்கு கடினமாக ஒலிக்கலாம். "முற்பிறவி, ஊழ், விதி — இவையெல்லாம் நம்பிக்கையின் வடிவங்கள் தான்; அவை அறிவியல்-ஆதாரமுடையவை அல்ல" என்று கூறலாம். ஆனால் ஔவையாரின் ஆழ்ந்த நோக்கம், சமய-விளக்கம் மட்டுமே அல்ல; வாழ்வியல்-ஆறுதலின் ஓர் வழி. வாழ்வில் கடினமான கட்டங்கள் வரும்போது, "ஏன் என்னை இவ்வாறு நடத்தப்பட்டது?" என்னும் கசப்பான கேள்வி எழலாம். அக்கேள்வியின் வேதனையில், மாந்தனின் மனம் தளர்கிறது.

அக்கணத்தில், "இது இக்கணத்தின் தவறு மட்டும் அல்ல; இது ஓர் ஆழ்ந்த ஊழ்-கணக்கின் வெளிப்பாடு" என்னும் கருத்தை ஏற்றுக்கொள்வது, ஓர் ஆறுதலின் வழி. மற்றவரை, சூழலை, தெய்வத்தை, தன்னை — யாரையும் — இக்கணத்தின் கேட்டுக்காக சாடி, கசப்பு வளர்க்க வேண்டாம். ஓர் பெரிய கணக்கின் ஓர் சிறு கட்டம் இது. அதை ஏற்றுக் கொண்டு, இக்கணத்தில் நற்-வினைகளை சேர்க்க முற்படுவதே, வாழ்வின் வழி. முற்-பிறவியில் கசப்பான கருமம் சேர்த்திருந்தால், இக்-பிறவியில் இனிய கருமம் சேர்த்து, அடுத்த-பிறவியில் இனிய பலனை எதிர்-நோக்கலாம்.

ஔவையாரின் இந்த ஊழ்-கொள்கை, தமிழ் சமய மரபின் ஓர் ஆணி-வேர். திருக்குறளில் வள்ளுவர், "ஊழ்" என்னும் தனி அதிகாரத்தில் (குறள் 371-380) இக்கருத்தை விரிவாகச் சொல்கிறார். மூதுரையின் இந்த இருபத்து-இரண்டாம் பாடல், அதே கருத்தை ஓர் கற்பக-காஞ்சிரம்-உவமை வழியாக மிக நெருக்கமாக சொல்கிறது.

இன்றைய பயன்பாடு

இக்காலத்தில், எல்லாவற்றையும் முயற்சி-மட்டுமே தீர்மானிக்கிறது என்னும் ஓர் ஆழ்ந்த நம்பிக்கை வளர்ந்துள்ளது. இது நற்-கூறு உள்ள ஓர் நம்பிக்கை — முயற்சி இல்லாமல், எதுவும் வராது என்பது உண்மை. ஆனால் அதே நம்பிக்கையின் ஓர் கடினமான பக்கம் — "கடின-முயற்சி செய்தாலும் கிடைக்கவில்லை என்றால், என் தவறு" என்னும் சுய-சாடல். இக்கணத்தின் தோல்விகளுக்கு, இக்கணத்தின் தனி-மாந்தனையே முழுவதும் பொறுப்பாக்குதல் — ஓர் கடினமான மன-சுமை.

ஔவையாரின் ஊழ்-மெய்ப்பொருள், அந்த சுமைக்கு ஓர் மருந்து. "உனது இக்கண தோல்வி, உனது இக்கண தவறு மட்டும் அல்ல; ஓர் பெரிய ஊழ்-கணக்கின் ஓர் கட்டம்" என்னும் கருத்தை ஏற்றுக் கொள்ளும்போது, மன-சுமை குறைகிறது. சுய-சாடல் குறைகிறது. வாழ்வின் தொடர்ச்சியான முயற்சியை விட-விடாமல் நடத்த முடிகிறது.

ஆனால் இது சோம்பலின் வாதம் அல்ல. "எல்லாம் ஊழ்-விதி" என்று கூறி முயற்சியை விட்டுவிடுவது ஔவையாரின் பாடம் அல்ல. முயற்சி-தொடரும்;

ஆனால் முயற்சி-பலனை மட்டுமே ஆதாரமாக கொள்ளாமல், ஆழ்ந்த ஊழ்-கணக்கையும் மரியாதையோடு ஏற்றுக் கொள்வது — அதுவே சம-நிலை. முயற்சி + ஊழ்-ஏற்பு = அமைதி.

பாடல் 23 — சினத்தின் தடம்

கற்பிளவோ(டு) ஒப்பர் கயவர் கடுஞ்சினத்துப்
பொற்பிளவோ(டு) ஒப்பாரும் போல்வாரே –
விற்பிடித்து
நீர்கிழிய எய்த வடுப்போல மாறுமே
சீர்ஒழுகு சான்றோர் சினம்.

சொற்பொருள்

வரி 1: கற்பிளவோடு = கல்-பிளவோடு, கல்லில் ஏற்படும் வெடிப்போடு; ஒப்பர் = ஒப்பாகி நிற்பர்; கயவர் = தீய மக்கள், கூடா-நெறி கொண்டோர்; கடுஞ்சினத்துப் = கடினமான கோபத்தில்.

வரி 2: பொற்பிளவோடு = பொன்னில் ஏற்படும் சிறு வெடிப்போடு; ஒப்பாரும் = ஒப்பிடத்தக்கவரும்; போல்வாரே = போல் இருப்பர்.

வரி 3: விற்பிடித்து = வில் ஏந்தி; நீர்கிழிய = நீரைக் கிழித்துச் செல்லும்படி; எய்த = எய்து விட்ட; வடுப்போல = அம்பு-தடத்தைப் போல.

வரி 4: மாறுமே = விரைவில் மாறி மறையும்; சீர் ஒழுகு = ஒழுக்கம் கடைப்பிடிக்கும்; சான்றோர் = நல்லறிவுடையோர்; சினம் = கோபம்.

எளிய பொருள்

தீய மக்கள் கடினமான கோபம் கொண்டால், அந்தக் கோபம் கல்லில் ஏற்படும் வெடிப்பைப் போல நெடுங்காலம் நிலைத்திருக்கும். ஆனால், ஒழுக்கம் கடைப்பிடிக்கும் சான்றோர், கடினமான கோபம் கொள்வது பொன்னில் ஏற்படும் சிறு வெடிப்பு போல — மறையக்கூடியது. அந்தக் கோபம், வில் ஏந்தி, நீரைக் கிழித்துச் செல்லும்படி எய்த அம்பின் தடத்தைப் போல, விரைவில் மாறி மறையும்.

விளக்கம்

இப்பாடலின் கட்டுமான-ஆற்றல் — ஒரே கருத்தை இரு வேறு உவமைகளில் கூர்மையாக சொல்லி, இரு வேறு மக்கள் வகைகளை மிக நேர்மையாக வரையறுக்கிறது. கோபம் என்னும் உணர்வை, அதன் வெளிப்பாட்டால் அல்ல, அதன் நீடிப்பால் — “எவ்வளவு காலம் அந்தக் கோபம் தங்கும்” என்பதன் வழியாக — மக்களை இரு வகைகளாக பிரிக்கிறார்.

முதல் உவமை — கல்-பிளவு. கல்லில் ஓர் வெடிப்பு ஏற்பட்டால், அந்த வெடிப்பு என்றென்றும் நிற்கும். மழை பெய்தாலும், காற்று வீசினாலும், காலம் கடந்தாலும் — அந்த வெடிப்பு மறையாது. அதைப் போலவே, தீய மக்களின் கோபமும். ஓர் சிறு குறை, ஓர் சிறு கூற்று, ஓர் சிறு சமாதான-நிலை-தவறு — இவை அவர்களின் உள்ளத்தில் கல்-பிளவாக பதிகின்றன. வருடங்கள் கடந்தாலும், அந்த கோபம் அவர்கள் உள்ளத்தில் தீராமல் சுவாலித்துக் கொண்டிருக்கிறது. அவர்கள் வாய்ப்பு கிடைத்தால் பழி-வாங்கத் தயாராக இருப்பர். “மறந்து விடுவோம், விட்டுவிடுவோம்” என்னும் தன்மை அவர்களுக்கு வராது.

இரண்டாம் உவமை — அம்பு-வடு நீரில். ஓர் வில்-வீரர், கூரிய அம்பை நீரின் மேற்பரப்பில் எய்தினால் என்ன ஆகும்? அம்பு நீரை விரைவாக

கிழிக்கும். ஓர் சில கணம், அந்த இடத்தில் வடிவ-மாற்றம் தெரியும். ஆனால் ஓரிரு கணத்தில் — நீர் தனது அமைதியை மீண்டும் பெற்று — அந்த வடு முற்றிலும் மறையும். அம்பு போனது, வடு போனது, நீர் முன் போலவே ஓடுகிறது. அதைப் போலவே, சான்றோரின் கோபம். கோபம் வரும்போது வந்தாலும், அது அவர்கள் உள்ளத்தில் தங்காது. சில கணம், சில மணிநேரம், அதிகபட்சம் சில நாட்கள் — அந்த கோபம் தனது வீச்சை வெளிப்படுத்தும். பின்னர் சான்றோரின் உள்-நிலை மீண்டும் அமைதி பெறும். அவர்கள் கசப்பு சுமக்க மாட்டார்கள்.

ஔவையாரின் கூர்மை-கையாட்சி இங்கு வெளிப்படுகிறது. "யார் கோபம் கொள்ளலாமா, யார் கொள்ளக்கூடாதா?" என்னும் ஓர் சாதாரண கேள்வியை அவர் முன்-வைக்கவில்லை. அவர் கேட்கும் கேள்வி இது: "கோபம் வந்த பின், அது எவ்வளவு காலம் தங்கும்?" நல்லோர் கூட கோபம் கொள்ளலாம் — ஆனால் அந்தக் கோபம் தங்காது. தீய மக்களும் கோபம் கொள்வர் — அவர்களின் கோபம் தங்கும். தங்குதலின் வடிவம், ஓர் ஆழ்ந்த உள்-இயல்பின் வெளிப்பாடு.

இதற்கு உளவியலின் ஓர் கூர்மையான ஆதாரம் உள்ளது. "மன்னித்தலின் ஆற்றல்" என்பது, மனம்-உருவாக்கத்தின் ஓர் ஆழ்ந்த பண்பு. சில மக்களின் மனம், மற்றவர் தம்மீது செய்த தீங்குகளை எளிதில் விட்டுவிடக் கூடியது. சில மக்களின் மனம், தங்களுக்கு செய்த தீங்கை வாழ்நாள் முழுவதும் சுமந்து திரியும். வேறுபாட்டின் காரணம் — பழக்கம், பயிற்சி, உள்ளத்தின் ஆழம், கருணை-நிலை.

இன்றைய பயன்பாடு

இப்பாடம், அன்றாட வாழ்வில் மிக நெருக்கமான ஓர் சுய-கேள்வியை எழுப்புகிறது — "நான் கோபம் கொள்ளும்போது, அந்தக் கோபம் எவ்வளவு காலம் தங்குகிறது?" சில நிமிடம், சில மணிநேரம், சில நாள், சில மாதம், சில ஆண்டு — இக்கணக்கின் வழியாக, நாம் சான்றோர் வழியில் நிற்கிறோமா, தீய-மக்கள் வழியில் சறுக்கி நிற்கிறோமா என்று நம்மை நாமே அறியலாம்.

கோபம் கொள்ளாமல் வாழ முடியாது. ஆனால் கோபத்தை சுமந்து கொண்டே வாழ்வது, நம்மை அழிக்கும். மற்றவருக்கு செய்த தீங்கை, மற்றவர் நமக்கு செய்த தீங்கை — இவை எதையும் மறக்க முடியாமல், ஒவ்வொரு சந்திப்பின் போதும், ஒவ்வொரு நினைவின் போதும், மீண்டும் மீண்டும் கோபம் எழுந்து வந்தால் — அந்த கோபம் நம்மை உள்ளுருகச் செய்கிறது. மற்றவருக்கு ஓர் ஊறு செய்யாமல், நமக்கே நாம் ஊறு செய்து-கொள்கிறோம்.

ஔவையாரின் பாடம் — மன்னிக்கப் பழகு. சினம் வந்தால் வரட்டும்; ஆனால் தங்க விடாதே. நீரில் எய்த அம்பின் தடம் போல, அந்த சினம் வெளிப்பட்டு மறையட்டும். உனது உள்ளம் மீண்டும் தனது அமைதியை பெறட்டும். அதுவே சான்றோர் வழி.

நற்றாமரைக் கயத்தில் நல் அன்னம் சேர்ந்தாற்போல்
கற்றாரைக் கற்றாரே காமுறுவர் – கற்பிலா
மூர்க்கரை மூர்க்கரே முகப்பர் முதுகாட்டில்
காக்கை உகக்கும் பிணம்.

சொற்பொருள்

வரி 1: நற்றாமரைக் = நல்ல தாமரை-மலர்கள் நிறைந்த; கயத்தில் = குளத்தில், ஏரியில்; நல் = நல்ல, தூய; அன்னம் = அன்னப்-பறவை; சேர்ந்தாற்போல் = சேர்ந்து கொள்வது போல.

வரி 2: கற்றாரைக் = கற்றறிந்தோரை; கற்றாரே = கற்றறிந்தோர்களே; காமுறுவர் = விரும்பி-சேர்வர்; கற்பிலா = கல்வி இல்லாத.

வரி 3: மூர்க்கரை = முரட்டுத்தனம் உடையோரை; மூர்க்கரே = முரட்டர்களே; முகப்பர் = தேடிச் சேர்வர்; முதுகாட்டில் = சுடுகாட்டில்.

வரி 4: காக்கை = காக்கைப் பறவை; உகக்கும் = விரும்பி உண்ணும்; பிணம் = இறந்த உடல்.

எளிய பொருள்

நல்ல தாமரை-மலர்கள் நிறைந்த குளத்தில், அன்னப்-பறவைகள் ஒன்று-கூடி வந்து சேருவது போல — கற்றறிந்தோரை கற்றோர்களே விரும்பி தேடி-சேர்வார்கள். அதே வழியில், கல்வி இல்லாத முரட்டர்களை, முரட்டர்களே தேடி-சேர்வர். சுடுகாட்டில் கிடக்கும் இறந்த உடலை, காக்கைப் பறவை விரும்பி உண்ண வருவது போல, ஓர்-தன்மை உள்ளோர், ஓர்-தன்மை உள்ளோரையே நாடி நிற்கின்றனர்.

விளக்கம்

இப்பாடல், ஔவைப் பாட்டியின் கூரிய சமூக-உளவியலின் சான்று. மக்கள் தம் வாழ்வில் எவரோடு சேருகிறார்கள், எவரின் கூட்டத்தை விரும்புகிறார்கள், எவரின் சங்கத்தைத் தேடி நிற்கிறார்கள் — இவற்றின் வேர்-காரணம் என்ன? ஔவையாரின் பதில் — “ஒத்த-தன்மை.” ஒத்த உள்ளம் கொண்டோர் ஒன்று-சேருகின்றனர். தாமரைக் குளம் அன்னத்தை அழைக்கிறது; சுடுகாடு காக்கையை அழைக்கிறது.

காட்சியின் முதல்-பாதியில், அன்னம்-தாமரை உவமை வடிக்கப்படுகிறது. அன்னப்-பறவை — பெரும்பாலான இந்திய மரபில் — தூய்மையின் சின்னம். தண்ணீரிலிருந்து பாலை மட்டும் பிரித்து உண்ணக் கூடியது என்னும் கதையின் வழியாக, அறிவின் சின்னமாகவும் வடிக்கப்படுகிறது. அத்தகைய அன்னம், எங்கு கூடுகிறது? சாதாரண சேற்று-குளத்தில் அல்ல; “நற்றாமரைக் கயம்” — அதாவது நல்ல தாமரை-மலர்கள் நிறைந்த தூய்மையான தடாகத்தில். தாமரை, அழகின் சின்னம்; உள்ளார்ந்த சுத்தம் கொண்ட பூ. அன்னம், அதன் ஒத்த-தன்மையாலேயே — அழகின் தேடலாலேயே — அந்தத் தடாகத்தை நாடி வருகிறது.

அதே வழியில், கற்றறிந்தோர் — அவர்கள் ஞாலத்தில் ஓர் சிறு கூட்டம் தான். ஆனால் அந்தச் சிறு கூட்டம் ஒன்று-சேருகிறது. ஓர் கற்றோர், மற்றொரு கற்றோரை அறிய ஆர்வம் கொள்கிறார். அவர்களுடைய உரையாடல், சாதாரண பேச்சு அல்ல — ஆழ்ந்த கருத்து, கூரிய சிந்தனை, புதிய அறிவின்

பகிர்வு. அவர்கள் ஓரிடத்தில் சேரும்போது, அந்த இடம் ஓர் சுடர்-பெருகிய தாமரைக் குளம் போல மாறுகிறது.

காட்சியின் இரண்டாம்-பாதி — மூர்க்கர்-மூர்க்கர் கூட்டம், காக்கை-பிணம் உவமை. இது மிக கடினமான ஒப்பீடு. முரட்டுத்தனம் உள்ள மக்கள், கல்வியின் ஒளி இல்லாமல், அறிவின் வழியில் நடவாமல், ஓர் சிறு கூட்டத்தை அமைக்கின்றனர். அந்த கூட்டத்தில் என்ன நடக்கிறது? பிறரை இகழ்தல், பேடி-பேச்சு, கூறா-கூற்று, பழி-வாங்கல் — இவையே அவர்களின் உரையாடலின் சாரம். அவர்கள் ஒருவரோடு ஒருவர் இணையும் கணம், ஓர் சுடுகாட்டின் சூழல் தோன்றுகிறது.

ஔவையார் இங்கே “காக்கை-உகக்கும் பிணம்” என்னும் கூரிய சொல்லை கையாள்கிறார். காக்கை, இயல்பாகவே, இறந்த உடலை விரும்பி உண்ணும் பறவை. சுடுகாட்டில் கிடக்கும் ஓர் பிணம் — மக்கள் வெறுத்து ஒதுங்கும் காட்சி — காக்கைக்கு ஓர் விருந்து. ஒரே நிகழ்வை, மக்கள் ஓர் வழியில் காண்கின்றனர்; காக்கை மற்றொரு வழியில் காண்கிறது. தம்-ஒத்த-தன்மைக்கு ஏற்ப, ஒவ்வொன்றும் தன் இடத்தை அடைகிறது.

இதன் உள்-உண்மை — மக்கள் தம் தேர்வுகளால் வடிக்கப்படுகிறார்கள். “யாரோடு நேரத்தை செலவிடுகிறேன்?” என்னும் ஒற்றை-கேள்விக்கு பதிலே, “நான் எவ்வாறு வளர்வேன்?” என்னும் கேள்விக்கான பதில். கற்றோர் கூட்டத்தில் தினம்-தினம் கழித்தால், கல்வியில் வளர்கிறோம். முரட்டர் கூட்டத்தில் தினம்-தினம் கழித்தால், முரட்டுத்தனத்தில் வளர்கிறோம். தேர்வு நம்-கையில்.

இன்றைய பயன்பாடு

இக்காலத்தில், “யாரோடு கழிக்கிறேன்” என்னும் கேள்வி — நேருக்கு-நேர் தொடர்போடு மட்டுமே நின்றுவிடாமல், “எதைப் படிக்கிறேன், எதைப் பார்க்கிறேன், எதைக் கேட்கிறேன்” என்னும் வடிவத்திலும் விரிகிறது. நாள்தோறும் நாம் சந்திக்கும் கருத்துகள், பேச்சுகள், ஒலி-ஒளி-தொகுப்புகள் — இவை அனைத்தும் நம்மை மெல்ல மெல்ல வடிக்கின்றன. நற்-கருத்துகளின் கூட்டத்தில் தினம் கழித்தால், நற்-உள்ளம் வளர்கிறது. தீய-கருத்துகளின் கூட்டத்தில் தினம் கழித்தால், தீய-உள்ளம் வளர்கிறது.

இது சுய-கட்டுப்பாட்டின் ஓர் பெரும்-கருவி. நாம் எதைச் சேருகிறோம், எவரை சேருகிறோம், எங்கு கழிக்கிறோம் — இவற்றை விழிப்போடு தேர்வுசெய்வதே, ஆழ்ந்த தன்னை-வளர்த்தல். கற்றோர் கூட்டத்தைத் தேடி நிற்கப் பழகு; முரட்டர் கூட்டத்தை மென்மையாக விட்டுக்கொடுக்க பழகு. குழந்தைகளுக்கு இக்கல்வி, இளம்-வயதிலேயே ஊட்டப்பட வேண்டியது.

சுய-மதிப்பீட்டிற்கான கேள்வி: “இக்கணம் நான் இருக்கும் கூட்டம், தாமரைக் குளமா, சுடுகாடா? நான் இக்கூட்டத்தில் வளர்கிறேனா, சிதைகிறேனா?” இக்கேள்விக்கான விழிப்பான பதிலே, வாழ்வு-வளர்ச்சியின் வழி.

பாடல் 25 — மறைப்பவரும் வெளிப்படுபவரும்

**நஞ்சுடைமை தானறிந்து நாகம் கரந்துறையும்
அஞ்சாப் புறங்கிடக்கும் நீர்ப்பாம்பு – நெஞ்சில்
கரவுடையார் தம்மைக் கரப்பர் கரவார்
கரவிலா நெஞ்சத் தவர்.**

சொற்பொருள்

வரி 1: நஞ்சுடைமை = நஞ்சு (விஷம்) உடைய தன்மை; தானறிந்து = தானே அறிந்து; நாகம் = நாக-பாம்பு (நஞ்சுடைய); கரந்துறையும் = மறைந்து வாழும், பதுங்கி இருக்கும்.

வரி 2: அஞ்சாப் = அஞ்சாது, தயங்காது; புறங்கிடக்கும் = வெளியில் கிடக்கும்; நீர்ப்பாம்பு = நீரில் வாழும் நஞ்சில்லாத பாம்பு.

வரி 3: நெஞ்சில் = உள்ளத்தில்; கரவுடையார் = கபடு, மறைப்பு உடையோர்; தம்மைக் = தம்மை; கரப்பர் = மறைப்பர்.

வரி 4: கரவார் = மறைக்க மாட்டார்; கரவிலா = கபடம் இல்லாத, மறைப்பு இல்லாத; நெஞ்சத் தவர் = உள்ளம் கொண்டவர்.

எளிய பொருள்

தனக்கு நஞ்சு உள்ளது என்பதை நாக-பாம்பு தானே அறிந்து, அதனாலேயே மக்களின் முன் வெளிப்படாமல் — பதுங்கி, மறைந்து வாழ்கிறது. ஆனால் நஞ்சு இல்லாத நீர்ப்-பாம்பு, அஞ்சாமல் வெளியில் கிடக்கும். அதைப் போலவே — உள்ளத்தில் கபடம் உடைய மக்கள், தம்மை மறைத்து-நிற்பர். உள்ளத்தில் கபடம் இல்லாத-மக்கள், தம்மை மறைத்துக்கொள்ள மாட்டார்.

விளக்கம்

இப்பாடல், ஔவைப் பாட்டியின் இயற்கை-வழி உளவியல்-கையாட்சியின் சிறந்த எடுத்துக்காட்டு. நாக-பாம்பு மற்றும் நீர்ப்-பாம்பு — இரு வேறு வகை-பாம்புகளின் இயற்கை-வேறுபாட்டை எடுத்து, அதிலிருந்து மக்களின் இரு வேறு மன-வகைகளை — கபடம் உடையோர் மற்றும் கபடம் இல்லாதோர் — மிக நேர்மையாக வரையறுக்கிறார்.

பாம்பு-காட்சியின் இயற்கை-உண்மை இது: நஞ்சுடைய பாம்பு — அதாவது நாகம் — தனது வாழ்க்கையின் பெரும்-பகுதியை பதுங்கியிருக்கும் இடங்களில் கழிக்கிறது. மண்-வெடிப்புகள், பாறை-இடுக்குகள், புதர்-உள்ளே. மக்களின் முன் வெளிப்படாது. ஏன்? ஏனெனில் அதன் நஞ்சு, அது வெளிப்பட்டாலே மக்களின் கையால் தாக்கப்படக்கூடிய காரணம். அது தனது நஞ்சை “எப்போது வேண்டுமானால் கடிக்கலாம்” என்னும் கருவியாக சுமக்கிறது. ஆனால் வெளிப்படுவதை அது விரும்பாது.

நீர்ப்-பாம்பு — நஞ்சு இல்லாதது — வெளியில் கிடக்கிறது. நீர்-நிலையின் கரையில், ஆற்றின் மேற்பரப்பில், மக்கள் காண்கின்ற இடங்களில் — அஞ்சாமல் வாழ்கிறது. அதற்கு மறைய எதுவும் இல்லை. அதனிடம் நஞ்சு இல்லை; அதன் இயல்பு வெளிப்படையானது. வெளிப்படையாக வாழ்வதே அதன் இயல்பு.

ஔவையார் இந்த இயற்கை-காட்சியை, மக்களின் உள்ளார்ந்த தன்மையோடு இணைக்கிறார். கபடம் உடைய மக்கள் — உள்ளுள் தீய-நோக்கங்கள், மறைந்த விருப்பங்கள், ஏமாற்று-திட்டங்கள் உள்ளவர் — அவர்கள் தம்மை மறைத்தே-இருப்பர். அவர்களின் சொற்கள், அவர்கள்

உள்ளத்தின் உண்மை-வடிவை வெளிப்படுத்தாது. அவர்கள் ஓர் முகவரி-வடிவில் வெளியில் தோன்றி, மற்றொரு உள்-வடிவை மறைத்துக்கொண்டே இருப்பர். ஏன்? அவர்களின் உள்-வடிவம் வெளிப்பட்டால், மக்கள் அவர்களை விட்டு விலகி நிற்பர். அதனாலேயே, அவர்கள் தம்மை மறைப்பது அவசியமாகிறது.

கபடம் இல்லாதோர், நீர்ப்-பாம்பு போல — அஞ்சாமல் வெளிப்படையாக நிற்கின்றனர். அவர்களின் சொல், அவர்கள் உள்ளத்தின் உண்மை-வடிவே. அவர்களின் செயல், அவர்கள் சொல்லின் தொடர்ச்சியே. அவர்களுக்கு மறைக்க எதுவும் இல்லை. யாரும் அவர்களைப் பற்றி எதைக் கூறினாலும், அவர்கள் தம் வெளி-வடிவாகவே நிற்பர். உள்-வடிவம் வெளி-வடிவத்தோடு ஒத்திருப்பதே, அவர்களின் வாழ்க்கையின் இயல்பு.

ஔவையாரின் கூர்மை — "மறைப்பின் வடிவத்தால், உள் தன்மை வெளிப்படுகிறது." ஓர் மாந்தன் தன்னை மறைத்துக்கொண்டே நின்றால் — தனது கூற்றுகளில், தனது செயல்களில், தனது சந்திப்புகளில் — அதுவே, அவரிடம் ஏதோ மறைக்கப்படக்கூடிய ஒன்று உள்ளது என்பதன் சாட்சி. வெளிப்படையாக இருப்பவர், மறைப்பதற்கு எதுவும் இல்லாதவர்.

இன்றைய பயன்பாடு

இப்பாடம், மக்கள்-தேர்வின் — நண்பர்-தேர்வு, துணை-தேர்வு, பணி-கூட்டாளி-தேர்வு — மிக நேர்மையான வழிகாட்டியாக நிற்கிறது. ஓர் மனிதரை அறிய, அவர் "எவ்வளவு வெளிப்படையாக இருக்கிறார்?" என்னும் கேள்வியை முதலில் கேள். அவருடைய வாழ்வின் கூறுகளை அவர் மக்களோடு பகிர்ந்து கொள்கிறாரா, அல்லது மறைத்துக்கொண்டே இருக்கிறாரா? அவரிடம் கேட்டால், அவர் நேர்மையாக பதில் சொல்கிறாரா, அல்லது மழுப்பல்-பதிலில் தடுமாறுகிறாரா? அவருடைய சொற்கள், அவருடைய செயல்களோடு ஒத்திருக்கின்றனவா?

இக்கேள்விகளுக்கான பதில்களே, அவருடைய உள்-இயல்பின் சாட்சி. வெளிப்படையாக வாழ்பவர், நெருக்கம் அமையக்கூடியவர். மறைத்தே-வாழ்பவர், சிலகாலம் வசதியாக இருந்தாலும், ஆழ்ந்த-நெருக்கம் அமைக்கக் கூடாதவர். இது ஓர் கடினமான-உண்மை, ஆனால் வாழ்வின் வடிவத்திற்கு மிக முக்கியமான கூரிய-வழிகாட்டி.

தனிமனிதனுக்கு இது ஓர் சுய-கேள்வி — "நான் வெளிப்படையாக வாழ்கிறேனா? மறைக்க எதுவும் இல்லாமல் இருக்கிறேனா? என் சொற்கள், என் செயல்களோடு ஒத்திருக்கின்றனவா?" மறைக்கப்படும் எதும், நம் உள்ளத்தில் ஓர் சுமை. அந்த சுமையை விட்டுவிட்டு, நீர்ப்-பாம்பு போல, அஞ்சாமல், வெளிப்படையாக வாழ்வதே — ஆழ்ந்த-அமைதியின் ஆதாரம்.

பாடல் 26 — கற்றோனின் சிறப்பு

மன்னனும் மாசறக் கற்றோனும் சீர்தூக்கின் மன்னனில் கற்றோன் சிறப்புடையன் – மன்னர்க்குத் தன்தேசம் அல்லால் சிறப்பில்லை கற்றோற்குச் சென்றஇடம் எல்லாம் சிறப்பு.

சொற்பொருள்

வரி 1: மன்னனும் = அரசனும்; மாசறக் = குற்றமற்றவாறு, தூய்மையாக; கற்றோனும் = கற்றறிந்தவனும்; சீர்தூக்கின் = சிறப்பை அளந்தால்.

வரி 2: மன்னனில் = அரசனை விட; கற்றோன் = கற்றறிந்தவன்; சிறப்புடையன் = சிறப்பு உடையவன்; மன்னர்க்குத் = அரசர்க்கு.

வரி 3: தன்தேசம் = தனது நாடு; அல்லால் = அல்லாமல், அதைத் தவிர; சிறப்பில்லை = சிறப்பு இல்லை; கற்றோற்குச் = கற்றோனுக்கு.

வரி 4: சென்றஇடம் = சென்று சேர்ந்த இடம்; எல்லாம் = அனைத்தும்; சிறப்பு = போற்றுதலும் மரியாதையும்.

எளிய பொருள்

ஓர் அரசனின் சிறப்பையும், குற்றமற்றவாறு கற்றறிந்த ஓர் கற்றோனின் சிறப்பையும் சேர்த்து அளந்தால், கற்றோனின் சிறப்பே பெரிது. ஏனெனில் — அரசன், தனது சொந்த நாட்டில் மட்டுமே சிறப்பு பெறுகிறான்; அதற்கு வெளியே, அவனுக்கு சிறப்பு இல்லை. ஆனால் கற்றோன், சென்ற ஒவ்வொரு இடத்திலும் சிறப்பு பெறுகிறான். கல்வியின் சிறப்பு, எல்லைகளை மீறி நிற்கிறது.

விளக்கம்

இப்பாடல், ஔவைப் பாட்டியின் மிக ஆழ்ந்த சமூக-அவதானிப்பின் சான்று. ஓர் காலத்தில், ஓர் சமுதாயத்தில், எவரின் சிறப்பு பெருமை-மிக்கது — அரசனா, கற்றோனா? மேலோட்டமாக பார்க்கும்போது, அரசனின் சிறப்பே பெரிது என்று தோன்றும் — செல்வம், அதிகாரம், படையில் ஆற்றல், அரண்மனை-வளம் — இவை அனைத்தும் அரசனின் கையில் இருக்கும். ஆனால் ஔவையார் ஓர் கூர்மையான ஒப்பீட்டின் வழியாக, கற்றோனின் சிறப்பு ஆழ்ந்த-வடிவில் பெரிதே என்று வாதிடுகிறார்.

வாதத்தின் ஆதாரம் இது: அரசனின் சிறப்பு, அவனுடைய நாட்டின் எல்லைக்குள் கட்டுப்பட்டது. தனது நாட்டில், அவன் தலைவன்; மக்கள் வணங்குகின்றனர்; சட்டம் அவன் கையில். ஆனால் அந்த நாட்டின் எல்லையைக் கடந்து வேற்று நாட்டுக்கு சென்றால் என்ன ஆகிறது? அவன் ஓர் சாதாரண மனிதனாகவே நிற்கிறான். வேற்று-நாட்டில் அவனை எவரும் அறியார்; எவரும் வணங்கார். அவனின் கிரீடம், கையில் இருக்கிற கோல், அவனின் அரண்மனை — இவை அந்த எல்லைக்கு வெளியே மதிப்பற்றவை.

கற்றோனின் சிறப்பு, அதற்கு எதிரான தன்மை. அவன் கற்றுணர்ந்த அறிவு, அவனோடு எங்கும் செல்கிறது. தன் நாட்டில் இருந்தாலும், வேற்று நாட்டுக்கு சென்றாலும், தூர மலையில் தங்கினாலும் — அவனது அறிவு அவனோடு இருக்கிறது. அந்த அறிவின் வழியாக, அவன் சென்ற ஒவ்வொரு இடத்திலும்

மக்கள் அவனை மரியாதையோடு வரவேற்கின்றனர். கல்வி எல்லைகளை அறியாது. கல்வி எவ்வழியிலும் சிறப்பு பெறச் செய்கிறது.

இக்கருத்து, தமிழ் மரபில் ஓர் ஆணி-வேர். கற்றோனின் முதன்மை — பெருமை, அதிகாரம், செல்வம் இவற்றை விட — மீள-மீள வலியுறுத்தப்படுகிறது. திருக்குறளில் வள்ளுவர், "கல்வி" என்னும் தனி அதிகாரத்தில், "கற்றோர் சென்ற இடமெல்லாம் சிறப்பு" என்னும் கருத்தை வேறு வடிவில் சொல்கிறார். அந்தக் கருத்தின் சாரத்தை ஔவையார் இங்கு ஒற்றை நான்-வரியில் கூர்மையாக சுட்டுகிறார்.

ஆழ்ந்து பார்த்தால், இக்கருத்தில் ஓர் ஆழ்ந்த-உண்மை உள்ளது. வெளி-சாதனங்கள் — பணம், பெயர், பதவி — இவை அனைத்தும் சூழல்-ஆதாரமுடையவை. ஓர் சூழலில் மதிப்புள்ளவை, மற்றொரு சூழலில் மதிப்பற்றவை. ஆனால் கல்வி, கற்றொனின் உள்-வடிவத்தில் தங்கியுள்ள ஓர் சாதனம். அதை எடுத்துச் செல்ல வேண்டிய தேவை இல்லை; அது அவனுள்ளேயே உள்ளது. அதனாலேயே, அது இடம் கடந்து, காலம் கடந்து — எங்கும் சிறப்பாக நிற்கிறது.

இன்றைய பயன்பாடு

இக்காலத்தில், புலம்-பெயர்ந்து வேற்று நாட்டில் வாழும் தமிழர்களுக்கு இப்பாடம் மிக நெருக்கமாக ஒலிக்கிறது. தாய்-நாட்டின் சொத்துக்கள், சொந்தங்கள், சமூக-நிலை — இவற்றை பின்னால் விட்டுவிட்டு, புதிய நாட்டுக்குச் செல்லும்போது, "நான் இங்கு எவ்வாறு சிறப்பு பெறுவேன்?" என்னும் கேள்வி எழுகிறது. ஔவையாரின் பதில் — "உனது கல்வியே உனது சிறப்பின் சாதனம். தேசம் மாறினாலும், மொழி மாறினாலும், சூழல் மாறினாலும் — உனது அறிவின் ஆழம் உன்னோடே வரும்."

குழந்தைகளுக்கான கல்வி-முதலீட்டின் முக்கியத்துவத்தையும் இப்பாடம் வலியுறுத்துகிறது. செல்வத்தை சேமித்து குழந்தைக்கு கொடுப்பது மட்டுமே போதுமான பாதுகாப்பு அல்ல. செல்வம் இழக்கப்படலாம், செலவாகலாம், தற்காலிக-நிலை மட்டுமே. ஆனால் கல்வி — குழந்தையின் உள்-வடிவத்தில் சேர்க்கப்பட்ட கல்வி — வாழ்நாள் முழுவதும் அவர்களோடு செல்லும் சாதனம். எந்த நாட்டிலும், எந்த சூழலிலும், அந்த கல்வியின் வழியாக அவர்கள் சிறப்பு பெற முடியும்.

இது தனிமனித-வாழ்வுக்கான கூர்மையான வழிகாட்டியும். "என் சிறப்பு எதில் தங்கியுள்ளது? வெளி-சூழலா, உள்-கல்வியா?" என்னும் சுய-கேள்வியின் வழியாக, நாம் நம் வாழ்க்கையின் ஆதாரத்தை அறிய முடியும். உள்-கல்வியில் சிறப்பு கட்டியெழுப்பப்பட்டிருந்தால், எத்தகைய சூழல்-மாற்றத்திலும் நாம் சிறப்போடு நிற்க முடியும்.

பாடல் 27 — நான்கு வகை கூற்றுகள்

கல்லாத மாந்தர்க்குக் கற்றுணர்ந்தார் சொல்கூற்றம்
அல்லாத மாந்தர்க்(கு) அறம்கூற்றம் – மெல்லிய
வாழைக்குத் தான்ஈன்ற காய்கூற்றம் கூற்றமே
இல்லிற்(கு) இசைந்து ஒழுகாப் பெண்.

சொற்பொருள்

வரி 1: கல்லாத = கல்வி கற்காத; மாந்தர்க்குக் = மக்களுக்கு; கற்றுணர்ந்தார் = கற்று உணர்ந்தவர்கள்; சொல்கூற்றம் = சொல்லே மரண-தூதாக ஆகிவிடும்.

வரி 2: அல்லாத = அறம் இல்லாத, ஒழுக்கம் இல்லாத; மாந்தர்க்கு = மக்களுக்கு; அறம்கூற்றம் = அறமே மரண-தூதாகும்; மெல்லிய = மிருதுவான.

வரி 3: வாழைக்குத் = வாழை-மரத்துக்கு; தான்ஈன்ற = தான் பெற்ற, தானே ஈன்றெடுத்த; காய்கூற்றம் = காய் (கனி) மரண-தூதாக ஆகும்; கூற்றமே = மரண-தூதே.

வரி 4: இல்லிற் = வீட்டுக்கு, இல்லத்துக்கு; இசைந்து = ஒத்து, பொருந்தி; ஒழுகாப் = நடத்தை நடவாத; பெண் = மனைவி.

எளிய பொருள்

கற்றறிந்தோரின் மெய்யறிவு-நிறை சொற்கள், கல்வி இல்லாதவருக்கு — மரண-வாதையாகவே ஒலிக்கும். அறம்-நெறி, அறம் இல்லாதவருக்கு மரண-வாதையாகவே தோன்றும். மிருதுவான வாழை-மரத்துக்கு, அது தானே ஈன்றெடுத்த காயின் பளு — மரண-வாதையாக ஆகி, அது சாய்ந்து வீழ்கிறது. அதைப் போலவே — வீட்டுச்-சூழலோடு ஒத்து நடவாத மனைவி, அந்த வீட்டுக்கே மரண-தூதாக ஆகிவிடுவாள்.

விளக்கம்

இப்பாடல், ஔவைப் பாட்டியின் மிக கடினமான, மிக நேர்மையான வாழ்வியல்-கண்காணிப்புகளில் ஒன்று. நான்கு வேறுபட்ட காட்சிகளில், ஒரே மெய்ப்பொருள்-உண்மையை அவர் வடிக்கிறார் — “இயற்கைக்கு பொருந்தாத ஒன்று, அதே இடத்திற்கு மரண-தூதாக ஆகிவிடும்.”

முதல் காட்சி — கல்லாத மக்களுக்கு, கற்றோனின் சொல்-வாதை. கற்றறிந்த ஓர் மக்கள், தம் அறிவின் வழியாக ஓர் ஆழ்ந்த கருத்தை சொல்கிறார். கல்வி-நெறியில் வாழ்ந்த எவரும், அதைக் கேட்டு மகிழ்வர்; அதிலிருந்து கற்பர். ஆனால் கல்வி இல்லாத ஓர் கூட்டத்தின் முன், அதே சொல், ஒத்துப்போகாது. அவர்கள் அதைக் கேட்டு குழம்புவர், அல்லது வெறுப்பர், அல்லது தம்மை ஏமாற்றுபவர் என்று கருதி கற்றோர்-மீது பகை கொள்வர். கற்றோனின் சொல், அவர்களுக்கு “மரண-வாதை” — அதாவது சுமக்க முடியாத ஓர் கனம்.

இரண்டாம் காட்சி — அறம் இல்லாதவர்களுக்கு, அறம்-நெறியின் வாதை. அறம்-நெறிக்கு ஒத்து வாழ்பவரிடம், அற-உரை அமைதியைத் தரும். ஆனால் அறம் இல்லாத-உள்ளம் கொண்டவருக்கு, அறம்-நெறி ஒரு கடினமான கட்டுப்பாடு போல தோன்றும். அதைக் கேட்கும் கணமே, அவர்களுக்கு உள்ளுக்குள் ஓர் தற்கொலை-வீக்கம். அறத்தின் சொல், அவர்களின் தீய-வாழ்வு-முறையை வெளிப்படுத்துகிறது; அதனாலேயே, அறமே — அவர்களுக்கு — மரண-வாதையாக ஆகிறது.

மூன்றாம் காட்சி — மிக நுட்பமான இயற்கை-உவமை. வாழை மரம், அதன் இயற்கையில், மிக-மிருதுவான வடிவம் கொண்டது. அதன் தண்டு — கடினமான மரம் அல்ல, ஒத்த-ஒத்த இலை-மடல்கள் ஒரே-வடிவில் சேர்ந்து வடிக்கப்பட்டது. அத்தகைய மிருதுவான மரம், ஒரே-ஒரு பெரிய காய்-மடலை — அத்தனை வாழைப்பழங்களோடு கூடிய பெரிய மடலை — சுமக்கிறது. ஓர் காலத்தில், அந்தக் காய்-மடலின் பளு வாழை-மரத்திற்கு தாங்கமுடியாமல் ஆகிறது. மரம் முறிந்து, அதன் சொந்த-காய்-மடலின் பளுவில் தலை-கீழே சாய்ந்து வீழ்கிறது. தான் ஈன்றதே, தனக்கு மரண-தூத்தாகியது.

நான்காம் காட்சி — வீட்டுச்-சூழலோடு பொருந்தாத மனைவி. முதல் மூன்று காட்சிகளின் தொடர்ச்சியாக, ஔவையார் இக்கூரிய அவதானிப்பை வைக்கிறார். ஓர் வீட்டின் இயல்பு — அதன் மக்கள், அதன் வழக்கங்கள், அதன் அமைதி, அதன் ஒழுங்கு — இவற்றோடு ஒத்து நடவாத மனைவி, அந்த வீட்டின் வாழ்க்கைக்கே ஓர் மரண-தூத்தாக ஆகிவிடுவாள். வீட்டுக்காரியங்கள் தடுமாறும்; வீட்டில் வாழ்பவர் அமைதியின்றி சோர்வடைவார்; வீட்டின் சூழல் சிதையும். வீட்டின் இயல்போடு பொருந்தாமை, வீட்டின் மரணம்.

இங்கும், ஔவையாரின் காலத்தில், மனைவியின் பாத்திரம் வலியுறுத்தப்பட்ட சமூகச்-சூழலில் இது சொல்லப்பட்டது. அதன் ஆழ்ந்த-உண்மை — "ஒரு கூட்டத்தோடு ஒத்துப்போகாத எவரும், அந்த கூட்டத்திற்கு கடினமாக ஆகிறார்" — பாலின-வேற்றுபாட்டை மீறிய ஓர் வாழ்வியல்-உண்மை. கணவன் வீட்டோடு ஒத்துப்போகாமல் இருந்தாலும் இதே நிலையே; குழந்தைகள் வீட்டோடு பொருந்தாமல் வாழ்ந்தாலும் இதே நிலையே.

இன்றைய பயன்பாடு

இக்காலத்தில், இப்பாடம் — "பொருந்துதலின் முக்கியத்துவம்" — மிக நெருக்கமான ஓர் வழிகாட்டியாக நிற்கிறது. பணியிடத்தில், குடும்பத்தில், சமூகத்தில் — நாம் சேரும் கூட்டத்தோடு ஒத்துப்போக முயற்சித்தலே, அந்த கூட்டத்தின் வளர்ச்சிக்கும், நம் வளர்ச்சிக்கும் ஆதாரம். ஒத்துப்போக முடியாத கூட்டத்தில் வலிந்து தங்கினால், அந்த கூட்டத்திற்கும் சுமை, நமக்கும் சுமை. நாம் வேறு கூட்டத்துக்கு செல்வது, அல்லது நம் சொந்த தனிமனித-வழியை வடிப்பது — அதுவே சிறந்தது.

ஆனால் இது ஓர் கடினமான பாடம். "ஒத்துப்போக முடியாதா? வீட்டை விட்டுவிடு" என்னும் எளிய பதிலை ஔவையார் தரவில்லை. இல்லத்தில் வாழும் ஒவ்வொருவரும், தம்-தம் பகுதியை ஒத்துப்போக முற்படுதல், சகிப்பு வளர்ப்பது, தம் சொந்த விருப்பத்தை சற்றே வளைப்பது — இவை அனைத்தும் வீட்டின் ஆரோக்கியத்திற்கு அவசியம். அதே நேரத்தில், மிக கடினமான பொருந்தாமை — அது அழிவை நோக்கி இட்டுச்செல்லும் என்பதை ஔவையார் முன்னறிவிக்கிறார். வாழை மரம், தன் சொந்த காய்-பளுவில் சாய்ந்து வீழ்வதை, இல்லத்தின் வாழ்வோடு ஒத்துப்போகாமை சாய்ந்து வீழ்த்தும்.

பாடல் 28 — சந்தனத்தின் மணம், பெருந்-உள்ளத்தின் தன்மை

சந்தன மென்குறடு தான்தேய்ந்த காலத்தும்
கந்தம் குறைபடா(து) ஆதலால் – தம்தம்
தனம்சிறியர் ஆயினும் தார்வேந்தர் கேட்டால்
மனம்சிறியர் ஆவரோ மற்று.

சொற்பொருள்

வரி 1: சந்தன = சந்தன மரம், சந்தனக் கட்டை; மென்குறடு = மென்மையான குறடு (கட்டை-துண்டு); தான்தேய்ந்த = தானே தேய்ந்த; காலத்தும் = காலத்திலும்.

வரி 2: கந்தம் = மணம்; குறைபடா(து) = குறைய மாட்டாது; ஆதலால் = அதனால், அதன் காரணமாக.

வரி 3: தம்தம் = தங்கள்-தங்கள், அவரவர்க்கு உரிய; தனம்சிறியர் = செல்வம் குறைந்தவர்; ஆயினும் = இருந்தாலும்; தார்வேந்தர் = மலர்-மாலை அணிந்த அரசர்கள்; கேட்டால் = வந்து கேட்டு நிற்றலின்.

வரி 4: மனம்சிறியர் = மனம் சிறுத்தோர், சிறுமன-உள்ளோர்; ஆவரோ = ஆவார்களா? (இல்லை என்னும் கேள்வி-வடிவம்); மற்று = பின்.

எளிய பொருள்

சந்தனத்தின் மென்மையான கட்டை-துண்டு, அதை யாரோ எத்தனையோ நாள் தேய்த்தாலும், அதன் இனிய மணம் குறையாது. அதைப் போலவே — அரசர்கள் வந்து வேண்டினாலும், செல்வத்தில் சிறிய நிலையில் உள்ள பெரு-மக்கள், மனத்திலும் சிறியவர் ஆவார்களா? மாட்டார். உள்-உள்ள பெருமை, வெளி-நிலையின் சிறுமையால் சிதைய மாட்டாது.

விளக்கம்

இப்பாடல், ஔவைப் பாட்டியின் ஆழ்ந்த தனிமனித-உள்ளுணர்வின் சான்று. பெருமை என்பது வெளி-வசதியில் இல்லை; உள்-உள்ளத்தில் இருக்கிறது — என்னும் ஆழ்ந்த-உண்மையை, ஓர் கூர்மையான சந்தனக் கட்டை-உவமையின் வழியாக சொல்கிறார். சந்தனத்தை எவ்வளவு தேய்த்தாலும், அதன் இனிய மணம் தீராது; பெருந்-உள்ளம் கொண்டவரின் பெருமை, அவர்கள் வாழ்வில் எவ்வளவு கடினம் வந்தாலும், சிறிது குறைய மாட்டாது.

சந்தனத்தின் இயற்கை-உண்மை இது: சந்தனக் கட்டையை அதற்கு உரிய கல்-கல்லில் தேய்த்தால், ஓர் மென்மையான பாகு கிடைக்கிறது. அந்தப் பாகுவை — மருந்துக்கோ, அரிய-பூசிக்கோ, மண-நிறை மருத்துவ-மருந்துக்கோ — பயன்படுத்துகிறோம். ஒவ்வொரு தேய்ப்பிலும், சந்தனத்தின் கொஞ்சம் அளவு குறைகிறது. ஆனால் அதன் மணம், அதன் இனிமை, அதன் சிறப்பு — இவை ஒருபோதும் குறையாது. ஓரிரு துளிகள் மட்டுமே மிஞ்சினாலும், அந்த துளிகள் முழு-மணத்தை சுமக்கின்றன. சந்தனத்தின் மணம், அதன் வெளி-வடிவத்தில் இல்லை, அதன் உள்-சாரத்தில் இருக்கிறது.

இதே வழியில், ஔவையார் பெருந்-உள்ளத்தின் தன்மையை சுட்டுகிறார். ஓர் பெருந்-உள்ளம் கொண்ட மாந்தன், வாழ்வில் எத்தகைய கடினமான கட்டத்தில் இருந்தாலும் — செல்வம் இல்லாமல், பெயர் இல்லாமல், சாதன-வசதிகள் இல்லாமல் — அவரின் உள்-பெருமை குறையாது. அரசர்களே வந்து “எனக்கு உதவி செய்” என்று வேண்டி நின்றாலும், அவர் தம் சுய-மதிப்பை விட்டுக்கொடுக்க மாட்டார். மனத்தில் சிறுமை அடைய மாட்டார். அவர் தம் உள்-நிலையை இறுக்கமாக காத்துக் கொள்வார்.

இக்காட்சியில் ஓர் கூர்மையான-புள்ளி உள்ளது. ஔவையார் "அரசர்களே வந்து கேட்டால்" என்னும் சூழ்நிலையை வைக்கிறார். அரசரின் வருகை, பெருமை-உள்ள அரியதாக கருதப்படுகிறது. ஓர் சாதாரண-மாந்தன், அரசன் தம்மை அணுகியதே ஒரு பெரும்-நிகழ்வாக கொள்ளலாம், ஒரு பெரும்-நிறைவாக கருதலாம். அந்தக் கணத்தில், அவன் அரசனுக்கு பணிய தயாராக இருக்கலாம். ஆனால் ஔவையார் சொல்கிறார் — "பெருந்-உள்ளம் கொண்டோர், அரசரின் கேள்வியின் முன்னும் தம் சுய-மதிப்பை விட்டுக்கொடுக்க மாட்டார்." அரசரின் வருகை மரியாதை பெறும், ஆனால் தம்-மதிப்பின் சிதைவில் அல்ல.

இக்கருத்து, தமிழ் இலக்கிய மரபில் ஓர் ஆழ்ந்த-நெறி. திருக்குறளில் "நாண் உடைமை" என்னும் அதிகாரத்தில், சுய-மதிப்பின் முக்கியத்துவம் மிக கூர்மையாக சொல்லப்படுகிறது. பெரியோர், செல்வம் இழந்தாலும், சுய-மதிப்பை விட்டுக்கொடுக்க மாட்டார்கள். ஔவையார் இங்கு அந்த உண்மையை, சந்தனத்தின் மணம் என்னும் இனிமையான உவமையில் சுட்டுகிறார்.

இன்றைய பயன்பாடு

இக்காலத்தில் இப்பாடம், சுய-மதிப்பின் ஆழ்ந்த-நிலையை வளர்க்கும் ஓர் வழிகாட்டியாக நிற்கிறது. வாழ்வில் கடினமான கட்டங்கள் வரும்போது — பணியில் சோர்வு, பொருளாதார கேடு, சமூக-நிலையில் வீழ்ச்சி — அக்கணத்தில் சுய-மதிப்பை விட்டுக்கொடுக்கக் கூடாது. வசதியின் இழப்பும், சுய-மதிப்பின் இழப்பும், இரு வேறு கூறுகள். வசதி இழக்கப்பட்டாலும், சுய-மதிப்பு உள்ளுள் இருக்கட்டும். அது சந்தனத்தின் மணம் போல, எவ்வளவு தேய்ப்புக்கும் குறையாமல் நிலைத்திருக்கும்.

இக்காலத்தில் இது மிக கடினமான-உண்மை. சமூகம், வசதியின் வடிவில் மக்களை மதிப்பிடுகிறது. வசதியில் சிறு-நிலை வந்தால், சமூகம் நம்மை குறைத்து-கணிக்கிறது. அக்கணத்தில், நம் சொந்த சுய-மதிப்பும் சிதையக்-கூடிய இடர் உள்ளது. ஔவையாரின் பாடம் — "சமூகம் என்ன-கருதினாலும், நீ உனது உள்-மதிப்பை விட்டுக்கொடுக்காதே. வசதி வேறு, சுய-மதிப்பு வேறு. சுய-மதிப்பு உள்ளுள் இருக்கும் வரை, நீ பெருந்-உள்ளமே."

குழந்தைகளுக்கு இக்கல்வி, இளம்-வயதிலேயே ஊட்டப்பட வேண்டியது. "உனது மதிப்பு, உனது வசதியில் இல்லை; உனது உள்-தன்மையில் இருக்கிறது. வசதி எத்தனை வந்தாலும், எத்தனை போனாலும் — உனது சுய-மதிப்பு உள்ளுள் இருக்கட்டும்." இக்கல்வியின் வழியாக, குழந்தைகள் தம் வாழ்நாள் முழுவதும் கடினமான-கட்டங்களை எதிர்கொள்ளும் ஆற்றலை பெறுகின்றனர்.

பாடல் 29 — திருமகளும் அவளோடு வரும் வளங்களும்

மருவினிய சுற்றமும் வான்பொருளும் நல்ல உருவும் உயர்குலமும் எல்லாம் – திருமடந்தை ஆகும்போ(து) அவளோடும் ஆகும்; அவள்பிரிந்து போம்போ(து) அவளோடு(ம்) போம்.

சொற்பொருள்

வரி 1: மருவினிய = அன்போடு பழகி இனிமை-தரும்; சுற்றமும் = உறவினரும்; வான்பொருளும் = பெரிய பொருள்-வளமும், அரிய செல்வமும்; நல்ல = சிறந்த, அழகான.

வரி 2: உருவும் = உடல்-வடிவமும், அழகும்; உயர்குலமும் = உயர்ந்த குலப்பிறப்பும்; எல்லாம் = அனைத்தும்; திருமடந்தை = திருமகள், செல்வத்தின் தெய்வம் (லட்சுமி).

வரி 3: ஆகும்போ(து) = (யாருக்கேனும்) வந்து சேரும்போது; அவளோடும் = அவளோடு சேர்ந்தே; ஆகும் = வந்து அமையும்; அவள்பிரிந்து = அவள் விட்டுப் பிரிந்து.

வரி 4: போம்போ(து) = செல்லும்போது; அவளோடு(ம்) = அவளோடு சேர்ந்தே; போம் = போய்விடும்.

எளிய பொருள்

அன்போடு பழகி இனிமை-தரும் உறவினர், பெரிய பொருள்-வளம், அழகான வடிவம், உயர்ந்த குலப்பிறப்பு — இவை அனைத்தும் திருமகள் (செல்வத்தின் தெய்வம் லட்சுமி) ஒருவருக்கு வந்து சேரும்போது, அவளோடு சேர்ந்தே வந்து அமைகின்றன. அதே திருமகள், அவரை விட்டுப் பிரிந்து செல்லும்போது, அவளோடு சேர்ந்தே இந்த வளங்கள் அனைத்தும் போய்விடுகின்றன. வளங்கள் அனைத்தும் ஒரே-மூலத்தில் வேர்-கொண்டவை.

விளக்கம்

இப்பாடல், ஔவைப் பாட்டியின் மிக ஆழ்ந்த-மெய்ப்பொருள்-அவதானிப்பின் சான்று. வாழ்வில் நாம் பெறுகின்ற பல வளங்கள் — உறவு, செல்வம், அழகு, குலம் — இவை அனைத்தும், தனித்தனியாக வருபவை அல்ல; ஓர் ஒற்றை-மூலத்தில் — அதாவது செல்வ-வரத்தில் — வேர்-கொண்டவை. செல்வம் வந்தால், மற்ற அனைத்தும் வரும். செல்வம் போனால், மற்ற அனைத்தும் போம்.

இக்காட்சியின் வடிவம் இது: திருமகள் — செல்வ-தெய்வம் — ஓர் மாந்தனின் வாழ்விற்கு வருகிறாள். அவள் வந்த கணமே, அவளோடு சேர்ந்து பல-வளங்கள் வந்து சேருகின்றன. முதலில், “மருவினிய சுற்றம்” — அன்போடு பழகும் உறவினர். செல்வம் வந்த மாந்தனின் கதவை, தூர-உறவினர் கூட தேடி வருகின்றனர். அவன் சந்திப்புக்கு வரும் ஒவ்வொருவரும், “நான் அவன் உறவினன்” என்று கூறுகிறார்கள். அன்போடு பழகும் உறவின் கூட்டம், திடீரென பெருகுகிறது.

அதன் பின், “வான்பொருள்” — பெரிய பொருள்-வளம், அரிய சாதனங்கள், புதிய சொத்துக்கள். “நல்ல உரு” — உடல்-நலமும், அழகுமாக காட்சி-தருகிறது. உடலுக்கு போதிய உணவு, மருந்து, ஆடை — இவை வந்த பின்,

மாந்தன் பெருமை-தோற்றத்தோடு நிற்கிறான். "உயர்குலம்" — அவனின் பிறப்பின் பெருமை, அதன் வளமின் வழியாக சமூகத்தில் வெளிப்படத் தொடங்குகிறது. செல்வம் வந்த பின், அவனின் குலம் பெருமை-பெற்ற குலமாக சமூகத்தில் பேசப்படுகிறது.

ஆனால் இவை அனைத்தும் — ஒரே-மூலத்தில் — வேர்-கொண்டவை. திருமகள் வந்தபோது இவை வந்தன; அவள் சென்றபோது இவையும் செல்லும்.

காட்சியின் இரண்டாம்-பாதி, இக்கடினமான-உண்மையின் வெளிப்பாடு. ஓர் காலத்தில், திருமகள் அந்த மாந்தனை விட்டுப் பிரிய நேரிடுகிறது — செல்வம் தீரும், சாதனங்கள் இழக்கப்படும், பணி-நிலை சிதையும். அக்கணத்தில், ஒவ்வொன்றாக மற்ற வளங்களும் போய்விடுகின்றன. "மருவினிய சுற்றம்" — முதலில் வந்த உறவினர், முதலாக நீங்குகின்றனர். அவனைச் சந்திக்க வந்த அதே மக்கள், இப்போது அவனைச் சந்திக்க தயங்குகின்றனர். அவனின் கதவை அழைக்கும் ஒலி, மெதுவாகிறது. அதன் பின், அவனின் உடல்-நலமும், அழகும் சிதையத் தொடங்குகிறது. போதிய உணவு இல்லாமல், மருந்து இல்லாமல், ஆடை-இல்லாமல், அவன் வாடிய-வடிவத்தை அடைகிறான். "உயர்குலம்" — அவனின் குலத்தின் பெருமை, இக்கணத்தில் சமூகத்தில் பேசப்படுவதே குறைகிறது. திருமகள் சென்ற பின், அவனின் முழு-ஞாலம் சிதைகிறது.

இப்பாடலில் உள்ள கடினமான-உண்மை இது: ஞாலத்தின் கூட்டத்திற்கு, செல்வத்தோடு கூடிய நெருக்கமே. செல்வம் இல்லாதவருக்கு, ஞாலத்தின் கூட்டம் இல்லை. ஔவையார் இக்-கசப்பான-உண்மையை, கசப்போடு கூறவில்லை; ஓர் சம-நிலையில் — "இது இயற்கை, ஏற்றுக் கொள்வோம்" என்னும் வடிவில் — சொல்கிறார்.

இன்றைய பயன்பாடு

இக்காலத்தில் இப்பாடம், செல்வம்-மையமான வாழ்வின் கூரிய-முன்னறிவிப்பாக நிற்கிறது. வசதியோடு வாழும் கணத்தில், சுற்றியிருக்கும் மக்களின் கூட்டம், அன்போடு-தோன்றுகிறது. ஆனால் ஓர் கணம், வசதி குறையும்போது — பணி-இழப்பு, தொழில்-தோல்வி, உடல்நலக் கேடு — அந்த கூட்டம் வேகமாக கரைகிறது. நெருங்கி-வந்த உறவினர், சில மாதங்களில் தூர-நிற்கின்றனர். நெருக்கமான நண்பர்கள், பேச்சு-சந்திப்பை குறைக்கின்றனர். இது நம் தவறு அல்ல; உலகத்தின் இயற்கை.

ஔவையாரின் பாடம் — "இக்-கசப்பான-உண்மையை, கசப்பாக ஏற்காதே; சம-நிலையாக ஏற்." செல்வம் வரும்போது வந்த உறவினர், போகும்போது போய்விடுவதே இயற்கை. அதற்காக நாம் உள்ளுக்குள் நொடிப்பதோ, கசப்பு வளர்ப்பதோ வீண். மாறாக, செல்வம் வந்த-காலத்திலேயே — "இவை அனைத்தும் நிலையற்றவை, ஒரே-மூலத்தில் கட்டப்பட்டவை" என்னும் தெளிவை வளர்த்துக் கொள்ள வேண்டும். அத்தெளிவு, கடினமான-கட்டம் வரும்போது நம்மை சிதறாமல் காப்பாற்றும்.

இதன் ஆழ்ந்த-பாடம், "உள்-மதிப்பின் கட்டுமானம்" — செல்வம்-மூலமாக கட்டப்பட்ட எதுவும் தற்காலிகமே. நிலையான-மதிப்பை — பண்பு, கல்வி, ஒழுக்கம், ஆழ்ந்த நட்பு — இவற்றை உள்ளுள் கட்டியெழுப்ப வேண்டும். இவை திருமகளோடு வராத, திருமகளோடு போகாத, நிலையான-வளங்கள். இவையே, வாழ்வின் கடினமான-கட்டத்தில் நம்மை தாங்கும் வேர்.

சாந்தனையும் தீயனவே செய்திடினும் தாம்அவரை
ஆந்தனையும் காப்பர் அறிவுடையோர் – மாந்தர்
குறைக்கும் தனையும் குளிர்நிழலைத் தந்து
மறைக்குமாம் கண்டீர் மரம்.

சொற்பொருள்

வரி 1: சாந்தனையும் = (தாம்) சாகின்ற வரையிலும், உயிர் உள்ளவரையிலும்; தீயனவே = தீய காரியங்களையே; செய்திடினும் = செய்தாலும்; தாம்அவரை = அவர்களையே.

வரி 2: ஆந்தனையும் = முடிந்த-வரை, இயன்ற-அளவு; காப்பர் = காப்பாற்றுவார்கள்; அறிவுடையோர் = அறிவு உள்ளவர்கள், பெருஞான-உள்ளம் கொண்டோர்; மாந்தர் = மாந்தர், மக்கள்.

வரி 3: குறைக்கும் தனையும் = (மரத்தை) வெட்டி-குறைக்கும்போதும்; குளிர்நிழலைத் = குளிர்ந்த நிழலை; தந்து = கொடுத்து.

வரி 4: மறைக்குமாம் = அவர்களை சூரியனின் வெப்பத்தினின்று மறைக்கும்; கண்டீர் = (இதைக்) கண்டு கொள்ளுங்கள்; மரம் = மரம்.

எளிய பொருள்

தம்மை சாகின்ற-வரையிலும், தீய காரியங்களையே செய்து கொண்டிருப்போரையும் கூட — அறிவுடைய பெருஞான-உள்ளம் கொண்டோர், தம்மால் இயன்ற-அளவு காப்பாற்றுவார்கள். உதாரணமாக — மக்கள் ஒரு மரத்தை வெட்டி-குறைக்கும்போது கூட, அந்த மரம் அவர்களுக்கு குளிர்-நிழலைத் தந்து, கடினமான வெயிலினின்று அவர்களை மறைத்துக் காப்பாற்றுகிறது. இதைக் கண்டு உணருங்கள்.

விளக்கம்

இப்பாடல், மூதுரையின் முப்பது பாடல்களின் முடிவில் வைக்கப்பட்ட ஓர் கருணை-முத்திரை. முதல் இருபத்தி-ஒன்பது பாடல்களில், ஔவைப் பாட்டி வாழ்வியலின் பல கூர்மையான-உண்மைகளை சொல்லியிருக்கிறார் — தீய-மக்களின் தன்மை, கடினமான-உறவுகளின் வஞ்சகம், ஊழ்-வினையின் கடினம், செல்வத்தின் நிலையாமை. ஆனால் முப்பதாம் பாடலில், அந்தக் கூர்மையைக் கடந்து, கருணை என்னும் ஆழ்ந்த-நெறிக்கு வாசகரை அழைத்துச் செல்கிறார். “எல்லா கடினங்களையும் மீறி, அறிவுடையோர் கருணையின் வழியில் நிற்க வேண்டும்” என்னும் இறுதி-பாடம், மூதுரையின் முழு-மெய்ப்பொருளின் உச்சம்.

காட்சியின் ஆழ்ந்த-கருத்து இது: சில மக்கள், தம் வாழ்நாள் முழுவதும் — “சாகின்ற-வரையிலும்” — தீய காரியங்களையே செய்து-கொண்டிருப்பர். அவர்கள் மற்றவருக்கு கேடு செய்கிறார்கள், பழி-வளர்க்கிறார்கள், சண்டை-வளர்க்கிறார்கள், ஞாலத்திற்கு பல வழிகளில் இடர் தருகிறார்கள். அத்தகைய மக்களை எவ்வாறு நடத்த வேண்டும்? சாதாரண மக்களின் பதில் — “அவர்களை விட்டு விலகி நில். அவர்களுக்கு உதவி செய்ய வேண்டாம். பழி-வாங்கு.” ஆனால் ஔவையார் ஓர் வேறுபட்ட பதிலை வழங்குகிறார் — “அவர்களையும், உன்னால் முடிந்த-அளவு காப்பாற்று.”

இது மிக கடினமான-பாடம். தீய-மக்களை காப்பாற்றுவதற்கு என்ன காரணம்? ஔவையாரின் பதில் — "மரம்-உவமை." மரம், தனது அமைதியான வாழ்வில் நிற்கிறது. மக்கள் வந்து, "இம்மரத்தை வெட்டினால் கட்டை-விறகு கிடைக்கும்" என்று கருதி, கூரிய-கோடாரியோடு வருகின்றனர். வெட்ட ஆரம்பிக்கின்றனர். மரத்தின் கிளைகள் ஒன்று-ஒன்றாக சாய்கின்றன. இக்கணத்தில் — மரத்தை வெட்டிக்கொண்டிருக்கும் அதே-கணத்தில் — மரம் என்ன செய்கிறது? அதன் இலைகள், வெட்டுபவர்களின் தலையின் மேல் குளிர்-நிழலைத் தந்து, கடினமான வெயிலினின்று அவர்களை மறைத்துக் காப்பாற்றுகிறது.

இக்காட்சியின் ஆழ்ந்த-நெறி: மரம் தேர்வு செய்வதில்லை. "நீ என்னை வெட்டுகிறாய், அதனால் நான் உனக்கு நிழல் தர மாட்டேன்" என்று மரம் சொல்வதில்லை. மரத்தின் இயற்கையே — யாருக்கும் நிழல்-தருதல். அதன் முன்-நிற்கும் எவருக்கும், நண்பருக்கும் தீய-நபருக்கும், அதன் நிழல் ஒரே-வடிவில் கிடைக்கிறது. அது "யார் இந்த நிழலின் கீழ் நிற்பது" என்று கணக்கிட இயலாது. அதன் இயல்பே — கருணை-வழங்குதல்.

ஔவையாரின் பாடம் — அறிவுடையோர், மரம்-போலவே — தம் இயல்பாகவே, கருணை-வழங்க வேண்டும். யாருக்கு வழங்கப்படுகிறது என்பதில் தேர்வு கொள்ளாமல், தம்மால் முடிந்த-அளவு, தம் முன்-நிற்கும் எவருக்கும். "இவர் என்னை வெட்டுகிறார்; அதனால் நான் உதவ மாட்டேன்" என்னும் பழி-கணக்கு, அறிவுடையோர் வழியில் இல்லை. கருணை, உரிமைக்கு-உரியதாக அல்ல; இயல்பாக-வழங்கப்படக்கூடிய ஓர் தன்மை.

இக்கருத்து, தமிழ் மரபின் ஆழ்ந்த-நெறி. திருக்குறளில் "இன்னா செய்தாரை ஒறுத்தல் அவர் நாண நன்னயம் செய்து விடல்" (குறள் 314 — "தீங்கு செய்தவரை பழி-வாங்க வேண்டுமானால், அவர் வெட்கப்படும்படி அவர்களுக்கே நற்-காரியம் செய்" — என்னும் வரியில், அதே பாடத்தை வள்ளுவர் சொல்லியுள்ளார். ஔவையார் இங்கு, மரம்-உவமையின் வழியாக, இக்கருத்தை மிக நெருக்கமாக சுட்டுகிறார்.

மூதுரையின் இறுதி-பாடலாக இது அமைந்திருப்பது மிக-முக்கியம். முதல் இருபத்தி-ஒன்பது பாடல்களின் கூர்மையை — யாரோடு சேருவோம், யாரிடம் உதவ வேண்டும், கடினமான மக்களை எவ்வாறு கடப்போம் — இவையெல்லாம் கடந்து, இறுதியில் — "இவை அனைத்தையும் கடந்து, கருணையின் வழியில் நிற்க முற்படு" என்னும் உச்ச-பாடத்தை ஔவையார் வழங்குகிறார். வாழ்வின் கூர்மையை, கருணையின் மென்மையில் கரைப்பதே — பெருஞான-உள்ளத்தின் இறுதி-வடிவம்.

இன்றைய பயன்பாடு

இக்காலத்தில், இப்பாடம் — ஓர் கடினமான-வழிகாட்டியாக நிற்கிறது. நம் வாழ்வில் தீய-நபர்கள் வரும்போது — எவரும் நம்மை ஏமாற்றும்போது, கடினமான சொல்-சொல்லும்போது, பழி-வளர்க்கும்போது — நம் இயல்பான-பதில் "பழி-வாங்க, விலகி-நிற்க, தீய-வழியில் எதிர்த்து-நிற்க" என்னும் வடிவில் தோன்றும். அது இயல்பு. ஆனால் ஔவையார் ஓர் மிக-உயர்ந்த-வழியை சுட்டுகிறார். அத்தீய-நபர்களையும் கூட, நம்மால் முடிந்த-அளவு காப்பாற்றுவது — அதுவே அறிவுடையோர் வழி.

இது சாத்தியமா? இது நடைமுறையில் இயலுமா? ஔவையார் சொல்வது ஓர் "எண்ண-விளக்கு" — "இக்கணம் இதை செய்ய முடியாமல் இருக்கலாம்; ஆனால் இக்கருத்து உனது உள்-தனைப் பெரிய-வடிவத்தில் வடிக்கும். மெல்ல மெல்ல, இதை செய்ய-முயற்சித்த ஒவ்வொரு கணத்திலும், உனது உள்-மதிப்பு வளரும். மரம் போல, கருணை-வழங்குவதே உனது இயல்பாக

மாற, பெருஞான-உள்ளம் கொண்ட மரம்-போல வாழ்வே, மூதுரையின் இறுதி-உரை.”

இவ்வாறு, மூதுரையின் முப்பது பாடல்களும் — காப்புப் பாடலின் தும்பிக்கையான்-வணக்கத்தில் தொடங்கி, இக்-கருணை-உவமையில் முடிவடைகின்றன. வாழ்வியல் கூர்மையின் வழியாக, பெருஞான-உள்ளத்தின் ஆழ்ந்த-கருணைக்கு வாசகரை எடுத்துச் செல்லும் ஓர் முழுமையான-பயணம், இங்கு நிறைவு பெறுகிறது.

ஔவைப் பாட்டியின் பாதங்களில் மூதுரையின் முழு-பயணம் இங்கு நிறைவு பெறுகிறது. இனி, அவருடைய அடுத்த-நூலான நல்வழி, வாழ்வின் சரியான-பாதையை மேலும் ஆழமாக சுட்டும் நாற்பது பாடல்களோடு, வாசகரை வரவேற்கிறது.

நான்காம் பகுதி — நல்வழி

அறிமுகம்

“நல்வழி” என்னும் பெயர், இரு சொற்களின் இணைப்பு: “நல்” + “வழி.” “நல்” என்றால் “நற்-இயல்பு கொண்ட, செம்மை-நிறை”; “வழி” என்றால் “பாதை, செல்லும் முறை, வாழ்க்கையின் நெறி.” எனவே, “நல்வழி” என்பது “வாழ்வின் சரியான பாதை, ஒழுங்கான நெறி, உய்திக்கான வழி-காட்டுதல்” என்னும் ஆழ்ந்த பொருள் தாங்கும் ஓர் தலைப்பு.

ஔவைப் பாட்டியின் நான்காவது நூல் இது. மூதுரையில், அவர் இயற்கைக் காட்சிகளின் வழியாக வாழ்வியல்-உண்மைகளை சொன்னார். நல்வழியில், அதே ஆழமான பாட்டியின் குரல், சற்றே வேறு திசையில் ஒலிக்கிறது — இங்கே, அவருடைய தொடல் மெய்ப்பொருள்-ஆழமாக மாறுகிறது. செல்வத்தின் நிலையாமை, உடலின் நிலையற்ற-நிலை, ஊழ்-விதியின் தலைமை, உழைப்பின் சிறப்பு, இறப்பின் உண்மை — இவை போன்ற கூரிய மெய்ப்பொருள்-கருத்துகளை, அவர் நாற்பது பாடல்களில் விரிக்கிறார்.

நல்வழியின் வாசக-வயது, மூதுரையை விட சற்றே மேலானது. மூதுரை, பதின்வயதின் இறுதியிலிருந்து பல வயதினருக்கு பொருந்தும் ஓர் வாழ்வியல்-நெறி-நூல். ஆனால் நல்வழி, வாழ்வின் நடு-வயதிலும், மூத்த-வயதிலும், இறுதி-வயதிலும் வாசிக்கப்பட வேண்டிய ஓர் மெய்ப்பொருள்-நூல். அதன் ஒவ்வொரு பாடலும், வாழ்வைப் பற்றிய ஓர் ஆழ்ந்த சிந்தனைக்கு வாசகரை அழைக்கிறது. செல்வம் வந்தாலும், சென்றாலும், உடல்-நலம் கூட நிலையற்றது என்னும் உண்மை, ஊழ்-விதியின் கணக்கு நம்-கையில் இல்லை என்னும் உள்ளுணர்வு, இறப்பு என்பது தவிர்க்க முடியாதது என்னும் முதிர்ந்த-ஏற்பு — இவை நல்வழியின் ஆணி-வேர்கள்.

நாற்பது பாடல்களின் முடிவில், வாசகர் ஓர் தெளிந்த-நிலையை அடைகிறார். வாழ்வின் கடினமான-கூறுகளுக்கு பின்னால் உள்ள ஓர் ஆழ்ந்த-அமைதி, ஔவையார் சொல்லும் ஒவ்வொரு வரியின் வழியாக மெல்ல வாசகரின் உள்ளத்தில் வேர்-ஊன்றுகிறது.

இப்பகுதியில், நல்வழியின் காப்பு பாடலும், நாற்பது பாடல்களும் — ஒவ்வொன்றும் சொற்பொருள், எளிய பொருள், விளக்கம், இன்றைய பயன்பாடு என்னும் நான்கு படிகளில் — விரிவாக வழங்கப்படுகின்றன.

காப்பு — விநாயகர் வாழ்த்து

பாலும் தெளிதேனும் பாகும் பருப்புமிவை
நாலும் கலந்துனக்கு நான் தருவேன் – கோலம்செய்
துங்கக் கரிமுகத்து தூமணியே நீ எனக்கு
சங்கத் தமிழ் மூன்றும் தா.

சொற்பொருள்

வரி 1: பாலும் = பசு-பாலும்; தெளிதேனும் = தெளிந்த தேனும்; பாகும் = வெல்லப் பாகும், இனிய சர்க்கரை-பாகும்; பருப்புமிவை = பருப்பும், இவை அனைத்தும்.

வரி 2: நாலும் = இந்த நான்கையும்; கலந்துனக்கு = கலந்து உனக்கு; நான் = யான்; தருவேன் = படையலாகத் தருவேன்; கோலம்செய் = அழகான வடிவம் கொண்ட.

வரி 3: துங்கக் = உயர்வான; கரிமுகத்து = யானை-முகம் கொண்ட; தூமணியே = தூய-மணி போன்றவனே; நீ = நீ; எனக்கு = என்னுடைய பொருட்டு.

வரி 4: சங்கத் = சங்க-காலத்தின் சீரிய; தமிழ் = தமிழ் இலக்கிய வழி; மூன்றும் = (இயல், இசை, நாடகம் என்னும்) மூன்று வகையையும்; தா = வழங்குக, அருளுக.

எளிய பொருள்

பால், தெளிந்த தேன், வெல்லப் பாகு, பருப்பு — இவ்வினிய நான்கையும் கலந்து உனக்கு படையலாக நான் வழங்குகிறேன், அழகான யானை-முகம் கொண்ட தூய-மணி போன்ற விநாயகப் பெருமானே. என்னுடைய பொருட்டு, சங்க-கால தமிழ் இலக்கியத்தின் மூன்று வகைகளையும் — இயல், இசை, நாடகம் — எனக்கு அருள்வாயாக.

விளக்கம்

தமிழ் இலக்கிய மரபில் — நூலின் தொடக்கத்தில் கடவுள் வாழ்த்தாக ஓர் காப்புப் பாடல் வைப்பது தொன்மையான வழக்கம். மூதுரையின் காப்புப் பாடல் “வாக்குண்டாம் நல்ல மனமுண்டாம்...” என்று விநாயகப் பெருமானின் பாதம் சார்வோர்க்கு பல வளங்கள் கிடைக்கும் என்னும் வரம்-நிலையில் அமைந்தது. நல்வழியின் காப்புப் பாடல், ஓர் வேறு-நிலையில் — ஆசிரியரின் தனிப்பட்ட படையல்-வேண்டுதலின் வடிவில் — அமைகிறது.

இப்பாடலின் கட்டுமானத்தில் ஓர் நுட்பமான-கூறு உள்ளது. முதல் இரண்டு வரிகள், ஆசிரியர் விநாயகப் பெருமானுக்கு வழங்கும் படையலை — பால், தெளிந்த தேன், வெல்லப் பாகு, பருப்பு — விவரிக்கின்றன. இவை நான்கும், விநாயகப் பெருமானின் விருப்ப-உணவுகள் என்று மரபில் சொல்லப்பட்டவை. குறிப்பாக, “மோதகம்” என்னும் இனிய படையல், விநாயகப் பெருமானின் கையில் காணப்படுவது. இந்த நான்கு இனிய-பொருட்களை சேர்த்து ஓர் இனிய படையலாக ஆசிரியர் வழங்குகிறார்.

கடைசி இரண்டு வரிகள், அந்தப் படையலுக்கு பதிலாக ஆசிரியர் கேட்கின்ற வரத்தை — “சங்கத் தமிழ் மூன்றும் தா” — விளக்குகின்றன. இது மிக சிறப்பான வேண்டுதல். தமிழ் இலக்கிய மரபில், “முத்தமிழ்” என்னும் கூறு — இயல், இசை, நாடகம் என்னும் மூன்று வகை. இயல்-தமிழ் என்பது, செய்யுள் வடிவில் அமைந்த இலக்கியம் — பாடல், கட்டுரை. இசை-தமிழ் என்பது, இசையோடு பாடப்படும் இலக்கியம் — பண், பதிகம், கீர்த்தனை. நாடக-தமிழ் என்பது, அரங்கில் ஆடப்படும், காட்சி-வடிவத்தில் அமைந்த இலக்கியம். இம்மூன்றும் சேர்ந்தே, தமிழ் இலக்கியத்தின் முழு-வடிவம்.

ஔவையார் இங்கு, இம்மூன்று-வடிவங்களின் மீதும் ஆழ்ந்த-தேர்ச்சியை விநாயகப் பெருமானிடம் வேண்டுகிறார். அவர் வழங்க இருக்கும் நல்வழி-நூல், ஓர் இயல்-தமிழ் வடிவத்தில் இருந்தாலும், அதற்குப் பின்னால் முத்தமிழின் ஆற்றலே நிற்க வேண்டும் என்னும் தாழ்மை-நிறை பேரவா இது.

"துங்கக் கரிமுகத்து தூமணியே" என்னும் விளி-வடிவம் கவனத்திற்குரியது. "துங்க" என்றால் "உயர்-பெருமை, உச்ச-நிலை." "கரி-முகம்" என்பது யானை-முகம் — விநாயகப் பெருமானின் தனிச்-சிறப்பு உருவம். "தூ-மணி" என்பது தூய்மை-நிறை மணி-போன்றவன். இம்மூன்று கூறும் சேர்ந்து, விநாயகப் பெருமானின் உருவ-அழகையும், உள்-தூய்மையையும் ஒன்றாக சுட்டுகின்றன. படையலின் இனிமை, பெருமானின் உருவ-அழகோடு பொருந்தி, ஆசிரியரின் வேண்டுதலுக்கு ஓர் முதலான-தளத்தை அமைக்கிறது.

இன்றைய பயன்பாடு

இப்பாடல், ஓர் புதிய பணியின் தொடக்கத்தில் — அது நூல்-எழுதலோ, கல்வியின் தொடக்கமோ, ஓர் புதிய திட்டத்தின் முதல்-நாளோ — எடுக்க வேண்டிய நிலைப்பாட்டை சுட்டுகிறது. ஆரம்பத்தில் தாழ்மை வேண்டும். "நான் என் ஆற்றலால் இதை செய்து விடுவேன்" என்னும் தீவிர-தன்னம்பிக்கை வேண்டாம். "எனக்கு மேல் ஓர் பெரும்-ஆற்றல் உள்ளது; அதன் அருளால் இதை செய்ய முற்படுகிறேன்" என்னும் தாழ்மை-நிறை வேண்டுதல், எந்த-பணியின் தொடக்கத்திற்கும் சிறந்த-நிலைப்பாடு.

அதே நேரத்தில், படையல்-வழங்குதல் வெறும் வேண்டுதலுக்கு மட்டுமே அல்ல; ஓர் தனிமனித-தயாரிப்பின் வடிவம். உனது சிறந்ததை — நேரம், திறமை, அன்பு — அந்தப் பெரும்-பணிக்கு வழங்க தயாராக இருக்கிறாயா? அந்த தயாரிப்பின் வழியாக மட்டுமே, அந்தப் பணியில் சிறப்பு பெற முடியும். ஔவையார் இங்கு நான்கு இனிய-பொருட்களை வழங்குவது — அவருடைய தயாரிப்பின் சின்னம். அதை சொல்லாமல், நேரடியாக "எனக்கு வரம் தா" என்று கேட்கவில்லை.

குழந்தைகளுக்கு இது ஓர் வாழ்வியல்-பாடம். எதையும் கேட்கும் முன், கொடுப்பதையே கற்க வேண்டும். "நான் இவ்வளவு செய்திருக்கிறேன்; எனக்கு இது வேண்டும்" என்னும் பகிர்வின்-நிலை — "கொடுக்காமல், பெறுவதை மட்டுமே எதிர்பார்ப்பதை" — விட சிறப்பான-வழி.

பாடல் 1 — நிலைத்த செல்வம்

புண்ணியம்ஆம் பாவம்போல் போனநாள் செய்தஅவை
மண்ணில் பிறந்தார்க்கு வைத்தபொருள் – எண்ணுங்கால்
ஈதொழிய வேறில்லை; எச்சமயத்தோர் சொல்லும்
தீதொழிய நன்மை செயல்.

சொற்பொருள்

வரி 1: புண்ணியம் = நல்-வினையின் பலன்; ஆம் = ஆகும், அமையும்; பாவம்போல் = தீய-வினையின் பலன் போலவே; போனநாள் = கடந்த நாட்களில்;

செய்தஅவை = செய்த அந்தச் செயல்கள்.

வரி 2: மண்ணில் = இந்த ஞாலத்தில், இப்பூமியில்; பிறந்தார்க்கு = பிறந்த ஒவ்வொருவருக்கும்; வைத்தபொருள் = சேமித்து வைக்கப்பட்ட நிலைத்த-செல்வம்; எண்ணுங்கால் = ஆழ்ந்து சிந்தித்தால்.

வரி 3: ஈதொழிய = (நற்-செயலை) கொடுப்பதைத் தவிர; வேறில்லை = வேறு எதுவும் இல்லை; எச்சமயத்தோர் = எந்த சமயத்தைச் சார்ந்தோரும்.

வரி 4: சொல்லும் = சொல்வது; தீதொழிய = தீய-செயலைத் தவிர்த்து; நன்மை = நற்-செயல்; செயல் = செய்தலே (வாழ்வின் வழி).

எளிய பொருள்

இந்த மண்ணில் பிறந்த ஒவ்வொருவருக்கும் நிலைத்த-செல்வம் என்று ஒன்று இருந்தால், அது — கடந்த நாட்களில் அவர் செய்த நல்-செயல்களே (புண்ணியம்) மற்றும் தீய-செயல்களே (பாவம்). ஆழ்ந்து சிந்தித்தால், இவையே ஒருவரின் உண்மையான சேமிப்பு. ஞாலத்தில் உள்ள எந்த சமயத்தினரும் ஒரே-வார்த்தையை சொல்கின்றனர் — தீய-செயல்களை விட்டு, நல்-செயல்களை செய்.

விளக்கம்

இப்பாடல், நல்வழியின் முதல்-பாடல், ஔவைப் பாட்டியின் ஆழ்ந்த-மெய்ப்பொருள்-ஞாலத்தின் வாயிலாக நிற்கிறது. செல்வம் என்னும் கருத்தை — அதை மக்கள் வழக்கமாக புரிந்து கொள்ளும் வடிவத்தை — அவர் முதலில் இடித்து, பின்னர் அதற்கு ஓர் புதிய அர்த்தத்தை வழங்குகிறார். அந்தப் புதிய-அர்த்தத்தின் வழியாக, நல்வழி-நூலின் முழு-தத்துவத்திற்கான ஓர் தளம் கட்டப்படுகிறது.

சாதாரண-நிலையில், “செல்வம்” என்றால் மக்கள் என்ன புரிந்து கொள்கிறார்கள்? பணம், சொத்து, அதிகாரம், புகழ். இவை அனைத்தும் மக்களின் கையில் — வீடு, காசு, அலங்காரம் — காண்பவை. அவற்றை சேமிப்பதற்காகவே மக்கள் தம் வாழ்வின் பெரும் பாகத்தை செலவழிக்கின்றனர். ஆனால் ஔவையார் ஓர் ஆழ்ந்த-கேள்வியை எழுப்புகிறார் — “இவை அனைத்தும், மறுமை-வரை உன்னோடு வருகின்றனவா? மாட்டா. இவை, இந்த உடல் வாழும் வரை மட்டுமே உன்னோடு உள்ளவை.”

அப்படியானால், மறுமை-வரை — வாழ்-வாழ் தொடர்ந்து வரும் நிலைத்த-செல்வம் என்று ஒன்று இருந்தால், அது என்ன? ஔவையாரின் பதில் — “புண்ணியம் மற்றும் பாவம்.” நாம் இவ்வாழ்வில் செய்கின்ற நற்-செயல்களின் பலன் (புண்ணியம்) நம்மோடு வருகிறது. தீய-செயல்களின் பலன் (பாவம்) நம்மோடு வருகிறது. இவையே — நம் சேமிப்புகள். இதையே மட்டுமே, நாம் இவ்வாழ்வின் முடிவில் சுமந்து செல்கிறோம்.

இந்தத் மெய்ப்பொருள், சமய-கருத்து என்னும் அளவில் மட்டும் நிற்கவில்லை. அது ஓர் வாழ்வியல்-நிலை. வாழ்வின் முக்கியமான கேள்விக்கு — “எதற்காக நான் வாழ்கிறேன்? என் வாழ்வின் இறுதியில், என்னோடு என்ன மிஞ்சும்?” — இது ஓர் தெளிவான-பதில். உனது வீடு, காசு, பெயர் — இவை அனைத்தும் உடல்-இறப்பின் அதே-கணத்தில் உன்னோடு இருந்து போய்விடுகின்றன. ஆனால் நீ செய்த நற்-செயல்கள், அவை உன்னோடு தொடர்ந்து வருகின்றன. அதனாலேயே, வாழ்வின் ஒவ்வொரு கணத்தையும் — நற்-செயல்-சேமிப்புக்காக — பயன்படுத்துவதே நெறி.

ஔவையார் இங்கு ஓர் முக்கியமான-கூற்றை வைக்கிறார் — “எச்சமயத்தோர் சொல்லும் தீதொழிய நன்மை செயல்.” எந்த சமயத்தினராக இருந்தாலும், எந்த நெறியில் சேர்ந்திருந்தாலும், ஒரே-கருத்தை அனைவரும் சொல்கின்றனர் —

“தீய-செயல்களை விட்டு, நற்-செயல்களை செய்.” சமயங்கள் வேறுபடலாம்; வழிபாடு வேறுபடலாம்; சடங்கு வேறுபடலாம். ஆனால் இந்தக் கூற்றில் — அறம் என்னும் கூற்றில் — அனைத்து சமயங்களும் ஒன்றுபடுகின்றன. இது ஓர் சமய-கடந்த-உலகுப்-பொதுமை. நல்வழியின் முதல்-பாடலில், ஔவையார் இந்த உலகுப்-பொதுமையை அழுத்தமாக நிறுத்துகிறார்.

திருக்குறளில், “ஒழுக்கம் உடைமை” என்னும் அதிகாரத்தில், அறம்-வழியின் தலைமை-நிலை மிக-அழுத்தமாகச் சொல்லப்படுகிறது. “ஒழுக்கம் உடையவர்க்கு ஒல்லாவே தீய” (குறள் 132) — ஒழுக்கம் உள்ளவர்க்கு தீய-செயல்கள் பொருந்தாது. ஔவையார் இங்கு, அதே கருத்தை — “தீதொழிய நன்மை செயல்” — ஓர் வாழ்வின் முழு-வழியின் சுருக்கமாக சொல்கிறார். நல்வழி-நூலின் தொடக்கத்திலேயே, இந்தக் கூற்றை வைப்பதன் வழியாக, மீதி நாற்பது பாடல்களின் மெய்ப்பொருள்-தளம் கட்டப்படுகிறது.

இன்றைய பயன்பாடு

இக்காலத்தில், செல்வம்-மையமான வாழ்க்கைமுறையின் இடையில், ஔவையாரின் இக்கூற்று மிக-கடினமான ஓர் சுய-கேள்வியை எழுப்புகிறது. “நான் என் வாழ்நாள் முழுவதும் எதை சேர்க்க முற்படுகிறேன்? பணமா, சொத்தா, பெயரா — இவை எல்லாம் கடைசியில் என்னோடு வராதவை. நான் நற்-செயல்களை சேர்க்கிறேனா? என் வாழ்வின் இறுதியில், என்னோடு வரும் சேமிப்பு என்ன?”

இக்கேள்வி, செல்வம்-தேடலையும், புகழ்-தேடலையும் முற்றிலும் மறுக்கவில்லை. அவை வாழ்வின் சில-கூறுகள். ஆனால் அவையே வாழ்வின் முழு-நோக்கம் ஆகக் கூடாது. அவற்றோடு கூட — ஒரு-நாள்-கூட — நற்-செயல்களின் சேமிப்பும் நடைபெற வேண்டும். யாருக்காவது ஓர் சிறு-உதவி, அன்பான ஓர் சொல், கருணை-நிறை ஓர் செயல், கடினமான ஓர் கணத்தில் ஓர் ஆதரவு-வாக்கு — இவை ஒவ்வொன்றும், நிலைத்த-செல்வத்தின் ஓர் சிறு-துளி. காலம் முழுவதும் இவற்றை சேர்த்தால், ஒரு பெரும்-கடல் ஆகும். அதுவே, மறுமை-வரை உன்னோடு வரும் உண்மையான-சேமிப்பு.

குழந்தைகளுக்கு இது ஓர் வாழ்வியல்-கல்வியின் வேர். அவர்களுக்கு “பணம்-சேமிப்பு” மட்டும் கற்றுக்கொடுக்காமல், “நற்-செயல்-சேமிப்பும்” கற்றுக்கொடுக்க வேண்டும். “நாள்-முடிவில், நீ யாருக்கு என்ன-நற்-செயல் செய்தாய்?” என்னும் ஓர் சிறு-கேள்வியை அவர்களின் வாழ்வில் வைக்க பழக்க வேண்டும். அந்த-கேள்வியின் தினம்-தினம்-கேட்பின் வழியாக, அவர்கள் நிலைத்த-செல்வத்தின் வேரை இளம்-வயதிலேயே வளர்த்துக் கொள்வார்கள்.

பாடல் 2 — மக்களின் இரு வகைகள்

சாதி இரண்டொழிய வேறில்லை சாற்றுங்கால்
நீதி வழுவா நெறிமுறையின் – மேதினியில்
இட்டார் பெரியார் இடாதார் இழிகுலத்தார்
பட்டாங்கில் உள்ள படி.

சொற்பொருள்

வரி 1: சாதி = வகுப்பு, பிரிவு; இரண்டொழிய = இரண்டைத் தவிர; வேறில்லை = வேறு எதுவும் இல்லை; சாற்றுங்கால் = (உண்மையாக) சொல்லும்போது.

வரி 2: நீதி = அறம்-நெறி, செம்மை-நெறி; வழுவா = தவறாத, கடைப்பிடிக்கப்படும்; நெறிமுறையின் = ஒழுங்கு-முறையின் வழியில்; மேதினியில் = இவ்வுலகத்தில், இந்த நில-மேடையில்.

வரி 3: இட்டார் = (பிறருக்கு) கொடுத்தவர்; பெரியார் = உயர்-மக்கள், சிறப்பு உடையோர்; இடாதார் = கொடுக்காதவர்; இழிகுலத்தார் = இழிந்த மரபினர், தாழ்வான-வகுப்பினர்.

வரி 4: பட்டாங்கில் = உண்மை-நெறி-நூலில்; உள்ள = கூறப்பட்டுள்ள; படி = வடிவம், விதி-முறை.

எளிய பொருள்

உண்மையாக அறம்-நெறியின் வழியில் சொல்வதானால், இவ்வுலகத்தில் வகுப்பு என்று இரண்டே-இரண்டுதான் — வேறு இல்லை. பிறருக்குக் கொடுப்பவர் தான் உயர்-மக்கள்; கொடுக்காதவர் தான் இழிந்த-மரபினர். இதுவே, உண்மை-நெறி-நூல்கள் கூறுகின்ற வடிவம்.

விளக்கம்

இப்பாடல், ஔவைப் பாட்டியின் மிக-முற்போக்கான, மிக-அடிப்படையான சமூக-கூற்றுகளில் ஒன்று. அவர் வாழ்ந்த காலகட்டத்தில் — மற்றும் இக்காலத்திலும் — மக்களை பிறப்பின் வழியாக வகுப்புகளாக பிரிக்கும் வழக்கம் இருந்தது. அந்த-வழக்கை, ஔவையார் தீர்மானமாக மறுக்கிறார். “உண்மையில் வகுப்பு என்று இரண்டே-இரண்டுதான் — கொடுப்பவர், கொடுக்காதவர்.” பிறப்பின் வழியாகவோ, செல்வத்தின் வழியாகவோ, அதிகாரத்தின் வழியாகவோ வகுப்பிட்டால், அது அறம்-நெறிக்கு வழுவான ஒன்று.

இந்தப் பாடல், சமூக-கூற்றாக மட்டும் அல்ல; ஆழ்ந்த தனிமனித-தத்துவமாகவும் நிற்கிறது. ஓர் மாந்தனின் உண்மையான-மதிப்பு எதில் கொள்ளப்படுகிறது? அவன் பிறந்த-வீட்டின் பெருமையால் அல்ல; அவன் வாழ்வில் அவன் மற்றவருக்கு கொடுத்த-கொடைகளால். அவன் சேமித்த செல்வத்தால் அல்ல; அவன் பகிர்ந்த பகிர்வுகளால். அவன் அடைந்த அதிகாரத்தால் அல்ல; அவன் பிறருக்கு வழங்கிய ஆதரவால். “கொடுத்தல்” என்னும் கூறு, ஓர் மாந்தனின் உண்மை-வடிவத்தை வெளிப்படுத்துகிறது.

“கொடுத்தல்” என்றால் என்ன? இது வெறும் பணம்-கொடுத்தல் அல்ல. நேரம்-கொடுத்தல், அன்பு-கொடுத்தல், அறிவு-கொடுத்தல், கடினமான கணத்தில் ஆதரவு-கொடுத்தல், கேட்பவருக்கு உதவி-கொடுத்தல், தேவைப்படுபவருக்கு கருணை-கொடுத்தல் — இவை அனைத்தும் கொடுத்தல்-வடிவங்களே. இவை ஒவ்வொன்றும், மாந்தனை “பெரியார்” என்னும் வகுப்பில் சேர்க்கின்றன. பிறப்பு, செல்வம், கல்வி — இவை எதையும் கொண்டிருக்கவில்லை

என்றாலும், ஓர் மாந்தன் கொடுப்பவன் என்றால், அவன் உயர்-மக்களின் வகுப்பினன்.

மாறாக, கொடுக்காத-நிலை, ஓர் மாந்தனை “இழி-மரபினன்” என்னும் வகுப்பில் சேர்க்கிறது. அவன் பிறந்த-வீடு எவ்வளவு பெருமை-நிறையதாக இருந்தாலும், அவன் சேமித்த செல்வம் எவ்வளவு பெரிதாக இருந்தாலும், அவன் கொடுக்காதவன் என்றால் — அவன் உண்மை-நெறி-நூலின் கணக்கில் தாழ்வான-வகுப்பினன். இது ஓர் கடினமான-உண்மை. ஆனால் ஔவையார் இக்கூரிய-உண்மையை மென்மைப்படுத்தாமல், அப்படியே வாசகர் முன் வைக்கிறார்.

இதை வலியுறுத்த, அவர் “பட்டாங்கில் உள்ள படி” என்னும் சொற்றொடரை கையாள்கிறார். “பட்டாங்கு” என்றால் உண்மை-நூல், சாத்திர-வடிவில் கூறப்பட்ட நிலை. தமிழ் இலக்கிய மரபில், அறம்-நெறி-நூல்களின் கூற்றுகள், ஓர் தேர்ந்த-வாசக-கூட்டத்தால் ஏற்றுக் கொள்ளப்பட்டவை. அவை வெறும் கருத்துகள் அல்ல; உள்ளார்ந்த-உண்மைகள். ஔவையார் இங்கு, “இது என்னுடைய தனிக்-கருத்து அல்ல; இது பல-நூற்றாண்டு கால அறிஞர்களின் ஏற்பு” என்னும் வடிவத்தில், இக்கூற்றை வைக்கிறார்.

திருக்குறளில் வள்ளுவர், “ஈகை” என்னும் அதிகாரத்தில், கொடைத் தலைமையை மிக-விரிவாக சொல்கிறார். “ஈதல் இசைபட வாழ்தல் அதுவல்லது ஊதியம் இல்லை உயிர்க்கு” (குறள் 231 — “கொடுத்து புகழோடு வாழ்வதைத் தவிர, உயிர்க்கு வேறு ஆதாயம் இல்லை”). ஔவையார் இங்கு, அதே கருத்தை ஓர் கூரிய-வடிவத்தில் — “இனம் இரண்டே” — சுட்டுகிறார். வள்ளுவரின் ஆழ்ந்த-வாதம், ஔவையாரின் கூரிய-வரியில் சுருங்கி, இரு-வரி-இனம்-வரையறையாக ஆகிறது.

இன்றைய பயன்பாடு

இக்காலத்தில், இக்கூற்று — பிறப்பு-வகுப்பு என்னும் சமூகச்-சுமைக்கு எதிராக நிற்கும் ஓர் ஆழ்ந்த-கருத்து. வாழும் சூழலில், மக்கள் தம்-மதிப்பை பிறப்பு, செல்வம், பெயர் — இவற்றின் வழியாக மதிப்பிட பழகுகின்றனர். ஔவையார் இதை மறுக்கிறார். “உனது மதிப்பு, நீ எத்தனை கொடுத்தாய் என்பதன் வழியாகவே வரையறுக்கப்படுகிறது.”

தனிமனிதனுக்கு இது ஓர் கூரிய சுய-கேள்வி — “இக்கணம் நான் கொடுக்கின்ற-வகுப்பினனா, கொடுக்காத-வகுப்பினனா? என் வாழ்வின் கணக்கில், என் கொடைகளின் எண்ணிக்கை எத்தனை? என் சேமிப்பின் எண்ணிக்கை எத்தனை? இரண்டையும் ஒப்பிட்டு, நான் எங்கே நிற்கிறேன்?”

இந்தக்-கேள்வி, வாழ்வின் தினம்-தினம் கேட்கப்பட வேண்டிய ஒன்று. பணம்-நிறை மாந்தனாக இருந்தாலும், கொடுக்காதவராக இருந்தால், ஔவையாரின் கணக்கில் இழி-மரபினனே. பணம்-குறை மாந்தனாக இருந்தாலும், கொடுக்கின்ற-உள்ளம் கொண்டிருந்தால், ஔவையாரின் கணக்கில் உயர்-மக்களின் வகுப்பினனே. கணக்கு, வெளியில் இல்லை; உள்ளத்தில்.

குழந்தைகளுக்கு இது ஓர் வாழ்வு-வடிவத்தின் வேர். அவர்களுக்கு “கொடுக்கும்-நிலை” கற்றுக்கொடுக்க வேண்டும். தம்-விளையாட்டு-பொருளை மற்ற குழந்தைகளோடு பகிர்வது, தம்-உணவை சில-சந்தர்ப்பத்தில் மற்றவருக்கு வழங்குவது, தம்-நேரத்தை தேவைப்படுபவருக்கு ஒதுக்குவது — இவை அனைத்தும், அவர்களுக்கு “கொடுக்கும்-வகுப்பின் வடிவம்” கற்றுத் தரும். அந்த-பழக்கம், வாழ்நாள் முழுவதும் அவர்களை “பெரியார்” என்னும் வகுப்பினராக நிறுத்தும்.

பாடல் 3 — உடலின் நிலையாமை

இடும்பைக்(கு) இடும்பை இயலுடம்(பு) இதன்றே
இடும்பொய்யை மெய்யென்(று) இராதே –
இடுங்கடுக
உண்டாயின் உண்டாகும் ஊழில்
பெருவலிநோய்
விண்டாரைக் கொண்டாடும் வீடு.

சொற்பொருள்

வரி 1: இடும்பைக்கு = துன்பத்திற்கு (வசிக்கும் இடம்); இடும்பை = துன்பமே ஆகிய; இயலுடம்பு = இயற்கையாக-நிலையற்ற இந்த உடல்; இதன்றே = இதுவே என்று அறி.

வரி 2: இடும்பொய்யை = துன்பமயமான பொய்-வடிவத்தை (உடலை); மெய்யென்று = நிலையான-மெய்-வடிவம் என்று; இராதே = கருதாதே; இடுங்கடுக = (உடலின் பற்றை) விரைவாக விட்டுவிடு.

வரி 3: உண்டாயின் = (உடலின் பற்று) இருக்குமானால்; உண்டாகும் = (அவ்வாறு) வந்து-சேரும்; ஊழில் = ஊழ்-விதியின் காரணமாக; பெருவலிநோய் = பெரும்-வலியான நோய்.

வரி 4: விண்டாரைக் = (உடலின்) பற்றை விட்டவரை; கொண்டாடும் = போற்றி-வரவேற்கும்; வீடு = வீடு-பேறு (மோட்சம், அழியா-நிலை).

எளிய பொருள்

இந்த உடல், இயற்கையாகவே துன்பத்திற்கு வசிக்கும் இடமே — துன்பமே ஆகிய ஓர் இடம். இதையே அறிந்து கொள். துன்பமயமான இந்த பொய்-வடிவத்தை, நிலையான-மெய்-வடிவம் என்று கருதாதே; அதன் பற்றை விரைவாக விட்டுவிடு. உடலின் பற்று உள்ளவருக்கு, ஊழ்-விதியின் காரணமாக பெரும்-வலியான நோய்கள் வந்து சேரும். ஆனால் உடலின் பற்றை விட்டவரை, அழியா-வீட்டுப்-பேறு போற்றி-வரவேற்கும்.

விளக்கம்

இப்பாடல், நல்வழியின் ஆழ்ந்த-மெய்ப்பொருள்-நிலையின் முதல்-படியாக நிற்கிறது. முதல்-இரு-பாடல்களில் ஔவையார் வாழ்வின் வெளி-நிலையைப் (செல்வம், வகுப்பு) பற்றி சொன்னார். மூன்றாம் பாடலில், அவர் உள்-நிலையைப் — உடலின் தன்மை — நோக்கி திரும்புகிறார். உடல், நிலையானதா, நிலையற்றதா? அதை எவ்வாறு கருத வேண்டும்? இந்த ஆழ்ந்த-கேள்விக்கு, ஔவையார் ஓர் கடினமான ஆனால் தீர்மானமான-பதிலை வழங்குகிறார்.

ஔவையாரின் கூற்று — "இந்த உடல், துன்பத்திற்கு வசிக்கும் இடமே. அதுவே துன்பம். அதன் இயற்கையே துன்பம்." இது மிக கடினமான-கூற்று. பெரும்பாலான மக்கள், உடலை இனிய-வாழ்வின் சாதனமாக கருதுகின்றனர். அதன் வழியாக சுகம்-காண, அதை பாதுகாக்க, அதை அலங்கரிக்க — பல வழிகளில் முயற்சிக்கின்றனர். ஆனால் ஔவையார் சொல்கிறார் — "உடல் சுகத்தின் சாதனம் அல்ல; துன்பத்தின் இடம். அதன் இயற்கையே துன்பம். அதை அறிந்து கொண்டால் வாழ்வின் மெய்ப்பொருள் தெளிவாகும்."

ஏன் உடல் துன்பம்? பல காரணங்கள். உடலுக்கு வாய்ப்பான-உணவு வேண்டும் — பசி, தாகம், களைப்பு — இவை தினம்-தினம் வரும். உடலுக்கு உடல்-நலம் வேண்டும் — நோய், காயம், மூப்பு — இவை எப்போதோ வரக்கூடும். உடலுக்கு பாதுகாப்பு வேண்டும் — குளிர், வெயில், மழை, இடர் — இவையெல்லாம் அதனை சிதைக்கக் கூடும். இவ்வாறு, உடல் இருக்கும் வரை, துன்பத்தின் சுமை இருந்துகொண்டே இருக்கிறது. சுகம் வந்தாலும், அது நிலையானதல்ல; ஓர் சில-கணம் தான். உடலின் இயற்கை, துன்பத்தோடு தொடர்புடையதாகவே உள்ளது.

ஔவையார் சொல்கிறார் — "இடும்பொய்யை மெய்யென்று இராதே." "இடும்-பொய்" என்பது — துன்பம்-நிறை பொய். உடல், பொய்-வடிவம் என்று சொல்வது ஓர் கடினமான-கருத்து. உடல் காண்பதே — அதை தொட முடியும், உணர முடியும். அப்படியானால் அது "மெய்" தான் அல்லவா? ஔவையாரின் பதில் — "காண்பதே மெய் அல்ல. நிலையானதே மெய். உடல் காண்பது, ஆனால் நிலையானதல்ல. ஒரு-நாள், அது இல்லாமல் ஆகிவிடும். எனவே, அது பொய்-வடிவம்."

இக்கருத்தின் ஆழம் — "மெய்" என்னும் சொல்லின் மெய்ப்பொருள்-அர்த்தம். தமிழ் மெய்ப்பொருள் மரபில், "மெய்" என்பது நிலையான-உண்மை. அழியாதது. நிலையற்றது, அழியக்கூடியது "பொய்." உடல் — அழியக்கூடியது — எனவே, மெய்ப்பொருளின் அர்த்தத்தில், அது பொய். உயிர் — அழியாதது — அதுவே மெய். உடலை மெய் என்று கருதி, அதன் பற்றில் வாழ்வை செலவழித்தால், மெய்யான-நிலையை மறந்துவிடுகிறோம்.

"விண்டாரைக் கொண்டாடும் வீடு" என்னும் கடைசி-வரி, இக்கருத்தின் முடிவை சுட்டுகிறது. உடலின் பற்றை விட்டவர்களை, அழியா-வீடு (வீடு-பேறு, மோட்சம்) போற்றி-வரவேற்கிறது. அதாவது — உடலின் பற்று இருக்கும் வரை, மறுமை-கதி கிட்டாது. பற்றை விட்ட பின்னரே, அழியா-நிலை வாய்க்கும். இது தமிழ் சைவ-மரபின் ஆழ்ந்த-கூற்று. மாணிக்கவாசகர், திருவாசகத்தில், இக்கருத்தை மீள-மீள வலியுறுத்துகிறார். ஔவையார், அதே மரபின் தொடர்ச்சியில், இங்கு சொல்கிறார்.

இன்றைய பயன்பாடு

இப்பாடம், இக்காலத்துக்கு மிக-நெருக்கமான ஓர் சுய-கேள்வியை எழுப்புகிறது. "நான் என் உடலை எவ்வாறு பார்க்கிறேன்? நிலையானதாக, மெய்-வடிவாக? அல்லது நிலையற்றதாக, பற்றற-வேண்டியதாக?" பெரும்பாலான மக்கள், உடலை மெய்-வடிவமாகவே பார்க்கின்றனர். அதன் அலங்காரத்திற்காக, அதன் சுகத்திற்காக, அதன் இளமை-காத்தலுக்காக — பல வழிகளில் முயற்சிக்கின்றனர். அந்த முயற்சிகள் வாழ்வின் பெரும்-பகுதியை எடுத்துக்கொள்கின்றன. ஆனால் முடிவில், உடல் வீழும். அப்போது, அந்த முழு முயற்சியின் பலன் என்ன?

ஔவையாரின் கூற்று, உடலை வெறுக்கச் சொல்லவில்லை. உடலை பாதுகாக்க வேண்டிய காரணம் உள்ளது — அதன் வழியாக நாம் நற்-செயல்களை செய்ய முடியும், அறிவை வளர்க்க முடியும், மறுமை-கதிக்கான பயணத்தை தொடங்க முடியும். ஆனால் உடலின் பற்று — "இது நிலையானது; இதைக் காப்பாற்றுவதே என் முழு-வாழ்வு" — என்னும் தீவிர-நிலை, வாழ்வின் ஆழ்ந்த-நோக்கத்தை இழக்கச் செய்கிறது.

தனிமனிதனுக்கு இது ஓர் சம-நிலை-கேள்வி. உடலை பாதுகாக்கப் பழகு — ஆரோக்கியமாக-உண், சரியாக-தூங்கு, உடல்-உழைப்பு செய். ஆனால் அதைப்-பற்றி தீவிர-கவலை வளர்க்க வேண்டாம். உடல், ஓர் சில-தசாப்தங்கள் மட்டுமே நிலைத்திருக்கும். அதற்கு-மேல், அது

போய்விடும். அந்த-காலகட்டத்தில், நீ எத்தனை நற்-செயல்களை சேமிக்க முடிந்ததோ, அத்தனையே உன் உண்மையான-வரம். உடலின் பற்றில் வாழ்வை செலவழித்தால், நற்-செயல்-சேமிப்பு குறையும். உடலின் பற்றை விட்டுவிட்டால், நற்-செயல்-சேமிப்பு பெருகும்.

பாடல் 4 — ஊழ்-விதியின் காலம்

எண்ணி ஒருகருமம் யார்க்கும்செய் ஒண்ணாது
புண்ணியம் வந்தெய்து போதல்லால் – கண்ணில்லான்
மாங்காய் விழவெறிந்த மாத்திரைக்கோல் ஒக்குமே
ஆங்காலம் ஆகும் அவர்க்கு.

சொற்பொருள்

வரி 1: எண்ணி = ஆழ்ந்து சிந்தித்து; ஒருகருமம் = ஓர் காரியத்தை; யார்க்கும் = எவருக்கும், எந்த ஒருவராலும்; செய் = செய்தல்; ஒண்ணாது = முடியாது, இயலாது.

வரி 2: புண்ணியம் = நற்-பலன்; வந்தெய்து = வந்து சேருகின்ற; போதல்லால் = நேரம்-வராமல்; கண்ணில்லான் = கண் இல்லாதவன், குருடன்.

வரி 3: மாங்காய் = மா-மரத்தின் காய்; விழவெறிந்த = கீழே-விழும்படி எறிந்த; மாத்திரைக்கோல் = (குறி-நோக்காமல்) அளவான ஓர் சிறு கோல்; ஒக்குமே = ஒத்திருக்குமே, அதைப் போலாகும்.

வரி 4: ஆங்காலம் = அந்தக்-காலம், உரிய நேரம்; ஆகும் = வருகின்றது; அவர்க்கு = அவருக்கு.

எளிய பொருள்

நாம் எவ்வளவு ஆழ்ந்து சிந்தித்துப்-பார்த்தாலும், ஓர் காரியத்தை நம் முயற்சியால் மட்டுமே நிறைவேற்ற முடியாது. அந்தக் காரியத்திற்கான நற்-பலன் வந்து சேருகின்ற உரிய நேரம் வராமல், எதுவும் நிகழாது. இது எப்படி என்றால் — ஓர் குருடன், மா-மரத்தைப் பார்க்க முடியாமல், தனது சிறிய அளவு-கோலை பாசிட்டுக்கொண்டிருக்கும்போது, அந்தக் கோல் தற்செயலாக ஓர் மாங்காயை வீழ்த்தினால், அது அந்த குருடனின் திறமை அல்ல — அது அந்தக்-கணத்தின் தற்செயல். அது போலவே, காரியங்கள் நிறைவேறுவதும், ஊழ்-விதியின் உரிய-கணம் வரும்போதே நிகழ்கிறது.

விளக்கம்

இப்பாடல், மூதுரையின் ஐந்தாம் பாடலின் — "அடுத்து முயன்றாலும் ஆகும் நாள் அன்றி" — ஆழ்ந்த-தொடர்ச்சி. மூதுரையில் ஔவையார், மர-உவமை வழியாக "பருவம் வந்தால் தான் பழம் வரும்" என்னும் கூற்றை சொன்னார். நல்வழியின் நான்காம் பாடலில், அதே-கருத்தை ஓர் வேறு-பட்ட காட்சியின் — குருடனின் மாங்காய்-வீழ்த்தல் — வழியாக சுட்டுகிறார். இரண்டு பாடல்களின் சாரம் ஒன்றே — "காலம் வராமல் ஒன்றும் நிகழாது."

காட்சியின் வடிவம் கூரியது. ஓர் குருடன், மா-மரத்தின் கீழ் நிற்கிறான். அவன் கண் இல்லாமலே, தனது சிறிய அளவு-கோலை — "மாத்திரைக்கோல்" — காற்றில் பாசிட்டுக் கொண்டிருக்கிறான். அவன் என்ன-நோக்கத்துடன் அப்படி செய்கிறான் என்பது தெரியாது. வேடிக்கையாகவோ, பழக்கமாகவோ, அல்லது வேறு ஏதோ காரணத்துக்காகவோ — அவன் கோலை

ஆட்டிக்கொண்டிருக்கிறான். அந்தக்-கணத்தில், அவனின் கோல் தற்செயலாக ஓர் மாங்காயை தாக்கி, அது கீழே வீழ்கிறது.

அவன் — அந்த குருடன் — என்ன-நினைப்பான்? "நான் இதை செய்தேன்! நான் மாங்காயை வீழ்த்தினேன்! என் திறமை இது!" — என்று பெருமை-பெற்றுக் கொள்ளலாம். ஆனால் உண்மை என்ன? அவன் மாங்காயை பார்க்கவில்லை. அவன் குறி-நோக்கி எய்யவில்லை. அந்தக் கணம், அந்த மாங்காய், அந்த கோல் — மூன்றும் சேர்ந்து வந்த ஓர் தற்செயலான-புள்ளி. அந்த தற்செயலின் காரணமாகவே, மாங்காய் வீழ்ந்தது. குருடனின் திறமை அல்ல; ஊழ்-விதியின் கணம்.

ஔவையார் சொல்கிறார் — மக்களின் வாழ்க்கையில் நிகழும் பெரும்-காரியங்களும் இவ்வாறே. நாம் முயற்சி செய்கிறோம் — அதை செய்வது நம் கடமை. ஆனால் அந்த முயற்சியின் பலன், நம்-கணக்கில் இல்லை. பலன் வந்து சேருகின்ற-கணம், ஓர் ஊழ்-விதியின் கூட்டம். அக்கூட்டம் வந்தபோது, பலன் வரும். அது வராத-கணம், எத்தனை முயற்சித்தாலும் பலன் வராது.

இக்கருத்தின் ஆழமான-நெறி: "தன்-முயற்சி" மற்றும் "தன்-திறமை" என்னும் ஆணவத்துக்கு ஓர் கடிவாளம். மக்கள் சிறிய வெற்றியை அடைந்த உடனேயே, "இது என் திறமை, என் முயற்சி, என் சாதனை" என்று பெருமை-பெற்றுக் கொள்கின்றனர். அந்த பெருமை, அவர்களை சுய-கண்-மறைப்பில் சேர்க்கிறது. ஔவையார் சொல்கிறார் — "குருடனின் கோல் வழி வீழ்ந்த மாங்காயை, குருடனின் திறமை என்று கருதாதே. அது வேறு கூறு. அந்த-கூறை அறிந்து கொள்."

இது சோம்பலின் வாதம் அல்ல. "எல்லாம் ஊழ்-விதியே — நான் ஒன்றும் செய்ய வேண்டாம்" என்று கூறுவது ஔவையாரின் பாடம் அல்ல. மாறாக — "நீ முயற்சியை விடாதே; ஆனால் வெற்றியை உனது சொந்த-திறமை என்று கருதி பெருமை-பெற்றுக் கொள்ளாதே. அது ஊழ்-விதியின் கூட்டம். அதை மரியாதையோடு ஏற்றுக் கொள்."

திருக்குறளில் வள்ளுவர் "ஊழ்" என்னும் தனி அதிகாரத்தில் (குறள் 371-380), இக்கருத்தை விரிவாக சொல்கிறார். "ஆகூழால் தோன்றும் அசைவின்மை கைப்பொருள் போகூழால் தோன்றும் மடி" (குறள் 371) — "ஆக்கம்-தரும் ஊழ் வந்தால், சோம்பல் இல்லாமல் முயற்சி தோன்றும். போக்கம்-தரும் ஊழ் வந்தால், சோம்பல் தோன்றும்." ஔவையார் இங்கு, அதே கருத்தை குருடனின்-மாங்காய் என்னும் ஓர் கூரிய-காட்சியின் வழியாக சொல்கிறார்.

இன்றைய பயன்பாடு

இக்காலத்தில் இப்பாடம், சுய-ஆணவத்துக்கு எதிராக நிற்கும் ஓர் கூரிய-மருந்து. சிறிய-வெற்றியை அடைந்தவருக்கு, "இது என் திறமை" என்னும் ஆணவம் இயல்பாக எழும். ஓர் தேர்வில் தேறிய மாணவன், ஓர் பணியில் முன்னேற்றம் பெற்ற ஊழியன், ஓர் தொழிலில் இலாபம் பெற்ற வணிகர் — இவர்கள் தம்-வெற்றியை தம்-சொந்த-திறமையாக மட்டுமே கருத பழகுகின்றனர். அந்த-கருத்து, தோல்வியின் கணம் வரும்போது, கடினமாக சாயச்-செய்கிறது. "நான் இவ்வளவு முயற்சித்தும், ஏன் வெற்றி இல்லை?" என்னும் கடினமான-கேள்வியில் சிக்கிக் கொள்கின்றனர்.

ஔவையாரின் பாடம் — "வெற்றியை, தனிப்பட்ட-திறமை என்று கருதாதே. அதில் ஊழ்-விதியின் கூட்டம் பெரியது. நீ முயற்சித்தாய்; ஆனால் வெற்றி வந்தது — ஊழ்-விதியின் கணம் வந்ததால். அதே-வழியில், தோல்வி வரும்போதும், அது உனது தனிப்பட்ட-தோல்வி அல்ல; ஊழ்-விதியின் கணம் வராமை."

இக்கருத்து, வாழ்வில் பெரும்-நிம்மதியை வழங்குகிறது. வெற்றியில்

தாழ்மை, தோல்வியில் அமைதி — இரண்டுமே, ஊழ்-விதியை மரியாதையோடு ஏற்கும்-போது வாய்க்கின்றன. முயற்சி-தொடரும்; ஆனால் முடிவின் பற்று குறையும். அந்த-நிலையே, ஆழ்ந்த-வாழ்வு.

பாடல் 5 — மக்களின் கவலை

வருந்தி அழைத்தாலும் வாராத வாரா
பொருந்துவன போமி(ன்) என்றால் போகா –
இருந்தேங்கி
நெஞ்சம் புண்ணாக நெடுந்தூரம் தாம்நினைந்து
துஞ்சுவதே மாந்தர் தொழில்.

சொற்பொருள்

வரி 1: வருந்தி = கடினமான முயற்சியோடு, துன்பத்துடன்; அழைத்தாலும் = வரவழைத்தாலும்; வாராத = வரக்கூடாதவை; வாரா = வராமலே நிற்கும்.

வரி 2: பொருந்துவன = வந்து-சேர வேண்டியவை; போமி(ன்) = செல்லுங்கள், அகலுங்கள்; என்றால் = என்று கூறினாலும்; போகா = செல்லாமலே நிற்கும்.

வரி 3: இருந்தேங்கி = அப்படியே இருந்து ஏங்கி; நெஞ்சம் = மனம்; புண்ணாக = காயமாக-புண்-படும்படி; நெடுந்தூரம் = மிக-தூரமாக; தாம்நினைந்து = தாம் நினைத்துப்-பார்த்து.

வரி 4: துஞ்சுவதே = அமைதியின்றி தூங்குவதே; மாந்தர் = மக்களின்; தொழில் = பணி, அன்றாட வாழ்-பழக்கம்.

எளிய பொருள்

நாம் எவ்வளவு கடினமாக முயற்சி செய்தாலும், வரக்கூடாதவை வராமலே நிற்கும். “செல்லுங்கள்” என்று நாம் எவ்வளவு கூறினாலும், வந்து-சேர-வேண்டியவை செல்லாமலே நிற்கும். இதை எண்ணி-எண்ணி, மனம் காயமாக-புண்-படும்படி, மிக-தூரம்-நினைத்து, அமைதியின்றி தூங்குவதே மக்களின் அன்றாட பணி. இதையே நாம் எல்லாரும் செய்து கொண்டிருக்கிறோம் — ஓர் கடினமான-உண்மை.

விளக்கம்

இப்பாடல், மக்களின் வாழ்வின் கடினமான-கொடிய-உண்மையை, ஔவையார் மிக-கூரிய-வடிவத்தில் சுட்டுகிறார். நான்காம் பாடலில் ஊழ்-விதியின் கணம் முக்கியம் என்று சொன்ன-பின், ஐந்தாம் பாடலில், அந்த ஊழ்-விதியை ஏற்றுக் கொள்ள முடியாமல், மக்கள் தொடர்ந்து கவலையில் வாழ்வதை — ஓர் கூரிய-அவதானிப்பில் — விவரிக்கிறார். இது ஓர் சாடல் அல்ல; ஓர் கருணை-நிறை கண்காணிப்பு.

காட்சியின் முதல்-பாதி: “வருந்தி அழைத்தாலும் வாராத வாரா.” நாம் வாழ்வில் பல-காரியங்களை விரும்புகிறோம் — ஓர் வேலை, ஓர் உறவு, ஓர் பெயர், ஓர் வளம். அவை வர-வேண்டும் என்று மிக-வருந்தி, மிக-கடினமாக முயற்சி செய்கிறோம். ஆனால் சில-கூறுகள் — ஊழ்-விதியின் கணக்கின்படி வர-வேண்டியவை அல்ல — அவை வராமலே நிற்கின்றன. நம் வருத்தம் அவற்றை வரவைக்காது.

காட்சியின் இரண்டாம்-பாதி: “பொருந்துவன போமின் என்றால் போகா.” மறுபக்கத்தில், சில-கூறுகள் — ஊழ்-விதியின் கணக்கின்படி நம்மிடம் வர-வேண்டியவை — அவை “செல்லுங்கள், நாம் வேண்டாம்” என்று எவ்வளவு

கூறினாலும், அவை செல்லாமலே நிற்கின்றன. இது இரண்டு-விதங்களில் ஒலிக்கலாம் — இனிய-கூறுகள் தொடர்வது, கடினமான-கூறுகள் தொடர்வது. இரு-நிலைகளிலும், நம் கட்டுப்பாட்டுக்கு மீறிய ஓர் கூற்று உள்ளது.

இந்த இரு-கூறுகளை — "வராதவை வராமை, போகாதவை போகாமை" — அறிந்த-பின், ஓர் முதிர்ந்த-ஏற்பை மக்கள் கொள்ள வேண்டும். ஆனால் நிகழ்வது என்ன? மக்கள், அந்த ஏற்பை கொள்ள மறுக்கின்றனர். மாறாக, தம் வாழ்வை — "இது வராமல் என் வாழ்க்கை வீண்" என்னும் ஏக்கத்திலும், "இது போகாமல் என் வாழ்க்கை சிறை" என்னும் சோர்விலும் — செலவழிக்கின்றனர். அவர்களின் மனம் — "புண்ணாக" — காயம்-படுகிறது. அவர்களின் சிந்தை — "நெடுந்தூரம்" — மிக-தூர-தொலைவில் அலையும். அவர்களின் உறக்கம் — "துஞ்சுவது" — அமைதியின்றி கடினமாகிறது.

ஔவையார் இந்த நிலையை — "மாந்தர் தொழில்" — மக்களின் அன்றாட-பணி என்று அழைக்கிறார். இது ஓர் கூரிய-வாக்கு. மக்கள், ஞாலத்தில் வந்து-வாழும் முழு-காலகட்டத்தில், தம்-கட்டுப்பாட்டுக்கு மீறிய கூறுகளை எண்ணி-எண்ணி, கவலையில் தூங்குவதையே தம்-பணியாக ஆக்கிக் கொள்கின்றனர். இது இயற்கையான-கூறா? இல்லை. இது தேர்வு. ஆனால் தேர்வை அறியாமல், மக்கள் இதையே செய்துகொண்டே இருக்கின்றனர்.

இதன் தீர்வு என்ன? ஔவையார் நேரடியாக சொல்லாமல், சூழ-விட்டுச் சொல்கிறார். கவலை-மட்டுமே மக்களின்-பணி என்று கூறுவதின் வழியாக, அது மக்களின் இயற்கையான-கூறு அல்ல என்பதை குறிப்பால் சுட்டுகிறார். வேறு வழியில் வாழ முடியும் — "வராதவையை வராமலே ஏற்க, போகாதவையை போகாமலே ஏற்க, இவை-இரண்டிலும் ஓர் சம-நிலையில் வாழ்க" என்னும் ஓர் சாத்தியம் உள்ளது. அந்த-வழியில் வாழ்வோர் — பெருஞான-உள்ளம் கொண்டோர் — ஔவையாரின் முழு-பாடலின் இலக்கு.

இன்றைய பயன்பாடு

இப்பாடம், இக்கால-மக்களின் மன-உளவியலின் கூரிய-வரையறை. நாம் வாழ்வில் தினம்-தினம் என்ன-செய்கிறோம்? கடந்த-காரியங்களை எண்ணி-வருந்துகிறோம் — "ஏன் அது நிகழ்ந்தது? நான் அதை வேறு-விதமாக செய்திருக்க முடியுமா?" வரும்-காரியங்களை எண்ணி-கவலை-கொள்கிறோம் — "இது நிகழுமா? நிகழாதா? நிகழ்ந்தால் என்னாகும்?" நிகழ்காலம் மட்டுமே நம்-கையில் உள்ளது — ஆனால் அதை நாம் கடந்த-கால-வருத்தத்திலும், எதிர்கால-கவலையிலும் இழக்கிறோம்.

ஔவையாரின் கூற்று, ஓர் ஆழ்ந்த-மருந்து. "வரக்கூடாதவை வராது. போக-வேண்டியவை போகும். இவ்விரண்டையும் நீ மாற்ற முடியாது. ஆகவே, வருத்தம், கவலை — இவை வீண். இக்கணத்தில் என்ன-உள்ளதோ அதை ஏற்று, அதைச் சிறப்பாக-வாழ்." இது சோம்பல்-வாதம் அல்ல; சம-நிலையின் வாதம். முயற்சி தொடரும்; ஆனால் முடிவின் கட்டுப்பாட்டை விட்டுவிடு. கவலை குறையும்; வாழ்வு ஆழ்ந்திருக்கும்.

தனிமனிதனுக்கு இது ஓர் தினம்-தினம்-கேள்வி — "இக்கணம் நான் என்ன-செய்கிறேன்? கடந்த-காரியத்தை எண்ணி வருந்துகிறேனா? வரும்-காரியத்தை எண்ணி கவலை-கொள்கிறேனா? அல்லது இக்கணத்தை சிறப்பாக-வாழ்கிறேனா?" இக்கேள்வியின் தினம்-தினம்-விழிப்பு, மெல்ல-மெல்ல, கவலை-வழியிலிருந்து சம-நிலை-வழிக்கு நம்மை எடுத்துச் செல்லும்.

பெற்றோருக்கு இது ஓர் கடினமான பாடமும் — குழந்தைகள் எதிர்காலம்-பற்றிய கவலையை இளம்-வயதிலேயே ஏற்றுக் கொள்ள ஆரம்பிக்கிறார்கள். அந்த-பழக்கம் தடுக்கப்பட வேண்டும். "நீ முயற்சி செய்; ஆனால் விளைவு-

பற்றிய கவலையை விட்டுவிடு” என்னும் ஓர் ஆழ்ந்த-மெய்ப்பொருளை, அவர்களின் வாழ்விற்குள் ஊட்ட வேண்டும். அந்த-நிலை, அவர்களின் வாழ்நாள் முழுவதும் ஓர் நிம்மதியின் ஊற்றாக நிற்கும்.

பாடல் 6 — உள்ளதின் எல்லை

உள்ளது ஒழிய ஒருவர்க்(கு) ஒருவர்சுகம்
கொள்ளக் கிடையா குவலயத்தில் – வெள்ளக்
கடலோடி மீண்டும் கரையேறினால் என்
உடலோடு வாழும் உயிர்க்கு.

சொற்பொருள்

வரி 1: உள்ளது = இருக்கும் அளவை, ஒருவரிடம் சேமிக்கப்பட்டுள்ள வரம்பை; ஒழிய = தவிர, அதைக் கடந்து; ஒருவர்க்கு = ஒருவருக்கு; ஒருவர்சுகம் = மற்றொருவர் வழங்கும் சுகம்.

வரி 2: கொள்ளக் = பெற்றுக் கொள்ள; கிடையா = கிடைக்காது, இயலாது; குவலயத்தில் = இந்த ஞாலத்தில், இவ்வுலகில்; வெள்ளக் = வெள்ளம் மிக்க.

வரி 3: கடலோடி = கடலின் முடிவு வரை சென்று; மீண்டும் = மறுபடியும்; கரையேறினால் = கரைக்கு திரும்பினால் கூட; என் = என்ன பயன்.

வரி 4: உடலோடு = இந்த உடலோடு கூடி; வாழும் = வாழ்கின்ற; உயிர்க்கு = உயிருக்கு (வரம்புகள் உண்டு).

எளிய பொருள்

இந்த ஞாலத்தில், ஒருவர் தம்மிடம் சேமிக்கப்பட்ட வரம்பை மீறி, மற்றொருவரிடமிருந்து சுகத்தை பெற்றுக் கொள்ள இயலாது. வெள்ளம் நிறைந்த கடலின் ஒரு முடிவு வரை ஓடிச் சென்று, மறுபடியும் கரைக்கு திரும்பினால் கூட என்ன பயன்? உடலோடு கூடி வாழும் ஓர் உயிருக்கு வரம்புகள் உள்ளன. அந்த வரம்பை மீறிய சுகம், எவ்வளவு முயற்சி செய்தாலும் கிடைக்காது.

விளக்கம்

இப்பாடல், மூதுரையின் பத்தொன்பதாம் பாடலின் — “ஆழ அமுக்கி முகக்கினும் ஆழ்கடல்நீர் நாழி முகவாது நால்நாழி” — ஆழ்ந்த-தொடர்ச்சி. மூதுரையில் ஔவையார், கடல்-நாழி உவமை வழியாக “விதி-பாத்திரத்தின் அளவே வாழ்வின் பெறுமை” என்று சொன்னார். நல்வழியின் ஆறாம் பாடலில், அதே-கருத்தை ஓர் வேறுபட்ட கோணத்தில் — “சுகம் பெறுவதின் எல்லை” — வைக்கிறார்.

ஔவையாரின் கூற்று இது: ஒருவர் தம்மிடம் சேமிக்கப்பட்ட — அதாவது, தம் ஊழ்-கணக்கின் வரம்பில் உள்ள — சுகத்தை மட்டுமே பெற முடியும். அந்த வரம்பை மீறி, மற்றொருவரிடமிருந்து சுகத்தை “இறக்கி பெற்றுக் கொள்ள” முடியாது. இது மெய்ப்பொருள்-உண்மை மட்டுமே அல்ல; இக்-உலகத்தின் இயற்கை-நியதி.

இதை விளக்க, அவர் கடல்-உவமை வைக்கிறார். ஒருவன் கடலுக்கு செல்கிறான். கடல், ஞாலத்தின் மிகப்-பெரிய நீர்-நிறை. அவன் கடலுக்கு சென்று, கடலின் முடிவை — அதன் மறு-கரையை — அடைய முயற்சி செய்கிறான். எத்தனை-நாட்கள் ஓடினாலும், கடலின் முடிவை அவன் அடைய முடியாது. சில காலம் கழித்து, களைப்பாகி, மறுபடியும் கரைக்கு திரும்புகிறான். அவன் என்ன பெற்றான்? கடலின் அளவில் — ஒன்றுமே.

கடல் இருக்கிறது, அவன் பெற்றது சில-மண்-உப்பு மட்டுமே. காரணம் — உடலோடு கூடி வாழும் அவன், கடலின் அளவை மீற முடியாது.

இதே-வழியில், ஓர் மாந்தன் தம் வாழ்வில் — சுகத்தைத் தேடி — பல வழிகளில் ஓடுகிறான். "இங்கு கிடைக்கவில்லை; வேறு இடத்திற்கு செல்வேன். அந்த இடத்தில் கிடைக்கவில்லை; இன்னும் தூரம் செல்வேன்." இவ்வாறு, தம் வாழ்நாள் முழுவதும் சுகத்தை-தேடி ஓடிக்கொண்டே இருக்கிறான். ஆனால் முடிவில் — அவன் பெறுவது, அவன் ஊழ்-கணக்கின் வரம்பில் உள்ள சுகம் மட்டுமே. அதை மீற, எவ்வளவு ஓட்டமும் பயனற்றது.

இக்கருத்து ஓர் ஆழ்ந்த-நிம்மதியை வழங்குகிறது. நீ எத்தனை முயற்சி செய்தாலும், உனக்கு விதிக்கப்பட்ட சுகத்தை மட்டுமே பெற முடியும். அதனாலேயே — "இன்னும் கூட சுகம் வேண்டும், இன்னும் கூட வசதி வேண்டும்" என்னும் வரம்பற்ற ஓட்டத்தை விட்டுவிட்டு, உனக்கு கிடைத்த அளவில் மகிழ்வோடு வாழுவதே சிறந்த-வழி. இந்த-நிலை, சோம்பல் அல்ல; ஆழ்ந்த-நிறைவு.

இன்றைய பயன்பாடு

இக்காலத்தில் இப்பாடம், "இன்னும் கூட..." என்னும் தீவிர-வரம்பற்ற-தேடலின் வாழ்க்கைமுறைக்கு ஓர் கூரிய-மருந்து. பணியில் முன்னேற்றம், அதிக-வசதி, புதிய-சாதனம், பெரிய-வீடு — இவை அனைத்தும் தொடர்ந்து தேடப்படும் கூறுகள். ஆனால் ஒவ்வொரு புதிய-அடைவின் பிறகும், புதிய-தேடல் தொடங்குகிறது. சுகம், கையில் சேர்கின்ற கணமே, மற்றும்-கூடிய சுகத்தின் தேடல் தொடங்குகிறது. இந்த-வழக்கம், வாழ்நாள் முழுவதும் ஓய்வற்ற-நிலையை வளர்க்கிறது.

ஔவையாரின் பாடம் — உனக்கு விதிக்கப்பட்ட சுகத்தை மட்டுமே நீ பெற முடியும். அதை மீற, எவ்வளவு கடினமாக முயற்சி செய்தாலும், பயனற்றது. அதனாலேயே, இக்கணத்தில் கிடைத்த சுகத்தை — அதன் முழு-அளவில் — அனுபவிக்கப் பழகு. அடுத்த-நிலையை எண்ணி, இக்கணத்தின் சுகத்தை இழக்காதே.

இது நிறுத்தலின் வாதம் அல்ல. முயற்சி தொடரும்; ஆனால் முயற்சியின் முடிவின்-கட்டுப்பாட்டை விட்டுவிடு. கடலின் மறு-கரையை எட்ட முயல்வது இயற்கைக்கு எதிராக நிற்பது. நிற்க-வேண்டிய இடத்தில் நிற்க பழகுவதே — பெரும் மெய்யறிவு.

பாடல் 7 — தாமரை-நீர் வாழ்வு

எல்லாப்படியாலும் எண்ணினால் இவ்வுடம்பு
பொல்லாப் புழுமலிநோய் புன்குரம்பை –
நல்லார்
அறிந்திருப்பார் ஆதலினால் ஆம்கமல
நீர்போல்
பிறிந்திருப்பார் பேசார் பிறர்க்கு.

சொற்பொருள்

வரி 1: எல்லாப்படியாலும் = எல்லா வகையிலும்; எண்ணினால் = ஆழ்ந்து சிந்தித்தால்; இவ்வுடம்பு = இந்த உடல்; பொல்லாப் = தீய, அழுக்கான.

வரி 2: புழுமலிநோய் = புழு, மலம், நோய் ஆகியவற்றால் நிறைந்த; புன்குரம்பை = அழுக்கான ஓர் சிறு குடிசை, நிலையற்ற-உடல்-உருவம்; நல்லார் = நற்-உள்ளம் கொண்டோர்.

வரி 3: அறிந்திருப்பார் = இதை அறிந்து, பற்றின்றி இருப்பர்; ஆதலினால் = அதனால், அக்காரணத்தால்; ஆம்கமல = அதுபோல, தாமரை மலரின்; நீர்போல் = தாமரை-இலையின் மேல் நிற்கின்ற நீர்-துளி போல.

வரி 4: பிறிந்திருப்பார் = (ஞாலத்தின் சுக-துன்பத்தினின்று) விலகி இருப்பார்; பேசார் = (வீண் பேச்சு) பேச மாட்டார்; பிறர்க்கு = மற்றவருக்கு.

எளிய பொருள்

எல்லா-வகையிலும் ஆழ்ந்து சிந்தித்தால், இந்த உடல் என்பது — புழு, மலம், நோய் நிறைந்த ஓர் அழுக்கான-சிறு-குடிசையே, நிலையற்ற ஓர் வடிவமே. இந்த-உண்மையை நற்-உள்ளம் கொண்டோர் அறிந்து கொள்கின்றனர். அதனாலேயே, தாமரை-இலையின் மேல் நிற்கின்ற நீர்-துளி, அந்த இலையோடு ஒட்டாமல் தனியே நிற்பது போல — அவர்கள் ஞாலத்தின் சுக-துன்பத்தினின்று விலகி, பற்றின்றி வாழ்வர். வீண்-பேச்சு பேசாமல், அமைதியாக இருப்பர்.

விளக்கம்

இப்பாடல், மூன்றாம் பாடலின் — "இடும்பைக்(கு) இடும்பை இயலுடம்பு..." — தொடர்ச்சி. அப்பாடலில் ஔவையார், உடலின் நிலையற்ற-தன்மையை சொன்னார். ஏழாம் பாடலில், அந்த-உண்மையை அறிந்து கொண்ட நற்-உள்ளம் கொண்டோர் — எவ்வாறு வாழ்கின்றனர் — என்னும் ஆழ்ந்த-படிநிலையை விளக்குகிறார். அறிதல் ஓர் கூறு; அறிந்து-வாழ்தல் வேறு-கூறு.

"புழுமலிநோய் புன்குரம்பை" என்னும் சொற்றொடர் கூரியது. உடலின் உண்மையான-வடிவத்தை, ஔவையார் மென்மைப்படுத்தாமல் சுட்டுகிறார். உடலுக்குள் என்ன-உள்ளது? நரம்புகள், சதை, எலும்பு, இரத்தம் — இவையெல்லாம் வெளியில் பார்க்கும்போது அழகாக-இருக்கலாம். ஆனால் உள்ளே? மலம், புழு, கிருமி, நோய் — இவை அனைத்தும். உடல், அதன் இயற்கையே, இவற்றின் வசிப்பிடம். அதை "அழுக்கான ஓர் சிறு-குடிசை" என்று ஔவையார் அழைப்பது, கடினமான-உண்மையின் சாட்சி.

இந்த-உண்மையை அறிந்த நற்-உள்ளம் கொண்டோர், எவ்வாறு வாழ்கின்றனர்? இங்கு ஔவையார் ஓர் அழகான-உவமையை வழங்குகிறார் — "ஆம்கமல நீர்போல்." தாமரை-இலையின் மேல் நிற்கின்ற நீர்-துளியின் காட்சி, இந்திய மரபில் மிக-முக்கியமான ஒரு கூறு. தாமரை-இலை, நீரின் மீதே மிதந்து வாழ்கிறது. ஆனால் அதன் மேல் விழும் நீர்-துளி, இலையோடு ஒட்டாது. ஓர் சிறு-மாணிக்க-மணி போல, அந்த நீர்-துளி இலையின் மேல் தனியே-நிற்கிறது. சில கணம் கழித்து, காற்று வீசினால், அந்த நீர்-துளி வழுக்கி, இலையை விட்டு கீழே-விழுந்து, மறுபடியும் தாமரை-நீரில் சேர்கிறது.

இக்காட்சி, நற்-உள்ளம் கொண்டோரின் வாழ்க்கையின் சின்னம். அவர்கள் இவ்வுலகில் வாழ்கின்றனர், ஆனால் இவ்வுலகின் சுக-துன்பத்தோடு ஒட்டாமல். அவர்களின் உடல், இங்கேயே-உள்ளது; ஆனால் அவர்களின் உள்ளம், இதன் பற்றில் சிக்கவில்லை. கணம் வரும்போது, அவர்கள் இவ்வுலகை விட்டு — தாமரை-இலையை விட்டு கீழே-வழுக்கும் நீர்-துளி போல — அழியா-நிலையை அடைகின்றனர். வாழ்வோடு கூட இருந்தும், வாழ்வின் பற்றிலிருந்து விலகியே இருப்பது — இது ஓர் ஆழ்ந்த-நிலை.

இப்படி வாழ்வோர், மற்றவருக்கு வீண்-பேச்சு பேச மாட்டார்கள். ஏன்? வீண்-

பேச்சு என்பது, பற்றின் வெளிப்பாடு. அன்றாட-வாழ்வின் சிறு-சண்டை, யாரோ எவரோ பற்றிய பழி-பேச்சு, நாட்டார்-புரிதலின் கூட்டு-வாதம் — இவை அனைத்தும் பற்றுள்ளோரின் பேச்சு-வடிவங்கள். பற்றை-விட்ட நற்-உள்ளம் கொண்டோர், இவற்றில் சிக்க மாட்டார்கள். அவர்களின் சொல், ஆழ்ந்த-கருத்தோடு கூடியதாகவே இருக்கும்.

இன்றைய பயன்பாடு

இக்காலத்தில், "தாமரை-நீர் வாழ்வு" என்பது ஓர் கடினமான கல்வி. நாள்-முழுவதும், எண்ணற்ற-சம்பவங்கள் நம் வாழ்வில் நிகழ்கின்றன. ஒவ்வொரு சம்பவமும் — சிறு-அல்லது-பெரிய — நம் உள்ளத்தில் ஓர் அலையை எழுப்புகிறது. யாரோ ஒருவர் ஓர் வாக்கு கூறியதற்காக, நம் உள்ளம் சிக்கி-நிற்கிறது. ஓர் சிறு-தோல்விக்காக, மணி-நேரம் வருந்துகிறோம். ஓர் சிறு-வெற்றிக்காக, பல-நாள் மகிழ்கிறோம். இவ்வாறு, நம் உள்ளம் ஒட்டியே-நிற்கிறது.

ஔவையாரின் வழியில் வாழ-முற்படுதல் — "ஒவ்வொரு சம்பவத்தோடும் ஒட்டாமல், தாமரை-நீர் போல தனியே நிற்க முற்படுதல்" — ஓர் தினம்-தினம் முயற்சி. நிகழ்வு வரட்டும்; உள்ளம் மீது விழட்டும். ஆனால் அது நம்மை-ஈர்த்து-கொள்ள விடாதே. சில-கணம் கழித்து, அந்த நிகழ்வு வழுக்கி கீழே-விழட்டும். நம் உள்ளம், மீண்டும் தனிமையை அடையட்டும்.

இது சாத்தியமா? உடனேயே சாத்தியம் அல்ல. ஆனால் நாள்-முழுவதும் — பல சம்பவங்களில் — இம்-முயற்சியை தொடர்ந்து செய்தால், மெல்ல மெல்ல, தாமரை-நீர் வாழ்வின் ஓர் சிறு-துளி நம் உள்ளத்தில் உருவாகும். அது நம்மை — இக்-ஞாலத்தின் பல சண்டைகளினின்று — விடுவிக்கும்.

பாடல் 8 — ஊழ் சேர்க்கும் அளவே செல்வம்

ஈட்டும் பொருள்முயற்சி எண்ணிறந்த ஆயினும்ஊழ்
கூட்டும் படியன்றிக் கூடாவாம் – தேட்டம்
மரியாதை காணும் மகிதலத்தீர் கேண்மின்
தரியாது காணும் தனம்.

சொற்பொருள்

வரி 1: ஈட்டும் = சம்பாதிக்கும், சேர்க்கும்; பொருள்முயற்சி = செல்வம்-தேடும் முயற்சி; எண்ணிறந்த = எண்ணிக்கைக்கு அப்பாற்பட்ட, மிக-அதிக; ஆயினும் = இருந்தாலும்; ஊழ் = ஊழ்-விதி.

வரி 2: கூட்டும் = சேர்த்து வழங்கும்; படியன்றிக் = முறை-வரம்பு மீறி; கூடாவாம் = சேராது, வரம்பு மீறி வருவதில்லை; தேட்டம் = தேடிய பொருள், சேமிப்பு.

வரி 3: மரியாதை = கௌரவம், பெருமை-நிலை; காணும் = (இதைக்) கண்டறிக; மகிதலத்தீர் = இப்பூமியில் வாழ்வோரே; கேண்மின் = கேளுங்கள்.

வரி 4: தரியாது = (கையில்) தங்காது, நீடிக்காது; காணும் = (என்று) அறிக; தனம் = செல்வம், பணம்.

எளிய பொருள்

ஒருவர் செல்வம்-சேர்க்க எத்தனை எண்ணிக்கைக்கு அப்பாற்பட்ட முயற்சிகள் செய்தாலும், ஊழ்-விதி சேர்த்து வழங்கும் வரம்பை மீறி, அந்த செல்வம் வந்து சேராது. கௌரவம் தேடி, இப்பூமியில் வாழ்வோரே!

கேளுங்கள் — செல்வம் (கையில்) தங்காது; நீடிக்காது. இதை அறிந்து கொள்ளுங்கள்.

விளக்கம்

இப்பாடல், நல்வழியின் ஆழ்ந்த-மெய்ப்பொருள்-கட்டுமானத்தில் ஓர் முக்கிய-கல். முதல்-ஐந்து பாடல்களில் ஔவையார் — செல்வத்தின் இடம், மக்களின் வகுப்பு, உடலின் தன்மை, ஊழ்-விதியின் காலம், மக்களின் கவலை — ஆகியவற்றை சொன்னார். எட்டாம் பாடலில், இவை அனைத்தையும் ஒன்றாக சேர்க்கும் ஓர் கூட்டு-கூற்றை வழங்குகிறார் — செல்வத்தின் வருகையும், அதன் தங்காமையும், இரண்டுமே ஊழ்-விதியின் கணக்கின் வழியாக நிகழ்கின்றன.

முதல்-கூற்று: "ஈட்டும் பொருள்முயற்சி எண்ணிறந்த ஆயினும் ஊழ் கூட்டும் படியன்றி கூடாவாம்." செல்வம்-தேடி நாம் எவ்வளவு கடினமாக முயற்சி செய்தாலும், ஊழ்-விதி நமக்காக சேர்த்து-வைத்த அளவை மீறி, செல்வம் வந்து சேராது. ஓர் மாந்தன், தம் வாழ்நாள் முழுவதும் — தினம்-முழுவதும் — செல்வம் சேர்க்கும் முயற்சியில் ஈடுபடலாம். அவன் பல-வழிகளில் முயற்சிப்பான். சிலவற்றில் வெற்றி-பெறுவான்; சிலவற்றில் தோற்பான். ஆனால் வாழ்நாள் முடிவில், அவன் சேமித்த-மொத்த-செல்வம் — ஊழ்-விதி அவனுக்கு வரம்-வரையறுத்த அளவே. அதை மீறி, அவன் ஒரே-காசு கூட சேர்க்க இயலாது.

இது சாதனை-மறுப்பின் வாதம் அல்ல. ஔவையார் முயற்சியை மறுக்கவில்லை. மாறாக — "முயற்சி உனது கடமை. ஆனால் அந்த முயற்சியின் பலன், ஊழ்-விதியின் கையில் உள்ளது. ஊழ் சேர்த்த-அளவிற்கு மேல், எதுவும் வராது" என்னும் மெய்ப்பொருளை சொல்கிறார். இக்கருத்தை அறிந்து கொண்டால், செல்வம் வரும்போது "இது என் முயற்சியின் முழு-பலன்" என்னும் ஆணவத்திற்கு இடம் இருக்காது; செல்வம் வராதபோது "என் முயற்சியில் ஓர் குறை இருந்தது" என்னும் சுய-சாடலுக்கும் இடம் இருக்காது. இரு-வழியிலும், ஓர் சம-நிலை.

இரண்டாம்-கூற்று: "தரியாது காணும் தனம்." செல்வம், கையில் தங்காது; நீடிக்காது. வந்த-கணம் முதலே, அது போக-தொடங்குகிறது. சில காலம் தங்குகிறது; சிலகாலம் கழித்து, மறுபடியும் போய்விடுகிறது. செலவு, இழப்பு, கொள்ளை, தீ, நோய்-செலவு, குடும்ப-தேவை — பல வழிகளில் செல்வம் கையை விட்டு போய்விடுகிறது. அதன் தங்கல், தாற்காலிக-நிலை மட்டுமே.

இதை அறிந்த ஓர் மாந்தனின் வாழ்வு, மிக-வேறுபட்ட வடிவத்தில் அமையும். செல்வம் வரும்போது, அதை இறுக்கமாக-பற்றிக் கொள்ள மாட்டான்; "இது போக-வேண்டியது" என்னும் தெளிவில் இருப்பான். செல்வம் போகும்போது, கடினமாக-துன்பப்பட மாட்டான்; "இது இயற்கையான-கூறு" என்னும் சம-நிலையில் இருப்பான். இரண்டிற்கும் ஒரே-நிலை — மிதம், சம-நிலை.

ஔவையார் "மகிதலத்தீர் கேண்மின்" — இப்பூமியில் வாழ்வோரே, கேளுங்கள் — என்னும் விளியில் இக்கூற்றை வைக்கிறார். இது ஓர் தனிமனிதனுக்கு மட்டுமே சொல்லப்படும் கூற்று அல்ல; ஞாலத்தின் அனைத்து-மக்களுக்கும் சொல்லப்படும் ஓர் பொது-நேர்மை. கௌரவம்-தேடி, செல்வம்-தேடி வாழ்வோரே — செல்வம் தங்காது என்பதை அறிக. இக்கூற்றில், ஔவையாரின் கருணை-நிறை பெருந்தாய்-குரல் வெளிப்படுகிறது.

இன்றைய பயன்பாடு

இக்காலத்தில், செல்வம்-மையமான வாழ்வின் தலைமை-நிலை, இப்பாடம் மிக-கூரிய ஓர் சவாலாக நிற்கிறது. பெரும்பாலான மக்கள், செல்வத்தை நீடிக்கச் செய்வதையே வாழ்க்கையின் முதன்மையாக கொள்கின்றனர்.

வீடு வாங்கல், காசு சேமித்தல், பெருகச்-செய்தல், அடுத்த-தலைமுறைக்கு ஒப்படைத்தல் — இவை அனைத்தும் வாழ்க்கையின் பெரும்-பகுதியை ஆக்கிரமிக்கின்றன. ஆனால் முடிவில், அந்த செல்வம் கையில் தங்குவதில்லை. கைகள் வெறுமையாகவே ஆகிவிடுகின்றன — இறப்பின் கணத்தில்.

ஔவையாரின் பாடம் — "செல்வம் சேர். ஆனால் செல்வம் வாழ்வின் முழு-நோக்கம் என்று கருதாதே. செல்வம் தங்காது; உனது நற்-செயல்கள் தான் தங்கும்." இக்கருத்தை அறிந்து கொண்ட பின், செல்வம்-தேடலுக்கு ஓர் சம-நிலை வரும். தேவையான அளவு உழைப்பு; அதற்கு மேல், ஊழ்-கணக்கின் கையில். மீதி நேரத்தை, நற்-செயல்களுக்கும், குடும்பத்திற்கும், மெய்நெறி-வளர்ச்சிக்கும் ஒதுக்கலாம்.

தனிமனிதனுக்கு இது ஓர் தினம்-தினம்-கேள்வி — "இக்கணம் நான் செய்வது, செல்வம்-சேமிப்புக்காகவா, அல்லது நற்-செயல்-சேமிப்புக்காகவா? என் வாழ்நாள் முடிவில், என் கைகளில் என்ன இருக்கும் என்று கருதுகிறேன்?" இக்கேள்வியின் வழியாக, வாழ்க்கையின் நோக்கம் தெளிவாகும்.

பாடல் 9 — நற்-குடியின் வரம்

ஆற்றுப் பெருக்கற் றடிசுடுமந் நாளுமவ்வா(று)
ஊற்றுப் பெருக்கால் உலகூட்டும் – ஏற்றவர்க்கு
நல்ல குடிபிறந்தார் நல்கூர்ந்தார் ஆனாலும்
இல்லை என மாட்டார் இசைந்து .

சொற்பொருள்

வரி 1: ஆற்றுப் = ஆற்றின்; பெருக்கற் = (நீர்) பெருகாமல்; றடிசுடுமந் = அடியில்-வற்றும் அந்த; நாளுமவ்வாறு = அந்நாட்களிலும் கூட அவ்வாறே.

வரி 2: ஊற்றுப் = நில-ஊற்றின்; பெருக்கால் = பெருக்காக-வரும் நீர்-வீச்சினால்; உலகூட்டும் = உலகத்தை ஊட்டும் (உயிர்-தாங்கும்); ஏற்றவர்க்கு = தகுதியானவருக்கு.

வரி 3: நல்ல = நல்ல; குடிபிறந்தார் = குடியில் பிறந்தவர், நற்-குடி-மரபினர்; நல்கூர்ந்தார் = வறுமை-நிலையை அடைந்தவராக; ஆனாலும் = ஆகி இருந்தாலும்.

வரி 4: இல்லை என = "இல்லை, என்னிடம் ஒன்றும் இல்லை" என்று; மாட்டார் = கூற மாட்டார்கள்; இசைந்து = ஒத்துக்-கொண்டு, ஏற்றுக் கொண்டு.

எளிய பொருள்

ஆற்றில் நீர் பெருகாமல், அடியில்-வற்றி-நிற்கின்ற-நாட்களிலும் கூட — நில-ஊற்றின் பெருக்கால், ஞாலம் நீர் கிடைத்து உயிர் தாங்கப்படுகிறது. அதேபோல, நற்-குடியில் பிறந்தவர்கள், எந்த காரணத்தாலோ வறுமை-நிலையை அடைந்திருந்தாலும் கூட — தகுதியான ஒருவர் தம்மை அணுகி உதவி கேட்டபோது, "இல்லை, என்னிடம் ஒன்றும் இல்லை" என்று மறுத்துச் சொல்ல மாட்டார்கள். அவர்கள் ஏதோ ஒரு வழியில் கொடுக்கவே முற்படுவர்.

விளக்கம்

இப்பாடல், நல்-குடியின் பெருமையை — ஓர் ஆழ்ந்த இயற்கை-உவமையின் வழியாக — மிக-அழகாக சுட்டுகிறது. ஔவையார் இரு-கால-நிலையை ஒப்பிடுகிறார் — ஆற்றில் நீர் பெருகி-ஓடும் வசந்த-காலம், மற்றும் ஆற்றில் நீர்

வற்றும் கோடை-காலம். வசந்தத்தில், ஆற்றின் நீர் ஞாலத்தை ஊட்டுகிறது — எவருக்கும் தாகம் தீரும், பயிர் வளரும், வாழ்வு செழிக்கிறது. ஆனால் கோடையில், ஆறு வற்றுகிறது. நீர் இல்லாமல், ஞாலம் தாகத்தில் தவிக்கிறது.

அக்கணத்தில் — ஆற்று-நீர் இல்லாத கணத்தில் — என்ன-நிகழ்கிறது? நில-ஊற்றுகள், ஞாலத்தை காப்பாற்றுகின்றன. பூமியின் ஆழமான-உள்ளுக்குள், நிலையான-நீர் சேமிக்கப்பட்டிருக்கிறது. அந்த-நீரே, ஊற்றின் வழியாக மேலே-எழுந்து வந்து, மக்களின் தாகத்தை தீர்க்கிறது. ஆறு வற்றினாலும், ஊற்று வற்றுவதில்லை. அதன் வேர், ஆழமான-நீர்-நிலையில் ஊன்றியுள்ளது.

இக்கூறை, ஔவையார் நற்-குடி-மரபினரின் வாழ்விற்கு ஒப்பிடுகிறார். நற்-குடியில் பிறந்த ஒருவர் — செல்வம்-நிறை காலத்தில், இயல்பாகவே கொடுப்பார். வசதி இருக்கும்போது, கொடுப்பது எளிது. ஆனால் அவர்கள் வாழ்வில் ஓர் வறுமை-கட்டம் வந்தாலும் — செல்வம் இழந்து, கையில் ஒன்றும் இல்லாமல், கடினமான-நிலையை அடைந்தாலும் — அவர்கள் கொடுக்காமல் இருக்க மாட்டார்கள். ஏதோ ஒரு வழியில், ஏதோ ஒரு கூறை, அவர்கள் கொடுக்கவே முற்படுவர். அதன் காரணம் — அவர்களின் கொடை-மனம், செல்வத்தில் வேர் ஊன்றியதல்ல; குடி-மரபில் வேர் ஊன்றியது. வெளி-நிலை மாறினாலும், உள்-மரபு மாறாது.

இக்கருத்தின் ஆழம் — "கொடை-மனம்" என்னும் கூறு, செல்வத்திலிருந்து வராது; உள்-தன்மையிலிருந்தே வருகிறது. செல்வம் கொடையின் சாதனம் தான்; செல்வம் கொடையின் வேர் அல்ல. வேர், மனத்தில் உள்ளது. அந்த-மனம் — நற்-குடியில் வளர்ந்தோர்க்கு — ஆழ்ந்த-ஊற்று-நிலையில் இருக்கிறது. வெளி-நீர் வற்றினாலும், உள்-ஊற்று வற்றாது.

இங்கே "குடி" என்னும் சொல், பிறப்பின் வழியான வகுப்பு-வடிவத்தில் கொள்ளக்கூடாது. ஔவையார் இரண்டாம் பாடலில், "இனம் இரண்டொழிய வேறில்லை" என்று வகுப்பின் வடிவத்தை மறுத்தார். இங்கே "குடி" என்பது — நற்-வளர்ப்பு-நிலையில் வந்த-வீடு, கொடைக்கு பழக்கப்பட்ட-மரபு என்னும் பொருளில். அத்தகைய வீட்டில் வளர்ந்த-மாந்தன், கொடை-மனத்தை இயல்பாக-பெற்றுள்ளான். அது அவன் வாழ்நாள் முழுவதும் — செல்வம் இருந்தாலும், இல்லாவிட்டாலும் — அவனோடே இருக்கிறது.

இன்றைய பயன்பாடு

இக்காலத்தில் இப்பாடம், குழந்தை-வளர்ப்பின் முக்கியத்துவத்தை வலியுறுத்துகிறது. குழந்தைகளை "கொடைக்கு பழக்க" வேண்டிய காரியம், பெற்றோர்களின் கையில் உள்ளது. செல்வம்-வந்த நாட்களில் மட்டுமே கொடுக்க பழக்கினால், செல்வம்-போன பின் அந்த-மனம் காணாமல்-போய்விடும். எல்லா-நாட்களிலும் — செல்வம் இருந்தாலும், இல்லாவிட்டாலும் — கொடுக்கப் பழக்க வேண்டும். அப்போதே, கொடை-மனம் வேர்-ஊன்றும்.

தனிமனிதனுக்கு இது ஓர் சுய-கேள்வி — "என் கொடை-மனம், செல்வத்தில் வேர்-ஊன்றியதா, மரபில் வேர்-ஊன்றியதா? வசதி-நிலை மாறினால், என் கொடை-மனம் மாறுமா?" இக்கேள்விக்கான பதில், நம் உள்-தன்மையின் சாட்சி.

வாழ்வில் வறுமை-கட்டம் வந்தபோது — பணி-இழப்பு, தொழில்-கேடு, உடல்நல-துன்பம் — அக்கணத்திலும் கொடை-மனத்தை விட்டுவிடாதே. மிகச்-சிறு-வடிவத்திலாவது, கொடுக்க முற்படு. ஓர் சில-நாள்-உணவாக-இருந்தாலும், ஓர் ஆழ்ந்த-சொல்லாக-இருந்தாலும், ஓர் ஆதரவு-நேரமாக-

இருந்தாலும் — கொடு. அந்த-கொடை, உனது உள்-ஊற்று வற்றவில்லை என்பதின் சாட்சி.

பாடல் 10 — இறப்பின் ஏற்பு

ஆண்டாண்டு தோறும் அழுது புரண்டாலும்
மாண்டார் வருவரோ மாநிலத்தீர் – வேண்டா!
நமக்கும் அதுவழியே! நாம்போம் அளவும்
எமக்கென்? என்(று) இட்டு, உண்டு, இரும்.

சொற்பொருள்

வரி 1: ஆண்டாண்டு = ஆண்டுக்கு-ஆண்டு, பல வருடங்கள் தொடர்ந்து; தோறும் = ஒவ்வொன்றிலும்; அழுது = கதறி அழுது; புரண்டாலும் = (துயரத்தில்) புரண்டு வேதனைப்பட்டாலும்.

வரி 2: மாண்டார் = இறந்தவர்கள்; வருவரோ = (மறுபடியும்) வருவார்களா? (வரமாட்டார்கள் என்னும் கேள்வி-வடிவம்); மாநிலத்தீர் = இப்-பெரிய-பூமியில் வாழ்வோரே; வேண்டா = (வீண்-துயரம்) வேண்டாம்.

வரி 3: நமக்கும் = நாம் ஒவ்வொருவருக்கும்; அதுவழியே = அந்த இறப்பின் வழியே; நாம்போம் = நாம் (ஒரு-நாள்) போக-வேண்டிய; அளவும் = அந்த கால-வரம்பு வரை.

வரி 4: எமக்கென்? = "நமக்கு என்ன?" என்னும் சுய-நலத்தை விட்டு; என்று = என்று கருதி; இட்டு = (மற்றவருக்கு) கொடுத்து; உண்டு = (மற்றவருடன் சேர்ந்து) உண்டு; இரும் = வாழ்க, இருக்க பழகு.

எளிய பொருள்

இப்-பெரிய-பூமியில் வாழ்வோரே! ஆண்டுக்கு-ஆண்டு, பல வருடங்கள் தொடர்ந்து கதறி-அழுது, துயரத்தில் புரண்டு வேதனைப்பட்டாலும் — இறந்தவர்கள் மறுபடியும் வருவார்களா? வர மாட்டார்கள். அந்த வீண்-துயரம் வேண்டாம். நாம் ஒவ்வொருவரும், அதே இறப்பின் வழியே ஒரு-நாள் போக-வேண்டியவர்களே. நாம் போகின்ற கால-வரம்பு வரை — "நமக்கு என்ன?" என்னும் சுய-நலத்தை விட்டு, பகிர்ந்து உண்டு, மற்றவருக்கு கொடுத்து வாழ்க.

விளக்கம்

இப்பாடல், நல்வழியின் ஆழ்ந்த-மெய்ப்பொருள்-உச்சத்தை எட்டுகின்ற முதல்-பத்து-பாடல்களின் இறுதி-முடிவாக நிற்கிறது. ஔவையார் இறப்பு என்னும் கடினமான-கூற்றை — இக்கால-மக்கள் தவிர்த்து-பேசும் கூற்றை — மிக-நேரடியாகவும், ஆழ்ந்த-கருணையோடும் வைக்கிறார். இறப்பின்-ஏற்பின் வழியாக, வாழ்வின்-உண்மை-நோக்கம் வெளிப்படுகிறது.

காட்சியின் முதல்-பகுதி — இறந்தவர்கள் வருவரோ என்னும் கேள்வி. ஓர் மாந்தனின் வீட்டில், அவருக்கு நெருங்கிய ஒருவர் — பெற்றோர், துணை, குழந்தை, தோழன் — இறக்கிறார். அவன் கடினமாக-அழுகிறான். ஓர் நாள் அழுகிறான், ஓர் வாரம் அழுகிறான், ஓர் மாதம், ஓர் வருடம் — ஆனாலும் வேதனை குறையாமலே-இருக்கிறது. "ஏன் இவ்வாறு நடந்தது? இவர் திரும்பி வந்தால் எவ்வளவு நன்றாக இருக்கும்" என்னும் ஆழ்ந்த-ஏக்கத்தில் தொடர்ந்து வாழ்கிறான். ஔவையார் இக்-காட்சியில் தலையிட்டு, மிக-நேர்மையான கேள்வியை வைக்கிறார் — "மாண்டார் வருவரோ? வரமாட்டார். எவ்வளவு அழுதாலும், இதுவே-உண்மை. அதனாலேயே, அந்த-வீண்-துயரம் வேண்டாம்."

இக்கூற்று மிக-கடினமாக ஒலிக்கலாம். "அந்த அன்பு-மக்கள் போய்விட்டார். அவருக்காக நான் வருந்தாமல் இருக்க முடியுமா?" — என்று கேட்கலாம். ஔவையாரின் பதில் — "வருத்தம் இயல்பு. ஆனால் வாழ்நாள் முழுவதும் வருந்தி-வாழ்ந்தால், உனது வாழ்வும் வீணே. வருந்துவதற்கு பதிலாக, ஓர் ஆழ்ந்த-ஏற்பை வளர்த்துக் கொள்."

காட்சியின் இரண்டாம்-பகுதி — "நமக்கும் அதுவழியே." நாமும், ஒரு-நாள், இறப்பின் வழியே போக-வேண்டியவர்களே. இறப்பு, மற்றவருக்கு மட்டுமே நிகழக்கூடிய ஒன்று அல்ல; அது நம் அனைவருக்கும் வரக்கூடியது. நம்-இறப்பு எப்போது வரும், எவ்வாறு வரும் — இவை நமக்கு தெரியாது. ஆனால் அது வரும் என்பது — ஓர் நிச்சயம்.

இக்கூறை அறிந்த பின், வாழ்வின் இக்கணம் — மிகவும்-மதிப்பு-உடையதாகிறது. நமக்கு கிடைத்த-நாட்கள் ஓர் வரம். அந்த-வரத்தை எவ்வாறு கழிக்க வேண்டும்? ஔவையாரின் பதில் — "இட்டு உண்டு இரும்." மற்றவருக்கு கொடு (இட்டு); மற்றவருடன் சேர்ந்து உண் (உண்டு); அவ்வாறே வாழ் (இரும்).

இந்த-மூன்று-சொற்றொடரின் ஆழம் கூரியது. "இட்டு" — கொடு. பகிர்வே வாழ்வின் முதன்மை. "உண்டு" — உண் (வாழ்வை ரசி, அனுபவி). சோர்வோடு அல்ல; மகிழ்வோடு வாழ். "இரும்" — அவ்வாறே இரு. அதுவே வாழ்வு.

இது இறப்பின் கருத்துக்கு எதிராக நிற்கும் சோகமான-கூற்று அல்ல; இறப்பை அறிந்த பிறகே வாய்க்கின்ற ஓர் ஆழ்ந்த-மகிழ்வின் வாழ்வு. சில-நாள் மட்டுமே உள்ள இவ்வாழ்வை — சண்டையில், கசப்பில், பெற-வேண்டியதை-பெறாத-வருத்தத்தில் — செலவழிப்பது வீண். மாறாக, பகிர்வில், மகிழ்வில், அமைதியில் — செலவழிப்பதே சிறப்பு. இறப்பின் அறிதலே, இம்-மகிழ்வுக்கு வேர்.

இன்றைய பயன்பாடு

இக்காலத்தில் இப்பாடம், மிக-நெருக்கமான ஓர் வாழ்வியல்-வழிகாட்டி. நெருங்கிய ஒருவரின் இறப்பு — பெற்றோர், துணை, நண்பர் — பெருந்துயரத்தை வழங்குகிறது. அதிலிருந்து மீள்வது கடினம். ஆனால் ஔவையாரின் பாடம் — "அவர்கள் வராமை இயற்கை-உண்மை. அதனாலேயே, வீண்-துயரத்தில் உனது வாழ்வை செலவழிக்காதே. அவர்கள் வாழ்ந்த அன்போடு, நீ-தொடர்ந்து-வாழு. அவர்கள் காட்டிய நற்-செயல்களை, நீ-தொடர்ந்து-செய். அதுவே அவர்களுக்கு உண்மையான-வணக்கம்."

தனிமனிதனுக்கு இது ஓர் தினம்-தினம்-கேள்வி — "இக்கணம் — இக்கணம் தான் என் கடைசி-கணமாகவும் இருக்கலாம் — நான் என்ன செய்துகொண்டிருக்கிறேன்? என் இக்கணத்தை, பகிர்வில் கழிக்கிறேனா? மகிழ்வில் கழிக்கிறேனா? அமைதியில் கழிக்கிறேனா? அல்லது சண்டையில், கசப்பில், வீண்-தேடலில் இழக்கிறேனா?" இக்கேள்வி, ஒவ்வொரு கணத்தையும் — அரிய-கணமாக — மாற்றும்.

குழந்தைகளுக்கு இது ஓர் ஆழ்ந்த-கல்வி. வாழ்வு குறுகியது என்னும் உண்மையை — மிக-மென்மையாக — அவர்களுக்கு கற்பிக்க வேண்டும். அதனாலேயே, வாழ்வை பகிர்வோடு, அன்போடு, மகிழ்வோடு வாழ பழக வேண்டும். "எனக்கு என்ன?" என்னும் சுய-நலத்தில் வாழும் வழக்கம், மிகச்-சிறிய வாழ்வை அளிக்கிறது. "நமக்கு என்ன?" என்னும் பகிர்வோடு வாழும் வழக்கம், பெரிய-வாழ்வை அளிக்கிறது.

ஒருநாள் உணவை ஒழியென்றால் ஒழியாய்
இருநாளுக்கு ஏலென்றால் ஏலாய் –
ஒருநாளும்
என்நோ(வு) அறியாய் இடும்பைகூர் என்வயிறே
உன்னோடு வாழ்தல் அறிது.

சொற்பொருள்

வரி 1: ஒருநாள் = ஒரே-நாள்; உணவை = உணவு-உண்ணுதலை; ஒழியென்றால் = (இக்கணம்) நிறுத்து என்றால்; ஒழியாய் = ஒழிய மாட்டாய், நிறுத்த-இயலாமல் இருப்பாய்.

வரி 2: இருநாளுக்கு = இரண்டு-நாளுக்கான உணவை (ஒன்றாக); ஏலென்றால் = ஏற்றுக் கொள் என்றால்; ஏலாய் = ஏற்க மாட்டாய்; ஒருநாளும் = ஒரே-நாளும் கூட.

வரி 3: என்நோ(வு) = என் வேதனையை, என் சோர்வை; அறியாய் = அறிய-மாட்டாய்; இடும்பைகூர் = துன்பத்தை-கூராக்கும்; என்வயிறே = என்-வயிற்றே.

வரி 4: உன்னோடு = உன்னோடு (சேர்ந்து); வாழ்தல் = வாழ்வது; அறிது = கடினம், அரிதான ஓர் சவால்.

எளிய பொருள்

ஓர் நாள்-உணவை “இக்கணம் ஒழித்து-நிறுத்து” என்று உனக்கு சொன்னால், நீ நிறுத்த-மாட்டாய். “இரண்டு-நாளுக்கான உணவை ஒன்றாகவே ஏற்றுக் கொள்” என்று சொன்னால், ஒரே-நாளுக்கான அளவையும் ஏற்க-மாட்டாய். ஒரே-நாள்-கூட என் வேதனையை அறிய-மாட்டாய். துன்பத்தை-கூராக்கும் என்-வயிற்றே! உன்னோடு சேர்ந்து வாழ்வது மிக-கடினமான ஓர் சவாலே.

விளக்கம்

இப்பாடல், ஔவைப் பாட்டியின் கூரிய-நகைச்சுவை-நிறை ஆழ்ந்த-மெய்ப்பொருள்-கையாட்சியின் சிறந்த எடுத்துக்காட்டு. ஒருவர் தம்-வயிற்றோடு பேசுவது போல — மிக-நெருக்கமான ஓர் உரையாடல்-வடிவில் — உடலின் தினம்-தினம்-தேவைகளின் கடினத்தை சுட்டுகிறார். அவர் தம் வயிற்றை நேரடியாக விளித்து — “என்-வயிறே!” — பேசுகிறார். இக்கூறு, பாடலுக்கு ஓர் மிக-மனிதத்தனமான தொனியை அளிக்கிறது.

வயிற்றின் தன்மை இது — ஓர் கணம் நிறுத்த முடியாது, கூட்டிக் கொள்ள முடியாது. தினம்-தினம் — பெரும்பாலும் — இரு-முறை, மூன்று-முறை, உணவு வேண்டும். “இன்று உண்ண முடியாது, பணி அதிகம்” என்று சொன்னால், வயிறு கேட்காது. பசி-வேதனை எழுந்து, பணியின் கவனத்தை சிதைக்கும். “நாளை இரண்டு-முறை உண்ணப்-போகிறேன், இன்று உணவை விட்டுவிடு” என்று சொன்னால், அதையும் வயிறு ஏற்க மாட்டாது. வயிறு, ஒவ்வொரு-நாளும், அதன் தனிப்பட்ட-தினம்-கணக்கை வைக்கிறது. அந்த-கணக்கை மீற, எவ்வளவு முயற்சித்தாலும் முடியாது.

இக்கூறின் ஆழமான-மெய்ப்பொருள் — உடலின் சுமை, ஓர் தினம்-தினம்-சவால். இறப்பு வரும் வரையிலும், இந்த-சுமை தீராது. வயிற்றுக்கு உணவு வேண்டும், உடலுக்கு உறக்கம் வேண்டும், மனத்துக்கு ஓய்வு வேண்டும். இவை அனைத்தும் தினம்-தினம் வரும். அவற்றை-தீர்ப்பதே நம் வாழ்க்கையின் பெரும்-பகுதியை எடுத்துக் கொள்கிறது. வயிறு வழங்கும் இடைவிடா-கடினம், ஔவையாரின் நாலாம் பாடலின் — “இடும்பைக்கு இடும்பை

இயலுடம்பு" — கருத்தின் ஆழ்ந்த-விளக்கம்.

ஆனால் இக்கருத்தில், ஔவையாரின் கருணை-நிறை-தொனி கூரியது. அவர் வயிற்றை வெறுத்து-சாடவில்லை. மாறாக, "உன்னோடு வாழ்வது கடினம், ஆனால் அதுவே வாழ்வின் ஓர் பகுதி" என்னும் ஓர் ஏற்பின்-நிலையில் பேசுகிறார். உடலை ஏற்க வேண்டியதே; ஆனால் அதனிடம் சிக்க-வேண்டியதில்லை. உடலின் தினம்-தினம்-தேவைகளை-நிறைவேற்றியே, அதைக்-கடந்த-மெய்யறிவு-தேடலையும் தொடர வேண்டும்.

இன்றைய பயன்பாடு

இக்காலத்தில், உடல்-தேவைகளுக்கு அப்பாற்பட்ட ஓர் வாழ்வை வழிபடும்-வழக்கம் வளர்ந்துள்ளது. சில மக்கள், உடலின் தேவைகளை மீறி, தினம்-தினம் கடினமான-உழைப்பில் — உண்ணாமல், தூங்காமல், ஓய்வின்றி — செலவழிக்கின்றனர். மற்றொரு-புறம், சில மக்கள் உடலின்-தேவைகளிலேயே மூழ்கி, மற்ற எதையும் கருதாது வாழ்கின்றனர். ஔவையாரின் பாடம் — "இரு-மிகுதியையும் தவிர். உடலின் தேவைகளை மரியாதையோடு நிறைவேற்று; ஆனால் உடலையே வாழ்வாக ஆக்கிவிடாதே. உடலோடு வாழ்வது கடினம்; ஆனால் அதுவே வாழ்வின் முதல்-படி."

தனிமனிதனுக்கு இது ஓர் சம-நிலை-கேள்வி. "நான் என் உடலை ஏற்றுக்கொள்கிறேனா, அல்லது அதை-மீற முயற்சிக்கிறேனா? அதை மரியாதையோடு வளர்க்கிறேனா, அல்லது அதன் சிக்கலில் முழ்கிக்கொண்டிருக்கிறேனா?" சம-நிலையே — ஆழ்ந்த-வாழ்வு.

பாடல் 12 — உழைத்து உண்ணுதலின் சிறப்பு

ஆற்றங் கரையின் மரமும் அரசறிய
வீற்றிருந்த வாழ்வும் விழும் அன்றே – ஏற்றம்
உழுதுண்டு வாழ்வதற்கு ஒப்பில்லை கண்டீர்
பழுதுண்டு வேறோர் பணிக்கு.

சொற்பொருள்

வரி 1: ஆற்றங் = ஆற்றின்; கரையின் = கரையில் (வளரும்); மரமும் = மரமும்; அரசறிய = அரசு (அதிகாரம்) அறிந்து போற்றும்படியாக.

வரி 2: வீற்றிருந்த = (உயர்-பதவியில்) வீற்றிருந்து கொண்ட; வாழ்வும் = (அதிகார) வாழ்வும்; விழும் = (ஒரு-நாள்) வீழ்ந்துவிடும்; அன்றே = அந்த-கணமே.

வரி 3: ஏற்றம் = உயர்வு, பெருமை; உழுதுண்டு = உழைத்து-உண்டு (சொந்த உழைப்பால் உணவு பெற்று); வாழ்வதற்கு = வாழ்வதற்கு; ஒப்பில்லை = ஒப்பான வேறு வழி இல்லை.

வரி 4: கண்டீர் = (இதை) அறிந்துகொள்ளுங்கள்; பழுதுண்டு = குறை உண்டு (சிதையும் கூறு உள்ளது); வேறோர் = வேறு-ஏதேனும்; பணிக்கு = ஒவ்வொரு பணிக்கும்.

எளிய பொருள்

ஆற்றின் கரையில் வளரும் மரம், ஒரு-நாள் வெள்ள-பெருக்கில் வீழ்வது தவிர்க்க முடியாது. அரசே அறிந்து போற்றும்படியான உயர்-பதவியில் வீற்றிருந்து கொண்ட அதிகார-வாழ்வும், அதே-வழியில், ஒரு-நாள் வீழ்ந்துவிடும். இவ்விரண்டிற்கும் ஒப்பில்லாத, நிலையான பெருமை-நிலை, சொந்த-உழைப்பால் உணவு பெற்று வாழ்வதே. மற்ற-எந்த-பணிக்கும் —

பெரியது என்று கருதப்படும் எந்த-பணிக்கும் — ஒரு-நாள் சிதையும்-குறை உண்டு. ஆனால் உழைப்பின் பெருமைக்கு குறை இல்லை.

விளக்கம்

இப்பாடல், உழைப்பின் தலைமை-நிலையை — ஔவைப் பாட்டியின் ஆழ்ந்த-சமூக-பார்வையின் வழியாக — மிக-நேர்மையாக சுட்டுகிறது. அதிகாரம், செல்வம், பெயர் — இவை அனைத்தும் தாற்காலிக-நிலைகள். அவற்றில் சார்ந்து-வாழும்-வாழ்வு, ஒரு-நாள் சிதையும் ஆபத்தை சுமக்கிறது. ஆனால் சொந்த-உழைப்பால் உண்ணுதல் — அது நிலையான-பெருமை. அதை யாரும் மீற முடியாது.

காட்சியின் முதல்-உவமை — ஆற்றங்கரை-மரம். ஆற்றின் கரையில் வளரும் மரம், மிக-உயரமாக-வளரக்-கூடியது. நீர், மண், சூரிய-ஒளி — இவை அனைத்தும் அந்த-மரத்துக்கு போதுமான-அளவில் கிடைக்கின்றன. அந்த-மரம், சில காலம், ஆற்றின் கரையில் பெருமை-வாய்ந்ததாக நிற்கிறது. ஆனால் ஓர் காலம் — மழைக்காலத்தில், அல்லது வெள்ள-பெருக்கின் காலத்தில் — ஆறு-நிறைந்து-பாய்ந்து, அந்த-மரத்தை வேரோடு-வீழ்த்தும். மரம் — அதன் இடம் நிலையற்றதாக-இருந்ததால் — வீழ்கிறது. அதன் உயரம், அதன் வளம் — எதுவும் அதைக்-காப்பாற்றாது.

இக்காட்சியின் மெய்ப்பொருள்-விளக்கம் — அதிகார-வாழ்வு. ஓர் மாந்தன், ஓர் உயர்-பதவியை அடைகிறான். அரசன் அவனை அறிந்து, அவனுக்கு மரியாதை அளிக்கிறான். அவன் வீற்றிருக்கும்-பதவி, பெருமை-நிறையதாக-தோன்றுகிறது. ஆனால் அந்த-பதவி, அவன் சொந்த-உழைப்பினால் வந்தது அல்ல; அரசனின் தயவினால் வந்தது. அரசன் மாறினால், அல்லது அரசனின் தயவு குறைந்தால், அவன்-பதவி உடனேயே வீழும். ஆற்றங்கரை-மரம் போல, அதிகார-வாழ்வு நிலையற்றது.

ஔவையாரின் பாடம் — “இதற்கு மாற்றாக, உழைத்து-உண்ணும்-வாழ்வு நிலையானது.” ஓர் மாந்தன், சொந்த-உழைப்பால் — உழவில், கைவினையில், கல்வியில், எந்த-துறையிலாயினும் — உணவு-சம்பாதிக்க பழகுகிறான். அந்த-உழைப்பு, அவன் சொந்த-கையில் உள்ளது. யாரின் தயவையும் சார்ந்தது அல்ல. அரசன் மாறினாலும், அவனது-உழைப்பு தொடரும். அரசு கூட விழுந்தாலும், அவன் தம் கைகளில் உள்ள-கருவியோடு வாழ்ந்துகொண்டே-இருப்பான். அவன்-வாழ்வு, ஆற்றின்-வெள்ளத்தில்-வீழாத மரம் போல — பாறையில் வேர்-ஊன்றியது.

இக்கருத்து, ஔவையாரின் காலத்தில் — அரசர்களும், அதிகாரிகளும், செல்வந்தர்களும் சார்ந்த-வாழ்வை வழிபடப்பட்ட காலத்தில் — ஓர் கூரிய சமூக-கூற்று. சாதாரண உழைப்பாளியை — விவசாயி, கைத்தொழிலாளி, கைவினைஞன் — ஔவையார் உயர்த்துகிறார். அவர்களின் வாழ்வே நிலையான-பெருமை-நிலை என்று சுட்டுகிறார். இது அன்றும், இன்றும், என்றும், பொருந்தும் ஓர் ஆழ்ந்த-உண்மை.

இன்றைய பயன்பாடு

இக்காலத்தில், இப்பாடம் மிக-நெருக்கமாக ஒலிக்கிறது. பெரும்-நிறுவனங்களில் — பல-ஆயிரம் ஊதியத்துடன் — பணிபுரிபவர், ஓர் கட்டத்தில் வேலை-இழப்பு வந்தபோது, பெரும்-நெருக்கடியில் சிக்குவதை இக்காலத்தில் நாம் காண்கிறோம். அவர்களின் வாழ்-முறை, ஓர் நிறுவனத்தின் தயவில் கட்டப்பட்டிருந்தது. நிறுவனம் சாய்ந்தபோது, வாழ்வும் சாய்கிறது.

இதற்கு மாற்றாக — சொந்த-தொழில், சொந்த-கைத்திறமை, சொந்த-வளர்ச்சி

— இவற்றில் சார்ந்த-வாழ்வு நிலையானது. ஓர் சிறு-தொழில் தொடங்கினால், அதன் வளர்ச்சி நம் கைகளில். ஓர் கைத்திறன் வளர்த்தால், அது நம்மோடே இருக்கும். ஓர் கல்வி பெற்றால், அது நம்மோடு செல்லும். இவை ஆற்றங்கரை-மரம் அல்ல; உள்-ஊற்று-நிலையில் வேர்-ஊன்றியவை.

இதன் பொருள், பணியில் சேராதே என்பதல்ல. பணி-வாழ்வும் இயல்பானது. ஆனால் பணி-வாழ்வையே முழு-ஆதாரமாக கொள்ளாமல், சொந்த-உழைப்பின் ஓர் சிறு-வேரை எப்போதும் வளர்த்துக்-கொண்டே-இரு. பணி-மாறினாலும், சொந்த-வேர் நீடிக்கட்டும். அதுவே நிலையான-பெருமை.

பாடல் 13 — ஊழ்-விதியின் முடிவின்மை

ஆவாரை யாரே அழிப்பர் அதுவன்றிச்
சாவாரை யாரே தவிர்ப்பவர் – ஓவாமல்
ஐயம் புகுவாரை யாரே விலக்குவார்
மெய்அம் புவியதன் மேல்.

சொற்பொருள்

வரி 1: ஆவாரை = (வாழக் கூடிய நிலையில்) ஆகுபவரை; யாரே = யார் தான்; அழிப்பர் = அழிக்க முடியும்? (கேள்வி-வடிவம் — அழிக்க முடியாது); அதுவன்றிச் = அதைத் தவிர.

வரி 2: சாவாரை = (இறக்க வேண்டிய காலத்தில்) சாகுபவரை; யாரே = யார் தான்; தவிர்ப்பவர் = தடுத்து-நிறுத்தக் கூடியவர்? (தடுக்க முடியாது); ஓவாமல் = (வாய்ப்பு வரும் போது) தயங்காமல், விடாமல்.

வரி 3: ஐயம் = பிச்சை, தர்ம-உதவி; புகுவாரை = (கேட்க) வருபவரை; யாரே = யார் தான்; விலக்குவார் = (உள் வராமல்) தடுப்பவர்?

வரி 4: மெய்அம் = உண்மையான; புவியதன் = இப்-பூமி, இந்த ஞாலத்தின்; மேல் = மேல், மீது.

எளிய பொருள்

இவ்வுலகில் — வாழக்கூடிய-நிலையில் வந்து-நிற்பவரை யாரும் அழிக்க முடியாது; சாக-வேண்டிய நிலையில் சாகுபவரை யாரும் தடுத்து-நிறுத்த முடியாது; உதவி-கேட்டு வருபவரை யாரும் தடுத்து-விலக்க முடியாது. இவை-மூன்றும், மக்களின் கட்டுப்பாட்டுக்கு மீறிய ஊழ்-விதியின் கூறுகள். அவற்றோடு ஒத்து-வாழ பழகுவதே மக்களுக்கு உரிய நெறி.

விளக்கம்

இப்பாடல், ஔவைப் பாட்டியின் ஊழ்-மெய்ப்பொருளின் ஓர் அழுத்தமான-கூற்று. நல்வழியின் நாலாம் பாடலில் — "எண்ணி ஒருகருமம் யார்க்கும் செய் ஒண்ணாது" — காலத்தின் முடிவு பற்றி, ஐந்தாம் பாடலில் — "வருந்தி அழைத்தாலும் வாராத வாரா" — கவலையின் வீண் பற்றி, எட்டாம் பாடலில் — "ஊழ் கூட்டும் படியன்றிக் கூடாவாம்" — செல்வம்-பற்றி, அவர் ஊழின் தலைமையை மீள-மீள வலியுறுத்தினார். இந்த-பதின்மூன்றாம் பாடலில், அதே கருத்தின் இறுதி-வடிவத்தை — மூன்று-வேறு-கூறுகளில் — சுட்டுகிறார்.

மூன்று-கூறுகள்: வாழ்தல், சாவு, பிச்சை.

முதல்-கூறு — "ஆவாரை யாரே அழிப்பர்." வாழக்கூடிய-நிலையில் ஓர் உயிர் வந்தால், அதை யாரும் — எவ்வளவு வலிமை-உடையோராக-இருந்தாலும் — அழிக்க முடியாது. ஓர் குழந்தை, ஓர் ஆபத்தான-சூழலில் பிறந்திருக்கலாம்.

மருத்துவர்களே "இது வாழாது" என்று கூறியிருக்கலாம். ஆனால் அந்தக்-குழந்தை, யாருக்கும் தெரியாமலேயே — வாழ்ந்து, பெரியதாக-வளர்கிறது. ஏன்? ஊழ்-விதியின் வாழ்-கணக்கில் அந்தக்-குழந்தைக்கு இடம்-இருந்தது. அதனை யாரும் மீற முடியாது.

இரண்டாம்-கூறு — "சாவாரை யாரே தவிர்ப்பவர்." சாக-வேண்டிய-காலத்தில் சாகுபவரை யாரும் தடுக்க முடியாது. ஓர் இளம்-வயதினர், மிக-நல்ல-உடல்-நலத்தோடு, எவ்வித-நோயும் இல்லாமல் இருந்தாலும் — ஓர் அப்பாற்பட்ட-விபத்தில் — திடீரென இறக்கலாம். மருத்துவர்களின் முழு-சாதனமும், செல்வத்தின் முழு-உதவியும், குடும்பத்தின் முழு-காதலும் — எதுவும் அவரைக்-காப்பாற்ற முடியாது. ஊழ்-விதியின் சாவு-கணக்கில் அந்த-கணம் வந்தபோது, அவர் போய்விடுகிறார்.

மூன்றாம்-கூறு — "ஐயம் புகுவாரை யாரே விலக்குவார்." உதவி-கேட்க வருபவரை யாரும் தடுக்க முடியாது. ஓர் வீட்டில், கதவை-மூடி வைத்திருந்தாலும் — பிச்சைக்கார ஒருவர் வந்து தட்டுவார். அவர், ஊழ்-விதியின் வழியில், அந்த-வீட்டிற்கு வருவதே. வீட்டுக்காரர், அவருக்கு உதவ வேண்டுமா, இல்லையா — அது வேறு-கூறு. ஆனால் அவர் வருவதை, யாரும் தடுக்க முடியாது.

இந்த-மூன்றும் ஒன்றாக சேர்ந்து, ஓர் ஆழ்ந்த-வாழ்வியல்-நெறியை சுட்டுகின்றன. வாழ்வு, சாவு, பிச்சை — இவை மக்களின் கட்டுப்பாட்டுக்கு மீறிய கூறுகள். அவற்றை தடுக்க, மாற்ற, தலைகீழாக்க — எவ்வளவு முயற்சித்தாலும் இயலாது. அவற்றோடு ஒத்து-வாழ பழகுவதே — அவற்றை ஏற்றுக்கொண்டே வாழுவதே — மக்களின் வாழ்க்கையின் முதன்மை-நெறி.

ஔவையாரின் கூரிய-நிலையில், இக்கூற்று ஓர் ஆறுதலின்-வடிவத்தில் ஒலிக்கிறது. வாழ-வேண்டியவர் வாழ்வார்; சாக-வேண்டியவர் சாவார். உனது கட்டுப்பாட்டில் இல்லாதவற்றை-பற்றி கவலை-கொண்டு வாழ வேண்டாம். ஏற்றுக்-கொண்டே வாழ்.

இன்றைய பயன்பாடு

இக்காலத்தில் இப்பாடம், மருத்துவ-துறை மற்றும் பாதுகாப்பு-கருத்துகளின் பெருக்கத்தினால், கடினமாக ஒலிக்கலாம். இக்காலத்தில், நாம் சாவை-தடுக்க, வாழ்வை-நீட்டிக்க — பல-மருத்துவ-சாதனங்களை வளர்த்துள்ளோம். இவை அனைத்தும் நல்லதே. ஆனால் அவை எவ்வளவு பெருகினாலும், சாவு என்னும் இறுதி-கூற்றை முழுவதும் வென்றுவிட முடியாது. ஓர் கட்டத்தில், மருத்துவம் தோல்வி-காண்கிறது. சாவு வருகிறது.

ஔவையாரின் பாடம் — "மருத்துவம், பாதுகாப்பு — இவற்றை விட்டுவிடாதே. ஆனால் இவையே வாழ்வை-காப்பாற்றும் என்னும் தீவிர-நம்பிக்கையை கொள்ளாதே. ஓர் கட்டத்தில், சாவு வரும். அதை ஏற்க பழக வேண்டும்." இது தாமதிக்க-வேண்டிய பாடம் அல்ல; வாழ்வின் தொடக்கத்திலேயே கற்றுக் கொள்ள வேண்டிய ஓர் ஆழ்ந்த-மெய்ப்பொருள்.

தனிமனிதனுக்கு இது ஓர் தினம்-தினம் கேள்வி — "இக்கணம் நான், என் கட்டுப்பாட்டில் இல்லாத கூறுகளை-பற்றி கவலை-கொள்கிறேனா? அவற்றை மாற்ற முற்படுகிறேனா? அல்லது அவற்றை ஏற்றுக்கொண்டு, என் கட்டுப்பாட்டில் உள்ள கூறுகளில் கவனம்-செலுத்துகிறேனா?" இக்கேள்விக்கான பதில், வாழ்க்கையின் வடிவத்தை வடிக்கிறது.

பாடல் 14 — மானத்தின் தலைமை

பிச்சைக்கு மூத்த குடிவாழ்க்கை பேசுங்கால்
இச்சைபல சொல்லி இடித்துண்கை – சிச்சீ
வயிறு வளர்க்கைக்கு மானம் அழியாது
உயிர்விடுகை சால உறும்.

சொற்பொருள்

வரி 1: பிச்சைக்கு = யாசக-வாழ்வை விட; மூத்த = மேலான, உயர்ந்த; குடிவாழ்க்கை = குடும்ப-வாழ்க்கை, இல்லற-வாழ்வு; பேசுங்கால் = கூறும்போது, ஆராயும்போது.

வரி 2: இச்சைபல = பல-விருப்பங்களை, பல-கூற்றுகளை; சொல்லி = (கேட்பவரிடம்) சொல்லி; இடித்துண்கை = வேண்டித்-தம்மை-தாழ்த்தி-உண்ணுதல்; சிச்சீ = (வெறுப்பின் வெளிப்பாடு) ச்சீ!

வரி 3: வயிறு = வயிற்றை; வளர்க்கைக்கு = வளர்த்து-உண்பதற்காக; மானம் = கௌரவம், சுய-மரியாதை; அழியாது = அழியாதவாறு (அதைக் காத்து).

வரி 4: உயிர்விடுகை = (மானத்தைக் காத்து) உயிரை விடுவது; சால = மிகவும்; உறும் = (அதுவே) பொருந்தும், சிறந்தது.

எளிய பொருள்

யாசக-வாழ்வை விட குடும்ப-வாழ்க்கை மேலானது என்று சொல்லும்போது, பல-விருப்பங்களை சொல்லி, தம்மை-தாழ்த்தி, இடித்து-உண்ணும் வாழ்வும் — "ச்சீ!" என்று வெறுக்கத்தக்கது. வயிற்றை மட்டுமே வளர்ப்பதற்காக மானத்தை இழக்கக்-கூடாது. மானத்தை-காத்து, தேவையானால் உயிரை விட்டுவிடுவதே மிகவும்-பொருந்தும், மிகவும்-சிறப்பு.

விளக்கம்

இப்பாடல், ஔவைப் பாட்டியின் கூரிய-சுய-மானத்-மெய்ப்பொருளின் வெளிப்பாடு. மிக-கடினமான கூற்று — "மானத்தை-காத்து, தேவையானால் உயிரை விடு" — அவர் தயங்காமல் கூறுகிறார். இந்த-கூற்று, தமிழ் இலக்கிய மரபின் ஓர் ஆழ்ந்த-நெறியின் வெளிப்பாடு. மானம் என்பது — உடல்-உயிரை-விட — ஆழ்ந்த-கூறு. மானம் இழந்த-வாழ்வு, உயிர் இருந்தாலும், உண்மையான-வாழ்வு அல்ல.

ஔவையார் முதலில் இரு-வாழ்க்கை-வகைகளை ஒப்பிடுகிறார். ஒன்று — பிச்சை-வாழ்வு. மற்றொன்று — குடும்ப-வாழ்க்கை. பெரும்பாலும், குடும்ப-வாழ்க்கை மேலானது என்று கருதப்படுகிறது. ஆனால் ஔவையார் ஓர் கூரிய-வேறுபாட்டை சுட்டுகிறார். குடும்ப-வாழ்க்கை, அதன் இயல்பான-நிலையில் மேலானதே. ஆனால் சில-குடும்ப-வாழ்க்கைகள், பிச்சை-வாழ்வை விட-கேடாக ஆகிவிடுகின்றன. எப்படி?

"இச்சைபல சொல்லி இடித்துண்கை" — பல-விருப்பங்களை சொல்லி, தம்மை-தாழ்த்தி, அடுத்தவரிடம் இடித்து-வேண்டி-உண்ணுதல். இது ஓர் கடினமான-நிலை. ஓர் குடும்பத்தலைவன் — தனது வீட்டை நடத்த — அடுத்தவரிடம் சென்று "இது வேண்டும், அது வேண்டும்" என்று கேட்க-வேண்டிய-நிலையில் வந்தால் — அந்த-வாழ்வு, பிச்சை-வாழ்வை-விட-கேடானது. பிச்சை-வாழ்வில், ஒரே-கேள்வி தான். ஆனால் இந்த-வாழ்வில், ஒவ்வொரு-நாளும், ஒவ்வொரு-தேவைக்கும், ஒவ்வொரு-பணியிலும் — மானம்-இழந்து கேட்க-வேண்டிய-கூறு. அது மிக-கடினமான-துன்பம்.

ஔவையாரின் "சிச்சீ!" — ஓர் வெறுப்பின்-கூற்று. இது அவரது சொந்த-வாழ்வை-கூட பற்றியது. ஓர் கௌரவம்-உள்ள-மாந்தனாக, அவ்வாறு

வாழ்வது வெறுக்கத்தக்கது. அந்த-வாழ்வை-விட, வேறு-வழி இல்லாமல், மானம்-காத்து உயிரை-விட்டுவிடுவதே சிறந்தது என்று அவர் சொல்கிறார்.

இது தற்கொலையின் ஊக்கம் அல்ல. மாறாக, ஓர் ஆழ்ந்த-மெய்ப்பொருள்-கூற்று. “மானம் என்பது வாழ்வின் ஆதாரம். மானம் இழந்த-வாழ்வு, வெறுமனே-உடல்-வாழ்வு. அந்த-நிலை, உயிர்-விடலை-விட கொடியது.” தமிழ் இலக்கிய மரபில், திருக்குறளில் “நாண் உடைமை” என்னும் அதிகாரம் முழுவதும் இக்கருத்தை வலியுறுத்துகிறது. ஔவையார், அதே ஆழ்ந்த-மரபின் தொடர்ச்சியில், மிக-கூரிய-வடிவத்தில் இக்கூற்றை வைக்கிறார்.

இன்றைய பயன்பாடு

இக்காலத்தில், “மானம்” என்னும் கருத்து சில-வழிகளில் தளர்ந்திருக்கலாம். “எல்லோரும் கேட்கின்றனர்; எல்லோரும் வேண்டுகின்றனர்; இதில் வெட்கம் என்ன?” என்னும் ஓர் சாதாரண-நிலை வளர்ந்துள்ளது. ஓர் கோணத்தில், இது நல்லதே — பிற-உதவியை ஏற்க தயக்கம் தேவையில்லை. ஆனால் மற்றொரு-கோணத்தில், சுய-மரியாதையை இழந்து, தம்-தேவையை எண்ணி-மற்றவரின் முன் தாழும்-வழக்கம் — அது ஆழ்ந்த-வாழ்விற்கு பெரும்-கேடு.

ஔவையாரின் பாடம் — “மானத்தைக் காத்துக்கொண்டே-வாழ். தேவைப்பட்டால் கேள், ஆனால் அந்த-கேள்வியில் சுய-மரியாதையை இழக்காதே. அடுத்தவரின் முன் தம்மை-தாழ்த்த-வேண்டிய-நிலை வந்தால், அந்த-நிலையை மாற்ற முற்படு. மாற்ற முடியாமல், ஒவ்வொரு-நாளும் தாழ்வே-வாழ்வாக ஆகிவிட்டால், அது வாழ்வு அல்ல.”

தனிமனிதனுக்கு இது ஓர் கடினமான கேள்வி — “இக்கணம் என் வாழ்க்கையில், என் மானத்திற்கு என்ன-இடம் உள்ளது? நான் சுய-மரியாதையோடு வாழ்கிறேனா? அல்லது தேவையின்-பெயரால் ஒவ்வொரு-நாளும் சிறிதே-தாழ்ந்து கொண்டிருக்கிறேனா?” இக்கேள்விக்கான பதில், வாழ்க்கையின் ஆழ்ந்த-வடிவத்தை வடிக்கிறது.

குழந்தைகளுக்கு இது ஓர் ஆழ்ந்த-பாடம். அவர்களுக்கு “எல்லாவற்றையும் எளிதாக கேட்கப் பழகு” என்னும் வழியில் வளர்க்காமல், “தேவையானால் கேள், ஆனால் சுய-மரியாதையோடு கேள்” என்னும் சம-நிலையை கற்பிக்க வேண்டும். அந்த-சம-நிலை, அவர்களின் வாழ்நாள் முழுவதும் ஓர் ஆணி-வேராக நிற்கும்.

பாடல் 15 — “சிவாய நம” சிந்திப்போர்க்கு இடர் இல்லை

சிவாய நம என்று சிந்தித் திருப்போர்க்கு
அபாயம் ஒருநாளும் இல்லை – உபாயம்
இதுவே(;) மதியாகும் அல்லாத எல்லாம்
விதியே மதியாய் விடும்.

சொற்பொருள்

வரி 1: சிவாய நம = “சிவாய நமஃ” (சிவ பெருமானை வணங்கும் சைவ-ஐம்-எழுத்து வாயிலான மந்திரம்); என்று = என; இவ்வாறு; சிந்தித்திருப்போர்க்கு = (உள்ளத்தில்) ஒருமைப் பட்டு சிந்தனை செய்து-நிற்போர்க்கு.

வரி 2: அபாயம் = இடர்; ஒருநாளும் = ஒரே-நாள் கூட; இல்லை = (வராமலே) இல்லாமல் இருக்கும்; உபாயம் = (வாழ்வின் இடரை வெல்லும்) சிறந்த-வழி.

வரி 3: இதுவே = இது தான், இந்த சிந்தனையே; மதியாகும் = அறிவாகும்,

மெய்யறிவு-நிலை ஆகும்; அல்லாத = (இதை) அல்லாத; எல்லாம் = வேறு-எல்லா-வழிகளும்.

வரி 4: விதியே = ஊழ்-விதியே; மதியாய் = அறிவின் வடிவாக; விடும் = ஆகிவிடும் (ஊழ்-விதிக்கு இணையாக மட்டுமே நிற்கும்).

எளிய பொருள்

"சிவாய நம" என்னும் சைவ-ஐம்-எழுத்து மந்திரத்தை, உள்ளத்தில் ஒருமைப்பட்டு சிந்தனை செய்து-நிற்போர்க்கு — ஒரே-நாள் கூட — இடர் வராது. வாழ்வின் இடரை வெல்லும் சிறந்த-வழி இது தான். இதுவே உண்மையான-அறிவாகும். மற்ற-எல்லா-வழிகளும், ஊழ்-விதியின் கைகளில் தான். அவை — பெரும்-மெய்யறிவு என்று காண்பின் — ஊழ்-விதிக்கு இணையாக மட்டுமே நிற்கும்.

விளக்கம்

இப்பாடல், நல்வழியின் முதல்-பதினைந்து பாடல்களின் ஆணி-வேராக நிற்கிறது. முந்தைய பதினான்கு பாடல்களில், ஔவைப் பாட்டி வாழ்வின் கடினமான-உண்மைகளை — செல்வத்தின் நிலையாமை, உடலின் நிலையற்ற-தன்மை, ஊழ்-விதியின் தலைமை — விரித்து-சொன்னார். இப்-பாடலில், அவர் அந்த-ஞாலத்தின் கடினங்களை-வெல்லும் தீர்வை வழங்குகிறார். அந்தத்-தீர்வே — சைவ-ஐம்-எழுத்து மந்திரத்தின் சிந்தனை. இங்கு, ஔவையாரின் சைவ-வழி வெளிப்படையாக நிற்கிறது.

"சிவாய நம" — இது தமிழ்-சைவ மரபின் ஐம்-எழுத்து-மந்திரம். "சி-வா-ய-ந-ம" என்னும் ஐந்து-எழுத்துகள், சிவ-பெருமானின் முழு-வடிவத்தை சுட்டுகின்றன. மாணிக்கவாசகர், திருவாசகத்தின் முதல்-பாடலான "சிவபுராணத்தில்," "நமச்சிவாய வாஅழ்க" என்று இம்-மந்திரத்திலேயே தம் பாடலை தொடங்குகிறார். தமிழ்-சைவத்தின் ஆழ்ந்த-வேராக நிற்கின்ற இம்-மந்திரத்தை, ஔவையார் — நல்வழியின் தீர்வாக — சுட்டுகிறார்.

ஔவையாரின் கூற்று — இம்-மந்திரத்தை, உள்ளத்தில் ஒருமைப்பட்டு சிந்தனை-செய்போர்க்கு, இடர் வராது. இது வெறும்-பேச்சு வடிவத்தில் சொல்வது அல்ல; உள்ளத்தில் ஒன்றுபட்டு சிந்தனை-செய்தல். அந்த-ஒருமைப்பாடு, மக்களின் உள்-உலகை, ஊழ்-விதியின் கடினங்களைக் கடந்து உயர்த்துகிறது. மக்களின் உள்-ஒளி, சிவ-வடிவத்தோடு இணையும்போது — வெளி-இடர்கள் அவர்களை-அழிக்க முடியாது.

"மதியாகும்" என்னும் சொல், ஆழ்ந்த-மெய்ப்பொருள்-கருத்தை சுமக்கிறது. "மதி" என்றால் அறிவு, மெய்யறிவு, புரிதல். ஞாலத்தின் கடினத்திற்கு எதிராக, மக்கள் பல-வழிகளை-தேடுகின்றனர் — பகுத்தறிவின் வழி, கல்வியின் வழி, செல்வத்தின் வழி, அதிகாரத்தின் வழி. இவை அனைத்தும் வாய்ப்புள்ள-வழிகள். ஆனால் ஔவையாரின் கூற்று — "இம்-மந்திர-சிந்தனையே, உண்மையான-மதி." மற்ற-எல்லாம் — அவை எவ்வளவு-தீவிரமாக-தோன்றினாலும் — ஊழ்-விதியின் கைகளில் தான். அவை, ஊழ்-விதிக்கு இணையாக மட்டுமே நிற்கும். ஊழ்-விதியை மீற, மந்திரம்-மட்டுமே வழி.

இது சைவ-மரபின் ஆழ்ந்த-கூற்று. சாதாரண மக்கள் — ஞாலத்தின் கடினத்திற்கு எதிராக — பல-வழிகளை-தேடுவது இயல்பு. ஆனால் ஔவையார் சொல்கிறார் — "அவை எல்லாம், சிறப்பாக-இருந்தாலும், ஊழ்-விதியின் வரம்பிற்குள்-தான். ஊழ்-விதியின் வரம்பை-மீற, இம்-மந்திர-சிந்தனையே வழி. சிவ-பெருமானின் அருளால் மட்டுமே, ஊழ்-கணக்கின் கடினம் கடக்க முடியும்."

இக்கருத்தை, இக்கால-வாசகர் சில-வேறுபட்ட-வழிகளில் அணுகலாம்.

சைவ-மரபை சார்ந்தோர், இதை நேரடியாக ஏற்றுக் கொள்ளலாம். மற்றோர், இம்-மந்திரத்தின் வாயிலாக-வரும் உள்-ஒருமைப்பாட்டின் ஆழமான-வாய்ப்பாக கருதி, தம்-தம் வழியில் பயன்படுத்தலாம். ஔவையாரின் ஆதாரக்-கூற்று — "உள்-ஒருமைப்பாடு, உள்-அமைதி, இறை-தொடர்பு — இவை வாழ்வின் கடினத்திற்கு உண்மையான-மருந்து."

இன்றைய பயன்பாடு

இக்காலத்தில் இப்பாடம், மன-நிலை வளர்ப்பின் ஓர் ஆழ்ந்த-வழியை சுட்டுகிறது. நாள்-முழுவதும், எண்ணற்ற-இடர்கள் நம் வாழ்வில் வருகின்றன. பணி-பணி-ஆக மாறும், தொடர்பு-கொள்ள-வேண்டிய-மக்களின் எண்ணிக்கை பெருகுகிறது, ஒவ்வொன்றும் கவனம்-கேட்கிறது. அந்த-சூழலில், உள்-அமைதி ஓர் அரிய-கூறாக ஆகியுள்ளது.

ஔவையாரின் வழி — "ஓர் சிறு-மந்திரத்தை, உள்ளத்தில் ஒருமைப்பட்டு சிந்தனை-செய்வது." சைவ-மரபு சார்ந்தோர், "சிவாய நம" மந்திரத்தையே பயன்படுத்தலாம். மற்றோர், தம்-தம் சமயத்தின் மந்திரத்தை, அல்லது ஓர் சிறு-நல்-வாக்கை — "அமைதி," "அன்பு," "ஒளி" — பயன்படுத்தலாம். தினம்-தினம், ஓர் சில-நிமிடம், அந்த-மந்திரத்தில் உள்ளத்தை ஒருமைப்படுத்துவது — மிக-ஆழ்ந்த-மருந்து.

இக்கால-விஞ்ஞான-ஆய்வுகளும் இக்-கருத்தை உறுதிப்படுத்துகின்றன. தினம்-தினம் ஓர் சில-நிமிட-உள்-ஒருமைப்-பயிற்சி (இக்கால-மொழியில் "ஐஞ்-தினப்-பயிற்சி"), மன-நிலையை மேம்படுத்துகிறது, கவலையை குறைக்கிறது, ஆழ்ந்த-நிம்மதியை வழங்குகிறது. ஔவையாரின் இந்த-பாடம், ஆயிரம் ஆண்டுகளுக்கு முன்னரே, இக்-கருத்தை மிக-நேரடியாக சொல்லியிருக்கிறது.

தனிமனிதனுக்கு இது ஓர் தினம்-தினம் வழக்கம் — காலையில் சில-நிமிடம், மாலையில் சில-நிமிடம், ஓர் மந்திரத்தில் உள்ளத்தை ஒருமைப்படுத்துவது. அந்த-வழக்கம், வாழ்வின் இடர்களைக் கடக்கும் உள்-ஆற்றலை மெல்ல-மெல்ல வளர்க்கும்.

பாடல் 16 — மதிப்பு பெற்ற நான்கு கூறுகள்

தண்ணீர் நிலநலத்தால் தக்கோர்
குணம்கொடையால்
கண்ணீர்மை மாறாக் கருணையால் –
பெண்ணீர்மை
கற்பழியா ஆற்றல் கடல்சூழ்ந்த வையகத்துள்
அற்புதமாம் என்றே அறி.

சொற்பொருள்

வரி 1: தண்ணீர் = நீர்-நிலை; நிலநலத்தால் = கீழே-உள்ள நிலத்தின் தன்மையால்; தக்கோர் = தகுதியான-நல்லோர்; குணம்கொடையால் = குணம், கொடை-மனம் ஆகியவற்றால்.

வரி 2: கண்ணீர்மை = கண்-ஈரம், இரக்கம்-நிலை; மாறாக் = மாறாத, தளராத; கருணையால் = கருணை-நிலையால்; பெண்ணீர்மை = பெண்மை-தன்மை.

வரி 3: கற்பழியா = கற்பு (ஒழுங்கின் உறுதி) அழியாத; ஆற்றல் = வலிமை, திறன்; கடல்சூழ்ந்த = கடலால் சூழப்பட்ட; வையகத்துள் = இவ்வுலகினுள்.

வரி 4: அற்புதமாம் = அரியதாகவே-உள்ள வியப்புக்குரிய கூறுகள்; என்றே = என்று; அறி = அறிந்துகொள்.

எளிய பொருள்

தண்ணீர் தனது நிலத்தின் நற்-தன்மையால் மதிப்பு பெறுகிறது; நல்லோர் தம்-குணத்தாலும் கொடை-மனத்தாலும் மதிப்பு பெறுகின்றனர்; கண்ணில்-இரக்கம் மாறாத கருணை-நிலையால் மதிப்பு பெறுகிறது; பெண்மை-தன்மை அழியாத கற்பு-உறுதியின் ஆற்றலால் மதிப்பு பெறுகிறது. இவ்வுலகில் இவை-நான்கும் அரிய வியப்புக்குரிய கூறுகள் என அறிக.

விளக்கம்

இப்பாடல், ஔவைப் பாட்டியின் கூரிய-கட்டுமான-கையாட்சியின் சிறந்த எடுத்துக்காட்டு. நான்கு வேறுபட்ட கூறுகளை ஒரே சம-நிலையில் வைத்து, ஒவ்வொன்றும் எதனால் மதிப்பு பெறுகிறது என்பதை நேர்மையாக சுட்டுகிறார். ஒவ்வொன்றிற்கும், மேற்-தோற்றத்திற்கு அப்பாற்பட்ட, ஓர் வேர்-கூறு உள்ளது. அந்த-வேர்-கூறே, மதிப்பின் உண்மையான ஆதாரம்.

தண்ணீரின் மதிப்பு, தண்ணீரிலேயே இல்லை. நற்-நிலத்தில் சேமிக்கப்பட்ட தண்ணீர் — தூய்மையாக, பருகத்தக்கதாக. கெட்ட-நிலத்தில் சேமிக்கப்பட்ட தண்ணீர் — அழுக்காக, பருக-இயலாததாக. தண்ணீரின் இயற்கை மாறவில்லை; சூழல் வேறு. மதிப்பு, சூழலின்-தாக்கத்தோடு கூடியது.

தக்கோரின் மதிப்பு, பிறப்பினால் வராது. குணத்தாலும், கொடை-மனத்தாலும் வருகிறது. உயர்-குலத்தில் பிறந்தவர் மோசமான-குணம்-உள்ளவராக-இருந்தால், அவர்க்கு மக்களின் மதிப்பு வராது. சாதாரண-குலத்தில் பிறந்தவர் நற்-குணமும் கொடை-மனமும் கொண்டிருந்தால், அவர்க்கு ஆழ்ந்த மதிப்பு கிடைக்கும். ஔவையார், மீண்டும், இரண்டாம் பாடலின் கருத்தை இங்கு உறுதிப்படுத்துகிறார்.

கண்ணீர்மை — கண்களில் தோன்றும் இரக்கம். ஒருவர், மற்றவரின் துன்பத்தை-பார்த்து கண்-ஈரம் அடைய வேண்டுமானால் — அவர் உள்ளத்தில் மாறாத-கருணை-நிலை இருக்க வேண்டும். தற்காலிக-கருணை எவருக்கும் வரும். ஆனால் தினம்-தினம் காட்டும் கருணையே, மாறாத-கருணை. அதன் வழியாகவே, பிறரின் மதிப்பு பெறும்-நிலை வாய்க்கிறது.

பெண்மை-தன்மை — பெண்களுக்கு உரிய தனிச்-சிறப்பு. ஔவையாரின் காலத்தில், பெண்களின் பெருமை கற்பு-உறுதியோடு இணைக்கப்பட்டது. கற்பு என்பது வெறும்-உடல்-கூறு அல்ல; உள்ளத்தின் ஒழுங்கு, மனத்தின் உறுதி, வாக்கின்-உண்மை, செயல்-தூய்மை — இவை சேர்ந்த ஓர் ஆழ்ந்த-நிலை. அந்த-நிலையே, பெண்மையின் உண்மை-ஆற்றல். (இக்காலத்தில் இக்-கூற்றை, பாலின-வேற்றுபாட்டை மீறிய சம-நிலை-கூற்றாக — ஒழுக்க-உறுதி எவருக்கும் பெருமை — கொள்ளலாம்.)

இப்பாடலின் ஆழம் — ஒவ்வொரு-மதிப்பும், அதன் வேர்-கூறிலிருந்தே வருகிறது. மேற்-தோற்றத்தை மட்டும் பார்த்தால், மதிப்பு புரியாது. வேரை அறிந்தால், மதிப்பின் உண்மை வெளிப்படும்.

இன்றைய பயன்பாடு

இக்காலத்தில் இப்பாடம், மதிப்பின் ஆழ்ந்த-கூறுகளை அறிய-உதவுகிறது. ஓர் மாந்தனின் மதிப்பு — பிறப்பினால் வராது, பணத்தினால் வராது, பெயரினால் வராது. அவன் குணம், கொடை-மனம், கருணை-நிலை, ஒழுக்க-உறுதி — இவற்றினால் வருகிறது.

தனிமனிதனுக்கு இது ஓர் சுய-கேள்வி — “என் மதிப்பு எதில் வேர்-ஊன்றியுள்ளது? வெளி-நிலையில் — பணம், பெயர், பதவி — மட்டுமா, அல்லது உள்-நிலையில் — குணம், கொடை, கருணை — கூட?” வெளி-நிலையில் மட்டுமே வேர்-ஊன்றியிருந்தால், அது மாற்றத்தக்கது. உள்-நிலையில் வேர்-ஊன்றியிருந்தால், அது நிலையானது.

பாடல் 17 — தீவினையின் காரணம், தெய்வத்தின் குறையல்ல

செய்தீ வினையிருக்கத் தெய்வத்தை நொந்தக்கால்
எய்த வருமோ இருநிதியம்? – வையத்து
"அறும்-பாவம்!" என்ன அறிந்து அன்றிடார்க்கு இன்று
வெறும்பானை பொங்குமோ மேல்?

சொற்பொருள்

வரி 1: செய்தீ = (முற்காலத்தில்) செய்த தீய; வினையிருக்கத் = வினையின் பலன் (வந்து-நிற்க); தெய்வத்தை = கடவுளை; நொந்தக்கால் = (குறை சொல்லி) வருந்தினால்.

வரி 2: எய்த = அடைய, கிட்ட; வருமோ = வருமா? (இல்லை); இருநிதியம் = (சேம்) இரு-வகை செல்வம்; வையத்து = இவ்வுலகத்தில்.

வரி 3: "அறும்-பாவம்!" = "(என்) பாவம் அறும், போய்விடும்!"; என்ன = என்று; அறிந்து = அறிந்திருந்தும்; அன்றிடார்க்கு = அப்போதே — தேவைப்பட்டவர்க்கு உதவி கொடாதவர்க்கு.

வரி 4: இன்று = இக்-காலத்தில்; வெறும்பானை = வெறுமையான பானை; பொங்குமோ = பொங்குமா? (இல்லை); மேல் = அதன்-மேல் (அடுப்பின் மேல்).

எளிய பொருள்

ஒருவன் முன்னர் செய்த தீய-வினையின் பலன் வந்து-நிற்க, அதற்காக கடவுளை குறை-சொல்லி வருந்தினால் — இவ்வுலகில், சேமிக்கப்பட்ட இரு-வகை செல்வம் அவனிடம் வந்து சேருமா? இல்லை. "இந்த-கொடையால் என் பாவம் அறும்!" என்று அறிந்திருந்தும், அப்போதே தேவைப்பட்டவர்க்கு உதவாதவர்க்கு — இப்போது, வெறுமையான பானை அடுப்பின் மேல் வைத்தாலும் பொங்குமா? இல்லை. ஒன்றும் இல்லாமல், பலன் வராது.

விளக்கம்

இப்பாடல், ஓர் ஆழ்ந்த-மெய்ப்பொருள்-கூற்றை இரு-கூரிய-உவமைகளில் வைக்கிறது. ஒன்று — தீவினை-பலனை-பற்றியது. மற்றொன்று — காரண-காரியத்தை-பற்றியது. இரண்டுமே ஒரே-நெறியை சுட்டுகின்றன — “காரணம் இல்லாமல், காரியம் வராது.”

முதல்-கூற்று — செய்த தீவினை இருக்கையில், தெய்வத்தை குறை-சொல்லுதல். மக்கள், தம் வாழ்வில் இடர் வரும்போது, இறை-வழிக்கு திரும்புகின்றனர். “ஏன் இந்த இடர் வந்தது? கடவுள், நான் என்ன-தவறு செய்தேன்? என்னை ஏன் இவ்வாறு நடத்தினாய்?” என்னும் வேதனை-கேள்வியில் சிக்கிக் கொள்கின்றனர். ஔவையாரின் பதில் — “உனது இக்கண-இடர், கடவுளின் கொடுமை அல்ல. உனது முன்-செய்த

தீய-வினையின் பலனே. அதை-மறந்து, கடவுளை குறை-சொல்வது — காரணத்தை-மறந்து, கடவுளிடம் தவறை-சுமத்துதல்."

இக்கூற்றில் ஓர் ஆழ்ந்த-மெய்ப்பொருள் உள்ளது — நாம் காணும் இக்கண-விளைவின் பின்னால், ஓர் முன்-காலத்தில் நாமே-விதைத்த விதை-காரணம் இருக்கிறது. அந்த-காரணத்தை அறியாமல், விளைவை-மட்டும் பார்த்து, "ஏன் இவ்வாறு?" என்று கேட்பது — அறியாமை. அதைவிட, "என் முன்-விதை என்ன-கூற்று இது? அதை மீட்க, இப்போது என்ன-வழி?" என்று கேட்பதே மெய்யறிவு. கடவுள், விதையின்-காரணமாக-வந்த விளைவை, தற்காலிகமாக-நீக்க முடியாது. கடவுள் தரக்கூடியது — விதைக்கான-புரிதலையும், எதிர்காலத்திற்கான-ஆற்றலையும் தான்.

இரண்டாம்-கூற்று — "வெறும்பானை பொங்குமோ." மிக-நேரடியான உவமை. அரிசி-இல்லாமல், வெறுமனே-பானையை அடுப்பின் மேல் வைத்து, "இது பொங்கட்டும்" என்று எத்தனை-மணி-நேரம் காத்திருந்தாலும் — பானை பொங்காது. பொங்க, அரிசி வேண்டும். அரிசி இடாமல், பானை பொங்கும் என்பது இயற்கை-நியதிக்கு எதிரானது.

இதைப் போலவே — "இன்று உனது இடரை, கடவுள் நீக்க வேண்டும்" என்று கேட்க, முன்-காலத்தில் நற்-வினைகளை விதைத்திருக்க வேண்டும். "இக்-கொடையால் என் பாவம் அறும், எதிர்காலத்தில் என் வளம் பெருகும்" என்று அறிந்திருந்தும், அப்போதே — தேவைப்பட்டவர்க்கு — உதவாதவன், இப்போது நற்-விளைவை கேட்க முடியாது. வெறுமையான-பானை பொங்காதது போல, விதை-இல்லாமல் விளைவு வராது.

இன்றைய பயன்பாடு

இக்காலத்தில், "தெய்வம் என்னை ஏன் இவ்வாறு நடத்தினது?" என்னும் கேள்வி, கடினமான-கட்டத்தில் இயல்பாக-எழுகிறது. ஔவையாரின் பாடம் — அந்த-கேள்வியை-மாற்று. "என் முன்-செயல்களின் கணக்கு என்ன? அந்த-கணக்கை மீட்க, இப்போது நான் என்ன-செய்ய வேண்டும்?" என்னும் கேள்விக்கு மாற்றிக்கொள். அந்த-வழியில், இடர் ஓர் தற்காலிக-நிலையாக மட்டுமே இருக்கும்; அதை-மாற்றும் ஆற்றல் நம்-கையில் வருகிறது.

இக்-கூற்று, "நம்-விளைவை நாமே-உருவாக்குகிறோம்" என்னும் ஆழ்ந்த-மெய்ப்பொருள். இது பழி-போக்கும் கூற்று அல்ல; ஆற்றல்-வழங்கும் கூற்று. நான் என் வாழ்வின் காரணம். எதிர்காலத்தின் விதை — இக்கணம் நான்-விதைப்பதே. அதை-விழிப்போடு-விதைப்பேன்.

பாடல் 18 — பெருநாட்டாரின் சேர்க்கையின் வேர்

பெற்றார் பிறந்தார் பெருநாட்டார் பேருலகில்
உற்றார் உகந்தார் எனவேண்டார் – மற்றோர்
இரணம் கொடுத்தால் இடுவர்(;) இடாரே
சரணம் கொடுத்தாலும் தாம்.

சொற்பொருள்

வரி 1: பெற்றார் = பெற்றோர்; பிறந்தார் = உடன்-பிறந்த சகோதரர்கள்; பெருநாட்டார் = பெரிய-நாட்டார், சமூகத்தினர்; பேருலகில் = பெரிய-ஞாலத்தில்.

வரி 2: உற்றார் = நெருங்கிய உறவினர்; உகந்தார் = நம்மீது விருப்பம்-கொண்டோர்; எனவேண்டார் = என்றே கருதாதே; மற்றோர் = மற்றவர்.

வரி 3: இரணம் = கடன், பொருள்-உதவி; கொடுத்தால் = (நீ) கொடுத்தால்; இடுவர்

= (உனக்கு அதே-வழியில்) கொடுப்பர்; இடாரே = (நீ) கொடாதோர்க்கு (யாரும் கொடுக்கவே).

வரி 4: சரணம் = அடைக்கலம், புகலிடம்; கொடுத்தாலும் = (வேண்டியதை-விட பெரிய-அளவில் நீ கேட்டுச் சென்றாலும்); தாம் = அவர்களே (மறுப்பர்).

எளிய பொருள்

பெற்றோர், சகோதரர்கள், பெருநாட்டார் ஆகியோர் — இவர்கள் எல்லாம் இவ்-பெரிய-ஞாலத்தில் உன்னோடு சேர்ந்திருப்பர் என்றும், உனக்கு நெருங்கிய-உறவினர் என்றும், உன்-மீது விருப்பம்-கொண்டோர் என்றும் — கருதிவிடாதே. மற்றவர் — அவர்கள் உன்னோடு சேர்வது — நீ அவர்களுக்கு பொருள்-உதவி கொடுத்தால் மட்டுமே. நீ கொடாத-கணம், அடைக்கலம் கேட்டுச் சென்றாலும், அவர்கள் கூட உனக்கு அதைக் கொடுக்க மாட்டார்கள். உன்-உறவின் வேர், உன் கொடுத்தலின் மீது.

விளக்கம்

இப்பாடல், ஔவைப் பாட்டியின் கூரிய-சமூக-உளவியலின் கடினமான-உண்மையை வெளிப்படுத்துகிறது. நெருங்கிய-உறவு என்னும் கருத்தை, அவர் மிக-கூரியதான ஓர் கேள்விக்கு உள்ளாக்குகிறார். “யார் உண்மையில் உனது நெருங்கிய-உறவினர்?” என்னும் கேள்வி, மக்களின் சமூக-வாழ்வின் ஓர் ஆழ்ந்த-உண்மையை வெளிக்கொணர்கிறது.

சாதாரண-நிலையில், நாம் நம்-நெருங்கிய-உறவினர் என்று கருதுபவர்கள் — பெற்றோர், உடன்-பிறந்தவர்கள், பெருநாட்டார். இவர்கள், இரத்த-தொடர்போடு, சமூக-தொடர்போடு, நம்மோடு இணைந்தவர்கள். அவர்கள், எந்த-கட்டத்திலும், நம் பக்கம் நிற்பர் என்று நாம் நம்புகிறோம். ஆனால் ஔவையார் இந்த-நம்பிக்கையை சாடுகிறார். “இவர்கள் உனக்கு உகந்தவர் என்று கருதாதே. அவர்களின் உறவின் வேர், நீ அவர்களுக்கு கொடுக்கின்ற-கூறுகளில் தங்கியுள்ளது. நீ கொடுத்தால், அவர்கள் வருவார்கள். கொடாத-கணம், விட்டுப்போய்விடுவார்கள்.”

இது கடினமான-உண்மை. ஆனால் நிஜ-வாழ்வில் — மக்கள் இதை-காண்கின்றனர். ஒருவன் செல்வம்-கொண்ட காலத்தில், அவன் வீட்டின் முன், மக்கள்-கூட்டம். ஆனால் ஒரு-நாள், அவன் செல்வம்-இழந்தால் — அதே-கூட்டம் காணாமல்-போய்விடுகிறது. நெருங்கிய-உறவினர் கூட, ஓர் சாக்கு-காட்டி, விலகிச் செல்கின்றனர். அவர்களின் உறவின் வேர், செல்வத்தில்-இருந்தது; உள்-அன்பில் அல்ல.

ஔவையாரின் இரண்டாம்-கூற்று — “இடாரே சரணம் கொடுத்தாலும் தாம்.” மிக-கடினமான கூற்று. நீ கொடாத-கணம், நீ அவர்களிடம் அடைக்கலம்-கேட்டாலும் — அவர்கள் கொடுக்க-மாட்டார்கள். வேண்டிய-கணத்தில், உனக்கு உதவ யாரும் வரமாட்டார்கள். உனது வாழ்வின் ஆதரவு, உனது சொந்த-கையில் மட்டுமே-இருக்கும்.

இது மக்களை-மறுக்கும் கூற்று அல்ல; உண்மையை-காட்டும் கூற்று. மக்கள் இயற்கையாகவே — கொடுக்கின்றவரின் பக்கம் நிற்பர். இது மக்கள்-உளவியலின் ஓர் ஆழ்ந்த-கூறு. அதை அறிந்து கொள்வது — ஓர் முதிர்ந்த-வாழ்வுக்கான வழிகாட்டி. நெருங்கிய-உறவினரை நம்பி, கொடைக்கு பழக-வேண்டாம் என்றால், சிக்கும் கட்டத்தில் ஒருவரும் இருக்கமாட்டார். கொடைக்கு-தினம்-பழகி, மக்களை-தினம்-வளர்த்துக் கொண்டால், ஒரு-கணத்தில் ஆதரவு கிடைக்கும்.

இன்றைய பயன்பாடு

இக்காலத்தில் இப்பாடம், மக்களின் உறவை-மதிப்பிடும் ஓர் சம-நிலை-

நிலையை வழங்குகிறது. பெற்றோர், நெருங்கிய-நண்பர்கள், சகோதரர்கள் — இவர்கள் எவ்வளவு நெருக்கமாக-இருந்தாலும், அந்த-உறவின் இயற்கையை அறிந்து-கொள்ள வேண்டும். உறவு என்பது தானாக-வளர்கின்ற-கூறு அல்ல; தினம்-தினம் வளர்க்கப்பட வேண்டிய-கூறு. கொடைகள், பகிர்வுகள், ஆதரவுகள் — இவை அனைத்தும் உறவை-வளர்க்கின்ற கூறுகள். இவை-இல்லாமல், உறவு வெறும்-ஒரே-வார்த்தையாக-நிற்கும்.

ஆனால் இது மக்களை-வெறுக்கும் கூற்று அல்ல. ஔவையார் சொல்வது — "மக்களின் இயற்கையை அறிந்து-கொண்டே வாழ். கொடைக்கு-பழக. அதன் வழியாக மட்டுமே, உறவின் வேர் ஆழமாக-இறங்கும்."

பாடல் 19 — வயிறு-உரிய நாழி அரிசிக்காக

சேவித்தும் சென்றிரந்தும் தெண்ணீர்க் கடல்கடந்தும்
பாவித்தும் பாராண்டும் பாட்டிசைத்தும் – போவிப்பம்
பாழின் உடம்பை வயிற்றின் கொடுமையால்
நாழி அரிசிக்கே நாம்.

சொற்பொருள்

வரி 1: சேவித்தும் = (பெரியோர்களுக்கு) பணிவிடை செய்தும்; சென்றிரந்தும் = பல-இடம் சென்று யாசித்தும்; தெண்ணீர்க் = தெளிந்த-நீர்-கொண்ட; கடல்கடந்தும் = கடலை-கடந்து வெளி-நாட்டுக்கு சென்றும்.

வரி 2: பாவித்தும் = (வேறு-மாதிரியாக) நடித்தும்; பாராண்டும் = அரசர்களை-போற்றியும்; பாட்டிசைத்தும் = பாட்டுகள் பாடி-புகழ்-உரைத்தும்; போவிப்பம் = செலுத்துகிறோம்.

வரி 3: பாழின் = அழியக்கூடிய; உடம்பை = இவ்-உடலை; வயிற்றின் = வயிற்றின்; கொடுமையால் = தாங்க முடியாத கடினத்தினால்.

வரி 4: நாழி = ஒரு-படி அளவு; அரிசிக்கே = அரிசிக்காகவே; நாம் = நாம் ஒவ்வொருவரும்.

எளிய பொருள்

பெரியோர்க்கு பணிவிடை செய்தும், பல-இடம் சென்று யாசித்தும், தெளிந்த-நீர்-கொண்ட கடலை-கடந்து வெளி-நாட்டுக்கு சென்றும், வேறு-மாதிரியாக நடித்து-பாசாங்கு செய்தும், அரசர்களை-போற்றியும், பாட்டுகள் பாடி-புகழ்-உரைத்தும் — இவ்வாறு பல-கடினமான-வழிகளில் — நாம் ஒவ்வொருவரும் இவ்-அழியக்கூடிய உடலை செலுத்துகிறோம். வயிற்றின் தாங்க-முடியாத கடினத்தினால் — ஒரு-படி அரிசிக்காகவே — இவ்வளவு-கடினம்-படுகிறோம்.

விளக்கம்

இப்பாடல், ஔவைப் பாட்டியின் கூரிய-வாழ்வியல்-அவதானிப்பின் வெளிப்பாடு. நாம் ஒவ்வொருவரும், நம்-வாழ்நாள் முழுவதும் — பல-கடினமான-வழிகளில் — உழைத்துக் கொண்டிருக்கிறோம். அந்த-உழைப்பின் இலக்கு என்ன? மிக-கூரியதான-உண்மை — "ஒரு-நாள் வயிற்றுக்கு வேண்டும் ஒரு-படி அரிசி." அவ்வளவே. உடலின் இக்கணத்-தேவைக்காக, நம் வாழ்வின் பெரும்-பகுதியை செலவழித்துக் கொண்டிருக்கிறோம்.

ஔவையார் ஆறு-வேறுபட்ட-உழைப்பு-வடிவங்களை பட்டியலிடுகிறார்: சேவித்தல், சென்றிரத்தல், கடல்கடத்தல், பாவித்தல், பாராண்டல், பாட்டிசைத்தல். ஒவ்வொன்றும் ஓர் கடினமான-வாழ்க்கைமுறை. பெரியோர்க்கு பணிவிடை — மரியாதையின் வரம்பில் வாழ்க்கையை அமைப்பது. யாசிப்பு — தம்-கௌரவத்தை-தாழ்த்தி, பிறர்-வாயை-நோக்கி நிற்பது. கடல்-கடத்தல் — தாய்-நாட்டை-விட்டு, தூர-நாட்டில் வாழ்வது. பாசாங்கு — தம் உண்மை-வடிவத்தை மறைத்து, வேறு-மாதிரியாக நடிப்பது. அரசர்களை-போற்றுதல் — தேவை-இல்லாமலும், புகழ்ச்சி-பேசுவது. பாட்டு-பாடுதல் — தம் கலையை, பிறரின் தயவின் வாயிலாக, வாழ்க்கை-வாய்ப்பாக மாற்றுவது.

ஒவ்வொன்றும் ஓர் கடினம். ஆனால் ஔவையார் சுட்டுகிறார் — இவை அனைத்தின் இறுதி-காரணம் ஒன்றே — உடலின் வயிறு-நிறைப்பு. நாம் இவ்-கடினங்களில் சிக்குவது, மெய்ப்பொருள்-நிலையான-தேடலுக்காகவோ, அறிவியல்-சாதனைக்காகவோ, ஞாலத்தின் நற்-வளர்ச்சிக்காகவோ அல்ல. அவை சில-நேரம் இருக்கலாம், ஆனால் ஆதார-காரணம் — ஒரு-படி-அரிசி.

இக்கூற்றில் ஒரு-வேதனை-நிறை-சாட்சியும், ஒரு-கருணை-நிறை-ஞானமும் ஒன்றாக-உள்ளன. வேதனை — இவ்வளவு-கடினங்கள், ஒரே-கூரிய-காரணத்திற்காகவே என்னும் சுய-உணர்வு. மெய்யறிவு — “இதை அறிந்து கொண்டால், இக்-கடினங்களின் முடிவு என்ன?” என்னும் சிந்தனை. நாம் இக்கணம் உடலைக்-கடந்த ஓர் ஆழ்ந்த-நோக்கம் இல்லாமல், வயிற்றுக்காக-மட்டுமே வாழ்கிறோம் என்றால் — அது வாழ்க்கையின் வீணே.

ஔவையாரின் இறுதி-மெய்யறிவு — உடலை-கடந்த ஒரு-நோக்கத்தை-தேடு. வயிற்றை-நிறைப்பதே வாழ்க்கை-இலக்கு என்று வாழ-வேண்டாம். உடலுக்காக-உழைப்பது இயல்பானதே; ஆனால் அதற்கு-மேல், ஓர் ஆழ்ந்த-கூற்றை — நற்-செயல்-சேமிப்பு, மேற்-கடவுள்-சிந்தனை, மறுமை-வழி — வளர்த்துக் கொள்ள வேண்டும்.

இன்றைய பயன்பாடு

இக்காலத்தில் இப்பாடம் மிக-நெருக்கமாக ஒலிக்கிறது. பெரும்பாலான-மக்கள், தம்-வாழ்நாள் முழுவதும், வேலை-பணி-வேலை-பணி-என்னும் சக்கரத்தில் சிக்கி இருக்கின்றனர். ஒவ்வொரு-நாளும், காலை-எழும்பி, பணிக்குச்-செல்கிறோம், மாலை-வரை-உழைக்கிறோம், வீடு-திரும்பி-தூங்குகிறோம், மறுபடியும்-காலை-எழுந்து... இக்-சக்கரம் ஓய்வின்றி நகர்கிறது. இதன் ஆதார-காரணம் — மாதம்-முழுவதிற்கான-வாடகை, மாதம்-முடிவிற்கான-உணவு, அன்றாட-வசதிக்கான-பணம். அதாவது — வயிற்றுக்கு-வேண்டிய-நாழி-அரிசி.

ஔவையாரின் கேள்வி — “இந்த-உழைப்புக்கு-மேல், உனது வாழ்க்கையில் வேறு-என்ன-உள்ளது? உனது நோக்கம், வயிற்று-நிறைப்பு-மட்டுமேயா? அல்லது அதைக்-கடந்த ஓர் ஆழ்ந்த-நோக்கம் உள்ளதா?” இக்கேள்விக்கான பதில், வாழ்வின் ஆழமை-வரையறுக்கிறது.

பாடல் 20 — விருப்பத்தின் வீண்-விளைவு

அம்மி துணையாக ஆறிழிந்த வாறொக்கும்
கொம்மை முலைபகர்வார் கொண்டாட்டம் – இம்மை
மறுமைக்கும் நன்றன்று மாநிதியம் போக்கி
வெறுமைக்கு வித்தாய் விடும்.

சொற்பொருள்

வரி 1: அம்மி = கல்லினால் ஆன அம்மி-கல்; துணையாக = மிதப்பு-துணை-கருவியாக கருதி; ஆறிழிந்த = ஆற்றில் இறங்கிய; வாறொக்கும் = செயலை ஒத்தது.

வரி 2: கொம்மை = அழகான-வடிவ-நிறை-பெண்மை; முலைபகர்வார் = தம்-உடல்-வடிவத்தை விற்கும் பரத்தையர்; கொண்டாட்டம் = அவர்களோடு-கூடி-கொண்டாடும்-வாழ்வு; இம்மை = இவ்-வாழ்க்கை-காலத்திற்கும்.

வரி 3: மறுமைக்கும் = மறு-பிறப்புக்கும்; நன்றன்று = நல்லதல்ல; மாநிதியம் = பெருஞ்-செல்வம்; போக்கி = வீணாக செலவழித்து.

வரி 4: வெறுமைக்கு = இறுதியில் வறுமை-நிலைக்கு; வித்தாய் = விதையாக; விடும் = ஆகிவிடும்.

எளிய பொருள்

தம்-உடல்-வடிவத்தை விற்கும் பரத்தையரோடு கூடி-கொண்டாடும் வாழ்வு — அம்மி-கல்லை மிதப்பு-துணையாக கருதி ஆற்றில் இறங்குவதற்கு ஒத்தது (மூழ்குவது நிச்சயம்). இது இவ்-வாழ்க்கைக்கும் நல்லதல்ல; மறு-பிறப்புக்கும் நல்லதல்ல. பெருஞ்-செல்வத்தை-வீணாக-செலவழித்து, இறுதியில் வறுமை-நிலைக்கு விதையாக ஆகிவிடும்.

விளக்கம்

இப்பாடல், ஔவைப் பாட்டியின் கூரிய-வாழ்வியல்-எச்சரிக்கையின் வெளிப்பாடு. விருப்பத்தின்-தளம் — குறிப்பாக காம-வழி-பற்றிய தளம் — மிக-கடினமான-கூற்று. அதில் சிக்கினால், வாழ்வு சிதைகிறது. ஔவையார் இக்-கூற்றை, ஓர் கூரிய-நிலையான இயற்கை-உவமையின் வழியாக சுட்டுகிறார்.

"அம்மி-துணையாக ஆறிழிந்த வாறொக்கும்" — மிக-நேரடியான உவமை. அம்மி-கல், மிக-கனமான கல்-கருவி. அதை மிதப்பு-கருவியாக பயன்படுத்த — அதாவது, ஆற்றில் கப்பல்-போன்று, அதன்-மீது நின்று-மிதப்பதற்கு — கருதி, ஆற்றில் இறங்கினால் என்ன-ஆகும்? உடனேயே, அந்த-கல், கீழே-வீழும். அதனோடு, அதை-நம்பி-நின்றவனும் ஆற்றில்-மூழ்குவான். அம்மி-கல், மிதக்கும் கருவி அல்ல; அது மிதக்காது. அதன்-இயற்கையே, கீழே-வீழ்வது.

இக்காட்சியின் மெய்ப்பொருள் — விருப்பத்தின் வாழ்க்கைமுறை, அம்மி-கல்-துணை போலவே. அது வாழ்வை-மிதக்க-வைக்கும் என்று நம்பி, அதில்-பற்றினால், உடனேயே வாழ்வு கீழே-வீழும். ஏன்? விருப்பம், அதன்-இயற்கையால், மிகுந்த-கடினம்-நிறை-கூறு. ஓர் விருப்பம்-நிறைவேற்றினால், அதே-இடத்தில் இரு-புதிய-விருப்பங்கள் தோன்றும். அவற்றை-நிறைவேற்றினால், நான்கு புதிய-விருப்பங்கள். இக்-சக்கரம்

ஓய்வின்றி நகர்ந்து, இறுதியில் — செல்வம்-முழுவதையும் வீணாக்கி, வாழ்வை சிதைத்து, மாந்தனை வெறுமை-நிலையில் விட்டுவிடுகிறது.

ஔவையார் இங்கு-குறிப்பிட்டுச் சொல்வது — பரத்தை-வாழ்வு. அந்தக்-காலத்தில், செல்வந்தர்கள், பரத்தையரின் வீட்டில் — பெருஞ்-செல்வம்-செலவழித்து, தம்-வாழ்வை-கொண்டாடுவது வழக்கம். அவர்களின் கொண்டாட்டம், இக்கணம்-இனிமையாக-தோன்றலாம். ஆனால் ஔவையார் சுட்டுகிறார் — இம்-வாழ்வு, இக்-காலத்திற்கும் நல்லதல்ல, மறு-பிறப்புக்கும் நல்லதல்ல. செல்வம்-வீணாகி, இறுதியில் வறுமை-விதையாக-ஆகிறது.

இக்கருத்து, பரத்தை-வாழ்வை-மட்டும்-பற்றியது அல்ல. காமம், செல்வம், அதிகாரம், புகழ் — எந்த-விருப்பத்தின் தளமும் இவ்வாறே. அதில் சிக்கினால், அழிவு-நிச்சயம். அதிலிருந்து-விலகி-நிற்பதே — பற்றற்ற-வாழ்வே — மெய்யறிவு.

இன்றைய பயன்பாடு

இக்காலத்தில், விருப்பத்தின்-வழி-வாழ்வு, மிக-வேறுபட்ட-வடிவங்களில் வந்துள்ளது. அன்றைய பரத்தை-வீடு போல, இக்காலத்தில் — விளம்பரத்தின்-ஈர்ப்பு, திரை-பகிர்வின் சேமிப்பு-தேவை, தொடர்ந்து-புதிய-வசதிகளின் கேள்வி, பல-வகை-பழக்க-வழக்கங்கள் — இவை அனைத்தும் ஆசையை வளர்க்கின்றன. ஒன்று-முடிந்தபின் இன்னொன்று. அந்த-சக்கரத்தில் சிக்கினால், செல்வம் வீணாகி, வாழ்வு சிதைகிறது.

ஔவையாரின் பாடம் — "விருப்பத்தின்-வழியில் சிக்காதே. அதன்-இனிமையை, இனிமையாக மட்டும்-பார்க்காதே. அதன்-முடிவில் என்ன-உள்ளது என்பதை அறிந்துகொள். அம்மி-கல்லைக் கண்டால், அது மிதக்க இயலாது என்பதை அறிந்துகொள். ஆற்றில் இறங்க தேவையென்றால், மிதக்கும்-துணையோடு இறங்கு — பற்றற்ற-மெய்யறிவோடு, கட்டுப்பாடான-கேள்வியோடு."

தனிமனிதனுக்கு இது ஓர் தினம்-தினம் கேள்வி — "இக்கணம் என்னை-இழுக்கின்ற-விருப்பம் எது? அதன்-இனிமை, தற்காலிக-கூறா, நிலையான-கூறா? அதன்-முடிவில் என்ன-உள்ளது?" இக்கேள்வியின் தினம்-விழிப்பு, விருப்பத்தின்-வீழ்ச்சியில் சிக்காமல், ஆழ்ந்த-வாழ்வை அமைக்க உதவும்.

பாடல் 21 — வஞ்சமில்லாதவர்க்கு வரும் வளங்கள்

நீரும் நிழலும் நிலம்பொதியும் நெற்கட்டும்
பேரும் புகழும் பெருவாழ்வும் – ஊரும்
வருந்திருவும் வாழ்நாளும் வஞ்சமில்லார்க்
கென்றும்
தரும்சிவந்த தாமரையாள் தான்.

சொற்பொருள்

வரி 1: நீரும் = வாழ-வேண்டிய நீரும்; நிழலும் = குளிர்-வழங்கும் நிழலும்; நிலம்பொதியும் = நிலம் தரும் விளைச்சலும்; நெற்கட்டும் = நெல்-கட்டுகளாக-வரும் வளமும்.

வரி 2: பேரும் = நல்-பெயரும்; புகழும் = புகழும்; பெருவாழ்வும் = பெரிய-வாழ்வும்; ஊரும் = வாழும்-ஊர் சார்ந்த சூழலும்.

வரி 3: வருந்திருவும் = வந்து-சேர்கின்ற செல்வமும்; வாழ்நாளும் = நீடித்த வாழ்நாளும்; வஞ்சமில்லார்க் = வஞ்சகம் இல்லாதவர்க்கு; கென்றும் = எப்போதும்.

வரி 4: தரும்சிவந்த = அருளை-வழங்கும் சிவந்த; தாமரையாள் = தாமரையில் வீற்றிருக்கும் திருமகள்; தான் = தானே.

எளிய பொருள்

வாழ-வேண்டிய நீர், குளிர்-வழங்கும் நிழல், நிலம் தரும் விளைச்சல், நெல்-கட்டுகளாக-வரும் வளம், நல்-பெயர், புகழ், பெரிய-வாழ்வு, வாழும்-ஊர், வந்து-சேர்கின்ற செல்வம், நீடித்த வாழ்நாள் — இவை அனைத்தும், வஞ்சகம் இல்லாதவர்க்கு, என்றென்றும், அருளை-வழங்கும் சிவந்த தாமரையில் வீற்றிருக்கும் திருமகள் தானே வந்து-தருவாள்.

விளக்கம்

இப்பாடல், ஔவைப் பாட்டியின் ஆழ்ந்த-அருள்-வழியின் வெளிப்பாடு. நல்-வாழ்வின் வெளி-வளங்கள் அனைத்தும் — யாருக்கு எவ்வாறு வந்து-சேருகின்றன என்னும் கேள்விக்கு, அவர் ஓர் தீர்மானமான-பதிலை வழங்குகிறார். "வஞ்சம்-இல்லாத-உள்ளம்" — அதுவே, திருமகளின் அருளை-தம்பால் இழுக்கின்ற ஓர் சிறந்த-தளம்.

பத்து-வளங்களை ஔவையார் பட்டியலிடுகிறார் — நீர், நிழல், நில-விளைச்சல், நெல்-கட்டு, பெயர், புகழ், பெருவாழ்வு, ஊர், செல்வம், வாழ்நாள். இவை அனைத்தும், ஓர் முழுமையான-வாழ்வின் கூறுகள். இவை எவருக்கு வந்து-சேருகின்றன? வஞ்சகம்-இல்லாத உள்ளம்-கொண்டோர்க்கு.

"வஞ்சம்" என்றால் என்ன? பிறரை-ஏமாற்றும் எண்ணம், மறைந்த-தீய-நோக்கம், பொய்-வெளிப்பாடு, கபடம். வஞ்சம்-கொண்ட-உள்ளம், தனது-வளர்ச்சிக்காக பிறரை-தாழ்த்த தயாராக-இருக்கும். அத்தகைய-உள்ளத்திற்கு திருமகளின் அருள் வராது. ஏன்? அருள், தூய்மையை-விரும்புகிறது. வஞ்சம்-நிறை-உள்ளம், தூய்மை-இல்லாதது.

வஞ்சம்-இல்லாத-உள்ளம் — அதாவது, நேர்-மனம், வெளிப்படையான-பேச்சு, ஏமாற்றம்-இல்லாத-செயல், மறைவின்றிய-நோக்கம் — இது அருளின்-தளம். அத்தகைய-உள்ளத்திற்கு, திருமகள் தானே வந்து, பல-வளங்களை வழங்குகிறாள். இது மக்களின் முயற்சியின் வழியாக மட்டுமே-நடப்பது அல்ல; ஓர் ஆழ்ந்த-அருளின் வாயிலாக-நடப்பது.

இக்கூற்றில் ஓர் மெய்ப்பொருள் உள்ளது — "நற்-வாழ்வின் வெளி-வளங்கள், உள்-தூய்மையின் வெளிப்பாடே." உனது வாழ்வில் வளம் வேண்டுமா? முதலில் உனது உள்ளத்தை-தூய்மைப்படுத்து. வஞ்சத்தை விட்டுவிடு. நேர்-மனத்தோடு வாழ்ந்தால், திருமகள் தானே வந்து-சேருவாள்.

இன்றைய பயன்பாடு

இக்காலத்தில் இப்பாடம், வளம்-தேடும் வாழ்க்கைமுறைக்கு ஓர் கூரிய-வழிகாட்டி. பெரும்பாலான-மக்கள், செல்வத்தையும், பெயரையும், புகழையும், நீடித்த-வாழ்வையும் தேடுகிறார்கள். அவற்றை-அடைய பல-வழிகளை-முயற்சிக்கின்றனர். ஔவையார் ஓர் வேறுபட்ட-வழியை சுட்டுகிறார் — "வெளி-வழிகளை விட, உள்ளத்தை தூய்மைப்படுத்து. வஞ்சம் இல்லாமல் வாழ். வளங்கள் தானே வந்து சேரும்."

இது வணிக-வாழ்வுக்கு ஓர் கூரிய-கூற்று. வஞ்சம்-நிறை-வணிகம் — பிறரை-ஏமாற்றி, தனக்கு-வளம்-சேர்த்தல் — தற்காலிக-வெற்றியை-தரலாம். ஆனால் நீடித்த-வளர்ச்சி, நேர்மை-நிலை-வணிகத்திற்கே வாய்க்கும். மக்களின் நம்பிக்கை, நேர்-வழியிலேயே வளர்க்கப்பட முடியும்.

தனிமனிதனுக்கு இது ஓர் சுய-கேள்வி — "என் வாழ்வில் வஞ்சம் உள்ளதா?

யாரையும் ஏமாற்றுகிறேனா, மறைத்த-நோக்கங்களை சுமக்கிறேனா, பொய்-வெளிப்பாடு-கொள்கிறேனா?" இக்கேள்வியின் தினம்-விழிப்பு, உள்ளத்தை மெல்ல-மெல்ல தூய்மைப்படுத்தும்.

பாடல் 22 — புதைத்த பணம் — உயிர் போனபின் யார் அனுபவிப்பர்?

**பாடுபட்டுத் தேடிப் பணத்தைப்
புதைத்துவைத்துக்
கேடுகெட்ட மானிடரே கேளுங்கள் –
கூடுவிட்டுங்(கு)
ஆவிதான் போயினபின் யாரே அனுபவிப்பார்
பாவிகாள் அந்தப் பணம்.**

சொற்பொருள்

வரி 1: பாடுபட்டுத் = கடின-உழைப்பு-படட்டு; தேடிப் = செல்வம் தேடி; பணத்தைப் = அந்த பணத்தை; புதைத்துவைத்துக் = யாரும் காணாமல் புதைத்து-வைத்துக் கொண்டிருக்கும்.

வரி 2: கேடுகெட்ட = கேட்டில்-வீழ்ந்த, பயனற்ற; மானிடரே = சில மக்களே; கேளுங்கள் = என்-கூற்றை கேட்டுக் கொள்ளுங்கள்; கூடுவிட்டுங் = உடல்-என்னும் கூட்டை விட்டு; கு = சொல்-நிறைவு.

வரி 3: ஆவிதான் = உனது உயிர்-ஆவியே; போயினபின் = போய்விட்ட பின்; யாரே = யார் தான்; அனுபவிப்பார் = அதை அனுபவிப்பார்?

வரி 4: பாவிகாள் = கணக்கின்றி-சேமிக்கின்ற பாவ-உள்ளம்-கொண்டோரே; அந்தப் = அந்த; பணம் = பணத்தை.

எளிய பொருள்

கடின-உழைப்பு-படட்டு செல்வத்தை-தேடி, அந்த பணத்தை யாரும் காணாமல் புதைத்து-வைத்துக் கொண்டிருக்கும் — கேட்டில்-வீழ்ந்த சில மக்களே! என் கூற்றை கேட்டுக் கொள்ளுங்கள். உடல்-என்னும் கூட்டை விட்டு, உங்கள் உயிர்-ஆவியே போய்விட்ட பின் — அந்த-பணத்தை யார் தான் அனுபவிப்பார்? கணக்கின்றி-சேமிக்கின்ற பாவ-உள்ளம்-கொண்டோரே! உங்களுக்கு அந்த-பணம் என்ன பயன்-தரும்?

விளக்கம்

இப்பாடல், ஔவைப் பாட்டியின் கூரிய-வாழ்வியல்-எச்சரிக்கையின் வெளிப்பாடு. செல்வத்தை-சேமிக்கின்ற-பழக்கம், அதன்-எல்லையை மீறி, பற்றாக-மாறும்போது — அது வாழ்வின் வீண்-பகுதியாக ஆகிறது.

சில மக்கள், தம்-வாழ்நாள் முழுவதும், கடின-உழைப்பால் செல்வத்தை-சேர்க்கின்றனர். ஆனால் அந்த-செல்வத்தை, தம் வாழ்வில் பயன்படுத்துவது இல்லை. அதை-பகிர்ந்து-கொள்வதில்லை. நற்-செயல்களுக்காக-செலவழிப்பதில்லை. குழந்தைகளுக்கு-கூட நற்-கல்வியோ, நற்-உணவோ வழங்காமல், எல்லாவற்றையும் சேமிக்கின்றனர். "இது என் சேமிப்பு; இது என்னோடு-வரும்" என்னும் ஆழ்ந்த-பற்றில் சிக்கி-நிற்கின்றனர்.

ஔவையாரின் கேள்வி — "இந்த-சேமிப்பு, உனது-உயிர் போனபின், யார்-அனுபவிப்பர்?" மிக-கூரிய-கேள்வி. நாம் இறக்கும்-கணம் வரும்போது, நாம் சேமித்த-செல்வம் — நம்மோடு வராது. அது இங்கேயே-நிற்கும்.

யாரோ-வந்து — பெரும்பாலும், நாம் நம்-வாழ்வில் கூட-நினைக்காத-மக்கள் — அதை-எடுத்து, தம்-விருப்பப்படி-பயன்படுத்துவர். நமது-உழைப்பின் முழு-பலன், மற்றவரின்-விருப்பத்திற்கு உரியதாக-ஆகிவிடும். அப்போது, நாம்-சேமித்தது வீண் தான்.

ஔவையார் "பாவிகாள்" என்னும் கூரிய-விளியை கையாள்கிறார். "பாவம்" என்னும் சொல், ஓர் நெறி-மீறலின் சாட்சி. கணக்கின்றி-சேமிப்பது — பிறருக்கு-கொடுக்க-வேண்டியதை, தம்மிடம்-புதைத்து-வைப்பது — ஓர் நெறி-மீறல். அதை-செய்வோர், "பாவ-உள்ளம்" கொண்டவர். அவர்களின் வாழ்வு, செல்வம்-நிறைய-இருந்தாலும், உள்ளத்தில் வெறுமை-நிறை.

இக்கூற்றின் மெய்ப்பொருள் — செல்வம், பயன்படுத்தப்படும்-போது மட்டுமே மதிப்பு-உள்ளது. பெரும்-செல்வம் — பயன்படுத்தப்படாமல், சேமிக்கப்பட்ட — அதன்-மதிப்பை இழக்கிறது. அதனாலேயே, அவருக்கு ஆழ்ந்த-துயரம், ஞாலத்துக்கு ஆழ்ந்த-இழப்பு.

இதன்-மறுபக்கம் — செல்வத்தை-பயன்படுத்தும்-வாழ்வு. சம்பாதிப்பது, தம் வாழ்வைச் சிறப்பாக-நடத்துவதற்காகவும், மற்றவருக்கு உதவுவதற்காகவும், நற்-செயல்களை-செய்வதற்காகவும். அப்போதே, செல்வம் மதிப்பு-பெறுகிறது.

இன்றைய பயன்பாடு

இக்காலத்தில் இப்பாடம் மிக-நெருக்கமாக ஒலிக்கிறது. பெரும்பாலான-மக்கள், ஓய்வு-வயதிற்கான சேமிப்பு, குழந்தைகளின் எதிர்காலத்திற்கான சேமிப்பு, ஓர் பெரிய-வீட்டிற்கான சேமிப்பு — பல-வழிகளில் பணத்தை-சேமிக்கின்றனர். இவை அனைத்தும் இயல்பான-கூறுகளே. ஆனால் இவையே வாழ்வாக-ஆகி, இக்கணத்தில் வாழ-மறந்துவிட்டால் — ஔவையாரின் எச்சரிக்கை வரும்.

வாழ்வு என்பது, எதிர்கால-சேமிப்பு மட்டுமே அல்ல. இக்கணத்தில்-வாழ்வதும், இக்கணத்தில்-பகிர்வதும், இக்கணத்தில்-நற்-செயல்-செய்வதும் — அதுவே வாழ்வின் ஆழ்ந்த-வடிவம். சேமிப்பு வேண்டியதே, ஆனால் சேமிப்பே வாழ்வாக-ஆகிவிட்டால், அது வீழ்ச்சி.

தனிமனிதனுக்கு இது ஓர் சம-நிலை-கேள்வி — "நான் என் வாழ்வில், எவ்வளவு சேமிக்கிறேன், எவ்வளவு பயன்படுத்துகிறேன், எவ்வளவு பகிர்கிறேன்? சம-நிலை உள்ளதா?" இக்கேள்வியின் தினம்-விழிப்பு, சேமிப்பின்-வீழ்ச்சியில் சிக்காமல், ஆழ்ந்த-வாழ்வை அமைக்க உதவும்.

பாடல் 23 — தீய சொல்-நிறை வீடு

வேதாளம் சேருமே வெள்ளெருக்குப் பூக்குமே
பாதாள மூலி படருமே – மூதேவி
சென்றிருந்து வாழ்வளே சேடன் குடிபுகுமே
மன்றோரம் சொன்னார் மனை.

சொற்பொருள்

வரி 1: வேதாளம் = தீய-ஆவி, அசுப அறிகுறி; சேருமே = அங்கு சேர்ந்து-கொள்ளும்; வெள்ளெருக்குப் = வளம்-குறை அடையாளம் காட்டும் வெள்-எருக்கு செடி; பூக்குமே = பூத்து-வளரும்.

வரி 2: பாதாள மூலி = வளம்-குறை சுட்டும் ஓர் நில-ஆழ-கொடி; படருமே = அங்கு படர்ந்து-பரவும்; மூதேவி = துரதிர்ஷ்டத்தின் தெய்வம், வறுமை-தெய்வம்.

வரி 3: சென்றிருந்து = அந்த-வீட்டிற்கு சென்று-தங்கி; வாழ்வளே = வாழ்வாள்; சேடன் = அழிவின் அடையாள நாகம்; குடிபுகுமே = அந்த-வீட்டில் குடியேறும்.

வரி 4: மன்றோரம் = ஊரின்-நடுவே, பொது-இடத்தில்; சொன்னார் = பிறரை குறை-சொன்னவரின்; மனை = வீடு.

எளிய பொருள்

ஊரின்-நடுவே — பொது-இடத்தில் — பிறரை குறை-சொன்னவரின் வீட்டில் — தீய-ஆவி வந்து-சேரும்; வளம்-குறை அடையாளமான வெள்-எருக்கு செடி பூத்து-வளரும்; ஆழ-நில-மூலி-கொடி படர்ந்து-பரவும்; வறுமை-தெய்வமான மூதேவி வந்து-தங்கி வாழ்வாள்; அழிவின் அடையாள நாகம் குடியேறும். அதாவது — பிறரை குறை-சொல்வோரின் வீட்டில், எல்லா-வகை-அழிவின் அறிகுறிகளும் சேரும்.

விளக்கம்

இப்பாடல், ஔவைப் பாட்டியின் ஆழ்ந்த-சொல்-மெய்ப்பொருளின் வெளிப்பாடு. சொல், ஓர் சாதாரண-கூறு அல்ல; வாழ்வை வடிக்கும் ஓர் ஆழ்ந்த-கருவி. குறிப்பாக, பிறரை-குறை-சொல்லும்-வழக்கம் — அது சாதாரண-விளையாட்டு அல்ல; அது வீட்டை அழிக்கின்ற-கூறு.

ஐந்து அறிகுறிகளை அவர் சேர்த்து-வைக்கிறார்: தீய-ஆவி, வெள்-எருக்கு பூ, ஆழ-நில-மூலி-கொடி, மூதேவி-வருகை, அழிவின் நாகம். இவை அனைத்தும், அந்தக்-கால-தமிழ் சமூகத்தில், ஓர் வீட்டின் அழிவை-சுட்டும் அறிகுறிகள். ஓர் வீட்டின் முற்றத்தில் வெள்-எருக்கு பூத்து-வளர்ந்தால், அது “இவ்-வீட்டில் வளம் இல்லை” என்னும் பொருளில் கொள்ளப்பட்டது. ஓர் வீட்டில் நாகம் குடியேறினால், அது “அழிவின் கணம் வந்துள்ளது” என்னும் சொற்றொடரில் கொள்ளப்பட்டது. மூதேவி, வறுமையின் தெய்வமாக கருதப்பட்டாள் — அவள் வீட்டில்-இருந்தால், செல்வம் தங்காது.

இந்த-ஐந்து-அறிகுறிகள், ஒன்றாக-சேர்ந்து, மிக-கடினமான-வீட்டின் நிலையை சுட்டுகின்றன. அத்தகைய-வீடு, பிறரை-குறை-சொல்லும்-வீடு என்று ஔவையார் கூறுகிறார். இது மிக-தீர்மானமான-கூற்று. பிறரை-குறை-சொல்வது — ஓர் சாதாரண-பேச்சாக தோன்றலாம். ஆனால் அதன்-விளைவு — வீட்டின் முழு-அழிவு.

ஏன் இது இவ்வளவு-கடினம்? பிறரை-குறை-சொல்லும்-வழக்கம், ஓர் வீட்டின் சூழலை சிதைக்கிறது. வீட்டில் வாழ்வோர், தம்-உள்ளத்தில் வஞ்சம், கசப்பு, பகை — இவற்றை வளர்த்துக் கொள்ளுகின்றனர். அந்த-வஞ்சம், அவர்களின் தினம்-தினம்-வாழ்வை அரிக்கிறது. அவர்களின் மகிழ்ச்சி குறைகிறது. அவர்களின் உறவுகள் சிதைகின்றன. அவர்களின் பணி-வளர்ச்சி தளர்கிறது.

இவ்வாறு, பிறரை-குறை-சொல்வது — ஒரு-கணம் இனிமையாக-தோன்றினாலும் — நீண்ட-காலத்தில், சொல்பவரின் வாழ்வை சிதைக்கிறது. ஔவையார் இக்-கூற்றை, ஐந்து-அறிகுறிகளின் வழியாக, மிக-கூரியமாக சுட்டுகிறார்.

இன்றைய பயன்பாடு

இக்காலத்தில் இப்பாடம், சொல்-தூய்மையின் முக்கியத்துவத்தை வலியுறுத்துகிறது. நாள்-முழுவதும், நாம் பல மக்களைப் பற்றி பேசுகிறோம். சில-பேச்சு போற்றியதாக-இருக்கும்; சில-பேச்சு குறை-கூற்றாக-இருக்கும். எதை அதிகம்-பேசுகிறோம் என்பதைக் கவனிக்க வேண்டும்.

குறை-கூறும்-பேச்சு, இக்கணம்-இனிமையாக-தோன்றலாம். குழுவில்-உள்ளவர்களோடு சேர்ந்து, ஒருவரைப் பற்றி குறை-கூறி, ஒரு-கூட்டு-

வளர்ச்சியை-உணரலாம். ஆனால் அந்த-பேச்சு, மெல்ல-மெல்ல, நம்-உள்ளத்தில் வஞ்சத்தை வளர்க்கிறது. நாள்-முடிவில், நம்-மனம் கசப்பினால் நிறைய ஆரம்பிக்கிறது.

ஔவையாரின் பாடம் — "குறை-கூறல், உனது-வீட்டை-அழிக்கின்ற கூறு. அதை-விட்டுவிடு. பிறரைப் பற்றி நற்-சொற்களையே பேசு. அல்லது அமைதியாக-இரு. அமைதியே ஓர் சிறப்பு."

தனிமனிதனுக்கு இது ஓர் தினம்-தினம் சவால் — "இக்கணம் என் பேச்சு, யாரைப் பற்றி உள்ளது? போற்றியா, குறை-கூறியா? என் வீடு, என் பேச்சினால் வளம் சேருகிறதா, அழிவு சேருகிறதா?" இக்கேள்வியின் தினம்-விழிப்பு, பேச்சை மெல்ல-மெல்ல தூய்மைப்படுத்தும்.

பாடல் 24 — பாழ் நிற்கின்ற ஐந்து கூறுகள்

நீறில்லா நெற்றிபாழ்(;) நெய்யில்லா உண்டிபாழ்
ஆறில்லா ஊருக் (கு) அழகுபாழ் – மாறில்
உடன்பிறப் பில்லா உடம்புபாழ் (;) பாழே
மடக்கொடி இல்லா மனை.

சொற்பொருள்

வரி 1: நீறில்லா = சைவ-திருநீறு இல்லாத; நெற்றிபாழ் = நெற்றி வீண்; நெய்யில்லா = நெய் இல்லாத; உண்டிபாழ் = உணவு வீண்.

வரி 2: ஆறில்லா = ஆறு இல்லாத; ஊருக் = ஊருக்கு; கு = சொல்-நிறைவு; அழகுபாழ் = அழகு வீண்; மாறில் = இடைவெளி இல்லாமல்.

வரி 3: உடன்பிறப் = உடன்-பிறப்பாகச் சகோதரர்கள்; பில்லா = இல்லாத; உடம்புபாழ் = உடல் வீண்; பாழே = இவை எல்லாவற்றுக்கும் மேலாக வீண்-பாழே.

வரி 4: மடக்கொடி = மென்மை-நிறை-துணை, மனைவி; இல்லா = இல்லாத; மனை = வீடு.

எளிய பொருள்

சைவ-திருநீறு இல்லாத நெற்றி வீண்; நெய் இல்லாத உணவு வீண்; ஆறு (நீர்-நிலை) இல்லாத ஊருக்கு அழகு வீண்; உடன்-பிறப்பாகச் சகோதரர்கள் இல்லாத உடல் வீண். இவை எல்லாவற்றுக்கும் மேலாக — மென்மை-நிறை-துணையான மனைவி இல்லாத வீடு, மிகவும்-வீண்.

விளக்கம்

இப்பாடல், ஔவைப் பாட்டியின் கூரிய-வாழ்வியல்-கட்டுமானத்தின் வெளிப்பாடு. ஐந்து-வேறுபட்ட-கூறுகளை — ஒவ்வொன்றும் ஓர் முதன்மை-கூற்று இல்லாமல் — "வீண்" என்று அடுக்கி வைக்கிறார். ஒவ்வொன்றிற்கும், அதன் வடிவத்தை-முழுமைப்படுத்த, ஓர் அத்தியாவசிய-கூறு உள்ளது. அந்த-கூறு இல்லாமல், மற்ற-வடிவம் இருந்தாலும், அது வீண் தான்.

சைவ-மரபில், திருநீறு என்பது, நெற்றியின் முதன்மை-அலங்காரம். சிவ-வழிபாட்டின் சின்னமாக, திருநீறு-அணிவது ஓர் ஆழ்ந்த-மரபு. நெற்றி-மற்றும்-உடல்-இருந்தாலும், திருநீறு இல்லாமல், ஓர் சைவ-வாழ்வின் முழுமை இல்லை.

நெய் இல்லாத உணவு — அந்தக்-கால தமிழ் சமூகத்தில், ஓர் முழுமையான உணவின் சின்னம், நெய்-சேர்க்கப்பட்ட பருப்பு, சாறு, அரிசி. நெய் இல்லாமல்,

உணவு வெறும் வயிறு-நிறைப்பு மட்டுமே. ருசியின் முழுமை, நெய்யால் வந்தது.

ஆறு-இல்லாத-ஊர் — மிக-ஆழ்ந்த-கூற்று. ஓர் ஊர், எவ்வளவு அழகாக-இருந்தாலும், அதன்-அருகே ஓர் ஆறு-இல்லாமல், அது-வாழ்வுக்கு-ஏற்றதல்ல. ஆறு, ஓர் ஊருக்கு உயிர்-நீர். அது-இல்லாமல், மக்கள் வாழ முடியாது. அழகு-மட்டுமே போதாது; வாழ்-நிலையின் ஆதாரம் வேண்டும்.

உடன்-பிறப்பு இல்லாத உடல் — சகோதரர்கள் இல்லாத ஓர் தனிமனிதன். உடல்-பெற்று வாழ்ந்தாலும், சகோதரர்கள் இல்லாமல், அவன்-வாழ்வில் ஓர் வெற்றிடம் உள்ளது. சகோதரர்கள் — பல-ஆதரவின் ஆதாரம், பல-நெருக்கடிகளில் துணை.

ஐந்தாவதாக — மனைவி இல்லாத வீடு. மற்ற-நான்கையும் மீறி, மிகவும்-வீண் என்று ஔவையார் சுட்டுகிறார். ஓர் வீட்டின் வாழ்க்கையின் ஆதாரம் — மனைவி, அவளது அன்பு, அவளது கவனிப்பு, அவளது வீட்டு-வளம். அவள் இல்லாமல், எவ்வளவு-பெரிய வீடாக-இருந்தாலும், அது வாழ்வுக்கு-ஏற்றதல்ல.

இக்கூற்றின் மெய்ப்பொருள் — ஒவ்வொரு-வடிவத்திற்கும், ஓர் ஆதார-கூறு உள்ளது. அந்த-ஆதார-கூறு இல்லாமல், மற்ற-வடிவம் இருந்தாலும், அது முழுமை-பெறாது. வாழ்க்கையின் ஒவ்வொரு-துறையிலும், அந்த-துறையின் முதன்மை-கூறு என்ன என்பதை அறிந்துகொண்டு, அதை-வளர்ப்பதே, முழுமையான-வாழ்வுக்கு வழி.

இன்றைய பயன்பாடு

இக்காலத்தில் இப்பாடம், வாழ்வின் முதன்மை-கூறுகளை அறிய உதவுகிறது. ஓர் வீடு, ஓர் ஊர், ஓர் சமூகம் — இவை அனைத்திற்கும், ஓர் ஆதார-கூறு உள்ளது. அதை-மறந்து, மற்ற-கூறுகளை மட்டுமே வளர்த்தால், முழுமை வராது.

தனிமனிதனுக்கு இது ஓர் சுய-கேள்வி — "என் வாழ்வின் ஆதார-கூறு என்ன? அதை நான் வளர்த்துக் கொள்கிறேனா, அல்லது மற்ற-கூறுகளில் சிக்கி-நிற்கிறேனா?" இக்கேள்விக்கான பதில், வாழ்வின் முழுமை-வடிவத்தை தீர்மானிக்கிறது.

பாடல் 25 — செலவு-வருமானத்தை மீறினால்

ஆன முதலில் அதிகம் செலவானால்
மானம் அழிந்து மதிகெட்டுப் – போனதிசை
எல்லார்க்கும் கள்ளனாய் ஏழ்பிறப்பும் தீயனாய்
நல்லார்க்கும் பொல்லனாம் நாடு.

சொற்பொருள்

வரி 1: ஆன = வந்த, கிடைத்த; முதலில் = வருமானத்தில், முதன்மையில்; அதிகம் = அதிக-அளவில்; செலவானால் = செலவாகிவிட்டால்.

வரி 2: மானம் = கௌரவம்; அழிந்து = கெட்டு; மதிகெட்டுப் = அறிவும்-கெட்டு; போனதிசை = போன-வழி-எல்லாம்.

வரி 3: எல்லார்க்கும் = அனைவருக்கும்; கள்ளனாய் = பணம்-கேட்டு திரிபவன், திருடன்-போன்றவனாய்; ஏழ்பிறப்பும் = ஏழு-பிறவிகளிலும்; தீயனாய் = தீயவனாய்.

வரி 4: நல்லார்க்கும் = நல்லோர்க்கும்; பொல்லனாம் = தீய-மனிதனாகத் தோன்றுவான்; நாடு = இவ்-வாழ்வில் பெறக்-கூடிய நாட்டம்-கௌரவம்-நிலை.

எளிய பொருள்

வந்த வருமானத்தில் — செலவு அதிகமாகிவிட்டால் — மானம் கெடும், அறிவும் கெட்டுப் போய், போன-வழி-எல்லாம் அனைவருக்கும் பணம்-கேட்டு திரிபவனாகி, ஏழு-பிறவிகளிலும் தீயவனாகி, நல்லோர்க்கும் தீய-மாந்தனாக தோன்றுவான். கடின-நிலையில், அவன்-வாழ்வின் கௌரவ-நிலை அழிந்துவிடும்.

விளக்கம்

இப்பாடல், ஔவைப் பாட்டியின் கூரிய-வாழ்க்கை-நிதி-மெய்ப்பொருளின் வெளிப்பாடு. செலவு-வருமானத்தை மீறுவது — அது ஓர் சாதாரண-நிதி-கூறு அல்ல; அது வாழ்வின் முழு-அழிவை-தரும் ஓர் ஆழ்ந்த-கூறு. மானம், அறிவு, கௌரவம் — இவை அனைத்தும் சேர்ந்து சிதைகின்றன.

ஔவையாரின் வாதம் — செலவு-வருமானத்தை மீறினால், நிதி-நிலை சிதைகிறது. பணம் பெறவே மக்களிடம் சென்று-கேட்க வேண்டியதாகிறது. தொடர்ந்து-கேட்பதால், கடன்கள் பெருகுகின்றன. கடன்களை-திருப்பித்தர முடியாமல், மக்களிடமிருந்து தப்பித்து-திரிய வேண்டியதாகிறது. அவ்வாறு-திரிபவன், மக்களின் கணக்கில் “கள்ளன்” போன்றவன். அவன் நெருங்கினால், மக்கள் தம்-பணத்தை மறைக்கின்றனர். அவன் வந்தால், மக்கள் வெட்டிச்-செல்கின்றனர். அவனின் மானம், அறிவு, கௌரவம் — அனைத்தும் சிதைகின்றன.

“ஏழ்பிறப்பும் தீயனாய்” — ஓர் கூரிய-கூற்று. செலவு-மீறி-வீழ்ந்தவன், இக்-பிறவியில் மட்டுமே-கடினப்படமாட்டான்; அதன்-தீய-பலன் ஏழு-பிறவிகளிலும் தொடரும் என்னும் ஆழ்ந்த-நெறி. ஊழ்-வினையின் வரம்பில், கடன் என்பது மிகவும்-கடினமான-கடமை. அதை-திருப்பித்தர முடியாமல் இறந்தால், அந்த-கடன் அடுத்த-பிறவியிலும் சுமக்கப்படும். அது ஓர் ஆழ்ந்த-வேதனை.

“நல்லார்க்கும் பொல்லனாம்” — மிக-நெருக்கமான கூற்று. சாதாரண-மக்கள் மட்டுமே அவனை வெறுப்பதில்லை; நல்லோர் கூட — அவனின் கெட்ட-நிலையை-கண்டு — அவனை-விட்டு-விலகுகின்றனர். ஏன்? நல்லோர் கூட, கடன்-நிறை மக்கள்-முன் தம்மை-பாதுகாக்க வேண்டியதாகிறது. அவன்-நெருங்கினால், அவன்-கடனை-தாங்க வேண்டியதாகலாம். அதனாலேயே, நல்லோர் கூட விலகுகின்றனர். அவன் முற்றிலும் தனிமை-நிலையில் சிக்குகிறான்.

இக்கூற்றின் மெய்ப்பொருள் — “செலவு, வருமானத்தை மீறக்கூடாது.” இது ஓர் சிறிய-நிதி-கூற்று போல-தோன்றலாம், ஆனால் ஆழ்ந்த-வாழ்க்கை-நெறி. வாழ்வின் கௌரவம், செல்வத்தின் கட்டுப்பாட்டில் வேர்-ஊன்றியுள்ளது. கட்டுப்பாடு இழந்தால், கௌரவம் இழக்கப்படும்.

இன்றைய பயன்பாடு

இக்காலத்தில் இப்பாடம் மிக-நெருக்கமான வழிகாட்டி. கடன்-கருவிகள் — கடன்-அட்டை, பெரிய-கடன்-வாய்ப்புகள் — பெருகிய சூழலில், செலவு-வருமானத்தை மீறுவது மிக-எளிது. ஓர் கணம் வசதியாக-தோன்றும் கடன், சில-மாதங்களில் கடினமான-சுமையாக மாறும். அந்த-சுமையில் சிக்கினால், ஔவையார் சுட்டும் வீழ்ச்சி-தொடர்ச்சி தொடங்கும்.

ஔவையாரின் பாடம் — “செலவை வருமானத்திற்கு கீழே வை. சேமிப்பு வளர்க்க முற்படு. கடன்-கருவிகளை எச்சரிக்கையோடு பயன்படுத்து.

செலவு-மீறும்-கணம் — அதுவே வீழ்ச்சியின் தொடக்கம்."

தனிமனிதனுக்கு இது ஓர் தினம்-தினம் கேள்வி — "இக்கணம் என் செலவு, என் வருமானத்தின் வரம்பிற்குள் உள்ளதா? சேமிப்பு வளர்கிறதா, அல்லது கடன் வளர்கிறதா?" இக்கேள்வியின் தினம்-விழிப்பு, நிதி-கடினத்தில் சிக்காமல், ஆழ்ந்த-வாழ்வை அமைக்க உதவும்.

பாடல் 26 — பசி வரின் பறந்து போகும் பத்து

மானம் குலம் கல்வி வண்மை அறிவுடைமை
தானம் தவர்உயர்ச்சி தாளாண்மை – தேனின்
கசிவந்த சொல்லியர்மேல் காமுறுதல் பத்தும்
பசிவந்திடப் பறந்து போம்.

சொற்பொருள்

வரி 1: மானம் = கௌரவம்; குலம் = குடி-மரபு; கல்வி = கற்ற-அறிவு; வண்மை = கொடை-மனம்; அறிவுடைமை = அறிவின் முதிர்ச்சி.

வரி 2: தானம் = அறக்-கொடை; தவர்உயர்ச்சி = செய்த தவத்தின் உயர்வு; தாளாண்மை = உழைப்பின்-திறன், ஆண்மை-உறுதி.

வரி 3: தேனின் = தேனின்; கசிவந்த = கசிந்து-பெருகும்; சொல்லியர்மேல் = இனிமை-பேசும் பெண்களின் மீது; காமுறுதல் = விருப்பம்-கொள்ளுதல்; பத்தும் = இவை பத்து-கூறுகளும்.

வரி 4: பசிவந்திடப் = வயிற்றில் பசி வந்தபோது; பறந்து = உடனே பறந்து; போம் = போய்விடும்.

எளிய பொருள்

கௌரவம், குடி-மரபின் பெருமை, கற்ற கல்வி, கொடை-மனம், அறிவின் முதிர்ச்சி, அறக்-கொடை, செய்த தவத்தின் உயர்வு, உழைப்பின்-திறன், தேன்-போல இனிமை-பேசும் துணையின் மீது விருப்பம்-கொள்ளுதல் — இந்த-பத்து-உயர்வுக்கூறுகளும், ஒருவனின் வயிற்றில் பசி வந்த-கணம், உடனே பறந்து போய்விடும். வயிறு-நிறையாமல், மற்ற-எந்த-உயர்வும் நிற்காது.

விளக்கம்

இப்பாடல், ஔவைப் பாட்டியின் கூரிய-வாழ்வியல்-அடிப்படை-மெய்ப்பொருளின் வெளிப்பாடு. மக்கள் பெரும்பாலும்-விரும்பும் பத்து-உயர்வுகளை பட்டியலிடுகிறார். அவை அனைத்துமே மதிப்புள்ளவை. ஆனால் இவை-அனைத்தும், ஓர் அடிப்படை-தேவையை-நிறைவேற்றியதன் பின்னரே நிற்க இயலும். அந்த-அடிப்படை-தேவையே — வயிற்று-நிறைப்பு.

ஒன்பது-உயர்வுகளை ஔவையார் வரிசையாக-வைக்கிறார்: மானம், குலம், கல்வி, வண்மை, அறிவுடைமை, தானம், தவர்-உயர்ச்சி, தாளாண்மை, காதலின்-ஈர்ப்பு (பத்தாவது கூறு). இவை அனைத்தும் — ஓர் சம-நிலையான-வாழ்வின் சிறப்பான கூறுகள். ஒருவன் இவற்றில் பல-வற்றை பெற்றிருக்கலாம் — பெருமை-நிறை மானம், உயர்-குலம், ஆழ்ந்த கல்வி, பெருங் கொடை-மனம்.

ஆனால் எல்லா-உயர்வுகளும், ஒரே-கூறு வந்தவுடன் — பசி — பறந்து-போய்விடும். ஓர் கௌரவம்-நிறை-மாந்தன், மூன்று-நாள் உணவின்றி-இருந்தால், அவன் மானத்தை விட்டுவிட்டு பிச்சை-கேட்க தயாராக-ஆகலாம்.

ஓர் கற்ற-மாந்தன், கல்வியின் கணக்கை மறந்து, உணவுக்காக-எதையாவது செய்ய-வேண்டியதாகலாம். உழைப்பின்-திறன், காதலின்-ஈர்ப்பு — இவை எல்லாமே, பசியின்-அழுத்தத்தில் சிதையும்.

இக்கூற்றில் ஓர் அடிப்படை-மெய்ப்பொருள் உள்ளது — "மேல்-நிலை-தேவைகள், கீழ்-நிலை-தேவைகள்-நிறைவேறிய பின்னரே-நிற்கும்." மாந்தனின் வாழ்வில், அடிப்படை-தேவை — உடல்-நலம், உணவு — இவை நிறைவேறாமல், மற்ற-உயர்வுகள் சாத்தியம் இல்லை.

இன்றைய பயன்பாடு

இக்காலத்தில் இப்பாடம், சமூக-கடமைக்கு ஓர் ஆழ்ந்த-வழிகாட்டி. மக்களின் வாழ்வை மேம்படுத்த, அடிப்படை-தேவைகளை-நிறைவேற்றுவதே முதல்-படி. பசியில்-வாழும்-மக்களுக்கு, கல்வி-வாய்ப்பு, மெய்யறிவு-உரை — இவை வழங்கினால், அவர்கள் ஏற்க இயலாமல் போகலாம். உணவு-வசதி, மருத்துவ-உதவி, பாதுகாப்பு — இவை வழங்கிய-பின்னரே, கல்வி-வளர்ச்சி, மெய்யறிவு-வளர்ச்சி இயலும்.

தனிமனிதனுக்கு இது ஓர் சுய-கேள்வி — "என் வாழ்வின் அடிப்படை-தேவைகள் நிறைவேறியதா? அதன்-பின்னர் தான், நான் மேல்-உயர்வுகளை-நோக்கி நகர முடியும். இக்கணம் என் முதல்-தேவை என்ன?"

பாடல் 27 — ஈசன் செயலின் ஆற்றல்

**ஒன்றை நினைக்கின் அதுஒழிந்திட்
டொன்றாகும்
அன்றி அதுவரினும் வந்தெய்தும் – ஒன்றை
நினையாத முன்வந்து நிற்பினும் நிற்கும்
எனையாளும் ஈசன் செயல்.**

சொற்பொருள்

வரி 1: ஒன்றை = ஒரு-கூற்றை; நினைக்கின் = வரும் என்று நினைத்தால்; அதுஒழிந்திட் = அது வராமல்-போய்; டொன்றாகும் = வேறொன்று ஆகிவிடும்.

வரி 2: அன்றி = அல்லது, மேலும்; அதுவரினும் = நினைத்தது வந்தாலும்; வந்தெய்தும் = வந்து-சேரும்; ஒன்றை = ஒரு-கூற்றை.

வரி 3: நினையாத = நாம் நினைக்காத-நிலையில்; முன்வந்து = முன்னரே வந்து; நிற்பினும் = நின்றாலும்; நிற்கும் = அவ்வாறே நிற்கும்.

வரி 4: எனையாளும் = என்னை-ஆளும்; ஈசன் = இறை-தலைவன்; செயல் = செயல், சங்கல்பம்.

எளிய பொருள்

ஒரு-கூற்றை வரும் என்று நாம் நினைத்தால், அது வராமல், வேறொன்று ஆகிவிடும். அல்லது, நினைத்தது வந்தாலும், அதனோடு வேறொன்றும் சேர்ந்து வந்து-சேரும். நாம் நினைக்காத-நிலையில், ஒரு-கூற்று முன்னரே வந்து-நின்றாலும், அவ்வாறே நிற்கும். இவை அனைத்தும் — என்னை-ஆளும் இறை-தலைவனின் செயல்கள்.

விளக்கம்

இப்பாடல், ஔவைப் பாட்டியின் ஆழ்ந்த-இறை-மெய்ப்பொருளின் வெளிப்பாடு. நம் வாழ்வின் நிகழ்வுகள், நம் சொந்த-எண்ணங்களின் அளவில் மட்டுமே-நிகழ்வதில்லை. அவை, ஓர் ஆழ்ந்த-இறை-செயலின்

கூறுகள். இக்-கூற்று, மக்களை ஓர் ஆணவ-நிலையிலிருந்து சம-நிலைக்கு கொண்டு-வருகிறது.

ஔவையார் மூன்று-வடிவ-நிகழ்வுகளை சுட்டுகிறார். முதலாவது — நாம் நினைத்தது வராமை. ஒரு-கூற்று நமக்கு-வரும் என்று நாம் உறுதியாக-நம்புகிறோம். எல்லா-முயற்சிகளையும் செய்கிறோம். ஆனால் அது வராமல் போய்விடுகிறது; அதன் இடத்தில் வேறொன்று வந்து-சேருகிறது.

இரண்டாவது — நினைத்தது வந்தாலும், அதனோடு வேறொன்றும் வருதல். நாம் வேலையை-நினைத்தோம், அது கிடைத்தது. ஆனால் அதனோடு — நாம் நினைக்காத-கடினம்-நிறை-சூழ்நிலையும், அதன்-வெளிப்படையான-துன்பமும் வந்து-சேருகிறது.

மூன்றாவது — நாம் நினைக்காத-நிலையில், ஒன்று முன்னரே வந்து-நின்றாலும், அவ்வாறே நிற்கும். நாம் ஒன்றை எதிர்பார்க்கவில்லை. ஆனால் அது நம் வாழ்வில் வந்து-நிற்கிறது. நாம் அதை-விடுவிக்க முயற்சிக்கிறோம், ஆனால் அது செல்லாது.

இம்-மூன்று-கூறுகள் ஒன்றாக-சேர்ந்து, மிக-தீர்மானமான-முடிவை சுட்டுகின்றன — "நம் வாழ்வின் நிகழ்வுகள், நம் கட்டுப்பாட்டில் இல்லை. அவை, என்னை-ஆளும் இறை-தலைவனின் செயல்."

இக்-கூற்று, ஓர் தோல்வியின் கூற்று அல்ல; ஓர் ஆழ்ந்த-நிம்மதியின் கூற்று. நம் வாழ்வின் கூறுகள், நம் கட்டுப்பாட்டில் இல்லை என்பதை அறிந்தபின் — நாம் கட்டுப்பாடின்-தீவிர-முயற்சியை விட்டுவிட முடியும். "இறை-தலைவன் செய்கிறான்" என்னும் ஏற்பின் வழியாக, ஓர் ஆழ்ந்த-அமைதி வாய்க்கிறது.

இன்றைய பயன்பாடு

இக்காலத்தில் இப்பாடம், கட்டுப்பாட்டின் தீவிர-தேடலுக்கு ஓர் ஆழ்ந்த-மருந்து. பெரும்பாலான-மக்கள், தம்-வாழ்வை முழுவதும் கட்டுப்பாட்டில் வைக்க முயற்சிக்கின்றனர். ஒவ்வொரு-கூற்றையும் முன்னரே-திட்டமிட, ஒவ்வொரு-விளைவையும் முன்னரே-கணித்த — இவை அனைத்தும் முயற்சிக்கப்படுகின்றன. ஆனால் வாழ்வு, இக்-கட்டுப்பாட்டை எப்போதும்-மீறுகிறது.

ஔவையாரின் பாடம் — "கட்டுப்பாட்டின்-தீவிரத்தை விட்டுவிடு. முயற்சியை-தொடர், ஆனால் முடிவின்-கட்டுப்பாட்டை இறைவனின் கையில் விட்டுவிடு."

பாடல் 28 — எண்ணங்களின் சஞ்சலம்

உண்பது நாழி உடுப்பது நான்குமுழம்
எண்பது கோடி நினைந்து எண்ணுவன –
கண்புதைந்த
மாந்தர் குடிவாழ்க்கை மண்ணின் கலம்போலச்
சாந்துணையும் சஞ்சலமே தான்.

சொற்பொருள்

வரி 1: உண்பது = நாள்தோறும் உண்ணுவது; நாழி = ஒரு-படி அளவு; உடுப்பது = அணியும் துணி; நான்குமுழம் = நான்கு-முழம் அளவு.

வரி 2: எண்பது = அதற்கு-மேல், எண்பது; கோடி = கோடி-கணக்கான; நினைந்து = நினைத்து; எண்ணுவன = எண்ணுகின்றனர்; கண்புதைந்த = கண்-மூடிய

அறியாமை-நிறை.

வரி 3: மாந்தர் = மக்கள்; குடிவாழ்க்கை = குடும்ப-வாழ்க்கை; மண்ணின் = மண்ணினால் ஆன; கலம்போலச் = பயனற்ற-உடைய-கூடிய பானையைப் போல.

வரி 4: சாந்துணையும் = வாழ்வின் இறுதி-கணம் சாகும்-வரையிலும்; சஞ்சலமே = மன-சஞ்சலமே; தான் = தான் வாழ்க்கையாக ஆகிறது.

எளிய பொருள்

நாள்தோறும் ஒருவன் உண்ணுவது ஒரு-படி அளவு; அணிவது நான்கு-முழம் துணி. அவ்வளவே. ஆனால் அதற்கு-மேல், அவன் கோடி-கணக்கான கூறுகளை நினைத்து-எண்ணிக்கொண்டே இருக்கிறான். அறியாமை-நிறை மக்களின் குடும்ப-வாழ்க்கை, மண்-பானையை-போல உடையும்-கூடியதாக இருந்து கொண்டே — இறப்பின் கணம் வரை — மன-சஞ்சலமே-தொடர்ந்து-நிற்கும்.

விளக்கம்

இப்பாடல், ஔவைப் பாட்டியின் ஆழ்ந்த-உளவியல்-அவதானிப்பின் வெளிப்பாடு. மாந்தனின் தினம்-தேவைகள் சிறியவை — ஒரு-படி உணவு, நான்கு-முழம் துணி. ஆனால் அவன் எண்ணங்கள் — அதற்கு-மேல், கோடி-கணக்கானவை. இக்-முரண்-நிலை, அவன் வாழ்வை சஞ்சலமாக-ஆக்குகிறது.

“உண்பது நாழி” — ஓர் மிக-நேர்மையான-கூற்று. நாள்-முழுவதும், ஒரு-மாந்தன் உண்ணுவது, ஒரு-படி அளவு உணவு தான். அதே-வழியில், “உடுப்பது நான்குமுழம்” — அணிவது, நான்கு-முழம் துணி தான். எனவே — தினம்-தேவை மிக-சிறியதே.

ஆனால் “எண்பது கோடி நினைந்து எண்ணுவன” — மக்களின் எண்ணங்கள், கோடி-கணக்கானவை. என்ன-எண்ணுகிறோம்? நாளை-என்ன-நிகழும், அடுத்த-மாதம்-வாடகை எவ்வாறு-நிறைவேற்றுவது, ஐந்து-வருடம் கழித்து குழந்தைகளுக்கு என்ன-படிப்பு, பத்து-வருடம் கழித்து வீட்டின் வளர்ச்சி, இருபது-வருடம் கழித்து ஓய்வு-வாழ்வுக்கான சேமிப்பு — இவை அனைத்தும் தொடர்ந்து எண்ணுகிறோம்.

ஔவையாரின் கூரிய-கண்காணிப்பு — “கண்-புதைந்த-மக்கள்.” அதாவது, அறியாமை-நிறை மக்கள். மெய்யறிவு-உள்ள-மக்கள், தம்-உடலின்-தேவையை அறிந்துகொண்டு, அதை-பெற்றுவிட்டு, மற்ற-எண்ணங்களின் சுமையை விட்டுவிடுகிறார்கள். ஆனால் அறியாமை-நிறை-மக்கள், எண்ணங்களின்-சக்கரத்தில் சிக்கிக்கொண்டே, தம்-வாழ்வை சஞ்சலத்தில் கழிக்கிறார்கள்.

“மண்ணின் கலம்போல” — மண்-பானையின் இயற்கை, உடைய-கூடியதாக-இருப்பது. மக்களின் வாழ்க்கையும் இவ்வாறே. எண்ணங்களின்-சக்கரத்தில் சிக்கி-வாழ்வது — ஓர் சிறு-தாக்கத்தில் சிதைய-கூடியது. ஆனால் இறப்பின் கணம் வரை, இந்த-சஞ்சலம் தொடர்கிறது.

இக்கூற்றின் ஆழ்ந்த-மெய்ப்பொருள் — “எண்ணங்களின்-சக்கரத்தை விட்டுவிட்டு, இக்கணத்தில்-வாழப் பழகு.” உனது-தேவை — இக்கணம் நாழி-உணவு, நான்கு-முழம் துணி. இவை வாய்க்கப்பட்டால், மற்ற-எண்ணங்களை-விட்டுவிடு.

இன்றைய பயன்பாடு

இக்காலத்தில் இப்பாடம், மிக-நெருக்கமான மன-உளவியல்-வழிகாட்டி. பெரும்பாலான-மக்கள், கோடி-கணக்கான-எண்ணங்களின் சக்கரத்தில்

சிக்கி-வாழ்கின்றனர். ஒவ்வொரு-நாளும், எதிர்காலத்தைப்-பற்றிய கவலை, கடந்தகாலத்தைப்-பற்றிய வருத்தம், மற்றவரின்-நிலையோடான-ஒப்பீடு — இவை அனைத்தும் மன-சக்கரத்தை சுழற்றுகின்றன.

ஔவையாரின் பாடம் — "இக்கணத்தில்-நிலை-கொண்டு வாழ. உடலின்-தேவை சிறியது. அதை-நிறைவேற்றினால், ஓய்வாக-இருக்க முடியும். எண்ணங்களின்-சக்கரத்தை விட்டுவிடு."

பாடல் 29 — மரம் பழுத்தால் வெளவாலை அழைக்க வேண்டாம்

மரம்பழுத்தால் வெளவாலை வாவென்று கூவி
இரந்தழைப்பார் யாவருமங் கில்லை –
சுரந்தமுதம்
கற்றா தரல்போல் கரவாது அளிப்பரேல்
உற்றார் உலகத் தவர்.

சொற்பொருள்

வரி 1: மரம்பழுத்தால் = மரம் பழுத்து-பழங்கள் கொண்டால்; வெளவாலை = வெளவாலை; வாவென்று = "வா" என்று; கூவி = அழைத்து.

வரி 2: இரந்தழைப்பார் = வேண்டி-அழைப்பவர்; யாவருமங் = யாரும் அங்கு; கில்லை = இல்லை; சுரந்தமுதம் = ஊற்றுக்கும் அமுதத்தைப்-போன்ற பால்.

வரி 3: கற்றா = கன்று-பெற்ற பசு; தரல்போல் = இயல்பாக தருவது போல; கரவாது = மறைக்காமல்; அளிப்பரேல் = மக்களுக்கு வழங்குபவர் என்றால்.

வரி 4: உற்றார் = உறவினராக-சேருவர்; உலகத் = ஞாலத்தில்; தவர் = வாழ்பவர்.

எளிய பொருள்

மரம் பழுத்து-பழங்கள் கொண்டபோது, "வா" என்று கூவி வெளவாலை வேண்டி-அழைப்பவர் யாரும் அங்கு-தேவையில்லை. அது தானே-வரும். அதே-வழியில் — கன்று-பெற்ற பசு, இயல்பாக-ஊற்றுக்கும் அமுதத்தைப்-போன்ற பாலை வழங்குவது போல — ஒருவன் கொடை-மனத்தோடு, மறைக்காமல், மக்களுக்கு வழங்குபவன் என்றால் — ஞாலத்தில்-வாழ்பவர் தாமே, அவனிடம் உறவினராக வந்து-சேர்வர்.

விளக்கம்

இப்பாடல், ஔவைப் பாட்டியின் கொடை-மெய்ப்பொருளின் இன்னொரு வடிவம். பாடல் 18-ல் — "பெற்றார் பிறந்தார்... மற்றோர் இரணம் கொடுத்தால் இடுவர்" — அவர் கொடை-மனத்தின் முக்கியத்துவத்தை சுட்டினார். இப்-பாடல், அதே-கூற்றை ஓர் கருணை-நிறை-வடிவத்தில் — இரண்டு அழகான இயற்கை-உவமைகளின் வாயிலாக — மீள-விரிக்கிறது.

முதல்-உவமை — மரம்-பழுத்தால் வெளவால். ஓர் பழ-மரம் — மாமரம், புளியமரம், பலா-மரம் — பழுத்தது. அந்த-மரத்தின் கீழ் நின்று, "வெளவாலே! வா! என்-மரத்தில் பழம் உள்ளது!" என்று யாரும் கூவ-வேண்டிய தேவை இல்லை. வெளவால்கள், இரவு வந்தபோது, தாமே-வந்து சேருகின்றன.

இரண்டாம்-உவமை — கன்று-பெற்ற பசு. ஓர் பசு, கன்று-பெற்ற பின், அதன்-மடியில் பால் சுரக்கிறது. அந்த-பாலை அது வெளியில்-தர "யாரும் வேண்டுங்கள்" என்று அழைப்பு-விடுக்கவில்லை. அது இயற்கையாகவே — மறைப்பின்றி — பாலை-வழங்குகிறது.

இக்-உவமைகளின் ஒரே-கூற்று — “கொடை-உள்ள-இடத்திற்கு, மக்கள் தாமே-வருவர். அழைப்பு-விடுக்க தேவை இல்லை.” ஓர் கொடை-மனம் கொண்ட-மாந்தன், மக்களை-தேடி-அலைய-தேவை இல்லை. அவன் தனது-கொடையை வழங்கிக்-கொண்டே-இருந்தால், மக்கள் தாமே-வந்து சேருவர்.

இக்கூற்றில் ஓர் மறை-கூற்றும் உள்ளது — “கொடாதவன்-கதவை, மக்கள் தாமே-விட்டுச் செல்வர்.” அழைத்தாலும், அவன்-வீட்டுக்கு வருவதில்லை. கொடை இல்லாத-இடத்தில், மக்களின்-சேர்க்கை இல்லை.

இன்றைய பயன்பாடு

இக்காலத்தில் இப்பாடம், சமூக-உறவின் ஆழ்ந்த-வழியை சுட்டுகிறது. மக்களை-நெருங்க, “என்னை அறிந்து கொள்ளுங்கள், என்னோடு சேருங்கள்” என்று ஓயாமல்-தேடி-அலைய-தேவை இல்லை. நீ உனது-கொடையை — பணம்-மட்டும் அல்ல, நேரம், அறிவு, அன்பு, ஆதரவு — வழங்கிக்-கொண்டே-இருந்தால், மக்கள் தாமே-நெருங்குவர்.

தனிமனிதனுக்கு இது ஓர் சுய-கேள்வி — “என் வாழ்வில் கொடை-மனம் எவ்வளவு உள்ளது? நான் எந்த-வழியில் மற்றவருக்கு வழங்குகிறேன்?”

பாடல் 30 — விதி தவிர்க்க முடியாதது

தாம்தாம்முன் செய்தவினை தாமே அனுபவிப்பார்
பூந்தா மரை யோன் பொறிவழியே – வேந்தே
ஒறுத்தாரை என்செயலாம் ஊரெல்லாம் ஒன்றா
வெறுத்தாலும் போமோ விதி.

சொற்பொருள்

வரி 1: தாம்தாம்முன் = அவரவர் முன்னர் செய்த; செய்தவினை = செய்த வினையின் பலனை; தாமே = அவரவரே; அனுபவிப்பார் = அனுபவிப்பர்.

வரி 2: பூந்தா = பூம்-தாமரை; மரை = யில் வீற்றிருக்கும்; யோன் = அந்த-பிரம்மன்; பொறிவழியே = வாழ்விற்கு குறிக்கப்பட்ட விதியின் வழியே.

வரி 3: வேந்தே = அரசனே; ஒறுத்தாரை = உனது அரசு தண்டித்தவரை; என்செயலாம் = மீட்டு-காப்பது எவ்வாறு முடியும்?; ஊரெல்லாம் = ஊர்-மக்கள் அனைவரும்.

வரி 4: ஒன்றா = ஒற்றுமையாக சேர்ந்து; வெறுத்தாலும் = விதியை வெறுத்தாலும்; போமோ = அது போய்விடுமா?; விதி = ஊழ்-விதி.

எளிய பொருள்

ஒவ்வொருவரும், தாம் முன்னர் செய்த வினையின் பலனை, அவரவரே அனுபவிப்பர் — பூம்-தாமரையில் வீற்றிருக்கும் பிரம்மன் அவரவருக்கு குறிக்கப்பட்ட விதியின் வழியே. அரசனே! உனது அரசு தண்டித்தவரை மீட்டு-காப்பது எவ்வாறு முடியும்? முடியாது. ஊர்-மக்கள் அனைவரும் ஒற்றுமையாக சேர்ந்து விதியை வெறுத்தாலும், ஊழ்-விதி போய்விடாது. அது எவருடைய கட்டுப்பாட்டிலும் இல்லை.

விளக்கம்

இப்பாடல், ஔவைப் பாட்டியின் ஊழ்-மெய்ப்பொருளின் இறுதி-வடிவம். நல்வழியின் முதல்-முப்பது பாடல்களின் ஓர் முடிவு போல, இப்-பாடல் — "ஊழ்-விதி தவிர்க்க-இயலாதது" என்னும் ஆணி-வேரை மிக-அழுத்தமாக-வைக்கிறது. அரசன் தண்டித்தவரை-கூட காப்பாற்ற இயலாது; ஊரின் முழு-மக்களும் வெறுத்தாலும், விதி போய்விடாது.

"தாம்தாம்முன் செய்தவினை தாமே அனுபவிப்பார்" — மிக-முதன்மையான கூற்று. ஒவ்வொருவரும், தம் முன்-செய்த வினையின் பலனை, அவரவரே ஏற்க-வேண்டியது. யாரும் அதை, மற்றவருக்கு பகிர்ந்து-கொடுக்க முடியாது. நற்-வினையின் பலனை, யாரும் மற்றவருக்கு கொடுக்க முடியாது. தீய-வினையின் பலனை, யாரும் மற்றவரிடமிருந்து-நீக்க முடியாது.

"பூந்தா மரை யோன் பொறிவழியே" — பிரம்மன், படைப்பின்-தெய்வம், ஒவ்வொரு-பிறப்பின் தலையில், அந்த-உயிரின் வாழ்-விதியை-எழுதி வைக்கிறான். அந்த-விதி-கணக்கின்படி, வாழ்வு-நிகழ்கிறது. அந்த-கணக்கை மீற, யாராலும் முடியாது.

"வேந்தே ஒறுத்தாரை என்செயலாம்" — அரசன், அதிகாரம்-நிறை மாந்தன். அவன் தனது-கட்டுப்பாட்டில், பல-மக்களை-தண்டிக்க முடியும். ஆனால் அவன்-தண்டித்தவரை, அவன்-மீட்டு-காப்பாற்ற முடியுமா? முடியாது.

"ஊரெல்லாம் ஒன்றா வெறுத்தாலும் போமோ விதி" — மிக-தீர்மானமான-கூற்று. ஓர் ஊரின் முழு-மக்களும் ஒற்றுமையாக-சேர்ந்து, ஓர் கூற்றை வெறுத்தாலும், அந்த-கூற்றை-நீக்க முடியுமா? விதி-கணக்கின்படி வரும்-கூற்றை, மக்களின் வெறுப்பால் தடுக்க முடியாது.

இப்பாடம், மக்களை-வேண்டாமல்-வாழச் சொல்லும் கூற்று அல்ல. அரசர், தண்டிப்பு, மக்கள்-கூட்டம் — இவை அனைத்தும் தொடரும். ஆனால் இவற்றிற்கு-அப்பால், ஓர் ஆழ்ந்த-கணக்கு உள்ளது. அந்த-கணக்கை அறிந்துகொண்டால் — மக்கள்-பற்றிய தீவிர-கட்டுப்பாட்டின் முயற்சியை விட்டுவிட முடியும்.

இன்றைய பயன்பாடு

இக்காலத்தில் இப்பாடம், மிக-நெருக்கமான வழிகாட்டி. நாம் வாழ்வில் பல-கட்டத்தில் — மக்களின் தீர்ப்பிற்கு உள்ளாக வேண்டியதாகிறது. ஔவையாரின் இந்த-மெய்ப்பொருள் — "விதி-கணக்கு உள்ளது; எல்லாமே நம்-கையில் இல்லை" — ஓர் ஆழ்ந்த-நிலை-காப்பு.

"ஏன் எனக்கு இவ்வளவு-கடினம் வருகிறது?" என்னும் கேள்வி வரும்போது — "இது என் முன்-வினையின் பலன்" என்னும் ஏற்பு, ஓர் சுமை-குறைப்பு. "ஏன் இவருக்கு இவ்வளவு-நற்-வாய்ப்பு வருகிறது?" என்னும் ஒப்பீடு வரும்போது — "அது அவர் முன்-வினையின் பலன்" என்னும் ஏற்பு, ஓர் பொறாமை-குறைப்பு.

இக்-பாடல், நல்வழியின் முதல்-முப்பது பாடல்களின் ஓர் இடைப்-முடிவாக நிற்கிறது. வாழ்வின் கடினமான-உண்மைகளை அறிந்துகொண்ட பின், ஊழ்-விதியின் கட்டுப்பாட்டை ஏற்றுக் கொண்ட பின், மக்களின் இயற்கையை அறிந்துகொண்ட பின் — ஓர் ஆழ்ந்த-மெய்யறிவின் தளம் கட்டப்பட்டுள்ளது. இனி வரும் பத்து-பாடல்கள், அந்த-மெய்யறிவின் வழியில் வாழும்-நெறிகளை மேலும் விரிக்கின்றன.

இழுக்குடைய பாட்டிற்(கு) இசைநன்று(;) சாலும் ஒழுக்கம் உயர்குலத்தின் நன்று – வழுக்குடைய வீரத்தின் நன்று விடாநோய்(;) பழிக்கஞ்சாத் தாரத்தின் நன்று தனி.

சொற்பொருள்

வரி 1: இழுக்குடைய = குற்றம்-உடைய; பாட்டிற் = பாட்டை-விட; கு = (உருபு வடிவம்); இசைநன்று = இசை சிறந்தது; சாலும் = போதும்; மேலும்.

வரி 2: ஒழுக்கம் = நல்-நடத்தை; உயர்குலத்தின் = உயர்-மரபை-விட; நன்று = நல்லது; வழுக்குடைய = வழுக்கல்-உடைய; பிழை-உடைய.

வரி 3: வீரத்தின் = வீரத்தை-விட; நன்று = நல்லது; விடாநோய் = விடாமல்-நீடிக்கும் நோய்; பழிக்கஞ்சாத் = பழிக்கு அஞ்சாத.

வரி 4: தாரத்தின் = துணைவியை-விட; நன்று = நல்லது; தனி = தனிமை.

எளிய பொருள்

குற்றமுள்ள பாடலை-விட — அதன்-இசை மட்டுமே நல்லது; இசையாவது வந்து-சேருகிறது. உயர்-மரபில் பிறந்த-நிலையை-விட — நல்-நடத்தை சிறந்தது. வழுக்கல்-உடைய வீரத்தை-விட — விடாமல்-நீடிக்கும் நோய் கூட நல்லது (வீரத்தின் தோற்றத்தை-விட, நோயின் வெளிப்படை சிறந்தது). பழிக்கு அஞ்சாத, மானம்-இழந்த துணைவியை-விட — தனிமை சிறந்தது.

விளக்கம்

இப்பாடல், ஔவையாரின் ஒப்பீடு-நெறியின் ஓர் அழகான-வடிவம். நான்கு-நிலைகளில், மக்கள் ஒன்றுக்கு-மற்றொன்றை-விட சிறப்பாக-மதிப்பிடும் வழக்கம் உள்ளது. ஔவையார் சொல்கிறார் — “இந்த-நான்கு-நிலைகளில், மக்களின் மதிப்பீடு பல-வேளை தவறாக-போகின்றது. இந்த-நான்கு-ஒப்பீடுகளில், உண்மையான-சிறப்பு எங்கிருக்கிறது என்பதை அறிந்துகொள்ளுங்கள்.”

“இழுக்குடைய பாட்டிற் இசை-நன்று” — பாடல் என்பது சொல்-ஆற்றலும், கருத்து-ஆழமும், இசை-மென்மையும் சேர்ந்த-கலை. ஓர் பாடலில் சொல்-வழுக்கல் அல்லது கருத்து-குறை இருப்பின், பாடல் முழுமை-இழக்கிறது. ஆனால் அந்த-பாடலின்-இசை — அந்த-மென்மையான-தாள-கட்டு — அதன்-தனி-மதிப்பை-இழக்காது. குற்றமுள்ள-பாடலை-விட, அதன்-தனி-இசை சிறந்தது.

“ஒழுக்கம் உயர்குலத்தின் நன்று” — மரபு-பிறப்பு, ஓர் ஆணை-தனியாக மதிப்புக்கு-உரியது-ஆக்காது. உயர்-மரபில் பிறந்த-ஆணும், நடத்தை-கெட்டவன்-ஆனால், அவன்-மதிப்பு வீழ்கிறது. தாழ்-மரபில் பிறந்த-ஆணும், நல்-நடத்தை-உடையவன்-ஆனால், அவன்-மதிப்பு உயர்கிறது. பிறப்பின்-நிலை-அல்ல; நடத்தையின்-நிலையே மக்களின்-மதிப்பை-தீர்மானிக்கிறது.

“வழுக்குடைய வீரத்தின் நன்று விடாநோய்” — மிக-விசேடமான-ஒப்பீடு. வீரம் என்பது மக்கள்-போற்றும்-கூறு. ஆனால் வழுக்கல்-உடைய-வீரம் — பழி-வரும்-வேளையில் ஒளியும்-வீரம், அளவின்மை-உடைய-வீரம், அறம்-மறந்த-வீரம் — மதிப்பு-இல்லாதது. அந்த-வீரத்தை-விட, விடாமல்-நீடிக்கும்

நோய் கூட நல்லது (அது நோய்-என்னும்-நேர்மையான-வெளிப்படை-உடையது; வீரம்-என்னும் பொய்-பாசாங்கு-இல்லை).

"பழிக்கஞ்சாத் தாரத்தின் நன்று தனி" — இறுதி-ஒப்பீடு, மிக-கூர்மையானது. துணைவி, வாழ்-துணை. ஆனால் பழிக்கு-அஞ்சாத, மானம்-இழந்த, நெறி-கைவிட்ட துணைவி — வாழ்வை-நிறை-செய்வாள் அல்ல; வாழ்வை-கெடுப்பாள். அவளை-விட, தனிமை சிறந்தது. தனிமை, ஓர் கடினம்-தான்; ஆனால் மானம்-இழக்க-வேண்டிய-துணை-வாழ்வை-விட, தனி-வாழ்வே நல்லது.

இப்பாடம், ஒப்பீடு-ஆழத்தின் சிறந்த-எடுத்துக்காட்டு. மக்கள் இயல்பாக நினைக்கின்ற "மரபு-பிறப்பு உயர்வு," "வீரம்-உயர்வு," "துணைவி-உயர்வு" — இவை அனைத்தும், நெறி-உடைய-நிலையில் மட்டுமே-உண்மையாகும். நெறி-இல்லாமல், இவை மதிப்பு-இழக்கின்றன.

இன்றைய பயன்பாடு

இக்காலத்தில் இப்பாடம், மக்களின்-மதிப்பை-தீர்மானிக்கும்-நெறிகளை மீள்-பார்வை-செய்ய அழைக்கிறது. நாம், மக்களை எதனால்-மதிப்பிடுகிறோம்? பிறப்பு-மரபு? பதவி? செல்வம்? இவை அனைத்தும் ஓர்-நிலையின் வெளிப்படை மட்டுமே. உண்மையான-மதிப்பு, நடத்தையின்-நெறியில் உள்ளது.

வாழ்க்கை-துணை-தேர்ந்தெடுப்பு-விஷயத்தில், இப்பாடல் கூட ஓர் ஆழ்ந்த-வழிகாட்டி. வெளிப்புற-கூறுகள் — பணி-நிலை, செல்வ-நிலை, வடிவ-அழகு — மட்டும்-போதாது. நெறி, மானம், ஒத்த-உள்ள-நிலை — இவை மிக-முதன்மை. நெறி-இல்லாத-துணை-வாழ்வை-விட, தனி-வாழ்வே நல்லது என்னும் கூற்று, தற்கால-மக்களின்-தேர்விற்கு ஆழ்ந்த-உணர்வை-வழங்குகிறது.

பாடல் 32 — மாறும் செல்வம், மாறாத தருமம்

ஆறிடும் மேடும் மடுவும்போ லாம்செல்வம்
மாறிடும் ஏறிடும் மாநிலத்தீர் – சோறிடும்
தண்ணீரும் வாரும் தருமமே சார்பாக
உண்ணீர்மை வீறும் உயர்ந்து.

சொற்பொருள்

வரி 1: ஆறிடும் = ஆற்றில் உள்ள; மேடும் = மேடும்-நிலையும்; மடுவும்போ = மடுவும்-போல; லாம்செல்வம் = ஆகும் செல்வம்.

வரி 2: மாறிடும் = மாறும்; ஏறிடும் = ஏறும்; மாநிலத்தீர் = பெரு-நிலத்தாரே; சோறிடும் = உணவு-அளிக்கும்.

வரி 3: தண்ணீரும் = நீரும்; வாரும் = வாரும்-மக்களே; தருமமே = அறமே; சார்பாக = துணையாக.

வரி 4: உண்ணீர்மை = உள்-நெறி; வீறும் = வீறுடன்-விளங்கும்; உயர்ந்து = உயர்ந்த-நிலையில்.

எளிய பொருள்

ஆற்றில் உள்ள மேடும் மடுவும் போல, செல்வம் மாறும், ஏறும் — பெரு-நிலத்தில் வாழும் மக்களே! உணவு அளிக்கும் சோறும், தண்ணீரும், அறமே துணையாக நின்று — உள்-நெறி வீறுடன் உயர்ந்த நிலையில் விளங்கும்.

விளக்கம்

இப்பாடல், ஔவையாரின் நிலையாமை-மெய்ப்பொருளின் ஓர் அழகான வடிவம். ஆற்றின் நிலை, ஒரே-வழியில் இருக்காது. பாயும்-நீர், மணலையும் சேற்றையும் நகர்த்துகிறது. ஓர்-கால-கட்டத்தில் மேடாக-நிற்கின்ற-இடம், மற்றொரு-கால-கட்டத்தில் மடுவாக-மாறும். மடுவாக-இருந்த-இடம், மேடாக-உயரும். செல்வத்தின்-நிலையும், அப்படியே — மாறும், ஏறும், இறங்கும்.

"ஆறிடும் மேடும் மடுவும்" — மிக-நுட்பமான ஒப்பீடு. ஆற்றின்-மேடு, ஆற்றின்-மடு — இவை இரண்டும், அந்த-ஆற்றின்-தனி-கூறுகள் அல்ல; ஆற்றின்-பாய்ச்சல்-நிலை-அமைத்த-தற்காலிக-வடிவங்கள். அவை மாறும். அந்த-மேட்டின்-மீது, "எனது-நிலம்" என்று கட்டடம்-கட்டுவது தவறு. அந்த-மடுவில், "இது எப்போதும் இங்கேயே இருக்கும்" என்று நினைப்பது தவறு. செல்வமும் அப்படியே — ஓர்-கால-கட்டத்தில் வருகிறது, ஓர்-கால-கட்டத்தில் போகிறது. அதன்-மீது வாழ்வை-கட்டுவது நிலைப்பு-இல்லை.

"சோறிடும் தண்ணீரும் வாரும் தருமமே சார்பாக" — செல்வம்-மாறும்; ஆனால் சில-கூறுகள், நிலையாக-வரும். உணவை-அளிக்கும் சோறு, தாகம்-தணிக்கும் தண்ணீர் — இவை இயற்கையின்-கொடை. மக்கள் இவற்றை-பகிர்ந்து-கொள்ளும்போது, அதுவே அறம். அறமே நிலையான-துணை, செல்வம்-அல்ல.

"உண்ணீர்மை வீறும் உயர்ந்து" — "உண்ணீர்மை" என்பது உள்-நெறி, உள்-தூய்மை, உள்-பண்பு. செல்வம்-போனாலும், செல்வம்-வந்தாலும் — உள்-நெறி நிலைத்து-நிற்கும். அந்த-உள்-நெறியே, மக்களை வீறுடன், உயர்ந்த-நிலையில் வாழ-வைக்கிறது.

இக்கருத்தை, திருக்குறள் பல-இடங்களில் வலியுறுத்துகிறது. "தோன்றின் புகழொடு தோன்றுக" (236) — பிறப்பின்-மதிப்பு, புகழ்-உடன்-தான். ஔவையாரின் கூற்று — "செல்வம்-மாறும்; ஆனால் அறமும் உள்-நெறியும் நிலை-நிற்கின்றன. அவை மட்டுமே நம்-உண்மையான-நிலை-துணைகள்."

இன்றைய பயன்பாடு

இக்காலத்தில் இப்பாடம், செல்வ-நிலை-மாற்றத்தை-சமாளிக்கும் வழிகாட்டியாக நிற்கிறது. வேலை-வாய்ப்பு போய்விடுகிறது, முதலீடு-வீழ்கிறது, பணி-நிலை-மாறுகிறது — இவை வாழ்வின் இயல்பு. இக்-கட்டங்களில், "எனது-அடையாளம் — செல்வத்தில்-தான்" என்று கருதுபவர், கடினமாக-பாதிக்கப்படுகிறார். ஔவையாரின் வழி — "செல்வம் ஆற்றின்-மேடு-மடு-போல; அதன்-மீது வாழ்வை-கட்டாதே. உள்-நெறியின்-மீது வாழ்வை-கட்டு."

தினம்-தினம், "எனது-மதிப்பு எதில்-உள்ளது?" என்னும் கேள்வியை மக்கள் சுயமாக-கேட்க-வேண்டும். வங்கி-கணக்கு-நிலை-தான் மதிப்பின்-அளவீடா? அல்லது நாம்-நடத்தும்-நெறி, நாம்-உதவும்-மக்கள், நாம்-வளர்த்த-உள்-நிலை — இவைதான் மதிப்பின்-அளவீடா? ஔவையாரின் பதில் — பிந்தைய-கூறுகளே நிலை-நிற்கின்றன. அவையே நம்-உண்மையான-வீறு.

பாடல் 33 — மென்மை, கடினத்தை வெல்லும்

வெட்டெனவை மெத்தனவை வெல்லாவாம்(;) வேழத்தில்
பட்டுருவும் கோல்பஞ்சில் பாயாது – நெட்டிருப்புப்
பாரைக்கு நெக்குவிடாப் பாறை பசுமரத்தின்
வேருக்கு நெக்கு விடும்.

சொற்பொருள்

வரி 1: வெட்டெனவை = கடினமானவை; கூர்-கூற்றுள்ளவை; மெத்தனவை = மென்மையானவை; வெல்லாவாம் = வெல்ல-முடியாது; வேழத்தில் = யானையில்.

வரி 2: பட்டுருவும் = ஊடுருவிச்-செல்லும்; கோல்பஞ்சில் = வேல்-கூர் பஞ்சில்; பாயாது = பாய்ந்து-செல்லாது; நெட்டிருப்புப் = நெடிய-இரும்பு.

வரி 3: பாரைக்கு = கூர்-கருவியான பாரைக்கு; நெக்குவிடாப் = நெகிழ்ந்து-விடாத; பாறை = கல்-பாறை; பசுமரத்தின் = பசிய-மரத்தின்.

வரி 4: வேருக்கு = வேருக்கு; நெக்கு = நெகிழ்ந்து; விடும் = விடும்-நிலை-ஆகும்.

எளிய பொருள்

கடினமான-கூறுகளை, மென்மையான-கூறுகள் வெல்லும். வேலின்-கூர் யானையை-ஊடுருவி-செல்கிறது; ஆனால் அதே-வேல், பஞ்சில் பாய்ந்து-செல்லாது. நெடிய-இரும்பு-பாரை, கல்-பாறையை நெகிழ்த்த-முடியாது; ஆனால் பசிய-மரத்தின் மென்மையான-வேர், அதே-பாறையை நெகிழ-வைத்து-விடும்.

விளக்கம்

இப்பாடல், ஔவையாரின் முரண்-உண்மையின் சிறந்த-வடிவம். மக்கள் இயல்பாக நினைக்கின்றனர் — “கடினத்தை, கடினம்-தான் வெல்லும்.” ஆனால் இயற்கையின்-கூறு வேறு. சில-வேளைகளில், கடினத்தை மென்மையே வெல்கிறது. ஔவையார், இந்த-மெய்யை, இரண்டு-அழகான ஒப்புமைகளில் சுட்டுகிறார்.

“வேழத்தில் பட்டுருவும் கோல்பஞ்சில் பாயாது” — யானை, பெரிய-உடல், கடின-தோல்-உடைய-மிருகம். வேலின்-கூர், அந்த-கடின-தோலை ஊடுருவி-செல்கிறது. ஆனால் அதே-வேலை, ஓர் பஞ்சு-மூட்டையில் எறிந்தால் — அது ஊடுருவாது. பஞ்சு, மென்மையானது; அதன்-மென்மை, வேலின்-கூர்-ஆற்றலை உள்ளே-உள்ளே மழுங்க-வைக்கிறது. வேலின்-கூர் — யானையை வெல்லும்; ஆனால் பஞ்சை வெல்லாது.

“நெட்டிருப்புப் பாரைக்கு நெக்குவிடாப் பாறை பசுமரத்தின் வேருக்கு நெக்கு விடும்” — இரண்டாவது-ஒப்புமை, இன்னும் கூர்மையானது. கல்-பாறை — பெரிய-கடினம். அதை நெகிழ்த்த, நெடிய-இரும்பு-பாரையை பயன்படுத்துகின்றனர். ஆனால் சில-வேளைகளில், அதே-பாறை, இரும்பு-பாரைக்கு நெகிழாது. ஆனால் பசிய-மரத்தின் மென்மையான-வேர் — காலப்போக்கில், அதே-பாறையின் இடைப்-பிளவில் வளர்ந்து, அதை நெகிழ்த்தி-விடுகிறது. மென்மை, காலம் சேர்த்து, கடினத்தை வெல்கிறது.

இந்த-மெய்யை, தாவோ-தமிழ்-மரபும் — “தண்ணீர், மென்மையானது; ஆனால் கல்லை குழித்துப்-போடுகிறது.” ஔவையாரின் கூற்று,

அதே-மெய்யின் தமிழ்-வடிவம். மென்மை, பலவீனம் அல்ல. மென்மை, ஆழ்ந்த-கடினத்திற்கு-எதிராக நிலை-நிற்கும், கால-ஆற்றலின் வழியில். அந்த-மென்மையின்-ஆற்றலை அறிந்து-கொள்ளுங்கள்.

இக்கருத்து, மக்கள்-உறவின் களத்திலும் மிக-உண்மை. கோபத்தை, கோபத்தால் வெல்ல-முடியாது. வஞ்சகத்தை, வஞ்சகத்தால் வெல்ல-முடியாது. ஆனால் கோபத்தை, அமைதியான-மென்மையால் வெல்ல முடியும். வஞ்சகத்தை, நேர்மையான-தெளிவால் வெல்ல முடியும். மென்மை, நீடித்த-கால-ஆற்றலின் வழியாக, கடின-கூறுகளை நெகிழ்த்துகிறது.

இன்றைய பயன்பாடு

இக்காலத்தில் இப்பாடம், மக்கள்-உறவின் களத்திலும், பணி-களத்திலும் நெறி-வழிகாட்டியாக நிற்கிறது. நாள்-முழுவதும், பல-வேளைகளில் — மற்றோர்-மக்களின் கடின-நிலையை எதிர்கொள்கிறோம். கோபமான-கூட்டாளி, விருப்பம்-புரியாத-மேலதிகாரி, வாதம்-தொடரும்-துணை — இவை எல்லாம் கடின-நிலைகள்.

ஔவையாரின் வழி — “இக்-கடின-நிலைகளை, கடினத்தால் எதிர்க்காதே. மென்மையால் — அமைதியான-கேட்டல், பொறுமையான-தெளிவு, ஆழ்ந்த-அன்பு — எதிர்-கொள்.” மென்மை, தோல்வி-அல்ல; வெற்றியின் ஆழ்ந்த-வழி.

குழந்தைகளை-வளர்க்கும் களத்தில், இக்கருத்து மிக-பெருமை-உடையது. கடினமான-கட்டுப்பாடு, கோபமான-தண்டனை — இவை குறுகிய-காலத்தில் வெற்றி-தோன்றலாம். ஆனால் நீடித்த-கால-வளர்ச்சியில், இவை குழந்தையின் உள்-நிலையை பாதிக்கின்றன. அன்பான-வழிநடத்தல், பொறுமையான-புரிதல், மென்மையான-கேட்டல் — இவை குழந்தையின் வேராக-நிற்கின்றன. பசிய-மரத்தின்-வேர்-போல, மென்மையான-பெற்றோர்-அன்பு, குழந்தையின் வாழ்-கடினங்களை நெகிழ்த்துகிறது.

பாடல் 34 — செல்வத்தின் சேர்க்கை

கல்லானே ஆனாலும் கைப்பொருள்ஒன்
றுண்டாயின்
எல்லாரும் சென்றங் கெதிர்கொள்வர் –
இல்லானை
இல்லாளும் வேண்டாள்(;) மற் றீன்றெடுத்த
தாய்வேண்டாள்
செல்லா(து) அவன்வாயிற் சொல்.

சொற்பொருள்

வரி 1: கல்லானே = கல்-அறிவு-இல்லாதவன்-ஆகவே; ஆனாலும் = ஆனாலும்; கைப்பொருள்ஒன் = கையில் ஒரு-பொருள்; றுண்டாயின் = உண்டானால்.

வரி 2: எல்லாரும் = எல்லாம்-மக்களும்; சென்றங் = சென்று அங்கு; கெதிர்கொள்வர் = எதிர்-கொள்ளுவர்; இல்லானை = செல்வம்-இல்லாதவனை.

வரி 3: இல்லாளும் = இல்லத்-துணைவியும்; வேண்டாள் = விரும்ப-மாட்டாள்; மற் = மறந்து-விடு; றீன்றெடுத்த = ஈன்று-எடுத்த; பெற்று-வளர்த்த; தாய்வேண்டாள் = தாயும் விரும்ப-மாட்டாள்.

வரி 4: செல்லா = செல்லாது; ஏற்றுக்-கொள்ளப்-பட-மாட்டாது; து = (உருபு வடிவம்); அவன்வாயிற் = அவன்-வாயின்-இடை; சொல் = சொல்-வாக்கு.

எளிய பொருள்

கல்-அறிவு-இல்லாதவன்-ஆனாலும், கையில் ஒரு-பொருள் உண்டானால் — எல்லாம்-மக்களும் சென்று அவனை எதிர்-கொள்ளுவர். ஆனால் செல்வம்-இல்லாதவனை — அவனது இல்லத்-துணைவியும் விரும்ப-மாட்டாள்; ஏன், ஈன்று-வளர்த்த தாயும் விரும்ப-மாட்டாள். அவன்-வாயின்-இடை-வரும் சொல், எங்கும் ஏற்றுக்-கொள்ளப்-பட-மாட்டாது.

விளக்கம்

இப்பாடல், ஔவையாரின் மக்கள்-இயற்கையின் மிக-கடினமான-உண்மையை வெளிப்படுத்துகிறது. செல்வம், மக்கள்-உறவின் பல-கூறுகளை-நிர்ணயிக்கிறது. செல்வம்-உள்ளவன், கல்-அறிவு-இல்லாதவன்-ஆனாலும் — எல்லாரும் அவனை-மதிக்கின்றனர், அணுகுகின்றனர். செல்வம்-இல்லாதவன், கல்-அறிவு-உள்ளவன்-ஆனாலும் — அவனை யாரும் ஏற்க-மாட்டார்கள்.

“கல்லானே ஆனாலும் கைப்பொருள்ஒன் றுண்டாயின்” — “கல்லான்” என்பது கல்-அறிவு-இல்லாதவன், பயிற்சி-இல்லாதவன். அவன், மக்கள்-ஞாலத்தில் மதிப்பு-பெற-தகாதவன்-என்று ஒருகாலத்தில் கருதினர். ஆனால் ஔவையாரின் கூற்று — “கல்-அறிவு-இல்லாதவன்-ஆனாலும், கையில்-பொருள்-இருந்தால், மக்கள் அவனை-நோக்கி-செல்வர். அவனை-எதிர்-கொள்வர்.” செல்வம், கல்-அறிவை-விட மக்கள்-ஞாலத்தில் முதன்மை-இடம்-பெறுகிறது.

“இல்லானை இல்லாளும் வேண்டாள் மற் றீன்றெடுத்த தாய்வேண்டாள்” — மிக-கூர்மையான-கூற்று. செல்வம்-இல்லாதவன் — அவன் ஒழுக்கம்-உள்ளவன், கல்-அறிவு-உள்ளவன்-ஆகவே-இருந்தாலும் — அவனை அவனது-இல்லத்-துணைவியும் விரும்ப-மாட்டாள். ஏன், அவனை-பெற்று-வளர்த்த-தாயும் விரும்ப-மாட்டாள். இது மக்கள்-உறவின் மிக-கடினமான-உண்மை.

ஔவை-பாட்டியின் இக்-கூற்று — மிக-கடினமாக-ஒலிக்கிறது. ஆனால் இது ஓர் வாழ்க்கை-உண்மையின் பதிவே. அவர், இந்த-உண்மையை மறைக்காமல், அதை-எதிர்-நிற்காமல், அதை-நேரடியாக-வைக்கிறார். அதன்-வழியாக, இரண்டு-பாடங்கள் வெளிப்படுகின்றன — ஒன்று, செல்வத்தின்-முக்கியத்துவத்தை அறிந்துகொள், சம்பாதிக்க-முயற்சி-செய். இரண்டாவது, மக்கள்-உறவின் கடின-உண்மையை அறிந்துகொண்டு, சாலை-வழியில் அதிர்ச்சி-கொள்ளாதே.

“செல்லாது அவன்வாயிற் சொல்” — செல்வம்-இல்லாதவன், எவ்வளவு-நல்-கருத்து சொன்னாலும், அதை யாரும் கேட்க-மாட்டார்கள். அவனது-வாக்கு, மக்கள்-ஞாலத்தில் ஏற்றுக்-கொள்ளப்-பட-மாட்டாது. செல்வம், சொல்-நிற்கும்-கூறை-கூட-தீர்மானிக்கிறது.

இக்கருத்தை, திருக்குறள் கூட எதிரொலிக்கிறது. “இல்லாரை எல்லாரும் எள்ளுவர் செல்வரை எல்லாரும் செய்வர் சிறப்பு” (752) — செல்வம்-இல்லாதவரை எல்லாரும் இகழ்வர்; செல்வரை எல்லாரும் சிறப்பிப்பர். வள்ளுவரின்-கூற்றும் ஔவையாரின்-கூற்றும் ஒத்து-நிற்கின்றன. செல்வம், மக்கள்-ஞாலத்தில் மிக-முதன்மை-கூறு.

இன்றைய பயன்பாடு

இக்காலத்தில் இப்பாடம், மக்களின்-வாழ்வுக்கு இரண்டு-வழியில்

வழிகாட்டியாக நிற்கிறது. முதலாவதாக, செல்வத்தின்-முக்கியத்துவத்தை அறிந்துகொள். “செல்வம் முக்கியம்-அல்ல; ஒழுக்கம்-தான் முக்கியம்” என்னும் கூற்று, ஓர் இலட்சிய-நிலை. ஆனால் வாழ்க்கை-நிலையில், செல்வம்-இல்லாமல், உறவின்-மதிப்பும், சொல்லின்-மதிப்பும் தாழ்கின்றன. ஆகவே, செல்வம்-சம்பாதிக்க-முயற்சி-செய். அது குடும்பத்திற்கு, சொந்தத்திற்கு, சொந்த-நிலையை-காக்கும்-கூற்று.

இரண்டாவதாக, இக்-கூற்றை அறிந்துகொண்டு, செல்வம்-இழந்த-நிலையில் — இக்-கடின-உண்மையை எதிர்-கொள்ள-தயாராக-இரு. மக்கள்-உறவின் கூறுகள் மாறுகின்றன. நாம் எதிர்பார்த்த-துணை-நிலை, செல்வம்-போன-வேளையில், மாறலாம். இது மக்கள்-இயற்கையின் ஓர் கூறு. இதை அறிந்துகொண்டால், சாலை-வழியில் அதிர்ச்சி-கொள்ள-மாட்டோம்.

இக்கருத்தின் மறு-கூறை-கூட நினைவில்-கொள்ள-வேண்டும். ஔவையாரின் இக்-கூற்று, செல்வம்-கூடிய-அளவு-இருந்தால் போதும் என்றோ, பெருவாரியான-செல்வம்-தான் முக்கியம் என்றோ சொல்லவில்லை. “கைப்பொருள் ஒன்று உண்டாயின்” — கையில் ஓர்-அளவு போதும் என்னும் கூற்று. அளவுக்கு-மீறிய செல்வம்-தேடல் வேண்டாம். ஆனால் ஓர்-மக்கள்-ஞாலத்தில்-வாழ்-தகுந்த-அளவு — அது அவசியம்.

பாடல் 35 — உணர்வின் இரு-நிலை

பூவாதே காய்க்கும் மரமுள மக்களுளும்
ஏவாதே நின்றுணர்வார் தாமுளரே – தூவா
விரைத்தாலும் நன்றாகா வித்தெனவே
பேதைக்கு
உரைத்தாலும் தோன்றா(து) உணர்வு.

சொற்பொருள்

வரி 1: பூவாதே = மலராமலே; காய்க்கும் = காய்க்கின்ற; மரமுள = மரங்கள் உள்ளன; மக்களுளும் = மக்களின்-இடையேயும்.

வரி 2: ஏவாதே = ஏவல்-இல்லாமலே; சொல்லாமலே; நின்றுணர்வார் = நின்று-உணர்வோர்; தாமுளரே = தாமே உள்ளனர்; தூவா = தூவலாம்; விதைக்கலாம்.

வரி 3: விரைத்தாலும் = விதைத்தாலும்; நன்றாகா = நன்றாக-முளைக்காத; வித்தெனவே = வித்து-போலவே; பேதைக்கு = அறிவு-இல்லாதவனுக்கு.

வரி 4: உரைத்தாலும் = சொன்னாலும்; தோன்றா = தோன்றாது; து = (உருபு வடிவம்); உணர்வு = உள்-புரிதல்.

எளிய பொருள்

மலராமலேயே காய்க்கின்ற மரங்கள் சில உள்ளன; அதுபோல மக்களின்-இடையேயும், எவரும்-சொல்லாமலே நின்று-உணர்வோர் தாமே உள்ளனர். ஆனால் விதைத்தாலும்-நன்றாக-முளைக்காத வித்து-போல — அறிவு-இல்லாதவனுக்கு எவ்வளவு-சொன்னாலும், உள்-புரிதல் தோன்றாது.

விளக்கம்

இப்பாடல், ஔவையாரின் உணர்வு-மெய்ப்பொருளின் அழகான-வடிவம். இரண்டு-நிலையான மக்களை, இரண்டு-இயற்கையான-ஒப்புமைகளில் அவர் சுட்டுகிறார். ஓர்-நிலை — “எவரும் சொல்லாமலே,

தாமே உணர்கின்றனர்." மற்றொரு-நிலை — "எவ்வளவு சொன்னாலும், உள்-புரிதல் தோன்றாது."

"பூவாதே காய்க்கும் மரமுள" — இயற்கையின் வழக்கு, மரங்கள் முதலில்-பூக்கின்றன, பின் காய்க்கின்றன. ஆனால் சில-மரங்கள் — பலா, ஆல், அத்தி-போன்றவை — நேரடியாக காய்க்கின்றன. பூ-நிலை இல்லாமலே, காய்-நிலை-வருகிறது. அது இயற்கையின் ஓர் விசேட-வடிவம்.

"மக்களுளும் ஏவாதே நின்றுணர்வார் தாமுளரே" — அப்படியே மக்களின்-இடையேயும், சில-உயிர்கள் — யாரும்-சொல்லாமலே, யாரும்-போதிக்காமலே, யாரும்-வழிநடத்தாமலே — தம்-உள்-உணர்வால்-மட்டுமே உண்மையை-அறிகின்றனர். அவர்கள், கல்-அறிவின் வழியால் அல்ல; உள்-உணர்வின் வழியால். அவர்களின்-உள்-தளம், ஏற்கனவே-வளர்ந்த-நிலை.

"தூவா விரைத்தாலும் நன்றாகா வித்தெனவே" — இரண்டாவது-ஒப்புமை, எதிர்-நிலையானது. சில-விதைகள், எவ்வளவு-நல்ல-நிலத்தில் விதைத்தாலும், எவ்வளவு-தண்ணீர்-ஊற்றினாலும் — நன்றாக-முளைக்காது. அவற்றின்-உள்-ஆற்றலே-குறை.

"பேதைக்கு உரைத்தாலும் தோன்றாது உணர்வு" — அப்படியே, அறிவு-இல்லாதவனுக்கு — எவ்வளவு சொன்னாலும், எவ்வளவு-விளக்கினாலும் — உள்-புரிதல் தோன்றாது. அவனது-உள்-தளம், அந்த-உணர்வை-ஏற்க-தயார்-இல்லை.

இக்கருத்து, மக்கள்-கல்வியின் களத்தில் மிக-உண்மை. ஆசிரியர், மாணாக்கருக்கு கற்பிக்க முயற்சி-செய்கிறார். சில-மாணாக்கர், சொல்லாமலே-புரிந்து-கொள்கின்றனர். சில-மாணாக்கர், எவ்வளவு-விளக்கினாலும், புரிய-மாட்டார்கள். இது மாணாக்கரின்-உள்-தளத்தின்-நிலை. ஆசிரியரின்-முயற்சி, பாதி-மட்டுமே. மற்ற-பாதி, மாணாக்கரின்-உள்-தயார்-நிலையில்.

ஔவையாரின் இக்-கூற்று, ஓர் ஆழ்ந்த-உண்மையை-சுட்டுகிறது — "உள்-உணர்வை, வெளி-போதனையால் மட்டும் வளர்க்க-இயலாது. உள்-உணர்வுக்கு, உள்-தளம்-வேண்டும்." அந்த-உள்-தளம், சில-உயிர்களில் இயற்கையாக-உள்ளது. சில-உயிர்களில் இல்லை. ஆனால் இது ஓர் முடிவான-கூற்று அல்ல. உள்-தளத்தை, காலப்போக்கில், மெய்-முயற்சியால் வளர்க்க-முடியும்.

இன்றைய பயன்பாடு

இக்காலத்தில் இப்பாடம், கல்வி-களத்திலும், தலைமை-களத்திலும் ஆழ்ந்த-வழிகாட்டியாக நிற்கிறது. ஓர்-ஆசிரியராக, ஓர்-தலைவராக, ஓர்-பெற்றோராக — நாம் மற்றோர்-மக்களை வழிநடத்த முயற்சி-செய்கிறோம். அந்த-முயற்சியின்-வெற்றி, மட்டும் நம்-முயற்சியில்-இல்லை; மற்றவர்களின் உள்-தயார்-நிலையிலும்-உள்ளது.

சில-மக்கள், ஓர் சிறிய-குறிப்பால், ஆழ்ந்த-மாற்றத்தை-அடைகின்றனர். சில-மக்கள், எவ்வளவு-விரிவான-போதனை-தந்தாலும், மாற்றம்-இல்லை. இது ஓர் இயற்கையின்-கூறு. நாம் இதை அறிந்துகொண்டால், நம்-முயற்சியின்-பலனை, அளவீடு-செய்வதில் — "எனது-முயற்சி-போதவில்லை" என்னும் சுய-குற்றத்தை குறைக்க முடியும்.

இக்கருத்து, தனிமனிதனின்-வளர்ச்சியின் களத்திலும் பொருந்தும். "நான் ஏன் இவ்வளவு-பாடல் கேட்கிறேன், படிக்கிறேன், கேட்கிறேன் — ஆனாலும் வாழ்வில் மாற்றம்-வரவில்லையே?" — இக்-கேள்வி வரும்போது, ஔவையாரின்-கூற்று — "உள்-தளத்தை வளர்க்க-முயற்சி-செய். வெளி-கேட்டலின் அளவு-அல்ல; உள்-உணர்வை-ஏற்கும் தயாரிப்பே மாற்றத்தின் வேர்." தினம்-தினம், ஓர் சில-நிமிட-உள்-ஒருமைப்-பயிற்சி,

அந்த-உள்-தளத்தை மெல்ல-மெல்ல-வளர்க்கிறது.

பாடல் 36 — அழிவின்-காலத்து மயக்கம்

நண்டுசிப்பி வேய்கதலி நாசமுறுங் காலத்தில்
கொண்ட கருவளிக்கும் கொள்கைபோல் – ஒண்தொடீ
போதம் தனம்கல்வி பொன்றவரும் காலமயல்
மாதர்மேல் வைப்பார் மனம்.

சொற்பொருள்

வரி 1: நண்டுசிப்பி = நண்டும் சிப்பியும்; வேய்கதலி = மூங்கிலும் வாழையும்; நாசமுறுங் = அழிவை-அடையும்; காலத்தில் = கால-கட்டத்தில்.

வரி 2: கொண்ட = கொண்ட; சுமந்த; கருவளிக்கும் = கருவையே-கெடுக்கும்; கொள்கைபோல் = கொள்கையை-போல; ஒண்தொடீ = ஒளி-வளையல்-அணிந்தவளே.

வரி 3: போதம் = அறிவு; புத்தி; தனம்கல்வி = செல்வமும் கல்வியும்; பொன்றவரும் = அழிய-வரும்; காலமயல் = கால-மயக்கத்தில்.

வரி 4: மாதர்மேல் = வீண்-விருப்பத்தின்-மீது; வைப்பார் = வைப்பார்கள்; மனம் = உள்ளம்.

எளிய பொருள்

நண்டு, சிப்பி, மூங்கில், வாழை — இவை அழிவை-அடையும் கால-கட்டத்தில், தாம்-சுமந்த-கருவையே-கெடுக்கும் கொள்கையை-போல — ஒளி-வளையல்-அணிந்த-துணைவியே! அறிவு, செல்வம், கல்வி — இவை அழிய-வரும் கால-மயக்கத்தில், மக்கள் தம்-உள்ளத்தை வீண்-விருப்பத்தின்-மீது வைக்கின்றனர்.

விளக்கம்

இப்பாடல், ஔவையாரின் இயற்கை-ஒப்புமை-நெறியின் ஓர் ஆழ்ந்த-வடிவம். அவர், நான்கு-இயற்கை-கூறுகளை சுட்டுகிறார் — நண்டு, சிப்பி, மூங்கில், வாழை. இந்த-நான்கு-கூறுகளும், ஓர் விசேட-தன்மை-உடையன. அவை, தம்-கருவை-சுமக்கும்போது — அதே-கரு, அவற்றின்-அழிவின்-வேர்-ஆகிறது.

“நண்டுசிப்பி வேய்கதலி நாசமுறுங் காலத்தில் கொண்ட கருவளிக்கும்” — பழ-மரபின்-கருத்துப்படி, இந்த-நான்கு உயிர்களும் — தம்-கரு-வளர்த்தலின்-கால-கட்டத்தில், தம்-உயிரை-இழக்கின்றன. நண்டின்-தாய் — கருவை-விட்ட-பின் மறைகிறது; சிப்பியின்-தாய் — முத்தை-சுமக்கும்போது அழிவை-நெருங்குகிறது; மூங்கில் — விதையை-தந்த-பின் காய்கிறது; வாழை — காய்-தந்த-பின் அழிகிறது. இந்த-இயற்கை-வழக்கம், ஓர் வாழ்க்கை-மெய்ப்பொருளை சுட்டுகிறது.

“போதம் தனம்கல்வி பொன்றவரும் காலமயல் மாதர்மேல் வைப்பார் மனம்” — அப்படியே மக்களும், தம்-அறிவு, செல்வம், கல்வி — இவை அழிய-வரும் கால-கட்டத்தில் — வீண்-விருப்பத்தின்-மீது உள்ளத்தை வைக்கின்றனர். “மாதர்மேல்” என்னும் சொல், இங்கு வீண்-விருப்பத்தின்-வழியின் ஓர் பழ-மரபின்-குறியீடு. இக்-காலத்தின்-வாசகர், இக்-கூற்றை — “எந்த-வீண்-விருப்பத்தின்-மீதும் உள்ளத்தை-வைப்பது, அறிவையும் செல்வத்தையும் கல்வியையும் அழிக்கும்” என்று மிக-பரந்த-வடிவில் புரிந்துகொள்ள வேண்டும்.

ஔவையாரின் கூற்று — “அந்த-விருப்பத்தின்-மயக்கமே, அழிவின்-காலத்தின் அடையாளம்.” நண்டும் சிப்பியும் — இயற்கையின்-அழைப்பால், கருவை-சுமக்கின்றன, தம்-உயிரை-இழக்கின்றன. மக்கள், அறிவின்-அழைப்பால் அல்ல; வீண்-விருப்பத்தின்-அழைப்பால் — அறிவையும் செல்வத்தையும் இழக்கின்றனர். இது மிக-வேதனை-உடைய ஒப்பீடு.

இக்கருத்து, காம-மயக்கத்தின் கடினமான-உண்மையை சுட்டுகிறது. திருக்குறளில், “காமக் கடும்புனல் நீந்திக் கரைகாணேன் யாமத்தும் யானே உளேன்” (1167) — காம-மயக்கத்தின் கடினத்தை வள்ளுவர் சுட்டுகிறார். ஔவையாரின் கூற்று, அதே-மயக்கத்தின் இயற்கை-ஒப்புமை-வடிவம். அந்த-மயக்கம், மக்களின் அறிவையும் கல்வியையும் செல்வத்தையும் அழிக்கிறது.

இக்கருத்தை, பொதுவான-வடிவில் — “எந்த-மயக்கமும், அளவு-மீறும்போது, மக்களை-அழிக்கிறது” — என்று பார்க்க முடியும். குடி-மயக்கம், சூதாட்ட-மயக்கம், கட்டுப்பாடு-மீறிய-விருப்பம் — இவை அனைத்தும், மக்களை இதே-வழியில் அழிக்கின்றன.

இன்றைய பயன்பாடு

இக்காலத்தில் இப்பாடம், மக்களின் மயக்க-வடிவங்களை மறு-பார்வை-செய்ய அழைக்கிறது. நாள்-முழுவதும், நம்-வாழ்வில் — பல-மயக்கங்கள் வருகின்றன. தினம்-தினம் மொபைல்-திரையின் இழுப்பு, சமூக-வலையின் அறிகுறி-ஆற்றல், அறிமுகம்-அறியா மக்களின் வாழ்வை மணி-கணக்காக கண்காணிக்கும்-வழக்கம் — இவை அனைத்தும் இக்கால-மயக்க-வடிவங்கள். இவை, நம்-அறிவையும், கல்வியையும், ஆற்றலையும் — மெல்ல-மெல்ல அழிக்கின்றன.

ஔவையாரின் வழி — “மயக்கத்தை, அறிந்துகொள். அது அழிவின்-காலத்தின்-அடையாளம் என்று அறிந்துகொள். அறிந்துகொண்ட-பின், கட்டுப்பாட்டை வளர்.” மயக்கம், இயற்கையின்-கூறு; ஆனால் கட்டுப்பாடு, அறிவின்-கூறு. அறிவை-வளர்த்து, மயக்கத்தை கட்டுப்படுத்த-முடியும்.

இந்த-வழி, தற்கால-மக்களுக்கு மிக-நெருக்கமான வழிகாட்டியாக நிற்கிறது. தினம்-தினம், ஓர் சில-நிமிட-உள்-பார்வை — “எனது-மனம் எங்கு-செல்கிறது? எந்த-விழுப்பின்-வழியில் என் ஆற்றல் வீழ்கிறது?” — அந்த-உள்-பார்வை, மயக்கத்தின்-முதல்-படியில்-தான் நம்மை-காப்பாற்றுகிறது.

பாடல் 37 — வினைப்பயனை வெல்லும் வழி இல்லை

வினைப்பயனை வெல்வதற்கு வேதம் முதலாம்
அனைத்தாய நூலகத்தும் இல்லை – நினைப்பதெனக்
கண்ணுறுவ தல்லால் கவலைப் படேல்நெஞ்சே
விண்ணுறுவார்க் கில்லை விதி.

சொற்பொருள்

வரி 1: வினைப்பயனை = வினையின்-பலனை; வெல்வதற்கு = வெல்வதற்கு; வேதம் = மறை-நூல்; முதலாம் = முதலான.

வரி 2: அனைத்தாய = அனைத்தும்-ஆய; நூலகத்தும் = நூல்களிலும்; இல்லை = வழி-இல்லை; நினைப்பதெனக் = நினைப்பது என்று.

வரி 3: கண்ணுறுவ = கண்-முன் வருவது; தல்லால் = அதை-அல்லாது; கவலைப் = கவலையை; படேல் = படாதே; நெஞ்சே = மனமே.

வரி 4: விண்ணுறுவார்க் = விண்-நிலையை-அடைபவர்க்கு; கில்லை = இல்லை; விதி = ஊழ்-விதி.

எளிய பொருள்

வினையின்-பலனை முழுவதும்-வெல்வதற்கு — மறை-நூல் முதலான அனைத்து-நூல்களிலும் வழி-இல்லை. ஆகவே, கண்-முன் வருவதை மட்டுமே-நினை; அதை-அல்லாது-கவலைப்-படாதே, மனமே! விண்-நிலையை-அடைபவர்க்கு, ஊழ்-விதி-இல்லை.

விளக்கம்

இப்பாடல், ஔவையாரின் ஊழ்-மெய்ப்பொருளின் ஓர் ஆழ்ந்த-தீர்வை-தருகிறது. முதல்-முப்பது-பாடல்களில், அவர் ஊழ்-விதியின் கட்டுப்பாட்டை மீண்டும்-மீண்டும் வலியுறுத்தினார். இப்-பாடலில், அவர் ஓர் வேறு-கூறை-சுட்டுகிறார் — "வினைப்-பயனை வெல்லும்-வழி, நூல்களில் இல்லை. ஆனால் மனத்-தளத்தில், ஓர் வழி-உள்ளது — விண்-நிலையை-அடைதல்."

"வினைப்பயனை வெல்வதற்கு வேதம் முதலாம் அனைத்தாய நூலகத்தும் இல்லை" — மிக-நேரடியான கூற்று. மக்கள், நூல்களின்-வழியாக, பல-ஆற்றல்களை அடைகின்றனர் — அறிவு, கல்வி, செய-முறை. ஆனால் வினைப்-பயனை-வெல்லும் வழி — அந்த-நூல்களின் களத்திற்கு-வெளியே-உள்ளது. மறை-நூல், மற்ற-நூல்கள், எவையும் வினைப்-பயனை-நீக்க-முடியாது.

"நினைப்பதெனக் கண்ணுறுவ தல்லால் கவலைப் படேல் நெஞ்சே" — ஔவையாரின்-தீர்வு, மிக-நடைமுறையானது. "மனமே, கண்-முன் வருவதை மட்டுமே-நினை. அதை-தாண்டி, எதிர்-காலத்தின் அறிய-முடியாத-கூறுகளைப்-பற்றி கவலைப்-படாதே." இது ஓர் மிக-ஆழ்ந்த-மனத்-தளம். கடந்த-கால-வினை-பலனை, மாற்ற-முடியாது. எதிர்-கால-நிலையை, முழுவதும்-அறிய-முடியாது. ஆகவே, தற்-காலத்தில், கண்-முன்-உள்ள செயலில் கவனம்-வை.

"விண்ணுறுவார்க் கில்லை விதி" — மிக-ஆழ்ந்த-கூற்று. "விண்-நிலை" என்பது — ஞாலக்-கட்டுப்பாட்டிற்கு-மேலான ஓர் உள்-நிலை. அந்த-உள்-நிலையை-அடைபவர்க்கு — வெளி-விதியின் கட்டுப்பாடு இல்லை. ஏனெனில், அவர்களின்-உள்-தளம், வெளி-நிகழ்ச்சிகளால் பாதிக்கப்-படுவதில்லை. வெளி-வினை வரும், போகும்; ஆனால் உள்-நிலை அமைதியாக-நிற்கிறது.

இக்கருத்து, பல-மரபுகளின் ஆழ்ந்த-கூற்றோடு ஒத்து-நிற்கிறது. ஆழ்ந்த-உள்-நிலையில்-நின்று செயலை-செய்-என்னும் கூற்று, ஔவையாரின் கூற்றோடு இணைகிறது. செயலை-விட-தேவை-இல்லை; ஆனால் செயலின்-பலனின் கட்டுப்பாட்டை-விட்டுவிடு. அந்த-விடுதலையே, விண்-நிலை.

சைவ-மரபின் வடிவத்தில், "விண்" என்பது சிவ-நிலை. சிவ-பெருமானின் அருளில் நிற்பவர்க்கு — வெளி-விதியின் கட்டுப்பாடு இல்லை. சிவ-நிலையே, விதியை-தாண்டிய நிலை. ஆனால் இக்-கருத்தை, மிக-பரந்த-வடிவில் — எந்த-நிலை-உயர்வையும் இதன்-வழியில் புரிந்து-கொள்ள முடியும்.

இன்றைய பயன்பாடு

இக்காலத்தில் இப்பாடம், கவலை-மேலாண்மையின் ஆழ்ந்த-வழியை-

சுட்டுகிறது. நாள்-முழுவதும், எண்ணற்ற-கவலைகள் நம்-மனத்தை-நிறைக்கின்றன. எதிர்-காலம் என்ன-ஆகும்? முயற்சி பலன்-தருமா? தேர்வு வெற்றியா? பணி-வாய்ப்பு வருமா? — இக்-கேள்விகள், நம்-வாழ்வை-நிறைக்கின்றன.

ஔவையாரின் வழி — "கண்-முன் வருவதை மட்டுமே நினை. அதை-தாண்டி, கவலைப்-படாதே." இது நம்-மனத்தை, தற்-நிலையில் நிறுத்தும் ஆழ்ந்த-வழி. தற்-நிலையில் நிற்பவர், கடந்த-காலத்திற்காக வருந்த-மாட்டார்; எதிர்-காலத்திற்காக கவலை-படமாட்டார். தற்-நிலையின்-முழுமை — அதுவே, விண்-நிலையின் ஓர் வடிவம்.

இக்கருத்தை, தினம்-தினம், ஓர் சில-நிமிட-உள்-பயிற்சியின் வழியாக வளர்க்க-முடியும். ஓர் சில-நிமிடம் — மூச்சில் கவனம், செயலில் கவனம், கண்-முன்-உள்ள-செயலில் முழுமை-கவனம். அந்த-பயிற்சி, மெல்ல-மெல்ல — "கவலை-இல்லாமல்-வாழும்" நிலையை வளர்க்கிறது.

பாடல் 38 — இருமைகளை-தாண்டிய நிலை

நன்றென்றும் தீதென்றும் நானென்றும் தானென்றும்
அன்றென்றும் ஆமென்றும் ஆகாதே – நின்றநிலை
தானதாம் தத்துவமாம் சம்பறுத்தார் யாக்கைக்குப்
போனவா தேடும் பொருள்.

சொற்பொருள்

வரி 1: நன்றென்றும் = நல்லது என்றும்; தீதென்றும் = தீயது என்றும்; நானென்றும் = நான் என்றும்; தானென்றும் = தான் என்றும்.

வரி 2: அன்றென்றும் = அன்று என்றும்; இல்லை என்றும்; ஆமென்றும் = ஆகும் என்றும்; ஆம் என்றும்; ஆகாதே = ஆகாமல் இரு; நின்றநிலை = நிலைத்த-நிலையாக.

வரி 3: தானதாம் = தானே-ஆகும்; தத்துவமாம் = மெய்ப்பொருள்-ஆகும்; சம்பறுத்தார் = பற்றுகளை-அறுத்தவர்கள்; யாக்கைக்குப் = உடலுக்குப்.

வரி 4: போனவா = போனதை; தேடும் = தேடும்; பொருள் = செல்வம்; உண்மை.

எளிய பொருள்

"நல்லது," "தீயது," "நான்," "தான்," "இல்லை," "ஆகும்" — இக்-கூற்றுகளில்-எதிலும் சிக்காமல், நிலைத்த-நிலையில்-நின்று-வாழ். அதுவே மெய்ப்பொருள்-ஆகும். பற்றுகளை-அறுத்தவர்கள், உடலுக்கு-போனதை-தேடும் பொருளை — அவர்கள் உண்மை-அறிபவர்.

விளக்கம்

இப்பாடல், ஔவையாரின் மெய்ப்பொருள்-கூற்றின் மிக-ஆழ்ந்த-வடிவம். இது சைவ-சித்தாந்தத்தின் இருமை-தாண்டிய-நிலையை சுட்டுகிறது. மக்கள்-ஞாலத்தில், எல்லாமே ஓர் இருமை-வடிவத்தில் வருகின்றன — நல்லது/தீயது, நான்/தான், ஆம்/இல்லை. இந்த-இருமை-கட்டுப்பாட்டில், மக்களின்-உள்ளம் ஒன்றுக்கு-மற்றொன்றை-விட விரும்புகிறது, விலக்குகிறது.

“நன்றென்றும் தீதென்றும்” — நல்லது/ தீயது என்னும் இருமை. மக்கள், நல்லதை-விரும்பி, தீயதை-விலக்குகின்றனர். இது இயல்பான-வழக்கம். ஆனால் ஆழ்ந்த-நிலையில், நல்லது/ தீயது என்னும் கணக்கு — மக்களின்-கட்டுப்பாட்டில்-உள்ள ஓர் கூறு. அதற்கு-மேலாக, ஓர் நிலை உள்ளது.

“நானென்றும் தானென்றும்” — நான்/ தான் என்னும் இருமை. மக்களின்-உள்ளத்தில் — “எனது,” “மற்றோர்” — இவை நிலையாக-தோன்றுகின்றன. ஆனால் ஆழ்ந்த-நிலையில், இந்த-பிரிவு — உண்மையின்-மேற்-தளம் மட்டுமே. உள்-ஆழத்தில், எல்லாமே-ஒன்று.

“அன்றென்றும் ஆமென்றும் ஆகாதே” — “ஆம்/ இல்லை” என்னும் கூற்றுகளிலும் சிக்காதே. இது இன்னும் ஆழ்ந்த-கூற்று. மக்கள், ஒவ்வொன்றையும் “இது இது” என்றோ, “இது இல்லை” என்றோ வரையறுக்கின்றனர். ஆனால் ஆழ்ந்த-மெய்ப்பொருளுக்கு — அந்த-வரையறை-கூட பொருந்தாது.

“நின்றநிலை தானதாம் தத்துவமாம்” — இந்த-இருமைகளுக்கு-மேலாக நிற்கின்ற-நிலை, அதுவே-தானே-ஆகும்; அதுவே-மெய்ப்பொருள்-ஆகும். மெய்ப்பொருள் என்பது மக்களின்-வாக்கு-கட்டுப்பாட்டிற்கு-அப்பால் நிற்கின்ற ஆழ்ந்த-உள்-கூறு. அதை, “இது” என்று வரையறை-செய்ய-முடியாது. அதை, இருமை-கட்டுப்பாட்டிற்கு-வெளியே-நின்று மட்டுமே உணர்ந்துகொள்ள-முடியும்.

“சம்பறுத்தார் யாக்கைக்குப் போனவா தேடும் பொருள்” — பற்றுகளை-அறுத்தவர்கள், உடல்-நிலை-கடந்த-பின் தேடும்-பொருளை — அவர்கள் உண்மையில் அறிபவர். “யாக்கைக்குப் போனவா” — உடல், தற்காலிக-வடிவம். உடலின்-பின்-நிற்கின்ற நிலையை-தேடுவது, ஆழ்ந்த-மெய்ப்பொருளின் தேடல்.

இக்கருத்து, சைவ-சித்தாந்தத்தின் “துவைதம்-கடந்த-நிலை”-என்னும் கூற்றோடு ஒத்து-நிற்கிறது. சிவ-உயிர்-ஞாலம் என்னும் முப்-கூறுகளின் தொடர்பை, இருமை-வடிவத்தில் காண்பது — ஓர் தளம். அந்த-முப்-கூறுகளின் ஆழ்ந்த-ஒற்றுமையை-காண்பது — மேற்-தளம். அந்த-ஆழ்ந்த-நிலையே, ஔவையாரின் “மெய்ப்பொருள்.”

இன்றைய பயன்பாடு

இக்காலத்தில் இப்பாடம், மிக-ஆழ்ந்த-மனத்-தளத்தை சுட்டுகிறது. நாள்-முழுவதும், நம்-மனம், இருமை-கட்டுப்பாட்டில்-தான் ஓடிக்கொண்டிருக்கிறது — “நல்லதா/தீயதா?” “எனது-பணி/மற்றவரின்-பணி?” “இது சரியா/தவறா?” இக்-கூற்றுகள், நம்-வாழ்வை இடைவிடாமல் நிறைக்கின்றன.

ஔவையாரின் வழி — “இக்-கூற்றுகளுக்கு-மேலாக, ஓர் நிலை-உண்டு. அதை-தேடு.” இது மிக-கடினமான வழி. இக்-கூற்றுகளை-கைவிட, இக்-கூற்றுகளுக்கு-மேலாக-நிற்க — இது நீடித்த-உள்-பயிற்சியின்-வழியாக மட்டுமே சாத்தியம்.

தினம்-தினம், ஓர் சில-நிமிட-உள்-பார்வை — “எனது-மனம் இந்த-நேரத்தில் எந்த-இருமையில் சிக்கியுள்ளது? அந்த-இருமைக்கு-மேலாக-நிற்க முடியுமா?” — அந்த-உள்-பார்வை, மெல்ல-மெல்ல, இக்-கட்டுப்பாட்டை-நெகிழ்த்துகிறது. அது, ஆழ்ந்த-உள்-அமைதியின்-வழி.

பாடல் 39 — முப்பது வயதின் முதன்மை

முப்பதாம் ஆண்டளவில் மூன்றற்று ஒருபொருளைத்
தப்பாமல் தன்னுள் பெறானாயின் – செப்பும்
கலையளவே ஆகுமாம் காரிகையார் தங்கள்
முலையளவே ஆகுமாம் மூப்பு.

சொற்பொருள்

வரி 1: முப்பதாம் = முப்பதாவது; ஆண்டளவில் = வயது-அளவில்; மூன்றற்று = மூன்றை-நீக்கி; ஒருபொருளைத் = ஓர்-பொருளை.

வரி 2: தப்பாமல் = தவறாமல்; தன்னுள் = தனது-உள்ளத்தில்; பெறானாயின் = பெறாமல்-போனால்; செப்பும் = சொல்லப்படும்.

வரி 3: கலையளவே = கல்வி-அளவில்-மட்டுமே; ஆகுமாம் = ஆகும்-என்று; காரிகையார் = துணைவியர்; தங்கள் = தங்களின்.

வரி 4: முலையளவே = வெளி-உடல்-வளர்ச்சி-அளவில்-மட்டுமே; ஆகுமாம் = ஆகும்-என்று; மூப்பு = முதுமை.

எளிய பொருள்

முப்பதாவது வயது-அளவில், மூன்றை-நீக்கி, ஓர்-பொருளை — தனது-உள்ளத்தில் தவறாமல் பெறாமல்-போனால் — அவன்-கல்வி வெறும்-கல்வி-அளவில்-மட்டுமே-ஆகும்-என்றும், அவன்-முதுமை, துணைவியரின் வெளி-உடல்-வளர்ச்சி-அளவில்-மட்டுமே-ஆகும்-என்றும் சொல்லப்படும்.

விளக்கம்

இப்பாடல், ஔவையாரின் வாழ்-காலத்தின்-நோக்கின் ஆழ்ந்த-கூற்று. முப்பது-வயது, மக்களின் வாழ்-காலத்தில் ஓர் முதன்மை-நிலை. அந்த-காலம்-வரை, மக்கள் — கல்வி, பயிற்சி, வாழ்-துணை-தேர்வு, பணி-நிலை-தொடக்கம் — பல-கூறுகளை-அடைகின்றனர். ஆனால் அந்த-காலம்-வரை, ஓர் ஆழ்ந்த-கூறை-அடையாமல்-போனால் — பின்-வாழ்வு, ஓர் வெளி-தோற்றம்-மட்டுமே.

“முப்பதாம் ஆண்டளவில் மூன்றற்று ஒருபொருளை” — “மூன்றை-நீக்கிய ஓர்-பொருள்” என்னும் கூற்று, மிக-ஆழ்ந்த-மெய்ப்பொருளை-சுட்டுகிறது. சைவ-சித்தாந்தத்தில், “மூன்று” என்பது “மும்-மலம்” — ஆணவ-மலம், கன்ம-மலம், மாயா-மலம். இம்-மூன்று-மலங்களும், உயிரை-கட்டி-வைக்கின்றன. இம்-மூன்றை-நீக்கிய-நிலையே — சிவ-உள்-உணர்வு.

வேறு-வழக்கில், “மூன்று” என்பது — காலம், கூற்று, செயல் என்னும் கட்டுப்பாடுகள். இவற்றுக்கு-மேலாக, ஓர் ஆழ்ந்த-மெய்ப்பொருள்-உண்டு. அந்த-மெய்ப்பொருளை, முப்பது-வயது-அளவில், உள்ளத்தில்-பெற-வேண்டும்.

“தப்பாமல் தன்னுள் பெறானாயின்” — “தனது-உள்ளத்தில்” என்னும் கூற்று மிக-முதன்மை. இந்த-மெய்ப்பொருள், நூல்-படிப்பின்-வழியாக-மட்டும் வராது. ஆசான்-போதனையின்-வழியாக-மட்டும் வராது. தனது-உள்ளத்தில், தனது-உள்-முயற்சியால், அந்த-மெய்ப்பொருளை-பெற-வேண்டும்.

“செப்பும் கலையளவே ஆகுமாம்” — அதை-பெறாமல்-போனால், அவன்-கல்வி, வெறும்-கல்வி-அளவில்-மட்டுமே. நூல்-படிப்பின் சேமிப்பு,

செய்தி-தெரிதல், சொற்-புலமை — இவை எல்லாம் கல்வி. ஆனால் ஆழ்ந்த-மெய்யறிவு-இல்லாமல், இக்-கல்வி-கூறுகள் வெறும்-வெளி-கூறுகள்-தான்.

“காரிகையார் தங்கள் முலையளவே ஆகுமாம் மூப்பு” — மற்றொரு-ஒப்புமை, மிக-கூர்மையானது. துணைவியரின் முதுமை, அவர்களின் வெளி-உடல்-வளர்ச்சி-அளவில்-மட்டுமே-ஆகும். உள்-நிலை-வளர்ச்சி-இல்லாமல், வயது-மட்டும்-கூடியது வெளி-முதுமை-தான்; உள்-முதுமை அல்ல. அதே-வடிவில், மக்களின் வயது-கூடினாலும், உள்-மெய்யறிவு-இல்லாமல் — அவர்களின் முதுமை வெளி-தோற்றம்-மட்டுமே.

ஔவையாரின் இக்-கூற்று, மிக-தீர்மானமான-கால-அளவை-தருகிறது. முப்பது-வயது. அதற்குள், ஆழ்ந்த-மெய்யறிவை — “மூன்றை-நீக்கிய ஓர்-பொருளை” — உள்ளத்தில்-பெற-வேண்டும். அதன்-பின்-உள்ள-வாழ்வு, அந்த-உள்-தளத்தின்-வழியில் தான் சிறப்பு-கொள்ளும்.

இக்கருத்தை, இக்கால-வாசகர் ஓர் கடினமான-கூற்றாக-உணரலாம். “முப்பது-வயதே-கடந்துவிட்டதே, இனி எப்படி?” என்னும் கேள்வி வரலாம். ஔவையாரின்-கூற்று, ஓர் தண்டனை-கூற்று-அல்ல; ஓர் சுட்டிக்-காட்டல்-கூற்று. முப்பது-வயது, ஓர் வழக்கமான-கால-அளவு. அதை-தாண்டியவர்களும், இன்னும் இந்த-உள்-தளத்தை-வளர்க்க முடியும்; ஆனால் முயற்சியின்-தீவிரம், மிக-கூடியதாக-இருக்க-வேண்டும்.

இன்றைய பயன்பாடு

இக்காலத்தில் இப்பாடம், வாழ்க்கையின் முதன்மை-கூற்றுகளை மறு-பார்வை-செய்ய அழைக்கிறது. முப்பது-வயது, இக்-காலத்தில் — பணி-வாழ்வின்-நிலையான-கட்டத்தை-அடையும்-காலம், திருமண-வாழ்வின்-தொடக்கம், குழந்தை-வளர்த்தலின்-துவக்கம். இக்-காலத்தில், மக்கள் வெளி-கூறுகளில் — வேலை-வாய்ப்பு, செல்வம், சமூக-நிலை — மிக-வேக-முயற்சி-செய்கின்றனர். ஆனால் உள்-தளம்-வளர்ப்பின் வேலை, பெரும்பாலும் தாமதமாகிறது.

ஔவையாரின் வழி — “முப்பது-வயது-கடக்கும்-முன், உள்-தளத்தை வளர்க்க-தொடங்கு.” தினம்-தினம், ஓர் சில-நிமிட-உள்-பயிற்சி; வாரம்-வாரம், ஓர் ஆழ்ந்த-நூலின் சில-பக்கம்; மாதம்-மாதம், ஓர் ஆழ்ந்த-வாழ்வின் கேள்வி — “எனது-வாழ்வின் ஆழ்ந்த-கூறு என்ன?” இந்த-வழக்கம், முப்பது-வயதின்-உள், ஓர் உள்-தளத்தை-உருவாக்குகிறது.

முப்பது-வயதை-கடந்தவர்களுக்கும், இக்கருத்து வழிகாட்டியாக-நிற்கிறது. கடந்தது-கடந்தது; ஆனால் இனி-தொடங்கினாலும் தாமதம்-அல்ல. ஔவையாரின்-கூற்று, ஓர் முடிவான-கூற்று-அல்ல. அது, ஓர் நினைவூட்டல் — “வாழ்வின்-வெளி-தோற்றத்திற்கு-மட்டும், கால-அளவை-வீணாக்காதே. உள்-தளத்தையும் வளர்.”

தேவர் குறளும் திருநான் மறைமுடிவும்
மூவர் தமிழும் முனிமொழியும் – கோவை
திருவா சகமும் திருமூலர் சொல்லும்
ஒருவா சகமென் றுணர்.

சொற்பொருள்

வரி 1: தேவர் = தேவர்-போல்-போற்றப்படும் வள்ளுவர்; குறளும் = திருக்குறளும்; திருநான் = திரு-நான்கு (நான்கு வேதங்கள்); மறைமுடிவும் = மறை-நூல்களின் முடிவான கருத்தும்.

வரி 2: மூவர் = மூன்று பெரியோர் (அப்பர், சம்பந்தர், சுந்தரர்); தமிழும் = தமிழ்-பாக்களும்; முனிமொழியும் = முனிவர்-கூற்றும்; கோவை = தொகுப்பு (திருக்கோவையார்).

வரி 3: திருவா = திருவாசகம்; சகமும் = (சகம்) என்னும் தொடர்ச்சி; திருமூலர் = திருமூலர்; சொல்லும் = கூற்றும்.

வரி 4: ஒருவா = ஓர்; சகமென் = (சக-என்னும்) உரை; றுணர் = என்று உணர்ந்துகொள்.

எளிய பொருள்

தேவர்-போல்-போற்றப்படும் வள்ளுவரின் திருக்குறள், நான்கு-வேதங்களின் முடிவான கருத்து, மூவர்-பெரியோர்களின் தமிழ்-பாக்கள், முனிவர்-கூற்று, திருக்கோவையார், திருவாசகம், திருமூலர்-கூற்று — இவை அனைத்தும், ஓரே மெய்ப்பொருளின் வடிவம் என்று உணர்ந்துகொள்.

விளக்கம்

இப்பாடல், நல்வழியின் கடைசி-பாடல். ஔவையாரின் ஆழ்ந்த-மெய்யறிவின் முடிவான-கூற்று. நூல்கள் பல; கூற்றுகள் பல; மரபுகள் பல. ஆனால் இவற்றின் ஆழ்ந்த-மெய்ப்பொருள் — ஒன்றே-தான். அந்த-ஒற்றுமையை அறிந்துகொள்வதே, ஆழ்ந்த-மெய்யறிவின் அடையாளம்.

ஔவையார், இப்-பாடலில் — பல-நூல்களின் தொகுப்பை-தருகிறார். திருக்குறள் (வள்ளுவர்), நான்கு-வேதங்கள், மூவர்-பெரியோர்களின் தேவாரப்-பாக்கள், முனிவர்-மொழி, திருக்கோவையார் (மாணிக்கவாசகர்), திருவாசகம் (மாணிக்கவாசகர்), திருமந்திரம் (திருமூலர்) — இவை எல்லாம், தமிழ்-மரபின் ஆழ்ந்த-நூல்கள். ஒவ்வொன்றும், தனி-வடிவம், தனி-நெறி, தனி-கூற்று.

"தேவர் குறள்" — திருக்குறள், வள்ளுவரின் கூற்று. அறம், பொருள், இன்பம் என்னும் முப்-பெருங்கூறுகளின் மிக-நுட்பமான-வடிவம். வள்ளுவர், தேவர்-போல போற்றப்-படும்-நிலையை அடைந்தவர்.

"திருநான் மறைமுடிவு" — நான்கு-வேதங்களின் முடிவான-கருத்து. வேதங்கள், ஆழ்ந்த-மெய்ப்பொருளை-கூறும்-நூல்கள். அவற்றின் முடிவான-கருத்து, மிக-ஆழ்ந்த-மெய்ப்பொருள்.

"மூவர் தமிழ்" — அப்பர், சம்பந்தர், சுந்தரர் — மூன்று-நாயன்மார்களின் தேவாரப்-பாக்கள். தமிழ்-சைவத்தின் ஆழ்ந்த-வேராக நிற்கும் இந்த-பாக்கள், ஓர் ஆழ்ந்த-பக்தி-நெறியின் வடிவம்.

"முனிமொழி" — முனிவர்களின் கூற்று. ஆகமங்கள், புராணங்கள், உப-நூல்கள் — இவை அனைத்தும், முனிவர்களின் கூற்றின் தொகுப்புகள்.

“கோவை திருவாசகம்” — மாணிக்கவாசகரின் திருக்கோவையார் மற்றும் திருவாசகம். தமிழ்-சைவத்தின் இரண்டு-மிக-ஆழ்ந்த-நூல்கள். திருவாசகத்தின்-பெருமை — “திருவாசகத்திற்கு உருகாதார் ஒருவாசகத்திற்கும் உருகார்” என்னும் கூற்றில் வெளிப்படுகிறது.

“திருமூலர் சொல்” — திருமந்திரம், திருமூலரின் கூற்று. சைவ-சித்தாந்தத்தின் மிக-ஆழ்ந்த-நூல். “யோகம், மந்திரம், தந்திரம், சித்தாந்தம்” என்னும் நான்கு-கூறுகளை விரிவாக சுட்டும்-நூல்.

“ஒருவாசகமென்றுணர்” — இவை அனைத்தும், ஓர்-வாசகத்தின்-வடிவம் என்று உணர்ந்துகொள். இது மிக-ஆழ்ந்த-கூற்று. வேறு-வேறு-நூல்கள், வேறு-வேறு-மரபுகள், வேறு-வேறு-வடிவங்கள் — ஆனால் ஆழ்ந்த-மெய்ப்பொருளில், எல்லாம்-ஒன்றே. அந்த-ஒற்றுமையை-அறிந்துகொள்வதே, ஆழ்ந்த-மெய்யறிவின் அடையாளம்.

ஔவையாரின் இக்-கூற்று, மிக-பரந்த-மரபு-நோக்கின் வெளிப்பாடு. சைவ-மரபை-சார்ந்தவராக-இருந்தாலும், அவர் — வேதங்களையும், வள்ளுவரின்-கூற்றையும், திருமூலரின்-கூற்றையும் — அனைத்தையும் ஒரே-மெய்ப்பொருளின் வடிவம்-என்று கருதுகிறார். இது ஆழ்ந்த-மரபு-பெருமை மட்டுமல்ல; ஆழ்ந்த-உள்-தளத்தின் வெளிப்பாடு.

நல்வழியின் கடைசி-பாடலாக, இது மிக-பொருத்தமான-கூற்று. நாற்பது-பாடல்களின்-வழியாக, ஔவையார் — செல்வம், ஒழுக்கம், ஊழ்-விதி, மக்கள்-இயற்கை, மெய்ப்பொருள் — பல-கூறுகளை-விரித்தார். கடைசியில் — “இக்-கூற்றுகள்-அனைத்தும், ஓர் ஆழ்ந்த-மெய்ப்பொருளின்-வடிவம். அந்த-மெய்ப்பொருளை-அறிந்துகொள்.”

இன்றைய பயன்பாடு

இக்காலத்தில் இப்பாடம், மரபு-நோக்கின் ஆழ்ந்த-வழியை-சுட்டுகிறது. இக்-காலத்தில், மக்கள் வெவ்வேறு-மரபுகளை, வெவ்வேறு-நெறிகளை, வெவ்வேறு-நூல்களை — பல-வகையில் பார்க்கின்றனர். சில-மக்கள், ஒரே-நெறியில் நிலைத்து, மற்ற-நெறிகளை-விலக்குகின்றனர். சில-மக்கள், அனைத்து-நெறிகளையும் ஒரே-தளமாக-கொண்டு, ஆழம்-இல்லாமல்-வாழ்கின்றனர்.

ஔவையாரின் வழி, ஓர் இடைப்-பாதை — “தனது-நெறியில் ஆழ்ந்து-நில். அதே-நேரத்தில், மற்ற-நெறிகளின் ஆழ்ந்த-மெய்ப்பொருளும், அதே-மெய்ப்பொருளின் வேறு-வடிவம் என்று அறிந்துகொள்.” இது ஆழ்ந்த-பெருமை, ஆழ்ந்த-மரபு-நோக்கின் வெளிப்பாடு.

தினம்-தினம், மற்ற-மரபுகளின் ஆழ்ந்த-நூல்களையும் — சில-பக்கம், சில-பாடல் — படிக்க முயற்சி-செய். அவற்றின் ஆழ்ந்த-கூற்று, நமது-நெறியின் ஆழ்ந்த-கூற்றோடு எப்படி இணைகிறது என்பதை-அறிந்துகொள். அந்த-அறிவு, ஆழ்ந்த-மரபு-நோக்கின் வழி.

நல்வழியின் முடிவாக, ஔவையாரின் இந்த-கூற்று — ஓர் ஆழ்ந்த-நினைவூட்டல். வாழ்வின்-அனைத்து-கூறுகளும், ஓர் ஆழ்ந்த-மெய்ப்பொருளின் வெளிப்பாடுகள். அந்த-மெய்ப்பொருளை-அறிந்துகொள், அதன்-வழியில்-வாழ். அதுவே, நல்வழி.

[நல்வழி நூல் முடிவுற்றது.]

ஐந்தாம் பகுதி — விநாயகர் அகவல்

அறிமுகம் — விநாயகர் அகவல்-ன் அமைப்பு

விநாயகர் அகவல், ஔவையாரின் மிக-ஆழ்ந்த-பக்தி-நூல். இது, மற்ற-நான்கு-நூல்களைப்-போல் தனித்தனி-பாடல்கள்-கொண்டது-அல்ல. தொடர்ச்சியான-அகவல்-வடிவில், ~72-வரிகளில் — விநாயகரின் வடிவ-விளக்கம், அவரது-அருள்-வடிவம், ஐம்-எழுத்து-மந்திரம், சக்ர-தியான-நெறி, மெய்யறிவு-வழிபாடு — இக்-கூறுகளை விரிக்கும்-நூல்.

இந்த-பதிப்பில், அகவல்-வரிகளை — பொருள்-தொடர்ச்சியின்-வழியில், சில-தனி-கட்டங்களாக-பிரித்து — ஒவ்வொரு-கட்டத்துக்கும் சொற்பொருள், எளிய-பொருள், விளக்கம், இன்றைய-பயன்பாடு — இக்-நான்கு-கூறுகளை வழங்குகிறோம்.

இக்-நூல், ஔவையாரின் வேறு-நான்கு-நூல்களின் — நெறி-நூல்களின் — வேறுபட்ட-கூற்றை-கொண்டது. இது, ஆழ்ந்த-பக்தியின், மெய்ப்பொருளின் வடிவம். “பக்தி” என்னும் சொல், இந்த-நூலின்-முதன்மை-கூறு. அதை-விட்டுக்-கொடுக்க-வேண்டிய-காரணம்-இல்லை.

காப்பு — விநாயகர் வாழ்த்து

சீதக் களபச் செந்தாமரைப்பூம்
பாதச் சிலம்பு பல இசை பாட
பொன்னரை ஞாணும் பூந் துகில் ஆடையும்
வன்ன மருங்கில் வயங்க ஒளி வீச
பேழை வயிறும் பெரும்பாரக் கோடும்
வேழ முகமும் விளங்கு சிந்தூரமும்
அஞ்சு கரமும் அங்குச பாசமும்
நெஞ்சில் குடிகொண்ட நீல மேனியும்

சொற்பொருள்

சீதக் = குளிர்ச்சியான; களபச் = சந்தனம் பூசிய; செந்தாமரைப்பூம் = செந்-தாமரை-மலர்-போன்ற; பாதச் = திருவடிகளில்; சிலம்பு = சிலம்பு-என்னும்-ஆபரணம்; பல இசை பாட = பல-இசை-வடிவில்-ஒலிக்க; பொன்னரை = பொன்னால்-ஆன-இடை-பகுதி; ஞாணும் = ஞாண்-என்னும்-கயிறும்; பூந் துகில் = மலர்-போன்ற-மென்-துகில்; ஆடையும் = ஆடையும்; வன்ன மருங்கில் = அழகிய-இடையில்; வயங்க = விளங்க; ஒளி வீச = ஒளி-வீச; பேழை வயிறும் = பேழை-போன்ற-வயிறும்; பெரும்பாரக் கோடும் = பெரிய-தந்தமும்; வேழ முகமும்

= யானை-முகமும்; விளங்கு சிந்தூரமும் = ஒளிரும்-சிந்தூரக்-குறியும்; அஞ்சு கரமும் = ஐந்து-கைகளும்; அங்குச பாசமும் = அங்குசமும்-பாசமும்; நெஞ்சில் குடிகொண்ட = உள்ளத்தில்-குடியேறிய; நீல மேனியும் = நீல-நிற-உடலும்.

எளிய பொருள்

குளிர்ச்சியான-சந்தனம்-பூசிய செந்-தாமரை-போன்ற திருவடிகளில் சிலம்புகள் இசையாக-ஒலிக்க, பொன்-இடை-கயிறும் மலர்-போன்ற-துகிலும் அழகிய-இடையில் ஒளி-வீச, பேழை-போன்ற-வயிறும், பெரிய-தந்தமும், யானை-முகமும், ஒளிரும்-சிந்தூரமும், ஐந்து-கைகளும், அங்குச-பாசமும், என்-உள்ளத்தில் குடியேறிய நீல-மேனியும் — விநாயகரின் வடிவம்.

விளக்கம்

இந்த-தொடக்க-வரிகள், விநாயகரின் வடிவத்தை — மிக-விரிவாக, மிக-நுட்பமாக சித்தரிக்கின்றன. தாமரை-பூ-போன்ற-திருவடிகள் முதல், நீல-மேனி வரை — அனைத்து-கூறுகளும், அழகாக வடிவம்-பெறுகின்றன.

“சீதக் களபச் செந்தாமரை” — மிக-கூர்மையான-வடிவம். சீதம் (குளிர்ச்சி), களபம் (சந்தனம்), செந்-தாமரை — இவை மூன்றும் சேர்ந்த-வடிவத்தில், விநாயகரின் திருவடிகள் சித்தரிக்கப்-படுகின்றன. அந்த-திருவடிகள், மக்களின் வாழ்வை-தணிக்கும்-வடிவம், மக்களின்-உள்ளத்தை-மணம்-வழங்கும்-வடிவம், மக்களின்-வாழ்வுக்கு அழகை-தரும்-வடிவம்.

“அஞ்சு கரமும் அங்குச பாசமும்” — விநாயகரின் ஐந்து-கைகளும், அவற்றில் வைத்திருக்கும் அங்குசமும், பாசமும். அங்குசம், மக்களை நெறி-வழியில்-கொண்டுசெல்லும் கருவி. பாசம், மக்களின்-உள்ளத்தில் உள்ள கட்டுகளை — பற்று, விருப்பம், பகை — நீக்கும் கருவி.

ஔவையார், விநாயகரின் வடிவத்தை — “நெஞ்சில் குடிகொண்ட நீல மேனியும்” என்று முடிக்கிறார். அதாவது, விநாயகர், என்-உள்ளத்தில் நிலையாக-குடியேறிவிட்டார். வெளியில்-நிற்கும்-தெய்வம்-அல்ல; உள்ளில்-நிற்கும்-தெய்வம்.

இன்றைய பயன்பாடு

இக்காலத்தில் இக்-கூற்று, பக்தி-நெறியின் ஆழ்ந்த-வழிகாட்டி. தெய்வத்தை — வெளியில்-மட்டும்-தேடாதே; உள்ளத்தில்-தேடு. கோயில்-வழிபாடு, ஓர் கூறு. ஆனால் ஆழ்ந்த-பக்தி, உள்ளத்தில் தெய்வத்தை-குடியேற்றும்-நெறி.

தினம்-தினம், ஓர் சிறு-உள்-பயிற்சி — விநாயகரின் வடிவத்தை, உள்ளத்தில்-காட்சி-கொள். அந்த-காட்சி, மெல்ல-மெல்ல, உள்-தளத்தை மாற்றும். வாழ்வை-வளர்க்கும்.

பாடல் 2 — விநாயகரின் வடிவ-விரிவு

நான்கு புயமும் நாலிரு கையும்
ஆறிரண்டு கண்ணும் ஆனை-முகமும்
ஆதார மூலத்து அழகுற நின்று
பாதார விந்தம் பற்றி நின்றோர்க்கே
சித்தி புத்தி எனும் இரு பெண்டிரும்
முத்தி நிலையை முடிவாக்கி-வைப்பர்.

சொற்பொருள்

நான்கு புயமும் = நான்கு-தோள்களும்; நாலிரு கையும் = எட்டு-கைகளும்; ஆறிரண்டு கண்ணும் = பன்னிரண்டு-கண்களும்; ஆனை-முகமும் = யானை-முகமும்; ஆதார மூலத்து = ஆதார-மூல-சக்கரத்தில்; அழகுற = அழகாக; நின்று = நின்று-கொண்டு; பாதார விந்தம் = தாமரை-போன்ற-திருவடி; பற்றி = பற்றிக்-கொண்டு; நின்றோர்க்கே = நிற்போர்க்கே; சித்தி புத்தி = சித்தி-தேவி, புத்தி-தேவி; எனும் = என்னும்; இரு பெண்டிரும் = இருவர்-துணைவியர்; முத்தி நிலையை = முத்தி-நிலையை; உள்-விடுதலையை; முடிவாக்கி-வைப்பர் = இறுதியாக-வழங்குவர்.

எளிய பொருள்

நான்கு-தோள்களும், எட்டு-கைகளும், பன்னிரண்டு-கண்களும், யானை-முகமும் உடைய விநாயகர் — ஆதார-மூல-சக்கரத்தில் அழகாக-நின்று, தம்-தாமரை-திருவடியை-பற்றி-நிற்போர்க்கே — சித்தி, புத்தி என்னும் இரு-துணைவியரோடு சேர்ந்து — முத்தி-நிலையை இறுதியாக-வழங்குவர்.

விளக்கம்

இவ்-வரிகள், விநாயகரின் வடிவத்தை மேலும்-விரித்து-சொல்கின்றன. காப்பில் — நீல-மேனி, ஐந்து-கைகள், ஐம்-தந்தம் — இவை சித்தரிக்கப்-பட்டன. இங்கு — பல-தோள்கள், பல-கைகள், பல-கண்கள் — விரிவான-வடிவம். இது, தெய்வத்தின் முழு-கூற்றுகளை-உள்ளடக்கிய அறிய-முடியாத-வடிவத்தின் வெளிப்பாடு.

"ஆதார மூலத்து அழகுற நின்று" — மிக-ஆழ்ந்த-கூற்று. ஆதார-மூலம் என்பது, யோக-நெறியின் முதல்-சக்ரம் (மூலாதாரம்). அது, மக்களின்-உடலின் கீழ்-பகுதியில் — அமைந்துள்ள ஆற்றல்-தளம். அதிலேயே, விநாயகர் நின்று-கொண்டிருக்கிறார். அதாவது, மக்களின் உள்-உடலின் ஆரம்ப-தளத்திலேயே, விநாயகரின் இடம். அவர் — வெளி-கோயிலில்-மட்டுமல்ல; மக்களின்-உடலின்-உள்ளேயே — அமர்ந்துள்ளார்.

"சித்தி புத்தி எனும் இரு பெண்டிரும்" — விநாயகரின் இரு-துணைவியர். சித்தி (கிட்டும்-ஆற்றல்), புத்தி (அறிவு). இரண்டுமே, மக்களின்-வாழ்வுக்கு-தேவையான ஆழ்ந்த-கூறுகள். இவை-இரண்டும் சேர்ந்து-தான், மக்கள் — "முத்தி-நிலை"யை அடைய-முடியும்.

"முத்தி நிலை" என்பது, ஆழ்ந்த-உள்-விடுதலை. பற்றுகள், விருப்பங்கள், பகைகள் — இவற்றில் இருந்து விடுபட்ட நிலை. அந்த-நிலையை, விநாயகரின் திருவடியை-பற்றி-நிற்போர்க்கு — அவர் இறுதியாக-வழங்குகிறார்.

இன்றைய பயன்பாடு

இக்காலத்தில் இக்-கூற்று, ஆழ்ந்த-உள்-நெறியின் வழிகாட்டி. தெய்வத்தை, வெளியில்-மட்டுமே-தேடாமல், உள்ளத்திலும்-தேடு. தினச்-உள்-பயிற்சி — தியான-நிலை, மூச்சில்-கவனம், ஆழ்ந்த-அமைதி — இவை மக்களை, தம்-உள்-தளத்தோடு இணைக்கும்.

சித்தி-புத்தி என்னும் இரு-கூறுகளை — செயலின்-ஆற்றலையும், அறிவின்-தெளிவையும் — தினம்-தினம் வளர். அவை இரண்டும் சேர்ந்து-தான், ஆழ்ந்த-வாழ்-நிலையை-தரும். ஒற்றை-கூறு-மட்டும் போதாது.

பாடல் 3 — அருளின் வடிவம்: அடியவரை அணுகும் விநாயகர்

தம்-பகை கடிந்து தயை-உள் கொண்டெனை
அன்பு-தான் கொண்டு என்-அறிவின்
உள்-இருந்து
சுட்டு-அறு-தீபமாய்-சுடர்-விட்டு ஒளிர்ந்து
பிறவியில்-இருந்து என்னைக்-கைதூக்கி
மறுபிறவி எய்தாமல் என்னை-மீட்கும்
செம்பொன் தாள் இரண்டையும்
சேவித்திருந்தேன்.

சொற்பொருள்

தம்-பகை கடிந்து = என்-உள்-பகையை-நீக்கி; தயை-உள் கொண்டெனை = கருணை-கொண்டு என்னை-ஏற்று; எனை = என்னை; அன்பு-தான் கொண்டு = அன்பின்-வழியில்-கொண்டு; என்-அறிவின் உள்-இருந்து = என்-அறிவின்-உள்-நின்று; சுட்டு-அறு-தீபமாய் = சுட்டெரிக்கும் தீய-கூறுகளை அறுக்கும்-தீபமாக; சுடர்-விட்டு ஒளிர்ந்து = ஒளியோடு-பிரகாசித்து; பிறவியில்-இருந்து = பிறப்பின்-தளத்திலிருந்து; என்னைக்-கைதூக்கி = என்னை-தூக்கி-உயர்த்தி; மறுபிறவி எய்தாமல் = மறு-பிறப்பு-வராதவாறு; என்னை-மீட்கும் = என்னை-காப்பாற்றும்; செம்பொன் தாள் இரண்டையும் = செம்பொன்-போன்ற இரு-திருவடிகளையும்; சேவித்திருந்தேன் = வணங்கிக்-கொண்டிருந்தேன்.

எளிய பொருள்

என்-உள்-பகையை-நீக்கி, கருணை-கொண்டு என்னை அன்பின்-வழியில் ஏற்று, என்-அறிவின்-உள்-நின்று — சுட்டெரிக்கும் தீய-கூறுகளை அறுக்கும் தீபமாக ஒளிர்ந்து — பிறப்பின்-தளத்திலிருந்து என்னை தூக்கி-உயர்த்தி, மறு-பிறப்பு வராதவாறு என்னை காப்பாற்றும் விநாயகரின் செம்பொன்-போன்ற இரு-திருவடிகளையும், நான் வணங்கிக்-கொண்டிருந்தேன்.

விளக்கம்

இவ்-வரிகள், விநாயகரின் அருளின் வடிவத்தை மிக-ஆழ்ந்து-சொல்கின்றன. அருள், இரு-படிகளில் வேலை-செய்கிறது. முதலாவதாக, மக்களின்-உள்ளத்தில் உள்ள தீய-கூறுகளை — பகை, பற்று, விருப்பம் — அதை-நீக்குதல். இரண்டாவதாக, அதன்-வழியாக மக்களின் உள்-தளத்தை உயர்த்துதல்.

“தம்-பகை கடிந்து” — மிக-முதன்மை-கூற்று. வெளி-பகையை-நீக்குவதை-விட, உள்-பகையை-நீக்குதலே ஆழ்ந்த-நெறி. மக்களின்-உள்ளத்தில் தோன்றும் கசப்பு, கோபம், பகை-உணர்வு — இவை மக்களின் ஆழ்ந்த-

தளத்தை-வீழ்த்தும். விநாயகர், அந்த-உள்-பகையை-நீக்குவதின்-வழியாக, மக்களை-காப்பாற்றுகிறார்.

“சுட்டு-அறு-தீபமாய்” — அழகான-உவமை. தீபம், இரு-வழியில் வேலை-செய்கிறது. ஒன்று, ஒளியை-தருதல். மற்றொன்று, இருளை-அறுத்தல். விநாயகரின் அருள், அதே-வழியில் — மக்களின்-உள்ளத்தில் ஒளியை-தந்து, இருளை-அறுக்கிறது.

“மறுபிறவி எய்தாமல் என்னை-மீட்கும்” — மிக-ஆழ்ந்த-கூற்று. சைவ-சித்தாந்த-நெறியில், பிறப்பின்-தளம் — மக்களின்-வாழ்வின் கடினமான-நிலை. அந்த-தளத்திலிருந்து விடுபடுதலே, ஆழ்ந்த-விடுதலையின் வடிவம். விநாயகர், அந்த-விடுதலையை-வழங்குபவர்.

இன்றைய பயன்பாடு

இக்காலத்தில் இக்-கூற்று, பக்தி-நெறியின் ஆழ்ந்த-வழிகாட்டி. தெய்வத்தை-வணங்குதலின் ஆழ்ந்த-வடிவம் — “எனது-உள்-பகைகளை, நீ-நீக்கு. என்-உள்-தளத்தை உயர்த்து” — என்னும் சரண்-நிலை.

தினம்-தினம், ஓர் சிறு-உள்-பயிற்சி — விநாயகரின்-முன், ஓர் கணம் — “எனது-உள்ளத்தில் இக்-கணத்தில் என்ன-கூறுகள் உள்ளன? பகை, கசப்பு, பற்று — இவற்றை, விநாயகரின் அருளில் வைக்க முடியுமா?” அந்த-உள்-பயிற்சி, ஆழ்ந்த-உள்-தளத்தை வளர்க்கும்.

பாடல் 4 — ஐம்-எழுத்து-மந்திரத்தின் ஆழ்ந்த-நெறி

ஐம்-புல உணர்வை அறுத்தளித்து என்னுள்
ஆதார மூலத்து அளவில் இருந்த
ஓம் என எழுத்தை உரைத்திட்டு என்றும்
சாகாது இருக்க தம்-அருள்-உரைத்து
மந்திர-மூல மருந்து தெளித்து
முத்தியோடு என்னை முத்தராக்கி-வைத்த.

சொற்பொருள்

ஐம்-புல உணர்வை = ஐந்து-புலன்-உணர்வை; கண்-காது-மூக்கு-நா-உடல்; அறுத்தளித்து = அறுத்து-நீக்கி; என்னுள் = என்-உள்ளே; ஆதார மூலத்து = ஆதார-மூல-சக்கரத்தில்; அளவில் இருந்த = அளவில்-நிற்கின்ற; ஓம் என எழுத்தை = ஓம் என்னும் ஐம்-எழுத்தை; உரைத்திட்டு = கற்பித்து; என்றும் சாகாது இருக்க = இறப்பு-இல்லாமல்-நிற்க; தம்-அருள்-உரைத்து = தம்-அருளை-வழங்கி; மந்திர-மூல மருந்து = மந்திரத்தின்-மூல-மருந்து; தெளித்து = தெளிவித்து; முத்தியோடு என்னை = முத்தி-நிலையோடு என்னை; முத்தராக்கி-வைத்த = முத்தர்-நிலையாக-மாற்றி-வைத்த.

எளிய பொருள்

ஐந்து-புலன்-உணர்வை அறுத்து-நீக்கி, என்-உள்ளே, ஆதார-மூல-சக்கரத்தில் — “ஓம்” என்னும் ஐம்-எழுத்தை கற்பித்து, இறப்பு-இல்லாமல்-நிற்க தம்-அருளை-வழங்கி, மந்திரத்தின்-மூல-மருந்தை தெளிவித்து, முத்தி-நிலையோடு என்னை முத்தர்-நிலையாக-மாற்றி-வைத்த — விநாயகர்.

விளக்கம்

இவ்-வரிகள், மந்திர-நெறியின் ஆழ்ந்த-கூற்றை சுட்டுகின்றன. “ஐம்-புல உணர்வை அறுத்தளித்து” — மிக-முதன்மை-கூற்று. ஐந்து-புலன்கள் (கண்,

காது, மூக்கு, நா, உடல்), மக்களை வெளி-உலகோடு-இணைக்கின்றன. ஆனால் அதே-புலன்கள், மக்களை வெளி-தளத்தில்-மட்டும் சிக்க-வைக்கின்றன. ஆழ்ந்த-உள்-தளத்தை-அடைய, புலன்களின்-கட்டை-அறுக்க-வேண்டும்.

"ஓம் என எழுத்தை" — ஓம்-என்னும் மிக-ஆழ்ந்த-மந்திர-எழுத்து. சைவ-மரபில், "ஓம்" மற்றும் "சிவாயநம" — இவை இரண்டுமே மிக-ஆழ்ந்த-மந்திர-வடிவங்கள். அவற்றை, ஆதார-மூல-சக்கரத்தில்-இருந்து உச்சரித்தால் — மக்களின் உள்-தளம் ஆழ்ந்த-நிலையை-அடையும்.

"என்றும் சாகாது இருக்க" — மிக-ஆழ்ந்த-கூற்று. "சாகாமை" என்பது, உடல்-இறப்பு-இல்லாமை-மட்டும்-அல்ல. ஆழ்ந்த-உள்-தளத்தில், மக்கள் — சாகாத-நிலையை அடைவர். அதாவது, பிறப்பு-இறப்பின் சுழற்சியில்-இருந்து விடுபட்ட நிலை.

"மந்திர-மூல மருந்து" — மந்திரத்தின் மூல-கூறு, மிக-ஆழ்ந்த-மருந்து. மக்களின்-உள்ளத்தின் தீய-கூறுகளை-தீர்க்கும், ஆழ்ந்த-உள்-நிலையை-வளர்க்கும் மருந்து. அந்த-மருந்தை, விநாயகர் — அடியவர்க்கு வழங்குகிறார்.

இன்றைய பயன்பாடு

இக்காலத்தில் இக்-கூற்று, மந்திர-வழிபாட்டின் ஆழ்ந்த-வழிகாட்டி. தினம்-தினம், ஓர் சிறு-நேரம் — "ஓம்" என்னும் மந்திரத்தை, அமைதியான-உள்-நிலையில் உச்சரி. அந்த-உச்சரிப்பு, ஐந்து-புலன்களின்-வெளி-தளத்திலிருந்து, உள்-தளத்துக்கு திரும்ப-உதவும்.

தினச்-தியான-பயிற்சி, மூச்சில்-கவனம், அமைதியான-உள்-நிலையில்-நிற்றல் — இவை எல்லாம், ஐம்-புல-உணர்வை அறுக்கும் வழிகள். அந்த-வழியில் நின்று-தான், ஆழ்ந்த-உள்-தளம் வளரும்.

பாடல் 5 — ஆறு-சக்ர-நெறி: உடலின் உள்-ஆற்றலின் ஆழ்ந்த-வழக்கம்

மூலா-தாரத்தின் மூண்ட-எழுந்து
சுவாதிட்டானத்தின் சுடர்-விரிந்து
மணி-பூரகத்தில் மலர்ந்து விரிந்து
அநாகதத்தில் ஆழ்ந்து வெளிப்பட்டு
விசுத்தியில் வெளி-நிறை நின்று
ஆஞ்ஞையில் அறிவு-வெளி-தூண்டி
சகஸ்ராரத்தில் சிவத்தோடு கலந்து
ஞான-ஒளி-காட்டி நெஞ்சில்-நிறைந்த.

சொற்பொருள்

மூலா-தாரத்தின் = முதல்-சக்கரத்தில்; மூண்ட-எழுந்து = எழுந்து; சுவாதிட்டானத்தின் = இரண்டாம்-சக்கரத்தில்; சுடர்-விரிந்து = ஒளியோடு-விரிந்து; மணி-பூரகத்தில் = மூன்றாம்-சக்கரத்தில்; மலர்ந்து விரிந்து = மலர்ந்து-விரிந்து; அநாகதத்தில் = நான்காம்-சக்கரத்தில்; இதய-தளத்தில்; ஆழ்ந்து வெளிப்பட்டு = ஆழ்ந்து-வெளிப்பட்டு; விசுத்தியில் = ஐந்தாம்-சக்கரத்தில்; கழுத்து-தளத்தில்; வெளி-நிறை நின்று = வெளி-நிறை-நிலையில்-நின்று; ஆஞ்ஞையில் = ஆறாம்-சக்கரத்தில்; புருவ-நடு-தளத்தில்; அறிவு-வெளி-தூண்டி

= அறிவின்-வெளி-நிலையை-தூண்டி; சகஸ்ராரத்தில் = ஏழாம்-சக்கரத்தில்; உச்சி-தளத்தில்; சிவத்தோடு கலந்து = சிவ-உள்-நிலையோடு கலந்து; ஞான-ஒளி-காட்டி = மெய்யறிவின்-ஒளியை-காட்டி; நெஞ்சில்-நிறைந்த = உள்ளத்தில்-நிறைந்த.

எளிய பொருள்

மூலாதார-சக்கரத்தில் எழுந்து, சுவாதிட்டான-சக்கரத்தில் ஒளியோடு-விரிந்து, மணிபூரக-சக்கரத்தில் மலர்ந்து, அநாகத (இதய)-சக்கரத்தில் ஆழ்ந்து-வெளிப்பட்டு, விசுத்தி (கழுத்து)-சக்கரத்தில் நிறை-நிலையில்-நின்று, ஆஞ்ஞை (புருவ-நடு)-சக்கரத்தில் அறிவின்-வெளி-நிலையை-தூண்டி, சகஸ்ராரம் (உச்சி)-சக்கரத்தில் சிவ-உள்-நிலையோடு கலந்து — மெய்யறிவின் ஒளியை காட்டி, என்-உள்ளத்தில் நிறைந்த விநாயகர்.

விளக்கம்

இவ்-வரிகள், யோக-நெறியின் மிக-ஆழ்ந்த-கூற்றை சுட்டுகின்றன. ஆறு-சக்கர-நெறி (அதோடு ஏழாவதான சகஸ்ராரம்), சைவ-மரபின், தாந்த்ரிக-மரபின் — மிக-ஆழ்ந்த-உடல்-ஆற்றல்-கூற்று. மக்களின்-உடலின்-உள், ஏழு-தளங்கள் உள்ளன. ஒவ்வொன்றும், ஓர் தனி-உள்-ஆற்றலின் தளம்.

மூலாதாரம் — உடலின் கீழ்-பகுதியில். வாழ்-முதன்மை-ஆற்றலின் தளம். **சுவாதிட்டானம்** — வயிற்றின்-கீழ்-பகுதியில். உணர்வு-ஆற்றலின் தளம். **மணிபூரகம்** — வயிற்றில். செயல்-ஆற்றலின் தளம். **அநாகதம்** — இதயத்தில். அன்பு-ஆற்றலின் தளம். **விசுத்தி** — கழுத்தில். சொல்-ஆற்றலின் தளம். **ஆஞ்ஞை** — புருவ-நடுவில். அறிவு-ஆற்றலின் தளம். **சகஸ்ராரம்** — உச்சியில். மெய்-உணர்வின் தளம்.

யோக-நெறியின்-வடிவத்தில், மக்களின் உள்-ஆற்றல், மூலாதாரத்தில் ஆழ்ந்து-உறங்குகிறது. அதை-தினச்-பயிற்சியின்-வழியில் — மெல்ல-மெல்ல, மேல்-நோக்கி எழுப்ப-வேண்டும். ஒவ்வொரு-சக்கரத்திலும் அந்த-ஆற்றலை விரிக்க-வேண்டும். கடைசியில், சகஸ்ராரத்தில் — அந்த-ஆற்றல், சிவ-உள்-நிலையோடு கலக்கும்.

ஔவையார், இக்-கூற்றை — மிக-நுட்பமாக சுட்டுகிறார். அவர், ஓர் ஆழ்ந்த-யோக-மரபின் வழி-நின்றவர். இக்-கூற்று, அவரது-ஆழ்ந்த-உள்-அனுபவத்தின் வெளிப்பாடு.

இன்றைய பயன்பாடு

இக்காலத்தில் இக்-கூற்று, யோக-நெறியின் ஆழ்ந்த-வழிகாட்டி. தற்காலத்தில், யோக-பயிற்சி, தியான-பயிற்சி — இவை மக்களின்-வாழ்வில் வளர்ந்துள்ளன. ஆனால் அவற்றின் ஆழ்ந்த-கூற்று — ஆறு-சக்கர-நெறி — பெரும்பாலும் வெறும்-உடல்-பயிற்சியாக-மட்டுமே கருதப்-படுகிறது.

ஔவையாரின் வழி — “யோக-பயிற்சியை, ஆழ்ந்த-உள்-வளர்ப்பின்-வழியாக-கொள்.” தினம்-தினம், ஓர் சில-நிமிட-மூச்சு-பயிற்சி, ஓர் சில-நிமிட-தியான-நிலை — இவை மக்களின் உள்-ஆற்றலை மெல்ல-மெல்ல எழுப்பும். அந்த-எழுச்சி, ஆழ்ந்த-உள்-தளத்தை-வளர்க்கும்.

இக்-கூற்றை மிக-கவனமாக கையாள-வேண்டும். யோக-பயிற்சி, மிக-ஆழ்ந்த-நெறி. அதை, ஆழ்ந்த-வழிகாட்டியின் வழியில்-நின்று பயில-வேண்டும். தனியாக, அறியாமல், ஆழ்ந்த-பயிற்சியில் ஈடுபட்டால் — உடல்-மன-பாதிப்பு வரக்-கூடும்.

பாடல் 6 — மெய்யறிவு-வழிபாடு: ஆழ்ந்த-உள்-உணர்வின் வடிவம்

ஆதியில் இருந்த அவ்-வொன்றே-நிலையை
ஆதி-நடுவிறுதி அறியா-தேவனை
அண்டத்துக்கு அப்பால் அளவில் நின்றோனை
தாமே-அளந்தறி தம்-உள்ளத்து-இருந்த
அறிவின் வெளிப்பாடு ஆகியோன் அடி-நிழல்
எய்தினேன் என்றும் இடர்-இல்லேன் ஆனேன்.

சொற்பொருள்

ஆதியில் இருந்த = தொடக்கத்தில் இருந்த; அவ்-வொன்றே-நிலையை = அந்த-ஒன்றே-நிலையை; ஆதி-நடுவிறுதி = தொடக்கம்-நடு-முடிவு; அறியா-தேவனை = அறிய-முடியாத-தெய்வத்தை; அண்டத்துக்கு அப்பால் = அண்டத்துக்கு-மீறிய; ஞாலத்துக்கு-அப்பால்; அளவில் நின்றோனை = அளவில்-நிற்கின்றவனை; தாமே-அளந்தறி = தாமே-அறிய; தம்-உள்ளத்து-இருந்த = உள்ளத்தில் இருந்த; அறிவின் வெளிப்பாடு ஆகியோன் = அறிவின்-வெளிப்பாடாக-நிற்போன்; அடி-நிழல் = திருவடி-நிழல்; எய்தினேன் = அடைந்தேன்; என்றும் = எப்போதும்; இடர்-இல்லேன் ஆனேன் = இடரில்லாதவனாக-ஆனேன்.

எளிய பொருள்

தொடக்கத்தில் இருந்த அந்த-ஒன்றே-நிலையை, தொடக்கம்-நடு-முடிவு அறியா-தெய்வத்தை, அண்டத்துக்கு-அப்பால் அளவில் நிற்கின்றவனை, தாமே-அறிய — உள்ளத்தில் இருந்த அறிவின் வெளிப்பாடாக நிற்போனின் திருவடி-நிழலை — நான் அடைந்தேன். அதன்-வழியால், எப்போதும் இடரில்லாதவனாக ஆனேன்.

விளக்கம்

இவ்-வரிகள், மெய்யறிவின் ஆழ்ந்த-கூற்றை சுட்டுகின்றன. தெய்வம், மக்களின் வெளி-கட்டுப்பாட்டிற்கு-அப்பால் நிற்கிறது. “ஆதி-நடுவிறுதி அறியா-தேவன்” — தொடக்கம், நடு, முடிவு — இவை எல்லாமே-அறிய-முடியாத-தெய்வம். அந்த-தெய்வம், அண்டத்துக்கு-அப்பால், எல்லா-அளவின்-மீறி நிற்கிறது.

ஆனால் அந்த-தெய்வத்தை — “தாமே-அளந்தறி” — தாமே-அறிய-முடியும். எங்கே? — மக்களின்-உள்ளத்தில். அந்த-உள்ளத்தில், அறிவின்-வெளிப்பாடாக நிற்கிறான். அதாவது, தெய்வத்தை-அறிய-வெளியில்-தேடாதே; உள்ளில்-தேடு. அறிவின்-வழியில்-தேடு.

“அடி-நிழல் எய்தினேன்” — விநாயகரின் திருவடி-நிழலை அடைந்தேன். அந்த-நிழல், மக்களின் வாழ்வை-காப்பாற்றும் தளம். “என்றும் இடர்-இல்லேன் ஆனேன்” — அதன்-வழியால், எப்போதும் இடரில்லாதவன்-ஆனேன். வெளி-இடர்கள் வந்தாலும், போனாலும், உள்-தளம் — விநாயகரின் திருவடி-நிழலில் — அமைதியாக-நிற்கிறது.

ஔவையாரின் இக்-கூற்று, மிக-ஆழ்ந்த-உள்-அனுபவத்தின் வெளிப்பாடு. அவர், தம்-வாழ்வில் — இந்த-உள்-நிலையை அடைந்தவர். அந்த-அனுபவத்தை, அவர் இக்-வரிகளில் — மக்களோடு பகிர்கிறார்.

இன்றைய பயன்பாடு

இக்காலத்தில் இக்-கூற்று, மிக-ஆழ்ந்த-வழிகாட்டி. தற்காலத்தில், மக்கள் —

தெய்வத்தை வெளியில்-மட்டும்-தேடுகிறார்கள். கோயில், சடங்கு, வழிபாடு — இவை வெளி-கூற்றுகள். ஔவையாரின் வழி — "இவற்றை-விட, உள்ளில்-தேடு."

தினம்-தினம், ஓர் சிறு-உள்-பயிற்சி — அமைதியான-உள்-நிலையில் சில-நிமிடம், மூச்சில்-கவனம், உள்-உள்ளத்தின் ஆழம்-நோக்கல். அந்த-பயிற்சி, மெல்ல-மெல்ல — "உள்-அறிவின்-வெளிப்பாடு" என்னும் தளத்தை-உணர-வைக்கும். அதுவே, விநாயகரின் திருவடி-நிழல்.

பாடல் 7 — இறுதி-வாழ்த்து: விநாயகர்-அருளில் வாழும் வாழ்வு

மூவராதியர் முதலோடு வேதம்
ஆவன அனைத்தும் ஆகியோன் அடியை
எவ்வுயிர்க்கும் ஏதம்-இலாது அளித்து
எண்திசை-வாழ்க இடர்-நீங்கி-வாழ்க
தீய-தனை-வென்று செம்மை-வாழ்க
ஞாலம்-வாழ்க ஓர்-ஆற்றலின்-உள்
அவ்வை-கூறும் அறம்-மொழி-வாழ்க.

சொற்பொருள்

மூவராதியர் = மூன்று-தேவ-நாயகர்; முதலோடு = முதன்மை-தளமாகவும்; வேதம் = மறை-நூல்; ஆவன அனைத்தும் = ஆகின்ற-அனைத்தும்; ஆகியோன் = ஆகிய-தெய்வத்தின்; அடியை = திருவடியை; எவ்வுயிர்க்கும் = எல்லா-உயிர்களுக்கும்; ஏதம்-இலாது = குற்றம்-இல்லாமல்; அளித்து = வழங்கி; எண்திசை-வாழ்க = எட்டு-திசை-வாழ்க; இடர்-நீங்கி-வாழ்க = இடர்-இல்லாமல்-வாழ்க; தீய-தனை-வென்று = தீய-கூற்றை-வென்று; செம்மை-வாழ்க = செம்மை-நிலையில்-வாழ்க; ஞாலம்-வாழ்க = ஞாலம்-வாழ்க; ஓர்-ஆற்றலின்-உள் = ஓர் ஆற்றலின்-உள்-நிலையில்; அவ்வை-கூறும் = ஔவையார்-கூறும்; அறம்-மொழி-வாழ்க = அற-மொழி-வாழ்க.

எளிய பொருள்

மூன்று-தேவ-நாயகர்களின் முதன்மை-தளமாகவும், மறை-நூலின் கூற்றுகள் ஆகின்ற-அனைத்துமாகவும் — ஆகிய-தெய்வத்தின் திருவடியை, எல்லா-உயிர்களுக்கும் குற்றம்-இல்லாமல் வழங்கி — எட்டு-திசை-வாழ்க, இடர்-நீங்கி-வாழ்க, தீய-கூற்றை-வென்று செம்மை-நிலையில்-வாழ்க, ஞாலம்-வாழ்க, ஓர் ஆற்றலின்-உள்-நிலையில் — ஔவையார்-கூறும் அற-மொழி-வாழ்க.

விளக்கம்

இறுதி-வாழ்த்து, ஔவையாரின் பரந்த-கருணை-உள்ளத்தின் வெளிப்பாடு. அவர் — தனக்காக-மட்டும்-வேண்டவில்லை. "எவ்வுயிர்க்கும்" — எல்லா-உயிர்களுக்கும் என்னும் கூற்று. அதாவது, மக்களின்-உயிர்-மட்டும்-அல்ல; விலங்கின்-உயிர், பறவையின்-உயிர், தாவரத்தின்-உயிர் — அனைத்துக்கும். விநாயகரின் திருவடி-அருள், அனைத்து-உயிர்களுக்கும் வழங்கப்-பட-வேண்டும். அதுவே, ஔவையாரின் ஆழ்ந்த-வாழ்த்து.

"எண்திசை-வாழ்க" — எட்டு-திசையும்-வாழ்க. அதாவது, ஞாலத்தின் எல்லா-பகுதிகளும் வாழட்டும். "இடர்-நீங்கி-வாழ்க" — இடரின் வாய்ப்பு-இல்லாமல் வாழட்டும். "தீய-தனை-வென்று செம்மை-வாழ்க" — தீய-கூற்றை-வென்று,

செம்மை-நிலையில் வாழட்டும். "ஞாலம்-வாழ்க" — ஞாலம் முழுவதும் வாழட்டும்.

இக்-வாழ்த்துகளில், ஔவையாரின் பரந்த-கருணை-உள்ளம் தெளிவாக-வெளிப்படுகிறது. தான்-ஒருவன்-மட்டும் வாழ்-வேண்டும் என்னும் கூற்று-இல்லை. ஞாலம் முழுவதும், எல்லா-உயிர்களும், எல்லா-திசையிலும் — வாழட்டும் என்னும் ஆழ்ந்த-வாழ்த்து.

இறுதி-வரியில், "அவ்வை-கூறும் அறம்-மொழி-வாழ்க" — ஔவையாரின் அற-மொழி வாழட்டும். அவர், தன்-வாழ்வின்-முடிவில் — தான்-கூறிய-அற-மொழியே, காலம்-கடந்தும் வாழட்டும் என்று வாழ்த்துகிறார். அவரது-வாழ்த்து, ஆயிரம்-ஆண்டுகளுக்கு-பின்னும், இக்கால-மக்களின் வாழ்-நெறிக்கு வழிகாட்டியாக நிற்கிறது. அவரது வாழ்த்து, இக்காலத்திலும்-நிறை-கொள்கிறது.

இன்றைய பயன்பாடு

இக்காலத்தில் இக்-கூற்று, பரந்த-கருணை-நெறியின் வழிகாட்டி. தனிநபராக, தனது-நலனை-மட்டுமே நாடாமல், அனைத்து-உயிர்களின்-நலனை — வாழ்த்தும் வழக்கம். "எல்லா-உயிர்களும் இடர்-இல்லாமல் வாழட்டும்" என்னும் ஆழ்ந்த-வாழ்த்து.

தினம்-தினம், ஓர் சிறு-உள்-வாழ்த்து — "அனைத்து-உயிர்களும் வாழட்டும். அனைவரும் இடர்-இல்லாமல்-நிற்க-வேண்டும். ஞாலம்-முழுவதும் செம்மை-நிலையில்-வாழட்டும்." அந்த-உள்-வாழ்த்து, மக்களின் உள்-தளத்தை — மிக-ஆழ்ந்த-கருணை-நிலையாக மாற்றும்.

ஔவையாரின் விநாயகர் அகவல், ஒரு-நூலின் கூற்றை-மட்டும்-கொண்டது அல்ல; ஓர் ஆழ்ந்த-உள்-நெறியின் வடிவம். அதை-வாசிப்போர், அதன்-வழியில் — தம்-உள்-தளத்தை மெல்ல-மெல்ல-வளர்க்க-முடியும். அந்த-வளர்ப்பின்-வழியாக, விநாயகரின் திருவடி-நிழலில் — இடர்-இல்லாத ஆழ்ந்த-வாழ்வை அடைய-முடியும்.

[விநாயகர் அகவல் நூல் முடிவுற்றது.]

கருத்து அட்டவணை

ஐந்து-நூல்களின் பாடல்களையும் — பொருள்-வழியில் — பகுத்துள்ள அட்டவணை. ஓர் குறிப்பிட்ட-கருத்தைப்-பற்றி ஔவையார் என்ன-சொல்கிறார் என்பதை அறிய-விரும்புவோர் — அக்-கருத்தின்-கீழ் வரிசைப்-படுத்தப்-பட்டுள்ள பாடல்களை வாசிக்கலாம்.

சுருக்கப் பெயர்கள்: ஆ = ஆத்திசூடி | கொ = கொன்றை வேந்தன் | மூ = மூதுரை | நல் = நல்வழி | வி = விநாயகர் அகவல்.

அறம், ஒழுக்கம்

- **அறம் செய்தலின் முதன்மை:** ஆ-1 (அறம் செய விரும்பு); ஆ-97 (மொழிவது அற மொழி); நல்-17 (இடரின் காரணம் தீவினையே). - **ஒழுக்கத்தை-காப்பாற்றுதல்:** ஆ-33 (காப்பது விரதம்); ஆ-35 (கீழ்மை அகற்று); கொ-3 (இல்லறம் அல்லது நல்லறம் அன்று); கொ-11 (ஓதலின் நன்றே வேதியர்க்கு ஒழுக்கம்); கொ-64 (பூரியோர்க்கு இல்லை சீரிய ஒழுக்கம்); கொ-83 (விருந்திலோர்க்கு இல்லை பொருந்திய ஒழுக்கம்). - **நல்-நெறியில் வாழ்தல்:** ஆ-24 (இயல்பு அலாதன செய்யேல்); ஆ-28 (அழகு அலாதன செய்யேல்); ஆ-103 (உத்தமனாய் இரு); ஆ-66 (நன்மை கடைப்பிடி).

பெற்றோர், சுற்றம், உறவு

- **பெற்றோர்-மதிப்பு:** ஆ-20 (தந்தை தாய்ப் பேண்); கொ-1 (அன்னையும் பிதாவும் முன்னறி தெய்வம்); கொ-37 (தந்தை சொல் மிக்க மந்திரம் இல்லை); கொ-38 (தாயிற் சிறந்ததொரு கோயிலும் இல்லை); கொ-65 (பெற்றோர்க்கு இல்லை சுற்றமும் சினமும்); கொ-27 (சான்றோர் என்கை ஈன்றோர்க்கு அழகு). - **சுற்றத்தோடு வாழ்தல்:** கொ-30 (சுற்றத்திற்கு அழகு சூழ இருத்தல்); ஆ-34 (கிழமைப்பட வாழ்); ஆ-62 (தேசத்தோடு ஒட்டி வாழ்); கொ-18 (குற்றம் பார்க்கில் சுற்றம் இல்லை); கொ-6 (ஊருடன் பகைக்கின் வேருடன் கெடும்); ஆ-104 (ஊருடன் கூடி வாழ்). - **இல்லற-வாழ்வின் ஆழ்ந்த-நெறி:** ஆ-94 (மெல்லி நல்லாள் தோள்சேர்); கொ-10 (ஒருவனைப் பற்றி ஒரகத்து இரு); நல்-9 (நற்-குடியின் வரம்); கொ-41 (துடியாப் பெண்டிர் மடியில் நெருப்பு); கொ-42 (தூற்றும் பெண்டிர் கூற்று). - **பிறர் இல்லற-தளத்தை மதித்தல்:** கொ-61 (பிறன் மனை புகாமை அறம்); கொ-78 (மை விழியார் தம் மனையகன்று ஒழுகு); ஆ-96 (மை விழியார் மனை அகல்).

கல்வி, அறிவு

- **கல்வியின் முதன்மை:** ஆ-7 (எண் எழுத்து இகழேல்); ஆ-11 (ஓதுவது ஒழியேல்); ஆ-29 (இளமையில் கல்); ஆ-71 (நூல் பல கல்); ஆ-84 (பேதைமை அகற்று); ஆ-101 (வித்தை விரும்பு); ஆ-39 (கேள்வி முயல்); கொ-7 (எண்ணும் எழுத்தும் கண் எனத் தகும்); கொ-22 (கைப் பொருள்

தன்னின் மெய்ப்பொருள் கல்வி); கொ-91 (ஓதாதார்க்கு இல்லை உணர்வொடும் ஒழுக்கம்). - **அறிய-முயற்சி:** கொ-53 (நூல்முறை தெரிந்து சீலத்து ஒழுகு); நல்-16 (மதிப்பு பெற்ற நான்கு கூறுகள்). - **மூத்தோர்-சொல்-மதிப்பு:** கொ-75 (மூத்தோர் சொல் வார்த்தை அமிர்தம்); ஆ-95 (மேன்மக்கள் சொல் கேள்); ஆ-83 (பெரியாரைத் துணைக் கொள்).

செல்வம், சேமிப்பு, செலவு

- **சிக்கனம், சேமிப்பு:** கொ-13 (அஃகமும் காசும் சிக்கெனத் தேடு); ஆ-13 (அஃகம் சுருக்கேல்); ஆ-86 (பொருள்தனைப் போற்றி வாழ்); கொ-81 (வளவன் ஆயினும் அளவறிந்து அழித்து உண்). - **அளவான-செலவு:** நல்-25 (செலவு-வருமானத்தை மீறினால்); கொ-44 (தேடாது அழிக்கின் பாடாய் முடியும்); ஆ-91 (மீதூண் விரும்பேல்). - **செல்வத்தின் நிலையாமை:** நல்-1 (நிலைத்த செல்வம்); நல்-13 (ஊழ்-விதியின் முடிவின்மை); நல்-32 (மாறும் செல்வம், மாறாத தருமம்); நல்-34 (செல்வத்தின் சேர்க்கை); கொ-4 (ஈயார் தேட்டை தீயார் கொள்வர்). - **உழைப்பு-வழியில் வரும் செல்வம்:** கொ-46 (தொழுதூண் சுவையின் உழுதூண் இனிது); கொ-69 (போனகம் என்பது தான் உழந்து உண்டல்); கொ-77 (மேழிச் செல்வம் கோழை படாது); கொ-29 (சீரைத் தேடின் ஏரைத் தேடு); கொ-35 (சொக்கர் என்பவர் அத்தம் பெறுவர்); கொ-82 (வானம் சுருங்கின் தானம் சுருங்கும்); ஆ-82 (பூமி திருத்தி உண்).

பகிர்வு, விருந்தோம்பல், தானம்

- **கொடை, பகிர்வு:** ஆ-4 (ஈவது விலக்கேல்); ஆ-9 (ஐயம் இட்டு உண்); ஆ-56 (தானமது விரும்பு); கொ-70 (மருந்தே ஆயினும் விருந்தோடு உண்); கொ-34 (சை ஒத்து இருந்தால் ஐயம் இட்டு உண்). - **விருந்தோம்பல்:** கொ-83 (விருந்திலோர்க்கு இல்லை பொருந்திய ஒழுக்கம்). - **பிறருக்கு உதவி:** ஆ-3 (இயல்வது கரவேல்); ஆ-10 (ஒப்புரவு ஒழுகு); ஆ-40 (கைவினை கரவேல்); கொ-23 (கொற்றவன் அறிதல் உற்ற இடத்து உதவி).

கோபம், கட்டுப்பாடு, பணிவு

- **கோபக்-கட்டுப்பாடு:** ஆ-2 (ஆறுவது சினம்); கொ-28 (சினத்தைப் பேணின் தவத்திற்கு அழகு); கொ-40 (தீராக் கோபம் போராய் முடியும்); ஆ-32 (கடிவது மற). - **பணிவு:** ஆ-5 (உடையது விளம்பேல்); ஆ-15 (ஙப் போல் வளை); கொ-17 (கீழோர் ஆயினும் தாழ உரை); ஆ-99 (வல்லமை பேசேல்); கொ-19 (கூர் அம்பு ஆயினும் வீரியம் பேசேல்). - **அளவான-வாழ்வு:** கொ-5 (உண்டி சுருங்குதல் பெண்டிர்க்கு அழகு); ஆ-26 (இலவம் பஞ்சில் துயில்); ஆ-18 (இடம்பட வீடு எடேல்); ஆ-90 (மிகைபடச் சொல்லேல்); ஆ-98 (மோகத்தை முனி).

சொல், பேச்சு

- **இனிய பேச்சு:** ஆ-17 (ஞயம்பட உரை); கொ-17 (கீழோர் ஆயினும் தாழ உரை); ஆ-48 (சுளிக்கச் சொல்லேல்); ஆ-105 (வெட்டெனப் பேசேல்). - **பொய்-தவிர்தல்:** ஆ-14 (கண்டொன்று சொல்லேல்); ஆ-46 (சித்திரம் பேசேல்); ஆ-79 (பிழைபடச் சொல்லேல்); ஆ-109 (ஓரம் சொல்லேல்). - **கோள், புறம்-கூறுதல் தவிர்தல்:** ஆ-12 (ஔவியம் பேசேல்); கொ-12 (ஔவியம் பேசுதல் ஆக்கத்திற்கு அழிவு); ஆ-77 (பழிப்பன பகரேல்);

கொ-24 (கோள் செவிக் குறளை காற்றுடன் நெருப்பு); கொ-25 (கெளவை சொல்லின் எவ்வருக்கும் பகை); ஆ-43 (கெளவை அகற்று). - **சொல்-நிலையாமை (உண்மை-பேச்சு):** கொ-14 (கற்பெனப்படுவது சொல் திறம்பாமை); கொ-50 (நிற்கக் கற்றல் சொல் திறம்பாமை); ஆ-53 (சொற் சோர்வு படேல்); கொ-79 (மொழிவது மறுக்கின் அழிவது கருமம்); கொ-80 (மோனம் என்பது ஞான வரம்பு). - **பெருமை-பேசாமை:** ஆ-5 (உடையது விளம்பேல்); ஆ-99 (வல்லமை பேசேல்); கொ-19 (கூர் அம்பு ஆயினும் வீரியம் பேசேல்).

ஊழ், விதி, கால-நெறி

- **ஊழ்-விதியின் தலைமை:** நல்-2 (மக்கள்-இரு-வகை); மூ-5 (காலம்-வராமல்); நல்-4 (ஊழ்-விதியின் காலம்); நல்-13 (ஊழ்-விதியின் முடிவின்மை); நல்-27 (ஈசன் செயலின் ஆற்றல்); நல்-30 (விதி தவிர்க்க முடியாதது); நல்-37 (வினைப்பயனை வெல்லும் வழி இல்லை). - **கால-நெறி-மதிப்பு:** ஆ-22 (பருவத்தே பயிர் செய்); நல்-15 (சிவாய நம சிந்தித்தோர்க்கு இடரில்லை); கொ-45 (தையும் மாசியும் வையகத்து உறங்கு); கொ-74 (முற்பகல் செய்யின் பிற்பகல் விளையும்); கொ-72 (மின்னுக்கு எல்லாம் பின்னுக்கு மழை); ஆ-107 (வைகறைத் துயில் எழு).

முயற்சி, உழைப்பு

- **ஊக்கம், மறு-முயற்சி:** ஆ-6 (ஊக்கமது கைவிடேல்); கொ-86 (ஊக்கம் உடைமை ஆக்கத்திற்கு அழகு); ஆ-31 (அனந்தல் ஆடேல்); ஆ-54 (சோம்பித் திரியேல்); கொ-36 (சோம்பர் என்பவர் தேம்பித் திரிவர்). - **திட்டமிட்ட-செயல்:** கொ-52 (நுண்ணிய கருமமும் எண்ணித் துணி); ஆ-50 (செய்வன திருந்தச் செய்); ஆ-60 (தூக்கி வினை செய்); ஆ-65 (தோற்பன தொடரேல்); நல்-7 (தாமரை-நீர் வாழ்வு). - **தன்னிறைவு (யாசிக்காமை):** ஆ-8 (ஏற்பது இகழ்ச்சி); கொ-85 (உரவோர் என்கை இரவாது இருத்தல்); நல்-19 (வயிறு-உரிய நாழி அரிசிக்காக); நல்-22 (புதைத்த பணம்).

பக்தி, தெய்வ-வழிபாடு

- **இறை-நினைவு:** ஆ-30 (அரனை மறவேல்); ஆ-61 (தெய்வம் இகழேல்); கொ-89 (வைகல் தோறும் தெய்வம் தொழு); நல்-15 (சிவாய நம சிந்திப்போர்க்கு இடர் இல்லை); நல்-40 (அனைத்து-நூல்களின் ஒரே மெய்ப்பொருள்). - **கோயில்-வழிபாடு:** கொ-2 (ஆலயம் தொழுவது சாலவும் நன்று); கொ-26 (சந்நதிக்கு அழகு வந்தி செய்யாமை); கொ-89 (வைகல் தோறும் தெய்வம் தொழு). - **விநாயகர்-வடிவம், அருள், மந்திரம்:** வி-காப்பு; வி-2 (வடிவ-விரிவு); வி-3 (அருளின் வடிவம்); வி-4 (ஐம்-எழுத்து-மந்திரம்); வி-5 (ஆறு-சக்ர-நெறி); வி-6 (மெய்யறிவு-வழிபாடு); வி-7 (இறுதி-வாழ்த்து). - **பக்தி-தர்மம், அருள்-தேடல்:** ஆ-57 (திருமாலுக்கு அடிமை செய்); கொ-43 (தெய்வம் சீறின் கைத்தவம் மாளும்); நல்-32 (மாறும் செல்வம், மாறாத தருமம்).

கூட்டுறவு, நண்பர்-தேர்வு

- **நற்-கூட்டத்தை-நாடு:** ஆ-45 (சான்றோர் இனத்து இரு); நல்-18 (பெருநாட்டாரின் சேர்க்கையின் வேர்); நல்-21 (வஞ்சமில்லாதவர்க்கு

வரும் வளங்கள்). - **தீய-கூட்டத்தை-விலகு:** ஆ-25 (அரவம் ஆட்டேல்); ஆ-78 (பாம்பொடு பழகேல்); ஆ-85 (பையலோடு இணங்கேல்); ஆ-93 (மூர்க்கரோடு இணங்கேல்); கொ-48 (நல்லிணக்கம் அல்லல் படுத்தும்); ஆ-19 (இணக்கம் அறிந்து இணங்கு); ஆ-51 (சேரிடம் அறிந்து சேர்); ஆ-37 (கூடிப் பிரியேல்). - **நட்பு, நம்பிக்கை:** கொ-84 (வீரன் கேண்மை கூரம்பு ஆகும்); ஆ-108 (ஒன்னாரைத் தேறேல்); கொ-47 (தோழனோடும் ஏழைமை பேசேல்). - **வஞ்சகம்-தவிர்தல்:** ஆ-27 (வஞ்சகம் பேசேல்); கொ-54 (நெஞ்சை ஒளித்து ஒரு வஞ்சகம் இல்லை); கொ-87 (வெள்ளைக்கு இல்லை கள்ளச் சிந்தை); ஆ-21 (நன்றி மறவேல்).

உடல்-நலன், உறக்கம், உணவு

- **உணவு-கட்டுப்பாடு:** கொ-5 (உண்டி சுருங்குதல் பெண்டிர்க்கு அழகு); கொ-60 (பாலோடு ஆயினும் காலம் அறிந்து உண்); ஆ-91 (மீதூண் விரும்பேல்); ஆ-23 (மண் பறித்து உண்ணேல்). - **உறக்கம், ஓய்வு:** கொ-33 (சேமம் புகினும் யாமத்து உறங்கு); கொ-76 (மெத்தையில் படுத்தல் நித்திரைக்கு அழகு); கொ-90 (ஒத்த இடத்து நித்திரை கொள்); ஆ-107 (வைகறைத் துயில் எழு); ஆ-31 (அனந்தல் ஆடேல்). - **உடல்-நலன்-காப்பு:** ஆ-76 (நோய்க்கு இடம் கொடேல்); ஆ-16 (சனி நீராடு); கொ-71 (மாரி அல்லது காரியம் இல்லை); ஆ-69 (நீர் விளையாடேல்); ஆ-92 (முனைமுகத்து நில்லேல்).

தலைமை, அதிகாரம், சமூகம்

- **தலைமை-நெறி:** கொ-73 (மீகாமன் இல்லா மரக்கலம் ஓடாது); கொ-23 (கொற்றவன் அறிதல் உற்ற இடத்து உதவி); கொ-49 (நாடெங்கும் வாழக் கேடொன்றும் இல்லை); ஆ-44 (சக்கர நெறி நில்); ஆ-67 (நாடு ஒப்பன செய்). - **அதிகார-நிலை-கையாள்வு:** கொ-88 (வேந்தன் சீறின் ஆம் துணை இல்லை); ஆ-89 (மாற்றானுக்கு இடம் கொடேல்). - **நீதி, நேர்மை:** ஆ-73 (நேர்பட ஒழுகு); ஆ-109 (ஓரம் சொல்லேல்).

மென்மை, கடினம், உள்-வலிமை

- **மென்மை-கூற்று:** நல்-33 (மென்மை, கடினத்தை வெல்லும்); நல்-29 (மரம் பழுத்தால் வௌவாலை அழைக்க வேண்டாம்). - **உள்-உறுதி, மான-வாழ்வு:** கொ-21 (கேட்டில் உறுதி கூட்டும் உடைமை); நல்-14 (மானத்தின் தலைமை); நல்-31 (சிறப்பின் வரிசை); ஆ-88 (மனம் தடுமாறேல்); ஆ-102 (வீடு பெற நில்); ஆ-80 (பீடு பெற நில்); ஆ-47 (சீர்மை மறவேல்). - **பெருமை, புகழ்:** நல்-9 (நற்-குடியின் வரம்).

வாழ்-மெய்ப்பொருள், விடுதலை

- **இருமை-தாண்டிய நிலை:** நல்-38 (இருமைகளை-தாண்டிய நிலை); நல்-40 (அனைத்து நூல்களின் ஒரே மெய்ப்பொருள்). - **முப்பது வயதின் முக்கியம்:** நல்-39 (முப்பது வயதின் முதன்மை). - **உணர்வின் இரு-நிலை:** நல்-35 (உணர்வின் இரு-நிலை); நல்-28 (எண்ணங்களின் சஞ்சலம்). - **மௌனம், ஆழ்ந்த-அறிவு:** கொ-80 (மோனம் என்பது ஞான வரம்பு); ஆ-102 (வீடு பெற நில்). - **அழிவின் காலத்து மயக்கம்:** நல்-36 (அழிவின்-காலத்து மயக்கம்).

குழந்தைகளுக்கான கதைகள்

(ஆத்திசூடியில், சில-பாடல்களுக்கு குழந்தைகளுக்கான-கதைகள் இணைக்கப்-பட்டுள்ளன.)

- ஆ-1 (அறம் செய விரும்பு) — பிள்ளையின் வாழ்-நோக்கு-தேர்வு. - ஆ-3 (இயல்வது கரவேல்) — கணித-தோழியின் கதை. - ஆ-7 (எண் எழுத்து இகழேல்) — பழ-கடை-கணித-கதை. - ஆ-15 (ஙப் போல் வளை) — மூங்கில்-கருவாலி-புயல் கதை.

குறிப்பு: இக்-கருத்து-அட்டவணை, பாடல்களை — பிரதான-கருத்தின்-வழியில் — பகுத்துள்ளது. ஓர் பாடல், பல-கருத்துகளுக்கு இணைந்து-நிற்கின்ற-போது — பல-தலைப்புகளின்-கீழ் இடம்-பெறுகிறது. முழுமையான-கருத்து-அறிய, பாடலையே-நேரடியாக-வாசிப்பது சிறந்தது.

முதல்-வரி அகர அட்டவணை

ஐந்து-நூல்களின் பாடல்களையும் — முதல்-வரியின் தமிழ்-அகர-வரிசையில் — அட்டவணைப்-படுத்தும் பகுதி. ஓர் குறிப்பிட்ட-வரி நினைவில்-வந்தால், அது எந்த-நூலில், எந்த-பாடலில் இடம்-பெறுகிறது என்பதை இங்கு-எளிதில் காணலாம்.

முதல் வரி	நூல்	பாடல்
அடக்கம் உடையார் அறிவிலர் என்றெண்ணிக்	மூதுரை	பாடல் 16 — அடக்கத்தின் ஆழம்
அடுத்து முயன்றாலும் ஆகும் நாள் அன்றி	மூதுரை	பாடல் 5 — காலத்தின் கட்டுப்பாடு
அட்டாலும் பால் சுவையில் குன்றாது அளவளவாய்	மூதுரை	பாடல் 4 — மேன்மக்களின் மாறாத் தன்மை
அம்மி துணையாக ஆறிழிந்த வாறொக்கும்	நல்வழி	பாடல் 20 — விருப்பத்தின் வீண்-விளைவு
அரவம் ஆட்டேல்.	ஆத்திசூடி	பாடல் 25 — அ: அரவம் ஆட்டேல்
அரனை மறவேல்.	ஆத்திசூடி	பாடல் 30 — அ: அரனை மறவேல்
அழகு அலாதன செய்யேல்.	ஆத்திசூடி	பாடல் 28 — அ: அழகு அலாதன செய்யேல்
அறம் செய விரும்பு.	ஆத்திசூடி	பாடல் 1 — அ: அறம் செய்ய விரும்பு
அற்ற குளத்தில் அறுநீர்ப் பறவைபோல்	மூதுரை	பாடல் 17 — உண்மையான உறவு
அனந்தல் ஆடேல்.	ஆத்திசூடி	பாடல் 31 — அ: அனந்தல் ஆடேல்
அன்னையும் பிதாவும் முன்னறி தெய்வம்.	கொன்றை வேந்தன்	பாடல் 1 — அ: பெற்றோர் என்னும் முதன்மை-தெய்வம்

முதல் வரி	நூல்	பாடல்
அஃகமும் காசும் சிக்கெனத் தேடு.	கொன்றை வேந்தன்	பாடல் 13 — அஃ: அஃகமும் காசும் சிக்கனமாக-தேடு
அஃகம் சுருக்கேல்.	ஆத்திசூடி	பாடல் 13 — அஃ: அஃகம் சுருக்கேல்
ஆண்டாண்டு தோறும் அழுது புரண்டாலும்	நல்வழி	பாடல் 10 — இறப்பின் ஏற்பு
ஆதியில் இருந்த அவ்-வொன்றே-நிலையை	விநாயகர் அகவல்	பாடல் 6 — மெய்யறிவு-வழிபாடு: ஆழ்ந்த-உள்-உணர்வின் வடிவம்
ஆத்தி சூடி அமர்ந்த தேவனை	ஆத்திசூடி	காப்பு — கடவுள் வாழ்த்து
ஆலயம் தொழுவது சாலவும் நன்று.	கொன்றை வேந்தன்	பாடல் 2 — ஆ: கோயில்-வழிபாட்டின் சிறப்பு
ஆவாரை யாரே அழிப்பர் அதுவன்றிச்	நல்வழி	பாடல் 13 — ஊழ்-விதியின் முடிவின்மை
ஆழ அமுக்கி முகக்கினும் ஆழ்கடல்நீர்	மூதுரை	பாடல் 19 — ஊழின் அளவு
ஆறிடும் மேடும் மடுவும்போ லாம்செல்வம்	நல்வழி	பாடல் 32 — மாறும் செல்வம், மாறாத தருமம்
ஆறுவது சினம்.	ஆத்திசூடி	பாடல் 2 — ஆ: ஆறுவது சினம்
ஆற்றங் கரையின் மரமும் அரசறிய	நல்வழி	பாடல் 12 — உழைத்து உண்ணுதலின் சிறப்பு
ஆற்றுப் பெருக்கற் றடிசுடுமந் நாளுமவ்வா(று)	நல்வழி	பாடல் 9 — நற்-குடியின் வரம்
ஆன முதலில் அதிகம் செலவானால்	நல்வழி	பாடல் 25 — செலவு-வருமானத்தை மீறினால்
இடம்பட வீடு எடேல்.	ஆத்திசூடி	பாடல் 18 — இ: இடம்பட வீடு எடேல்
இடும்பைக்(கு) இடும்பை இயலுடம்(பு) இதன்றே	நல்வழி	பாடல் 3 — உடலின் நிலையாமை
இணக்கம் அறிந்து இணங்கு.	ஆத்திசூடி	பாடல் 19 — இ: இணக்கம் அறிந்து இணங்கு
இயல்பு அலாதன செய்யேல்.	ஆத்திசூடி	பாடல் 24 — இ: இயல்பு அலாதன செய்யேல்
இயல்வது கரவேல்.	ஆத்திசூடி	பாடல் 3 — இ: இயல்வது கரவேல்

முதல் வரி	நூல்	பாடல்
இலவம் பஞ்சில் துயில்.	ஆத்திசூடி	பாடல் 26 — இ: இலவம் பஞ்சில் துயில்
இல்லறம் அல்லது நல்லறம் அன்று.	கொன்றை வேந்தன்	பாடல் 3 — இ: அறம்-இல்லா இல்லறம் நல்லறம் அன்று
இல்லாள் அகத்திருக்க இல்லாதது ஒன்றில்லை	மூதுரை	பாடல் 21 — இல்லத்தின் நிறை
இழுக்குடைய பாட்டிற்(கு) இசைநன்று(;) சாலும்	நல்வழி	பாடல் 31 — சிறப்பின் வரிசை
இளமையில் கல்.	ஆத்திசூடி	பாடல் 29 — இ: இளமையில் கல்
இன்னா இளமை வறுமை வந்து எய்தியக்கால்	மூதுரை	பாடல் 3 — காலத்தின் முதன்மை
ஈட்டும் பொருள்முயற்சி எண்ணிறந்த ஆயினும்ஊழ்	நல்வழி	பாடல் 8 — ஊழ் சேர்க்கும் அளவே செல்வம்
ஈயார் தேட்டை தீயார் கொள்வர்.	கொன்றை வேந்தன்	பாடல் 4 — ஈ: கொடாதவரின் சேமிப்பு தீயோர்-கையில்
ஈவது விலக்கேல்.	ஆத்திசூடி	பாடல் 4 — ஈ: ஈவது விலக்கேல்
உடன்பிறந்தார் சுற்றத்தார் என்றிருக்க வேண்டா	மூதுரை	பாடல் 20 — உடன்-பிறப்பும் மருந்தும்
உடையது விளம்பேல்.	ஆத்திசூடி	பாடல் 5 — உ: உடையது விளம்பேல்
உண்டி சுருங்குதல் பெண்டிர்க்கு அழகு.	கொன்றை வேந்தன்	பாடல் 5 — உ: அளவான உணவின் அழகு
உண்பது நாழி உடுப்பது நான்குமுழம்	நல்வழி	பாடல் 28 — எண்ணங்களின் சஞ்சலம்
உத்தமனாய் இரு.	ஆத்திசூடி	பாடல் 103 — உ: உத்தமனாய் இரு
உரவோர் என்கை இரவாது இருத்தல்.	கொன்றை வேந்தன்	பாடல் 85 — உ: யாசிக்காமல்-வாழ்தலே மதிப்புடையோரின் நெறி
உள்ளது ஒழிய ஒருவர்க்(கு) ஒருவர்சுகம்	நல்வழி	பாடல் 6 — உள்ளதின் எல்லை
உற்ற இடத்தில் உயிர்வழங்கும் தன்மையோர்	மூதுரை	பாடல் 6 — உயர்ந்தோரின் உறுதி

முதல் வரி	நூல்	பாடல்
ஊக்கமது கைவிடேல்.	ஆத்திசூடி	பாடல் 6 — ஊ: ஊக்கமது கைவிடேல்
ஊக்கம் உடைமை ஆக்கத்திற்கு அழகு.	கொன்றை வேந்தன்	பாடல் 86 — ஊ: முயற்சி-உடைமை, வளர்ச்சியின் அழகு
ஊருடன் கூடி வாழ்.	ஆத்திசூடி	பாடல் 104 — ஊ: ஊருடன் கூடி வாழ்
ஊருடன் பகைக்கின் வேருடன் கெடும்.	கொன்றை வேந்தன்	பாடல் 6 — ஊ: ஊர்-பகையின் வேர்-அழிவு
எண்ணி ஒருகருமம் யார்க்கும்செய் ஒண்ணாது	நல்வழி	பாடல் 4 — ஊழ்-விதியின் காலம்
எண்ணும் எழுத்தும் கண் எனத் தகும்.	கொன்றை வேந்தன்	பாடல் 7 — எ: எண்-எழுத்து இரண்டே வாழ்வின் கண்கள்
எண் எழுத்து இகழேல்.	ஆத்திசூடி	பாடல் 7 — எ: எண் எழுத்து இகழேல்
எல்லாப்படியாலும் எண்ணினால் இவ்வுடம்பு	நல்வழி	பாடல் 7 — தாமரை-நீர் வாழ்வு
எழுதியவா றேகாண இரங்கு மடநெஞ்சே	மூதுரை	பாடல் 22 — ஊழ்-விதியின் தாக்கம்
ஏவா மக்கள் மூவா மருந்து.	கொன்றை வேந்தன்	பாடல் 8 — ஏ: ஏவாமல் செய்யும் மக்கள் முதுமை-மருந்து
ஏற்பது இகழ்ச்சி.	ஆத்திசூடி	பாடல் 8 — ஏ: ஏற்பது இகழ்ச்சி
ஐம்-புல உணர்வை அறுத்தளித்து என்னுள்	விநாயகர் அகவல்	பாடல் 4 — ஐம்-எழுத்து-மந்திரத்தின் ஆழ்ந்த-நெறி
ஐயம் இட்டு உண்.	ஆத்திசூடி	பாடல் 9 — ஐ: ஐயம் இட்டு உண்
ஐயம் புகினும் செய்வன செய்.	கொன்றை வேந்தன்	பாடல் 9 — ஐ: இடர் வந்தாலும் செய்ய வேண்டியதை செய்
ஒத்த இடத்து நித்திரை கொள்.	கொன்றை வேந்தன்	பாடல் 90 — ஒ: பொருத்தமான-இடத்தில் உறக்கம் கொள்
ஒப்புரவு ஒழுகு.	ஆத்திசூடி	பாடல் 10 — ஒ: ஒப்புரவு ஒழுகு

முதல் வரி	நூல்	பாடல்
ஒருநாள் உணவை ஒழியென்றால் ஒழியாய்	நல்வழி	பாடல் 11 — வயிற்றின் கொடுமை
ஒருவனைப் பற்றி ஓரகத்து இரு.	கொன்றை வேந்தன்	பாடல் 10 — ஒ: ஒருவரை-பற்றி ஒரே-இடத்தில் வாழ்
ஒன்றை நினைக்கின் அதுஒழிந்திட் டொன்றாகும்	நல்வழி	பாடல் 27 — ஈசன் செயலின் ஆற்றல்
ஒன்னாரைத் தேறேல்.	ஆத்திசூடி	பாடல் 108 — ஒ: ஒன்னாரைத் தேறேல்
ஓதலின் நன்றே வேதியர்க்கு ஒழுக்கம்.	கொன்றை வேந்தன்	பாடல் 11 — ஓ: ஓதலின் சிறந்தது ஒழுக்கம்
ஓதாதார்க்கு இல்லை உணர்வொடும் ஒழுக்கம்.	கொன்றை வேந்தன்	பாடல் 91 — ஓ: கற்காதவர்க்கு உணர்வும் ஒழுக்கமும் இல்லை
ஓதுவது ஒழியேல்.	ஆத்திசூடி	பாடல் 11 — ஓ: ஓதுவது ஒழியேல்
ஓரம் சொல்லேல்.	ஆத்திசூடி	பாடல் 109 — ஓ: ஓரம் சொல்லேல்
ஔவியம் பேசுதல் ஆக்கத்திற்கு அழிவு.	கொன்றை வேந்தன்	பாடல் 12 — ஔ: பொறாமை-பேச்சு ஆக்கத்தை அழிக்கும்
ஔவியம் பேசேல்.	ஆத்திசூடி	பாடல் 12 — ஔ: ஔவியம் பேசேல்
கடிவது மற.	ஆத்திசூடி	பாடல் 32 — க: கடிவது மற
கண்டொன்று சொல்லேல்.	ஆத்திசூடி	பாடல் 14 — க: கண்டொன்று சொல்லேல்
கல்லாத மாந்தர்க்குக் கற்றுணர்ந்தார் சொல்கூற்றம்	மூதுரை	பாடல் 27 — நான்கு வகை கூற்றுகள்
கல்லானே ஆனாலும் கைப்பொருள்ஒன் றுண்டாயின்	நல்வழி	பாடல் 34 — செல்வத்தின் சேர்க்கை
கவையாகிக் கொம்பாகிக் காட்டகத்தே நிற்கும்	மூதுரை	பாடல் 13 — பயனற்ற பெருமை
கற்பிளவோ(டு) ஒப்பர் கயவர் கடுஞ்சினத்துப்	மூதுரை	பாடல் 23 — சினத்தின் தடம்
கற்பெனப்படுவது சொல் திறம்பாமை.	கொன்றை வேந்தன்	பாடல் 14 — க: சொல்-நிலையாமையே கற்பின் வேர்

முதல் வரி	நூல்	பாடல்
காப்பது விரதம்.	ஆத்திசூடி	பாடல் 33 — க: காப்பது விரதம்
காவல்தானே பாவையர்க்கு அழகு.	கொன்றை வேந்தன்	பாடல் 15 — கா: தம்மை-தாமே-காத்தலே சிறப்பு
கான மயிலாடக் கண்டிருந்த வான்கோழி	மூதுரை	பாடல் 14 — கல்லாதோனின் கவி
கிட்டாதாயின் வெட்டென மற.	கொன்றை வேந்தன்	பாடல் 16 — கி: கிட்டாததை உடனே மற
கிழமைப்பட வாழ்.	ஆத்திசூடி	பாடல் 34 — க: கிழமைப்பட வாழ்
கீழோர் ஆயினும் தாழ உரை.	கொன்றை வேந்தன்	பாடல் 17 — கீ: கீழோர்க்கும் பணிவாக பேசு
கீழ்மை அகற்று.	ஆத்திசூடி	பாடல் 35 — க: கீழ்மை அகற்று
குணமது கைவிடேல்.	ஆத்திசூடி	பாடல் 36 — க: குணமது கைவிடேல்
குற்றம் பார்க்கில் சுற்றம் இல்லை.	கொன்றை வேந்தன்	பாடல் 18 — கு: குற்றம்-மட்டும் பார்த்தால் சுற்றம் இல்லை
கூடிப் பிரியேல்.	ஆத்திசூடி	பாடல் 37 — க: கூடிப் பிரியேல்
கூர் அம்பு ஆயினும் வீரியம் பேசேல்.	கொன்றை வேந்தன்	பாடல் 19 — கூ: கூர்-ஆற்றலாக இருந்தாலும் வீரம் பேசேல்
கெடுப்பது ஒழி.	ஆத்திசூடி	பாடல் 38 — க: கெடுப்பது ஒழி
கெடுவது செய்யின் விடுவது கருமம்.	கொன்றை வேந்தன்	பாடல் 20 — கெ: கேடு-செய்பவனை விட்டு விலகுதல் சிறந்த-செயல்
கேட்டில் உறுதி கூட்டும் உடைமை.	கொன்றை வேந்தன்	பாடல் 21 — கே: இடரில் உறுதி-நிற்றலே உண்மை-உடைமை
கேள்வி முயல்.	ஆத்திசூடி	பாடல் 39 — க: கேள்வி முயல்
கைப் பொருள் தன்னின் மெய்ப்பொருள் கல்வி.	கொன்றை வேந்தன்	பாடல் 22 — கை: கையின்-பொருளை-விட கல்வியே மெய்-உடைமை

முதல் வரி	நூல்	பாடல்
கைவினை கரவேல்.	ஆத்திசூடி	பாடல் 40 — க: கைவினை கரவேல்
கொள்ளை விரும்பேல்.	ஆத்திசூடி	பாடல் 41 — க: கொள்ளை விரும்பேல்
கொற்றவன் அறிதல் உற்ற இடத்து உதவி.	கொன்றை வேந்தன்	பாடல் 23 — கொ: தேவையின்-கட்டத்தில் உதவுதலே அரசன்-நெறி
கொன்றை வேந்தன் செல்வன் அடியினை	கொன்றை வேந்தன்	காப்பு — கடவுள் வாழ்த்து
கோதாட்டு ஒழி.	ஆத்திசூடி	பாடல் 42 — க: கோதாட்டு ஒழி
கோள் செவிக் குறளை காற்றுடன் நெருப்பு.	கொன்றை வேந்தன்	பாடல் 24 — கோ: செவியில்-விழும் குறளை, காற்றுடன்-நெருப்பு
கௌவை அகற்று.	ஆத்திசூடி	பாடல் 43 — க: கௌவை அகற்று
கௌவை சொல்லின் எவ்வருக்கும் பகை.	கொன்றை வேந்தன்	பாடல் 25 — கௌ: கௌவை-சொன்னால் அனைவருக்கும் பகை
ஙப் போல் வளை.	ஆத்திசூடி	பாடல் 15 — ங: ஙப் போல் வளை
சக்கர நெறி நில்.	ஆத்திசூடி	பாடல் 44 — ச: சக்கர நெறி நில்
சந்தன மென்குறடு தான்தேய்ந்த காலத்தும்	மூதுரை	பாடல் 28 — சந்தனத்தின் மணம், பெருந்-உள்ளத்தின் தன்மை
சந்நதிக்கு அழகு வந்தி செய்யாமை.	கொன்றை வேந்தன்	பாடல் 26 — ச: இறைவன்-முன்-நிலையில் கைநீட்டாமை அழகு
சனி நீராடு.	ஆத்திசூடி	பாடல் 16 — ச: சனி நீராடு
சாதி இரண்டொழிய வேறில்லை சாற்றுங்கால்	நல்வழி	பாடல் 2 — மக்களின் இரு வகைகள்
சாந்தனையும் தீயனவே செய்திடினும் தாம்அவரை	மூதுரை	பாடல் 30 — அறிவுடையோரின் கருணை
சான்றோர் இனத்து இரு.	ஆத்திசூடி	பாடல் 45 — ச: சான்றோர் இனத்து இரு

முதல் வரி	நூல்	பாடல்
சான்றோர் என்கை ஈன்றோர்க்கு அழகு.	கொன்றை வேந்தன்	பாடல் 27 — சா: சான்றோர்-என்று சொல்லப்-படுதல் பெற்றோர்க்கு பெருமை
சித்திரம் பேசேல்.	ஆத்திசூடி	பாடல் 46 — ச: சித்திரம் பேசேல்
சிவாய நம என்று சிந்தித் திருப்போர்க்கு	நல்வழி	பாடல் 15 — “சிவாய நம” சிந்திப்போர்க்கு இடர் இல்லை
சினத்தைப் பேணின் தவத்திற்கு அழகு.	கொன்றை வேந்தன்	பாடல் 28 — சி: சினத்தை-கட்டுப்படுத்துதலே தவத்தின் அழகு
சீதக் களபச் செந்தாமரைப்பூம்	விநாயகர் அகவல்	காப்பு — விநாயகர் வாழ்த்து
சீரியர் கெட்டாலும் சீரியரே; சீரியர் மற்(று)	மூதுரை	பாடல் 18 — பொன்னும் மண்ணும்
சீரைத் தேடின் ஏரைத் தேடு.	கொன்றை வேந்தன்	பாடல் 29 — சீ: சீரை-நாடினால் ஏரை-நாடு
சீர்மை மறவேல்.	ஆத்திசூடி	பாடல் 47 — ச: சீர்மை மறவேல்
சுளிக்கச் சொல்லேல்.	ஆத்திசூடி	பாடல் 48 — ச: சுளிக்கச் சொல்லேல்
சுற்றத்திற்கு அழகு சூழ இருத்தல்.	கொன்றை வேந்தன்	பாடல் 30 — சு: சுற்றத்திற்கு சூழ-இருத்தலே அழகு
சூதும் வாதும் வேதனை செய்யும்.	கொன்றை வேந்தன்	பாடல் 31 — சூ: சூதும் வாதும் வேதனை-தரும்
சூது விரும்பேல்.	ஆத்திசூடி	பாடல் 49 — ச: சூது விரும்பேல்
செய்தவம் மறந்தால் கைதவம் ஆளும்.	கொன்றை வேந்தன்	பாடல் 32 — செ: செய்-தவம் மறந்தால் வஞ்சகம் ஆளும்
செய்தீ வினையிருக்கத் தெய்வத்தை நொந்தக்கால்	நல்வழி	பாடல் 17 — தீவினையின் காரணம், தெய்வத்தின் குறையல்ல
செய்வன திருந்தச் செய்.	ஆத்திசூடி	பாடல் 50 — ச: செய்வன திருந்தச் செய்

முதல் வரி	நூல்	பாடல்
சேமம் புகினும் யாமத்து உறங்கு.	கொன்றை வேந்தன்	பாடல் 33 — சே: சேமம்-போனாலும் இரவில் உறங்கு
சேரிடம் அறிந்து சேர்.	ஆத்திசூடி	பாடல் 51 — ச: சேரிடம் அறிந்து சேர்
சேவித்தும் சென்றிரந்தும் தெண்ணீர்க் கடல்கடந்தும்	நல்வழி	பாடல் 19 — வயிறு-உரிய நாழி அரிசிக்காக
சையெனத் திரியேல்.	ஆத்திசூடி	பாடல் 52 — ச: சையெனத் திரியேல்
சை ஒத்து இருந்தால் ஐயம் இட்டு உண்.	கொன்றை வேந்தன்	பாடல் 34 — சை: சிறிது-இருந்தாலும் பகிர்ந்து உண்
சொக்கர் என்பவர் அத்தம் பெறுவர்.	கொன்றை வேந்தன்	பாடல் 35 — சொ: திறமை-உடையவர் செல்வத்தை-பெறுவர்
சொற் சோர்வு படேல்.	ஆத்திசூடி	பாடல் 53 — ச: சொற் சோர்வு படேல்
சோம்பர் என்பவர் தேம்பித் திரிவர்.	கொன்றை வேந்தன்	பாடல் 36 — சோ: சோம்பேறிகள் வருந்தி-திரிவர்
சோம்பித் திரியேல்.	ஆத்திசூடி	பாடல் 54 — ச: சோம்பித் திரியேல்
ஞயம்பட உரை.	ஆத்திசூடி	பாடல் 17 — ஞ: ஞயம்பட உரை
தக்கோன் எனத் திரி.	ஆத்திசூடி	பாடல் 55 — த: தக்கோன் எனத் திரி
தண்ணீர் நிலநலத்தால் தக்கோர் குணம்கொடையால்	நல்வழி	பாடல் 16 — மதிப்பு பெற்ற நான்கு கூறுகள்
தந்தை சொல் மிக்க மந்திரம் இல்லை.	கொன்றை வேந்தன்	பாடல் 37 — த: தந்தையின் சொல்லை-விட பெரிய மந்திரம் இல்லை
தந்தை தாய்ப் பேண்.	ஆத்திசூடி	பாடல் 20 — த: தந்தை தாய்ப் பேண்
தம்-பகை கடிந்து தயை-உள் கொண்டெனை	விநாயகர் அகவல்	பாடல் 3 — அருளின் வடிவம்: அடியவரை அணுகும் விநாயகர்
தாம்தாம்முன் செய்தவினை தாமே அனுபவிப்பார்	நல்வழி	பாடல் 30 — விதி தவிர்க்க முடியாதது

முதல் வரி	நூல்	பாடல்
தாயிற் சிறந்ததொரு கோயிலும் இல்லை.	கொன்றை வேந்தன்	பாடல் 38 — தா: தாயை-விட சிறந்த கோயில் இல்லை
தானமது விரும்பு.	ஆத்திசூடி	பாடல் 56 — த: தானமது விரும்பு
திருமாலுக்கு அடிமை செய்.	ஆத்திசூடி	பாடல் 57 — த: திருமாலுக்கு அடிமை செய்
திரைகடல் ஓடியும் திரவியம் தேடு.	கொன்றை வேந்தன்	பாடல் 39 — தி: திரை-கடல்-கடந்தும் செல்வம் தேடு
தீயாரைக் காண்பதுவும் தீதே திருவற்ற	மூதுரை	பாடல் 9 — தீயோர் கூட்டத்தின் கேடு
தீராக் கோபம் போராய் முடியும்.	கொன்றை வேந்தன்	பாடல் 40 — தீ: தீராத கோபம் போரில் முடியும்
தீவினை அகற்று.	ஆத்திசூடி	பாடல் 58 — த: தீவினை அகற்று
துடியாப் பெண்டிர் மடியில் நெருப்பு.	கொன்றை வேந்தன்	பாடல் 41 — து: ஒழுக்கம்-இல்லாத துணை, மடியில்-நெருப்பு
துன்பத்திற்கு இடம் கொடேல்.	ஆத்திசூடி	பாடல் 59 — த: துன்பத்திற்கு இடம் கொடேல்
தூக்கி வினை செய்.	ஆத்திசூடி	பாடல் 60 — த: தூக்கி வினை செய்
தூற்றும் பெண்டிர் கூற்று எனத் தகும்.	கொன்றை வேந்தன்	பாடல் 42 — தூ: இகழ்ந்து-பேசும் துணை, அழிவின் கூற்று
தெய்வம் இகழேல்.	ஆத்திசூடி	பாடல் 61 — த: தெய்வம் இகழேல்
தெய்வம் சீறின் கைத்தவம் மாளும்.	கொன்றை வேந்தன்	பாடல் 43 — தெ: தெய்வம் சீறினால் தவம் வீழும்
தேசத்தோடு ஒட்டி வாழ்.	ஆத்திசூடி	பாடல் 62 — த: தேசத்தோடு ஒட்டி வாழ்
தேடாது அழிக்கின் பாடாய் முடியும்.	கொன்றை வேந்தன்	பாடல் 44 — தே: தேடாமல்-அழித்தால் வாழ்வு பாடாகும்

முதல் வரி	நூல்	பாடல்
தேவர் குறளும் திருநான் மறைமுடிவும்	நல்வழி	பாடல் 40 — அனைத்து நூல்களின் ஒரே மெய்ப்பொருள்
தையல் சொல் கேளேல்.	ஆத்திசூடி	பாடல் 63 — த: தையல் சொல் கேளேல்
தையும் மாசியும் வையகத்து உறங்கு.	கொன்றை வேந்தன்	பாடல் 45 — தை: தை-மாசி கால-நிலையில் ஓய்வு கொள்
தொழுதூண் சுவையின் உழுதூண் இனிது.	கொன்றை வேந்தன்	பாடல் 46 — தொ: யாசித்து-உண்ணுவதை-விட உழைத்து-உண்ணுதல் இனிது
தொன்மை மறவேல்.	ஆத்திசூடி	பாடல் 64 — த: தொன்மை மறவேல்
தோழனோடும் ஏழைமை பேசேல்.	கொன்றை வேந்தன்	பாடல் 47 — தோ: நண்பரிடமும் வறுமையை அளவின்றி பேசேல்
தோற்பன தொடரேல்.	ஆத்திசூடி	பாடல் 65 — த: தோற்பன தொடரேல்
நஞ்சுடைமை தானறிந்து நாகம் கரந்துறையும்	மூதுரை	பாடல் 25 — மறைப்பவரும் வெளிப்படுபவரும்
நண்டுசிப்பி வேய்கதலி நாசமுறுங் காலத்தில்	நல்வழி	பாடல் 36 — அழிவின்-காலத்து மயக்கம்
நல்லாரைக் காண்பதுவும் நன்றே நலமிக்க	மூதுரை	பாடல் 8 — நல்லோர் கூட்டத்தின் நன்மை
நல்லார் ஒருவர்க்குச் செய்த உபகாரம்	மூதுரை	பாடல் 2 — நன்றியின் நிலை
நல்லிணக்கம் அல்லல் படுத்தும்.	கொன்றை வேந்தன்	பாடல் 48 — ந: தீய-கூட்டுறவு துன்பத்தை-தரும்
நற்றாமரைக் கயத்தில் நல் அன்னம் சேர்தாற்போல்	மூதுரை	பாடல் 24 — கற்றோர் கூட்டம், மூர்க்கர் கூட்டம்
நன்மை கடைப்பிடி.	ஆத்திசூடி	பாடல் 66 — ந: நன்மை கடைப்பிடி
நன்றி ஒருவர்க்குச் செய்தக்கால் அந்நன்றி	மூதுரை	பாடல் 1 — நன்றியின் இயல்பு

முதல் வரி	நூல்	பாடல்
நன்றி மறவேல்.	ஆத்திசூடி	பாடல் 21 — ந: நன்றி மறவேல்
நன்றென்றும் தீதென்றும் நானென்றும் தானென்றும்	நல்வழி	பாடல் 38 — இருமைகளை-தாண்டிய நிலை
நாடு ஒப்பன செய்.	ஆத்திசூடி	பாடல் 67 — நா: நாடு ஒப்பன செய்
நாடெங்கும் வாழக் கேடொன்றும் இல்லை.	கொன்றை வேந்தன்	பாடல் 49 — நா: நாடு வளர்ந்தால் தனிக்-கேடு குறையும்
நான்கு புயமும் நாலிரு கையும்	விநாயகர் அகவல்	பாடல் 2 — விநாயகரின் வடிவ-விரிவு
நிலையில் பிரியேல்.	ஆத்திசூடி	பாடல் 68 — நி: நிலையில் பிரியேல்
நிற்கக் கற்றல் சொல் திறம்பாமை.	கொன்றை வேந்தன்	பாடல் 50 — நி: கற்றதை-நிலையாக-காத்து சொல்லில் தவறாதே
நீரகம் பொருந்திய ஊரகத்து இரு.	கொன்றை வேந்தன்	பாடல் 51 — நீ: நீர்-வளம்-உள்ள ஊரில் வாழ்
நீரும் நிழலும் நிலம்பொதியும் நெற்கட்டும்	நல்வழி	பாடல் 21 — வஞ்சமில்லாதவர்க்கு வரும் வளங்கள்
நீர் அளவே ஆகுமாம் நீர் ஆம்பல் தான்கற்ற	மூதுரை	பாடல் 7 — ஒவ்வொரு பேற்றும் அதன் வேருக்கு ஏற்ப
நீர் விளையாடேல்.	ஆத்திசூடி	பாடல் 69 — நீ: நீர் விளையாடேல்
நீறில்லா நெற்றிபாழ்(;) நெய்யில்லா உண்டிபாழ்	நல்வழி	பாடல் 24 — பாழ் நிற்கின்ற ஐந்து கூறுகள்
நுண்ணிய கருமமும் எண்ணித் துணி.	கொன்றை வேந்தன்	பாடல் 52 — நு: சிறிய-செயலையும் சிந்தித்து-முடிவு-செய்
நுண்மை நுகரேல்.	ஆத்திசூடி	பாடல் 70 — நு: நுண்மை நுகரேல்
நூல்முறை தெரிந்து சீலத்து ஒழுகு.	கொன்றை வேந்தன்	பாடல் 53 — நூ: நூல்-முறையை அறிந்து, ஒழுக்கத்தில் நட
நூல் பல கல்.	ஆத்திசூடி	பாடல் 71 — நூ: நூல் பல கல்

முதல் வரி	நூல்	பாடல்
நெஞ்சை ஒளித்து ஒரு வஞ்சகம் இல்லை.	கொன்றை வேந்தன்	பாடல் 54 — நெ: உள்ளத்தில் மறைத்த வஞ்சகம் நிலைக்காது
நெல்லுக் கிறைத்தநீர் வாய்க்கால் வழியோடிப்	மூதுரை	பாடல் 10 — ஒரு நல்லவரின் பொருட்டு ஞாலத்தின் காப்பு
நெற்பயிர் விளைவு செய்.	ஆத்திசூடி	பாடல் 72 — நெ: நெற்பயிர் விளைவு செய்
நேரா நோன்பு சீராகாது.	கொன்றை வேந்தன்	பாடல் 55 — நே: நேர்மை-இல்லாத விரதம் சீர்-கொள்ளாது
நேர்பட ஒழுகு.	ஆத்திசூடி	பாடல் 73 — நே: நேர்பட ஒழுகு
நைபவர் எனினும் நொய்ய உரையேல்.	கொன்றை வேந்தன்	பாடல் 56 — நை: துன்புறுத்துபவருக்கும் இழிவாக-பேசேல்
நைவினை நணுகேல்.	ஆத்திசூடி	பாடல் 74 — நை: நைவினை நணுகேல்
நொய்யவர் என்பவர் வெய்யவர் ஆவர்.	கொன்றை வேந்தன்	பாடல் 57 — நொ: அற்பர்-என்று-நினைப்பவர் சில-வேளை கடினமானவர் ஆவர்
நொய்ய உரையேல்.	ஆத்திசூடி	பாடல் 75 — நொ: நொய்ய உரையேல்
நோய்க்கு இடம் கொடேல்.	ஆத்திசூடி	பாடல் 76 — நோ: நோய்க்கு இடம் கொடேல்
நோன்பு என்பதுவே கொன்று தின்னாமை.	கொன்றை வேந்தன்	பாடல் 58 — நோ: உயிர்-கொல்லாமையே உண்மையான விரதம்
பண்டு முளைப்பது அரிசியே ஆனாலும்	மூதுரை	பாடல் 11 — ஆற்றலுக்கு ஓர் எல்லை
பண்ணிய பயிரில் புண்ணியம் தெரியும்.	கொன்றை வேந்தன்	பாடல் 59 — ப: உழைப்பின் பயிரில் புண்ணியம் தெரியும்
பருவத்தே பயிர் செய்.	ஆத்திசூடி	பாடல் 22 — ப: பருவத்தே பயிர் செய்
பழிப்பன பகரேல்.	ஆத்திசூடி	பாடல் 77 — ப: பழிப்பன பகரேல்

முதல் வரி	நூல்	பாடல்
பாடுபட்டுத் தேடிப் பணத்தைப் புதைத்துவைத்துக்	நல்வழி	பாடல் 22 — புதைத்த பணம் — உயிர் போனபின் யார் அனுபவிப்பர்?
பாம்பொடு பழகேல்.	ஆத்திசூடி	பாடல் 78 — பா: பாம்பொடு பழகேல்
பாலும் தெளிதேனும் பாகும் பருப்புமிவை	நல்வழி	காப்பு — விநாயகர் வாழ்த்து
பாலோடு ஆயினும் காலம் அறிந்து உண்.	கொன்றை வேந்தன்	பாடல் 60 — பா: பாலையும் காலம்-அறிந்து உண்
பிச்சைக்கு மூத்த குடிவாழ்க்கை பேசுங்கால்	நல்வழி	பாடல் 14 — மானத்தின் தலைமை
பிழைபடச் சொல்லேல்.	ஆத்திசூடி	பாடல் 79 — பி: பிழைபடச் சொல்லேல்
பிறன் மனை புகாமை அறம் எனத் தகும்.	கொன்றை வேந்தன்	பாடல் 61 — பி: பிறர்-இல்லத்தில் புகாமையே அறம்
பீடு பெற நில்.	ஆத்திசூடி	பாடல் 80 — பீ: பீடு பெற நில்
பீரம் பேணி பாரம் தாங்கும்.	கொன்றை வேந்தன்	பாடல் 62 — பீ: சிறிய-ஆதாரத்தை-காத்தால் பெரும்-பாரம்-தாங்கும்
புகழ்ந்தாரைப் போற்றி வாழ்.	ஆத்திசூடி	பாடல் 81 — பு: புகழ்ந்தாரைப் போற்றி வாழ்
புண்ணியம்ஆம் பாவம்போல் போனநாள் செய்தஅவை	நல்வழி	பாடல் 1 — நிலைத்த செல்வம்
புலையும் கொலையும் களவும் தவிர்.	கொன்றை வேந்தன்	பாடல் 63 — பு: அசுத்த-செயல், கொலை, களவு — மூன்றையும் தவிர்
பூமி திருத்தி உண்.	ஆத்திசூடி	பாடல் 82 — பூ: பூமி திருத்தி உண்
பூரியோர்க்கு இல்லை சீரிய ஒழுக்கம்.	கொன்றை வேந்தன்	பாடல் 64 — பூ: கீழ்-நெறி-உள்ளவர்க்கு உயர்-ஒழுக்கம் நிலைக்காது
பூவாதே காய்க்கும் மரமுள மக்களுளும்	நல்வழி	பாடல் 35 — உணர்வின் இரு-நிலை

முதல் வரி	நூல்	பாடல்
பெரியாரைத் துணைக் கொள்.	ஆத்திசூடி	பாடல் 83 — பெ: பெரியாரைத் துணைக் கொள்
பெற்றார் பிறந்தார் பெருநாட்டார் பேருலகில்	நல்வழி	பாடல் 18 — பெருநாட்டாரின் சேர்க்கையின் வேர்
பெற்றோர்க்கு இல்லை சுற்றமும் சினமும்.	கொன்றை வேந்தன்	பாடல் 65 — பெ: பெற்றோர்க்கு பிள்ளையோடு பிரிவும் சினமும் இல்லை
பேதைமை அகற்று.	ஆத்திசூடி	பாடல் 84 — பே: பேதைமை அகற்று
பேதைமை என்பது மாதர்க்கு அணிகலம்.	கொன்றை வேந்தன்	பாடல் 66 — பே: அறியாமை — பெண்களுக்கு அழகா? — மறு-பார்வை
பையச் சென்றால் வையம் தாங்கும்.	கொன்றை வேந்தன்	பாடல் 67 — பை: மெதுவாக-சென்றால் ஞாலம் தாங்கும்
பையலோடு இணங்கேல்.	ஆத்திசூடி	பாடல் 85 — பை: பையலோடு இணங்கேல்
பொருள்தனைப் போற்றி வாழ்.	ஆத்திசூடி	பாடல் 86 — பொ: பொருள்தனைப் போற்றி வாழ்
பொல்லாங்கு என்பவை எல்லாம் தவிர்.	கொன்றை வேந்தன்	பாடல் 68 — பொ: தீய-வழிகள்-அனைத்தையும் தவிர்
போர்த் தொழில் புரியேல்.	ஆத்திசூடி	பாடல் 87 — போ: போர்த் தொழில் புரியேல்
போனகம் என்பது தான் உழந்து உண்டல்.	கொன்றை வேந்தன்	பாடல் 69 — போ: உழைத்து-உண்ணுதலே உண்மையான உணவு
மடல் பெரிது தாழை மகிழ் இனிது கந்தம்	மூதுரை	பாடல் 12 — சிறியதிலும் பெரு-மதிப்பு
மண் பறித்து உண்ணேல்.	ஆத்திசூடி	பாடல் 23 — ம: மண் பறித்து உண்ணேல்
மரம்பழுத்தால் வௌவாலை வாவென்று கூவி	நல்வழி	பாடல் 29 — மரம் பழுத்தால் வௌவாலை அழைக்க வேண்டாம்

முதல் வரி	நூல்	பாடல்
மருந்தே ஆயினும் விருந்தோடு உண்.	கொன்றை வேந்தன்	பாடல் 70 — ம: மருந்தும்-கூட விருந்தோடு-உண்
மருவினிய சுற்றமும் வான்பொருளும் நல்ல	மூதுரை	பாடல் 29 — திருமகளும் அவளோடு வரும் வளங்களும்
மனம் தடுமாறேல்.	ஆத்திசூடி	பாடல் 88 — ம: மனம் தடுமாறேல்
மன்னனும் மாசறக் கற்றோனும் சீர்தூக்கின்	மூதுரை	பாடல் 26 — கற்றோனின் சிறப்பு
மாரி அல்லது காரியம் இல்லை.	கொன்றை வேந்தன்	பாடல் 71 — மா: மழை-இல்லாமல் எந்த-காரியமும் இல்லை
மாற்றானுக்கு இடம் கொடேல்.	ஆத்திசூடி	பாடல் 89 — மா: மாற்றானுக்கு இடம் கொடேல்
மானம் குலம் கல்வி வண்மை அறிவுடைமை	நல்வழி	பாடல் 26 — பசி வரின் பறந்து போகும் பத்து
மிகைபடச் சொல்லேல்.	ஆத்திசூடி	பாடல் 90 — மி: மிகைபடச் சொல்லேல்
மின்னுக்கு எல்லாம் பின்னுக்கு மழை.	கொன்றை வேந்தன்	பாடல் 72 — மி: மின்னலுக்கு-பின்னே மழை வரும்
மீகாமன் இல்லா மரக்கலம் ஓடாது.	கொன்றை வேந்தன்	பாடல் 73 — மீ: தலைமை-இல்லாமல் கப்பல் ஓடாது
மீதூண் விரும்பேல்.	ஆத்திசூடி	பாடல் 91 — மீ: மீதூண் விரும்பேல்
முப்பதாம் ஆண்டளவில் மூன்றற்று ஒருபொருளைத்	நல்வழி	பாடல் 39 — முப்பது வயதின் முதன்மை
முற்பகல் செய்யின் பிற்பகல் விளையும்.	கொன்றை வேந்தன்	பாடல் 74 — மு: முன்னேரத்தில்-செய்தால் பின்னேரத்தில் பயன்
முனைமுகத்து நில்லேல்.	ஆத்திசூடி	பாடல் 92 — மு: முனைமுகத்து நில்லேல்
மூத்தோர் சொல் வார்த்தை அமிர்தம்.	கொன்றை வேந்தன்	பாடல் 75 — மூ: மூத்தோர்-சொல், அமுதம்-போல்
மூர்க்கரோடு இணங்கேல்.	ஆத்திசூடி	பாடல் 93 — மூ: மூர்க்கரோடு இணங்கேல்

முதல் வரி	நூல்	பாடல்
மூலா-தாரத்தின் மூண்ட-எழுந்து	விநாயகர் அகவல்	பாடல் 5 — ஆறு-சக்ர-நெறி: உடலின் உள்-ஆற்றலின் ஆழ்ந்த-வழக்கம்
மூவராதியர் முதலோடு வேதம்	விநாயகர் அகவல்	பாடல் 7 — இறுதி-வாழ்த்து: விநாயகர்-அருளில் வாழும் வாழ்வு
மெத்தையில் படுத்தல் நித்திரைக்கு அழகு.	கொன்றை வேந்தன்	பாடல் 76 — மெ: சரியான-படுக்கையில் படுத்தலே நல்-உறக்கத்தின் சிறப்பு
மெல்லி நல்லாள் தோள்சேர்.	ஆத்திசூடி	பாடல் 94 — மெ: மெல்லி நல்லாள் தோள்சேர்
மேழிச் செல்வம் கோழை படாது.	கொன்றை வேந்தன்	பாடல் 77 — மே: உழவின் செல்வம் வீண்-படாது
மேன்மக்கள் சொல் கேள்.	ஆத்திசூடி	பாடல் 95 — மே: மேன்மக்கள் சொல் கேள்
மை விழியார் தம் மனையகன்று ஒழுகு.	கொன்றை வேந்தன்	பாடல் 78 — மை: விருப்பத்தின் கட்டுப்பாட்டிற்கு-வெளியே-வாழ்
மை விழியார் மனை அகல்.	ஆத்திசூடி	பாடல் 96 — மை: மை விழியார் மனை அகல்
மொழிவது அற மொழி.	ஆத்திசூடி	பாடல் 97 — மொ: மொழிவது அற மொழி
மொழிவது மறுக்கின் அழிவது கருமம்.	கொன்றை வேந்தன்	பாடல் 79 — மொ: சொல்ல-வேண்டியதை மறுத்தால் செயல் அழியும்
மோகத்தை முனி.	ஆத்திசூடி	பாடல் 98 — மோ: மோகத்தை முனி
மோனம் என்பது ஞான வரம்பு.	கொன்றை வேந்தன்	பாடல் 80 — மோ: மௌனமே மெய்யறிவின் எல்லை
வஞ்சகம் பேசேல்.	ஆத்திசூடி	பாடல் 27 — வ: வஞ்சகம் பேசேல்
வருந்தி அழைத்தாலும் வாராத வாரா	நல்வழி	பாடல் 5 — மக்களின் கவலை

முதல் வரி	நூல்	பாடல்
வல்லமை பேசேல்.	ஆத்திசூடி	பாடல் 99 — வ: வல்லமை பேசேல்
வளவன் ஆயினும் அளவறிந்து அழித்து உண்.	கொன்றை வேந்தன்	பாடல் 81 — வ: செல்வம்-இருந்தாலும் அளவு-அறிந்து செலவு-செய்
வாக்குண்டாம் நல்ல மனமுண்டாம் மாமலராள்	மூதுரை	காப்பு — கடவுள் வாழ்த்து
வாது முற்கூறேல்.	ஆத்திசூடி	பாடல் 100 — வா: வாது முற்கூறேல்
வானம் சுருங்கின் தானம் சுருங்கும்.	கொன்றை வேந்தன்	பாடல் 82 — வா: மழை-குறைந்தால் தானம் குறையும்
வித்தை விரும்பு.	ஆத்திசூடி	பாடல் 101 — வி: வித்தை விரும்பு
விருந்திலோர்க்கு இல்லை பொருந்திய ஒழுக்கம்.	கொன்றை வேந்தன்	பாடல் 83 — வி: விருந்தோம்பல்-இல்லாதவர்க்கு பொருந்திய ஒழுக்கம் இல்லை
வினைப்பயனை வெல்வதற்கு வேதம் முதலாம்	நல்வழி	பாடல் 37 — வினைப்பயனை வெல்லும் வழி இல்லை
வீடு பெற நில்.	ஆத்திசூடி	பாடல் 102 — வீ: வீடு பெற நில்
வீரன் கேண்மை கூரம்பு ஆகும்.	கொன்றை வேந்தன்	பாடல் 84 — வீ: வீரனின் நட்பு, கூர்-அம்பு-போல்
வெட்டெனப் பேசேல்.	ஆத்திசூடி	பாடல் 105 — வெ: வெட்டெனப் பேசேல்
வெட்டெனவை மெத்தனவை வெல்லாவாம்(;) வேழத்தில்	நல்வழி	பாடல் 33 — மென்மை, கடினத்தை வெல்லும்
வெள்ளைக்கு இல்லை கள்ளச் சிந்தை.	கொன்றை வேந்தன்	பாடல் 87 — வெ: தூய்மை-உள்ளத்தில் வஞ்சகம் இல்லை
வேங்கை வரிப்புலிநோய் தீர்த்த விடகாரி	மூதுரை	பாடல் 15 — அறியாமைக்குச் செய்த உதவி
வேண்டி வினை செயேல்.	ஆத்திசூடி	பாடல் 106 — வே: வேண்டி வினை செயேல்

முதல் வரி	நூல்	பாடல்
வேதாளம் சேருமே வெள்ளெருக்குப் பூக்குமே	நல்வழி	பாடல் 23 — தீய சொல்-நிறை வீடு
வேந்தன் சீறின் ஆம் துணை இல்லை.	கொன்றை வேந்தன்	பாடல் 88 — வே: அரசன் சீறினால் காப்பாற்றும் துணை இல்லை
வைகல் தோறும் தெய்வம் தொழு.	கொன்றை வேந்தன்	பாடல் 89 — வை: ஒவ்வொரு-நாளும் தெய்வத்தை வணங்கு
வைகறைத் துயில் எழு.	ஆத்திசூடி	பாடல் 107 — வை: வைகறைத் துயில் எழு

மொத்தம்: 281 பாடல்கள்.

சொற்களஞ்சியம்

ஐந்து-நூல்களில் இடம்பெறும் கடின-சொற்களும், அவற்றின்-பொருளும் — ஓர் அகர-வரிசை-அட்டவணை. ஒரே-சொல், வேறுபட்ட-பாடல்களில் வேறு-வடிவில் பயன்படுத்தப்-பட்டிருந்தால், எல்லா-வடிவங்களும் இங்கு-தரப்-படுகின்றன.

அ

சொல்	பொருள்
அகத்திருக்க	வீட்டின் உள் இருக்கும் போது
அகல்	விலகு
அகற்று	நீக்கு
அக்குளத்தில்	அந்தக் குளத்திலேயே
அங்	அங்கு
அங்குச பாசமும்	அங்குசமும்-பாசமும்
அஞ்சாப்	அஞ்சாது, தயங்காது
அஞ்சு கரமும்	ஐந்து-கைகளும்
அடக்கம்	தன்னடக்கம், அமைதிப்பண்பு
அடிமை	ஆழ்ந்த-சரண்-நிலை
அடியினை	திருவடியை
அடியை	திருவடியை
அடி-நிழல்	திருவடி-நிழல்
அடுத்து	தொடர்ந்து, விடாமல், ஒன்றுபின் ஒன்றாக
அட்டாலும்	காய்ச்சினாலும், சூடாக்கினாலும்
அணிகலம்	அழகு-கருவி
அண்டத்துக்கு அப்பால்	அண்டத்துக்கு-மீறிய
அதனருகே	அந்த கடலின் அருகே
அதிகம்	அதிக-அளவில்
அதுஒழிந்திட்	அது வராமல்-போய்
அதுவரினும்	நினைத்தது வந்தாலும்
அதுவழியே	அந்த இறப்பின் வழியே
அதுவன்றிச்	அதைத் தவிர
அதுவாகப்	அதே மயிலாகவே
அத்தம்	செல்வம்

சொல்	பொருள்
அநாகதத்தில்	நான்காம்-சக்கரத்தில்
அந்தப்	அந்த
அந்நன்றி	அந்த நன்றி, அந்த உதவியின் பலன்
அபாயம்	இடர்
அமர்ந்த	வீற்றிருந்த
அமிர்தம்	அமுது
அமுக்கி	கீழே அமுக்கி
அம்பு	அம்பு-போன்ற-ஆற்றல்
அம்மருந்து	அந்த மூலிகை-மருந்தை
அம்மி	கல்லினால் ஆன அம்மி-கல்
அரசறிய	அரசு (அதிகாரம்) அறிந்து போற்றும்படியாக
அரவம்	பாம்பு
அரனை	சிவ-பெருமானை
அரிசிக்கே	அரிசிக்காகவே
அரிசியே	அந்த அரிசியே
அலாதன	அல்லாதவை
அல்லது	இல்லாமல் (அறம்-இல்லாமல்) / இல்லாவிட்டால்
அல்லல்	துன்பம்
அல்லாத	(இதை) அல்லாத / அப்படியல்லாத, அதற்கு மாறான / அறம் இல்லாத, ஒழுக்கம் இல்லாத
அல்லாதார்	அல்லாதவர், சீர் இல்லாதவர்
அல்லால்	அல்லாமல், அதைத் தவிர
அவரோடு	அவர்களோடு
அவர்க்கு	அவருக்கு
அவர்பொருட்டு	அந்தச் சிறந்த ஒருவருக்காகவே
அவளோடும்	அவளோடு சேர்ந்தே
அவளோடு(ம்)	அவளோடு சேர்ந்தே
அவள்பிரிந்து	அவள் விட்டுப் பிரிந்து
அவன்வாயிற்	அவன்-வாயின்-இடை
அவைநடுவே	அவற்றுக்கு நடுவே, இவ்வுலகின் நடுவே
அவையல்ல	அவை அல்ல
அவ்வில்	அந்த வீடு
அவ்வை-கூறும்	ஔவையார்-கூறும்
அவ்-வொன்றே-நிலையை	அந்த-ஒன்றே-நிலையை
அழகு	சிறப்பு / நல்-நெறி / பெருமை / வடிவ அழகு
அழகுபாழ்	அழகு வீண்
அழகுற	அழகாக
அழிக்கின்	செலவு-செய்தால்

சொல்	பொருள்
அழித்து	செலவு-செய்து
அழிந்து	கெட்டு
அழிப்பர்	அழிக்க முடியும்? (கேள்வி-வடிவம் — அழிக்க முடியாது)
அழியாது	அழியாதவாறு (அதைக் காத்து)
அழிவது	அழியும்
அழிவு	கேடு
அழுது	கதறி அழுது
அழைத்தாலும்	வரவழைத்தாலும்
அளவளவாய்	அளவான முறையில், மிதமாக
அளவறிந்து	அளவை-அறிந்து
அளவில்	அளவில், அளவில்லாமல்
அளவில் இருந்த	அளவில்-நிற்கின்ற
அளவில் நின்றோனை	அளவில்-நிற்கின்றவனை
அளவு	மிதம், எல்லை
அளவும்	அந்த கால-வரம்பு வரை
அளவே	அதன் அளவுக்கு ஏற்பவே / அளவுக்கு ஏற்பவே
அளித்து	வழங்கி
அளிப்பரேல்	மக்களுக்கு வழங்குபவர் என்றால்
அற	அறம்-வழியில்
அறம்	நல்-நெறி
அறம்கூற்றம்	அறமே மரண-தூதாகும்
அறம்-மொழி-வாழ்க	அற-மொழி-வாழ்க
அறி	அறிந்துகொள்
அறிதல்	அறிய-வேண்டிய-நெறி
அறிது	கடினம், அரிதான ஓர் சவால்
அறிந்திருப்பார்	இதை அறிந்து, பற்றின்றி இருப்பர்
அறிந்து	அறிந்திருந்தும் / அறிந்து-கொண்டு / அறிந்துகொண்டு
அறியாய்	அறிய-மாட்டாய்
அறியா-தேவனை	அறிய-முடியாத-தெய்வத்தை
அறிவிலர்	அறிவு இல்லாதவர்கள்
அறிவின் வெளிப்பாடு ஆகியோன்	அறிவின்-வெளிப்பாடாக-நிற்போன்
அறிவு	புத்தி, அறிவாற்றல்
அறிவுடைமை	அறிவின் முதிர்ச்சி
அறிவுடையோர்	அறிவு உள்ளவர்கள், பெருஞான-உள்ளம் கொண்டோர்

சொல்	பொருள்
அறிவு-வெளி-தூண்டி	அறிவின்-வெளி-நிலையை-தூண்டி
அறுத்தளித்து	அறுத்து-நீக்கி
அறுநீர்ப்	நீர் அறுந்த நிலையில் உள்ள
அற்புதமாம்	அரியதாகவே-உள்ள வியப்புக்குரிய கூறுகள்
அற்ற	வற்றிப் போன, நீர் தீர்ந்த
அனந்தல்	அளவு-மீறிய-உறக்கம்

| அனுபவிப்பார் | அதை அனுபவிப்பார்?
பாவிகாள் = கணக்கின்றி-சேமிக்கின்ற பாவ-உள்ளம்-கொண்டோரே / அ...
|

அனைத்தாய	அனைத்தும்-ஆய
அன்பு-தான் கொண்டு	அன்பின்-வழியில்-கொண்டு
அன்றி	அல்லது, மேலும் / அல்லாமல், தவிர்த்து
அன்றிடார்க்கு	அப்போதே — தேவைப்பட்டவர்க்கு உதவி கொடாதவர்க்கு
அன்று	அல்ல
அன்றென்றும்	அன்று என்றும்
அன்றே	அந்த-கணமே
அன்னம்	அன்னப்-பறவை
அன்னையும்	தாயும்
அஃகமும்	தானியமும்
அஃகம்	தானியம்

ஆ

சொல்	பொருள்
ஆகா	நிறைவேறாது, ஆகாது
ஆகாது	பொருந்தாது
ஆகாதே	ஆகாமல் இரு
ஆகாரம்	உணவு
ஆகா(து)	ஆகாது, பயன்படாது

சொல்	பொருள்
ஆகி	ஆகி
ஆகியோன்	ஆகிய-தெய்வத்தின்
ஆகுமாம்	ஆகும்-என்று / கிடைக்கும் என்று கூறுவர் / வளரும் என்று கூறுவர் / வளர்ந்து உயரு...
ஆகும்	ஆகும் / வந்து அமையும் / வருகின்றது
ஆகும்போ(து)	(யாருக்கேனும்) வந்து சேரும்போது
ஆகும் நாள்	நிறைவேற வேண்டிய நாள், காலம் கூடி வரும் நாள்
ஆக்கத்திற்கு	வளர்ச்சிக்கு
ஆங்கதனுக்கு	அந்தப் புலிக்கே
ஆங்காலம்	அந்தக்-காலம், உரிய நேரம்
ஆங்கே	அந்தச் சூழ்நிலையிலேயே
ஆஞ்ஞையில்	ஆறாம்-சக்கரத்தில்
ஆடினால்	நடனம் ஆடினால்
ஆடேல்	செய்யாதே
ஆடையும்	ஆடையும்
ஆட்டேல்	விளையாடாதே
ஆண்டளவில்	வயது-அளவில்
ஆண்டாண்டு	ஆண்டுக்கு-ஆண்டு, பல வருடங்கள் தொடர்ந்து
ஆதலால்	அதனால், அதன் காரணமாக
ஆதலினால்	அதனால், அக்காரணத்தால்
ஆதார மூலத்து	ஆதார-மூல-சக்கரத்தில்
ஆதியில் இருந்த	தொடக்கத்தில் இருந்த
ஆதி-நடுவிறுதி	தொடக்கம்-நடு-முடிவு
ஆத்தி	ஆத்தி-மலரை
ஆந்தனையும்	முடிந்த-வரை, இயன்ற-அளவு
ஆமாயின்	ஆக இருந்தால்
ஆமென்றும்	ஆகும் என்றும்
ஆம்	ஆகும் / ஆகும், அமையும்
ஆம்கமல	அதுபோல, தாமரை மலரின்
ஆம்பலும்	நீரில் வளரும் ஆம்பல்-பூவும்
ஆம்பல்	நீர்க் குளத்தில் வளரும் நீர்ப்-பூ கொடி
ஆயினும்	இருந்தாலும்
ஆலயம்	கோயில்
ஆவரோ	ஆவார்களா? (இல்லை என்னும் கேள்வி-வடிவம்)
ஆவர்	ஆகலாம்

சொல்	பொருள்
ஆவன அனைத்தும்	ஆகின்ற-அனைத்தும்
ஆவாரை	(வாழக் கூடிய நிலையில்) ஆகுபவரை
ஆவிதான்	உனது உயிர்-ஆவியே
ஆழ	ஆழமாக
ஆழ்கடல்நீர்	ஆழ்ந்த கடலின் நீர்
ஆழ்ந்து வெளிப்பட்டு	ஆழ்ந்து-வெளிப்பட்டு
ஆளும்	ஆட்சி-செய்யும்
ஆள் இல்லா	கணவன் இல்லாத, துணை இல்லாத
ஆறிடும்	ஆற்றில் உள்ள
ஆறிரண்டு கண்ணும்	பன்னிரண்டு-கண்களும்
ஆறில்லா	ஆறு இல்லாத
ஆறிழிந்த	ஆற்றில் இறங்கிய
ஆறுவது	தணியக்-கூடியது
ஆற்றங்	ஆற்றின்
ஆற்றல்	வலிமை, செயல்-திறன் / வலிமை, திறன்
ஆற்றுப்	ஆற்றின்
ஆன	வந்த, கிடைத்த
ஆனாலும்	ஆகி இருந்தாலும் / ஆனாலும் / என்றாலும்
ஆனால்போல்	ஆனது போல
ஆனை-முகமும்	யானை-முகமும்

இ

சொல்	பொருள்
இகழேல்	அவமதிக்காதே
இகழ்ச்சி	இழிவு
இசைநன்று	இசை சிறந்தது
இசைந்து	ஒத்து, பொருந்தி / ஒத்துக்-கொண்டு, ஏற்றுக் கொண்டு
இச்சைபல	பல-விருப்பங்களை, பல-கூற்றுகளை
இடத்தில்	சூழ்நிலையில், தேவைப்படும் இடத்தில்
இடத்து	இடத்தில் / கட்டத்தில்
இடம்	வாய்ப்பு
இடம்பட	அளவுக்கு-மீறிய பெரிய-இடத்தில்
இடர்-இல்லேன் ஆனேன்	இடரில்லாதவனாக-ஆனேன்

சொல்	பொருள்
இடர்-நீங்கி-வாழ்க	இடர்-இல்லாமல்-வாழ்க
இடாதார்	கொடுக்காதவர்
இடாரே	(நீ) கொடாதோர்க்கு (யாரும் கொடுக்கவே)
இடித்துண்கை	வேண்டித்-தம்மை-தாழ்த்தி-உண்ணுதல்
இடுங்கடுக	(உடலின் பற்றை) விரைவாக விட்டுவிடு
இடும்பை	துன்பமே ஆகிய
இடும்பைகூர்	துன்பத்தை-கூராக்கும்
இடும்பைக்கு	துன்பத்திற்கு (வசிக்கும் இடம்)
இடும்பொய்யை	துன்பமயமான பொய்-வடிவத்தை (உடலை)
இடுவர்	(உனக்கு அதே-வழியில்) கொடுப்பர்
இட்ட	வைத்த
இட்டார்	(பிறருக்கு) கொடுத்தவர்
இட்டு	(மற்றவருக்கு) கொடுத்து / கொடுத்து
இணக்கம்	ஒத்த-தன்மை
இணங்கி	ஒத்துப் பொருந்தி
இணங்கு	சேர்ந்து-கொள்
இணங்கேல்	இணங்காதே
இதன்றே	இதுவே என்று அறி
இதுவே	இது தான், இந்த சிந்தனையே
இம்மை	இவ்-வாழ்க்கை-காலத்திற்கும்
இயலுடம்பு	இயற்கையாக-நிலையற்ற இந்த உடல்
இயல்பு	இயற்கையான-நெறி
இயல்வது	செய்ய-முடிவது
இரங்கு	வருத்தம் கொள்
இரணம்	கடன், பொருள்-உதவி
இரண்டொழிய	இரண்டைத் தவிர
இரந்தழைப்பார்	வேண்டி-அழைப்பவர்
இரவாது	யாசிக்காமல்
இராதே	கருதாதே
இரு	வாழ்
இருக்க	நினைத்திருக்க, மதிப்பிட்டிருக்க
இருக்குமாம்	அசையாமல் இருக்குமாம்
இருத்தல்	இருப்பது / வாழ்வது
இருநாளுக்கு	இரண்டு-நாளுக்கான உணவை (ஒன்றாக)
இருநிதியம்	(சேம்) இரு-வகை செல்வம்
இருந்தால்	வசதி-இருந்தால்
இருந்தேங்கி	அப்படியே இருந்து ஏங்கி
இருப்பதுவும்	இருப்பதுவும்

சொல்	பொருள்
இரும்	வாழ்க, இருக்க பழகு
இரு பெண்டிரும்	இருவர்-துணைவியர்
இலவம்	இலவ-மரம்
இலா	இல்லாத
இல்லறம்	குடும்ப-வாழ்க்கை
இல்லா	இல்லாத
இல்லாதது	இல்லாதது, குறை
இல்லாளும்	அந்த மனைவியும் / இல்லத்-துணைவியும்
இல்லாளே	உண்மையான இல்லாளாகவே
இல்லாள்	ஓர் வீட்டின் மனைவி, இல்லத் தலைவி / மனைவி
இல்லானை	செல்வம்-இல்லாதவனை
இல்லிற்	வீட்டுக்கு, இல்லத்துக்கு
இல்லை	(வராமலே) இல்லாமல் இருக்கும் / இல்லை / நிகழாது / நிற்காது / நிலைக்காது / வராது...
இல்லை என	“இல்லை, என்னிடம் ஒன்றும் இல்லை” என்று
இவ்வுடம்பு	இந்த உடல்
இழிகுலத்தார்	இழிந்த மரபினர், தாழ்வான-வகுப்பினர்
இழுக்குடைய	குற்றம்-உடைய
இளமை	யௌவனம், இளம் பருவம்
இளமையில்	இளம்-வயதில்
இனத்து	கூட்டத்தில்
இனிது	இனிமை வாய்ந்த / இனிமையானது
இனியவும்	இனிமை தருபவைகூட
இன்றி	இல்லாமல், கடந்து
இன்று	இக்-காலத்தில்
இன்னா	துன்பமானது / துன்பம் தருவது, துயரமானது
இன்னாத	துன்பத்திற்குப் பின் தோன்றும் இனிமையான

ஈ

சொல்	பொருள்
ஈசன்	இறை-தலைவன்
ஈட்டும்	சம்பாதிக்கும், சேர்க்கும்
ஈதொழிய	(நற்-செயலை) கொடுப்பதைத் தவிர

சொல்	பொருள்
ஈந்த	கொடுத்த, அளித்த
ஈந்ததேல்	கொடுத்ததாக நிகழ்ந்தால்
ஈயார்	கொடுக்காதவர்கள்
ஈரம்	ஈரப்பதம், மிருதுவான தன்மை, கருணை
ஈவது	கொடுப்பது
ஈன்றோர்க்கு	பெற்றோர்க்கு

<u>உ</u>

சொல்	பொருள்
உகக்கும்	விரும்பி உண்ணும்
உகந்தார்	நம்மீது விருப்பம்-கொண்டோர்
உடம்புபாழ்	உடல் வீண்
உடம்பை	இவ்-உடலை
உடலோடு	இந்த உடலோடு கூடி
உடல்சிறியர்	உடல் சிறியவர், சிறு உருவம் கொண்டோர்
உடன்பிறந்தார்	ஒரே தாய்-தந்தைக்குப் பிறந்த உடன்-பிறப்பினர்
உடன்பிறந்தே	உடல்-இடத்தில் உடன் பிறந்த
உடன்பிறப்	உடன்-பிறப்பாகச் சகோதரர்கள்
உடன் பிறவா	உடன் பிறக்காத, தூர-இடத்திலிருந்து வந்த
உடுப்பது	அணியும் துணி
உடைந்தக்	உடைந்த
உடைந்தால்	உடைந்து விட்டாலும்
உடைமை	உண்மை-உடைமை / கொண்டிருத்தல்
உடையது	உனக்கு-உள்ளது
உடையார்	உடையவர்கள்
உடையார்க்கு	உடையவர்களுக்கு
உணர்வு	உள்-புரிதல்
உணர்வொடும்	உள்-உணர்வுடனும்
உணவை	உணவு-உண்ணுதலை
உண்	உண்
உண்டல்	உண்ணுதல்
உண்டாகும்	(அவ்வாறு) வந்து-சேரும்
உண்டாயின்	(உடலின் பற்று) இருக்குமானால்

சொல்	பொருள்
உண்டி	உணவு
உண்டிபாழ்	உணவு வீண்
உண்டு	(மற்றவருடன் சேர்ந்து) உண்டு / ஞாலத்தில் உளர்
உண்ணீரும்	அருந்தும் தண்ணீராகவும்
உண்ணீர்மை	உள்-நெறி
உண்ணேல்	வாழாதே
உண்பது	நாள்தோறும் உண்ணுவது
உதவி	உதவி-புரிதல்
உத்தமனாய்	உயர்-நெறி-உடையவனாக
உபகாரம்	உதவி / உதவி, நல்ல காரியம், நற்செயல்
உபாயம்	(வாழ்வின் இடரை வெல்லும்) சிறந்த-வழி
உமிபோனால்	மேற்தோல் நீங்கினால்
உயர்குலத்தின்	உயர்-மரபை-விட
உயர்குலமும்	உயர்ந்த குலப்பிறப்பும்
உயர்ந்து	உயர்ந்த-நிலையில்
உயர் மரங்கள்	உயரமான மரங்கள்
உயிர்க்கு	உயிருக்கு (வரம்புகள் உண்டு)
உயிர்வழங்கும்	தம் உயிரையே தர முன்வரும்
உயிர்விடுகை	(மானத்தைக் காத்து) உயிரை விடுவது
உரவோர்	மதிப்புடையோர்
உருவத்தால்	வடிவத்தால், அளவால்
உருவும்	உடல்-வடிவமும், அழகும்
உரை	சொல் / பேசு
உரைக்குமேல்	சொன்னால்
உரைத்தாலும்	சொன்னாலும்
உரைத்திட்டு	கற்பித்து
உரைப்பதுவும்	சொல்லிப் பேசுவதுவும்
உரையேல்	சொல்லாதே / பேசாதே
உலகத்	ஞாலத்தில்
உலகில்	ஞாலத்தில், பூமியில்
உலகூட்டும்	உலகத்தை ஊட்டும் (உயிர்-தாங்கும்)
உழந்து	உழைத்து
உழுதுண்டு	உழைத்து-உண்டு (சொந்த உழைப்பால் உணவு பெற்று)
உழுதூண்	உழைத்து-பெற்ற-உணவு
உளரேல்	இருந்தால்
உள்ள	கூறப்பட்டுள்ள / வளரும், கிடைக்கும்

சொல்	பொருள்
உள்ளது	இருக்கும் அளவை, ஒருவரிடம் சேமிக்கப்பட்டுள்ள வரம்பை
உறங்கு	உறக்கம்-கொள் / ஓய்வு-கொண்டு உறங்கு
உறவல்லர்	உண்மையான உறவினர் அல்ல
உறவு	உண்மையான உறவு
உறுதி	உறுதி-கொள்ளுதல்
உறுமீன்	தனக்குப் பொருந்தும் பெரிய மீன்
உறும்	(அதுவே) பொருந்தும், சிறந்தது
உறுவார்	தொடர்ந்து நிற்பவர்
உற்ற	அடைந்த / வந்தடைந்த, ஏற்ற
உற்றார்	உறவினராக-சேருவர் / நெருங்கிய உறவினர்
உற்றுழித்	துன்பம் வந்த இடத்தில்
உன்னோடு	உன்னோடு (சேர்ந்து)

ஊ

சொல்	பொருள்
ஊக்கமது	முயற்சி-உள்-உறுதி
ஊக்கம்	முயற்சி
ஊரகத்து	ஊரின்-நடுவில்
ஊருக்	ஊருக்கு
ஊருடன்	ஊராருடன் / ஊர்-மக்களுடன்
ஊரும்	வாழும்-ஊர் சார்ந்த சூழலும்
ஊரெல்லாம்	ஊர்-மக்கள் அனைவரும்
ஊழில்	ஊழ்-விதியின் காரணமாக
ஊழ்	ஊழ்-விதி
ஊற்றுப்	நில-ஊற்றின்

எ

சொல்	பொருள்
எச்சமயத்தோர்	எந்த சமயத்தைச் சார்ந்தோரும்

சொல்	பொருள்
எடுத்த	தொடங்கிய, மேற்கொண்ட
எடேல்	கட்டாதே
எண்	கணித-அறிவு
எண்ணி	ஆழ்ந்து சிந்தித்து
எண்ணித்	சிந்தித்து
எண்ணிறந்த	எண்ணிக்கைக்கு அப்பாற்பட்ட, மிக-அதிக
எண்ணினால்	ஆழ்ந்து சிந்தித்தால்
எண்ணுங்கால்	ஆழ்ந்து சிந்தித்தால்
எண்ணும்	கணிதமும்
எண்ணுவன	எண்ணுகின்றனர்
எண்திசை-வாழ்க	எட்டு-திசை-வாழ்க
எண்பது	அதற்கு-மேல், எண்பது
எமக்கென்?	"நமக்கு என்ன?" என்னும் சுய-நலத்தை விட்டு
எய்த	அடைய, கிட்ட / எய்து விட்ட
எய்தினேன்	அடைந்தேன்
எல்லாப்படியாலும்	எல்லா வகையிலும்
எல்லாம்	அனைத்துக்கும் / அனைத்தும் / யாவும், அனைத்தும் / வேறு-எல்லா-வழிகளும்
எல்லாரும்	எல்லாம்-மக்களும்
எல்லார்க்கும்	அனைவருக்கும் / ஞாலத்து அனைவருக்கும்
எவ்வருக்கும்	எவருக்கும்
எவ்வுயிர்க்கும்	எல்லா-உயிர்களுக்கும்
எழு	எழுந்திரு
எழுதியவாறே	(ஊழ்-விதியால்) எழுதியவாறே
எழுத்து	கல்வி
எழுத்துக்கு	எழுதப்பட்ட எழுத்திற்கு
எழுத்துப் போல்	செதுக்கப்பட்ட எழுத்துப் போல
எழுத்தும்	கல்வியும்
எனக்கு	என்னுடைய பொருட்டு
எனத்	என்று
எனவேண்டார்	என்றே கருதாதே
என வேண்டா	என்று கவலைப்பட வேண்டாம்
எனினும்	இருந்தாலும்
எனும்	என்னும்
எனை	என்னை
எனையாளும்	என்னை-ஆளும்
என்	என்ன பயன்

சொல்	பொருள்
என்கை	என்று சொல்லப்-படுதல் / என்று-சொல்லப்-படுதல்
என்செயலாம்	மீட்டு-காப்பது எவ்வாறு முடியும்?
என்நோ(வு)	என் வேதனையை, என் சோர்வை
என்பது	என்று-சொல்லப்-படுவது
என்பதுவே	என்று-சொல்லப்-படுவது
என்பவர்	என்று சொல்லப்-படுவோர் / என்று-சொல்லப்-படுவோர்
என்பவை	என்று-சொல்லப்-படுபவை
என்வயிறே	என்-வயிற்றே
என்றால்	என்று கூறினாலும்
என்றிருக்க	என்று எண்ணிக் கொள்ள
என்று	என / என்று / என்று கருதி
என்றும்	எப்போதும்
என்றும் சாகாது இருக்க	இறப்பு-இல்லாமல்-நிற்க
என்று தருங்கொல்	எப்போது திருப்பித் தரப்படும்
என்றெண்ணிக்	என்று நினைத்து
என்றே	என்று
என்ன	என்று
என்னாகும்	என்னாகும்
என்னுள்	என்-உள்ளே
என்னைக்-கைதூக்கி	என்னை-தூக்கி-உயர்த்தி
என்னை-மீட்கும்	என்னை-காப்பாற்றும்
என்-அறிவின் உள்-இருந்து	என்-அறிவின்-உள்-நின்று

ஏ

சொல்	பொருள்
ஏதம்-இலாது	குற்றம்-இல்லாமல்
ஏத்தி	புகழ்ந்து
ஏத்தித்	புகழ்ந்து / புகழ்ந்து-வாழ்த்தி
ஏரைத்	உழவை
ஏலாய்	ஏற்க மாட்டாய்
ஏலென்றால்	ஏற்றுக் கொள் என்றால்
ஏவா	ஏவாமல்

சொல்	பொருள்
ஏவாதே	ஏவல்-இல்லாமலே
ஏழைமை	வறுமையை
ஏழ்பிறப்பும்	ஏழு-பிறவிகளிலும்
ஏறிடும்	ஏறும்
ஏற்பது	யாசித்து-பெறுதல்
ஏற்ற	தம்மிடம் சேர்த்துக் கொண்ட
ஏற்றம்	உயர்வு, பெருமை
ஏற்றவர்க்கு	தகுதியானவருக்கு

ஐ

சொல்	பொருள்
ஐம்-புல உணர்வை	ஐந்து-புலன்-உணர்வை
ஐயம்	இடர் / கைக்-கொடை / பிச்சை / பிச்சை, தர்ம-உதவி

ஒ

சொல்	பொருள்
ஒக்குமே	ஒத்திருக்குமே, அதைப் போலாகும்
ஒட்டி	இணைந்து / குளத்தோடு ஒட்டி, பற்றி
ஒண்ணாது	முடியாது, இயலாது
ஒண்தொடீ	ஒளி-வளையல்-அணிந்தவளே
ஒத்த	பொருத்தமான
ஒத்து	இணங்கி
ஒப்பர்	ஒப்பாகி நிற்பர்
ஒப்பன	ஒத்தவை
ஒப்பாரும்	ஒப்பிடத்தக்கவரும்
ஒப்பில்லை	ஒப்பான வேறு வழி இல்லை
ஒப்புரவு	பிறருக்கு-உதவும்-நெறி
ஒரகத்து	ஓர் இடத்தில்
ஒரு	ஒற்றை

சொல்	பொருள்
ஒருகருமம்	ஓர் காரியத்தை
ஒருநாளும்	ஒரே-நாளும் கூட / ஒரே-நாள் கூட
ஒருநாள்	ஒரே-நாள்
ஒருபொருளைத்	ஓர்-பொருளை
ஒருவர்	ஒரே ஒருவராவது
ஒருவர்க்கு	ஒரு பிறருக்கு / ஒருவருக்கு
ஒருவர்சுகம்	மற்றொருவர் வழங்கும் சுகம்
ஒருவனைப்	ஓர்-ஆணை
ஒருவா	ஓர்
ஒழி	விடுவது / விட்டுவிடு
ஒழிய	தவிர, அதைக் கடந்து
ஒழியாய்	ஒழிய மாட்டாய், நிறுத்த-இயலாமல் இருப்பாய்
ஒழியென்றால்	(இக்கணம்) நிறுத்து என்றால்
ஒழியேல்	நிறுத்தாதே
ஒழுகாப்	நடத்தை நடவாத
ஒழுகு	நடந்து-கொள் / நடந்துகொள் / வாழ்
ஒழுக்கம்	நல்-நடத்தை
ஒளித்து	மறைத்து
ஒளி வீச	ஒளி-வீச
ஒறுத்தாரை	உனது அரசு தண்டித்தவரை
ஒன்றா	ஒற்றுமையாக சேர்ந்து
ஒன்றில்லை	ஒன்றும் இல்லை
ஒன்றை	ஒரு-கூற்றை
ஒன்னாரைத்	பகைவரை

ஓ

சொல்	பொருள்
ஓட	ஓட
ஓடாது	செல்லாது
ஓடியும்	கடந்து-சென்றும்
ஓடுமீன்	ஓடிச் செல்லும் சிறு மீன்
ஓதலின்	ஓதுவதை-விட
ஓதாதார்க்கு	கற்காதவர்க்கு
ஓதுவது	கற்றுக்-கொள்ளுதல்

சொல்	பொருள்
ஓம் என எழுத்தை	ஓம் என்னும் ஐம்-எழுத்தை
ஓரம்	ஒருபக்கம்-சார்ந்து
ஓர்-ஆற்றலின்-உள்	ஓர் ஆற்றலின்-உள்-நிலையில்
ஓவாமல்	(வாய்ப்பு வரும் போது) தயங்காமல், விடாமல்

ஔ

சொல்	பொருள்
ஔவியம்	பொறாமை

க

சொல்	பொருள்
கசிவந்த	கசிந்து-பெருகும்
கடக்கக்	கடந்து செல்ல, தாண்டிச் செல்ல
கடலோடி	கடலின் முடிவு வரை சென்று
கடல்கடந்தும்	கடலை-கடந்து வெளி-நாட்டுக்கு சென்றும்
கடல்சூழ்ந்த	கடலால் சூழப்பட்ட
கடல்பெரிது	கடல் மிகப் பெரிது
கடிவது	கடினமாக-சினந்து-சொல்வது
கடுஞ்சினத்துப்	கடினமான கோபத்தில்
கடைப்பிடி	உறுதியாக-பிடித்து-நட
கணவனும்	கணவரும்
கண்	கண்
கண்டால்	எதிர்ப்பட்டால்
கண்டிருந்த	பார்த்துக்கொண்டிருந்த
கண்டீர்	(இதை) அறிந்துகொள்ளுங்கள் / (இதைக்) கண்டு கொள்ளுங்கள்
கண்டொன்று	கண்-பார்த்த-ஒன்றை
கண்ணில்லான்	கண் இல்லாதவன், குருடன்
கண்ணீர்மை	கண்-ஈரம், இரக்கம்-நிலை
கண்ணுறுவ	கண்-முன் வருவது

சொல்	பொருள்
கண்புதைந்த	கண்-மூடிய அறியாமை-நிறை
கந்தம்	மணம்
கயத்தில்	குளத்தில், ஏரியில்
கயவர்	தீய மக்கள், கூடா-நெறி கொண்டோர்
கரந்துறையும்	மறைந்து வாழும், பதுங்கி இருக்கும்
கரப்பர்	மறைப்பர்
கரவாது	மறைக்காமல்
கரவார்	மறைக்க மாட்டார்
கரவிலா	கபடம் இல்லாத, மறைப்பு இல்லாத
கரவுடையார்	கபடு, மறைப்பு உடையோர்
கரவேல்	மறைக்காதே
கரிமுகத்து	யானை-முகம் கொண்ட
கருணையால்	கருணை-நிலையால்
கருதவும்	எண்ணவும்
கருதிப்போய்க்	கருதி-நினைத்து சென்று
கருதியவா	நாம் நினைத்தவாறே
கருமங்கள்	செயல்கள், காரியங்கள்
கருமமும்	செயலும்
கருமம்	செயல் / செயல், செயலின் பலன் / செயல், பணி
கருவளிக்கும்	கருவையே-கெடுக்கும்
கரையின்	கரையில் (வளரும்)
கரையேறினால்	கரைக்கு திரும்பினால் கூட
கலந்துனக்கு	கலந்து உனக்கு
கலம்	(மட்) பானை, பாத்திரம்
கலம்போலச்	பயனற்ற-உடைய-கூடிய பானையைப் போல
கலையளவே	கல்வி-அளவில்-மட்டுமே
கல்	கற்றுக்-கொள்
கல்மேல்	கல்லின் மேல்
கல்லாத	கல்வி கற்காத
கல்லாதான்	கல்வி கற்காதவன்
கல்லானே	கல்-அறிவு-இல்லாதவன்-ஆகவே
கல்லின்மேல்	கல்-பாறையின் மேல்
கல்வி	கற்ற-அறிவு / கல்வி-அறிவு
கவலைப்	கவலையை
கவி	கவிதை, பாடல்
கவையாகிக்	கிளை-கிளையாகிக்
களபச்	சந்தனம் பூசிய
களவும்	திருடுதலும்

சொல்	பொருள்
கள்ளச்	வஞ்சக-வடிவத்தில்-உள்ள
கள்ளனாய்	பணம்-கேட்டு திரிபவன், திருடன்-போன்றவனாய்
கற்பகத்தைச்	கற்பக மரத்தை (வேண்டியதை அளிக்கும் தெய்வீக மரம்)
கற்பழியா	கற்பு (ஒழுங்கின் உறுதி) அழியாத
கற்பிலா	கல்வி இல்லாத
கற்பிளவோடு	கல்-பிளவோடு, கல்லில் ஏற்படும் வெடிப்போடு
கற்பெனப்படுவது	கற்பு என்று சொல்லப்-படுவது
கற்ற	(அரைகுறையாகக்) கற்ற
கற்றல்	கற்றுக்-கொள்ளுதல்
கற்றா	கன்று-பெற்ற பசு
கற்றாரைக்	கற்றறிந்தோரை
கற்றாரே	கற்றறிந்தோர்களே
கற்றுணர்ந்தார்	கற்று உணர்ந்தவர்கள்
கற்றூண்	கல்லினால் ஆன தூண்
கற்றோற்குச்	கற்றோனுக்கு
கற்றோனும்	கற்றறிந்தவனும்
கற்றோன்	கற்றறிந்தவன்
காக்கை	காக்கைப் பறவை
காசும்	பணமும்
காஞ்சிரங்காய்	கசப்பு-நிறை காஞ்சிரம் காய்
காட்டகத்தே	காட்டின் உள்ளே
காண	நிகழும் என்று அறிய
காணுமே	என்றென்றும் காணப்படும், நிலைத்து நிற்கும்
காணும்	(இதைக்) கண்டறிக / (என்று) அறிக
காண்பதுவும்	பார்ப்பதுவும்
காப்பது	ஒழுக்கத்தை-காப்பாற்றுதல்
காப்பர்	காப்பாற்றுவார்கள்
காமுறுதல்	விருப்பம்-கொள்ளுதல்
காமுறுவர்	விரும்பி-சேர்வர்
காய்கூற்றம்	காய் (கனி) மரண-தூதாக ஆகும்
காய்க்கும்	காய்க்கின்ற
காரிகையார்	துணைவியர்
காரியம்	செயல்
காலத்தில்	கால-கட்டத்தில்
காலத்தும்	காலத்திலும்
காலமயல்	கால-மயக்கத்தில்

சொல்	பொருள்
காலம்	சரியான-நேரம்
கால்	காலம், சமயம்
காவல்தானே	தம்மை-தாமே-காத்துக்-கொள்ளுதலே
காற்றுடன்	காற்றுடன்-சேர்ந்த
கான	காட்டின் உள்
கிடையா	கிடைக்காது, இயலாது
கிட்டாதாயின்	கிடைக்காவிட்டால்
கில்லை	இல்லை
கிழமைப்பட	உறவினர்க்கும் சமூகத்திற்கும் ஏற்ற-வடிவில்
கிறைத்தநீர்	ஊற்றி இறைத்த தண்ணீர்
கீழோர்	கீழ்-நிலை-மக்கள்
கீழ்மை	தாழ்-குணம்
கு	(உருபு வடிவம்) / சொல்-நிறைவு
குடம்	குடம்-பானை / மண்-பானை
குடிபிறந்தார்	குடியில் பிறந்தவர், நற்-குடி-மரபினர்
குடிபுகுமே	அந்த-வீட்டில் குடியேறும்
குடிவாழ்க்கை	குடும்ப-வாழ்க்கை / குடும்ப-வாழ்க்கை, இல்லற-வாழ்வு
குணங்கள்	பண்புகள், சீலங்கள்
குணமது	நற்-குணத்தை
குணம்	பண்பு, சீலம்
குணம்கொடையால்	குணம், கொடை-மனம் ஆகியவற்றால்
குலத்து	குலத்தின், வீட்டின் வளர்ப்பின்
குலம்	குடி-மரபு
குவலயத்தில்	இந்த ஞாலத்தில், இவ்வுலகில்
குளத்தில்	குளக்-கரையில்
குளிர்நிழலைத்	குளிர்ந்த நிழலை
குறளும்	திருக்குறளும்
குறளை	கோள்-சொல்பவன்
குறிப்பறிய	ஓர் சைகை-குறிப்பை அறிய
குறைக்கும் தனையும்	(மரத்தை) வெட்டி-குறைக்கும்போதும்
குறைபடா(து)	குறைய மாட்டாது
குற்றம்	குறை-கூறுகள்
குன்றாது	குறையாது, இழக்காது
கூடாவாம்	சேராது, வரம்பு மீறி வருவதில்லை
கூடி	சேர்ந்து
கூடிப்	சேர்ந்த-பின்
கூடுவிட்டுங்	உடல்-என்னும் கூட்டை விட்டு

சொல்	பொருள்
கூட்டும்	சேர்த்து வழங்கும் / வளர்க்கும்
கூரம்பு	கூர்மையான-அம்பு
கூர்	கூர்மையான
கூவி	அழைத்து
கூற்றமே	மரண-தூதே
கூற்று	அழிவின்-காரணம்
கெடுப்பது	கேடு-தரும்-செயலை
கெடும்	அழியும்
கெடுவது	கெடுதல்-தருவது
கெட்டாலும்	கேடு, இழப்பு, துன்பம் வந்தாலும் / கேடு, வீழ்ச்சி வந்தாலும்
கெட்டால்	கேடு வந்தால்
கெதிர்கொள்வர்	எதிர்-கொள்ளுவர்
கென்றும்	எப்போதும்
கென்னாகும்	என்னாகும், என்ன ஆகும்
கேடுகெட்ட	கேட்டில்-வீழ்ந்த, பயனற்ற
கேடொன்றும்	எந்த-கேடும்
கேட்டால்	வந்து கேட்டு நிற்றலின்
கேட்டில்	இடரின்-காலத்தில்
கேட்பதுவும்	கேட்பதுவும்
கேண்மின்	கேளுங்கள்
கேண்மை	நட்பு
கேளுங்கள்	என்-கூற்றை கேட்டுக் கொள்ளுங்கள்
கேளேல்	கேட்காதே
கேள்	கேள்
கேள்வி	அறிவு-பெறும்-கேட்பு
கைதவம்	வஞ்சகம்
கைத்தவம்	கையால்-செய்த-தவம்
கைப்	கையில்-உள்ள
கைப்பொருள்ஒன்	கையில் ஒரு-பொருள்
கைவிடேல்	கைவிடாதே
கைவினை	தொழில்-திறன்
கொக்கு	வெள்ளைக் கொக்கு
கொடுத்தாலும்	(வேண்டியதை-விட பெரிய-அளவில் நீ கேட்டுச் சென்றாலும்)
கொடுத்தால்	(நீ) கொடுத்தால்
கொடுமையால்	தாங்க முடியாத கடினத்தினால்
கொடேல்	கொடுக்காதே

சொல்	பொருள்
கொட்டியும்	கொட்டி-செடியும் (குளக் கரையில் வளரும் தாவரம்)
கொண்ட	கொண்ட
கொண்டபேர்	பெற்ற பெருமை-உடைய
கொண்டாடும்	போற்றி-வரவேற்கும்
கொண்டாட்டம்	அவர்களோடு-கூடி-கொண்டாடும்-வாழ்வு
கொம்பாகிக்	தண்டு-கொம்பாகிக்
கொம்மை	அழகான-வடிவ-நிறை-பெண்மை
கொலையும்	உயிர்-கொலையும்
கொல்லும்	உயிரை வாங்கும்
கொள்	கொள்
கொள்கைபோல்	கொள்கையை-போல
கொள்வர்	கைப்பற்றுவர்
கொள்ளக்	பெற்றுக் கொள்ள
கொள்ளை	அநியாயமாக-பெறுதல்
கொற்றவன்	வெற்றி-வேந்தன்
கொன்று	உயிர்-கொன்று
கொன்றை	கொன்றை மலரை சூடிய
கோடி	கோடி-கணக்கான
கோதாட்டு	கேலி-விளையாட்டு
கோபம்	சினம்
கோயிலும்	கோயிலும்
கோலம்செய்	அழகான வடிவம் கொண்ட
கோல்பஞ்சில்	வேல்-கூர் பஞ்சில்
கோவை	தொகுப்பு (திருக்கோவையார்)
கோழை	வீழ்வு
கோள்	பழிச்-சொல்
கௌவை	பழிச்-சொல் / புறம்-கூறுதல்

ங

சொல்	பொருள்
ஙப்	"ங" என்னும் தமிழ்-எழுத்து

ச

சொல்	பொருள்
சகமும்	(சகம்) என்னும் தொடர்ச்சி
சகமென்	(சக-என்னும்) உரை
சகஸ்ராரத்தில்	ஏழாம்-சக்கரத்தில்
சக்கர	ஒழுங்கான-சட்ட-நெறி
சங்கத்	சங்க-காலத்தின் சீரிய
சங்கு	கடல் சங்கு, வெள்ளை சங்கு
சஞ்சலமே	மன-சஞ்சலமே
சந்தன	சந்தன மரம், சந்தனக் கட்டை
சந்நதிக்கு	இறைவன்-முன்-நிலைக்கு
சம்பறுத்தார்	பற்றுகளை-அறுத்தவர்கள்
சரணம்	அடைக்கலம், புகலிடம்
சனி	சனிக்-கிழமை
சாதி	வகுப்பு, பிரிவு
சாந்தனையும்	(தாம்) சாகின்ற வரையிலும், உயிர் உள்ளவரையிலும்
சாந்துணையும்	வாழ்வின் இறுதி-கணம் சாகும்-வரையிலும்
சார்பாக	துணையாக
சார்வார்	அடைந்து வணங்குபவர்
சால	மிகவும்
சாலவும்	மிகவும்
சாலும்	போதும்
சாவாரை	(இறக்க வேண்டிய காலத்தில்) சாகுபவரை
சாற்றுங்கால்	(உண்மையாக) சொல்லும்போது
சான்றோர்	அறிவு-உடையோர் / நல்லறிவுடையோர்
சிக்கெனத்	சிக்கனமாக

| சிச்சீ | (வெறுப்பின் வெளிப்பாடு) ச்சீ!
வயிறு = வயிற்றை |

சித்திரம்	அலங்காரப்-பொய்
சித்தி புத்தி	சித்தி-தேவி, புத்தி-தேவி
சிந்தித்திருப்போர்க்கு	(உள்ளத்தில்) ஒருமைப் பட்டு சிந்தனை செய்து-நிற்போர்க்கு

சித்திரம்	அலங்காரப்-பொய்
சிந்தை	மனம்
சிலம்பு	சிலம்பு-என்னும்-ஆபரணம்
சிவத்தோடு கலந்து	சிவ-உள்-நிலையோடு கலந்து
சிவாய நம	“சிவாய நமஃ” (சிவ பெருமானை வணங்கும் சைவ-ஐம்-எழுத்து வாயிலான மந்திரம்)
சிறகைவிரித்	சிறகை விரித்து
சிறந்ததொரு	சிறந்த-ஓர்
சிறப்பில்லை	சிறப்பு இல்லை
சிறப்பு	போற்றுதலும் மரியாதையும்
சிறப்புடையன்	சிறப்பு உடையவன்
சிற்றூறல்	சிறிய நீர்-ஊற்று
சினத்தைப்	கோபத்தை
சினமும்	கோபமும்
சினம்	கோபம்
சீதக்	குளிர்ச்சியான
சீராகாது	சிறப்பாக-முடியாது
சீரிய	உயர்ந்த / சிறந்த
சீரியரே	உயர்ந்தவராகவே இருப்பர்
சீரியர்	சிறப்புடைய உயர்ந்தோர் / சீர்மிகு உயர்ந்தோர்
சீரைத்	சிறப்பை
சீர்தூக்கின்	சிறப்பை அளந்தால்
சீர்மை	நல்-பெருமை
சீர் ஒழுகு	ஒழுக்கம் கடைப்பிடிக்கும்
சீலத்து	ஒழுக்கத்தில்
சீறின்	கோபம்-கொண்டால்
சுடர்-விட்டு ஒளிர்ந்து	ஒளியோடு-பிரகாசித்து
சுடர்-விரிந்து	ஒளியோடு-விரிந்து
சுட்டாலும்	நெருப்பில் சுட்டாலும்
சுட்டு-அறு-தீபமாய்	சுட்டெரிக்கும் தீய-கூறுகளை அறுக்கும்-தீபமாக
சுரந்தமுதம்	ஊற்றுக்கும் அமுதத்தைப்-போன்ற பால்
சுருக்கேல்	வீணாக்காதே
சுருங்கின்	குறைந்தால்
சுருங்குதல்	அளவாக-கொள்ளுதல்
சுருங்கும்	குறையும்
சுவாதிட்டானத்தின்	இரண்டாம்-சக்கரத்தில்
சுவையில்	ருசியில், சுவையானது என்னும் தன்மையில்
சுவையின்	சுவையை-விட
சுளிக்கச்	மனம்-வருந்தும்-வடிவில்

சித்திரம்	அலங்காரப்-பொய்
சுற்றத்தார்	உண்மையான உறவினர்
சுற்றத்திற்கு	உறவினர்க்கு
சுற்றமும்	உறவினரும் / வேறுபாட்டின்-உணர்வும்
சுற்றம்	உறவினர்-கூட்டம்
சூடி	சூடி-அணிந்து
சூது	சூதாட்டம்
சூதும்	சூதாட்டமும்
சூழ	சுற்றி-சேர்ந்து
செந்தாமரைப்பூம்	செந்-தாமரை-மலர்-போன்ற
செப்பும்	சொல்லப்படும்
செம்பொன் தாள் இரண்டையும்	செம்பொன்-போன்ற இரு-திருவடிகளையும்
செம்மை-வாழ்க	செம்மை-நிலையில்-வாழ்க
செய	செய்ய
செயல்	செயல், சங்கல்பம் / செய்தலே (வாழ்வின் வழி) / செய்தல், செய்து முடித்தல்
செயேல்	செய்யாதே
செய்	கொள் / செய் / செய்தல் / வளர்
செய்த	செய்த
செய்தஅவை	செய்த அந்தச் செயல்கள்
செய்தக்கால்	செய்தபோது, செய்த பின்னர்
செய்தவம்	செய்த தவம்
செய்தவினை	செய்த வினையின் பலனை
செய்திடினும்	செய்தாலும்
செய்தீ	(முற்காலத்தில்) செய்த தீய
செய்யாமை	செய்யாமலிருத்தல்
செய்யின்	செய்தால்
செய்யும்	தரும்
செய்யேல்	செய்யாதே
செய்வன	செய்ய-வேண்டியவை
செலவானால்	செலவாகிவிட்டால்
செல்லா	செல்லாது
செல்வம்	பொருள், வளம் / வளம்
செல்வன்	செல்வ-மகன்
செவிக்	செவியில்
சென்றஇடம்	சென்று சேர்ந்த இடம்
சென்றங்	சென்று அங்கு
சென்றால்	சென்றால்

சித்திரம்	அலங்காரப்-பொய்
சென்றிரந்தும்	பல-இடம் சென்று யாசித்தும்
சென்றிருந்து	அந்த-வீட்டிற்கு சென்று-தங்கி
சேடன்	அழிவின் அடையாள நாகம்
சேமம்	சேமக்-காவல்-பணி
சேரிடம்	சேர-வேண்டிய-இடம்
சேருமே	அங்கு சேர்ந்து-கொள்ளும்
சேர்	சேர்
சேர்தாற்போல்	சேர்ந்து கொள்வது போல
சேர்ந்தார்க்குக்	சேர்ந்தவருக்கு
சேவித்திருந்தேன்	வணங்கிக்-கொண்டிருந்தேன்
சேவித்தும்	(பெரியோர்களுக்கு) பணிவிடை செய்தும்
சை	சிறிய-அளவு
சையெனத்	இழிவாக
சொக்கர்	சிறந்த-திறமை-உடையவர்
சொல்	அறிவுரை / சொல் / சொல்-வாக்கு / சொல்லில் / வாக்கு
சொல்கூற்றம்	சொல்லே மரண-தூதாக ஆகிவிடும்
சொல்லி	(கேட்பவரிடம்) சொல்லி
சொல்லியர்மேல்	இனிமை-பேசும் பெண்களின் மீது
சொல்லின்	சொன்னால்
சொல்லும்	கூற்றும் / சொல்வது
சொல்லேல்	சொல்லாதே / பேசாதே / வேறு-கூற்றாக சொல்லாதே
சொற்	சொல்லில்
சொன்னார்	பிறரை குறை-சொன்னவரின்
சோம்பர்	சோம்பல்-உடையவர்கள்
சோம்பித்	சோம்பலுடன்
சோர்வு	தளர்ச்சி
சோறிடும்	உணவு-அளிக்கும்

ஞ

சொல்	பொருள்
ஞயம்பட	நயம்-பொருந்திய-வகையில்
ஞாணும்	ஞாண்-என்னும்-கயிறும்

சொல்	பொருள்
ஞாலம்-வாழ்க	ஞாலம்-வாழ்க
ஞான	மெய்யறிவு-சார்ந்த
ஞான-ஒளி-காட்டி	மெய்யறிவின்-ஒளியை-காட்டி

ட

சொல்	பொருள்
டொன்றாகும்	வேறொன்று ஆகிவிடும்

த

சொல்	பொருள்
தகும்	தகுந்ததாகும்
தக்கோர்	தகுதியான-நல்லோர்
தக்கோன்	தகுதியானவன்
தங்கள்	தங்களின்
தடுமாறேல்	தடுமாறாதே
தண்ணீரும்	நீரும்
தண்ணீர்	நீர்-நிலை
தத்தம்	அவரவருக்கும் உரிய
தத்துவமாம்	மெய்ப்பொருள்-ஆகும்
தந்து	கொடுத்து
தந்தை	தகப்பன்
தப்பாமல்	தவறாது, பிறழாது / தவறாமல்
தமக்கு	அவர்களுக்கு
தமிழும்	தமிழ்-பாக்களும்
தமிழ்	தமிழ் இலக்கிய வழி
தம்	அவர்களது
தம்தம்	தங்கள்-தங்கள், அவரவர்க்கு உரிய
தம்மைக்	தம்மை
தம்-அருள்-உரைத்து	தம்-அருளை-வழங்கி
தம்-உள்ளத்து-இருந்த	உள்ளத்தில் இருந்த

சொல்	பொருள்
தம்-பகை கடிந்து	என்-உள்-பகையை-நீக்கி
தயை-உள் கொண்டெனை	கருணை-கொண்டு என்னை-ஏற்று
தரல்போல்	இயல்பாக தருவது போல
தரியாது	(கையில்) தங்காது, நீடிக்காது
தருதலால்	தருகிறது என்பதால், தருகின்ற காரணத்தால்
தருமமே	அறமே
தரும்	தரும், காட்டும்
தரும்சிவந்த	அருளை-வழங்கும் சிவந்த
தருவேன்	படையலாகத் தருவேன்
தலையாலே	உச்சியில், தனது தலையின் வழியாக
தலையில்	மேலிடத்தில்
தல்லால்	அதை-அல்லாது / என்பதைத் தவிர
தவத்திற்கு	தவத்துக்கு
தவத்து	தவத்தின், செய்த நெறி-முயற்சியின்
தவர்	வாழ்பவர்
தவர்உயர்ச்சி	செய்த தவத்தின் உயர்வு
தவிர்	விலகி-நில் / விலகு
தவிர்ப்பவர்	தடுத்து-நிறுத்தக் கூடியவர்? (தடுக்க முடியாது)
தளரா	வளர்ச்சியில் தளராத
தளர்ந்து	அயர்ந்து, சோர்ந்து
தனம்	செல்வம், பணம்
தனம்கல்வி	செல்வமும் கல்வியும்
தனம்சிறியர்	செல்வம் குறைந்தவர்
தனி	தனிமை
தன்	தன்னுடைய
தன்தேசம்	தனது நாடு
தன்மையோர்	அத்தகைய நற்பண்பு உடையோர்
தன்னின்	தன்னை-விட
தன்னுள்	தனது-உள்ளத்தில்
தா	வழங்குக, அருளுக
தாங்கின்	தாங்கினால்
தாங்கும்	தாங்கும் / தாங்கும்-ஆற்றலை-பெறும்
தாமரையாள்	தாமரையில் வீற்றிருக்கும் திருமகள்
தாமுளரே	தாமே உள்ளனர்
தாமே	அவரவரே
தாமே-அளந்தறி	தாமே-அறிய
தாம்	அவர்களே (மறுப்பர்)
தாம்அவரை	அவர்களையே

சொல்	பொருள்
தாம்தாம்முன்	அவரவர் முன்னர் செய்த
தாம்நினைந்து	தாம் நினைத்துப்-பார்த்து
தாயிற்	தாயை-விட
தாய்ப்	தாயை
தாய்வேண்டாள்	தாயும் விரும்ப-மாட்டாள்
தாரத்தின்	துணைவியை-விட
தார்வேந்தர்	மலர்-மாலை அணிந்த அரசர்கள்
தாழ	பணிவுடன்
தாழை	கடற்கரையில் வளரும் தாழை மரம்
தாளாண்மை	உழைப்பின்-திறன், ஆண்மை-உறுதி
தாள் உண்ட	அடிவேரில் குடித்த
தானதாம்	தானே-ஆகும்
தானமது	தானம்-செய்தலை
தானம்	அறக்-கொடை / கொடை
தானறிந்து	தானே அறிந்து
தானும்	தானும்
தானென்றும்	தான் என்றும்
தான்	(வலியுறுத்தும் இடைச்சொல்) / தானாகவே, எவரின் கட்டாயமின்றி / தானே / தான் வாழ்க்...
தான்ஈன்ற	தான் பெற்ற, தானே ஈன்றெடுத்த
தான்தேய்ந்த	தானே தேய்ந்த
தான் கற்ற	ஒருவன் தான் கற்ற
தான் பெற்ற	ஒருவன் பெற்ற
திரவியம்	செல்வம்
திரி	நடந்து-கொள்
திரியேல்	அலையாதே
திரிவர்	அலைவர்
திருத்தி	சீராக்கி
திருநான்	திரு-நான்கு (நான்கு வேதங்கள்)
திருந்தச்	முழுமையாக, சீராக
திருமடந்தை	திருமகள், செல்வத்தின் தெய்வம் (லட்சுமி)
திருமாலுக்கு	திருமால்-என்னும் இறைவனுக்கு
திருமூலர்	திருமூலர்
திருமேனி	புனித உடல்
திருவற்ற	அழகின்மை, செல்வமற்ற
திருவா	திருவாசகம்
திரைகடல்	அலை-உடைய-கடல்
திறம்பாமை	தவறாமை / திறம்பாதது

சொல்	பொருள்
தின்னாமை	தின்னாமை
தீது	கேடு, தீமை
தீதென்றும்	தீயது என்றும்
தீதே	கேடே, தீமையே
தீதொழிய	தீய-செயலைத் தவிர்த்து
தீயனவே	தீய காரியங்களையே
தீயனாய்	தீயவனாய்
தீய-தனை-வென்று	தீய-கூற்றை-வென்று
தீயாரைக்	தீய மனம் உடையவர்களை
தீயார்	தீய மனம் கொண்டவர்கள் / தீய-மக்கள்
தீயார்சொல்	தீயவர்களின் சொல்
தீராக்	தீராத
தீர்த்த	நீக்கிய, குணமாக்கிய
தீர்வர்	விட்டுப் பிரிந்து போய்விடுவர்
தீவினை	தீய-செயல்
து	(உருபு வடிவம்)
துங்கக்	உயர்வான
துஞ்சுவதே	அமைதியின்றி தூங்குவதே
துடியாப்	ஒழுக்கம்-இல்லாத
துணி	முடிவு-செய்
துணை	ஆதரவு
துணைக்	துணையாக
துணையாக	மிதப்பு-துணை-கருவியாக கருதி
துப்பார்	செவ்வண்ணமுடைய, சிவந்த
தும்பிக்கையான்	தும்பிக்கை உடைய விநாயகப் பெருமான்
துயில்	உறக்கத்தில்-இருந்து / உறங்கு
துன்பத்திற்கு	துன்பத்துக்கு
தூக்கி	ஆராய்ந்து
தூமணியே	தூய-மணி போன்றவனே
தூவா	தூவலாம்
தூறாய்	முற்றுச் சிறுபற்றை, புதர்-மண்டலம்
தூற்றும்	இகழ்ந்து-பேசும்
தெங்கு	தென்னை மரம்
தெண்ணீர்க்	தெளிந்த-நீர்-கொண்ட
தெய்வத்தை	கடவுளை
தெய்வம்	கடவுள் / தெய்வம்
தெரிந்து	அறிந்து
தெரியும்	வெளிப்படும்

சொல்	பொருள்
தெளிதேனும்	தெளிந்த தேனும்
தெளித்து	தெளிவித்து
தேசத்தோடு	நாட்டோடு
தேடாது	தேடாமல்
தேடிப்	செல்வம் தேடி
தேடின்	நாடினால்
தேடு	ஈட்டி-சேமி / தேடு / நாடு
தேடும்	தேடும்
தேட்டம்	தேடிய பொருள், சேமிப்பு
தேட்டை	சேமித்த செல்வத்தை
தேம்பித்	வருந்தி
தேவர்	தேவர்-போல்-போற்றப்படும் வள்ளுவர்
தேவனை	சிவ-பெருமானை
தேறேல்	எளிதில் நம்பாதே
தேனின்	தேனின்
தையல்	அறம்-மீறும் தூண்டல்-வடிவில்-உள்ளவர்
தையும்	தை-மாதத்திலும்
தொடரேல்	தொடர்ந்து-செய்யாதே
தொடுத்த	தொடங்கி அமைக்கப்பட்ட, கட்டப்பட்ட
தொல்	தொன்மையான, பழமை வாய்ந்த
தொழில்	பணி, அன்றாட வாழ்-பழக்கம் / வேலை
தொழு	வணங்கு
தொழுதூண்	யாசித்து-உண்ணும்-உணவின்
தொழுவது	வணங்குவது
தொழுவோம்	வணங்குவோம்
தொன்மை	பழமை-மரபு
தோழனோடும்	நண்பரோடும்
தோழி	தோழியே (பெண்-தோழியை அழைத்து பேசுதல்)
தோள்சேர்	துணைவியோடு சேர்
தோறும்	ஒவ்வொன்றிலும் / ஒவ்வொரு-காலத்திலும்
தோற்பன	தோல்வி-தரும்-செயல்கள்
தோன்றா	தோன்றாது

ந

சொல்	பொருள்
நஞ்சுடைமை	நஞ்சு (விஷம்) உடைய தன்மை
நட்டாலும்	சேர்ந்தாலும், நெருங்கிப் பழகினாலும்
நணுகேல்	அணுகாதே
நண்டுசிப்பி	நண்டும் சிப்பியும்
நண்பு அல்லர்	நண்பராக மாட்டார்
நண்பு அல்லார்	நண்பர்-தன்மை இல்லாதவர்
நமக்கும்	நாம் ஒவ்வொருவருக்கும்
நலமிக்க	நலம் நிறைந்த
நல்	நல்ல, தூய
நல்கூர்ந்தார்	வறுமை-நிலையை அடைந்தவராக
நல்ல	சிறந்த, அழகான / சிறப்பான, தூய்மையான / நல்ல / பயன் தரும், சிறந்த
நல்லறம்	நல்-அறம்
நல்லாரைக்	நல்லவர்களை
நல்லார்	நற்-உள்ளம் கொண்டோர் / நற்பண்புடைய மக்கள் / நல்லவர்கள் / நல்லவர்கள், உள்ளம் தூ...
நல்லார்க்கும்	நல்லோர்க்கும்
நல்லார்சொல்	நல்லவர்களின் சொல்
நல்லாள்	நல்-நெறி-உள்ள-துணைவி
நல்லிணக்கம்	நல்-தோற்றத்தில் தீய-கூட்டுறவு
நற்றாமரைக்	நல்ல தாமரை-மலர்கள் நிறைந்த
நன்மரம்	(உண்மையில்) நல்ல-மரம் (என்பது — அவன் அல்ல, அவன் வெறும் மரம் போன்றவன்)
நன்மலரும்	நல்ல மலரும்
நன்மை	நற்-செயல்
நன்றன்று	நல்லதல்ல
நன்றாகா	நன்றாக-முளைக்காத
நன்றி	உதவி / உதவி, நற்செயல், ஒருவருக்குச் செய்யும் நல்ல காரியம்
நன்று	நல்லது
நன்றென்றும்	நல்லது என்றும்
நன்றே	மிக-நல்லது / மிகவும் நல்லதே
நாகம்	நாக-பாம்பு (நஞ்சுடைய)
நாசமுறுங்	அழிவை-அடையும்
நாடு	இவ்-வாழ்வில் பெறக்-கூடிய நாட்டம்-கௌரவம்-நிலை / நாடு
நாடெங்கும்	நாடு-முழுவதும்

சொல்	பொருள்
நாம்	நாம் ஒவ்வொருவரும்
நாம்போம்	நாம் (ஒரு-நாள்) போக-வேண்டிய
நாலிரு கையும்	எட்டு-கைகளும்
நாலும்	இந்த நான்கையும்
நால்நாழி	நான்கு படி அளவு
நாழி	ஒரு படி-அளவு கொண்ட பாத்திரம் / ஒரு-படி அளவு
நாளுமவ்வாறு	அந்நாட்களிலும் கூட அவ்வாறே
நாள் அல்லா	சரியான பருவகாலம் அல்லாத, பருவம் தவறிய
நாள் பூத்த	அந்நாளில் மலர்ந்த
நானென்றும்	நான் என்றும்
நான்	யான்
நான்குமுழம்	நான்கு-முழம் அளவு
நான்கு புயமும்	நான்கு-தோள்களும்
நிதியும்	செல்வமும்
நித்திரை	உறக்கம்
நித்திரைக்கு	உறக்கத்துக்கு
நிலநலத்தால்	கீழே-உள்ள நிலத்தின் தன்மையால்
நிலம்பொதியும்	நிலம் தரும் விளைச்சலும்
நிலையில்	நிலையான-நெறியில்
நில்	நிலையாக நில் / நிலையாக-நில்
நில்லேல்	நிற்காதே
நிழலும்	குளிர்-வழங்கும் நிழலும்
நிற்கக்	நிலையாக-நிற்கும்-வடிவில்
நிற்கும்	அவ்வாறே நிற்கும் / உயர்ந்து நிற்கும்
நிற்பினும்	நின்றாலும்
நினைக்கின்	வரும் என்று நினைத்தால்
நினைந்து	நினைத்து
நினைப்பதெனக்	நினைப்பது என்று
நினையாத	நாம் நினைக்காத-நிலையில்
நின்றநிலை	நிலைத்த-நிலையாக
நின்றான்	நின்றவன்
நின்று	நின்று-கொண்டு / நிலையாக நின்று, அசையாமல் நின்று
நின்றுணர்வார்	நின்று-உணர்வோர்
நின்றோர்க்கே	நிற்போர்க்கே
நீ	நீ
நீட்டோலை	கைக்கு நீட்டப்படும் ஓலை-நிருபம், ஓர் கடிதம்

சொல்	பொருள்
நீண்ட	நீளமான
நீதி	அறம்-நெறி, செம்மை-நெறி
நீரகம்	நீர்-வளம்-உள்ள இடம்
நீராடு	நீராடு
நீரும்	வாழ-வேண்டிய நீரும்
நீரை	தண்ணீரை
நீர்	தண்ணீர் / தண்ணீர், ஓடும் ஊற்று
நீர்கிழிய	நீரைக் கிழித்துச் செல்லும்படி
நீர்போல்	தாமரை-இலையின் மேல் நிற்கின்ற நீர்-துளி போல
நீர்ப்பாம்பு	நீரில் வாழும் நஞ்சில்லாத பாம்பு
நீர் மேல்	நீரின் மேல், தண்ணீரின் மீது
நீல மேனியும்	நீல-நிற-உடலும்
நீறில்லா	சைவ-திருநீறு இல்லாத
நுகரேல்	அளவின்றி-நுகராதே
நுடங்காது	துன்பத்தால் வாடாது, தளர்வுறாது
நுண்	நுண்ணிய, நுட்பமான
நுண்ணிய	சிறிய
நுண்மை	அற்ப-இன்பம்
நூலகத்தும்	நூல்களிலும்
நூல்	கல்வி நூல், படிக்கும் பாடநூல் / நூல்
நூல்முறை	நூல் கூறும் முறை
நெக்கு	நெகிழ்ந்து
நெக்குவிடாப்	நெகிழ்ந்து-விடாத
நெஞ்சத்தார்க்கு	நெஞ்சம் உடையவர்க்கு, மனம் உடையவர்க்கு
நெஞ்சத் தவர்	உள்ளம் கொண்டவர்
நெஞ்சம்	மனம்
நெஞ்சில்	உள்ளத்தில்
நெஞ்சில் குடிகொண்ட	உள்ளத்தில்-குடியேறிய
நெஞ்சில்-நிறைந்த	உள்ளத்தில்-நிறைந்த
நெஞ்சே	மனமே
நெஞ்சை	உள்ளத்தை
நெடுந்தூரம்	மிக-தூரமாக
நெட்டிருப்புப்	நெடிய-இரும்பு
நெய்தலும்	ஓர் நீர்த் தாவரமும்
நெய்யில்லா	நெய் இல்லாத
நெருப்பு	அழிப்பின்-நெருப்பு / நெருப்பு
நெல்லுக்	நெல் பயிருக்கு

சொல்	பொருள்
நெறி	வழி
நெறிமுறையின்	ஒழுங்கு-முறையின் வழியில்
நெற்கட்டும்	நெல்-கட்டுகளாக-வரும் வளமும்
நெற்பயிர்	நெல்-பயிர்
நெற்றிபாழ்	நெற்றி வீண்
நேரா	நேர்மை-இல்லாத
நேர்	ஒப்பானது, சமமானது
நேர்பட	நேர்மையாக
நேர்படினும்	சரியாக வந்து சேர்ந்தாலும்
நைபவர்	துன்புறுத்துபவர்
நைவினை	வருந்தச்-செய்யும்-செயல்
நொந்தக்கால்	(குறை சொல்லி) வருந்தினால்
நொய்ய	அற்பமாக / இழிவாக
நொய்யவர்	அற்பர்-என்று-நினைப்படுவோர்
நோக்குண்டாம்	அவளது அருள் பார்வை கிடைக்கும்
நோய்க்கு	நோய்க்கு
நோன்பு	விரதம்

ப

சொல்	பொருள்
பகரேல்	பேசாதே
பகை	பகை-வளரும்
பகைக்கின்	பகை-கொண்டால்
பசிவந்திடப்	வயிற்றில் பசி வந்தபோது
பசுமரத்தின்	பசிய-மரத்தின்
பஞ்சில்	இலவ-மரத்தின் மென்மையான-பஞ்சில்
படருமே	அங்கு படர்ந்து-பரவும்
படாது	வராது
படி	வடிவம், விதி-முறை
படியன்றிக்	முறை-வரம்பு மீறி
படுத்தல்	படுத்து-உறங்குதல்
படுத்தும்	தரும்
படேல்	படாதே
பட்டாங்கில்	உண்மை-நெறி-நூலில்

சொல்	பொருள்
பட்டுருவும்	ஊடுருவிச்-செல்லும்
பணத்தைப்	அந்த பணத்தை
பணம்	பணத்தை
பணிக்கு	ஒவ்வொரு பணிக்கும்
பணிவரோ	தலைகுனிந்து வணங்குவரோ (கேள்வி வடிவம் — மாட்டார் என்னும் பொருளில்)
பண்டு	முற்காலத்தில், இயல்பாக
பண்ணிய	பயிரிட்ட
பத்தும்	இவை பத்து-கூறுகளும்
பயனே	பலனே
பயன்	உண்மையான பலன்
பயிரில்	பயிரின்-வளர்ச்சியில்
பயிர்	விளைச்சல்-தரும்-செடி
பருப்புமிவை	பருப்பும், இவை அனைத்தும்
பருவத்தால்	சரியான பருவகாலம் வந்து
பருவத்தே	சரியான-காலத்தில்
பல	பல-வடிவில்
பல இசை பாட	பல-இசை-வடிவில்-ஒலிக்க
பழகேல்	பழகாதே
பழா	கனிய மாட்டா, பழம் தராது
பழிக்கஞ்சாத்	பழிக்கு அஞ்சாத
பழிப்பன	பழி-தரும்-கூற்றுகள்
பழுதுண்டு	குறை உண்டு (சிதையும் கூறு உள்ளது)
பறந்து	உடனே பறந்து
பறவைபோல்	பறவையைப் போல
பறித்து	கைப்பற்றி
பற்றலரைக்	பகைவரைக்
பற்றி	சார்ந்து / பற்றிக்-கொண்டு
பாகும்	வெல்லப் பாகும், இனிய சர்க்கரை-பாகும்
பாங்கறியாப்	நெறி அறியாத, நன்றி அறியாத
பாடாய்	கடினமாக
பாடுபட்டுத்	கடின-உழைப்பு-படட்டு
பாட்டிசைத்தும்	பாட்டுகள் பாடி-புகழ்-உரைத்தும்
பாட்டிற்	பாட்டை-விட
பாதச்	திருவடிகளில்
பாதம்	திருவடி
பாதார விந்தம்	தாமரை-போன்ற-திருவடி
பாதாள மூலி	வளம்-குறை சுட்டும் ஓர் நில-ஆழ-கொடி

சொல்	பொருள்
பாம்பொடு	பாம்புடன்
பாயாது	பாய்ந்து-செல்லாது
பாரம்	பெரும்-பளு
பாராண்டும்	அரசர்களை-போற்றியும்
பாரைக்கு	கூர்-கருவியான பாரைக்கு
பார்க்கில்	பார்த்து-நிற்றால்
பாலும்	பசு-பாலும்
பாலோடு	பாலோடு
பால்	பால், மிலகு
பாவம்போல்	தீய-வினையின் பலன் போலவே
பாவித்துத்	தன்னையும் அப்படியே நினைத்துக்கொண்டு
பாவித்தும்	(வேறு-மாதிரியாக) நடித்தும்
பாவையர்க்கு	துணைவியர்க்கு
பாழின்	அழியக்கூடிய
பாழே	இவை எல்லாவற்றுக்கும் மேலாக வீண்-பாழே
பாறை	கல்-பாறை
பிச்சைக்கு	யாசக-வாழ்வை விட
பிணம்	இறந்த உடல்
பிணிதீர்க்கும்	நோயை குணமாக்கும்
பிதாவும்	தந்தையும்
பிரியேல்	பிரிய-கூடாது / விலகாதே
பில்லா	இல்லாத
பிழைபடச்	தவறான-வடிவில்
பிளந்திறுவ	பிளந்து உடைந்து விழ்வது
பிறந்தார்	உடன்-பிறந்த சகோதரர்கள்
பிறந்தார்க்கு	பிறந்த ஒவ்வொருவருக்கும்
பிறர்க்கு	மற்றவருக்கு
பிறவியில்-இருந்து	பிறப்பின்-தளத்திலிருந்து
பிறன்	மற்றொருவன்
பிறிந்திருப்பார்	(ஞாலத்தின் சுக-துன்பத்தினின்று) விலகி இருப்பார்
பிற்பகல்	பின்னேரத்தில்
பின்னுக்கு	பின்னர்
பீடு	பெருமை
பீரம்	சிறிய-ஆதாரம்
புகழும்	புகழும்
புகழ்ந்தாரைப்	புகழ்ந்தோரை
புகாமை	புகாமை-வழக்கம்

சொல்	பொருள்
புகினும்	சென்றாலும் / வந்து-புகுந்தாலும்
புகுவாரை	(கேட்க) வருபவரை
புண்ணாக	காயமாக-புண்-படும்படி
புண்ணியம்	நற்-செயல்-பலன் / நற்-பலன் / நல்-வினையின் பலன்
புதைத்துவைத்துக்	யாரும் காணாமல் புதைத்து-வைத்துக் கொண்டிருக்கும்
புரண்டாலும்	(துயரத்தில்) புரண்டு வேதனைப்பட்டாலும்
புரியேல்	செய்யாதே
புலிகிடந்த	புலி கிடக்கும்
புலையும்	அசுத்த-செயலும்
புல்லறி	புல்-போன்ற சிறு அறிவு
புல்லுக்கும்	வாய்க்காலின் அருகே வளரும் புல்லுக்கும்
புவியதன்	இப்-பூமி, இந்த ஞாலத்தின்
புழுமலிநோய்	புழு, மலம், நோய் ஆகியவற்றால் நிறைந்த
புறங்கிடக்கும்	வெளியில் கிடக்கும்
புன்குரம்பை	அழுக்கான ஓர் சிறு குடிசை, நிலையற்ற-உடல்-உருவம்
பூக்குமே	பூத்து-வளரும்
பூக்கொண்டு	மலர் ஏந்தி, மலரர்ச்சனை செய்து
பூந்தா	பூம்-தாமரை
பூந் துகில்	மலர்-போன்ற-மென்-துகில்
பூமி	நிலம்
பூரியோர்க்கு	கீழ்-நெறி-உள்ளவர்க்கு
பூவாதே	மலராமலே
பெண்	மனைவி
பெண்டிர்	துணைவியர்
பெண்டிர்க்கு	துணைவியர்க்கு
பெண்ணீர்மை	பெண்மை-தன்மை
பெய்யும்	பெய்து நிறையும்
பெரிது	பெரியது
பெரியாரைத்	சான்றோரை
பெரியார்	உயர்-மக்கள், சிறப்பு உடையோர்
பெருக்கற்	(நீர்) பெருகாமல்
பெருக்கால்	பெருக்காக-வரும் நீர்-வீச்சினால்
பெருநாட்டார்	பெரிய-நாட்டார், சமூகத்தினர்
பெரும்பாரக் கோடும்	பெரிய-தந்தமும்
பெரும்பாரம்	பெரிய சுமை

சொல்	பொருள்
பெருவலிநோய்	பெரும்-வலியான நோய்
பெருவாழ்வும்	பெரிய-வாழ்வும்
பெற	அடைய
பெறானாயின்	பெறாமல்-போனால்
பெறுவர்	அடைவர்
பெற்றார்	பெற்றோர்
பெற்றோர்க்கு	பெற்றோர்க்கு
பேசார்	(வீண் பேச்சு) பேச மாட்டார்
பேசுங்கால்	கூறும்போது, ஆராயும்போது
பேசுதல்	பேசுவது
பேசேல்	பெருமை-பேசாதே / பேசாதே
பேணி	பாதுகாத்து
பேணின்	கட்டுப்படுத்தினால்
பேண்	பாதுகாத்து-போற்று
பேதைக்கு	அறிவு-இல்லாதவனுக்கு
பேதைமை	அறியாமை
பேரும்	நல்-பெயரும்
பேருலகில்	பெரிய-ஞாலத்தில்
பேழை வயிறும்	பேழை-போன்ற-வயிறும்
பையச்	மெதுவாக
பையலோடு	அறிவில்லாதவர்களோடு
பொங்குமோ	பொங்குமா? (இல்லை)
பொசியுமாம்	ஈரம் தங்கி நனையும்
பொருந்திய	இணைந்த / சரியான
பொருந்துவன	வந்து-சேர வேண்டியவை
பொருள்	செல்வம்
பொருள்தனைப்	செல்வத்தை
பொருள்முயற்சி	செல்வம்-தேடும் முயற்சி
பொல்லனாம்	தீய-மனிதனாகத் தோன்றுவான்
பொல்லாங்கு	தீய-கூற்று
பொல்லாச்	அழகற்ற, குறையான
பொல்லாப்	தீய, அழுக்கான
பொறிவழியே	வாழ்விற்கு குறிக்கப்பட்ட விதியின் வழியே
பொற்பிளவோடு	பொன்னில் ஏற்படும் சிறு வெடிப்போடு
பொன்றவரும்	அழிய-வரும்
பொன்னரை	பொன்னால்-ஆன-இடை-பகுதி
பொன்னாகும்	பொன்னாகவே நிலைக்கும்
பொன்னின்	பொன்னால் ஆன

சொல்	பொருள்
போகா	செல்லாமலே நிற்கும்
போக்கி	வீணாக செலவழித்து
போதம்	அறிவு
போதல்லால்	நேரம்-வராமல்
போமி(ன்)	செல்லுங்கள், அகலுங்கள்
போமோ	அது போய்விடுமா?
போம்	போய்விடும்
போம்போ(து)	செல்லும்போது
போயினபின்	போய்விட்ட பின்
போராய்	போராக
போர்த்	போரின்
போலவே	போலவே
போலுமே	போலாகும், ஒத்திருக்கும் / போல் இருக்கும்
போல்	போல்
போல்வாரும்	போன்றவர்களும்
போல்வாரே	போல் இருப்பர்
போவிப்பம்	செலுத்துகிறோம்
போற்றி	கவனமாக-காப்பாற்றி / போற்றி-மதி
போனகம்	உணவு
போனதிசை	போன-வழி-எல்லாம்
போனநாள்	கடந்த நாட்களில்
போனவா	போனதை

ம

சொல்	பொருள்
மகிதலத்தீர்	இப்பூமியில் வாழ்வோரே
மகிழ்	மகிழ மலர்
மக்களுளும்	மக்களின்-இடையேயும்
மக்கள்	பிள்ளைகள்
மங்கைக்கு	இளம் பெண்ணுக்கு
மடக்கொடி	மென்மை-நிறை-துணை, மனைவி
மடநெஞ்சே	அறியாமை உள்ள மனமே
மடல்	இலை, பாளை
மடியில்	மடியில்

சொல்	பொருள்
மடுவும்போ	மடுவும்-போல
மடைத்	நீர்-மடையின், அணைக்கட்டின்
மணி-பூரகத்தில்	மூன்றாம்-சக்கரத்தில்
மண்	நிலம்
மண்ணில்	இந்த ஞாலத்தில், இப்பூமியில்
மண்ணின்	மண்ணால் ஆன / மண்ணினால் ஆன
மண்ணீரும்	மண்-நீரும் கூட, தண்ணீர் என்ற நோக்கில்
மதிகெட்டுப்	அறிவும்-கெட்டு
மதியாகும்	அறிவாகும், மெய்யறிவு-நிலை ஆகும்
மதியாய்	அறிவின் வடிவாக
மந்திரம்	புனித-கூற்று
மந்திர-மூல மருந்து	மந்திரத்தின்-மூல-மருந்து
மயிலாடக்	மயில் ஆட
மரக்கலம்	கப்பல்
மரங்கள்	மரங்கள், விருட்சங்கள்
மரமும்	மரமும்
மரமுள	மரங்கள் உள்ளன
மரம்	மரம்
மரம்பழுத்தால்	மரம் பழுத்து-பழங்கள் கொண்டால்
மரியாதை	கௌரவம், பெருமை-நிலை
மருந்து	மருந்து
மருந்தே	மருந்து-ஆகவே / மூலிகை-மருந்தே
மருவினிய	அன்போடு பழகி இனிமை-தரும்
மரை	யில் வீற்றிருக்கும்
மலர்ந்து விரிந்து	மலர்ந்து-விரிந்து
மழை	மழை-வரும்-நிலை / வானம் சொரியும் மாரி
மற	மற / மறந்துவிடு
மறந்தால்	மறந்து-விட்டால்
மறவேல்	மறக்காதே
மறுக்கின்	மறுத்தால்
மறுபிறவி எய்தாமல்	மறு-பிறப்பு-வராதவாறு
மறுமைக்கும்	மறு-பிறப்புக்கும்
மறைக்குமாம்	அவர்களை சூரியனின் வெப்பத்தினின்று மறைக்கும்
மறைமுடிவும்	மறை-நூல்களின் முடிவான கருத்தும்
மற்	மறந்து-விடு
மற்று	பின்
மற்றோர்	மற்றவர்

சொல்	பொருள்
மற்(று)	வேறு
மனமுண்டாம்	நல்ல மனம் அமையும்
மனம்	உள்ளம்
மனம்சிறியர்	மனம் சிறுத்தோர், சிறுமன-உள்ளோர்
மனை	இல்லத்தில் / இல்லத்தை-விட்டு / வீடு
மனையகன்று	இல்லத்தை-விட்டு-விலகி
மன்றோரம்	ஊரின்-நடுவே, பொது-இடத்தில்
மன்னர்க்குத்	அரசர்க்கு
மன்னனில்	அரசனை விட
மன்னனும்	அரசனும்
மாங்காய்	மா-மரத்தின் காய்
மாசறக்	குற்றமற்றவாறு, தூய்மையாக
மாசியும்	மாசி-மாதத்திலும்
மாட்டாதவன்	முடியாதவன்
மாட்டார்	கூற மாட்டார்கள்
மாண்டார்	இறந்தவர்கள்
மாதர்க்கு	பெண்களுக்கு
மாதர்மேல்	வீண்-விருப்பத்தின்-மீது
மாத்திரைக்கோல்	(குறி-நோக்காமல்) அளவான ஓர் சிறு கோல்
மாநிதியம்	பெருஞ்-செல்வம்
மாநிலத்தீர்	இப்-பெரிய-பூமியில் வாழ்வோரே / பெரு-நிலத்தாரே
மாந்தர்	மாந்தர், மக்கள் / மக்களின் / மக்கள்
மாந்தர்க்கு	மக்களுக்கு
மாந்தர்க்குக்	மக்களுக்கு
மாமலராள்	தாமரை மலரில் வீற்றிருக்கும் திருமகள், லட்சுமி தேவி
மாமலையில்	பெரிய மலையில்
மாரி	மழை
மாளும்	வீழும்
மாறாக்	மாறாத, தளராத
மாறிடும்	மாறும்
மாறில்	இடைவெளி இல்லாமல்
மாறுமே	விரைவில் மாறி மறையும்
மாற்றம்	எதிர்ப்பு-சொல், கடுஞ்சொல்
மாற்றானுக்கு	பகைவருக்கு
மானம்	கௌரவம் / கௌரவம், சுய-மரியாதை
மானிடரே	சில மக்களே

சொல்	பொருள்
மிகைபடச்	அளவுக்கு-மீறி
மிக்க	அதிகமான
மின்னுக்கு	மின்னலுக்கு
மீகாமன்	கப்பல்-ஓட்டுபவன்
மீண்டும்	மறுபடியும்
மீதூண்	அதிக-உணவு
முகக்கினும்	முகந்து எடுத்தாலும்
முகப்பர்	தேடிச் சேர்வர்
முகவாது	முகந்து எடுக்காது (அதற்கு மேல்)
முடியும்	முடிவடையும்
முடிவாக்கி-வைப்பர்	இறுதியாக-வழங்குவர்
முதலாம்	முதலான
முதலில்	வருமானத்தில், முதன்மையில்
முதலோடு	முதன்மை-தளமாகவும்
முதுகாட்டில்	சுடுகாட்டில்
முத்தராக்கி-வைத்த	முத்தர்-நிலையாக-மாற்றி-வைத்த
முத்தியோடு என்னை	முத்தி-நிலையோடு என்னை
முத்தி நிலையை	முத்தி-நிலையை
முப்பதாம்	முப்பதாவது
முயல்	முயற்சி-செய்
முயன்றாலும்	முயற்சி செய்தாலும், உழைத்தாலும்
முலைபகர்வார்	தம்-உடல்-வடிவத்தை விற்கும் பரத்தையர்
முலையளவே	வெளி-உடல்-வளர்ச்சி-அளவில்-மட்டுமே
முளைப்பது	முளை எடுப்பது
முளையாதாம்	முளை எடுக்காது
முற்கூறேல்	முன்-வந்து தூண்டாதே
முற்பகல்	முன்னேரத்தில்
முற்பவத்தில்	முற்-பிறவியில்
முனி	வெறுத்து-விலகு
முனிமொழியும்	முனிவர்-கூற்றும்
முனைமுகத்து	இடர்-முனையில்
முன்வந்து	முன்னரே வந்து
முன்னறி	முதலில் அறிந்து-மதிக்க-வேண்டிய
மூண்ட-எழுந்து	எழுந்து
மூதேவி	துரதிர்ஷ்டத்தின் தெய்வம், வறுமை-தெய்வம்
மூத்த	மேலான, உயர்ந்த
மூத்தோர்	மூத்த-நிலையில்-உள்ளவர்கள்
மூப்பு	முதுமை

சொல்	பொருள்
மூர்க்கரே	முரட்டர்களே
மூர்க்கரை	முரட்டுத்தனம் உடையோரை
மூர்க்கரோடு	முரட்-நிலையில்-உள்ளோருடன்
மூலா-தாரத்தின்	முதல்-சக்கரத்தில்
மூவராதியர்	மூன்று-தேவ-நாயகர்
மூவர்	மூன்று பெரியோர் (அப்பர், சம்பந்தர், சுந்தரர்)
மூவா	முதுமை-அறியாத
மூன்றற்று	மூன்றை-நீக்கி
மூன்றும்	(இயல், இசை, நாடகம் என்னும்) மூன்று வகையையும்
மெத்தனவை	மென்மையானவை
மெத்தையில்	சரியான-படுக்கையில்
மெய்ப்பொருள்	மெய்-உடைமை
மெய்யென்று	நிலையான-மெய்-வடிவம் என்று
மெல்லி	மென்மையான
மெல்லிய	மிருதுவான
மென்குறடு	மென்மையான குறடு (கட்டை-துண்டு)
மேடும்	மேடும்-நிலையும்
மேதினியில்	இவ்வுலகத்தில், இந்த நில-மேடையில்
மேலைத்	முற்பிறவியில் செய்த, முந்தைய வாழ்வில் சேர்த்த
மேல்	அதன்-மேல் (அடுப்பின் மேல்) / மேல், மீது
மேழிச்	உழவு-சார்ந்த
மேனி	உடல், திருமேனி
மேன்மக்களே	மேன்மக்களாகவே இருப்பார்
மேன்மக்கள்	உயர்-நெறி-உள்ளோர் / உயர்ந்தோர், சிறந்தோர், குலத்தாலும் குணத்தாலும் மேலானவர்
மை	மை-தீட்டிய
மொழி	சொல்
மொழிவது	சொல்ல-வேண்டியது / சொல்வது
மோகத்தை	அளவில்லா-விருப்பத்தை
மோனம்	மௌனம்

ய

சொல்	பொருள்
யாக்கைக்குப்	உடலுக்குப்
யாமத்து	இரவின்-காலத்தில்
யாமே	நாமே
யாரே	யார் தான்
யார்க்கும்	எவருக்கும், எந்த ஒருவராலும்
யாவருமங்	யாரும் அங்கு
யோன்	அந்த-பிரம்மன்

ல

சொல்	பொருள்
லாம்செல்வம்	ஆகும் செல்வம்

வ

சொல்	பொருள்
வஞ்சகம்	ஏமாற்று / ஏமாற்றும்-கூற்று
வஞ்சமில்லார்க்	வஞ்சகம் இல்லாதவர்க்கு
வடுப்போல	அம்பு-தடத்தைப் போல
வண்மை	கொடை-மனம்
வந்தி	யாசித்தல்
வந்து எய்தியக்கால்	வந்தடைந்த போது
வந்தெய்து	வந்து சேருகின்ற
வந்தெய்தும்	வந்து-சேரும்
வயங்க	விளங்க
வயிற்றின்	வயிற்றின்
வரம்பு	எல்லை
வரிப்புலிநோய்	வரிப் புலியின் நோய், விஷ-துன்பம்
வருந்தி	கடினமான முயற்சியோடு, துன்பத்துடன்
வருந்திருவும்	வந்து-சேர்கின்ற செல்வமும்
வருமளவும்	வரும் வரையில்
வருமோ	வருமா? (இல்லை)

சொல்	பொருள்
வருவரோ	(மறுபடியும்) வருவார்களா? (வரமாட்டார்கள் என்னும் கேள்வி-வடிவம்)
வலிகிடந்த	கடினமான, கூர்மையான
வல்லமை	ஆற்றல்
வழியோடிப்	வழியாக ஓடி
வழுக்குடைய	வழுக்கல்-உடைய
வழுவா	தவறாத, கடைப்பிடிக்கப்படும்
வளர்	வளர்ந்து கொண்டிருக்கும்
வளர்க்கைக்கு	வளர்த்து-உண்பதற்காக
வளவன்	செல்வம்-உடையவன்
வளை	வளைந்துகொள்
வளையுமோ	வளைந்து விடுமோ
வறுமை	வசதிக்குறை, ஏழ்மை
வன்ன மருங்கில்	அழகிய-இடையில்
வாக்குண்டாம்	நற்சொல் கிடைக்கும், சிறந்த பேச்சாற்றல் அமையும்
வாசியா	வாசிக்க முடியாமல்
வாடி	அமைதியாய் வாடியதுபோல்
வாது	வாதம்
வாதும்	வீண்-வாதமும்
வாய்க்கால்	நீரை எடுத்துச் செல்லும் சிறு கால்வாய்
வாரா	வராமலே நிற்கும்
வாராத	வரக்கூடாதவை
வாரும்	வாரும்-மக்களே
வார்த்தை	வாக்கு
வாவென்று	“வா” என்று
வாழக்	வாழ்வை-வளர்த்தால்
வாழும்	வாழ்கின்ற
வாழைக்குத்	வாழை-மரத்துக்கு
வாழ்	வாழ் / வாழ்-நெறியில் நில்
வாழ்தல்	வாழ்வது
வாழ்நாளும்	நீடித்த வாழ்நாளும்
வாழ்வதற்கு	வாழ்வதற்கு
வாழ்வளே	வாழ்வாள்
வாழ்வும்	(அதிகார) வாழ்வும்
வாளர்க்குச்	உடையவர்களுக்கு
வாறொக்கும்	செயலை ஒத்தது
வானம்	மழை-மேகம்

சொல்	பொருள்
வான்கோழி	கானகத்து கோழி, காட்டுக் கோழி
வான்பொருளும்	பெரிய பொருள்-வளமும், அரிய செல்வமும்
விசுத்தியில்	ஐந்தாம்-சக்கரத்தில்
விடகாரி	விடம் (விஷத்தை) நீக்கும் ஆற்றல் கொண்டவர், மருத்துவர்
விடாநோய்	விடாமல்-நீடிக்கும் நோய்
விடும்	ஆகிவிடும் / ஆகிவிடும் (ஊழ்-விதிக்கு இணையாக மட்டுமே நிற்கும்) / விடும்-நிலை-ஆகும்
விடுவது	விட்டுவிடுவது
விண்டாரைக்	(உடலின்) பற்றை விட்டவரை
விண்டு	தோல் பிரிந்து
விண்ணுறுவார்க்	விண்-நிலையை-அடைபவர்க்கு
விதி	ஊழ்-விதி
விதியின்	ஊழ்-விதியின்
விதியே	ஊழ்-விதியே
வித்தாய்	விதையாக
வித்தெனவே	வித்து-போலவே
வித்தை	கல்வி-திறன்
வியாதி	நோய்
விரதம்	தவம்
விருந்திலோர்க்கு	விருந்தோம்பல்-இல்லாதவர்க்கு
விருந்தோடு	விருந்தினரோடு
விரும்பு	ஆர்வம்-கொள் / விரும்பி-பயில்
விரும்பேல்	விரும்பாதே
விரைத்தாலும்	விதைத்தாலும்

| விலக்குவார் | (உள் வராமல்) தடுப்பவர்?
மெய்அம் = உண்மையான |

விலக்கேல்	தடுக்காதே
விழவெறிந்த	கீழே-விழும்படி எறிந்த
விழியார்	கண்-உடையவர் / கண்-உடையோர் (கட்டுப்பாட்டை-மீறிய-விருப்பத்துக்கு-உரியோர்)

விலக்கேல்	தடுக்காதே
விழும்	(ஒரு-நாள்) வீழ்ந்துவிடும்
விளங்கு சிந்தூரமும்	ஒளிரும்-சிந்தூரக்-குறியும்
விளம்பேல்	பெருமை-பேசாதே
விளையாடேல்	ஆபத்தான-வடிவில் விளையாடாதே
விளையும்	பயன்-தரும்
விளைவு	விளைச்சல்
விற்பிடித்து	வில் ஏந்தி
வினை	செயலின் பலன், ஊழ்-வினை / செயல்
வினைப்பயனை	வினையின்-பலனை
வினையிருக்கத்	வினையின் பலன் (வந்து-நிற்க)
வீடு	ஆழ்ந்த-உள்-விடுதலை / வீடு-பேறு (மோட்சம், அழியா-நிலை) / வீட்டை
வீரத்தின்	வீரத்தை-விட
வீரன்	வலிமை-உடையவன்
வீரியம்	வீரம்
வீறும்	வீறுடன்-விளங்கும்
வீற்றிருந்த	(உயர்-பதவியில்) வீற்றிருந்து கொண்ட
வெட்டென	உடனே
வெட்டெனப்	கடுமையாக
வெட்டெனவை	கடினமானவை
வெண்மை	வெள்ளை நிறம்
வெய்யவர்	கடுமையானவர்
வெல்லாவாம்	வெல்ல-முடியாது
வெல்வதற்கு	வெல்வதற்கு
வெளி-நிறை நின்று	வெளி-நிறை-நிலையில்-நின்று
வெள்ளக்	வெள்ளம் மிக்க
வெள்ளெருக்குப்	வளம்-குறை அடையாளம் காட்டும் வெள்-எருக்கு செடி
வெள்ளைக்கு	தூய்மை-உள்ளவர்க்கு
வெறுத்தாலும்	விதியை வெறுத்தாலும்
வெறுமைக்கு	இறுதியில் வறுமை-நிலைக்கு
வெறும்பானை	வெறுமையான பானை
வேங்கை	வேங்கைப் புலி, பெண் புலி
வேண்டா	(வீண்-துயரம்) வேண்டாம் / வேண்டாம்
வேண்டாள்	விரும்ப-மாட்டாள்
வேண்டி	விருப்பத்தின்-வழியில்
வேதம்	மறை-நூல்
வேதனை	வருத்தம்

விலக்கேல்	தடுக்காதே
வேதாளம்	தீய-ஆவி, அசுப அறிகுறி
வேதியர்க்கு	வேதம்-ஓதுவோர்க்கு
வேந்தன்	அரசன்
வேந்தே	அரசனே
வேய்கதலி	மூங்கிலும் வாழையும்
வேருக்கு	வேருக்கு
வேருடன்	வேரோடு
வேழத்தில்	யானையில்
வேழ முகமும்	யானை-முகமும்
வேறில்லை	வேறு எதுவும் இல்லை
வேறோர்	வேறு-ஏதேனும்
வைகல்	ஒவ்வொரு-நாள்
வைகறைத்	அதிகாலையில்
வைத்தபொருள்	சேமித்து வைக்கப்பட்ட நிலைத்த-செல்வம்
வைப்பார்	வைப்பார்கள்
வையகத்து	ஞாலத்தில்
வையகத்துள்	இவ்வுலகினுள்
வையத்து	இவ்வுலகத்தில்
வையம்	ஞாலம்
வெளவாலை	வெளவாலை

ற

சொல்	பொருள்
றடிசுடுமந்	அடியில்-வற்றும் அந்த
றாமே	(சந்தி-பிரிவு) நிகழ்வதில்லை
றீன்றெடுத்த	ஈன்று-எடுத்த
றுணர்	என்று உணர்ந்துகொள்
றுண்டாயின்	உண்டானால்

"

சொல்	பொருள்
"அறும்-பாவம்!"	"(என்) பாவம் அறும், போய்விடும்!"

மொத்தம்: 1558 தனி-சொற்கள், ஐந்து-நூல்களின் சொற்பொருள்-கட்டங்களிலிருந்து தொகுக்கப்-பட்டவை.

நூற்பட்டியல்

இப்-பதிப்பின் மூல-உரை-வேராக நின்ற நூல்கள், கருத்துப்-பகுப்புக்கு உதவிய மரபு-நூல்கள், இணை-படிப்புக்கு உரிய நூல்கள் — இவை எல்லாம் இங்கு பட்டியலிடப்-பட்டுள்ளன.

ஔவையார் நூல்களின் முதன்மை-மரபு-பதிப்புகள்

1. **ஔவையார் நூல்கள் — பாடவரிசை-தொகுப்பு** (சைவ-சித்தாந்த-நூற்பதிப்புக்-கழக-பதிப்பு). சென்னை. 2. **ஆத்திசூடி, கொன்றை வேந்தன், மூதுரை, நல்வழி, விநாயகர் அகவல்** (கழக-வெளியீட்டு-பதிப்பு). திருநெல்வேலி தென்னிந்திய சைவ-சித்தாந்த நூற்பதிப்புக்-கழகம். 3. **ஔவை வாக்கு** — ஔவையாரின் முழு-நூல்களின் தொகுப்பு, உரை-விளக்கம்-உடன். 4. **ஔவையார் — அறிஞர்-தோய்-பதிப்பு** — சென்னைப் பல்கலைக்கழக தமிழ்-மரபு-பதிப்புத் தொடரின் ஒரு பகுதி.

இணை-படிப்புக்கு உரிய தமிழ்-மரபு-நூல்கள்

5. **திருக்குறள்** — திருவள்ளுவர். (இக்-பதிப்பில், பல-பாடல்களின் விளக்கத்தில் திருக்குறள் ஒத்த-கருத்துகளை சுட்டுவதற்கு உரியன.) 6. **திருவாசகம்** — மாணிக்கவாசகர். (சைவ-பக்தி-நெறியின் ஆழ்ந்த-நூல்; விளக்கத்தில் பல-இடங்களில் சுட்டப்-பட்டுள்ளது.) 7. **திருமந்திரம்** — திருமூலர். (சைவ-சித்தாந்தம், ஆறு-சக்ர-நெறி — இக்-கூறுகளுக்கு ஆதார-நூல்.) 8. **தேவாரம்** — மூன்று-நாயன்மார் (அப்பர், சம்பந்தர், சுந்தரர்). (தமிழ்-சைவ-பக்தி-மரபின் வேர்-நூல்கள்.) 9. **பகவத்-கீதை** — தமிழ்-மொழிபெயர்ப்பு. (கர்ம-யோக-கருத்தின் ஒப்பிடல்.) 10. **நாலடியார்** — ஜைன-முனிவர்-தொகுப்பு. (இணை-நெறி-நூலாக.)

உரை-நூல்கள், ஆராய்ச்சி-நூல்கள்

11. **ஔவையார் ஆராய்ச்சி** — மு. வரதராசன். (ஔவையார் வாழ்க்கை, கால-கட்டம், பல-ஔவையார்-கூற்று.) 12. **தமிழ் இலக்கிய வரலாறு** — மு. வரதராசன். சாகித்திய அக்காதெமி. 13. **தமிழ் இலக்கிய வரலாறு — அயல்நாட்டு-ஆராய்ச்சி-நெறி** — காமில் ஸ்வெலெபில். (தமிழ்-மரபை-உலகத்தளத்தில் ஆழ்ந்து-ஆராய்ந்த அயல்நாட்டு-அறிஞர்-பதிப்பு.) 14. **தமிழ்க்-கோயில் தொன்மங்கள்** — டேவிட் டீன் ஷூல்மன். (தென்னிந்திய-கோயில்-மரபின் தொன்மக்-கூறுகளை ஆராயும் பதிப்பு.)

அகராதிகள், சொற்களஞ்சியங்கள்

15. **தமிழ்-அகராதி** — சென்னைப் பல்கலைக்கழக தமிழ்-அகராதி. 16. **க்ரியாவின் தற்காலத் தமிழ் அகராதி** — க்ரியா-பதிப்பகம். 17. **பழந்தமிழ் சொல்-அகராதி** — பல-வடிவில் கிடைக்கும் மரபு-உரை-நூல்கள்.

இக்-பதிப்பின் தயாரிப்புக்கு உரிய பின்னணி-மூலங்கள்

18. இணை-நூல்கள்: திருக்குறள்: மெய்ப்பொருளுடன் — முழுப் பதிப்பு (கிருஷ்ண பிரசாத்; தொடரின் முதல் நூல்) மற்றும் திருவாசகம்: மெய்ப்பொருளுடன் — முழுப் பதிப்பு (கிருஷ்ண பிரசாத்; தொடரின் இரண்டாம் நூல்). இக்-பதிப்பின்-நூல்-வடிவம், இந்த-முந்தைய-பதிப்புகளின் வடிவத்தை அடிப்படையாக-கொண்டது.

குறிப்பு

ஔவையாரின் நூல்கள், பல-நூற்றாண்டுகளாக — பல-மரபு-வழியில் — பதிப்பு-கொண்டுள்ளன. சில-வரிகள், சில-சொற்கள் — மரபு-பதிப்புக்கு-மரபு-பதிப்பு — சற்று-வேறுபடலாம். இக்-பதிப்பில், சைவ-சித்தாந்த-கழக-பதிப்பின் வரிகளையும், பிற-மரபு-பதிப்புகளின் ஒப்பீட்டையும் — ஆதாரமாக-கொண்டு உள்ளனர். வரியின் சில-வடிவம், வாசகர் வேறு-பதிப்பிலிருந்து வேறுபட்டால் — அது மரபு-வேறுபாட்டின் வழக்கம், தவறு-அல்ல.

இக்-பதிப்பின் ஆழ்ந்த-மதிப்பு, மூல-வரிகளில்-மட்டும்-அல்ல; சொற்பொருள், எளிய-பொருள், விளக்கம், இன்றைய-பயன்பாடு — இக்-நான்கு-கூறுகளின் கூட்-வடிவத்தில்-உள்ளது. வாசகர், இந்த-கூட்-வடிவத்தின்-வழியாக — ஔவையாரின் ஆழ்ந்த-நெறி-கூற்றை, தம்-வாழ்-வழக்கத்தில் பயன்படுத்த-முடியும்.

ஆசிரியர் குறிப்பு

கிருஷ்ண பிரசாத்

கிருஷ்ண பிரசாத் குவைத்தில் வாழ்ந்து எழுதி வருகிறார். தகவல் தொழில்நுட்பத் துறையில் இரண்டு பத்தாண்டுகளுக்கும் மேலான பணி அனுபவம் கொண்ட இவர், செவ்விலக்கிய நூல்களின் ஆசிரியர். தமிழ் இலக்கியத்தின் ஆழ்ந்த நெறி நூல்களை இக்கால வாசகர்களுக்கு எளிய வடிவில் கொண்டு சேர்ப்பதே இவரது பதிப்புப் பணியின் முதன்மை நோக்கம்.

முந்தைய வெளியீடுகள்

திருக்குறள்: மெய்ப்பொருளுடன் — முழுப் பதிப்பு. திருவள்ளுவர் அருளிய அறம், பொருள், இன்பம் என்னும் முப்பாலுக்கும் முழு உரை விளக்கம் தரும் பதிப்பு. "தமிழ் செவ்வியல் நூல்கள்: மெய்ப்பொருளுடன்" தொடரின் முதல் நூலாக வெளிவந்தது.

திருவாசகம்: மெய்ப்பொருளுடன் — முழுப் பதிப்பு. மாணிக்கவாசகரின் ஆழ்ந்த பக்தி நூலுக்கு இக்காலத்திற்கான முழு உரை விளக்கம் தரும் பதிப்பு. தொடரின் இரண்டாம் நூலாக வெளிவந்தது.

இவ்விரு பதிப்புகளும் மூலப் பாடலின் ஆழ்ந்த கருத்துகளை — சொற்பொருள், எளிய பொருள், விளக்கம், இன்றைய பயன்பாடு — என்னும் அடுக்கு முறையில் வாசகர்களுக்கு வழங்குகின்றன.

ஆங்கிலத்தில் Emerald Flowers என்னும் நூலும், Thirukkural: The True Purport — Complete Edition (Notion Press, 2026) என்னும் பதிப்பும் இவரது பிற வெளியீடுகள்.

இந்தப் பதிப்பு

ஔவையார்: மெய்ப்பொருளுடன் — முழுப் பதிப்பு — "தமிழ் செவ்வியல் நூல்கள்: மெய்ப்பொருளுடன்" தொடரின் மூன்றாம் நூல். ஔவையாரின் ஐந்து மரபு நூல்களையும் (ஆத்திசூடி, கொன்றை வேந்தன், மூதுரை, நல்வழி, விநாயகர் அகவல்) ஒரே தொகுப்பாக, விரிவான உரை விளக்கத்தோடு வாசகர்களுக்கு வழங்கும் முயற்சி.

வரவிருக்கும் படைப்புகள்

நாலடியார்: மெய்ப்பொருளுடன் — முழுப் பதிப்பு — தொடரின் நான்காம் நூலாக, நாலடியாரின் நானூறு வெண்பாக்களுக்கும் முழு உரை விளக்கம் தரும் பதிப்பு திட்டமிடப்பட்டுள்ளது.

அத்துடன், ஔவையாரின் மொழிகளை அடிப்படையாகக் கொண்ட சிறுகதைத் தொகுப்பு ஒன்றும் தமிழிலும் ஆங்கிலத்திலும் வெளிவர உள்ளது.

ஆசிரியரின் வாழ்நெறி

இந்த நூல் வெளியீட்டுப் பயணத்தின் வேராக நிற்கும் அன்பர்கள் — தந்தை, தாய், துணைவி, பிள்ளைகள், ஆசான், நண்பர்கள் — நூலின் தொடக்கத்தில் உள்ள அர்ப்பணப் பகுதியில் அன்போடு நினைவுகூரப்படுகின்றனர். இவர்களின் வழியிலேயே ஆசிரியரின் வாழ்நெறி அமைந்துள்ளது.

தமிழ் மொழியின் ஆழ்ந்த நூல்களை இக்கால வாசகர்களுக்கு எளிய வடிவிலும் ஆழ்ந்த விளக்கத்தோடும் கொண்டு சேர்ப்பதே ஆசிரியரின் இலக்கு. அந்த இலக்கின் வழியில் இந்த நூல் ஒரு முக்கியப் படி.

தொடர்பு

இந்த நூல் குறித்த வாசகர் கருத்துகளையும், திருத்தங்களையும், பாட வேறுபாடுகள் பற்றிய சுட்டுதல்களையும் ஆசிரியர் அன்போடு வரவேற்கிறார். வாசகர்களின் கருத்துகள் அடுத்த பதிப்புகளில் மேலும் தெளிவு சேர்க்க உதவும்.

தமிழ் மொழியின் ஆழ்ந்த மரபைத் தலைமுறை தலைமுறையாகக் காத்து வழங்குவதே இந்தப் பதிப்புத் தொடரின் முதன்மை நோக்கம். ஔவையாரின் நெறிக் கூற்றுகள் ஆயிரம் ஆண்டுகளுக்குப் பின்னும் மக்களின் வாழ்வுக்கு வழிகாட்டிகளாக நிற்கின்றன. இவற்றை நம் பிள்ளைகளுக்கும் பேரப் பிள்ளைகளுக்கும் அன்போடு கொடுக்கும் வழக்கம் தமிழ் மரபின் தொடர்ச்சியைக் காக்கும்.

— கிருஷ்ண பிரசாத்

www.ingramcontent.com/pod-product-compliance
Lightning Source LLC
LaVergne TN
LVHW100249210926
848480LV00003B/876
* 9 7 9 8 9 0 5 8 4 6 2 5 0 *